SET / NET / UPSC / MPSC

वस्तुनिष्ठ अर्थशास्त्र

Objective Economics

संपादक

प्रा. जॉन्सन बोर्जेस

डायमंड पब्लिकेशन्स

वस्तूनिष्ठ अर्थशास्त्र
प्रा. जॉन्सन बोर्जेस

Objective Economics
Johnson Borges

प्रथम आवृत्ती : डिसेंबर २००८
पुनर्मुद्रण : जानेवारी २०११

ISBN 978-81-8483-084-2

© डायमंड पब्लिकेशन्स

अक्षरजुळणी : अक्षरवेल, पुणे

मुखपृष्ठ : शाम भालेकर

प्रकाशक
डायमंड पब्लिकेशन्स
२६४/३ शनिवार पेठ, ३०२ अनुग्रह अपार्टमेंट
ओंकारेश्वर मंदिराजवळ, पुणे–४११ ०३०
☎ ०२०-२४४५२३८७, २४४६६६४२
info@diamondbookspune.com

ऑनलाईन पुस्तक खरेदीसाठी भेट द्या
www.diamondbookspune.com

प्रमुख वितरक
डायमंड बुक डेपो
६६१ नारायण पेठ, अप्पा बळवंत चौक
पुणे–४११ ०३० ☎ ०२०-२४४८०६७७

या पुस्तकातील कोणत्याही भागाचे पुनर्निर्माण अथवा वापर इलेक्ट्रॉनिक अथवा यांत्रिकी साधनांनी–फोटोकॉपिंग, रेकॉर्डिंग किंवा कोणत्याही प्रकारे माहिती साठवणुकीच्या तंत्रज्ञानातून प्रकाशकाच्या आणि लेखकाच्या लेखी परवानगीशिवाय करता येणार नाही. सर्व हक्क राखून ठेवले आहेत.

मनोगत

अर्थशास्त्र हा विषय पूर्वी सामाजिक शास्त्रांतील एक अविभाज्य घटक म्हणून अभ्यासला जात असे. त्यानंतर ॲडम स्मिथ (१७२३-९०) हा सुप्रसिद्ध नैतिक तत्त्वज्ञानाचा (Moral philosopher) ब्रिटिश अभ्यासक तसेच राजनैतिक अर्थशास्त्रज्ञ 'स्कॉटलंडमध्ये होऊन गेला. सन १७७६ मध्ये ॲडम स्मिथने लिहिलेल्या 'राष्ट्राची संपत्ती' (An Inquiry into the Nature and Causes of Wealth of Nation) या ग्रंथामुळे अर्थशास्त्रास एक स्वतंत्र शास्त्राचा दर्जा प्राप्त झाला. यामुळेच ॲडम स्मिथ यांना अर्थशास्त्र हा विषय प्रथमच एक शास्त्र म्हणून मांडण्याचे श्रेय दिले जाते. याच अर्थाने त्यांना 'अर्थशास्त्राचा जनक' असे देखील संबोधले जाते.

संघ लोकसेवा आयोग (UPSC) राज्य लोकसेवा आयोग (MPSC) व इतर स्पर्धापरीक्षांमध्ये एक वैकल्पिक विषय म्हणून अर्थशास्त्राला महत्त्वाचे स्थान आहे. प्रस्तुत पुस्तकाची रचना ही प्रामुख्याने या परीक्षांच्या दृष्टिकोनातूनच करण्यात आली आहे आणि असे करताना आतापर्यंत या परीक्षांमध्ये विचारल्या गेलेल्या प्रश्नांचा समावेश या पुस्तकात करण्यात आलेला आहे.

स्पर्धा परीक्षांचा मुख्य उद्देश हा विद्यार्थ्यांची मानसिक योग्यता व विषयातले अचूक व स्पष्ट ज्ञान यांचे मूल्यांकन करणे हा असतो. स्पर्धापरीक्षातील वस्तुनिष्ठ स्वरूपाच्या परीक्षेमध्ये विचारले जाणारे प्रश्न हे विविध स्वरूपाचे असतात, जसे सर्वाधिक बरोबर उत्तरांचे प्रश्न, चुकीच्या उत्तराचे प्रश्न, साखळी स्वरूपाचे प्रश्न, बरोबर क्रम लावण्याचे प्रश्न, दिलेल्या विधानाचे योग्य कारण निवडण्याचे प्रश्न, विवेचनात्मक निवड करण्याचे प्रश्न, कारण व स्पष्टीकरण देण्यासंदर्भातील प्रश्न, आकृतीवरील प्रश्न इ.

अशा या विविध स्वरूपांतील प्रश्नांचा प्रस्तुत पुस्तकात विचारपूर्वक समावेश केला गेला आहे.

स्पर्धापरीक्षेचा अभ्यासक्रम विचारात घेऊनच या पुस्तकाची रचना केली गेली आहे. यामध्ये प्रथम भागात उपभोग, उत्पादन, विनिमय, वितरण आणि कल्याणकारी अर्थशास्त्र, राष्ट्रीय उत्पन्न आणि रोजगार सिद्धांत, मुद्रा व बॅंकिंग, राजस्व, आंतरराष्ट्रीय अर्थशास्त्र, आर्थिक समृद्धी आणि विकास, भारतीय अर्थव्यवस्था, आर्थिक सांख्यिकी अशा अकरा प्रकरणांचा समावेश केला गेला आहे. वर उल्लेख केलेल्या प्रत्येक प्रकरणामध्ये

(आर्थिक सांख्यिकी सोडून) एकूण २०० निवडक व महत्त्वपूर्ण प्रश्नांचा समावेश केला आहे. प्रत्येक प्रकरणाच्या शेवटी 'की' दिलेली आहे.

पुस्तकाच्या दुसऱ्या भागात संघ लोकसेवा आयोगाच्या स्वरूपानुसार एकूण २० प्रश्नसंच विद्यार्थ्यांच्या सरावासाठी दिलेले आहेत. अशा प्रकारे प्रस्तुत पुस्तकात एकूण ४४०० प्रश्नांचा समावेश त्यांच्या उत्तरांसह करण्यात आला आहे.

स्पर्धापरीक्षेच्या विद्यार्थ्यांसाठी प्रत्येक विषयावरील वस्तुनिष्ठ पुस्तकांची जी शृंखला डायमंड पब्लिकेशन्स प्रकाशित करत आहे, त्याबद्दल सर्वप्रथम मी श्री. दत्तात्रय पाष्टे यांचे अभिनंदन करतो. त्यांच्याच प्रेरणेने मी या पुस्तकाची रचना करू शकलो. याबद्दल मी या प्रेरणादायी धडाडीच्या व्यक्तिमत्त्वाचे आभार मानतो.

या पुस्तकाची रचना करताना मला अनेक प्राध्यापकांची मदत मिळाली त्याबद्दल मी त्या सर्वांचाच ऋणी आहे. पुस्तकाच्या रचनेमध्ये लेखनानंतरचे सर्वात महत्त्वपूर्ण कार्य म्हणजे अक्षरजुळणी. या पुस्तकाच्या निर्मितीत अक्षरजुळणीच्या कार्याबद्दल मी 'अक्षरवेल' या सुसूत्रबद्ध अशा संस्थेचे श्री. का. वि. शिगवण व त्यांचा सर्व कर्मचारी वर्ग यांचा ऋणी आहे. तसेच डायमंड पब्लिकेशन्समधील सर्व सहकाऱ्यांनी केलेल्या मन:पूर्वक सहकार्याबद्दल या सर्वांचा मी ऋणी आहे.

या मनोगताच्या शेवटी 'अल्लादिन फॅक्टर' या प्रेरणादायी वाक्यांनी समृद्ध अशा पुस्तकातील एक वाक्य मी मांडू इच्छितो.

"जीवनातील एक गंमतीशीर गोष्ट म्हणजे; जर तुम्ही उत्तम सोडून दुसरे काहीही स्वीकारायचे नाकारले तर पुष्कळ वेळा तुम्हाला उत्तमच मिळते."

शुभेच्छा !

जॉन्सन बोर्जेस

यशाची सूत्रे

- तुमच्यातील सुप्त गुण शोधा.
- तुमच्या कार्यावर (अभ्यासावर) निष्ठा असू द्या.
- तुमच्या कार्यावर (अभ्यासावर) प्रेम करा.
- शिस्तबद्ध अभ्यासाला पर्याय शोधू नका.
- तुमचा दृष्टिकोन स्पष्ट असू द्या.
- नोंदवही बाळगण्याची सवय करा.
- प्रामाणिकपणाचे तत्त्व विकसित करा.
- भूतकाळाचा आदर करा.
- स्वत:शी संवाद साधण्याचा प्रयत्न करा.
- तुमच्या समस्या म्हणजे वरदान आहे, हे लक्षात घ्या.
- समस्यांचे विभाजन योजनाबद्ध रीतीने करा.
- वेळेचे गुलाम होण्याऐवजी वेळेला गुलाम करा.
- योग्य गोष्टींवर लक्ष केंद्रित करा.
- मन अस्वस्थ होऊ देऊ नका.
- दर्जेदार पुस्तकांचा संग्रह करा.
- तुमच्या मन:स्थितीवर मात करा.
- निसर्गाशी सान्निध्य साधा.
- उद्दिष्टे ठरवणे ही गोष्ट गंभीरतेने घ्या.
- ईश्वरी चिंतनासाठी वेळ काढा.
- ध्येयांचा तक्ता बाळगा.
- तक्रार करण्याऐवजी कृती करा.
- समृद्ध वास्तवाची कल्पना करा.
- तुमच्या उपजत ज्ञानाचा आदर करा.

अनुक्रमणिका

भाग १

1. उपभोग
Consumption

प्र. 1. A = B = 10, या समीकरणामध्ये उपयोगितेच्या एककाचा अर्थ आहे.

    (a) उपयोगितेचे मापन अंकामध्ये केले जाते.

    (b) उपयोगितेचे मापन पसंतीक्रमानुसार केले जाते.

    (c) वरीलपैकी दोन्हींमुळे   (d) वरीलपैकी कोणतेही नाही

प्र. 2. संतुलनबिंदूवर उत्पन्न - उपभोग (IC) रेषेचा उतार :

    (a) बजेट रेषेच्या वक्रापेक्षा जास्त असतो.

    (b) बजेट रेषेच्या वक्रापेक्षा कमी असतो

    (c) बजेट रेषेच्या वक्राबरोबर असतो

    (d) बजेट रेषेच्या वक्राच्या बरोबर कमी किंवा जास्त असतो

प्र. 3. उपभोक्ता एखाद्या समवृत्ती वक्रावर डावीकडून उजवीकडे खाली जसजसा सरकत जातो. तसतसा सीमान्त पर्यायिता दर ....

    (a) वाढतो   (b) घटतो   (c) तोच राहतो   (d) यापैकी नाही

प्र. 4. खालीलपैकी कोणते विधान बरोबर आहे?

    (a) एक क्षितिज समांतर (Horizontal) समवृत्ती वक्र शक्य आहे

    (b) एक क्षितिज समांतर वक्र अशक्य आहे.

    (c) एक क्षितिज समांतर वक्र असामान्य स्थितीत शक्य आहे.

    (d) वरील सर्व

प्र. 5. खालीलपैकी बरोबर समीकरण आहे.

    (a) $MRSxy = \dfrac{Py}{Px}$ (b) $MRSxy = \dfrac{Px}{Py}$

    (c) $MRSyx = \dfrac{Px}{Py}$ (d) वरील कुठलेच नाही.

प्र. 6. सर्वात आधी समवृत्तीवक्राचा वापर उपभोक्ताबचत मोजण्यासाठी कोणी केला?

    (a) जे. आर. हिक्स   (b) गोसन

    (c) रॉबिन्सन   (d) सॅम्युएल्सन

प्र. 7. खालीलपैकी कोणती स्थिती समवृत्तिवक्राच्या संदर्भात लागू होत नाही?

(a) उतार खाली उजवीकडे   (b) उद्गमबिंदूकडे वर जाणारी

(c) एकमेकांना छेदत नाहीत   (d) गणनावाचक दृष्टिकोन

प्र. 8. X व Y मध्ये पूर्ण प्रतिस्थापनेच्या स्थितीत

(a) MRSxy वाढेल   (b) MRSxy कमी होईल

(c) MRSxy स्थिर राहील   (d) वरीलपैकी काहीच होणार नाही.

प्र. 9. उपभोक्ता समवृत्तिवक्र Q_1 वरून Q_2 वर परावर्तित होण्याचे कारण आहे.

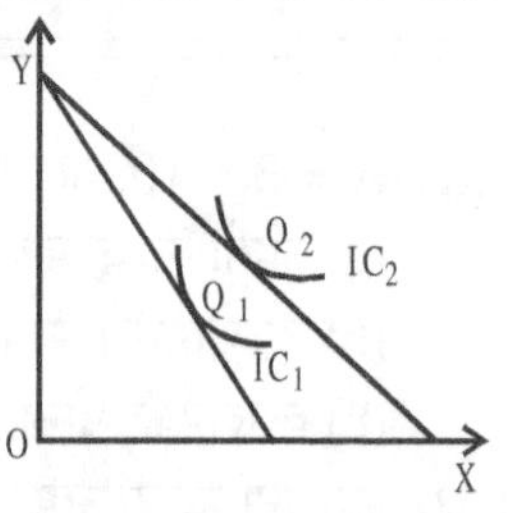

(a) किंमतीचा प्रभाव

(b) उत्पन्नाचा प्रभाव

(c) पर्यायतेचा प्रभाव

(d) किंमत व उत्पादनाचा प्रभाव

प्र. 10. जर Q_1 च्या सीमान्त एककापासून मिळणारे समाधान Q_2 च्या सीमान्त एककापासून मिळणाऱ्या समाधानाच्या दुप्पट असेल तर उपभोक्ता तेव्हाच सन्तुलनात येईल जेव्हा

(a) Q_1 ची किंमत Q_2 च्या अर्धी असेल

(b) Q_1 व Q_2 किंमत बरोबर असेल

(c) Q_1 ची किंमत Q_2 च्या दुप्पट असेल

(d) वरीलपैकी काहीच नाही

प्र. 11. एखाद्या वस्तूची एकूण उपयोगिता त्या वस्तूच्या कोणत्या किमतीत मोजली जाते?

(a) उपयोगकिंमत (Value in use)

(b) विनिमयकिंमत (Value in exchange)

(c) वरील दोन्ही

(d) वरील कुठलेच नाही

प्र. 12. वस्तूचा उपयोग जितका मर्यादित असेल तेवढ्याच तीव्र गतीने त्याची अतिरिक्त एककाकडून मिळणारी सीमान्त उपयोगिता

(a) वाढत जाईल   (b) कमी होत जाईल

(c) समान राहील   (d) अनन्ताकडे जाईल

प्र. 13. मार्शलच्या आधी सीमान्तविश्लेषण कोणी सादर केले?

(a) ऑस्ट्रियाच्या अर्थशास्त्रज्ञांनी   (b) कार्ल मेंजर व जेव्हन्स ने

(c) वरील दोघांनीही   (d) वरीलपैकी कोणीच नाही

प्र. 14. Theory of games and Economic Behaviour' नावाचे पुस्तक खालील-पैकी कोणत्या अर्थशास्त्रज्ञाने लिहिले आहे?

(a) मार्शल

(b) हिक्स

(c) न्यूमन–मार्जेन्स्टर्न

(d) वरील कोणीच नाही.

प्र. 15. घटत्या सीमान्त उपयोगितेचा नियम लागू होतो.

(a) चैनीसाठी खर्च करणाऱ्यांना

(b) काटकसर करणाऱ्यांना

(c) विभिन्न देशांची डाक तिकिटे एकत्रित करण्याच्या छंदाला

(d) वरील कशालाच नाही.

प्र. 16. हिरा–पाण्याचा विरोधाभास (Diamond-Water Paradox) स्पष्ट केला जाऊ शकतो.

(a) सीमान्त उपयोगिता विचाराद्वारे (b) एकूण उपयोगितेद्वारे

(c) वरील दोन्हींद्वारे   (d) वरील दोन्ही नाही.

प्र. 17. एका उपभोक्त्याचा उद्देश आपले उत्पन्न अशा प्रकारे विभाजित करण्याचा आहे की ..

(a) त्याची एकूण उपयोगिता अधिकतम होईल.

(b) त्याची सीमान्त उपयोगिता अधिकतम होईल.

(c) त्याची एकूण उपयोगिता शून्य होईल.

(d) त्याची सीमान्त उपयोगिता ऋणात्मक होईल.

प्र. 18. कोणत्या अर्थशास्त्रज्ञाने उपभोक्त्याच्या बचतीला क्रेत्याच्या (खरेदीदाराच्या) बचतीचे नाव दिले

(a) रॉबर्टसन   (b) बॉल्डिंग

(c) कॅनन   (d) चेम्बरलिन

प्र. 19. प्रगतिशील कराधानव्यवस्थेचा आधार घटत्या सीमान्त उपयोगितेचा नियम आहे कारण

(a) धनाची सीमान्त उपयोगिता श्रीमंतांसाठी गरिबांपेक्षा तुलनेत कमी असते.

(b) श्रीमंत व्यक्तीसाठी धनाची सीमान्त उपयोगिता शून्य असते.

(c) श्रीमंत व्यक्तीसाठी धनाची सीमान्त उपयोगिता ऋण आहे.

(d) वरील सर्व

प्र. 20. अप्रत्यक्ष कर लावताना सरकार खालीलपैकी कोणत्या वस्तूची निवड आधी करेल? ज्या वस्तूंची उपभोक्ताबचत खालीलप्रमाणे आहे.

वस्तू	उपभोक्ता बचत (एककात)
(a) एक शर्ट	3
(b) एक मनगटी घड्याळ	5
(c) एक सायकल	6
(d) एक रेडिओ सेट	7

प्र. 21. जर चहाच्या किंमतीत 5 प्रतिशत वाढ झाल्याने त्याची मागणी 20 प्रतिशत कमी होते तर अशा प्रकारच्या स्थितीत मागणीची लवचिकता खालीलपैकी असेल

    (a) 0.4   (b) 4.0   (c) 10   (d) 0.25

प्र. 22. खालीलपैकी कोणत्या वस्तूमुळे 'उपभोक्ता बचत' सर्वाधिक होईल?

    (a) कार   (b) मीठ   (c) कोट   (d) फ्रीज

प्र. 23. अर्थशास्त्र प्रत्येक व्यक्तीकडून खालीलप्रकारे वागण्याची अपेक्षा करते.

    (a) विवेकपूर्ण   (b) भावुक   (c) तटस्थ   (d) अविवेकपूर्ण

प्र. 24. मूल्यविरोधाभासात प्रसिद्ध ''हिरा–पाण्याचे'' (Diamond-Water Paradox) विरोधाभासाचे उदाहरण कोणी दिले?

    (a) ॲडम स्मिथ   (b) मार्शल

    (c) हिक्स   (d) एलन

प्र. 25. पूर्ण संतुष्टीचा (उपयोगिता) अर्थ आहे.

    (a) जेथे एकूण उपयोगिता अधिकतम व सीमान्त उपयोगिता शून्य असेल.

    (b) जेथे एकूण उपयोगिता वाढते आणि सीमान्त उपयोगिता कमी होते.

    (c) जेथे एकूण उपयोगिता स्थिर असते व सीमान्त उपयोगिता ऋणात्मक होते.

    (d) वरील काहीच नाही.

प्र. 26. सीमान्त उपयोगितेचा अर्थ आहे.

    (a) उपभोगाच्या अंतिम एककापासून (नग) मिळालेली उपयोगिता.

    (b) उपभोगाच्या सर्व एककापासून मिळालेली उपयोगिता

    (c) एकूण उपयोगिता – सरासरी उपयोगिता

    (d) एकूण उपयोगिता – आधीच्या दोन एककांची उपयोगिता

प्र. 27. जेव्हा उपभोक्त्याच्या उत्पन्नात वाढीबरोबर त्याच्याकडून मागणी केल्या गेलेल्या वस्तूचे प्रमाण कमी होईल तेव्हा त्या प्रभावाला म्हणतात.

    (a) धनात्मक प्रभाव   (b) ऋणात्मक प्रभाव

    (c) शून्य प्रभाव   (d) स्थिर प्रभाव

प्र. 28. वास्तविक जीवनात उपभोक्त्याचे संतुलन बदलत असते, ज्याला आपण व्यक्त करू शकू.

(a) उत्पन्नप्रभावाद्वारे (b) किंमतप्रभावाद्वारे

(c) पर्यायता प्रभावाद्वारे (d) वरील सर्वांनी

प्र. 29. उत्पन्न प्रभावाचे धनात्मक होणे.

(a) एक सामान्य घटना आहे. (b) एक असामान्य घटना आहे.

(c) एक अद्वितीय घटना आहे. (d) एक आकस्मिक घटना आहे.

प्र. 30. चित्रात समवृत्तिवक्र कोणती वस्तू होण्याचा संकेत देत आहे?

(a) X वस्तू

(b) Y वस्तू

(c) X आणि Y दोन्ही

(d) X व Y दोन्ही नाही.

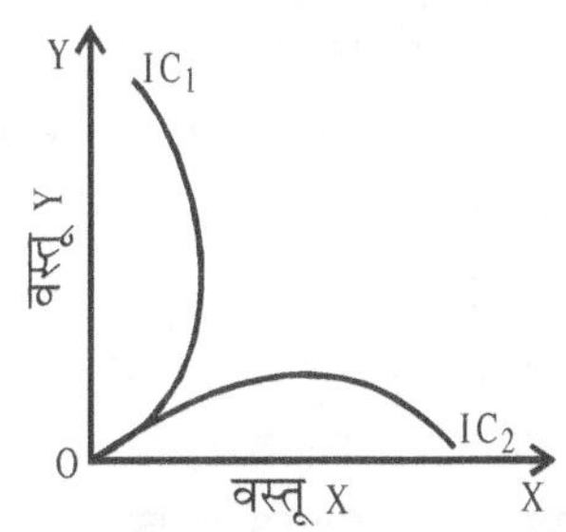

प्र. 31. जेव्हा उपभोक्त्याचे मुद्राउत्पन्न इतक्या प्रमाणात कमी केले जाईल किंवा वाढवले जाईल की ज्यामुळे त्याच्या संतुष्टीचा स्तर पहिल्यासारखाच राहील तर तो प्रतिस्थापनेच्या (पर्यायतेच्या) कोणत्या प्रभावाअंतर्गत येईल?

(a) स्लट्स्की (b) हिक्स

(c) पॅरेटो (d) एज्वर्थ

प्र. 32. जेव्हा प्रतिस्थापनप्रभावात (Substitution Effect) उत्पन्नातील परिवर्तन खर्च फरकाबरोबर केला जातो तेव्हा त्याला म्हणतात.

(a) स्लट्स्कीचा प्रतिस्थापन (पर्यायता) प्रभाव

(b) हिक्सचा प्रतिस्थापन (पर्यायता) प्रभाव

(c) एलनचा प्रतिस्थापन (पर्यायता) प्रभाव

(d) वास्तविक प्रतिस्थापन (पर्यायता) प्रभाव

प्र. 33. गिफिन वस्तूंसाठी उत्पन्नप्रभाव

(a) धनात्मक असतो.

(b) ऋणात्मक असतो

(c) शून्य असतो

(d) कधी ऋणात्मक तर कधी धनात्मक असतो

प्र. 34. खालील आलेखात उपभोक्त्याचा संतुलनबिंदू E आहे याचे कारण

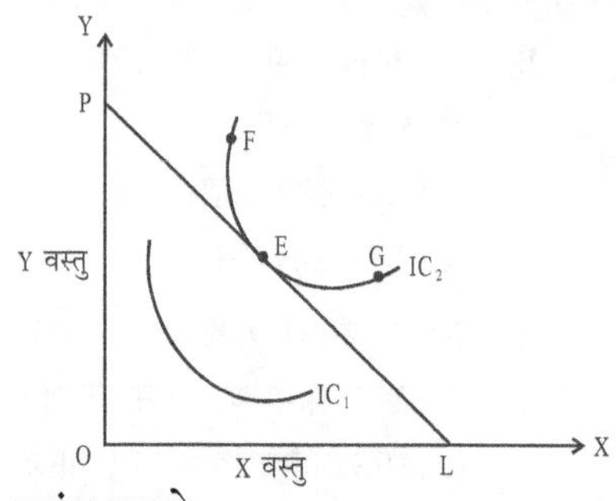

(a) उपभोक्ता त्याला सर्वात जास्त पसंत करतो.

(b) याच बिंदूवर प्रतिस्थापनेचा (पर्यायतेचा) सीमान्तदर दोन वस्तूंच्या किमतींच्या प्रमाणाबरोबर नाही

(c) E बिंदूवर समवृत्तीवक्र (IC₂) किंमतरेषेला स्पर्श करतो आहे.

(d) या बिंदूवर तटस्थतावक्र मूळ बिंदूकडे अंतर्वक्र (concave) आहे.

प्र. 35. उत्पन्नप्रभाव व प्रतिस्थापन (पर्यायता) प्रभाव एकाच दिशेत कार्यरत असतात.

  (a) निम्न स्तराच्या वस्तूंमध्ये   (d) उच्च स्तराच्या वस्तूंमध्ये

  (c) अधिकांश वस्तूंमध्ये   (d) फक्त चैनींच्या वस्तूंमध्ये

प्र. 36. प्रतिस्थापन (पर्यायता) प्रभाव व उत्पन्नप्रभाव दोन्ही धनात्मक असतात..

  (a) गिफिन वस्तूंच्या संदर्भात   (b) सामान्य वस्तूंच्या संदर्भात

  (c) निम्न स्तराच्या वस्तूंच्या संदर्भात

  (d) आरामदायक वस्तूंच्या संदर्भात

प्र. 37. जर एखाद्या निम्न स्तराच्या वस्तूच्या संदर्भात ऋणात्मक उत्पन्नप्रभाव प्रतिस्थापन-प्रभावाच्या तुलनेत कमी शक्तिशाली आहे तर त्याची किंमत कमी झाल्यावरही त्याची मागणी सामान्य वस्तूंसारखीच

  (a) कमी होईल   (b) वाढेल

  (c) अस्थिर राहील   (d) शून्य होईल.

प्र. 38. भाग A भाग B शी जुळवा.

  भाग A

  1) किंमतप्रभाव व्यक्त करतो.

  2) उत्पन्नप्रभाव व्यक्त करतो.

  3) वस्तूच्या किंमतीतील परिवर्तनामुळे त्याच्या मागणीतील बदल समजण्यासाठी किंमत प्रभावाला व्यक्त करते.

  4) हीन वस्तूंच्या संदर्भात उत्पन्नप्रभाव

  भाग B

  i) IC वक्र

ii) PC वक्र

iii) ऋणात्मक असतो.

iv) धनात्मक असतो.

v) उत्पन्नप्रभाव + किंमतप्रभाव

vi) उत्पन्नप्रभाव + प्रतिस्थापनप्रभाव

	1	2	3	4
(a)	(ii)	(i)	(vi)	(iii)
(b)	(i)	(ii)	(iv)	(v)
(c)	(iii)	(iv)	(i)	(ii)
(d)	(v)	(vi)	(v)	(iv)

प्र. 39. प्रा. मार्शलच्या मते उपभोक्ता संतुलनाच्या स्थितीत तेव्हा असेल जेव्हा

$$\frac{MUx}{Px} = \frac{MUy}{py} = \ldots\ldots$$ हे विधान

(a) बरोबर आहे.   (b) चूक आहे.

(c) अनिश्चित आहे.   (d) वरील कुठलेच नाही

प्र. 40. किंमतरेषेला बजेटरेषापण म्हटले जाते हे विधान

(a) चूक आहे   (b) बरोबर आहे.

(c) अनिश्चित आहे   (d) वरील कुठलेच नाही.

प्र. 41. उपभोक्ता किंमतरेषेवर वस्तूंच्या त्या संयोगाची निवड करेल जो अधिकतम समवृत्तीवक्रावर आहे हे विधान

(a) बरोबर आहे   (b) चूक आहे.

(c) अनिश्चित आहे   (d) वरील कुठलेच नाही

प्र. 42. उपभोक्ता संतुलनाच्या संदर्भात खालील अटी दिल्या गेल्या आहेत.

i) समवृत्तिमानचित्र दिले असेल

ii) किंमतरेषा दिली असेल

iii) किंमतरेषा समवृत्तिवक्राला कोणत्याही एका बिंदूत स्पर्श करत असेल

iv) स्पर्शबिंदूवर समवृत्तिवक्र मूळ बिंदूकडे बहिर्वक्र असेल.

v) उपभोक्त्याचे वर्तन विवेकपूर्ण असेल.

वरील पाच अटींपैकी कोणत्या दोन अटी उल्लेखनीय व महत्त्वपूर्ण आहेत?

(a) (i) व (ii)   (b) (i) व (iii)

(c) (ii) व (iii)   (d) (iii) व (iv)

प्र. 43. खालील चित्रात DD मागणीचा मूळ वक्र आहे, त्यानंतर एक नवीन मागणीरेषा D_1D_1 आणि D_2D_2 दिली आहे. खालीलपैकी कोणते परिवर्तन मागणीची वाढ दर्शविते?

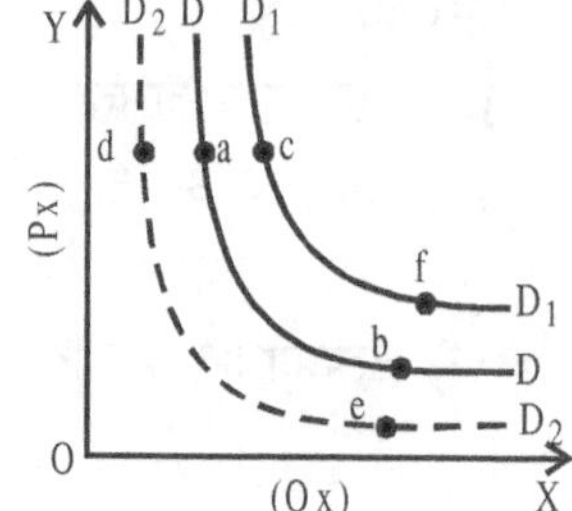

   (a) a पासून b चे परिवर्तन

   (b) d पासून a चे परिवर्तन

   (c) e पासून b चे परिवर्तन

   (d) a पासून d चे परिवर्तन

प्र. 44. उपयोगिता 'व्यक्तिनिष्ठ' विचार आहे, याचा अर्थ आहे.

   (a) एखाद्या वस्तूची उपयोगिता सगळ्यांसाठी समान असते.

   (b) निरनिराळ्या वस्तूंची उपयोगिता निरनिराळी असते.

   (c) उपयोगिता मोजता येईल अशी आहे.

   (d) उपयोगिता नेहमी धनात्मक असते.

प्र. 45. जर एखाद्या वस्तूची दुसऱ्या वस्तूबरोबरची आडवी लवचिकता शून्य असेल तर त्याचा अर्थ दोन्ही वस्तू

   (a) जवळचे प्रतिस्थापन (पर्यायी) आहेत

   (b) चांगल्या परिपूरक आहेत

   (c) पूर्णत: असंबद्ध आहेत   (d) वरील कुठल्याच नाहीत

प्र. 46. परिपूरक वस्तूच्या मागणीवक्राची स्थिती खालीलपैकी कोणती असते?

   (a) तो X – अक्षाला समांतर असतो

   (b) तो डावीकडून उजवीकडे व खालच्या बाजूला झुकतो.

   (c) तो पुरवठावक्राप्रमाणे धनात्मक उताराचा (ढालवाला) असतो.

   (d) तो ऊर्ध्ववर्ती असतो आणि Y – अक्षाला समांतर असतो.

प्र. 47. आडवी किंवा तिरपी मागणी याचा अर्थ आहे.

   (a) कमी दर्जाच्या पदार्थांची मागणी

   (b) वस्तूची मागणी जी वस्तूच्या किंमतीत परिवर्तन झाल्यामुळे निर्माण होते.

   (c) एखाद्या वस्तूची किंमत आणि त्याच्या मागणीचे प्रमाण

   (d) वरील कुठलाच नाही.

प्र. 48. वक्राच्या लवचीकतेचे उपयुक्त सूत्र आहे -

   (a) $\dfrac{q \sim q^1}{q + q^1} \div \dfrac{p \sim p^1}{p + p^1}$ (b) $\dfrac{q \sim q^1}{q + q^1} \div \dfrac{p + p^1}{p \sim p^1}$

   (c) $\dfrac{q + q^1}{q \sim q^1} \div \dfrac{p \sim p^1}{p + p^1}$ (d) $\dfrac{q \sim q^1}{p \sim p^1} \div \dfrac{q + q^1}{p + p^1}$

प्र. 49. जर आपण सरासरी व सीमान्त मागणीवक्रांच्या माध्यमातून मागणीची लवचिकता मोजली तर सूत्र असेल.

(a) $e = \dfrac{AR}{AR - MR}$ (b) $e = \dfrac{MR}{AR - MR}$

(c) $e = \dfrac{AR}{TR - AR}$ (d) $e = \dfrac{MR}{MR - AR}$

प्र. 50. तुष्टिगुणाचा (उपयोगिता) अर्थ आहे.

(a) एखाद्या वस्तूची गरज पूर्ण करण्याची शक्ती (संतुष्ट करण्याची)

(b) एखाद्या वस्तूतील चांगुलपणा

(c) वस्तू मिळविण्याची इच्छा

(d) वस्तूची आवश्यकता

प्र. 51. X आणि Y वस्तूंच्या विभिन्न संयोगांना प्रदर्शित करणाऱ्या समवृत्तिवक्राच्या उताराला कशा प्रकारे सूत्राद्वारे व्यक्त करता येईल?

(a) $\dfrac{-\Delta y}{\Delta x} = MRSxy$ (b) $\dfrac{+\Delta y}{\Delta x} = MRSxy$

(c) $\dfrac{Py}{Px} = MRSxy$ (d) वरील कुठलेच नाही.

प्र. 52. समवृत्तिवक्रविधी उपयोगितेच्या गणनावाचक (Cardinal) विचारावर

(a) एक सुधारणा आहे.

(b) एक सुधारणा नाही.

(d) तुलनात्मक अध्ययन सादर करतो.

(d) वरील कुठलाच नाही.

प्र. 53. जो समवृत्तिवक्र मूळ बिंदूपासून जितक्या जास्त दूर असेल तो मूळ बिंदूच्या जवळच्या समवृत्तिवक्रापेक्षा अधिक संतुष्टीचे स्तर दाखवतो, हे विधान–

(a बरोबर आहे.   (b) चूक आहे.

(c) अनिश्चित आहे.   (d) वरील कुठलेच नाही.

प्र. 54. एका समवृत्तिवक्रावर असलेल्या विभिन्न बिंदूंमध्ये सीमान्त प्रतिस्थापनेचा दर समान असतो. हे विधान

(a) चूक आहे.   (b) बरोबर आहे.

(c) अनिश्चित आहे.   (d) वरील कुठलेही नाही.

प्र. 55. कोणत्या अर्थशास्त्रज्ञाचे नाव समवृत्ती वक्रविधीबरोबर जोडले जात नाही.

(a) हिक्स   (b) एलन   (C) पॅरेटो   (d) मार्शल

प्र. 56. जेव्हा उपभोक्ता आपल्या वास्तविक बाजारव्यवहाराच्या माध्यमातून प्रकट करतो की त्याच्या अधिमान (पसंती) शृंखलेत (Scale of preferences) काहीही परिवर्तन झाले नाही याला म्हणतात –

    (a) उद्घाटित अधिमान सिद्धान्त   (b) समवृत्ती वक्र विश्लेषण

    (c) उपयोगिता विश्लेषण   (d) वरील काहीही नाही.

प्र. 57. सॉम्युएलसनच्या अधिमान (पसंती) सिद्धान्ताची महत्वपूर्ण गोष्ट आहे.

    (a) अनुरुपता सकर्मकता (Consistency Transitivity)

    (b) उपभोक्त्याची दुर्बल क्रमबद्धता

    (c) अधिकतम उपयोगिता   (d) वरील कुठलीच नाही.

प्र. 58. पेट्रोल व स्कूटरच्यामध्ये मागणीची आडवी लवचिकता–

    (a) कमी होईल   (b) शून्य होईल   (c) उच्च होईल   (d) अनंत होईल.

प्र. 59. मागणीची किंमत लवचिकता (ed), मागणीची उत्पन्न लवचिकता (ey) आणि मागणीची प्रतिस्थापन (पर्यायता) लवचिकता (es) चे पारस्परिक गणितीय संबंध आहे –

    (a) $ed = \lambda e_y + (1 - \lambda) e_s$ (b) $ey = \lambda e_d + (1 - \lambda) e_s$

    (c) $ey = \lambda e_d + (1 - \lambda) e_y$ (d) $\lambda = e_d + \lambda e_y + (1 - \lambda) e_s$

प्र. 60. मार्शलच्या मतानुसार उपयोगितेची

    (a) गणनावाचक मोजणी केली जाऊ शकते.

    (b) गणनावाचक मोजणी केली जाऊ शकत नाही.

    (c) क्रमवाचक मोजणी केली जाऊ शकत नाही.

    (d) तुलनात्मक मोजणीच्या बरोबरच गणनावाचक मोजणीपण केली जाऊ शकते.

प्र. 61. आर्थिक दृष्टिकोनापेक्षा एकूण उपयोगितेचा तो भाग महत्त्वाचा आहे जेथे–

    (a) एकूण उपयोगिता घटत्या दराने वाढते.

    (b) एकूण उपयोगिता वाढत्या दराने वाढते.

    (c) एकूण उपयोगिता अधिकतम असते.

    (d) एकूण उपयोगिता स्थिर होऊन खाली जाऊ शकते.

प्र. 62. किंमतरेषा, उपभोक्त्याची

    (a) पसंती व्यक्त करते.   (b) सीमा स्पष्ट करते.

    (c) उत्पन्न व्यक्त करते.   (d) किंमत सांगते.

प्र. 63. एंजलवक्र एखाद्या वस्तूच्या त्या प्रमाणाबद्दल सांगतो जे उपभोक्त्याला खरेदी करायचे असते–

    (a) किंमतींवर   (b) उत्पन्नस्तरांवर

    (c) गरजांवर   (d) मागणीवर

प्र. 64. एंजलवक्र आणि उत्पन्न उपभोग वक्रात फरक असतो.

(a) एंजलवक्र उत्पन्नातील परिवर्तनाच्या फक्त एकाच वस्तूच्या उपभोगाचे प्रमाण सांगतो, पण उत्पन्न उपभोग वक्र मात्र उत्पन्नपरिवर्तन X आणि Y दोन्ही वस्तूंच्या उपभोगाचे प्रमाण दाखवतो.

(b) काहीच नाही.

(c) एंजलवक्राचा उतार धनात्मक आणि उपभोगवक्राचा उतार धनात्मक आणि ऋणात्मक दोन्ही असतो.

(d) वरील कुठलाच फरक नसतो.

प्र. 65. सहसा अनिवार्य आणि प्रतिष्ठारक्षक वस्तूंच्या मागणीची लवचिकता

(a) एक असते   (b) एकापेक्षा जास्त असते.

(c) एकापेक्षा कमी असते.   (d) पूर्णपणे लवचिक असते.

प्र. 66. जर किमतीची लवचिकता एकापेक्षा जास्त असेल तर एकूण मागणीवक्राचे स्वरूप असेल.

(a) धनात्मक उतार   (b) ऋणात्मक उतार

(c) सरळ रेषा   (d) वरील कुठलेच नाही.

प्र. 67. किमतीतील परिवर्तनामुळे जे नवीन नवीन संतुलनबिंदू मिळतात, त्यांना मिळवणाऱ्या रेषेला

(a) उत्पन्न उपभोगवक्र म्हणतात.   (b) किमत उपभोगवक्र म्हणतात.

(c) एंजलवक्र म्हणतात.   (d) फिलिप्सवक्र म्हणतात.

प्र. 68. जर किमत उपभोग वक्र y अक्षाकडे वळेल तर

(a) x उत्कृष्ट वस्तू आहे व y निकृष्ट   (b) y उत्कृष्ट आहे व x निकृष्ट

(c) x आणि y दोन्ही निकृष्ट आहेत.   (d) x आणि y दोन्ही उत्कृष्ट आहेत.

प्र. 69. उपभोक्त्याच्या संतुलनाच्या संबंधात खालीलपैकी कोणती अट आवश्यक आहे?

(a) उपभोक्त्याचे वर्तन विवेकपूर्ण असावे.

(b) समवृत्ती वक्र दिलेला असावा.

(c) किमतरेषा दिलेली असावी.

(d) किमतरेषा तटस्थता वक्रातील कोणत्याही एका बिंदूला स्पर्श करत असावी.

प्र. 70. जर एखाद्या वस्तूच्या प्राप्त सीमान्त उपयोगितेला त्या वस्तूच्या किमतीने विभाजित केले जात असेल तर आपल्याला मिळेल

(a) भारशील सीमान्त उपयोगिता   (b) वस्तूची सीमान्त उपयोगिता

(c) एकूण उपयोगिता   (d) सरासरी उपयोगिता

प्र. 71. मागणीचा नियम किंवा मागणीवक्राच्या ऋणात्मक उताराचे कारण आहे -

(a) उत्पन्नप्रभाव   (b) प्रतिस्थापन (पर्यायिता) प्रभाव

(c) सीमान्त उपयोगिता नियमाची क्रियाशीलता   (d) वरील सर्व

प्र. 72. अस्थिर (unstable) संतुलनबिंदू तो आहे–

(a) जेथे दोन विरोधी आर्थिक शक्ती एकमेकांना छेदतात, परंतु जर त्यांच्यात कुठल्याही प्रकारचे परिवर्तन झाले तर त्यांच्यात आपल्या मूळ स्थानावर परत येण्याची प्रवृत्ती नसते, तर एक परिवर्तन दुसऱ्या परिवर्तनाला जन्म देते.

(b) जेव्हा दोन विरोधी शक्तींमध्ये समयान्तर (Time–lag) असते.

(b) जेव्हा संतुलनबिंदूत सतत परिवर्तन होत असते.

(d) जेव्हा संतुलनाला वेळेशी जोडले जाते.

प्र. 73. एखाद्या n वस्तूच्या एककाची सीमान्त उपयोगिता माहिती करून घेतली जाते.

(a) $\dfrac{TU}{n}$ (b) TU × n   (c) TUn – TU(n-1)   (d) P × n

प्र. 74. चैनींच्या वस्तूंसाठी उत्पन्नलवचिकता असते.

(a) एककापेक्षा अधिक   (b) एककापेक्षा कमी

(c) शून्याच्या बरोबर   (d) वरील कुठलेही नाही.

प्र. 75. प्रकट अधिमान (पसंती) सिद्धान्त व्यक्त केला जाऊ शकतो.

(a) दृढ क्रम–स्थापन (Strong ordering) आणि शाब्दिक (Lexicographic) अधिमान पॅटर्न

(b) विवेकपूर्णता, सुसंगती आणि सकर्मकता (Rationality Consistency, & Transitivity)

(c) विवेकपूर्णता व दुर्बलक्रम स्थापन (Ralionatlity & Weak ordering)

(d) सकर्मकता व दुर्बलक्रम स्थापन (Transitivity & Weak ordering)

प्र. 76. खालीलपैकी कोणता आलेख समसीमान्त उपयोगिता नियमाच्या सहाय्याने उपभोक्त्याचा समतोल स्पष्ट करेल?

(a)   (b)

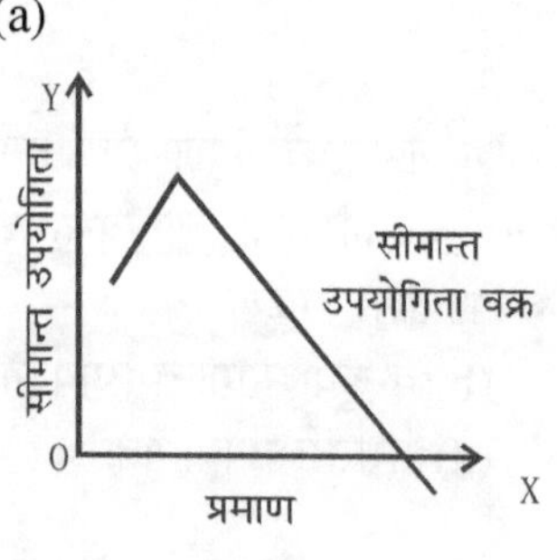

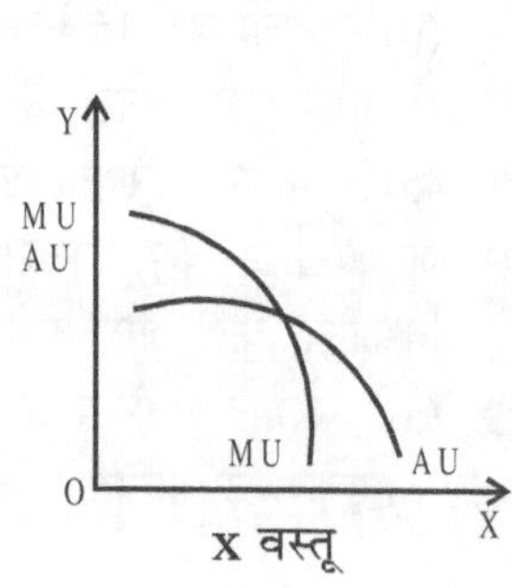

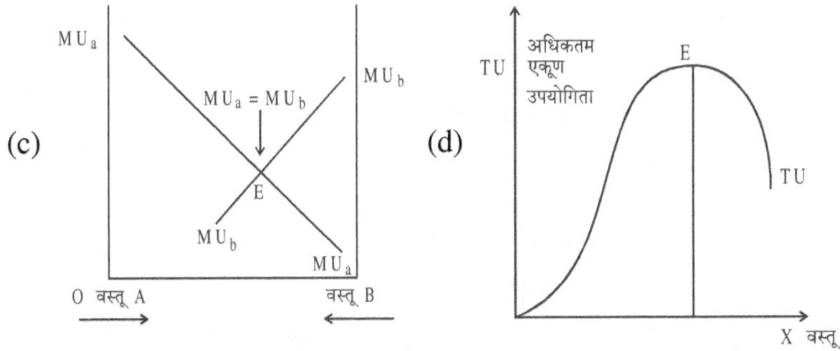

77. खालील तक्त्यात रिकाम्या जागी एकूण उपयोगितेची बरोबर संख्या खालील-पैकी असेल.

एकक (x)	सीमान्त उपयोगिता M.U.	एकूण उपयोगिता T.U.
1	20	–
2	15	35
3	12	47
4	10	–
5	8	–
6	5	70
7	2	72
8	0	–
9	–5	–
10	–6	61

(a) 20, 57, 65, 72, 67   (b) 0,57,65,70,65
(c) 0, 57, 65, 72, 67   (d) 0,57, 65,0,–5

प्र. 78. भाग A भाग B शी जुळवा.

भाग A

(1) जर एखाद्या वस्तूपासून मिळणाऱ्या सीमान्त उपयोगितेला त्या वस्तूच्या किमतीने भाग दिला तर

(2) अर्थशास्त्रात उपभोगासंबंधी विभिन्न नियम व सिद्धान्त

(3) सीमान्त उपयोगितेची संकल्पना हे सांगते की जसजशी सीमान्त उपयोगिता वाढते.

(4) उपभोक्त्याच्या बचतीच्या धारणेचा आधार आहे.

भाग B

(i)   भारशील सीमान्त उपयोगिता प्राप्त होईल

(ii)   वस्तूची सीमान्त उपयोगिता प्राप्त होईल

(iii) सीमान्त उपयोगितेच्या विचारावर आधारित आहे.

(iv) एकूण उपयोगितेच्या विचारावर आधारित आहे.

(v)   एकूण उपयोगिता कमी होते.

(vi) एकूण उपयोगिता वाढते.

(vii) घटत्या सीमान्त उपयोगितेचा नियम

	1	2	3	4
(a)	ii	iv	vi	vii
(b)	i	iii	vi	vii
(c)	i	ii	iii	iv
(d)	ii	iii	iv	vii

प्र. 79. भाग A भाग B शी जुळवा.

भाग A

(1) पूर्ण तृप्तीच्या बिंदूवर (Point of satiety) सीमान्त उपयोगिता

(2) एखाद्या उपभोक्त्याची एकूण उपयोगिता त्यावेळी अधिकतम होईल जेव्हा सीमान्त उपयोगिता.

(3) उपभोक्त्याच्या समतोलाच्या स्थितीत खालील अटीचे पूर्ण होणे आवश्यक आहे.

(4) जेव्हा एकूण उपयोगिता वाढते तेव्हा सीमान्त उपयोगिता

भाग B

(i)   शून्य होते.

(ii) $\dfrac{MU_1}{P_1} = \dfrac{MU_2}{P_2} = \ldots\ldots\ldots = \dfrac{MU_n}{P_n}$

(iii) धनात्मक व कमी होत जाणारी होते.

(iv) ऋणात्मक होते

(v) अधिकतम होते.

	1	2	3	4
(a)	i	v	ii	iii
(b)	i	ii	iii	iv
(c)	i	v	ii	iv
(d)	i	ii	iv	iii

प्र. 80. गरजेसाठी खालीलपैकी कोणती अट अनिवार्य आहे?

(a) त्या वस्तूसाठी इच्छा हवी.   (b) ती वस्तू प्राप्त करण्याची तत्परता हवी

(c) ती पूर्ण करण्यासाठी साधन हवे   (d) त्या वस्तूमध्ये तुष्टिगुण (समाधान) हवा.

प्र. 81. कोणत्या अर्थशास्त्रज्ञाने आपल्या 'Value and Capital' या ग्रंथात समवृत्तिवक्र विश्लेषणाची मांडणी केली?

(a) एजवर्थ   (b) पॅरेटो   (c) मार्शल   (d) हिक्स

प्र. 82. मागणी ही एखाद्या वस्तूसाठी अशी इच्छा आहे, ज्यासाठी....

(a) उपभोक्त्याची पसंती हवी

(b) उपभोक्त्याचे उत्पन्न हवे

(c) वस्तूसाठी किंमत देण्याची तत्परता हवी

(d) तत्परतापण हवी आणि किंमत देण्याची योग्यतापण हवी

प्र. 83. सीमान्त उपयोगिता वक्र

(a) वस्तूच्या मागणीचा वक्र असतो.

(b) उपभोक्त्याच्या उत्पन्नाचा वक्र असतो.

(c) वस्तूचा पुरवठावक्र असतो.   (d) वरील कुठलेच नाही.

प्र. 84. चहाची किंमत वाढल्यावर आणि कॉफीची किंमत कमी झाल्यावर

(a) अधिक चहा खरेदी केला जाईल

(b) अधिक कॉफी खरेदी केली जाईल

(c) अधिक चहा व कमी कॉफी खरेदी केली जाईल

(d) कमी चहा व जास्त कॉफी खरेदी केली जाईल

प्र. 85. अर्थशास्त्रात उपयोगितेचा अर्थ आहे

(a) वस्तूची संतुष्ट करण्याची शक्ती

(b) उल्हास   (c) आदान-प्रदान

(d) वरील कुठलाच नाही.

प्र. 86. सम-सीमान्त उपयोगितेच्या नियमानुसार –

(a) $\dfrac{MUx}{Px} = \dfrac{MUy}{Py}$ (b) $\dfrac{MUx}{Px} > \dfrac{MUy}{Py}$

(c) $MUx = MUy$ (d) $TUx = TUy$

प्र. 87. घटत्या सीमान्त उपयोगितेचा नियम क्रियाशील असतो. कारण –

(a) विभिन्न वस्तू पूर्ण स्थानापन्न (substitute) असतात.

(b) विभिन्न वस्तू अपूर्ण स्थानापन्न (substitute) असतात.

(c) वस्तू पूर्ण पूरक असतात.   (d) वरील सर्व शक्य

प्र. 88. दोन वस्तू पूर्ण प्रतिस्थापन्न होतील जर त्यांच्यातील प्रतिस्थापन्न (छेदक) लवचिकता.

(a) धनात्मक असेल   (b) ऋणात्मक असेल

(c) शून्य असेल   (d) अनंत असेल

प्र. 89. अनंत लवचिकता प्रदर्शित करणारा मागणीवक्र.

(a) उजवीकडे व वरच्या बाजूला जाणारा असेल

(b) डावीकडे परंतु खालच्या बाजूला जाणारा असेल

(c) लंबवत असेल

(d) क्षितीजसमांतर असेल

प्र. 90. एका संपूर्ण अलवचिक मागणी वक्रात जेव्हा किंमत 2% वाढेल तेव्हा मागणी कमी होईल.

(a) 10%   (b) 0%   (c) 0.5%   (d) 2%

प्र. 91. मार्शलच्या 'उपभोक्ताबचतीच्या' धारणेत मानले जाते.

(a) पूर्णस्पर्धा   (b) एकाधिकार   (c) अपूर्ण स्पर्धा   (d) काहीच नाही.

प्र. 92. कोणत्या अर्थव्यवस्थेत उपभोक्त्याला सम्राट म्हटले जाते.

(a) गांधीवादी   (b) समाजवादी   (c) भांडवलवादी   (d) मिश्रित

प्र. 93. उपयोगितेला.

(a) पाहू शकतो   (b) ऐकू शकतो

(c) अनुभवता येते.   (d) वरील काहीच नाही.

प्र. 94. सीमान्त उपयोगिता सरासरी उपयोगितेच्या बरोबर असते, जेव्हा सरासरी उपयोगिता

(a) वाढते   (b) अधिकतम होते.

(c) खाली जाते.   (d) शून्याकडे जाते.

प्र. 95. पूर्ण तृप्तीच्या बिंदूवर सीमान्त उपयोगितेची स्थिती होते.

(a) शून्य   (b) धनात्मक   (c) ऋणात्मक   (d) अधिकतम

प्र. 96. वस्तूचा उपयोग केल्यानंतर जे समाधान मिळते त्याला म्हणतात.

(a) समाधान   (b) वास्तविक समाधान

(d) अनुमानित समाधान   (d) वरील काहीच नाही.

प्र. 97. खालीलपैकी कोणते विधान बरोबर आहे?

(a) कमी दर्जाच्या वस्तूच्या संदर्भात उत्पन्नप्रभाव (Income Effect) धनात्मक असतो तरीही प्रतिस्थापनप्रभाव ऋणात्मक असतो.

(b) कमी दर्जाच्या वस्तूच्या संदर्भात उत्पन्नप्रभाव धनात्मक असतो तरीही प्रतिस्थापनप्रभाव धनात्मक असतो.

(c) कमी दर्जाच्या वस्तूत उत्पन्न प्रभाव व प्रतिस्थापन प्रभाव (Substitution Effect) दोन्ही धनात्मक असतात.

(d) कमी दर्जाच्या वस्तूत उत्पन्न प्रभाव आणि प्रतिस्थापन प्रभाव ऋणात्मक असतात.

प्र. 98. विकसनशील देशांसाठी यंत्राच्या आयातीची मागणी लवचिक असते.

(a) पूर्णपणे लवचिक   (b) लवचिक

(c) अलवचिक   (d) अधिक लवचिक

प्र. 99. अशा वस्तू ज्यांची मागणी लवचिक असते, त्यांच्या दळणवळण भाड्याचे दर असतात.

(a) उच्च   (b) कमी   (c) मध्यम   (d) स्थिर

प्र. 100. अधिक कृषिउत्पादन झाल्यावरही शेतकरी गरीबच राहतो, कारण कृषि उत्पादनाच्या मागणीची लवचिकता खालील प्रकारची असते.

(a) अलवचिक   (b) अधिक लवचिक

(c) अत्यधिक लवचिक   (d) लवचिक

प्र. 101. अप्रत्यक्ष मागणी (Derived Demand) म्हटले जाते

(a) जेव्हा एखाद्या वस्तूची मागणी प्रत्यक्षपणे केली जाते.

(b) जेव्हा एखाद्या वस्तूची मागणी स्वतःच दुसऱ्या वस्तूच्या मागणीला जन्म देते.

(c) जेव्हा मागणीबरोबर किंमत जोडलेली असेल

(d) वरील काहीच नाही.

प्र. 102. मागणीत समाविष्ट आहे.

(a) वस्तूची प्रभावी इच्छा

(b) साधन उपलब्धता

(d) वस्तू खरेदी करण्यासाठी खर्च करण्याची क्षमता

(d) वरील सर्व

प्र. 103. स्थापित वस्तूंमध्ये एखाद्या वस्तूची किंमत वाढली तर

(a) दुसऱ्या वस्तूच्या किमतीत वाढ होईल

(b) दुसऱ्या वस्तूची किंमत कमी होईल.

(c) दुसऱ्या वस्तूची मागणी वेगाने वाढेल

(d) दुसऱ्या वस्तूची मागणी वेगाने कमी होईल.

प्र. 104. "A Reconstruction of the Theory of Value' चे लेखक होते.

(a) प्रा. हिक्स   (b) प्रा. एलन

(c) प्रा. हिक्स व एलन   (d) जॉन्सन

प्र. 105. "Value and Capital' चे लेखक कोण होते?

    (a) प्रा. हिक्स   (b) प्रा. एलन

    (c) जॉन्सन   (d) वरील कोणीच नाही.

प्र. 106. एखाद्या उपभोक्त्यासाठी साम्याची (समतोलाची) स्थिती होईल, जेव्हा तो आपले मर्यादित उत्पन्न खर्च करेल.

    (a) घटत्या सीमान्त उपयोगितेच्या नियमाद्वारा

    (b) समसीमान्त उपयोगितेच्या नियमाद्वारा.

    (c) मागणीच्या नियमाद्वारे

    (d) उत्पत्ति वृद्धि नियमाद्वारा

प्र. 107. आधुनिक अर्थशास्त्रज्ञांच्या मतानुसार उपभोक्ता समतोलाच्या स्थितीत तेव्हा असेल जेव्हा.

$$\text{(a)} \quad \frac{Px}{Py} = \frac{Py}{Pz} = \frac{Py}{Px} \qquad\qquad \text{(b)} \ Px = Py = Pz$$

$$\text{(c)} \quad \frac{MUa}{Pa} = \frac{MUb}{Pb} = \frac{MUc}{Pc} \qquad \text{(d)} \ MUx = MUy = MUz$$

प्र. 108. हिंच्यांची सीमान्त उपयोगिता अधिक आणि एकूण उपयोगिता

    (a) कमी असते   (b) शून्य असते

    (c) कमी किंवा जास्त काहीही असते   (d) खूप जास्त असते

प्र. 109. सीमान्त उपयोगितेचा अर्थ आहे.

    (a) एकूण उपयोगिता – सरासरी उपयोगिता

    (b) एकूण उपयोगितेतल्या वाढीने

    (c) एकूण उपयोगिता × वस्तूचे प्रमाण

    (d) एकूण उपयोगिता ÷ सरासरी उपयोगिता

प्र. 110. घटत्या सीमान्त उपयोगितेचा नियम खालील परिस्थितीत लागू केला जाऊ शकतो.

    (a) पैशाच्या लोभी लोकांना   (b) चैनीसाठी खर्च करणाऱ्यांना

    (c) प्रतिष्ठामूलक वस्तूंना   (d) वरील कोणालाच नाही.

प्र. 111. सगळ्यांसाठी एकाच वस्तूची उपयोगिता.

    (a) एकसारखी असते.

    (b) वेगळ्या लोकांना वेगळी असते.

    (c) आवश्यकतेनुसार धनात्मक असते.

    (d) आवश्यकतेनुसार ऋणात्मक असते.

प्र. 112. जेव्हा किंमत उपभोग वक्राचा उतार ऋणात्मक असतो. तेव्हा तो x आणि y वस्तूची
(a) पर्यायिता सांगतो
(b) वस्तूंच्या धनात्मक मागणीची प्रतिलवचिकता
(Cross elasticity of demand) सांगतो
(c) वरील a व b दोन्ही
(d) वरील दोन्ही नाहीत.

प्र. 113. प्रतिस्थापन (पर्यायिता) प्रभावामुळे उपभोक्त्याचा समाधानस्तर
(a) समान राहतो
(b) बदलत राहतो.
(c) खाली जातो
(d) वर जातो.

प्र. 114. एंजलवक्र उत्पन्नात परिवर्तनाच्या फक्त एकाच वस्तूच्या प्रमाणावर प्रभाव दर्शवतो, पण उत्पन्न उपभोग वक्र (ICC) उत्पन्नातील परिवर्तनाच्या x आणि y दोन्ही वस्तूंच्या प्रमाणावरचा प्रभाव दाखवतो.
(a) बरोबर
(b) चूक
(c) अनिश्चित
(d) वरील कुठलेच नाही

प्र. 115. समवृत्तिवक्र विश्लेषणात
(a) एका समान संतुष्टीवाल्या विभिन्न संयोगांमध्ये उपभोक्ता नेहमीच उदासीन राहतो.
(b) वेगवेगळ्या संतुष्टीस्तरांवरील संयोगांच्यामध्ये उपभोक्ता तटस्थ राहतो.
(c) एकाच उदासीनता (समवृत्ती) वक्रावर समान संतुष्टीस्तराचे असणे जरुरी नाही.
(d) वरील सर्व

प्र. 116. एखादी वस्तू विशिष्ट प्रमाणात खरेदी करण्याच्या इच्छेला अर्थशास्त्रात
(a) मागणीचे नाव दिले जाते.
(b) प्रभावी मागणीचे नाव दिले जाते.
(c) मागणीचे नाव नाही देऊ शकत
(d) उपयोगिता म्हणू शकू

प्र. 117. दिखावटी किंवा खोट्या शानशौकीने जे प्रभावित होतात, ते
(a) मागणीच्या नियमाची पुष्टी करतात
(b) मागणीच्या नियमाला प्रभावी बनवतात.
(c) मागणीच्या नियमाचे अपवाद आहेत
(d) मागणीच्या नियमानुसार चालतात.

प्र. 118. जर देशाच्या निर्यातीची मागणी अलवचिक असेल तर परदेशात त्यांना विकले जाऊ शकते.

(a) उच्च किमतीवर   (b) कमी किमतींवर

(c) स्थिर किमतीवर   (d) वरील कुठल्याच नाही

प्र. 119. एखाद्या सरळरेषीय मागणीवक्राच्या मध्य बिंदूवर मागणी लवचिकता अशी असेल.

(a) > 1   (b) < 1   (c) = 1   (d) 0

प्र. 120. एखाद्या देशाने आपल्या मुद्रेचे अवमूल्यन तेव्हाच करायला पाहिजे जेव्हा जागतिक बाजारात त्याच्या निर्यातीची मागणी असते.

(a) अलवचिक मागणी   (b) अधिक लवचिक

(c) एककवाली लवचिक मागणी   (d) वरील कुठलेच नाही.

प्र. 121. खालीलपैकी परस्पर विरोधी नाही.

(a) मागणी व पुरवठा   (b) सीमान्त मागणी व सीमान्त खर्च

(c) बचत व विनियोग   (d) सीमान्त उत्पादकता व सरासरी उत्पादकता

प्र. 122. खालीलपैकी कुठल्या एकाची किंमतमागणीलवचिकता सर्वांत कमी आहे.

(a) कार   (B) मीठ   (c) चहा   (d) घर

प्र. 123. समवृत्तिवक्र.

(a) नेहमी समांतर असतात.   (b) समांतर नसतात.

(c) समांतर असू शकतात.   (d) समांतर असूही शकतात व नाहीपण

प्र. 124. जर एखादा उपभोक्ता आपले संपूर्ण उत्पन्न (I) दोन वस्तू x व y वर खर्च करतो, जर असे मानले की, x वस्तूची किंमत Px आणि y ची किंमत Py आहे तर बजेट समीकरण होईल –

(a) $I = XP_x + YP_y$ (b) $I = XP_x$

(c) $I = YP_y$ (d) वरील कुठलेच नाही.

प्र. 125. समवृत्तिवक्र गोलाकार असतो जेव्हा

(A) दोन्ही वस्तूंच्या उपभोगाचे प्रमाण वाढते

(b) दोन्ही वस्तूंचा उपभोग स्थिर राहतो

(c) दोन्ही वस्तू परिपूरक आहेत.

(d) वरील कुठलेच नाही.

प्र. 126. आलेख सांगतो की

(a) वाढती MRSxy

(b) कमी होत जाणारी MRS xy

(c) स्थिर MRSxy

(d) वरील काहीच नाही.

प्र. 127. उपभोक्त्याला समान संतुष्टी मिळते म्हणून तो तटस्थ होत नाही तर याच्यासाठी उदासीन होतो की, त्याला विभिन्न संयोगांमधला फरक ओळखता येत नाही, हे विधान आहे.

(a) प्रा. आर्मस्ट्राँग (b) प्रा. नाइट   (c) प्रा. रॉबर्टसन (d) प्रा. बॉल्डिंग

प्र. 128. ''जेव्हा आपण एक काल्पनिक समवृत्तिवक्र बनवतो, या स्थितीपेक्षा जेव्हा आपण एक काल्पनिक उपयोगिता फलनांची गोष्ट करतो, व्यावहारिक दृष्टीने फार चांगल्या स्थितीत नसतो.'' हे विधान आहे.

(a) मार्शलचे   (b) हिक्सचे   (c) शुम्पीटरचे   (d) बॉल्डिंगचे

प्र. 129. 'रिव्हिजन ऑफ डिमांड थिअरी' या पुस्तकाचे लेखक आहेत.

(a) सॅम्युएलसन   (b) हिक्स

(c) न्यूमन व मार्जेन्स्टर्न   (d) आर्मस्ट्राँग

प्र. 130. जर A वस्तूची मागणी वाढल्याने B वस्तूची मागणीपण वाढते तर–

(a) A व B वस्तू प्रतिस्थापक आहेत.   (b) A व B वस्तू परिपूरक आहेत.

(c) A वस्तू B पेक्षा निकृष्ट आहे.   (d) A वस्तू B पेक्षा उत्कृष्ट आहे.

प्र. 131. प्रतिस्थापन (पर्यायता) किंवा प्रतियोगी वस्तूच्या मागणीचा वक्र

(a) धनात्मक आकृतीचा होईल.   (b) ऋणात्मक आकृतीचा होईल.

(c) x अक्षाला समांतर होईल   (d) Y अक्षाला समांतर होईल.

प्र. 132. जेव्हा एखाद्या व्यक्तीच्या उत्पन्नात वाढ होते तेव्हा त्या उपभोक्त्यासाठी निकृष्ट वस्तूची मागणी.

(a) वाढते   (b) कमी होते

(c) स्थिर रहाते   (d) वरील कुठलेही होऊ शकते.

प्र. 133. मागणीच्या लवचिकतेच्या धारणेचे प्रतिपादन कोणी केले?

(a) मार्शल   (b) कॅनन   (c) सॅम्युएलसन (d) बेनहॅम

प्र. 134. जर किंमत उपभोग वक्र ऋणात्मक आहे (खाली उजवीकडे पडतो) तर

(a) मागणीची लवचिकता एककाबरोबर आहे.

(b) वस्तूच्या मागणीची लवचिकता एककापेक्षा कमी आहे.

(c) वस्तूच्या मागणीची लवचिकता एककापेक्षा जास्त आहे.

(d) वस्तूच्या मागणीची लवचिकता शून्य आहे.

प्र. 135. उपभोक्त्याच्या बचतीला खालीलपैकी कोणत्या नावाने ओळखले जाते.

(a) भेदक आधिक्य   (b) क्रेत्याचे आधिक्य

(c) विक्रेत्याचे आधिक्य   (d) मागणीचे आधिक्य

प्र. 136. उपभोक्त्याच्या बचतीच्या विचाराला मांडण्याचे देण्याचे श्रेय जाते.

(a) ड्यूपिटला   (b) मार्शलला   (c) पीगूला   (d) हिक्सला

प्र. 137. जर एक उपभोक्ता x आणि y वस्तूंवर I उत्पन्न खर्च करतो आणि x ची किंमत Px आणि y ची किंमत Py आहे तर बजेट समीकरण होईल.

(a) I = X.Px + Y.Py

(b) I = X. Px

(c) I = Y. Py

(d) वरीलपैकी कुठलेच नाही.

प्र. 138. जर दोन वस्तू पूर्णपणे परिपूरक असतील तर त्यांच्यामधील समवृत्तिवक्राची आकृती–

(a) ∩ आकृती असेल

(b) U आकृती असेल

(c) L आकृती असेल

(d) एक सरळ रेषा असेल

प्र. 139. उत्पन्नप्रभावात उत्पन्नातील वाढ व किमती स्थिर दाखविण्यासाठी –

(a) किंमतरेषेचे स्वरूप किमतींच्या परिवर्तनावर अवलंबून असेल.

(b) किंमतरेषेचे स्वरूप वस्तूंच्या उपयोगावर अवलंबून राहिल.

(c) किंमतरेषांचे समांतर असणे अनिवार्य आहे.

(d) किंमतरेषांचे समांतर असणे जरुरी नाही.

प्र. 140. जसजसे उत्पन्न वाढते तसतशी खाद्यपदार्थांवर खर्च केलेली उत्पन्नातील टक्केवारी कमी होते हे विधान आहे?

(a) मार्शलचे   (b) एंजलचे   (c) पीगूचे   (d) रॉबर्टसनचे

प्र. 141. ‘‘निवड अधिमान (पसंती) प्रकट करते’’ हे विधान कोणत्या विश्लेषणाशी संबंधित आहे?

(a) क्रमागत तुष्टिगत घटतेचा नियम

(b) उदासीनता (समवृत्ती) वक्र विश्लेषण

(c) प्रकटित पसंती विश्लेषण

(d) तरलता (रोखता) पसंती विश्लेषण

प्र. 142. जर मागणी अलवचिक असेल तेव्हा मूल्यवाढीने –

(a) सरासरी महसुलात वाढ होईल.

(b) एकूण महसुलात वाढ होईल.

(c) सीमान्त महसुलात वाढ होईल.

(d) वरील कुठलेच नाही

प्र. 143. जेव्हा किंमतवक्र वरच्या बाजूला व समांतरपणे विवर्तित केला जातो तेव्हा–

(a) किंमत गुणोत्तर (Px/Py) च्या सारखे राहते.

(b) किंमत गुणोत्तर (ratio) कमी होते.

(c) किंमत गुणोत्तर वाढते.

(d) किंमत गुणोत्तर कमीही होऊ शकते, वाढूही शकते, ते Px आणि Py च्या संबंधावर अवलंबून असते.

प्र. 144. उपभोक्त्याच्या बचतीचा विचार–

(a) कारण नसलेला आहे.

(b) उत्पादनविश्लेषणासाठी महत्त्वाचा आहे.

(c) कराधानासाठी महत्त्वाचा आहे.

(d) साधनांच्या प्रतिफलनिर्धारणासाठी उपयोगी आहे.

प्र. 145. उपभोक्त्याची बचत आहे–

(a) अतिरिक्त प्रमाणात उपभोक्ता जे खरेदी करतो, ती

(b) कमी किमतीत वस्तू खरेदी करणे

(c) उपभोक्त्याला मिळणारा आनंद

(d) संभावित किमत व वास्तविक किमत यांतील फरक

प्र. 146. स्थिरतेच्या आधारावर संतुलनाचे वर्गीकरण काय आहे?

(a) स्थैतिक व गतिशील संतुलन   (b) स्थिर-अस्थिर व तटस्थ संतुलन

(c) व्यष्टिपरक व तटस्थ संतुलन   (d) आंशिक व सामान्य संतुलन

प्र. 147. एखाद्या उपभोक्त्यासाठी एखाद्या वस्तूचे मागणी फलन त्या वस्तूचे मागितले गेलेले प्रमाण फलन आहे.

(a) त्या वस्तूची किमत   (b) संबंधित किमती

(c) उत्पन्न   (d) वरील सर्व

प्र. 148. एखाद्या वस्तूची मागणी निश्चित होताना किमत हा घटक.

(a) अवलंबून असतो   (b) स्वतंत्र असतो

(c) आनुपातिक असतो   (d) स्थिर असतो

प्र. 149. भाग A भाग B शी जुळवा.

भाग A

(1) मागणीचा नियम   (2) सामान्य वस्तूचा मागणीवक्र

(3) मागणी फलन   (4) मागणीचा अर्थ

भाग B

(i) वस्तूची किमत व त्याच्या मागणीचे विपरीत संबंध सांगते

(ii) डावीकडून उजवीकडे व खालच्या बाजूला पडतो.

(iii) $Dx = f (Px, Py, I\ T\ C...)$

(iv) एखाद्या उपभोक्त्याने दिलेल्या किमतीवर खरेदी केलेल्या वस्तूचे प्रमाण

	1	2	3	4
(a)	ii	i	iv	iii
(b)	iv	ii	iii	i
(c)	i	ii	iii	iv
(d)	iv	iii	i	ii

प्र. 150. मागणी नियमाचे प्रमुख लक्षण कोणते आहे?
(a) उपभोक्त्याचे उत्पन्न स्थिर असते.
(b) संबंधित अन्य वस्तूंच्या किमती स्थिर असतात
(c) वेळ व परिस्थिती समान असते.
(d) वरील सर्व

प्र. 151. ती सूची जी विभिन्न किमतींवर वस्तुच्या मागणीचे विभिन्न प्रमाण दाखवते, तिला
(a) उत्पन्न यादी म्हणतात.   (b) मागणी यादी म्हणतात.
(c) मागणीची लवचिकता म्हणतात
(d) तिला उपयोगितातक्ता म्हणता येऊ शकतो.

प्र. 152. मागणीच्या नियमाच्या संबंधात खालीलपैकी कोणता अपवाद नाही?
(a) सीमान्त उपयोगितानियमाची क्रियाशीलता
(b) गिफिन वस्तूंची स्थिती
(c) किमतीत सतत होणारी वाढ किंवा घट
(d) अत्यावश्यक वस्तू

प्र. 153. भाग A भाग B शी जुळवा
भाग A
(1) मागणीचा विस्तार   (2) मागणीचा संकोच
(3) मागणीत वाढ   (4) मागणीत घट
भाग B
(i) एखादा मागणीवक्र वरून खालच्या बाजूला जाण्याची स्थिती
(ii) एखाद्या मागणीवक्रावर खालून वरच्या बाजूला जाण्याची स्थिती
(iii) मागणीवक्राच्या खालच्या बाजूला विवर्तित होण्याची स्थिती
(iv) मागणीवक्राच्या वरच्या बाजूला विवर्तित होण्याची स्थिती

	1	2	3	4
(a)	i	ii	iv	iii
(b)	i	ii	iii	iv
(c)	iv	iii	ii	i
(d)	iv	iii	i	ii

प्र. 154. गॉसनचा द्वितीय नियम कोणता आहे?
(a) घटत्या सीमान्त उपयोगितेचा नियम
(b) उत्पत्ती वृद्धिनियम
(c) घटत्या उत्पादनाचा नियम   (d) सम सीमान्तउपयोगितेचा नियम

प्र. 155. उपभोक्ता संतुलन स्थितीसाठी कोणती व्याख्या योग्य २आहे?

    (a) MU = 0   (b) TU = MU

    (c) AU = MC   (d) वरील कुठलीच नाही

प्र. 156. भाग A भाग B शी जुळवा

भाग A

(1) जेव्हा एकूण उपयोगिता वाढते तेव्हा सीमान्त उपयोगिता

(2) एकूण उपयोगिता त्यावेळी अधिकतम असेल जेव्हा सीमान्त उपयोगिता

(3) सीमान्त उपयोगिता सरासरी उपयोगितेच्या बरोबर तेव्हा असते जेव्हा सरासरी उपयोगिता.

(4) उपयोगिता म्हणजेच

भाग B

(i) शून्य होते   (ii) धनात्मक व कमी होत जाणारी असते.

(ii) अधिकतम होते   (iv) आवश्यकतेला संतुष्ट करण्याची शक्ती

(v) वस्तूंच्या लाभदायकता किंवा उपयोगितेने

	1	2	3	4
(a)	iv	i	ii	v
(b)	i	ii	iii	iv
(c)	vi	ii	iii	v
(d)	ii	i	iii	iv

प्र. 157. पाण्याची उपयोगिताकिंमत अधिक असूनही त्याची बाजार किंमत जवळपास शून्य असते कारण –

    (a) पाण्याचे प्रमाण निसर्गाने आपल्याला खूप जास्त दिले आहे.

    (b) पाण्याचे प्रमाण खूप कमी आहे.

    (c) पाण्याची आवश्यकता सगळ्यांनाच असते.

    (d) पाण्याची मागणी खूप कमी असते.

प्र. 158. हिऱ्याची उपयोगिता किंमत कमी असूनही त्याची विनिमयकिंमत खूप असते कारण –

    (a) त्याचा पुरवठा पुष्कळ प्रमाणात होऊ शकतो

    (b) त्याची मागणी खूप कमी असते.

    (c) त्याची मागणी सगळेच करतात

    (d) त्याची उपलब्धता दुर्लभ आहे आणि खर्च अधिक आहे.

प्र. 159. घटत्या सीमान्त उपयोगितेचा नियम खालीलपैकी कशाचा आधार नाही?

    (a) प्रगतिशील कराचा आधार

(b) विनिमयमूल्य व उपयोगमूल्यातला फरक सांगणे

(c) धनाच्या पुनर्वितरणाच्या नीतीला सहाय्यक

(d) प्रतिगामी कराचा

प्र. 160. प्रतियोगी आणि अनुपूरक वस्तूंच्या समस्यांचा अभ्यास करण्यासाठी समवृत्तिवक्राचा वापर सर्वप्रथम

(a) Mathematical Physics नावाच्या पुस्तकात झाला.

(b) Manual Economic Politique नावाच्या पुस्तकात झाला.

(c) Economica नावाच्या पुस्तकात झाला.

(d) Value and Capital नावाच्या पुस्तकात झाला.

प्र. 161. आवश्यकता जितकी जास्त तीव्र असेल त्याचे उपभोक्ता मूल्य तेवढेच

(a) कमी होईल   (b) जास्त होईल

(c) स्थिर होईल   (d) वरील कुठलेच नाही.

प्र. 162. उद्घटित अधिमान (पसंती) सिद्धान्त खालीलपैकी कशावर आधारित आहे?

(a) दृढ क्रम निर्धारण   (b) कमजोर क्रमनिर्धारण

(c) तटस्थता (समवृत्ती)   (d) गणना – उपयोगिता

प्र. 163. किंमतप्रभाव प्रदर्शित करण्यासाठी

(a) समांतर रेषा काढल्या जातात.

(b) सर्व किंमतरेषा x अक्षावर मिळतात.

(c) सर्व किंमतरेषा एका अक्षावर मिळतात.

(d) सर्व किंमतरेषा Y अक्षावर मिळतात.

प्र. 164. सम–सीमान्त उपयोगितेच्या नियमाचे विधान आहे.

(a) $MU_x \times P_x = MU_y \times P_y = MU_z \times P_z$

(b) $\dfrac{MU_x}{P_x} = \dfrac{MU_y}{P_y} = \dfrac{MU_z}{P_z} = MU$ उत्पन्नाचे प्रति एकक

(c) $\dfrac{MU_x}{P_x} > \dfrac{MU_y}{P_y} > \dfrac{MU_z}{P_z}$

(d) वरील कुठलेच नाही.

प्र. 165. MBSxy व्यक्त करते की उपभोक्ता –

(a) x च्या एका अतिरिक्त एककासाठी y च्या किती प्रमाणात त्याग करतो आणि त्याच समवृत्तिवक्रीवर कायम रहातो.

(b) y च्या एका अतिरिक्त एककासाठी x च्या किती एककांचा त्याग करतो आणि त्याच समवृत्तिवक्रावर कायम रहातो.

(c) उपभोक्ता x च्या एककासाठी y च्या किती एककांचा त्याग करतो आणि उच्च समवृत्तिवक्रावर चढतो

(d) उपभोक्ता खालच्या समवृत्तिवक्रावर उतरतो.

प्र. 166. मागणीच्या संकोच व प्रसरणात

(a) मागणीवक्र अपरिवर्ती रहातो

(b) मागणीवक्र बदलतो

(c) मागणीवक्राचा उतार बदलतो

(d) वरील सर्व

प्र. 167. अन्य गोष्टी समान असताना जेव्हा एखाद्या वस्तूची किंमत कमी होते तेव्हा परिणाम होतो.

(a) मागणीत वाढ

(b) मागणीत कमी

(c) मागितल्या गेलेल्या प्रमाणात वाढ

(d) मागितलेल्या प्रमाणात कमी

प्र. 168. मागणीचा नियम

(a) एक गुणात्मक विधान आहे.

(b) परिमाणात्मक विधान आहे.

(c) गुणात्मक व परिमाणात्मक दोन्ही आहे.

(d) न गुणात्मक व परिमाणात्मक

प्र. 169. x वस्तूची स्थानापन्न वस्तू व पूरक वस्तू दोन्हींच्या किंमती वाढतात तेव्हा x वस्तूची मागणी

(a) वाढते

(b) कमी होते

(c) अपरिवर्तित रहाते

(d) वरील सर्व शक्य

प्र. 170. एखाद्या वस्तूचा व्यक्तिगत उत्पन्नवक्र काढताना खालीलपैकी कोणता घटक स्थिर रहात नाही?

(a) व्यक्तीचे मौद्रिक उत्पन्न

(b) दुसऱ्या वस्तूची किंमत

(c) त्याच वस्तूची किंमत

(d) व्यक्तीची सवय

प्र. 171. समाजात उत्पन्नाचे समान वितरण निश्चित होते.

(a) कमी मागणीद्वारे

(b) अधिक मागणीद्वारे

(c) शून्य मागणीद्वारे

(d) वरील सर्वांद्वारे

प्र. 172. मागणीची लवचिकता

(a) $\dfrac{\text{किंमतीचे आनुपातिक परिवर्तन}}{\text{मागणीचे आनुपातिक परिवर्तन}}$

(b) $\dfrac{\text{मागणीचे आनुपातिक परिवर्तन}}{\text{किंमतीचे आनुपातिक परिवर्तन}}$

$$\text{(c)} \quad \frac{\text{किमतीचे परिवर्तन}}{\text{मागणीचे परिवर्तन}} \qquad \text{(d)} \quad \frac{\text{मागणीचे परिवर्तन}}{\text{किमतीचे परिवर्तन}}$$

प्र. 173. संयुक्त मागणीचे उदाहरण आहे.

(a) पेन आणि शाई

(b) मासिक आणि वर्तमानपत्र

(c) बस आणि ट्रेन

(d) तूप व तेल

प्र. 174. जेव्हा एखाद्या वस्तूच्या मागणीत आनुपातिक परिवर्तन (Proportionate Change) किमतीच्या आनुपातिक परिवर्तनापेक्षा अधिक होते तेव्हा त्याला

(a) लवचिक मागणी म्हणतात.

(b) संपूर्ण लवचिक मागणी म्हणतात.

(c) अत्यंत लवचिक मागणी म्हणतात.

(d) संपूर्ण अलवचिक मागणी म्हणतात.

प्र. 175. एखाद्या वस्तूच्या किमतीत 20 टक्के वाढ होते आणि त्याची मागणी 20 टक्क्याने कमी होते तेव्हा त्याला

(a) एकाबरोबर लवचिक मागणी म्हणतील

(b) अलवचिक मागणी म्हणतील

(c) अत्यंत लवचिक मागणी म्हणतील

(d) पूर्णतः लवचिक मागणी म्हणतील

प्र. 176. जर एखाद्या वस्तूच्या किमतीत 50 टक्के वाढ होते आणि मागणीत 10 टक्केच कमी होते. तेव्हा अशा मागणीला

(a) एकापेक्षा कमी लवचिक मागणी किंवा ताठर मागणी म्हणतात.

(b) पूर्ण लवचिक मागणी म्हणतात.

(c) पूर्ण अलवचिक मागणी म्हणतात.

(d) एकापेक्षा अधिक लवचिक मागणी म्हणतात.

प्र. 177. भाग A भाग B शी जुळवा

भाग A

(1) क्रमवाचक विचार

(2) गणनावाचक विचार

(3) हिक्स आणि ऑलन विचारधारा

(4) उपभोक्त्याची बचत

भाग B

(i) सीमान्त उपयोगितेचा विचार

(ii) समवृत्तिवक्राचा विचार

(iii) मार्शल

(iv) प्रकट पसंती सिद्धान्त

(v) जे. आर. हिक्स

(vi) बॉल्डिंग

	1	2	3	4
(a)	v	i	ii	iii
(b)	ii	iii	iv	i
(c)	iii	ii	i	iv
(d)	iv	i	iii	ii

प्र. 178. प्रकट पसंती सिद्धान्त (Revealed Preference Theory) आधारित आहे.

(a) उपभोक्ता वर्तनाच्या पर्यवेक्षणावर (Observation)

(b) तटस्थतेच्या लक्षणावर

(c) उपयोगिता व मागणी दोन्हींवर

(d) वरील कशावरही नाही.

प्र. 179. व्यापाराच्या अटी त्या राष्ट्रांना अनुकूल असतात, ज्यांच्या निर्यातीला मागणी असते –

(a) ताठर (b) लवचिक

(c) अधिक लवचिक (d) वरील कुठलेच नाही.

प्र. 180. एखाद्या वस्तूचा तुटवडा आहे आणि त्यामुळे त्याची किंमत वाढत आहे, अशा स्थितीत उपभोक्ता मागणीच्या नियमाची अवहेलना करून वाढलेल्या किमतीतही जास्त खरेदी करेल, ही समजूत आहे.

(a) सत्य (b) असत्य

(c) आंशिक सत्य (d) वरील कुठलीच नाही.

प्र. 181. कोणता मागणीचा प्रकार नाही आहे?

(a) किंमत मागणी (b) उत्पन्न मागणी

(c) तिरपी मागणी (d) उपभोग मागणी

प्र. 182. प्रतिष्ठामूलक वस्तूंच्या मागणीचा वक्र असतो.

(a) ऋणात्मक (b) धनात्मक

(c) क्षैतिज (d) वरील कुठलाच नाही.

प्र. 183. मागणीचा नियम खालील क्षेत्रांना लागू होत नाही.

(a) भविष्यात मूल्यवाढीची शक्यता

(b) गिफिनचा विरोधाभास

(c) संकटकालीन स्थिती

(d) वरील सर्व

प्र. 184. उपभोक्त्याची बचत अनंत असते

(a) अनिवार्यतेत (b) आरामदायक गरजांमध्ये

(c) चैनीच्या वस्तूंमध्ये (d) दुर्लभ वस्तूंमध्ये

प्र. 185. उपभोक्ता संतुलनाच्या स्थितीत असतो जेव्हा
    (a) MU शून्य असेल
    (b) MU व TU बरोबर असेल
    (c) AU व MU बरोबर असेल
    (d) TU व AU बरोबर असेल

प्र. 186. एखादा उपभोक्ता जेव्हा आपल्या बजेट रेषेच्या खाली असतो तेव्हा तो–
    (a) आपले संपूर्ण व्यक्तिगत उत्पन्न खर्च करत नाही.
    (b) आपले संपूर्ण व्यक्तिगत उत्पन्न खर्च करून टाकतो.
    (c) वरील दोन्ही बरोबर
    (d) वरील दोन्ही चूक

प्र. 187. कोणते विधान सत्य आहे?
    (a) उत्पन्नप्रभाव = किंमतप्रभाव + प्रतिस्थापन (पर्यायिता) प्रभाव
    (b) किंमतप्रभाव = उत्पन्नप्रभाव + प्रतिस्थापन (पर्यायिता) प्रभाव
    (c) प्रतिस्थापन (पर्यायिता) प्रभाव = उत्पन्नप्रभाव + किंमतप्रभाव
    (d) वरील सर्व असत्य

प्र. 188. किंमतप्रभाव (Income Effect) प्रदर्शित केला जातो.
    (a) उत्पन्न उपभोग वक्रद्वारा
    (b) किंमत उपभोग वक्रद्वारा
    (c) उत्पन्न खर्च वक्रद्वारा
    (d) वरील सर्वांनी

प्र. 189. खालील आलेखात उपभोक्त्याच्या बचतीची अनेक मापे दिली आहेत, खालील विकल्पांपैकी कोणते उपभोक्त्याच्या बचतीचे माप नाही.

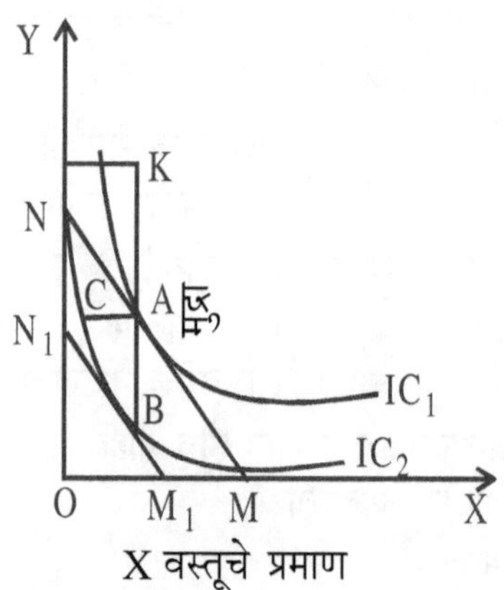

    (a) NN'
    (b) AB
    (c) CA
    (d) ON

प्र. 190. गिफिन वस्तूचा एंजलवक्र
    (a) धनात्मक उतार दाखवेल
    (b) लंबवत असेल
    (c) क्षितीजसमांतर असेल
    (d) ऋणात्मक उतार असेल

प्र. 191. खालील आलेख कोणता प्रभाव प्रकट करतो?

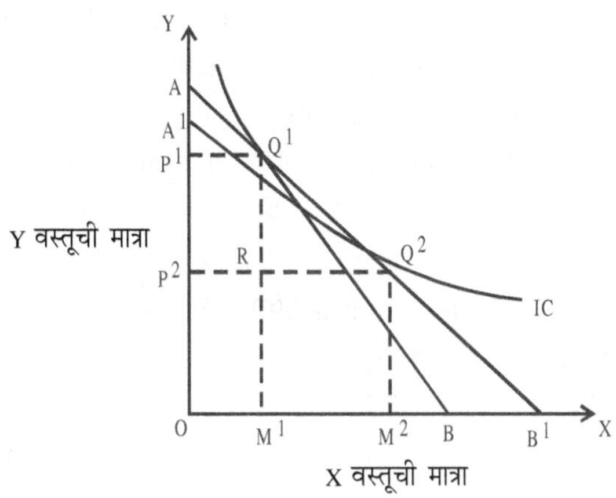

(a) किंमतप्रभाव   (b) उत्पन्नप्रभाव

(c) प्रतिस्थापन (पर्यायता) प्रभाव   (d) मागणीप्रभाव

प्र. 192. उपयोगिता ही एक मानसिकतेचा आभास आहे आणि ती नेहमी स्थिर राहात नाही; म्हणून ती मोजली जाऊ शकत नाही पण ती तुलनीय जरूर आहे.'' हे विधान कोणाचे आहे?

(a) प्रा. जे.आर. हिक्सचे   (b) स्लट्स्कीचे

(c) चेम्बरलिनचे   (d) पॅरेटोचे

प्र. 193. आधुनिक अर्थशास्त्रज्ञ प्रतिफल निर्धारण संबंधात साधनाच्या सीमान्त उत्पादकतेला फक्त एका बाजूच्या व्याख्येत सक्षम मानतात, ती बाजू आहे.

(a) साधनपुरवठ्याची बाजू   (b) साधनाच्या मागणीची बाजू

(c) साधनाच्या गतिशीलतेची बाजू

(d) साधनाच्या प्रतिस्थापन्नतेची (पर्यायतेची) बाजू

प्र. 194. उत्पन्न मागणी वक्र प्रदर्शित करतो.

(a) उत्पन्न–वक्राचा संबंध   (b) उत्पन्न–किमतीचा संबंध

(c) उत्पन्न–खर्चाचा संबंध   (d) उत्पन्न –वस्तूच्या प्रमाणाचा संबंध

प्र. 195. इन्फ्लेक्शन बिंदू (Inflection Point) वर सीमान्त उपयोगिता

(a) वाढत्या दराची असते   (b) अधिकतम असते.

(c) घटत्या दराची असते.   (d) ऋणात्मक असते.

प्र. 196. सम–सीमान्त उपयोगितेला खालीलपैकी काय म्हणतात?

(a) गॉसेनचा प्रथम नियम   (b) गॉसेनचा द्वितीय नियम

(c) गॉसेनचा तृतीय नियम   (d) गॉसेनचा चतुर्थ नियम

प्र. 197. जर आपल्याला खालील समीकरण दिले गेले असेल.

$$Q_1 = 20 - 0.20\,P_1 + 0.30\,P_2 - 0.2\,M$$ आणि जर $P_1 = 100$, $P_2 = 60$ आणि $M = 40$ असेल तर Q1 कशाच्या बरोबर असेल.

    (a) 10   (b) 100   (c) 50   (d) शून्य

प्र. 198. n एकाकाची एकूण उपयोगिता (n–1) एककाच्या एकूण उपयोगितेला खालीलपैकी कशाच्या बरोबर केले जाऊ शकेल?

    (a) n व्या (n^{th}) एककाने मिळालेली उपभोक्त्याची बचत

    (b) n व्या (n^{th}) एककाची सीमान्त उपयोगिता

    (c) वस्तूच्या मागणीची लवचिकता

    (d) उपभोक्त्याची सामान्य स्थिती

प्र. 199. उपभोक्त्याची बचत खालीलसाठी अधिकतम म्हटली जाऊ शकते.

    (a) अनिवार्यता   (b) आरामदायक गरजा

    (c) चैनीच्या वस्तू   (d) वरील कुठलेच नाही.

प्र. 200. एखाद्या उपभोक्त्याच्या क्रमिक उपयोग करण्याच्या स्थितीत

    (a) सीमान्त उपयोगिता कमी होत जाते.

    (b) एकूण उपयोगिता कमी होत जाते.

    (c) एकूण आणि सीमान्त उपयोगिता कमी होईल

    (d) वरील सर्व

उत्तरे

1. c	2. c	3. b	4. c	5. b	6. a	7. b	8. c
9. b	10. c	11. a	12. b	13. c	14. c	15. d	16. c
17. a	18. b	19. a	20. d	21. b	22. b	23. a	24. a
25. a	26. a	27. b	28. d	29. a	30. a	31. b	32. a
33. b	34. c	35. c	36. b	37. b	38. a	39. a	40. b
41. a	42. d	43. d	44. b	45. b	46. b	47. b	48. a
49. a	50. a	51. a	52. a	53. a	54. a	55. d	56. a
57. a	58. a	59. a	60. a	61. a	62. b	63. b	64. a
65. c	66. a	67. b	68. b	69. d	70. a	71. d	72. a
73. c	74. a	75. a	76. c	77. c	78. b	79. a	80. d
81. d	82. d	83. a	84. b	85. a	86. a	87. b	88. d
89. b	90. b	91. a	92. c	93. c	94. b	95. a	96. b
97. b	98. c	99. b	100. a	101. b	102. b	103. c	104. c

105. a	106. b	107. c	108. a	109. b	110. d	111. b	112. c
113. a	114. a	115. a	116. c	117. c	118. a	119. c	120. b
121. b	122. b	123. d	124. a	125. a	126. b	127. a	128. c
129. b	130. b	131. b	132. b	133. a	134. a	135. b	136. a
137. a	138. c	139. c	140. b	141. c	142. b	143. a	144. b
145. d	146. a	147. d	148. b	149. c	150. d	151. b	152. a
153. a	154. b	155. d	156. d	157. a	158. d	159. d	160. a
161. b	162. a	163. c	164. b	165. a	166. a	167. c	168. a
169. d	170. c	171. b	172. b	173. a	174. c	175. a	176. a
177. a	178. a	179. a	180. a	181. d	182. d	183. d	184. a
185. b	186. a	187. b	188. b	189. b	190. a	191. c	192. a
193. b	194. d	195. b	196. b	197. a	198. b	199. a	200. a

■ ■ ■

2. उत्पादन

Production

प्र. 1. उत्पादकाचा अधिकतम लाभ कोणत्या घटकावर अवलंबून असतो?

    (a) साधनांची भौतिक उत्पादकता (b) साधन (घटक) किंमतरेषा

    (d) वरील दोन्ही   (d) वरील कुठलाही नाही.

प्र. 2. खालीलपैकी कोणते विधान बरोबर आहे?

    (a) साधन (घटक) किंमत प्रभाव = उत्पादन प्रभाव + तांत्रिक प्रतिस्थापन (पर्यायता) प्रभाव

    (b) तांत्रिक प्रतिस्थापन (पर्यायता) प्रभाव = साधन किंमत प्रभाव + उत्पादन प्रभाव

    (c) उत्पादन प्रभाव = साधन किंमत प्रभाव + तांत्रिक प्रतिस्थापन (पर्यायता) प्रभाव

    (d) वरील सर्व चूक

प्र. 3. सम उत्पादन मात्रावक्राचा जो भाग ऋजू रेषांच्यामध्ये असतो.

    (a) उत्पादकासाठी नुकसानकारक असतो.

    (b) उत्पादकासाठी लाभदायक असतो.

    (c) उत्पादकाला फक्त सामान्य लाभ देतो.

    (d) वरील सर्व स्थिती शक्य

प्र. 4. 'अनुपात व प्रमाण' चा विचार क्रमशः संबंधित आहे..

    (a) अल्पकाळ, अल्पकाळ   (b) अल्पकाळ, दीर्घकाळ

    (c) दीर्घकाळ, अल्पकाळ   (d) दीर्घकाळ, दीर्घकाळ

प्र. 5. सम उत्पादन मात्रा वक्र मूळ बिंदूच्या तुलनेत जोपर्यंत बहिर्वक्र आहे तेथे

    (a) उत्पादकाने कधी उत्पादन करायला नको

    (b) उत्पादकाने नेहमी उत्पादन करायला पाहिजे

    (c) समोत्पादक (सम उत्पादन मात्रा) वक्राच्या तरलतेचा लाभान्विततेशी काही संबंध नसतो.

    (d) वरील तिन्ही चूक

प्र. 6. तांत्रिक प्रतिस्थापन (पर्यायता) प्रभाव असताना उत्पादकाचा वास्तविक खर्च

    (a) घटत जातो   (b) वाढत जातो

    (c) स्थिर रहातो   (d) शेवटी शून्य होतो

प्र. 7. समउत्पादन मात्रावक्र कोणत्या धारणेवर आधारित आहे?

(a) उत्पादनाची दोन साधने आहेत.

(b) उत्पादनाची तांत्रिक स्थिती स्थिर आहे.

(c) उत्पत्तीची साधने छोट्या छोट्या एककांत वाटली जाऊ शकतात

(d) वरील सर्व

प्र. 8. दोन उत्पादनांची साधने जेव्हा आपसात पूर्ण पूरक असतात, तेव्हा समउत्पादन मात्रावक्राची स्थिती

(a) डावीकडून उजवीकडे पडत्या सरळ रेषेच्या रूपात असते.

(b) मूळ बिंदूच्या दिशेने वर चढणारी असते.

(c) मूळ बिंदूच्या दिशेने खाली पडणारी असते.

(d) इंग्रजी अक्षर L आकाराची असते.

प्र. 9. तांत्रिक सीमान्त प्रतिस्थापन दराच्या वैकल्पिक मागणीसाठी कोणते विधान बरोबर आहे?

(a) $MRTSxy = MP_x \times MP_y$ (b) $MRTSxy = \dfrac{MP_y}{MP_x}$

(c) $MRTS_{xy} = \dfrac{MP_x}{MP_y}$ (d) $MRTS_{xy} = \dfrac{\Delta y.MP_x}{\Delta x.MP_y}$

प्र. 10. सम उत्पादन मात्रावक्र जितका जास्त चपटा असेल तेवढी त्यात प्रतिस्थापन-लवचिकता तेवढीच

(a) कमी असेल (b) जास्त असेल

(c) वेगाने कमी होईल (d) वरील सर्व चूक

प्र. 11. साधन किंमतरेषेचा उतार कशाच्या बरोबर असतो?

(a) $\dfrac{X \text{ साधनाची किंमत}}{Y \text{ साधनाची किंमत}}$ (b) $\dfrac{Y \text{ साधनाची किंमत}}{X \text{ साधनाची किंमत}}$

(c) $\dfrac{1}{X \text{ साधनाची किंमत}}$ (d) $\dfrac{1}{Y \text{ साधनाची किंमत}}$

प्र. 12. उत्पादनाची साधने पूर्ण स्थानापन्न (बसण्याच्या) होण्याच्या स्थितीत समोत्पादाची वक्रता

(a) थोडी कमी होईल (b) वाढेल

(c) L आकाराची होईल (d) पूर्णत: संपून जाईल

प्र. 13. उत्पादनसाधनांच्या संयोगात एखाद्या साधनाचे प्रमाण जसजसे वाढवले जाईल तसतसा एका बिंदूनंतर त्या साधनाचे सीमान्त आणि सरासरी उत्पादन कमी

होत जाते'' ही व्याख्या कोणाची आहे?

(a) जोन्स् रॉबिन्सन   (b) बेनहम

(c) स्टिग्लर   (d) बोल्डिंग

प्र. 14. घटत्या फलाचा नियम लागू होतो

(a) मासे पकडण्यात   (b) खाणींमध्ये

(c) भवननिर्माणात   (d) सर्वांमध्ये

प्र. 15. सीमान्त खर्च (MC) बरोबर असते

(a) एका अतिरिक्त एककाला उत्पादित करण्याने एकूण खर्चातील बदल

(b) एकूण खर्च + सरासरी खर्च

(c) प्रति एकक खर्च × एकूण एकक

(d) वरील कुठलेच नाही

प्र. 16. एखाद्या देशाच्या नागरिकांच्या राहणीमानाचा स्तर प्रभावित होतो.

(a) स्थिर फलाच्या नियमाद्वारा   (b) वाढत्या फलाच्या नियमाद्वारा

(c) घटत्या फलाच्या नियमाद्वारा   (d) वरील सर्वांद्वारे

प्र. 17. घटत्या फलाच्या नियमाच्या क्रियाशीलतेला थांबवले जाऊ शकते का?

(a) होय   (b) नाही   (c) काही सांगता येत नाही.

प्र. 18. घटत्या फलाच्या नियमाने जन्म दिला आहे

(a) आर्थिक उदारीकरणाला   (b) नवीन शोधांना

(c) उपभोक्त्याच्या संतुलनाला   (d) वरील कशालाच नाही

प्र. 19. ''वाढत्या फलाच्या नियमात स्थिर आणि अविभाज्य घटकांचा वापर चांगलाच होतो'' हे विधान

(a) बरोबर आहे   (b) चूक आहे   (c) काही सांगता येत नाही.

प्र. 20. स्थिर फलाच्या नियमात AC आणि MC ची स्थिती असते.

(a) OY अक्षाला समांतर   (b) OX अक्षाला समांतर

(c) (A) आणि (B) दोन्ही   (d) वरील कुठलीच नाही

प्र. 21. वाढत्या फलाच्या नियमात

(a) MC < AC   (b) MC > AC   (c) MC = AC   (d) MC × AC

प्र. 22. वाढत्या फलाचा आणि घटत्या फलाचा नियम एकाच प्रकारच्या तत्त्वांशी संबंधित नसतात हे विधान

(a) बरोबर आहे   (b) चूक आहे   (c) अनिश्चित आहे

प्र. 23. वाढत्या फलाचा नियम आणि पूर्ण स्पर्धा या दोन्हींचे एकत्र अस्तित्व असू शकते हे विधान

(a) बरोबर आहे   (b) चूक आहे   (c) अनिश्चित आहे

प्र. 24. श्रीमती जोन्स् रॉबिन्सनच्या मते वाढत्या फळाच्या नियमाची क्रियाशीलता असते साधनांच्या

(a) अविभाज्यतेच्या कारणामुळे

(b) साधनांच्या अपर्याप्त पुरवठ्यामुळे

(c) उत्पादनाच्या प्रमाणात बचत नसल्यामुळे

(d) वरील कुठलेच नाही.

प्र. 25. TP, AP आणि MP च्या वाढीच्या गतीला कोण सांगते

(a) किंमत वृद्धि नियम   (b) किंमत ऱ्हास नियम

(c) किंमत समता नियम   (d) वरील कुठलेच नाही

प्र. 26. वाढत्या फळाच्या नियमात MC आणि AC दोन्ही

(a) वर चढतात   (b) खाली पडतात

(c) OX अक्षाला समांतर असतात.

प्र. 27. भांडवलनिर्माणाची गती कोणत्या घटकाने प्रभावित होते?

(a) बाजाराचा आकार   (b) विनियोगाची प्रेरणा

(c) बचत करण्याची इच्छा व क्षमता   (d) वरील सर्व

प्र. 28. उत्पादनाच्या जोखमीशी

(a) फक्त उद्यमी (उद्योगपती) संबंधित आहेत

(b) पुंजीपती संबंधित आहेत.

(c) उद्यमी व पुंजीपती दोघेही संबधित आहते

(d) वरील कोणीच संबंधित नाही

प्र. 29. फिशरने भांडवल आणि श्रमाला क्रमश: मानले आहे.

(a) स्टॉक आणि प्रवाह   (b) प्रवाह आणि स्टॉक

(c) स्टॉक आणि स्टॉक   (d) प्रवाह आणि प्रवाह

प्र. 30. विजरच्या वर्गीकरणाच्या आधारावर प्रो. मेहता यांनी भूमीला

(a) विशिष्ट साधन मानले आहे.

(b) अविशिष्ट साधन मानले आहे.

(c) आंशिक विशिष्ट व आंशिक अविशिष्ट मानले आहे.

(d) न विशिष्ट न अविशिष्ट साधन मानले आहे.

प्र. 31. श्रमासाठी असणे आवश्यक आहे.

(a) शारीरिक प्रयत्न   (b) आर्थिक प्रतिफल

(c) वरील दोन्ही   (d) वरील कुठलेच नाही

प्र. 32. एखाद्या फर्मकडून कोणत्याही उत्पादनाच्या साधन खरेदीसाठी किंवा रोजगार देण्यासाठी लागणारी किंमत असते.

(a) अस्पष्ट किंमत (Implicit cost) (b) स्पष्ट किंमत (Explicit cost)

(c) परिवर्तनशील किंमत   (d) स्थिर किंमत

प्र. 33. साधनांची (घटकांची) अविभाज्यता अंतर्गत बचत निर्माण करते हे मत कोणाचे आहे?

(a) कॅलडोर   (b) श्रीमती रॉबिन्सन

(c) वरील दोन्ही   (d) वरील कोणीच नाही.

प्र. 34. खालीलपैकी कोणता वक्र U आकाराचा नाही?

(a) AVC वक्र   (b) AFC वक्र   (c) AC ब्रक   (d) MC वक्र

प्र. 35. प्रत्येक आर्थिक प्रक्रियेत

(a) उपयोगितेची निर्मिती होते.   (b) उपयोगितेचा विनाश होतो.

(c) उपयोगितेची निर्मिती व विनाश दोन्ही एकाच वेळेला होतात.

(d) उपयोगितेची निर्मिती व विनाश दोन्ही होत नाही

प्र. 36. प्रा. जे. के. मेहता यांनी जमिनीला विशिष्ट साधन (घटक) मानले आहे, कारण

(a) जमीन अगतिशील आहे   (b) जमीन विशिष्ट आहे

(c) जमीन अगतिशील व विशिष्ट दोन्ही आहे.

(d) जमीन अगतिशील व विशिष्ट दोन्ही नाही.

प्र. 37. ॲडम स्मिथने उत्पादनाची किती साधने (घटक) स्वीकारली आहेत?

(a) एक   (b) दोन   (c) तीन   (d) चार

प्र. 38. जे एस मिल, चँपमन, सिडनी या अर्थशास्त्रज्ञांच्या मते उत्पादनाचे भौतिक साधन (घटक) आहे.

(a) जमीन आणि भांडवल   (b) जमीन आणि श्रम

(c) श्रम आणि भांडवल   (d) जमीन, भांडवल व श्रम

प्र. 39. सायमन कुजनेट्स यांनी भांडवलनिर्माणाचा अर्थ घेतला आहे.

(a) भौतिक भांडवलनिर्माणाने   (b) मानवीय भांडवलनिर्माणाने

(c) मानवीय व भौतिक दोन्ही निर्माणाने

(d) श्रमाचा पुरवठा शून्य होतो.

प्र. 40. मजुरीचा एक पुरेसा स्तर मिळाल्यानंतर

(a) श्रमाचा पुरवठा वाढतो.   (b) श्रमाचा पुरवठा स्थिर होतो.

(c) श्रमाचा पुरवठा कमी होतो.   (d) श्रमाचा पुरवठा शून्य होतो.

प्र. 41. वर्तमान उत्पादनाचा एक भाग वर्तमान उपभोगातून काढून भांडवली वस्तूंमध्ये लावण्याला म्हणतात.

(a) साधनांचे (घटकांचे) वाटप   (b) भांडवलनिर्मिती

(c) बचत व विनियोगाचे संतुलन   (d) जन भांडवल निर्मिती

प्र. 42. प्रकृतिवादी अर्थशास्त्रज्ञ उत्पादक क्षेत्र मानत होते.
  (a) फक्त कृषिक्षेत्राला   (b) फक्त उद्योगक्षेत्राला
  (c) वरील दोन्ही क्षेत्रांना   (d) वरील दोन्ही क्षेत्रांना नाही

प्र. 43. श्रमाच्या पुरवठ्याचा वक्र एका पुरेशा मजुरी (वेतन) स्तरानंतर
  (a) X अक्षाकडे वळतो   (b) Y अक्षाकडे वळतो.
  (c) डावीकडून उजवीकडे सतत वरच्या बाजूला चढत रहातो
  (d) वरील सर्व स्थिती शक्य

प्र. 44. भांडवलनिर्माणाचा अर्थ प्रा. नर्कसे यांनी लावला आहे.
  (a) भौतिक भांडवलनिर्माणाशी   (b) मानवीय भांडवलनिर्माणाशी
  (c) मानवीय व भौतिक दोन्ही निर्माणांशी
  (d) वरील कुठलाच नाही.

प्र. 45. श्रमविभाजन व विशिष्टीकरण निर्माण करते
  (a) आंतरिक बचत   (b) बहिर्गत बचत
  (c) आंतरिक व बाहेरची दोन्ही बचती   (d) वरील कुठलेच नाही

प्र. 46. उत्पादनफलन सांगते
  (a) उत्पादनाच्या प्रमाणाचा भौतिक संबंध
  (b) उत्पादनाच्या साधनांचा भौतिक संबंध
  (c) उत्पादनाचे प्रमाण व उत्पादनांच्या साधनांचा भौतिक संबंध
  (d) एकूण उत्पन्न आणि एकूण खर्च यांचा परस्पर संबंध

प्र. 47. एक उत्पादनफलन बनवणे
  (a) अभियांत्रिकी समस्या आहे.   (b) आर्थिक समस्या आहे.
  (c) अनार्थिक समस्या आहे.   (d) वरील कुठलेच नाही

प्र. 48. जेव्हा एक साधन (घटक) स्थिर असते व एक परिवर्तनशील तेव्हा अशा
  उत्पादनफलनाला काय म्हणतात?
  (a) अल्पकालीन (b) दीर्घकालीन (c) मध्यमकालीन (d) काही नाही

प्र. 49. एकूण उत्पन्न व एकूण उपभोग यांमधील संबंध कसा व्यक्त केला जातो?
  (a) उत्पादन फलन द्वारा   (b) उपभोग फलन द्वारा
  (c) बचत फलन द्वारा   (d) वरील कुठलेही नाही

प्र. 50. सीमान्त उत्पादन जेव्हा ऋणात्मक होते तेव्हा त्याला म्हणतात.
  (a) उत्पादनफलनाची प्रथम अवस्था
  (b) उत्पादनफलनाची दुसरी अवस्था
  (c) उत्पादनफलनाची तिसरी अवस्था
  (d) वरील सर्व

प्र. 51. उत्पादनफलनाच्या दुसऱ्या अवस्थेला म्हणतात.

(a) एकूण उत्पादनाचे घटत्या दराने वाढणे

(b) सीमान्त उत्पादनाचे घटणे

(c) सरासरी उत्पादनाचे घटणे

(d) वरील सर्व

प्र. 52. जेव्हा सर्व साधनांमध्ये एकाच वेळी परिवर्तन होते तेव्हा म्हणतात की

(a) फर्मचा स्तर उंचावला आहे

(b) उद्योगाचा स्तर उंचावला आहे.

(c) फर्मच्या सयंत्राचे प्रमाण बदलले आहे.

(d) वरील सर्व चूक आहे.

प्र. 53. भाग A भाग B शी जुळवा.

भाग A

(1) एक परिवर्तनशील साधनवाले उत्पादनफलन

(2) सर्व साधनांचे परिवर्तनशील होणारे उत्पादनफलन

(3) उत्पादनाची ती अवस्था ज्यात सीमान्त उत्पादन ऋणात्मक असते.

(4) उत्पादनफलनाची समस्या असते.

भाग B

(i) दीर्घकालीन   (ii) अल्पकालीन

(iii) अभियांत्रिकी समस्या   (iv) तिसरी अवस्था

	1	2	3	4
(a)	(i)	(ii)	(iii)	(iv)
(b)	(ii)	(i)	(iv)	(iii)
(c)	(iv)	(iii)	(i)	(ii)
(d)	(iii)	(iv)	(ii)	(i)

प्र. 54. कोणत्या उत्पादनफलनाला अनुभवसिद्ध व प्रसिद्ध मानले जाते?

(a) कॉब उत्पादनफलनाला   (b) डग्लस उत्पादनफलनाला

(c) कॉब डग्लस उत्पादनफलनाला   (d) क्रेविस उत्पादनफलनाला

प्र. 55. उत्पादनफलनाचे सूत्र $Q = KL^aC^{1-a}$ कोणत्या विद्वानाचे आहे?

(a) प्रा. कॉब   (b) प्रा. डग्लस

(c) (a) आणि (b)   (d) स्टिग्लर

प्र. 56. कॉब–डग्लस उत्पादनफलनाचा संबंध आहे.

(a) संपूर्ण व्यापारी क्षेत्राशी   (b) संपूर्ण सरकारी क्षेत्राशी

(c) संपूर्ण निर्मितिक्षेत्राशी   (d) वरील सर्वांशी

प्र. 57. रेषीय उत्पादनफलन (Linear Production function) याचा अर्थ आहे की जेव्हा उत्पादनाच्या सर्व साधनांना (घटकांना) एका विशिष्ट प्रमाणात वाढवले गेले तर त्याच प्रमाणात उत्पादनात वाढ होईल हे विधान

(a) बरोबर आहे
(b) चूक आहे
(c) अनिश्चित आहे
(d) वरील काहीही नाही

प्र. 58. कॉब–डग्लस उत्पादनकार्यात श्रमाचे सीमान्त उत्पादन दाखवतात.

(a) $\dfrac{dY}{dL}$ (b) $\dfrac{L}{Y}$ (c) $\dfrac{dL}{dY}$ (d) $\dfrac{Y}{L}$

प्र. 59. घटत्या उत्पादनफलाच्या नियमाची व्याख्या करण्यासाठी अन्य साधनांना स्थिर ठेवून एकच साधन परिवर्तनशील ठेवण्याचे समर्थन केले

(a) बेनहॅम
(b) स्टिग्लर
(c) बोल्डिंग
(d) वरील सर्वांनी

प्र. 60. हे कोणी म्हटले आहे की निर्मित उत्पादनात श्रम आणि भांडवलाचे सापेक्षिक भाग स्थिर रहात नाहीत.

(a) प्रा. कॉब यांनी
(b) प्रा. डग्लस यांनी
(c) प्रा. क्रेविस यांनी
(d) स्टिग्लर यांनी

प्र. 61. उत्पादनकिंमत आहे.

(a) एखाद्या वस्तूच्या उत्पादनात केलेला संपूर्ण खर्च
(b) जोखमीचा लाभ
(c) भांडवलाचे व्याज
(d) विक्रयमूल्य

प्र. 62. वैकल्पिक किमतीला हस्तांतरण उत्पन्न म्हटले जाते, कारण

(a) हे कमी मिळाले तर उत्पादनाचे साधन दुसऱ्या श्रेष्ठ विकल्पात हस्तांतरित होते.
(b) वैकल्पिक किमतीला हस्तांतरित केले जाऊ शकते
(c) हे अन्य विकल्पापासून मिळणाऱ्या उत्पन्नापेक्षा कमी असते.
(d) वरील कुठलेही नाही

प्र. 63. वास्तविक किमतीच्या विचारधारेचे प्रतिपादन केले आहे.

(a) प्रतिष्ठित अर्थशास्त्रज्ञांनी
(b) हिक्सनी
(c) रॉबिन्सननी
(d) वरील कोणीही नाही.

प्र. 64. वैकल्पिक किंमत 'विशिष्ट घटकांमध्ये' लागू –

(a) होऊ शकते
(b) होऊ शकत नाही
(c) विशिष्ट परिस्थितीत होते
(d) वरील कुठलेही नाही

प्र. 65. मूल्यनिर्धारण सिद्धान्तात सर्वात अधिक आधार कोणत्या किमतीला मानले जाते?

(a) वैकल्पिक किंमत   (b) सीमान्त किंमत
(c) वास्तविक किंमत   (d) मौद्रिक किंमत

प्र. 66. जेव्हा सीमान्त किंमत कमी होते तेव्हा सरासरी किंमत सीमान्त किंमतीपेक्षा .... होईल.

(a) जास्त   (b) कमी   (c) बरोबर   (d) काही संबंध नाही

प्र. 67. आधुनिक किंमतीच्या धारणेचा आधार .... आहे.

(a) मौद्रिक किंमत   (b) वर्तमान किंमत
(c) वैकल्पिक किंमत   (d) वास्तविक किंमत

प्र. 68. सीमान्त किंमतवक्र सरासरी किंमतवक्राला कोणत्या बिंदूवर छेदतो?

(a) जेथे सरासरी किंमत न्यूनतम असेल
(b) जेथे सरासरी किंमत अधिकतम असेल
(c) जेथे सरासरी किंमत सीमान्त किंमतीच्या बरोबर असेल.
(d) वरील कुठलेही नाही.

प्र. 69. एखाद्या नवीन श्रमिकाला लावल्याने एकूण उत्पादनात जी वाढ होईल, तिला .... म्हणतात.

(a) एकूण उत्पादन   (b) सीमान्त उत्पादन
(c) सरासरी उत्पादन   (d) वरील कुठलेही नाही

प्र. 70. सर्व साधनांच्या सीमान्त उत्पादकतेचा योग ....

(a) भौतिक उत्पादन आहे.   (b) सीमान्त उत्पादन आहे.
(c) सरासरी उत्पादन आहे.   (d) एकूण उत्पादन आहे.

प्र. 71. उत्पादन विभिन्न उत्पादनाच्या घटकांनी मिळून प्राप्त होते, ज्याचा अर्थ असा आहे की उत्पादन त्या बिंदूवर केले जाते जेथे उत्पादनाचे प्रमाण अधिकतम होईल आणि घटकांची किंमत कमी लागेल, हे ठरवते

(a) उत्पादनफलन   (b) मजुरीचा सिद्धान्त
(c) वितरणाचा सिद्धान्त   (d) सरकारी नीती

प्र. 72. खालील आलेखात क्रमागत उत्पत्ती वृद्धी नियम कोणता वक्रखंड दर्शवितो?

(a) O पासून A पर्यंत
(b) A पासून P पर्यंत
(c) P पासून TP पर्यंत
(d) संपूर्ण वक्र

प्र. 73. वर्धमान प्रतिफल नियमात एखाद्या उद्योगाच्या सर्व फर्म्सना लाभ मिळतो.
   (a) सामान्य रूपाने
   (b) असमान रूपाने
   (c) फर्मच्या व्यवस्थेवर अवलंबून असते
   (d) वरील कुठलेही नाही

प्र. 74. जेव्हा एखादी फर्म भांडवलाचे एक एकक वाढवण्यासाठी श्रमाच्या दोन एककांचा त्याग करते आणि उत्पादनस्तर समान राहिला तर तांत्रिक प्रतिस्थापनाचा सीमान्त दर (MRTSKL) होतो.

   (a) $\dfrac{1}{2}$ (b) 2   (c) 1   (d) 4

प्र. 75. उत्पादन शक्यतावक्र (Production Possibility Curve) सांगतो
   (a) वस्तूंच्या उत्पादन एकीकरणाला जे उपलब्ध साधनांद्वारे शक्य आहे.
   (b) वस्तूंच्या उत्पादन एकीकरणाला जे प्राप्त केले जाऊ शकत नाही.
   (c) वक्राच्या बाहेर विकासदर असतो
   (d) वरील कुठलेच नाही.

प्र. 76. 'उत्पादन शक्यतारेषे'वर काम करणाऱ्या अर्थव्यवस्थेला म्हणतात.
   (a) कुशल अर्थव्यवस्था   (b) अर्धकुशल अर्थव्यवस्था
   (c) मागासलेली अर्थव्यवस्था   (d) वरीलपैकी काहीच नाही

प्र. 77. एक एकक उत्पादन करण्यासाठी भांडवलाचे जे प्रमाण मागितले जाते त्याला म्हणतात.
   (a) गुंतवणूक प्रमाण   (b) भांडवल उत्पादन प्रमाण
   (c) आदान (Input) उत्पादन प्रमाण (d) भांडवल आदान (Input) प्रमाण

प्र. 78. एखादी 'कॉबवेब स्थिर की अस्थिर' हे अवलंबून असते.
   (a) वेळेवर जो वस्तू उत्पादनासाठी लागतो
   (b) वस्तू बाजारात विकल्यानंतर उत्पादकाने कमावलेल्या लाभाच्या प्रमाणावर
   (c) बाजारातील मागणी व पुरवठा यांच्या लवचिकतेवर
   (d) वरील कुठलेच नाही

प्र. 79. उत्पादनाच्या नियमांचा विचार करण्याचे श्रेय दिले जाते.
   (a) मार्शलला   (b) रॉबिन्सला
   (c) श्रीमती जोन्स् रॉबिन्सनला   (d) स्टिग्लरला

प्र. 80. कोणते विधान बरोबर आहे?
   (a) जेव्हा एखाद्या वस्तूच्या पुरवठ्याची लवचिकता एकापेक्षा कमी असते तेव्हा त्याला ताठर पुरवठा म्हणतात.

(b) जेव्हा एखाद्या वस्तूच्या पुरवठ्याची लवचिकता एकापेक्षा अधिक असते तेव्हा त्याला ताठर पुरवठा लवचिकता म्हणतात.

(c) जेव्हा एखाद्या वस्तूच्या पुरवठ्याची लवचिकता एकाबरोबर असते तेव्हा त्याला ताठर पुरवठा लवचिकता म्हणतात.

(d) जेव्हा एखाद्या वस्तूच्या पुरवठ्याची लवचिकता शून्य असेल तेव्हा त्याला लवचिक पुरवठा म्हणतात.

प्र. 81. सत्य विधान सांगा.

(a) सम – उत्पादन मात्रा वक्र 'रिज वक्रांचे' वर्णन आहे.

(b) सम – उत्पादन मात्रा वक्र 'रिज वक्रांचे' वर्णन नाही.

(c) सम – उत्पादन मात्रा वक्र आणि रिज वक्रांमध्ये काहीही संबंध नाही

(d) वरील सर्व विधाने असत्य आहेत

प्र. 82. पुरवठ्याच्या लवचिकतेचा अर्थ आहे, पुरवठ्यामधील परिवर्तन खालील परिवर्तनामुळे होते.

(a) वस्तूची किंमत   (b) पुरवठ्याची अवस्था

(c) उपभोक्त्याची आवड   (d) वस्तूची मागणी

प्र. 83. सम उत्पादन मात्रा वक्राचा उतार व्यक्त करतो.

(a) MRSxy   (b) MRTS

(c) श्रम व भांडवलामधील किंमतीचा अनुपात

(d) वरीलपैकी काहीच नाही

प्र. 84. दोन साधनांचे इष्टतम एकीकरण त्या बिंदूवर होते जेथे –

(a) सम किंमत वक्र समोत्पादक वक्रावर स्पर्श करतो

(b) सम उत्पादन मात्रा वक्र सम किंमतवक्राला छेदतो.

(c) सम किंमत वक्र आणि सम उत्पादन मात्रा वक्र समांतर असतात

(d) सम किंमत व सम उत्पादन मात्रा वक्रांची काहीच आवश्यकता नाही

प्र. 85. जर एखादी सरळ पुरवठा रेषा X अक्षावर थांबते तर त्या पुरवठ्याची लवचिकता असेल.

(a) एक असते   (b) एकापेक्षा कमी

(c) एकापेक्षा अधिक   (d) शून्य

प्र. 86. कोणते विधान बरोबर आहे?

(a) दीर्घकालीन किंमतवक्राचा U आकार अल्पकालीन किंमतवक्राच्या तुलनेत कमी तीव्र असतो

(b) दीर्घकालीन किंमतवक्राचा U आकार अल्पकालीन किंमतवक्राच्या तुलनेत जास्त तीव्र असतो.

(c) दीर्घकालीन किंमतवक्र U आकाराचे कधीच नसतात.

(d) वरील सर्व विधाने चूक आहेत

प्र. 87. प्रमुख खर्चाला काय म्हणतात?

(a) परिवर्तनशील खर्च   (b) वरचा खर्च

(c) पूरक खर्च   (d) स्थिर खर्च

प्र. 88. एकूण खर्च बरोबर असतो.

(a) स्थिर + परिवर्तनशील खर्च

(c) सरासरी + सीमान्त खर्च

(c) कच्च्या मालाचा खर्च + श्रमाचा खर्च

(d) वाहतुकीचा खर्च + स्थापित खर्च

प्र. 89. दीर्घकालीन सामान्य सरासरी किंमत वक्र प्रभावित होतो.

(a) घटत्या फलाच्या नियमाने

(b) मोठ्या प्रमाणातील बचत व अबचतीने

(c) उत्पादनाच्या प्रमाणाच्या स्थिर सिद्धान्ताने

(d) वरील सर्वांनी

प्र. 90. सरासरी खर्चाचा अर्थ आहे.

(a) सरासरी एककाचा खर्च   (b) अंतिम सरासरी एककाचा खर्च

(c) उत्पादनाचा प्रति एकक खर्च   (d) $\dfrac{\text{एकूण खर्च - सीमान्त खर्च}}{\text{उत्पादनाचे प्रमाण}}$

प्र. 91. खालीलपैकी कोणते विधान दीर्घकालीन व अल्पकालीन संदर्भात सीमान्त व सरासरी किंमतींतील बरोबर संबंध दर्शविते?

(a) जेव्हा सरासरी खर्च घटत असतो तेव्हा सीमान्त खर्च सरासरी खर्चापेक्षा कमी असतो.

(b) जेव्हा सरासरी खर्च वाढत असतो तेव्हा सीमान्त खर्च सरासरी खर्चापेक्षा कमी असतो.

(c) जेव्हा सरासरी खर्च स्थिर असतो तेव्हा सीमान्त खर्च सरासरी खर्चापेक्षा कमी असतो.

(d) जेव्हा सरासरी व सीमान्त दोन्ही खर्च वाढत असतात तेव्हा सीमान्त खर्च आपल्या न्यूनतम बिंदूवर कधीही सरासरी खर्चाच्या बरोबर नसतो.

प्र. 92. सरासरी स्थिर खर्च

(a) उत्पादनवृद्धीबरोबर कमी होत जातो

(b) U आकाराचा असतो.

(c) सीमान्त खर्च रेषेच्या न्यूनतम बिंदूवर कापतो

(d) सरासरी परिवर्तनशील खर्च व सरासरी एकूण खर्चामुळे ठरत असतो.

प्र. 93. उत्पादन वाढते तेव्हा सरासरी एकूण खर्च आणि सरासरी परिवर्तनशील खर्च

(a) वाढतो   (b) स्थिर रहातो

(c) कमी होतो   (d) वरील सर्व

प्र. 94. एखादी फर्म एखाद्या उत्पादनाच्या साधनाला समायोजित करण्यासाठी कोणता खर्च लक्षात ठेवते?

(a) स्पष्ट खर्च   (b) अस्पष्ट खर्च

(c) परिवर्तनशील खर्च   (d) स्थिर खर्च

प्र. 95. कोणता वक्र Rectangular hyperbola असतो?

(a) ATC   (b) AFC   (c) MC   (d) AVC

प्र. 96. जेथे सरासरी किंमत सीमान्त किंमतीच्या बरोबर असतो तेथे उत्पादनाचा स्तर असेल

(a) बंद करण्याचा बिंदू   (b) सम–विच्छेद बिंदू (BEP)

(c) अनुकूलतम   (d) पूर्ण क्षमतेवर

प्र. 97. उद्योग सयंत्राची क्षमता समजते, जेथे–

(a) MC = AC   (b) MC = AFC

(c) MC = AVC   (d) AVC = AFC

प्र. 98. एखाद्या फर्मचा नियोजनवक्र संबंधित असतो.

(a) अल्पकालीन सरासरी खर्चवक्राशी

(b) अल्पकालीन सीमान्त खर्चवक्राशी

(c) दीर्घकालीन सरासरी वक्राशी

(d) आवरणरेषेशी

प्र. 99. उत्पादन शक्यता रेषा मूळ बिंदूकडे अंतर्गोल (Concave) होते, त्याचे कारण आहे.

(a) सापेक्ष खर्चातील वृद्धीचा नियम

(b) तांत्रिक प्रतिस्थापनाचा घटत्या सीमान्त दराचा नियम

(c) गॉसेनचा प्रथम नियम

(d) घटत्या सीमान्त उपयोगितेचा नियम

प्र. 100. भांडवल उत्पादन प्रमाणाचा अर्थ आहे.

(a) भांडवलाचे उत्पादनातील योगदान

(b) एखाद्या अर्थव्यवस्थेत एखाद्या विशिष्ट वेळी विनियोग व उत्पादन यांमधील संबंध

(c) अर्थव्यवस्थेत भांडवलनिर्मितीचा दर

(d) एकूण भांडवल व एकूण उत्पादन यांमधील प्रमाण

प्र. 101. उत्पादनाचे नियम व प्रमाणाचे प्रतिफल यांत मुख्य फरक आहे.

    (a) उत्पादनाच्या नियमात साधनांचे प्रमाण बदलते पण प्रमाणाच्या प्रतिफलात आपसातील प्रमाण स्थिर रहाते

    (b) उत्पादनाच्या नियमात सर्व साधनांना परावर्तित केले जात नाही पण प्रमाणाच्या प्रतिफलात सर्व साधनांना परिवर्तित केले जाते.

    (c) उत्पादनाचे नियम अल्पकालीन विश्लेषण आहे पण प्रमाणाचे प्रतिफल दीर्घकालीन विश्लेषण आहे

प्र. 102. उत्पादनाच्या विभिन्न साधनांच्या काटकसरीची व्याख्या करणारा सिद्धान्त आहे -

    (a) वाढत्या फलाचा नियम   (b) घटत्या फलाचा नियम

    (c) स्थिर फलाचा नियम   (d) वरील कुठलाच नाही

प्र. 103. जर समान प्रमाणात उत्पादन वाढण्यासाठी श्रम आणि भांडवलाच्या वाढत्या दरावर एकक लावावे लागले तर एक समोत्पादन मानचित्रात समोत्पादक वक्र

    (a) समान अंतरावर असतील   (b) जवळ येत जातील

    (c) दूर होत जातील   (d) वरील कुठलेच नाही

प्र. 104. जर एखाद्या विस्तार पथाच्या विभिन्न संतुलनबिंदूंमधील अंतर कमी होत असेल तर

    (a) स्थिर प्रमाणाचे प्रतिफल लागू होईल

    (b) वाढत्या प्रमाणाचे प्रतिफल लागू होईल

    (c) घटत्या प्रमाणाचे प्रतिफल लागू होईल

    (d) वरील कुठलेच नाही

प्र. 105. सीमान्त उत्पादनवक्र सरासरी उत्पादनवक्राला त्या बिंदूवर छेदतो जेथे सरासरी उत्पादन

    (a) न्यूनतम असते   (b) अधिकतम असते.

    (c) स्थिर असते   (d) कधीच छेदत नाही

प्र. 106. जेथे सीमान्त उत्पादन आपल्या अधिकतम स्तरावर असते, अल्पकाळात तेच एकूण उत्पादन आपल्या निम्नतम बिंदूवर येते

    (a) वळणाच्या बिंदूवर   (b) घटण्याच्या बिंदूवर

    (c) स्थिर बिंदूवर   (d) वरील कुठलेही नाही

प्र. 107. एकूण स्थिर खर्चा (TFC) चा उत्पादनदराच्या स्तराशी काय संबंध असतो?

    (a) प्रत्यक्ष   (b) उलटा

    (c) काहीच संबंध नसतो   (d) a आणि b दोन्ही

प्र. 108. अल्पकालीन उत्पादन फलन आहे
(a) परिवर्तनशील प्रमाणाचा नियम　　(b) प्रमाणाचे प्रतिफल
(c) वरील दोन्ही　　　　　　　　(d) वरीलपैकी कुठलेही नाही

प्र. 109. अल्पकालीन उत्पादन फलनात साधनांचे काय बदलते?
(a) प्रमाण　　(b) अनुपात　　(c) दोन्ही　　(d) कुठलेच नाही

प्र. 110. कॉब–डग्लस उत्पादन फलन आहे –
(a) $Q = KL^{\alpha}C^{1-\alpha}$　　　　(b) $Q = KL^{1-\alpha}C^{\alpha}$
(c) $Q = KL^{\alpha}C^{\alpha-1}$　　　　(d) $Q = KL^{\alpha-1}C^{\alpha}$
(जेथे L = श्रम, C = भांडवल आणि $0 < \alpha < 1$)

प्र. 111. अल्पकाळात ऋणात्मक प्रतिफलाच्या अवस्थेत परिवर्तनशील साधनाची सीमान्त उत्पादकता असते
(a) धनात्मक　　　　　　　　(b) ऋणात्मक
(c) शून्य　　　　　　　　　(d) वरील सर्व

प्र. 112. विवेकशील उत्पादक अल्पकाळात प्राधान्य देतो.
(a) प्रथम अवस्थेला　　　　　(b) द्वितीय अवस्थेला
(c) तृतीय अवस्थेला　　　　　(d) वरील सर्वांना

प्र. 113. वाढत्या प्रतिफलाचा नियम स्पष्ट करतो
(a) वाढत्या किमतीचा नियम　　(b) घटत्या किमतीचा नियम
(c) स्थिर किंमत नियम　　　　(d) वरील सर्व

प्र. 114. जर श्रमा (L) च्या एका एककाला वाढवण्यासाठी भांडवलाच्या (K) दोन एककांचा त्याग केला जातो आणि उत्पादन अप्रभावित राहते, तेव्हा
(a) $MRTS_{LK} = \dfrac{1}{2}$　　　　(b) $MRTS_{LK} = 2$
(c) $MRTS_{LK} = 1$　　　　(d) $MRTS_{LK} = 4$

प्र. 115. मुद्राखर्चात कोणत्या गोष्टी सामील केल्या जातात?
(a) स्पष्ट खर्च　　　　　　　(b) अस्पष्ट खर्च
(c) सामान्य लाभ　　　　　　(d) वरील सर्व

प्र. 116. ''धनाचे ते प्रमाण जे विशेष सर्वश्रेष्ठ वैकल्पिक वापरातून मिळवता येऊ शकते त्याला हस्तांतरित उत्पन्न म्हणतात'', ही व्याख्या आहे
(a) मार्शलची　　　　　　　(d) रॉबिन्सची
(c) बेनहॅम　　　　　　　　(d) हिक्सची

प्र. 117. एखादी वस्तू तयार करायला लागलेले श्रम, कष्ट व प्रयत्न इत्यादी कोणत्या प्रकारच्या किंमतीचा भाग आहेत?

(a) वास्तविक खर्च   (b) अस्पष्ट खर्च

(c) वैकल्पिक खर्च   (d) एकूण खर्च

प्र. 118. जेव्हा एक उत्पादक आपले भांडवल किंवा श्रम उत्पादनकार्यात लावतो परंतु त्याच्या बदल्यात तो काहीच घेत नाही तेव्हा तो कोणच्या प्रकारच्या खर्चाचा भाग होईल?

(a) स्पष्ट खर्च   (b) अस्पष्ट खर्च

(c) वास्तविक खर्च   (d) वैकल्पिक खर्च

प्र. 119. सरासरी किंमत (AC) नेहमी एकसारखी नसते, त्यात बदल होत असतात.

(a) वेळेप्रमाणे   (b) उत्पादनाच्या नियमानुसार

(c) बाजाराच्या स्थितीप्रमाणे   (d) उत्पादकाच्या वर्तनानुसार

प्र. 120. नफा किंवा नुकसानीची स्थिती पहाण्यासाठी कोणत्या प्रकारच्या खर्चाचा वापर केला जातो?

(a) एकूण खर्च   (b) सीमान्त खर्च

(c) सरासरी खर्च   (d) वैकल्पिक खर्च

प्र. 121. ''एखाद्या वस्तूचे एक एकक अधिक उत्पादन करण्याने एकूण उत्पादन-खर्चात जो फरक येईल त्याला सीमान्त किंमत म्हणतात'' ही व्याख्या कोणत्या अर्थशास्त्रज्ञाची आहे?

(a) बेनहॅम   (b) मार्शल   (c) कीन्स   (d) रिनोल्डस

प्र. 122. स्थिर खर्चाशी खालीलपैकी काय संबंधित आहे?

(a) कच्च्या मालाचा खर्च   (b) संपत्तीचे विमा शुल्क

(c) मजुरी   (d) वाहतूक खर्च

प्र. 123. सीमान्त खर्चाला कोणत्या सूत्राद्वारे व्यक्त केले जाऊ शकते?

(a) $\dfrac{TC}{AC}$ (b) $TCn - TCn - 1$

(c) Per TC/n   (d) TC–AC

प्र. 124. एकूण खर्च आणि एकूण परिवर्तनशील खर्च यांतील उभे अंतर बरोबर असते

(a) TFC च्या   (b) AVC च्या

(c) MC च्या   (d) वरील कशाच्याच नाही

प्र. 125. एखाद्या उत्पादकाचे भूमिभवनाचे भाडे, मशीन व यंत्रांच्या घसाऱ्याचा खर्च, स्थायी साधनांचे परिश्रमिक, दीर्घकालीन कर्जावरचे व्याज इत्यादी कोणत्या खर्चाचे भाग आहेत?

(a) परिवर्तनशील खर्च   (b) स्थिर खर्च

(c) सीमान्त खर्च   (d) वास्तविक खर्च

प्र. 126. उत्पादनात वृद्धीबरोबर सरासरी खर्च (AC)

(a) वाढतो   (b) कमी होतो

(c) स्थिर रहातो   (d) वरील कुठलेही नाही

प्र. 127. दीर्घकालीन सरासरी खर्च (LAC) वक्र सांगतो

(a) विशेष प्लांटमध्ये उत्पादनाच्या विभिन्न स्तरांवर न्यूनतम खर्च

(b) उत्पादन विभिन्न स्तरांवर न्यूनतम किंवा जेव्हा प्लांटचा आकार बदलता असतो

(c) लाभाचा अधिकतम बिंदू

(d) अल्पकालीन सरासरी किंमतवक्राच्या न्यूनतम बिंदूंना

प्र. 128. AFC खालील अंतराच्या लंबवत अंतराबरोबर आहे

(a) AC आणि MC वक्र   (b) AC आणि AVC वक्र

(c) AVC आणि MC वक्र   (d) वरील कुठलेच नाही

प्र. 129. 'वास्तविक खर्चा' ची धारणा कोणी दिली आहे?

(a) डॉ. मार्शल   (b) प्रा. हिक्स   (c) ऑडम स्मिथ   (d) माल्थस

प्र. 130. अल्पकाळात उत्पादक विम्याचा हप्ता भरतो, तो आहे

(a) वैकल्पिक खर्च   (b) परिवर्तनशील खर्च

(c) स्थिर खर्च   (c) वैकल्पिक खर्च

प्र. 131. अनुकूलतम उत्पादन तेथे होते, ज्या बिंदूवर

(a) AR = MC   (b) MR = MC   (c) TC = TR   (d) MC = VC

प्र. 132. जर AC स्थिर आहे तर MC

(a) वाढते   (b) स्थिर रहाते

(c) घटते   (d) वरील काहीच होत नाही

प्र. 133. AVC वक्र मुळापासून प्रारंभ होतो आणि

(a) X अक्षाला समांतर वाढत जातो

(b) उजवीकडे खाली पडतो

(c) उजवीकडे वर चढतो

(d) कोणतेही निश्चित स्वरूप नसते

प्र. 134. आर्थिक विश्लेषणात सीमान्त खर्चधारणा अधिक महत्त्वपूर्ण मानली जाते कारण

(a) दुसरा अन्य कोणत्याही प्रकारचा दृष्टिकोन नाही.

(b) याचे प्रतिपादन महत्त्वाच्या अर्थशास्त्रज्ञांनी केले

(c) हे 'संतुलनाच्या' व्याख्येत सहाय्यक आहे

(d) वरील कुठलेही नाही

प्र. 135. औद्योगिक क्षेत्रात सर्वसाधारणपणे कोणत्या परिवर्तनशील प्रमाणांच्या नियमाचा प्रत्यय येतो?

(a) स्थिर प्रतिफलाचा नियम   (b) वाढत्या फलाचा नियम

(c) घटत्या फलाचा नियम   (d) वरील कुठल्याच नाही

प्र. 136. जेव्हा फर्म सामान्य क्षमतेपेक्षा अधिक उत्पादन करते तेव्हा त्याचा AVC वक्र

(a) खाली उजवीकडे पडतो   (b) गतीने वर चढतो

(c) सावकाश वर चढतो   (d) स्थिर राहातो

प्र. 137. आंतरिक काटकसर आहे

(a) विपणन काटकसर   (b) प्राविधिक काटकसर

(c) श्रम काटकसर   (d) वरील सर्व

प्र. 138. जेव्हा एकूण उत्पादन घटते तेव्हा परिवर्तनशील साधन श्रमाची

(a) सीमान्त उत्पादकता घटते

(b) सरासरी उत्पादकता घटते

(c) सीमान्त उत्पादकता ऋणात्मक असते

(d) सीमान्त उत्पादकता शून्य होते.

प्र. 139. जेव्हा एकूण उत्पादन अधिकतम असते तेव्हा सीमान्त उत्पादन

(a) धनात्मक असते   (b) ऋणात्मक असते

(c) शून्य असते   (d) वरील कुठलीही स्थिती शक्य आहे.

प्र. 140. हे शक्य आहे की

(a) सरासरी प्रतिफल घटत नाही आणि सीमान्त प्रतिफल घटते.

(b) सरासरी प्रतिफल घटते आहे पण सीमान्त प्रतिफल घटत नाही.

(c) वरील दोन्ही शक्य आहे   (d) वरील दोन्ही अशक्य आहे.

प्र. 141. क्रमागत उत्पादनवृद्धी नियम त्या स्थितीला म्हणतात जेव्हा –

(a) एकूण उत्पादन वाढत जाते.

(b) सरासरी उत्पादन वाढत जाते.

(c) सीमान्त उत्पादन वाढत जाते.

(d) सीमान्त उत्पादन सरासरी उत्पादनापेक्षा जास्त होते.

प्र. 142. सम उत्पादन मात्रा वक्राला म्हणतात –

(a) सम प्रमाण वक्र (lso quants) (b) सम संतुष्टी वक्र

(c) समवृत्ती वक्र   (d) वरील कोणतेही नाही

प्र. 143. सम उत्पादन मात्रा वक्र मूळ बिंदूकडे बहिर्वक्र आहे याचा अर्थ असा आहे.

(a) तांत्रिक प्रतिस्थापनदर वाढत आहे

(b) तांत्रिक प्रतिस्थापन दर घटतो आहे.

(c) तांत्रिक प्रतिस्थापनदर स्थिर रहातो आहे.

(d) तांत्रिक प्रतिस्थापनदराशी याचा काही संबंध नाही

प्र. 144. योग्य विधानावर खूण करा.

(a) दोन साधनांचे इष्टतम् एकत्रीकरण या बिंदूवर होते जेथे सम किंमतवक्र सम उत्पादन मात्रावक्राला स्पर्श करतो.

(b) जेथे सम उत्पादन मात्रावक्र, सम किंमतवक्राला छेदतो

(c) जेथे सम किंमतवक्र आणि सम उत्पादन मात्रावक्र समांतर असतात.

(d) समकिंमत आणि सम उत्पादन मात्रावक्राची काहीच आवश्यकता नाही.

प्र. 145. साधन किंमत रेषेचा उतार असतो.

(a) Px / Py   (b) –Px / Py (c) Py / Px   (d) –Py / Px

प्र. 146. स्थानापन्न साधनांच्या स्थितीत.

(a) धनात्मक उत्पादन प्रभाव = ऋणात्मक तांत्रिक प्रतिस्थापन प्रभाव

(b) धनात्मक उत्पादन प्रभाव > ऋणात्मक तांत्रिक प्रतिस्थापन प्रभाव

(c) धनात्मक उत्पादन प्रभाव < ऋणात्मक तांत्रिक प्रतिस्थापन प्रभाव

(d) धनात्मक उत्पादन प्रभाव < धनात्मक तांत्रिक प्रतिस्थापन

प्र. 147. दोन्ही साधने परस्पर स्थानापन्न होण्याच्या स्थितीत साधन किंमत वक्र (PFC)

(a) डावीकडून उजवीकडे खाली पडतो

(b) उजवीकडून डावीकडे खाली पडतो

(c) डावीकडून उजवीकडे वर चढतो

(d) X अक्षाला समांतर असतो.

प्र. 148. उत्पादकाच्या संतुलन स्थितीत

(a) $\dfrac{MP_L}{P_L} = \dfrac{MP_K}{P_K}$ (b) $\dfrac{MP_L}{P_L} > \dfrac{MP_K}{P_K}$

(c) $\dfrac{MP_L}{P_L} < \dfrac{MP_K}{P_K}$ (d) $\dfrac{MP_L}{MP_L} = \dfrac{P_K}{P_L}$

प्र. 149. MPL (श्रमाची सीमान्त उत्पादकता) वक्राचा पडणारा भारा दर्शवितो.

(a) वाढते प्रतिफल   (b) घटते प्रतिफल

(c) स्थिर प्रतिफल   (d) शून्य प्रतिफल

प्र. 150. जर $MRTS_{LK} = 2$ तर MP_K / MP_L होईल.

(a) 2   (b) 1   (c) $\dfrac{1}{2}$ (d) 4

प्र. 151. प्रथम घाताचे समरूप फलन (Homogeneous Function of Degree one) आहे.

(a) अल्पकालीन उत्पादन फलन   (b) दीर्घकालीन उत्पादन फलन

(c) कॉब–डग्लस उत्पादन फलन   (d) वरील सर्व

प्र. 152. वाढत्या प्रतिफलाच्या अवस्थेत वळण बिंदूनंतर (Point of Inflexion) TP वक्र X अक्षाशी–

(a) बहिर्वक्र (Convex) असतो   (b) अंतर्वक्र (Concave) असतो

(c) वरील दोन्ही   (d) वरील कुठलेच नाही

प्र. 153. परिवर्तनशील अनुपाताच्या तिसऱ्या अवस्थेत

(a) AP ऋणात्मक असते   (b) NP ऋणात्मक असते

(c) AP व MP दोन्ही ऋणात्मक असतात.   (d) वरील सर्व चूक

प्र. 154. श्रीमती जोन रॉबिन्स यांनी घटत्या उत्पादनाच्या नियमाला मानले आहे.

(a) एक तार्किक अनिवार्यता   (b) एक अनुभवसिद्ध तथ्य

(c) वरील दोन्ही   (d) वरील काहीच नाही

प्र. 155. जेव्हा एकूण उत्पादकता घटते तेव्हा परिवर्तनशील साधन श्रमाची

(a) AP शून्य असते   (b) MP शून्य असते

(c) AP ऋणात्मक असते   (d) MP ऋणात्मक असते

प्र. 156. जेव्हा श्रमाची AP धनात्मक परंतु घटणारी असते तेव्हा MP ची स्थिती

(a) घटणारी असते   (b) शून्य असते

(c) ऋणात्मक असते   (d) वरील पैकी कुठलीही होऊ शकते

प्र. 157. ऋणात्मक प्रतिफलाच्या अवस्थेत

(a) स्थिर साधनाची सीमान्त उत्पादकता ऋणात्मक असते.

(b) परिवर्तनशील साधनाची सीमान्त उत्पादकता ऋणात्मक असते.

(c) वरील दोन्ही बरोबर   (d) वरील कुठलेही बरोबर नाही

प्र. 158. खालीलपैकी कोणत्या वक्राला एनव्हलप वक्र (Envelope Curve) म्हणतात.

(a) SAC   (b) LAC   (c) SFC   (d) AVC

प्र. 159. LAC वक्र

(a) पडतो, जर LMC पण पडला तर

(b) वाढेल, जर LMC पण वाढला तर

(c) LMC च्या न्यूनतम बिंदूवर अवलंबून राहील

(d) घटतो, जर LMC < LAC आणि वाढतो जर LMC > LAC

प्र. 160. एखादी वस्तू किंवा सेवा मिळविण्यासाठी ज्या सर्वोत्तम विकल्पाचा त्याग करावा लागतो, त्या त्यागाला (Sacrifice of the next best alternative)

(a) वास्तविक खर्च (Real cost) म्हणतात.

(b) पूर्ण खर्च (Full cost) म्हणतात.

(c) वैकल्पिक खर्च (Opportunity cost) म्हणतात.

(d) व्यावसायिक खर्च (Business cost) म्हणतात.

प्र. 161. आदान–प्रदान (Input-output) विश्लेषणामध्ये खालीलपैकी कोणाचे योगदान आहे?

(a) वॅसिली लियाँटिफ   (b) जे.आर. हिक्स

(c) डी.एच.वॉटसन   (d) लिऑन वॉलरस

प्र. 162. बरोबर विधानावर खूण करा.

(a) अल्पकालीन खर्चवक्रापेक्षा दीर्घकालीन खर्चवक्राचा U आकार कमी स्पष्ट असतो.

(b) दीर्घकालीन खर्चवक्रापेक्षा अल्पकालीन खर्चवक्राचा U आकार कमी स्पष्ट असतो.

(c) वरील दोन्ही बरोबर   (d) वरील दोन्ही चूक

प्र. 163. 'अविभाज्य' साधनांच्या वापराने प्रारंभिक उत्पादन अवस्थेत

(a) अल्पकालीन सरासरी एकूण खर्चवक्र घटतो.

(b) अल्पकालीन सरासरी एकूण खर्चवक्र वाढतो.

(c) अल्पकालीन सरासरी खर्चवक्र स्थिर रहातो.

(d) वरीलपैकी कुठलेही नाही.

प्र. 164. दीर्घ काळात LAC, SAC च्या ज्या बिंदूवर स्पर्श करते तो बिंदू असतो.

(a) न्यूनतम खर्चाचा   (b) अधिकतम खर्चाचा

(c) स्थिर खर्चाचा   (d) वरील कुठलाच नाही.

प्र. 165. दीर्घकालीन सीमान्त खर्चवक्र दीर्घकालीन सरासरी खर्चवक्राला.

(a) त्याच्या उच्चतम बिंदूला छेदतो.

(b) त्याच्या न्यूनतम बिंदूला छेदतो.

(c) दोन्ही वक्र वेगवेगळे राहातात.

(d) कधीच छेदत नाही.

प्र. 166. दीर्घकाळात LAC विशेष उत्पादन स्तराच्या कोणत्या एका बिंदूवर एक SAC वक्राला.

(a) छेदतो   (b) स्पर्श करतो

(c) वेगळा असतो   (d) वरील कुठलेच नाही.

प्र. 167. परिवर्तनशील साधनाची सीमान्त उत्पादकता कोणत्या टप्प्यात (Stage) ऋणात्मक असते?

(a) प्रथम टप्प्यात
(b) द्वितीय टप्प्यात
(c) तृतीय टप्प्यात
(d) वरील कुठल्याच नाही.

प्र. 168. उत्पादनाच्या संतुलनावर.

(a) सम खर्चवक्र समोत्पादक वक्रावर स्पर्श करतो.

(b) तांत्रिक प्रतिस्थापनदर व साधन किंमत प्रमाण समान असते.

$$\text{(c)} \quad \frac{\text{श्रमाची सीमान्त उत्पादकता}}{\text{श्रमाची किंमत}} = \frac{\text{भांडवलाची सीमान्त उत्पादकता}}{\text{भांडवलाची किंमत}}$$

(d) वरील सर्व

प्र. 169. जर भांडवलाचे एक एकक वाढवण्याने श्रमाचे दोन एकक कमी केले जाऊ शकतात आणि प्रतिस्थापनाने एकूण उत्पादनात काहीच फरक येत नसेल तर तो तांत्रिक सीमान्त प्रतिस्थापन दर ($MRTS_{KT}$) होईल.

(a) $\frac{1}{2}$
(b) 2
(c) 1
(d) 4

प्र. 170. एखाद्या फर्मचे संतुलन सामान्यत: परिवर्तनशील प्रमाणाच्या नियमाच्या कोणत्या टप्प्यात (Stage) होते?

(a) प्रथम
(b) द्वितीय
(c) तृतीय
(d) वरील कुठल्याही

प्र. 171. एक उत्पादन फलन साधन आणि उत्पादन क्षेत्रामध्ये –

(a) मौद्रिक संबंध व्यक्त करते.

(b) भौतिक (Physical) संबंध व्यक्त करते.

(c) मौद्रिक व भौतिक दोन्ही संबंध व्यक्त होतात.

(d) वरील कुठलेही नाही.

प्र. 172. उत्पादन फलन एखाद्या फर्मला सांगते –

(a) एखाद्या एककाचा काय खर्च आहे.

(b) एखाद्या निश्चित प्रमाणात एखाद्या वस्तूच्या उत्पादनासाठी उत्पादनाच्या साधनांचे (घटकांचे) काय काय विभिन्न एकत्रीकरण शक्य आहे.

(c) एखाद्या ठराविक प्रमाणाच्या उत्पादनासाठी उत्पादनाच्या विभिन्न साधनांना वापरण्याची सर्वोत्तम पद्धत कोणती आहे?

(d) फर्मच्या अधिकतम लाभाची स्थिती

प्र. 173. उत्पादन फलनाशी जोडले गेलेले प्रमुख नाव आहे

(a) मार्शल
(b) हिक्स
(c) रॉबिन्स
(d) कॉब–डग्लस

प्र. 174. परिवर्तनशील गुणोत्तराच्या नियमात वळण बिंदूवर (Point of Infiexion)

(a) AP अधिकतम असतो.
(b) MP अधिकतम असतो.
(c) TP अधिकतम असतो.
(d) वरील सर्व बरोबर आहे.

प्र. 175. परिवर्तनशील साधनाची MP वाढण्याच्या स्थितीत AP जरूर

    (a) घटेल   (b) अधिकतम होईल

    (c) वाढेल   (d) शून्य होईल.

प्र. 176. कॉब–डग्लस उत्पादन फलन $Q = KL^aC^b$ साठी कोणती जोडी बरोबर आहे?

    (a) $O < a < 1$ आणि $b = 1 - a$ (b) $O > a > 1$ आणि $a = 1 - b$

    (c) $O < a < 1$ आणि $b - a = 1$ (d) $O > a > 1$ आणि $a + b = 1$

प्र. 177. एकूण खर्चाचे (TC) फलन आहे.

    (a) सरासरी खर्चाचे   (b) सीमान्त खर्चाचे

    (c) उत्पादनाचे   (d) यांपैकी कोणतेही नाही.

प्र. 178. दीर्घकाळात LAC चा प्रत्येक बिंदू कोणत्या किंमतीला स्पर्श करतो?

    (a) SVC ला   (b) SFC ला   (c) SAC ला   (d) SML ला

प्र. 179. दीर्घकाळात LAC वक्र SAC वक्रांमधून

    (a) काही वक्रांना त्यांच्या न्यूनतम बिंदूवर स्पर्श करतो

    (b) फक्त एकाच SAC वक्राला त्याच्या न्यूनतम बिंदूवर स्पर्श करतो

    (c) सर्व SA वक्रांना त्यांच्या न्यूनतम बिंदूवर स्पर्श करतो.

    (d) वरील कुठलेच नाही.

प्र. 180. खालीलपैकी एक सोडून सर्व वक्र U आकाराचे असतात.

    (a) TC वक्र   (b) AVC वक्र   (c) MC वक्र   (d) AFC वक्र

प्र. 181. LAC या समजुतीवर आधारित आहे की,

    (a) दीर्घकाळात कोणतेही साधन (घटक) परिवर्तनशील नसते.

    (b) दीर्घकाळात सर्व साधने (घटक) पूर्णपणे विभाजनीय असतात.

    (c) कोणतेही साधन (घटक) विभाजनीय नसते.

    (d) व्यवस्थित साधन (घटक) अविभाजनीय असते पण अन्य सर्व (घटक) साधने विभाजनीय आणि दीर्घकाळात परिवर्तनशील असतात.

प्र. 182. LAC वक्र

    (a) घटतो, जेव्हा LMC वक्र घटतो.

    (b) चढतो, जेव्हा LMC वक्र वाढतो.

    (c) घटतो, जेव्हा $LMC < LAC$ आणि वाढतो जेव्हा $LMC > LAC$ पेक्षा

    (d) LMC च्या निम्नतम बिंदूतून जातो.

प्र. 183. महसुलाचा संबंध असतो.

    (a) खर्चाशी   (b) उत्पन्नाशी

    (c) किंमतीशी   (d) सामाजिक किंमतीशी

प्र. 184. MC आणि TC तील कुठलेही परिवर्तन एखाद्या फर्मच्या

     (a) सीमान्त खर्चात परिवर्तन आणेल

     (b) स्थिर खर्चात परिवर्तन आणेल

     (c) सरासरी एकूण खर्चात परिवर्तन आणेल

     (d) सरासरी स्थिर खर्चात परिवर्तन आणेल

प्र. 185. एखाद्या फर्मचा बदलता खर्च (VC) विशुद्ध रूपाने अवलंबून असते.

     (a) फर्मच्या यंत्राला दिलेल्या शक्तीवर (Inputs)

     (b) फर्मच्या उत्पादनावर (Output)

     (c) फर्मच्या गुंतवणुकीवर (Investment)

     (d) सरकारी नीतीवर (Policies)

प्र. 186. पूर्ण स्पर्धाबाजारात किंमतरेषेचे स्वरूप असते.

     (a) AR = MR   (b) AR > MR

     (c) AR < MR   (d) AR × MR

प्र. 187. $\dfrac{TR}{Output}$ हे सूत्र कशाच्या संदर्भात येते?

     (a) MR   (b) AR

     (c) TR   (d) यांतील कुठल्याही नाही.

प्र. 188. अपूर्ण आणि पूर्ण स्पर्धाबाजारात MR आणि AR

     (a) मध्ये फरक असतो.

     (b) दोन्ही एकाच प्रकारचे असतात.

     (c) दोन्ही मूळ बिंदूकडे म्हणजेच OX च्या बाजूला पडतात.

     (d) वरील कुठलेही नाही.

प्र. 189. अपूर्ण स्पर्धेत

     (a) AR > MR   (b) AR < MR (c) TR ÷ AR   (d) AR = MR

प्र. 190. पूर्ण स्पर्धेत फर्मची आपली मूल्यनीती

     (a) वेगळी असते.   (b) उद्योगाद्वारे किंमत स्वीकारावी लागते.

     (c) सरकार द्वारा ठरवली जाते.   (d) वरील कुठलीच नाही.

प्र. 191. स्थिर खर्चाला खालीलपैकी कुठल्या नावाने ओळखले जाते?

     (a) विशिष्ट खर्च (Special cost) (b) प्रत्यक्ष खर्च (Direct cost)

     (c) मुख्य खर्च (Prime cost)   (d) वरकड खर्च (Overhead cost)

प्र. 192. कच्च्या मालावरील खर्च.

     (a) स्थिर खर्च आहे.   (b) परिवर्तनशील खर्च आहे.

     (c) वैकल्पिक खर्च आहे.   (d) अल्पकालीन खर्च आहे.

प्र. 193. जर आपण एकूण स्थिर खर्च व एकूण परिवर्तनशील खर्च जोडू तर आपल्याला
(a) सरासरी खर्च कळेल
(b) सीमान्त खर्च कळेल.
(c) एकूण खर्च कळेल
(d) वरील सर्व माहीत होईल

प्र. 194. स्थिर खर्च वक्राच्या प्रत्येक बिंदूने जर x– अक्ष व y– अक्षावर लंब घातला तर जो आयत होईल त्या सर्वांचे क्षेत्रफळ
(a) वेगवेगळे होईल
(b) सारखे होईल
(c) जसजसे उत्पादनाचे प्रमाण वाढेल, क्षेत्रफळ वाढेल
(d) जसजसे उत्पादनाचे प्रमाण वाढेल क्षेत्रफळ कमी होईल.

प्र. 195. जेव्हा एखाद्या वस्तूचे एक अतिरिक्त एकक उत्पन्न केले जाते तेव्हा त्या एककाच्या खर्चाला
(a) एकूण खर्च म्हणतात
(b) सरासरी खर्च म्हणतात.
(c) सीमान्त खर्च म्हणतात
(d) परिवर्तनशील खर्च म्हणतात.

प्र. 196. जसजसे उत्पादनाचे प्रमाण वाढेल तसतसे AVC व AC यातील अंतर
(a) वाढेल
(b) घटेल
(c) स्थिर राहील
(d) दोन्ही समांतर होईल.

प्र. 197. खालील आलेखात तीन सरासरी खर्च वक्र दिलेले आहेत त्यांतील कोणता सरासरी स्थिर वक्र आहे?
(a) A
(b) B
(c) C
(d) वरील कुठलाच नाही.

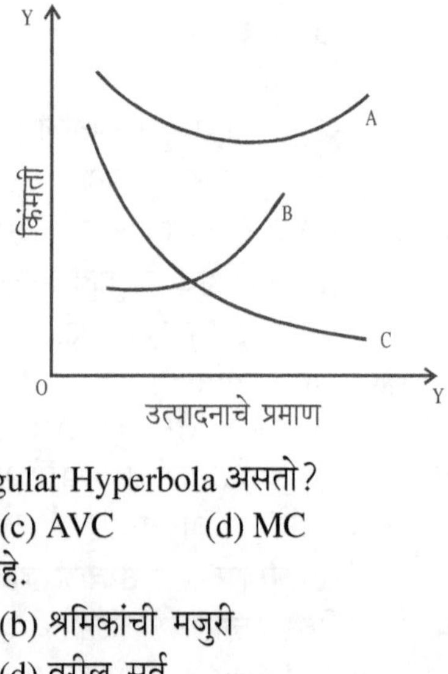

प्र. 198. खालीलपैकी कोणता वक्र Rectangular Hyperbola असतो?
(a) ATC
(b) AFC
(c) AVC
(d) MC

प्र. 199. स्पष्ट खर्चात खालीलपैकी मुख्य आहे.
(a) कच्च्या मालाची किंमत
(b) श्रमिकांची मजुरी
(c) उधार भांडवलावर व्याज
(d) वरील सर्व

प्र. 200. लाभाचे ते न्यूनतम प्रमाण जे फर्मला दीर्घकाळ त्या उद्योगात टिकून रहाण्यासाठी आवश्यक असते त्याला
(a) असामान्य लाभ म्हणतात
(b) सामान्य लाभ म्हणतात.
(c) वैकल्पिक खर्च म्हणतात
(d) साधनाचे वर्तमान उत्पन्न म्हणतात

1. c	2. a	3. b	4. b	5. b	6. c	7. b	8. d
9. c	10. b	11. a	12. b	13. b	14. b	15. a	16. c
17. b	18. b	19. a	20. b	21. a	22. a	23. b	24. a
25. b	26. b	27. b	28. a	29. a	30. a	31. c	32. b
33. c	34. b	35. c	36. c	37. c	38. b	39. c	40. c
41. b	42. a	43. b	44. a	45. c	46. c	47. a	48. a
49. b	50. c	51. d	52. c	53. b	54. c	55. c	56. c
57. a	58. a	59. b	60. c	61. a	62. a	63. a	64. b
65. b	66. a	67. c	68. a	69. b	70. d	71. a	72. a
73. b	74. b	75. a	76. a	77. b	78. c	79. a	80. a
81. c	82. a	83. b	84. a	85. d	86. a	87. a	88. a
89. b	90. c	91. a	92. a	93. c	94. a	95. b	96. d
97. a	98. c	99. a	100. b	101. d	102. a	103. c	104. b
105. c	106. a	107. c	108. a	109. b	110. a	111. b	112. b
113. b	114. b	115. d	116. c	117. a	118. b	119. b	120. c
121. b	122. b	123. b	124. a	125. b	126. b	127. b	128. b
129. a	130. c	131. b	132. a	133. c	134. c	135. b	136. b
137. d	138. c	139. c	140. a	141. d	142. a	143. b	144. a
145. b	146. c	147. a	148. a	149. b	150. c	151. c	152. b
153. b	154. a	155. d	156. d	157. b	158. b	159. d	160. c
161. a	162. a	163. a	164. a	165. b	166. b	167. c	168. d
169. b	170. b	171. b	172. b	173. d	174. b	175. c	176. a
177. c	178. c	179. b	180. d	181. d	182. c	183. b	184. b
185. b	186. a	187. b	188. a	189. a	190. b	191. d	192. b
193. c	194. b	195. c	196. d	197. b	198. d	199. d	200. b

■ ■ ■

3. विनिमय

Exchange

प्र. 1. स्थायी संतुलनात परिवर्तित केला गेलेला चल (Variable)

    (a) आपल्या पूर्वावस्थेपासून दूर जातो

    (b) आपल्या पूर्वावस्थेत परत येतो.

    (c) वरील दोन्ही स्थिती शक्य

    (d) वरील दोन्ही स्थिती अशक्य

प्र. 2. पीगूच्या मते जाड तळ असलेले जहाज उदाहरण आहे.

    (a) स्थिर समतोलाचे   (b) अस्थिर समतोलाचे

    (c) उदासीन समतोलाचे   (d) वरील सर्व चूक

प्र. 3. स्थैतिक समतोलात समयावधी

    (a) स्थिर रहातो   (b) बदलत रहातो

    (c) काही संबंध नाही.   (d) वाढतो.

प्र. 4. प्रत्येक वर्षी पेट्रोलची किंमत वाढणे उदाहरण आहे.

    (a) स्थिर संतुलनाचे   (b) उदासीन संतुलनाचे

    (c) अस्थिर संतुलनाचे   (d) वरील कशाचेच नाही.

प्र. 5. सामान्य संतुलनविश्लेषण प्रस्तुत करते.

    (a) संपूर्ण अर्थव्यवस्थेला

    (b) संपूर्ण अर्थव्यवस्थेच्या एका क्षेत्राला

    (c) विभिन्न क्षेत्रांच्या पारंपरिक निर्भरतेला

    (d) वरील सर्व चूक

प्र. 6. आंशिक संतुलनविश्लेषण प्रस्तुत करते.

    (a) संपूर्ण अर्थव्यवस्थेला

    (b) संपूर्ण अर्थव्यवस्थेच्या एका क्षेत्राला

    (c) विभिन्न क्षेत्रांच्या तुलनात्मक स्थितीला

    (d) वरील सर्व बरोबर

प्र. 7. जंगलाची रचना उदाहरण आहे.

    (a) स्थानिक समतोल   (b) गतिशील समतोल

    (c) आंशिक समतोल   (d) सामान्य समतोल

प्र. 8. दीर्घकालीन संतुलनात फर्म आपल्या उत्पादनाच्या प्रमाणाचे निर्धारण करेल जेथे.
(a) AR = AC = MC = MR   (b) AR ≠ AC = MC = MR
(c) AR = AC = MC ≠ MR   (d) AR = AC = MC = MR

प्र. 9. कॉबवेब प्रमेय (Cobweb Theorem) उदाहरण आहे.
(a) आंशिक संतुलन   (b) सामान्य संतुलन
(c) स्थैतिक संतुलन   (d) गतिशील संतुलन

प्र. 10. संतुलनाची स्थायित्वाची (Stability) समस्या वास्तवात एक समस्या आहे.
(a) स्थैतिक (Static)   (b) गतिशील (Dynamic)
(c) स्थैतिक आणि गतिशील दोन्ही (d) वरील दोन्ही नाही.

प्र. 11. ''अन्य गोष्टी समान असाव्यात'' या वाक्यांशावर आधारित नियम संबंधित आहे.
(a) आंशिक संतुलनाशी   (b) विशिष्ट संतुलनाशी
(c) वरील दोन्हींशी   (d) वरील कशाशीच नाही.

प्र. 12. बोल्डिंगच्या मते ''एखाद्या जंगलात झाडांचं उगवणं, वाढणं आणि मरणं उदाहरण आहे
(a) स्थैतिक संतुलनाचे   (b) गतिशील संतुलनाचे
(c) वरील दोन्हींचे   (d) वरील कशाचेच नाही.

प्र. 13. एकसारख्या वेगाने पुढे जाणाऱ्या चेंडूचे उदाहरण आहे.
(a) स्थिर संतुलनाचे   (b) गतिशील संतुलनाचे
(c) वरील दोन्हींचे   (d) वरील कशाचेच नाही

प्र. 14. मार्शलच्या विशिष्ट संतुलनविश्लेषणांचा संबंध आहे.
(a) सूक्ष्म आर्थिक विश्लेषणाशी   (b) वृहद् आर्थिक विश्लेषणाशी
(c) वरील दोन्हींशी   (d) वरीलपैकी कशाशीही नाही.

प्र. 15. कोणत्या अर्थशास्त्रज्ञाचा संबंध विशिष्ट संतुलनप्रणालीशी नाही?
(a) कुर्नो   (b) मंगोल
(c) मार्शल आणि केंब्रिज संप्रदाय (d) लाजेन संप्रदाय

प्र. 16. लियोंटिफचे आगत-निर्गत विश्लेषण (Input Output Analysis) उदाहरण आहे.
(a) विशिष्ट संतुलनाचे   (b) सामान्य संतुलनाचे
(c) स्थैतिक संतुलनाचे   (d) वरील कशाचेही नाही

प्र. 17. बाजार ती जागा आहे जेथे
(a) क्रेता (ग्राहक) व विक्रेता आपली कामं करतात
(b) वस्तूंची विक्री होते.

(c) वस्तूची सेवा छोट्या व्यापाऱ्यांद्वारा खरेदी केली जाते.

(d) वरील सर्व

प्र. 18. प्रत्येक उत्पादकाचा हेतू असतो.

(a) एकूण महसूल (Total Revenue) अधिकतम मिळवणे

(b) सरासरी महसूल (AR) वाढवणे.

(c) एकाधिकार मिळवणे.

(d) वरील कुठलाच नाही.

प्र. 19. कोणते समीकरण बरोबर आहे?

(a) $MR = TRn - TR(n-1)$ (b) $MR = TR - TRn$

(c) $MR = TR - 1 - TR(n+1)$ (d) $MR = \dfrac{\Delta Q}{\Delta TR}$

प्र. 20. सरासरी महसूल (AR) वक्राला म्हणतात.

(a) मागणी वक्र   (b) उत्पादन वक्र

(c) पुरवठा वक्र   (d) वरील सर्व

प्र. 21. न्यूनतम किंमत संयोगाच्या फर्म (Least Cost Combination firm) ला म्हणतात.

(a) संतुलनातील फर्म   (b) सीमान्त फर्म

(c) प्रतिनिधी फर्म   (d) अनुकूलतम फर्म

प्र. 22. सिगरेट उद्योग उदाहरण आहे.

(a) पूर्ण स्पर्धेचे   (b) अपूर्ण स्पर्धेचे

(c) एकाधिकरणाचे   (d) अल्पविक्रेताधिकाराचे

प्र. 23. एखादी सीमान्त फर्म आहे.

(a) उद्योगात सर्वात कुशल फर्म   (b) अधिकतम लाभ मिळवणारी फर्म

(c) न्यूनतम किंमतीची फर्म   (d) सामान्य लाभ मिळविणारी फर्म

प्र. 24. सामान्य लाभाच्या संबंधात उपयोगी विधानावर खूण करा.

(a) एखाद्या फर्मला सामान्य स्थितीत मिळतो

(b) एखाद्या सामान्य फर्मला मिळतो.

(c) हा लाभ सरासरी महसूल आणि सरासरी खर्चातला फरक आहे.

(d) हा लाभ किंमतीचे अंग आहे.

प्र. 25. एखादी फर्म त्या वेळी संतुलनात असते जेव्हा ती अधिकतम

(a) लाभ मिळवत असते   (b) उत्पादन करत असते.

(c) विक्री करत असते   (d) किंमत ठरवत असते.

प्र. 26. एखाद्या उद्योगाच्या अंतर्गत सीमान्त फर्म ती आहे जिची
(a) कार्यक्षमता अधिक आहे
(b) किमती न्यूनतम आहेत
(c) जिची MC = MR आहे
(d) जी फक्त सामान्य लाभ मिळवत आहे.

प्र. 27. पूर्ण एकाधिकार (Monopoly)
(a) एक वास्तविकता आहे
(b) एक कल्पना आहे.
(c) सामान्यपणे असतो
(d) क्वचितच सापडतो.

प्र. 28. पूर्ण स्पर्धा बाजारात किंमत समान असते तेव्हा एकूण महसूलरेषेची आकृती खालीलपैकी कोणती असते?
(a) x अक्षाला समांतर
(b) U आकाराची
(c) ∩ आकाराची
(d) मूळ बिंदूशी 45° चा कोन बनवून सरळ रेषा होते.

प्र. 29. एकाधिकाराच्या संबंधात श्रीमती जोन्स् रॉबिन्सनने खालीलपैकी कोणते सूत्र दिले.

(a) $K = \dfrac{1}{1 - MPC}$
(b) $AR = MR = AC = MC$

(c) $e = \dfrac{A}{A - M}$
(d) $ep = \dfrac{\Delta q}{q} + \dfrac{\Delta P}{P}$

प्र. 30. खालीलपैकी कोणते विधान बरोबर आहे?
(a) एकाधिकृत स्पर्धा अपूर्ण स्पर्धेचे उलटे रूप आहे.
(b) एकाधिकार पूर्ण स्पर्धेचे अधिकतम पूर्ण रूप आहे.
(c) एकाधिकृत स्पर्धा अपूर्ण स्पर्धेचेच रूप आहे.
(d) एकाधिकारी स्पर्धा पूर्ण स्पर्धेचे न्यूनतम अपूर्ण अंग आहे.

प्र. 31. खालीलपैकी कोणती अट पूर्ण स्पर्धात्मक बाजाराशी संबंधित नाही आहे?
(a) बाजाराचे सर्वांना पूर्ण ज्ञान असते.
(b) विक्रेत्यांची संख्या ग्राहकांपेक्षा जास्त असते.
(c) ग्राहक व विक्रेते मोठ्या संख्येत असतात.
(d) सजातीय वस्तू असते.

प्र. 32. अल्पकाळात एखाद्या फर्मला झालेले असाधारण नुकसान कधीच
(a) LAC पेक्षा जास्त नसतं
(b) AFC पेक्षा जास्त नसतं
(c) ATC पेक्षा जास्त नसतं
(d) AVC पेक्षा जास्त नसतं

प्र. 33. पूर्ण स्पर्धेच्या अंतर्गत वस्तूचे प्रमाणीकरण होते आणि त्या वस्तूचे एकक कुठल्याही फर्मने उत्पादित केलेले असते.

(a) एकमेकांशी पूर्ण प्रतिस्थानापन्न होत नाहीत.

(b) एकमेकांशी पूर्ण प्रतिस्थानापन्न होतात.

(c) समान असतात.   (d) समान नसतात.

प्र. 34. मार्शलचे बाजाराचे संतुलनविश्लेषण खालीलपैकी कोणत्या प्रकारचे आहे?

(a) समष्टिपरक विश्लेषण   (b) दीर्घकालीन विश्लेषण

(c) अल्पकालीन विश्लेषण   (d) आंशिक संतुलनविश्लेषण

प्र. 35. फर्मसाठी किंमतरेषा सरळ व दिलेली असेल तर बाजार असतो.

(a) अल्पाधिकार   (b) एकाधिकार

(c) पूर्ण स्पर्धा   (d) अपूर्ण स्पर्धा

प्र. 36. अपूर्ण स्पर्धेत खालील विशेषता सापडते.

(a) फर्मची संख्या विशाल असते.

(b) उत्पादन सम-रूपता असते.

(c) पूर्ण स्पर्धा आणि एकाधिकाराच्या मधली अवस्था आहे.

(d) व्यक्तिगत फर्मचा किंमतीवर काहीही अधिकार नसतो.

प्र. 37. कोणत्या बाजारात ग्राहक आणि विक्रेत्यांचा जवळचा संबंध असतो?

(a) एकाधिकार   (b) पूर्ण स्पर्धा

(c) अपूर्ण स्पर्धा   (d) अल्पाधिकार

प्र. 38. कोणत्या अर्थशास्त्रज्ञाने पूर्ण स्पर्धा आणि विशुद्ध स्पर्धेतील फरक मुख्यत्वाने प्रस्तुत केला?

(a) बोल्डिंग   (b) हिक्स   (c) चेंबरलिन   (d) पीगू

प्र. 39. ''जेव्हा आपण पूर्ण स्पर्धेची चर्चा करतो तेव्हा सोयीसाठी आपण मानतो की सर्व उत्पादक एकमेकांच्या खूप निकट असतात ज्यामुळे परिवहन (Transport) खर्च लागत नाही. हे विधान कोणत्या विद्वानाचे आहे.

(a) बोल्डिंग   (b) मार्शल   (c) स्टेनियर   (d) चेंबरलिन

प्र. 40. हे कुठल्या बाजाराबद्दल म्हटले जाते की प्रत्येक फर्म किंमत स्विकारणारी असते किंमत निर्धारित करणारी नाही.

(a) पूर्ण स्पर्धा   (b) अपूर्ण स्पर्धा (c) एकाधिकार   (d) द्वयाधिकार

प्र. 41. वास्तविक जगात बाजाराची कोणती स्थिती आढळून येते?

(a) पूर्ण स्पर्धा   (b) एकाधिकार

(c) अपूर्ण स्पर्धा   (d) वरील कुठलीच नाही.

प्र. 42. कोणत्या बाजारात मूल्य एकसमान नसते.

(a) पूर्ण स्पर्धेत   (b) अपूर्ण स्पर्धेत

(c) विशुद्ध स्पर्धेत   (d) वरील कुठलेच नाही.

प्र. 43. ''अपूर्ण स्पर्धा तेव्हा दिसून येते जेव्हा एक विक्रेता आपल्या वस्तूसाठी एका घटणाऱ्या मागणीरेषेशी सामना करतो.''हे विधान कोणाचे आहे?

(a) चेंबरलिन   (b) श्रीमती जोन्स् रॉबिन्सन

(c) लर्नर   (d) बोल्डिंग

प्र. 44. तो कोणता बाजार आहे ज्यात छोट्या फर्म्स असतात व त्यांतली प्रत्येक फर्म मिळत्या जुळत्या वस्तू विकत असते.

(a) पूर्ण स्पर्धेचा बाजार   (b) एकाधिकार स्पर्धा

(c) विशुद्ध एकाधिकार   (d) वरील सर्व

प्र. 45. प्रस्तुत आलेखात फर्मचे संतुलन कोणत्या बिंदूवर असेल?

(a) बिंदू E₁ वर   (b) बिंदू E₂ वर

(c) बिंदू M वर   (d) वरीलपैकी कुठल्याच नाही.

प्र. 46. फर्मच्या संतुलनबिंदूवर

(a) अधिकतम लाभ मिळतो   (b) न्यूनतम खर्चावर उत्पादन होते.

(c) वरील दोन्ही सत्य   (d) वरील दोन्ही असत्य

प्र. 47. उत्पादनाच्या ज्या बिंदूवर MC रेषा AC रेषेला छेदते तो बिंदू आहे.

(a) शट डाऊन पॉईंट   (b) ब्रेक इव्हन पॉईंट

(c) ऑप्टिमम पॉईंट   (d) फुल कॅपॅसिटी पॉईंट

प्र. 48. पूर्ण स्पर्धेत फर्मचा मागणीवक्र पूर्णपणे .... असतो.

(a) क्षितिजसमान्तर (Horizontal) (b) शिरोलंब

(c) ऋणात्मक उतार   (d) धनात्मक उतार

प्र. 49. दीर्घकाळात न्यूनतम खर्चाची फर्म असते.

(a) अनुकूलतम फर्म   (b) सर्वोत्तम फर्म

(c) प्रतिनिधी फर्म   (d) सरासरी फर्म

प्र. 50. पूर्ण स्पर्धा आणि एकाधिकार असलेल्या बाजारांचे महत्त्व आहे फक्त.

(a) सैद्धांतिक   (b) वैधानिक   (c) व्यावहारिक   (d) नैतिक

प्र. 51. 'किंमत परिवर्तनात' अति अल्पकाळात प्रभावी शक्ती कोणती असते?

(a) मागणी   (b) पुरवठा   (c) उत्पादनक्षमता   (d) सीमान्त किंमत

प्र. 52. 'अति अल्पकाळात' पूर्ती रेषा असते.

(a) पूर्णतः लवचिक   (b) पूर्णतः अलवचिक

(c) सापेक्षिक लवचिक   (d) सापेक्षिक अलवचिक

प्र. 53. खालीलपैकी कोणता बाजार शून्य स्पर्धा प्रदर्शित करत नाही?

(a) एकाधिकार   (b) एकक्रेताधिकार

(c) अल्पाधिकार   (d) द्विपक्षीय एकाधिकार

प्र. 54. चेंबरलिनच्या मते विशुद्ध स्पर्धेत कोणता घटक नसतो.

(a) ग्राहक व विक्रेत्यांची अधिक संख्या

(b) वस्तूची एकरूपता

(c) उद्योगात फर्म्सचा स्वतंत्र प्रवेश व बहिर्गमन

(d) बाजाराचे पूर्ण ज्ञान

प्र. 55. द्विपक्षीय एकाधिकाराचा संबंध आहे.

(a) पूर्ण स्पर्धेशी   (b) अपूर्ण स्पर्धेशी

(c) शून्य स्पर्धेशी   (d) वरील सर्वांशी

प्र. 56. कोणती स्थिती पूर्ण स्पर्धेत नसते?

(a) ग्राहक व विक्रेत्यांची अधिक संख्या

(b) बाजारपरिस्थितीचे पूर्ण ज्ञान

(c) वस्तुभेद   (d) साधनांची पूर्ण गतिशीलता

प्र. 57. पूर्ण स्पर्धेत उत्पादनाची मागणी

(a) लवचिक असते   (b) पूर्णतः लवचिक असते.

(c) अलवचिक असते   (d) पूर्णतः अलवचिक असते

प्र. 58. द्विपक्षीय एकाधिकारात

(a) एक ग्राहक व अनेक विक्रेते असतात.

(b) अनेक ग्राहक व एक विक्रेता असतो

(c) एक ग्राहक व एक विक्रेता असतो

(d) अनेक ग्राहक व अनेक विक्रेते असतात.

प्र. 59. एकाधिकारी बाजारात उत्पादकाचे

(a) फक्त मागणीवर नियंत्रण असते.

(b) फक्त पुरवठ्यावर नियंत्रण असते.

(c) मागणी व पुरवठा दोन्हीवर नियंत्रण असते.

(d) मागणी व पुरवठा दोन्हीवर नियंत्रण नसते.

प्र. 60. एकक्रेताधिकार बाजारात

(a) फक्त क्रेत्याचे (ग्राहकाचे) प्रभुत्व असते.

(b) फक्त विक्रेत्याचे प्रभुत्व असते.

(c) ग्राहक व विक्रेता दोघांचेही प्रभुत्व असते.

(d) ग्राहक व विक्रेता दोघांचेही प्रमुत्व नसते.

प्र. 61. उच्च दळणवळण खर्चरूपी किंमत कोणत्या बाजारात अधिक असते?

(a) पूर्ण स्पर्धा   (b) अपूर्ण स्पर्धा

(c) एकाधिकार   (d) वरीलपैकी कोणत्याही नाही.

प्र. 62. मक्तेदारी स्पर्धेत (Monopolistic Competition) फर्म्सचा प्रवेश स्वतंत्र असतो म्हणून दीर्घकाळात एकाधिकारी स्पर्धेत स्थिती असते.

(a) अतिरिक्त लाभाची   (b) हानीची

(c) शून्य लाभ किंवा सामान्य लाभाची

(d) वरील कुठलीच नाही.

प्र. 63. फर्मच्या संतुलनाचा अर्थ असतो

(a) परिवर्तनाची स्थिती   (b) परिवर्तनाची अनुपस्थिती

(c) सामयिक परिवर्तन   (d) वरील कुठलाच नाही.

प्र. 64. एखादी फर्म तोपर्यंत एकूण उत्पादनात परिवर्तन करत नाही जोपर्यंत

(a) तिला सामान्य लाभ मिळत रहातो

(b) तिला अधिकतम लाभ मिळत रहातो

(c) तिला सामान्यापेक्षा थोडा जास्त लाभ मिळत रहातो

(d) वरील कुठलेही नाही.

प्र. 65. एकाधिकार स्पर्धेचा विचार देणारे अर्थशास्त्रज्ञ होते

(a) श्रीमती जोन्स् रॉबिन्सन   (b) चेंबरलिन

(c) सॅम्युएलसन   (d) कॅल्डर

प्र. 66. कोणत्या बाजारात उत्पादक मूल्यभेद स्वीकारू शकतो?

(a) पूर्ण स्पर्धा   (b) एकाधिकार

(c) एकाधिकारी स्पर्धा   (d) अल्पाधिकार

प्र. 67. कोणता बाजार अपूर्ण स्पर्धाबाजार नाही ?

(a) द्विपक्षीय एकाधिकार   (b) एकाधिकार स्पर्धा

(c) द्वयाधिकार   (d) अल्पाधिकार

प्र. 68. वस्तुभेदाचा विचार कोणत्या बाजाराशी संबंधित आहे?

(a) पूर्ण स्पर्धा   (b) द्विपक्षीय एकाधिकार

(c) द्वयाधिकार   (d) एकक्रेताधिकार

प्र. 69. अपूर्ण स्पर्धेचा विचार कोणी प्रस्तुत केला?

(a) श्रीमती जोन्स् रॉबिन्सन   (b) चेंबरलिन

(c) सॅम्युएलसन   (d) कॅल्डर

प्र. 70. अवैध मूल्य स्पर्धेचा बाजार कोणत्या अर्थशास्त्रज्ञाने प्रस्तुत केला?

(a) जोन्स् रॉबिन्सन   (b) चेंबरलिन

(c) कॅल्डर   (d) सॅम्युएलसन

प्र. 71. अल्पाधिकार कोणत्या बाजाराचा एक प्रकार आहे?

(a) पूर्ण स्पर्धा   (b) अपूर्ण स्पर्धा (c) एकाधिकार   (d) एकाधिकारी स्पर्धा

प्र. 72. सिमेंटचे उत्पादन उदाहरण आहे.

(a) पूर्ण स्पर्धेचे   (b) एकाधिकारचे (c) द्वयाधिकाराचे (d) अल्पाधिकाराचे

प्र. 73. द्वयाधिकारात दोन विक्रेते असतात आणि ते

(a) वेगवेगळ्या वस्तू विकतात   (b) एकरूप वस्तू विकतात

(c) निकट स्थानापन्न वस्तू विकतात (d) वरील काहीच नाही.

प्र. 74. एकाधिकारी मूल्याच्या निर्धारणात सामान्यत:

(a) उच्च मागणीच्या लवचिकता असलेल्या वस्तूची किंमत उच्च ठेवतो

(b) उच्च लवचिकतेवर कमी किंमत आणि कमी लवचिकतेवर उच्च किंमत ठेवतो.

(c) मागणीच्या लवचिकतेवर लक्ष ठेवत नाही.

(d) प्रतिस्थापन वस्तूच्या लवचिकतेवर लक्ष ठेवतो

प्र. 75. मार्शलने केलेल्या एकाधिकार विश्लेषणाला

(a) सीमान्त विश्लेषण म्हणतात.

(b) एकूण खर्च आणि एकूण महसूल विश्लेषण म्हणतात

(c) पडताळणी किंवा चूक सुधार क्रिया म्हणतात.

(d) तुलनात्मक विश्लेषण म्हणतात.

प्र. 76. किंमत विभेद (मूल्यभेद) यासाठी केले जाते की

(a) विक्री वाढेल आणि लाभ वाढेल

(b) विक्री घटेल आणि किंमत वाढेल

(c) किंमत न्यूनतम व्हावी

(d) जास्तीत जास्त बाजारात माल विकावा

प्र. 77. एकाधिकारी विभेदाच्या सफलतेसाठी आवश्यक आहे

(a) बाजाराला विभाजीत केले जाऊ शकेल जेणे करून पुनर्विक्रीची शक्यता असू नये.

(b) बाजार वेगळा–वेगळा असावा म्हणजे त्यात पुनर्विक्री शक्य होईल.

(c) उत्पादनात फरक असावा.

(d) वस्तूच्या उत्पादनकिमतीत फरक असावा.

प्र. 78. पूर्ण स्पर्धेत दीर्घकाळात प्रत्येक फर्मसाठी

(a) हानी व लाभ दोन्हींची स्थिती नसते.

(b) हानीची स्थिती असते.

(c) आधिक्यलाभाची स्थिती असते.

(d) वरीलपैकी कशासारखीपण स्थिती असू शकते.

प्र. 79. दीर्घकाळात मूल्य एकच असल्याने पूर्ण स्पर्धा होताना वस्तूची मागणी रेषा X अक्षाला समांतर असते म्हणजेच

(a) मागणी अलवचिक असते.

(b) मागणी अत्यधिक लवचिक असते.

(c) मागणी पूर्णत: लवचिक असते.

(d) मागणी पूर्णत: अलवचिक असते.

प्र. 80. कॉर्नोट मॉडेलबद्दल चुकीच्या विधानावर खूण करा.

(a) समाधान स्थायी असते.

(b) प्रत्येक द्वयाधारी हे मानतो की तो आपल्या दुसऱ्या वस्तूंच्या किंमती स्थिर ठेवेल.

(c) a आणि b दोन्ही बरोबर   (d) वरीलपैकी कुठलेही नाही.

प्र. 81. आधुनिक अर्थशास्त्रज्ञ केन्सने कोणत्या काळाला अवास्तविक म्हटले आहे.

(a) अल्पकाळाला   (b) अतिअल्पकाळाला

(c) अति दीर्घकाळाला   (d) (a) आणि (b) दोन्हीही

प्र. 82. कुर्नो प्रतिमान संबंधित आहे -

(a) पूर्ण स्पर्धायुक्त बाजार   (b) द्वयाधिकार

(c) अल्पाधिकार   (d) मक्तेदारी

प्र. 83. 'किंमत परिवर्तनात' अति अल्पकाळ प्रभावी शक्ती कोणती असते?

(a) मागणी   (b) पूर्ती   (c) उत्पादनक्षमता   (d) सीमान्त किंमत

प्र. 84. खालील चित्रात R बिंदूवर लवचिकता आहे.

(a) एकापेक्षा अधिक

(b) एकाबरोबर

(c) एकापेक्षा कमी

(d) शून्य

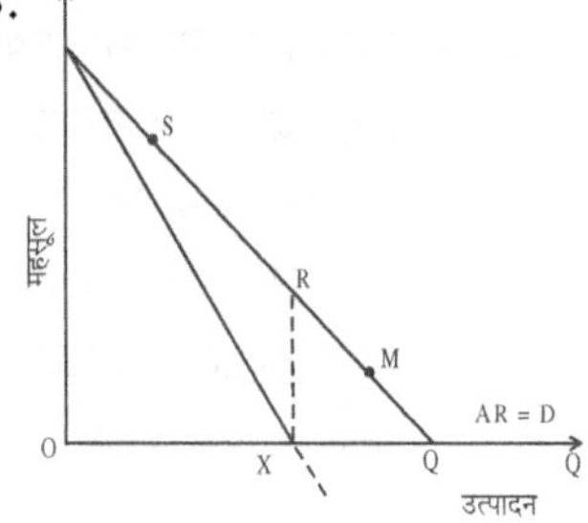

प्र. 85. पूर्ण स्पर्धेत
(a) AR = MR
(b) AR > MR
(c) AR < MR हून
(d) AR = MR = 0

प्र. 86. कोणते विधान सत्य आहे?
(a) एकूण महसूल = विक्री एकक × सीमांत महसूल
(b) एकूण महसूल = विक्री एकक × सरासरी महसूल
(c) एकूण महसूल = एकूण उत्पन्न – एकूण खर्च
(d) एकूण महसूल = एकूण खर्च – एकूण उत्पन्न

प्र. 87. अपूर्ण स्पर्धेत
(a) AR = MR
(b) AR > MR हून
(c) AR < MR हून
(d) AR = MR = 0

प्र. 88. कोणते विधान बरोबर आहे?

(a) $$e = \frac{\text{सरासरी महसूल}}{\text{सरासरी महसूल - सीमान्त महसूल}}$$

(b) $$e = \frac{\text{सीमान्त महसूल}}{\text{सरासरी महसूल - सीमान्त महसूल}}$$

(c) $$e = \frac{\text{सरासरी महसूल}}{\text{सीमान्त महसूल - सरासरी महसूल}}$$

(d) $$e = \frac{\text{सरासरी महसूल - सीमांत महसूल}}{\text{सरासरी महसूल}}$$

प्र. 89. उत्पादन वाढल्यावर LAC वक्र पडतो त्याचे कारण आहे.
(a) प्रमाणाची बचत
(b) कमी होणारे प्रतिफल
(c) प्रमाणाचे नुकसान
(d) वरील सर्व

प्र. 90. प्रश्न 84 च्या आलेखात 'M' बिंदूवर लवचिकता आहे.
(a) एकापेक्षा अधिक
(b) एकाबरोबर
(c) एकापेक्षा कमी
(d) शून्य

प्र. 91. प्रश्न 84 च्या आलेखात 'S' बिंदूवर लवचिकता आहे.
(a) एकापेक्षा अधिक
(b) एकाच्या बरोबर
(c) एकापेक्षा कमी
(d) शून्य

प्र. 92. कोणते विधान बरोबर आहे.

(a) MRn = TR (n+1) – TRn   (b) MRn = TR (n + 1) + TRn

(c) MRn = TRn – TR (n+1)   (d) MRn = TR(n+1) – TR (n–1)

प्र. 93. सामान्य लाभाच्या स्थितीत

(a) AR = AC   (b) AR > AC (c) AR < AC (d) AR = AC = 0

प्र. 94. एकाधिकारी फर्म

(a) फक्त किंमत नियोजक असते.

(b) फक्त प्रमाण नियोजक असते.

(c) किंमत नियोजक किंवा प्रमाण नियोजक असते

(d) वरील सर्व चूक

प्र. 95. मागणी वक्र असतो.

(a) AR वक्र   (b) MR वक्र   (c) TR वक्र (d) वरील कुठलाच नाही

प्र. 96. अपूर्ण स्पर्धेत किंमत कमी केल्यावर

(a) विक्रीवर काहीच परिणाम होत नाही

(b) विक्री कमी होते.

(c) विक्री अधिक होते.

(d) वरील सर्व होऊ शकते

प्र. 97. 'MC वक्र MR ला खालून छेदेल' चा अर्थ आहे की संतुलनबिंदूवर MR रेषेचा उतार MC रेषेच्या उतारा

(a) पेक्षा कमी असायला पाहिजे   (b) बरोबर असायला पाहिजे

(c) पेक्षा अधिक असायला पाहिजे (d) यापैकी कोणतेही नाही.

प्र. 98. फर्मच्या संतुलनाच्या दोन्ही अटी

(i) MR = MC (ii) MC वक्र MR ला खाली छेदल्यावर पूर्ण होतो.

(a) सर्व बाजारांत   (b) फक्त पूर्ण स्पर्धेत

(c) फक्त अपूर्ण स्पर्धेत   (d) फक्त एकाधिकारात

प्र. 99. कोणते विधान बरोबर आहे?

(a) MR रेषा TR मधील परिवर्तनदर सांगते

(b) TR रेषा MR मधील परिवर्तनदर सांगते

(c) MR आणि TR चा काही संबंध नाही.

(d) वरील सर्व चूक

प्र. 100. किंमत विभेद (मूल्यभेद) शक्य आहे.

(a) फक्त एकाधिकारात   (b) प्रत्येक बाजार परिस्थितीत

(c) एकाधिकारी स्पर्धेत   (d) पूर्ण स्पर्धेत

प्र. 101. अवपुंजनाचा (Dumping) उद्देश असतो.

(a) अति उत्पादनापासून सुटका मिळविणे

(b) विदेशी प्रतिद्वंद्वींना बाजारातून बाहेर काढणे

(c) विदेशी चलन (Exchange) मिळविणे

(d) वरील सर्व

प्र. 102. अवपुंजन (Dumping) किंमत विभेदाचे ते रूप आहे ज्या अंतर्गत

(a) वस्तू देशाच्या दोन भागांत वेगवेगळ्या किमतीला विकल्या जातात

(b) विदेशी बाजारात वस्तूची किंमत कमी व स्वदेशी बाजारात जास्त ठेवली जाते.

(c) वस्तूची किंमत स्वदेशी बाजारात कमी व विदेशी बाजारात जास्त ठेवली जाते.

(d) दोन्हींमध्ये किमतीचे समान प्रमाण ठेवले जाते.

प्र. 103. प्रा. चेंबरलिनने लिहिलेल्या पुस्तकाचे नाव आहे

(a) इकनॉमिक्स ऑफ इंपरफेक्ट कंपीटिशन आहे

(b) थिअरी ऑफ मोनोपॉलिस्टीक कंपीटिशन आहे

(c) प्रिन्सिपल्स ऑफ ओलिगोपोली आहे.

प्र. 104. अपूर्ण स्पर्धाबाजारात सर्वांत मुख्य आहे

(a) क्रयाधिकार   (b) द्वयाधिकार   (c) अल्पाधिकार   (d) एकाधिकार

प्र. 105. एकाधिकारी स्पर्धेच्या विचाराचे श्रेय

(a) श्रीमती जोन्स रॉबिन्सनला आहे (b) चेंबरलिनला आहे

(c) स्टिग्लरला आहे   (d) बोमॉलला आहे

प्र. 106. जर एखाद्या बाजारात ग्राहकांची संख्या अत्यधिक आहे, पण विक्रेत्यांची संख्या अपेक्षाकृत कमी आहे तर अशा बाजाराला म्हणतील

(a) पूर्ण स्पर्धा   (b) अपूर्ण स्पर्धा (c) एकाधिकार   (d) क्रयाधिकार

प्र. 107. अल्पाधिकारात बाजारनेतृत्व

(a) दुर्बल फर्म करते.   (b) सबल (Dominant) फर्म करते

(c) अनुभवी फर्म करते   (d) सीमान्त फर्म करते

प्र. 108. ज्या बाजारात ग्राहक आणि विक्रेत्यांची संख्या खूप जास्त असते त्या बाजाराला कोणत्या श्रेणीत ठेवता येईल?

(a) पूर्ण एकाधिकार   (b) अपूर्ण स्पर्धा

(c) अल्प विक्रेताधिकार   (d) पूर्ण स्पर्धा

प्र. 109. एकाधिकारात पुरवठावक्र

(a) धनात्मक असतो   (b) ऋणात्मक असतो

(c) अर्थहीन असतो   (d) पूर्ण स्पर्धेसारखा असतो

प्र. 110. अल्पकाळात एखादी फर्म

    (a) अतिरिक्त लाभ मिळवू शकते   (b) फक्त सामान्य लाभ मिळवेल

    (c) तोट्यात चालेल   (d) वरील सर्व शक्य

प्र. 111. अल्पकाळात फर्मला मागणीनुसार उत्पादन करणे

    (a) शक्य होते   (b) शक्य होत नाही.

    (c) पूर्णपणे शक्य आहे.   (d) वरीलपैकी कुठलेच नाही

प्र. 112. सामान्य लाभाला अर्थशास्त्रज्ञ

    (a) खर्चाचे अंग समजतात   (b) खर्चाचे अंग समजत नाहीत

    (c) परिवर्तनशील खर्च मानतात   (d) स्थिर खर्च मानतात.

प्र. 113. पूर्ण स्पर्धेत फर्मचा मागणीवक्र कोणत्या आकाराचा होईल हे आलेखाद्वारा स्पष्ट करा.

(a)   (b)

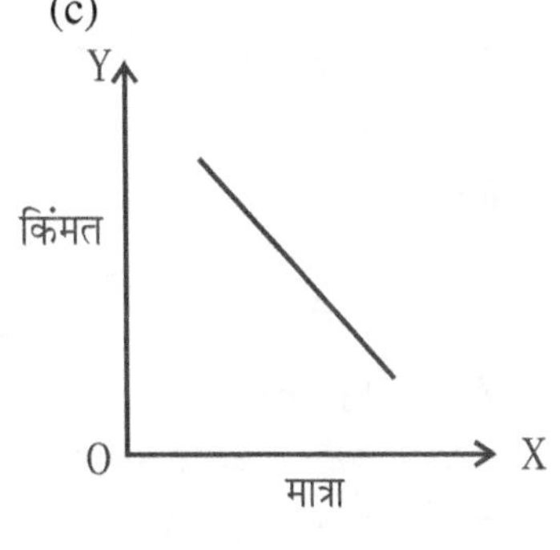

(c)   (d)

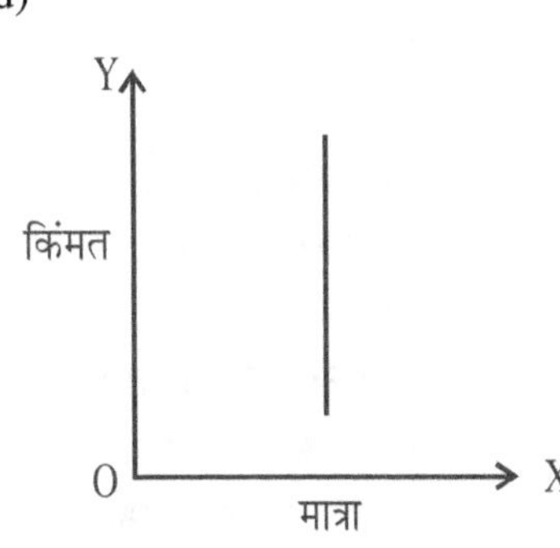

प्र. 114. पूर्ण स्पर्धेत किंमत कोण ठरवतं?

    (a) प्रतिनिधी फर्म   (b) उद्योग

    (c) सामान्य फर्म   (d) सरकार

प्र. 115. पूर्ण स्पर्धेत दीर्घकाळात
(a) AR = MR
(b) MR = MC
(c) LAC = Price
(d) वरील सर्व

प्र. 116. खालील आलेखात TP बिंदू कोणती स्थिती दर्शवितो आहे?

(a) सामान्य लाभाची
(b) अतिरिक्त लाभाची
(c) तोट्याची
(d) वरील कुठलीच नाही.

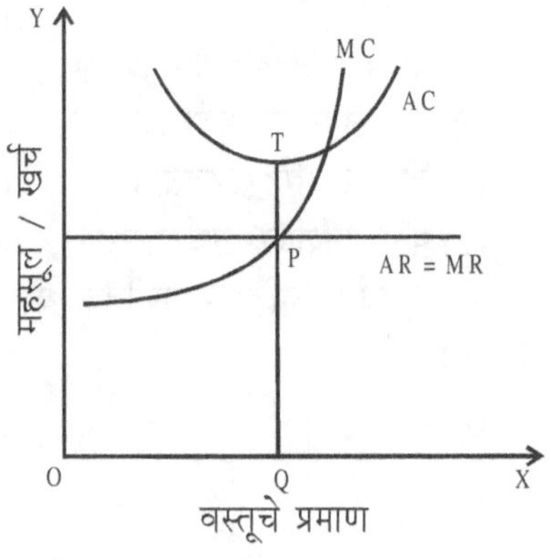

प्र. 117. पूर्ण स्पर्धेत एखाद्या फर्मसाठी संतुलनाच्या स्थितीत
(a) MR < AR
(b) MR > AR
(c) MR = AR
(d) AC = AR

प्र. 118. पूर्ण स्पर्धेची चांगली व्याख्या देताना श्रीमती जोन रॉबिन्सनने म्हटले आहे की 'पूर्ण स्पर्धा तेव्हा मिळते जेव्हा प्रत्येक उत्पादकाच्या उत्पादाची मागणी
(a) पूर्णतः अलवचिक असते
(b) पूर्णतः लवचिक असते
(c) अत्यधिक अलवचिक असते
(d) कमी अलवचिक असते

प्र. 119. पूर्ण स्पर्धेच्या अंतर्गत वस्तूचे प्रमाणीकरण होते आणि वस्तू कुठल्याही फर्मद्वारा उत्पादित झालेल्या असल्या तरी
(a) एकमेकांचे पूर्ण स्थानापन्न असतात.
(b) एकमेकांचे पूर्ण स्थानापन्न नसतात.
(c) वस्तूंच्या आकारप्रकारांत पुष्कळ फरक असतो
(d) वस्तूंच्या आकारप्रकारांत फारच कमी फरक असतो

प्र. 120. पूर्ण स्पर्धा असलेल्या बाजारात व्यक्तिगत ग्राहक किंवा विक्रेत्याचे
(a) विशेष महत्त्व नसते
(b) विशेष महत्त्व असते
(c) महत्त्व खूप मोजले जाते
(d) अस्तित्वाला खूप महत्त्व असते.

प्र. 121. पूर्ण स्पर्धेच्या अंतर्गत उद्योगाच्या बाहेर जाण्याचे फर्म्सना पूर्ण स्वातंत्र्य असते, पण पूर्ण स्पर्धेत फर्म्सची संख्या खूप असल्याने प्रत्येक फर्म एकूण

उत्पादनाच्या फारच थोडा भाग तयार करते, अशा स्थितीत एखाद्या फर्मच्या उद्योगात प्रवेश करण्याने किंवा उद्योग सोडण्याने उद्योगाच्या आकारावर आणि किंमतीवर काही परिणाम होत नाही. जर फर्मला असामान्य लाभ मिळतो आहे तर त्या आकर्षणाने नवीन फर्म्स उद्योगात प्रवेश करतील. या उलट जर काही फर्म्सना नुकसान होते आहे तर त्या उद्योग सोडून बाहेर जातील. म्हणून दीर्घकाळात फर्म्सना

(a) लाभ, नुकसान दोन्ही होणार नाही.

(b) फक्त सामान्य लाभ होईल.

(c) खूप नुकसान सहन करावे लागेल

(d) खूप मोठ्या प्रमाणात लाभ होईल

प्र. 122. ''एखाद्या वस्तूचा बाजार तेव्हा पूर्ण होतो जेव्हा ग्राहक व विक्रेत्याला या गोष्टीचे ज्ञान असेल की वस्तूंचे सौदे कोणत्या किंमतीला केले जात आहेत, दुसरे ग्राहक विक्रेते कोणत्या किंमतीवर सौदा करायला तयार आहेत आणि कोणताही ग्राहक कोणत्याही विक्रेत्याशी वस्तूच्या खरेदी विक्रीचा व्यवहार करू शकतो. अशा परिस्थितीत एखाद्या वस्तूची किंमत समस्त बाजारात एकसमान असते.'' वरील व्याख्या खालीलपैकी कोणत्या अर्थशास्त्रज्ञाची आहे ?

(a) श्रीमती जोन्स् रॉबिन्सनची   (b) प्रा. चेंबरलिनची

(c) प्रा. बेनहमची   (d) प्रा. मार्शलची

प्र. 123. दीर्घकाळात मूल्य एक असल्याने पूर्ण स्पर्धेच्या अंतर्गत वस्तूची मागणी X अक्षाला समांतर असते जेव्हा

(a) मागणी पूर्णत: अलवचिक असते

(b) मागणी पूर्णत: लवचिक असते

(c) मागणी अत्याधिक अलवचिक असते

(d) मागणी अलवचिक असते

प्र. 124. ''एखाद्या वस्तूचे मूल्य त्याच्या उत्पादनखर्चावर आधारित असते. वस्तूचे मूल्य ठरवताना अन्य गोष्टींचापण परिणाम होऊ शकतो, परंतु हा परिणाम उत्पादनखर्चाच्या परिणामाच्या तुलनेत फारच कमी असतो.'' वरील विचार खालीलपैकी कोणत्या अर्थशास्त्रज्ञाने प्रतिपादित केला आहे –

(a) जेवेन्सने   (b) रिकार्डोंने   (c) मेंजरने   (d) वोम बेवर्कने

प्र. 125. दीर्घ काळात पूर्ण स्पर्धेच्या अंतर्गत संतुलनाच्या स्थितीत एखादी फर्म

(a) अधिकतम खर्च फर्म असेल   (b) न्यूनतम खर्च फर्म असेल

(c) सीमान्त खर्च फर्म असेल   (d) सरासरी खर्च फर्म असेल

प्र. 126. पूर्ण प्रतियोगितेत (स्पर्धेत) उत्पादनाच्या साधनांमध्ये पूर्ण गतिशीलता असते म्हणून सर्व उद्योगस्थानांमध्ये उत्पादनाच्या साधनांची–

(a) सीमान्त उत्पादकता शून्य असते.

(b) सीमान्त उत्पादकता कमीच असते

(c) सीमान्त उत्पादकता अधिक असते.

(d) सीमान्त उत्पादकता अप्रभावित रहाते

प्र. 127. खालीलपैकी कोणते विधान सत्य आहे?

(a) पूर्ण स्पर्धेत किंमत सीमान्त खर्चाच्या बरोबर असते.

(b) पूर्ण स्पर्धेत किंमत सीमान्त खर्चापेक्षा अधिक असते.

(c) पूर्ण स्पर्धेत किंमत सामान्य खर्चापेक्षा कमी असते

(d) पूर्ण स्पर्धेत किमतीवर सीमान्त खर्चाचा काही परिणाम होत नाही

प्र. 128. ''वस्तूची किंमत त्याच्या स्पर्धेद्वारा ठरते. ज्या वस्तूची जितकी अधिक उपयोगिता असेल तेवढी जास्त किंमत आपण त्या वस्तूसाठी द्यायला तयार असतो. याउलट वस्तूची उपयोगिता जितकी कमी तेवढी त्याची किंमत कमी होईल.'' वरील सिद्धान्ताचे प्रतिपादन खालीलपैकी कोणत्या अर्थशास्त्रज्ञाने केले आहे?

(a) जेवेन्सने　　　　　　(b) रिकार्डोने

(c) ॲडम स्मिथने　　　　　(d) माल्थसने

प्र. 129. मार्शलच्या मते दीर्घकालीन सामान्य मूल्य प्रतिनिधी फर्मची

(a) सरासरी, किंमतीच्या बरोबर असायला हवी.

(b) सरासरी, किंमतीपेक्षा कमी असायला हवी

(c) सरासरी, किंमतीपेक्षा अधिक असायला हवी

(d) सरासरी, किंमतीने प्रभावित होत जाणारी नसावी.

प्र. 130. दीर्घकाळात एखाद्या वस्तूचे मूल्यनिर्धारण त्या वस्तूच्या सीमान्त उपयोगिता आणि सीमान्त खर्चाच्या संतुलनाद्वारे निश्चित होते परंतु जर वस्तूचे उत्पादन वृद्धिमान उत्पादन नियामानुसार होत असेल तर उत्पादनवृद्धीच्या बरोबरच सीमान्त उत्पादन खर्च सतत कमी होत जाईल आणि अशा स्थितीत मूल्य

(a) सरासरी खर्चाबरोबर असते, सीमान्त खर्चाबरोबर नाही

(b) सीमान्त खर्चाबरोबर असते पण सरासरी खर्चाबरोबर नाही

(c) सरासरी व सीमान्त खर्चाबरोबर असते.

(d) सरासरी खर्च व सीमान्त खर्चापेक्षा कमी असते

प्र. 131. दीर्घकालीन सामान्य मूल्य खालीलपैकी कोणत्या फर्मच्या सरासरीबरोबर असते?

(a) प्रतिनिधी फर्मच्या　　　　(b) संतुलनातील फर्मच्या

(c) सर्वोत्तम फर्मच्या　　　　(d) अनुकूलतम फर्मच्या

प्र. 132. "एखादा उद्योग अशा फर्म्सचा समूह असतो ज्या फक्त एकाच वस्तूचे उत्पादन करतात." हे विधान कोणत्या अर्थशास्त्रज्ञाचे आहे?

(a) मार्शल
(b) पीगू
(c) श्रीमती जोन्स् रॉबिन्सन
(d) हिक्स

प्र. 133. खालील आलेखात संतुलन दर्शविले आहे.

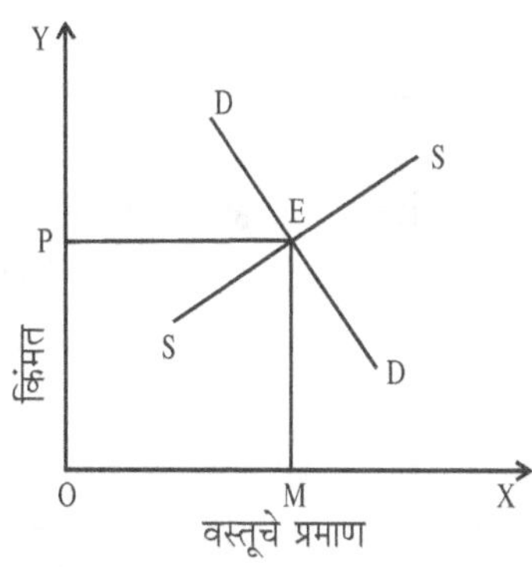

(a) एखाद्या उद्योगाचे
(b) एखाद्या फर्मचे
(c) काही फर्म्सचे
(d) प्रतिनिधी फर्म चे

प्र. 134. जेव्हा उद्योगातील फर्म्सच्या संख्येतील परिवर्तनाने व्यक्तिगत फर्मच्या खर्चात काहीही बदल न होण्याच्या स्थितीत म्हटले जाईल की उद्योगात

(a) स्थिर खर्चाचा नियम लागू आहे.
(b) खर्च वृद्धीच्या नियमाअंतर्गत उत्पादन होत आहे
(c) घटत्या खर्चाच्या नियमाअंतर्गत उत्पादन होत आहे.
(d) वरील काहीच नाही.

प्र. 135. "ती फर्म जी उद्योगाच्या बरोबर त्याच प्रकारच्या विस्ताराची किंवा संकोच करण्याची प्रकृती दर्शविते." तिला

(a) प्रतिनिधी फर्म म्हणतात
(b) सर्वोत्तम फर्म म्हणतात
(c) अनुकूलतम फर्म म्हणतात
(d) संतुलनातील फर्म म्हणतात

प्र. 136. अर्थशास्त्रात संतुलनातील फर्मच्या अवधारणेचे प्रतिपादन खालीलपैकी कोणत्या अर्थशास्त्रज्ञाने केले आहे?

(a) प्रा. मार्शलने
(b) प्रा. रॉबिन्सनने
(c) प्रा. पीगूने
(d) प्रा. जे. के. मेहतांनी

प्र. 137. प्रतिनिधी फर्मचा विस्तार झाल्यावर नवीन फर्म्सनासुद्धा उद्योगात येण्याची प्रेरणा मिळते आणि नवीन फर्म्सच्या उद्योगात येण्याने पुरवठा वाढतो. परिणामस्वरूप वस्तूच्या

(a) किमती वाढू लागतात

(b) किमती कमी होऊ लागतात.

(c) किमती कधी वाढतात तर कधी कमी होतात

(d) किमतीवर काही परिणाम होत नाही.

प्र. 138. दीर्घ काळात मूल्याची प्रवृत्ती प्रतिनिधी फर्मच्या सरासरी खर्चाच्या बरोबर होण्याची असते. जर मूल्य

(a) प्रतिनिधी फर्मच्या सरासरी खर्चापेक्षा अधिक असेल तर तिला लाभ होईल.

(b) प्रतिनिधी फर्मच्या सरासरी खर्चापेक्षा कमी असेल तर तिला लाभ होईल.

(c) प्रतिनिधी फर्मच्या सरासरी खर्चाबरोबर असेल तर तिला लाभ होईल.

(d) प्रतिनिधी फर्मच्या सरासरी खर्चापेक्षा अधिक असेल तर तिला नुकसान होईल.

प्र. 139. किंमत कमी झाल्याने प्रतिनिधी फर्मच्या विस्ताराची गती शिथिल होते आणि शेवटी एक अशी स्थिती येते जेव्हा प्रतिनिधी फर्मच्या विस्ताराची गती थांबून जाईल. अशी स्थिती त्या वेळी येईल

(a) जेव्हा किंमत प्रतिनिधी फर्मच्या सरासरी खर्चाबरोबर होईल.

(b) जेव्हा किंमत प्रतिनिधी फर्मच्या सरासरी खर्चापेक्षा कमी होईल.

(c) जेव्हा किंमत प्रतिनिधी फर्मच्या सरासरी खर्चापेक्षा अधिक होईल.

(d) जेव्हा किंमत प्रतिनिधी फर्मच्या सरासरी खर्चापेक्षा खूप जास्त होईल.

प्र. 140. अनुकूल फर्मचा लाभ त्यावेळी अधिक होतो जेव्हा

(a) सीमान्त खर्च सीमान्त उत्पन्नाबरोबर असतो.

(b) सीमान्त खर्च सीमान्त उत्पन्नापेक्षा कमी असतो.

(c) सीमान्त खर्च सीमान्त उत्पन्नापेक्षा अधिक असतो.

(d) सीमान्त खर्चावर सीमान्त उत्पन्नाचा काही परिणाम होत नाही.

प्र. 141. खालीलपैकी कोणते विधान बरोबर आहे.

(a) जर किंमत फर्मच्या सीमान्त खर्चापेक्षा कमी असेल तर फर्मला नुकसान होईल.

(b) जर किंमत फर्मच्या सीमान्त खर्चापेक्षा अधिक असेल तर फर्मला नुकसान होईल.

(c) जर किंमत फर्मच्या सीमान्त खर्चाच्या बरोबर असेल तर फर्मला नुकसान होईल.

(d) जर किमतीवर फर्मच्या सीमान्त खर्चाचा काहीच परिणाम होणार नाही तर फर्मला नुकसान होईल.

प्र. 142. न्यूनतम खर्च संयोग (Least Cost Combination) असलेल्या फर्मला
(a) अनुकूलतम फर्म म्हणतात.   (b) संतुलनातील फर्म म्हणतात
(c) प्रतिनिधी फर्म म्हणतात   (d) सीमान्त फर्म म्हणतात

प्र. 143. अल्पाधिकाराची निर्मिती
(a) पूर्ण स्पर्धेने होऊ शकते   (b) एकाधिकाराने होऊ शकते
(c) दोन्हींपैकी कशानेही होऊ शकते
(d) वरीलपैकी कशानेही होत नाही.

प्र. 144. फ्रेंच अर्थशास्त्रज्ञ कूर्नो (Cournot) चे प्रतिमान कोणत्या प्रकारच्या बाजाराशी संबंधित आहे?
(a) अल्पाधिकार   (b) द्वयाधिकार   (c) एकाधिकार   (d) क्रयाधिकार

प्र. 145. पूर्ण स्पर्धा फर्मचे दीर्घकालीन संतुलन–
(a) सरासरी खर्च वक्राच्या पडणाऱ्या भागावर होईल.
(b) सरासरी खर्च वक्राच्या न्यूनतम बिंदूवर होईल.
(c) सरासरी खर्च वक्राच्या वाढणाऱ्या भागावर होईल
(d) वरील तिन्ही शक्य

प्र. 146. पूर्ण स्पर्धेत सरासरी महसूलवक्र
(a) 'X' अक्षाला समांतर असतो.   (b) 'Y' अक्षाला समांतर असतो.
(c) डावीकडून उजवीकडे पडतो   (d) डावीकडून उजवीकडे वर चढतो

प्र. 147. पूर्ण स्पर्धेत प्रत्येक फर्म
(a) किंमत प्राप्तकर्ता आणि प्रमाण नियोजक असते.
(b) प्रमाण प्राप्तकर्ता आणि किंमत नियोजक असते.
(c) फक्त किंमत नियोजक असते.
(d) फक्त प्रमाण प्राप्तकर्ता असते.

प्र. 148. रिकार्डोंच्या मते वस्तू किंमत निर्धारणात
(a) फक्त मागणीपक्ष आवश्यक आहे.
(b) फक्त पुरवठापक्ष आवश्यक आहे
(c) मागणी व पुरवठा दोन्ही पक्ष आवश्यक आहेत
(d) मागणी व पुरवठा दोन्ही पक्ष आवश्यक नाहीत

प्र. 149. जेवेन्स, वॉलरस इ. अर्थशास्त्रज्ञांच्या मते
(a) फक्त मागणीपक्ष आवश्यक आहे
(b) फक्त पुरवठापक्ष आवश्यक आहे
(c) मागणी व पुरवठा दोन्ही पक्ष आवश्यक आहेत
(d) मागणी व पुरवठा दोन्ही पक्ष आवश्यक नाहीत

प्र. 150. कोणते विधान सत्य आहे?

(a) बाजार किंमत सामान्य किमतीच्या चारी बाजूंना फिरत असते

(b) सामान्य किंमत बाजार किमतीच्या चारी बाजूंना फिरत असते.

(c) बाजार किंमत व सामान्य किंमत नेहमी बरोबर असतात.

(d) वरील तिन्ही असत्य

प्र. 151. दीर्घकालीन सामान्य किंमत निर्धारित होते

(a) मागणी व पुरवठ्याच्या अस्थायी संतुलनाद्वारा

(b) मागणी व पुरवठ्याच्या स्थायी संतुलनाद्वारा

(c) मागणी व पुरवठ्याच्या उदासीन संतुलनाद्वारा

(d) वरील सर्व

प्र. 152. सामान्य लाभ एक अंग आहे.

(a) अव्यक्त खर्च (Implicit cost) चे

(b) स्पष्ट खर्च (Explicit Cost)

(c) वास्तविक खर्च (Real Cost)   (d) वैकल्पिक खर्च (Opportunity cost)

प्र. 153. संकोच मागणीवक्राचा वापर खालील विश्लेषण करतो

(a) किंमत दृढता   (b) संतुलन किंमत

(c) नेतृत्व किंमत   (d) समूह किंमत

प्र. 154. एकाधिकारात्मक स्पर्धेत 'अधिक क्षमता'चा अर्थ आहे.

(a) दीर्घकालीन संतुलन उत्पादन आणि सामाजिक आदर्श उत्पादन यांतील फरक

(b) दीर्घकालीन संतुलन उत्पादन आणि सामाजिक कल्याण यांतील फरक

(c) उत्पादनातील संतुलन आणि सामाजिक आदर्श उत्पादन यांचा मेळ

(d) वरील सर्व

प्र. 155. एकाधिकारात मागणीची आडवी लवचिकता शून्य होण्याचे कारण–

(a) बाजारात प्रतियोगी वस्तूंची उपलब्धता

(b) वस्तूच्या जवळ स्थानापन्नतेच्या उपलब्धतेचा अभाव

(c) वस्तूच्या जवळ स्थानापन्न वस्तूंची उपलब्धता

(d) बाजारात पूरक वस्तूंची उपलब्धता

प्र. 156. कोणते विधान बरोबर आहे?

(a) एकाधिकारात $AR = MR$ (b) एकाधिकारात $AR > MR$

(c) एकाधिकारात $AR < MR$ (d) एकाधिकारात $AR = MR = 0$

प्र. 157. एकाधिकारात आयताकार अतिपरवलय (Rectangular Hyperbola) वक्र असतो.

(a) AR वक्र   (b) MR वक्र   (c) AC वक्र   (d) MC वक्र

प्र. 158. विशुद्ध एकाधिकारात मागणीची लवचिकता एकक होण्याच्या स्थितीत एकाधिकाराच्या मागणीवक्राच्या प्रत्येक बिंदूवर उपभोक्त्याचा खर्च

    (a) कमी होत जातो   (b) जास्त होत जातो

    (c) स्थिर राहतो   (d) वरील सर्व स्थिती शक्य

प्र. 159. कोणते विधान सत्यतेच्या सर्वांत जवळ आहे?

    (a) एकाधिकारी वस्तूची किंमत नियंत्रित करतो

    (b) एकाधिकारी वस्तूच्या पुरवठ्याला नियंत्रित करतो

    (c) एकाधिकारी वस्तूची किंमत आणि वस्तूचा पुरवठा दोन्हींना नियंत्रित करतो

    (d) एकाधिकारी वस्तूचा पुरवठा किंवा वस्तूची किंमत नियंत्रित करतो.

प्र. 160. दीर्घ काळात एकाधिकाऱ्याला

    (a) नेहमी सामान्य लाभ होतो

    (b) नेहमी असामान्य लाभ होतो

    (c) नुकसान किंवा लाभ दोन्ही होऊ शकते

    (d) नुकसान किंवा सामान्य लाभ दोन्ही होऊ शकते

प्र. 161. एकाधिकारात मागणीवक्राची लवचिकता एकापेक्षा अधिक होण्याच्या स्थितीत

    (a) सीमान्त महसूल एककापेक्षा अधिक आणि धनात्मक असतो

    (b) सीमान्त महसूल एककापेक्षा अधिक पत्र ऋणात्मक असतो

    (c) सीमान्त महसूल शून्य असतो

    (d) वरील सर्व स्थिती शक्य

प्र. 162. दीर्घकाळात एकाधिकारी

    (a) अनुकुलतम आकाराच्या प्लांटवर लाभ मिळवितो

    (b) अनुकूलतम आकाराच्या प्लांटपेक्षा कमी आकारावर लाभ मिळवितो

    (c) अनुकूलतम प्लांटपेक्षा मोठ्या आकाराच्या प्लांटवर लाभ मिळवितो

    (d) वरील सर्व स्थिती शक्य

प्र. 163. दीर्घकाळासाठी कोणते विधान सत्य आहे?

    (a) एकाधिकारात वस्तूची किंमत सीमान्त खर्चापेक्षा जास्त असते

    (b) एकाधिकारात वस्तूची किंमत सीमान्त खर्चापेक्षा कमी असते

    (c) एकाधिकारात वस्तूची किंमत सीमान्त खर्चाच्या बरोबर असते

    (d) वरील तिन्ही स्थिती शक्य

प्र. 164. प्रा. लर्नरच्या मते

    (a) एकाधिकारी शक्तीची अट $= \dfrac{AR - MC}{AR}$

(b) एकाधिकारी शक्तीची अट $= \dfrac{MC - AR}{AR}$

(c) एकाधिकारी शक्तीची अट $= \dfrac{AR - MC}{AC}$

(d) एकाधिकारी शक्तीची अट $= \dfrac{MC - AR}{AC}$

प्र. 165. एकाधिकारनियमनासाठी लावला गेलेला एकरकमी कर (Lump Sum Tax) एकाधिकारीसाठी

  (a) स्थिर खर्च असतो   (b) परिवर्तनशील खर्च असतो

  (c) स्थिर खर्च किंवा परिवर्तनशील खर्च दोन्ही असतो.

  (d) वरील सर्व चूक

प्र. 166. द्विपक्षीय एकाधिकारासाठी कोणते विधान सत्य आहे?

  (a) किंमत निर्धारणीय आणि उत्पादन अनिर्धारणीय असते

  (b) किंमत अनिर्धारणीय आणि उत्पादन निर्धारणीय असते

  (c) किंमत आणि उत्पादन दोन्ही निर्धारणीय असतात

  (d) किंमत आणि उत्पादन दोन्ही अनिर्धारणीय असतात

प्र. 167. प्रा. ट्रिफिन यांनी एकाधिकारी शक्तीच्या कोटीला परिभाषित केले आहे.

  (a) वस्तू किंमत आणि सीमान्त किंमतीच्या आधारावर

  (b) किंमत सापेक्षतेच्या आधारावर

  (c) मागणीच्या आडव्या लवचिकतेच्या आधारावर

  (d) उत्पादनाच्या लवचिकतेच्या आधारावर

प्र. 168. खालील आलेखातील एकाधिकारी फर्म कोणत्या अवस्थेचे सूचक आहे?

  (a) सामान्य लाभ

  (b) नुकसान

  (c) अतिरिक्त लाभ

  (d) वरील कुठलेही नाही

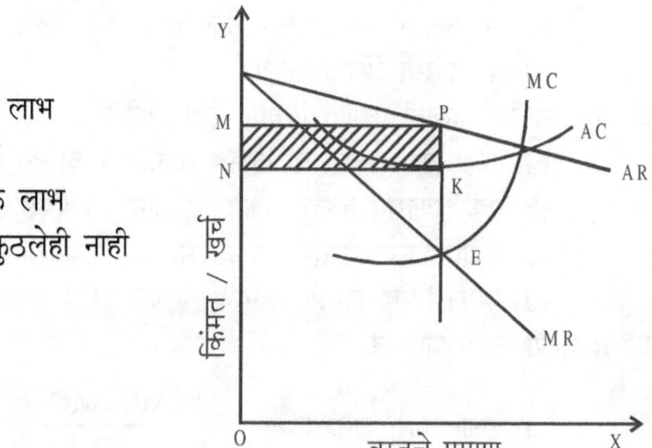

प्र. 169. प्रस्तुत आलेखात KTMN एकाधिकाराची कोणती अवस्था सांगते?

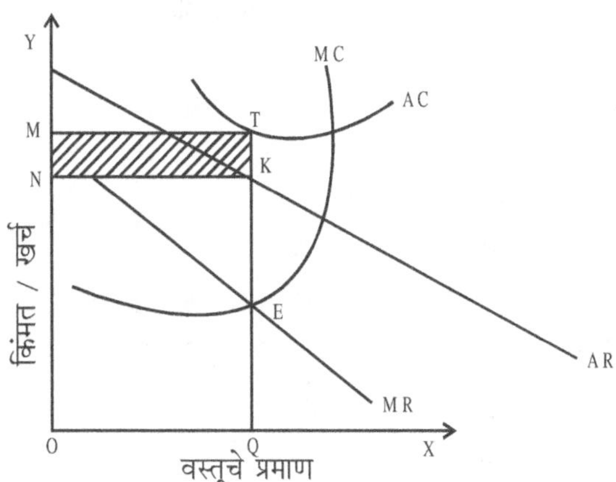

   (a) शून्य लाभ   (b) नुकसान

   (c) अतिरिक्त लाभ   (d) वरील काहीच नाही

प्र. 170. अल्पाधिकाराची अनिवार्य अट काय आहे?

   (a) फर्म्सची सीमित संख्या   (b) अनेकानेक फर्म्सद्वारा उत्पादन

   (c) अवैध किंमत स्पर्धा   (d) मागणीपेक्षा अधिक पूर्ती

प्र. 171. कोणत्या मॉडेलमध्ये (सिद्धान्त) विक्रेता आपल्या प्रतिद्वंद्वीचा मूल्य खर्च स्थिर मानतो.

   (a) बर्ट्रेंड मॉडेलमध्ये   (b) एज्वर्थ मॉडेलमध्ये

   (c) द्वयाधिकार मॉडेलमध्ये   (d) वरील कुठल्याच नाही

प्र. 172. पूर्ण स्पर्धा असलेल्या बाजारात अल्पकाळात फर्म्सनी आधिक्य लाभ मिळवला असेल तर दीर्घकाळात प्रवृत्ती होईल?

   (a) नवीन फर्म्स प्रवेश करतील

   (b) जुन्या फर्म्स उद्योग सोडून देतील

   (c) काहीच बदल होणार नाही

   (d) वरीलपैकी कुठलीही अट लागू होऊ शकते.

प्र. 173. एकाधिकाराला प्राकृतिक, वैधानिक, सामाजिक आणि ऐच्छिक अशा चार भागांत कोणत्या अर्थशास्त्रज्ञाने विभाजित केले?

   (a) चॅपमन   (b) बोल्डिंग

   (c) बेनहॅम   (d) पीगू

प्र. 174. जर मूल्य साविधिक रूपाने स्थापित केले जाईल आणि $P = AC$ असेल तेव्हा एकाधिकाराचा लाभ

(a) वाढेल   (b) कमी होईल

(c) आहे तसाच राहील   (d) शून्य होईल

प्र. 175. मूल्यभेद शक्य आहे

(a) एकाधिकारात   (b) पूर्ण स्पर्धेत

(c) एकाधिकार आणि पूर्ण स्पर्धा दोन्हीत

(d) एकाधिकार आणि पूर्ण स्पर्धा दोन्हीत नाही

प्र. 176. मूल्यभेदात एकाधिकारी संतुलनाची अट आहे.

(a) $Mr_a = MR_b = MC$ (b) $MR_a = MR_b > MC$

(c) $MR_a = MR_b < MC$ (d) $MR_a > MR_b > MC$

प्र. 177. पीगूच्या मते मूल्यभेदाच्या श्रेणी आहेत.

(a) एक   (b) दोन   (c) तीन   (d) चार

प्र. 178. मूल्यभेदाचा परिणाम होतो

(a) उत्पादनात वाढ   (b) उत्पादनात घट

(c) उत्पादनात काही बदल नाही   (d) वरीलपैकी काही नाही

प्र. 179. एकरकमी कर (Lump Sum Tax) लावला जाणे

(a) सीमान्त खर्च वक्राला वर चढवतो

(b) सीमान्त खर्च वक्राला खाली पाडतो

(c) सीमान्त खर्च वक्रात काहीच परिवर्तन होत नाही

(d) वरील स्थिती शक्य

प्र. 180. बाजारात अल्पाधिकार केव्हा असतो?

(a) जर अधिक विक्रेते असतील   (b) जर एक विक्रेता असेल

(c) जर दोन विक्रेते असतील   (d) अल्पसंख्य विक्रेते असतील

प्र. 181. व्यावहारिक जगात आपल्याला पूर्ण स्पर्धेची स्थिती आणि अपूर्ण स्पर्धेची स्थिती दोन्ही दिसत नाहीत तर या दोन्हींच्या मधली स्थिती आढळून येते. जेव्हा बाजारात अनेक फर्म्सच्या उत्पादनाचे विभेदीकरण होते तेव्हा त्याला

(a) एकाधिकारात्मक स्पर्धेचा बाजार म्हणतात

(b) अल्पाधिकार स्पर्धेच्या बाजाराची स्थिती म्हणतात

(c) द्वयाधिकार स्पर्धेच्या बाजाराची स्थिती म्हणतात

(d) वरीलपैकी काहीच म्हणत नाहीत

प्र. 182. ''जर बाजाराची योग्य प्रकारची संघटना नसेल, जर ग्राहक व विक्रेत्याच्या परस्पर संपर्कात अडचणी येत असतील आणि त्यांना अन्य लोकांनी खरेदी केलेल्या वस्तू व त्यांच्या किमती यांचे ज्ञान नसेल, तर अशा स्थितीला

आपण अपूर्ण स्पर्धा म्हणतो.'' वरील व्याख्या खालीलपैकी कोणत्या अर्थशास्त्रज्ञाने दिली आहे?

(a) स्टोनियरने   (b) हेगने   (c) प्रा. लर्नरने   (d) फेयरचाइल्डने

प्र. 183. एकाधिकारी स्पर्धेत समूह संतुलनाची (Group Equilibrium) व्याख्या कोणी केली.

(a) श्रीमती जोन्स् रॉबिन्सन   (b) स्टिग्लर

(c) चेंबरलिन   (d) सॅम्युएल्सन

प्र. 184. चेंबरलिनने पूर्ण ग्रुपसाठी किमतीला समान मानले. या मुद्द्याला काय नाव दिले जाते?

(a) चेंबरलिन खर्च वक्र

(b) एकाधिकारी स्पर्धा खर्च वक्र

(c) सम खर्च वक्र (lso cost)

(d) हीरॉइक मान्यता (Heroic assumption)

प्र. 185. चेंबरलिनच्या मते एकाधिकारी स्पर्धेचा मूळ आधार काय आहे?

(a) खर्चातला फरक

(b) जाहिरातबाजारातील फरक

(c) वाहतूकखर्चातला फरक

(d) उत्पादनविभेद (वस्तुभेद)

प्र. 186. एखाद्या शब्दाच्या आर्थिक कल्याणाच्या दृष्टीने कोणता बाजार सर्वोत्तम आहे.

(a) एकाधिकार   (b) एकाधिकारी स्पर्धा

(c) अल्पाधिकार   (d) पूर्ण स्पर्धा

प्र. 187. एज्वर्थच्या मॉडेल (सिद्धान्त) संबंधी कोणते विधान योग्य आहे?

(a) प्रत्येक द्वयाधिकारी एकमेकांच्या अस्तित्वाला मानतात

(b) प्रत्येक उत्पादन स्थिर रहाते आणि किमती बदलतात

(c) प्रत्येक किंमत स्थिर रहाते आणि उत्पादन बदलते

(d) प्रत्येक फर्मला बाजारनेतृत्व सांभाळण्याची इच्छा असते

प्र. 188. अपूर्ण स्पर्धेत सीमान्त महसूल रेषा सरासरी महसूल रेषेच्या खाली असते म्हणजेच सीमान्त महसूल सरासरीपेक्षा कमी असतो, याचे कारण हे आहे की अतिरिक्त एककांना विकण्यासाठी

(a) फर्मला किंमत वाढवावी लागते

(b) फर्मला किंमत कमी करावी लागते

(c) फर्मला किंमत कधी वाढवावी लागते तर कधी घटवावी लागते

(d) फर्मला किंमत एकूच ठेवावी लागते.

प्र. 189. खालील आलेखानुसार संतुलनाच्या स्थितीत एखाद्या फर्मला किती लाभ मिळेल?

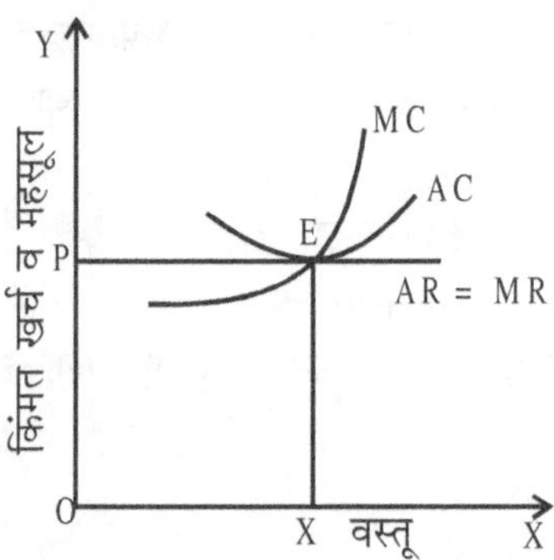

(a) कुठलाही लाभ मिळणार नाही

(b) सामान्य लाभ मिळेल

(c) फर्मला स्थिर खर्चाचे नुकसान सहन करावे लागते

(d) काही प्रमाणात असामान्य लाभ मिळेल.

प्र. 190. जिथे मालकी सरकार किंवा सार्वजनिक संस्थांची असते आणि एकाधिकारांचा उद्देश सामाजिक कल्याणात वाढ करण्याचा असतो तेथे

(a) शुद्ध अणि पूर्ण एकाधिकार असतो

(b) विभेदात्मक एकाधिकार असतो

(c) सार्वजनिक एकाधिकार असतो

(d) व्यक्तिगत एकाधिकार असतो.

प्र. 191. जेथे फर्मची मालकी व्यक्तिगत किंवा संघटनेच्या अधिकारात असते आणि ज्याचा मुख्य उद्देश आपला लाभ अधिकतम करण्याचा असतो त्याला

(a) सार्वजनिक एकाधिकार म्हणतात

(b) व्यक्तिगत एकाधिकार म्हणतात.

(c) विवेचनात्मक एकाधिकार म्हणतात

(d) साधारण एकाधिकार म्हणतात

प्र. 192. जेव्हा एकाधिकारात एकाधिकारी एकाच वस्तूसाठी विभिन्न उपभोक्त्यांकडून वेगवेगळी किंमत वसूल करतो तेव्हा त्याला

(a) पूर्ण एकाधिकार म्हणतात.

(b) विभेदात्मक एकाधिकार म्हणतात

(c) सार्वजनिक एकाधिकार म्हणतात

(d) साधारण एकाधिकार म्हणतात

प्र. 193. एकाधिकाराला (अ) प्राकृतिक (ब) कायदेशीर (क) सामाजिक आणि (ड) ऐच्छिक वर्गामध्ये खालीलपैकी कोणत्या अर्थशास्त्रज्ञाने विभाजित केले?

    (a) प्रा. बेनहमने   (b) प्रा. बोल्डिंगने

    (c) प्रा. टॉमसने   (d) प्रा. चँपर्मनने

प्र. 194. ''शुद्ध एकाधिकार स्थिती आहे ज्यात सर्व वस्तूंच्या पुरवठ्यावर एकाच फर्मचे नियंत्रण असते. या उलट अपूर्ण एकाधिकार त्याला म्हणतात जेथे नवीन फर्म्सचा प्रवेश, सरकारी नियंत्रण इत्यादींचे भय असते.''

वरील व्याख्या खालीलपैकी कोणत्या अर्थशास्त्रज्ञाने दिली आहे?

    (a) प्रा. टॉमसने   (b) प्रा. बेनहॉमने

    (c) प्रा. चेंबरलिनने   (d) प्रा. बोल्डिंगने

प्र. 195. विक्रीखर्च शब्दप्रयोग सर्वप्रथम कोणत्या अर्थशास्त्रज्ञाने केला?

    (a) मार्शल   (b) बेन्थम

    (c) चेंबरलिन   (d) नक्सें

प्र. 196. कॉस्ट प्लस प्राइसिंग आणि मेकअप प्राइसिंग दोन्ही मॉडेल्स

    (a) एकच आहेत   (b) वेगवेगळी आहेत

    (c) दोन्हीत खूप फरक आहे   (d) दोन्ही मिळते जुळते आहेत

प्र. 197. ही फर्म न खूप जुनी असते न नवीन, याचा ना विकास होतो ना संकोच, ना नुकसान ना लाभ. अशा प्रकारची फर्म एक किंवा अनेक असू शकतात, या फर्मला

    (a) अनुकूलतम फर्म म्हणतात   (b) संतुलन फर्म म्हणतात

    (a) सर्वोत्तम फर्म म्हणतात   (d) प्रतिनिधी फर्म म्हणतात

प्र. 198. न्यूनतम खर्चाची फर्म

    (a) सीमान्त फर्म आहे   (b) प्रतिनिधी फर्म आहे

    (c) संतुलन फर्म आहे   (d) अनुकूलतम फर्म आहे.

प्र. 199. मार्शलद्वारा प्रतिपादित शुद्ध एकाधिकार उत्पन्न मिळण्यासाठी खालीलपैकी कोणता फॉर्म्युला वा सूत्र योग्य आहे?

    (a) शुद्ध एकाधिकार उत्पन्न = एकूण उत्पन्न $\times$ एकूण खर्च

    (b) शुद्ध एकाधिकार उत्पन्न = एकूण उत्पन्न $\times$ एकूण गुंतवणूक

    (c) शुद्ध एकाधिकार उत्पन्न = एकूण उत्पन्न $-$ एकूण खर्च

    (d) शुद्ध एकाधिकार उत्पन्न $= \dfrac{\text{एकूण उत्पन्न}}{\text{एकूण खर्च}}$

200. "Economics of lmperfect Competition" पुस्तकाचे लेखक आहेत
  (a) जोन्स् रॉबिन्सन   (b) हिक्स
  (c) चेंबरलिन   (d) मार्शल

उत्तरे

1. b	2. a	3. a	4. c	5. c	6. b	7. a	8. d
9. d	10. b	11. a	12. a	13. a	14. a	15. b	16. a
17. a	18. a	19. a	20. a	21. d	22. a	23. b	24. d
25. a	26. d	27. b	28. d	29. c	30. c	31. b	32. b
33. b	34. d	35. c	36. c	37. b	38. c	39. c	40. a
41. c	42. b	43. c	44. b	45. b	46. a	47. c	48. a
49. a	50. a	51. a	52. b	53. b	54. d	55. b	56. c
57. b	58. c	59. b	60. a	61. b	62. c	63. b	64. b
65. b	66. b	67. a	68. c	69. a	70. b	71. b	72. d
73. d	74. b	75. c	76. a	77. a	78. a	79. c	80. b
81. c	82. b	83. a	84. b	85. a	86. b	87. b	88. a
89. a	90. c	91. a	92. a	93. a	94. c	95. a	96. c
97. a	98. a	99. a	100. a	101. d	102. b	103. b	104. c
105. b	106. b	107. b	108. d	109. c	110. d	111. b	112. a
113. a	114. b	115. d	116. d	117. c	118. b	119. a	120. a
121. b	122. c	123. b	124. b	125. b	126. c	127. a	128. a
129. a	130. a	131. a	132. c	133. a	134. a	135. a	136. c
137. b	138. a	139. a	140. a	141. a	142. a	143. c	144. b
145. b	146. a	147. a	148. b	149. a	150. a	151. b	152. a
153. a	154. a	155. b	156. b	157. a	158. c	159. d	160. b
161. a	162. d	163. a	164. a	165. a	166. d	167. c	168. c
169. d	170. a	171. b	172. a	173. a	174. d	175. a	176. a
177. c	178. c	179. c	180. d	181. a	182. d	183. c	184. d
185. d	186. d	187. c	188. b	189. b	190. c	191. b	192. b
193. d	194. c	195. c	196. a	197. d	198. d	199. c	200. a

■■■

4. वितरण आणि कल्याणकारी अर्थशास्त्र
Distribution and Welfare Economics

प्र. 1. ''जेव्हा उत्पादनासाठी असलेली मागणी पूर्णत: लवचिक असते तेव्हा पूर्ण स्पर्धा अस्तित्वात येते.'' हे विधान कोणाचे आहे?

(a) बिलास   (b) चेंबरलिन   (c) जोन्स् रॉबिन्सन   (d) मेयर्स

प्र. 2. मागणी-पुरवठ्याचे स्वातंत्र्य हे कोणत्या प्रकारच्या बाजारपेठेचे महत्त्वाचे वैशिष्ट्य आहे?

(a) पूर्ण स्पर्धा   (b) पूर्ण मक्तेदारी

(c) घटक बाजार   (d) अपूर्ण स्पर्धा

प्र. 3. ज्या बाजारात भांडवल, श्रम इत्यादींसारख्या उत्पादनघटकांची देवाण घेवाण होते. त्यास काय म्हणतात?

(a) वस्तू बाजार   (b) सामान्य बाजार

(c) घटक बाजार   (d) प्रादेशिक बाजार

प्र. 4. खालीलपैकी कोणते विधान चूक आहे?

(a) पूर्ण स्पर्धेतील उत्पादक - विक्रेता हा किंमतनिर्माता नसून किंमत स्वीकारणारा असतो.

(b) पूर्ण स्पर्धेच्या बाजारात भूमी, श्रम, भांडवल व संयोजक हे उत्पादनाचे घटक संपूर्णत: गतिशील असतात.

(c) पूर्ण स्पर्धेतील मागणीवक्र हा क्षितिजसमांतर नसतो.

(d) पूर्ण स्पर्धेच्या बाजारातील वस्तू या एकजिनसी असतात.

प्र. 5. पूर्ण स्पर्धेत जेव्हा उद्योगसंस्थेचा दीर्घकालीन समतोल प्रस्थापित होतो तेव्हा कोणती स्थिती असते?

(a) सीमान्त खर्च = सीमान्त प्राप्ती = सरासरी खर्च = सरासरी प्राप्ती = किंमत

(b) सीमान्त खर्च = सीमान्त उत्पादन

(c) सीमान्त प्राप्ती = सरासरी खर्च

(d) सरासरी प्राप्ती = सीमान्त खर्च

प्र. 6. पेटंट, ट्रेडमार्क, कॉपीराइट इ. कोणत्या प्रकारच्या मक्तेदारीशी संबंधित आहेत?

प्र. 7. जेव्हा मक्तेदार एक वस्तू वा सेवा वेगवेगळी किंमत आकारून निरनिराळ्या ग्राहकांना विकतो तेव्हा त्यास काय म्हणतात?

(a) मूल्यभेद
(b) द्वयाधिकार
(c) पूर्ण मक्तेदारी
(d) ऐच्छिक मक्तेदारी

प्र. 8. अवपुंजन किंवा डंपिग हा कोणत्या प्रकारचा मूल्यभेद आहे?

(a) व्यक्तीनुसार मूल्यभेद
(b) गुणात्मक मूल्यभेद
(c) भौगोलिक मूल्यभेद
(d) उपभोगानुसार मूल्यभेद

प्र. 9. अमेरिकन अर्थशास्त्रज्ञ इ. एच. चेंबरलिन यांनी इ. स. 1933 मध्ये आपल्या कोणत्या पुस्तकात 'मक्तेदारीयुक्त स्पर्धेची' संकल्पना मांडली?

(a) दि थिअरी ऑफ मोनोपोलिस्टिक कॉम्पिटिशन
(b) दि फॅक्ट्स ऑफ मोनोपोलिस्टिक कॉम्पिटिशन
(c) मोनोपोलिस्टिक कॉम्पिटिशन इन इकॉनॉमिक्स
(d) दि नेचर ऑफ मोनोपोलिस्टिक कॉम्पिटिशन

प्र. 10. 'गट संकल्पना' हे कोणत्या प्रकारच्या बाजारस्पर्धेचे महत्त्वाचे वैशिष्ट्य आहे?

(a) पूर्ण स्पर्धा
(b) मक्तेदारीयुक्त स्पर्धा
(c) अपूर्ण स्पर्धा
(d) अल्पकालीन स्पर्धा

प्र. 11. भारतात पोलाद, रासायनिक खते इ. ची बाजारपेठ ही कोणत्या प्रकारची बाजारपेठ आहे?

(a) अल्प विक्रेताधिकार
(b) मक्तेदारी
(c) पूर्ण स्पर्धा
(d) अपूर्ण स्पर्धा

प्र. 12. इ. स. 1938 मध्ये द्वि-विक्रेताधिकार बाजाराचे विश्लेषण सर्वप्रथम कोणत्या अर्थशास्त्रज्ञाने केले?

(a) चेंबरलिन
(b) जोन्स रॉबिन्सन
(c) कूर्नो
(d) मेयर्स

प्र. 13. विभाजनाच्या सीमान्त उत्पादकता (MP) सिद्धान्ताची मूलभूत संकल्पना कोणी मांडली?

(a) डॉ. जेवेन्स
(b) सर एडवर्ड वेस्ट
(c) जोन्स रॉबिन्सन
(d) मेयर्स

प्र. 14. सीमान्त उत्पादकता सिद्धान्तानुसार उत्पादन घटकाला मिळणारा मोबदला हा कोणाच्या बरोबर असतो?

(a) सीमान्त उत्पादकता
(b) सीमान्त खर्च
क) सरासरी उत्पादकता
(d) सरासरी खर्च

प्र. 15. पर्यायता नियमानुसार खालील कोणते सूत्र बरोबर आहे?

(a) श्रमाची सीमान्त उत्पादकता ÷ वेतन = भांडवलाची सीमान्त उत्पादकता ÷ व्याज = भूमीची सीमान्त उत्पादकता ÷ खंड

(b) श्रमाची सीमान्त उत्पादकता - वेतन = भांडवलाची सीमान्त उत्पादकता + व्याज

(c) भांडवलाची सीमान्त उत्पादकता ÷ वेतन = श्रमाची सीमान्त उत्पादकता ÷ व्याज = भूमीची सीमान्त उत्पादकता ÷ व्याज

(d) भांडवलाची सीमान्त उत्पादकता ÷ व्याज = श्रमाची सीमान्त उत्पादकता ÷ वेतन = भूमीची सीमान्त उत्पादकता ÷ खंड

प्र. 16. श्रमाच्या मागणीपुरवठ्याच्या सिद्धान्ताला काय म्हणतात?

(a) खंडाचा सिद्धान्त   (b) वेतनाचा सिद्धान्त

(c) वेतनाचा आधुनिक सिद्धान्त   (d) श्रमाच्या समतोलाचा सिद्धान्त

प्र. 17. सामूहिक सौदा म्हणजे काय?

(a) मालकवर्ग व कामगारवर्ग यांच्यातील वाटाघाटी

(b) मालकवर्गाने एकत्रित येऊन मालाच्या किंमती ठरविणे

(c) कामगारांनी एकत्रित येऊन कामाचे वेतन ठरविणे

(d) मालकवर्गाने एकत्रित येऊन कच्चा माल खरीदणे

प्र. 18. अर्थशास्त्रातील खंड हा कोणता खंड आहे?

(a) प्रासंगिक खंड   (b) दोन्ही पक्षांना मान्य असणारा खंड

(c) आर्थिक खंड   (d) आभासी खंड

प्र. 19. अर्थशास्त्रामध्ये खंडाची सर्वप्रथम व्याख्या कोणी केली?

(a) डेव्हिड रिकार्डो   (b) मार्शल

(c) जोन्स रॉबिन्सन   (d) पीगू

प्र. 20. 19 व्या शतकाच्या सुरुवातीस कोणत्या ग्रंथात खंडाचा सिद्धान्त सर्वप्रथम मांडला गेला?

(a) प्रिन्सिपल ऑफ पोलिटिकल इकॉनॉमी

(b) रिकार्डियन थिअरी ऑफ रेन्ट

(c) थिअरी ऑफ रेन्ट   (d) रेन्ट इन इकॉनॉमिक्स

प्र. 21. खंडविषयक आधुनिक सिद्धान्ताची मागणी बदली उत्पन्नाच्या स्वरूपात कोणी मांडली?

(a) मार्शल   (b) रिकार्डो   (c) रॉबिन्सन   (d) वॉकर

प्र. 22. आभासी खंडाची संकल्पना कोणी मांडली?

(a) मार्शल   (b) रिकार्डो   (c) रॉबिन्सन   (d) बेनहॅम

प्र. 23. ''खंडाचे स्वरूप हे गुणभेदजन्य वाढावा अशा प्रकारचे असते'' हे कोणी स्पष्ट केले?

(a) मार्शल   (b) रिकार्डो   (c) रॉबिन्सन   (d) ॲडॅम स्मिथ

प्र. 24. आर्थिक खंड काय आहे?

(a) खर्च   (b) बचत   (c) दोन्हीही   (d) उत्पन्न

प्र. 25. भांडवल या घटकाच्या वापराबद्दल दिला जाणारा मोबदला म्हणजे काय आहे?

(a) खंड   (b) उत्पन्न   (c) खर्च   (d) व्याज

प्र. 26. सनातनवादी सिद्धान्ताप्रमाणे भांडवलाचा पुरवठा म्हणजे काय?

(a) लोकांनी शिल्लक टाकलेली रक्कम

(b) बँकांकडून उभारलेले कर्ज

(c) जनतेकडून उभारलेले कर्ज

(d) उद्योगधंद्यातील गुंतवणूक

प्र. 27. ''रोखता पसंतीचा त्याग करण्याचा मोबदला म्हणजे व्याज होय'' व्याजाची ही व्याख्या कोणी मांडली?

(a) केन्स   (b) पियाजे   (c) नाइट   (d) वॉलरस

प्र. 28. केन्स यांचा रोखता पसंती सिद्धान्त कशावर आधारित आहे?

(a) बचत आणि गुंतवणूक हे दोन्ही स्वतंत्र घटक आहेत.

(b) व्याजदरावर चलनी घटकांचासुद्धा प्रभाव पडतो.

(c) बचत लोकांच्या वर्तमान काळातील उत्पन्नावर अवलंबून असते.

(d) व्याज ही संपूर्णत: चलनविषयक घटना आहे.

प्र. 29. केन्स यांच्या रोखता पसंती सिद्धान्तानुसार व्याजदर कशावरून ठरतो?

(a) उत्पन्नाच्या पातळीवरून

(b) लोकांची रोखतापसंती वृत्ती

(c) पैशाच्या मागणी पुरवठ्यावरून

(d) उत्पादकता, समयप्राधान्य या घटकावरून

प्र. 30. कोणत्या अर्थशास्त्रज्ञाने नफ्याला उद्योगरूपी जहाजाच्या कप्तानाची उपमा दिली?

(a) जे. बी. क्लार्क (b) शुम्पीटर (c) हॉले   (d) व्हायनर

प्र. 31. निव्वळ नफ्याच्या संदर्भात खालील कोणते सूत्र बरोबर आहे?

(a) निव्वळ नफा = एकूण नफा - (उत्पादन घटकांचा मोबदला + घसारा खर्च + विमा खर्च + जादा वैयक्तिक नफा)

(b) निव्वळ नफा = एकूण नफा - उत्पादन खर्च

(c) निव्वळ नफा = एकूण प्राप्ती - उत्पादन खर्च

(d) निव्वळ नफा = एकूण नफा - (उत्पादन खर्च + विमा खर्च)

प्र. 32. नफ्याचा धोका व अनिश्चितता सिद्धान्त कोणी मांडला?

(a) एफ. एच. नाइट   (b) शुम्पीटर

(c) स्टिग्लर   (d) व्हायनर

प्र. 33. नफ्याचा नवप्रवर्तनाचा सिद्धान्त कोणी मांडला?

(a) एफ. एच. नाइट   (b) केन्स

(c) शुम्पीटर   (d) स्टिग्लर

प्र. 34. अर्थशास्त्रात भूमीचा अर्थ काय आहे?

(a) शेतीयोग्य जमीन   (b) सर्व नैसर्गिक साधने

(c) मानवनिर्मित साधने (d) यांपैकी कोणतेही नाही

प्र. 35. शुद्ध व्याजामध्ये खालीलपैकी कशाचा समावेश केला जात नाही.

(a) धोका   (b) असुविधेबद्दलचा मोबदला

(c) प्रकल्पासाठीचा मोबदला (d) वरील सर्व

प्र. 36. खालीलपैकी कोणते घटक वास्तविक वेतनाला प्रभावित करणारे घटक आहेत?

(a) पैशाची खरेदी शक्ती (b) अतिरिक्त सुविधा

(c) काम करण्याची परिस्थिती (d) वरील सर्व

प्र. 37. आर्थिक खंड हा एकूण खंडाचा एक भाग आहे हे कोणी स्पष्ट केले?

(a) रिकार्डो (b) स्टिग्लर (c) मार्शल (d) पीगू

प्र. 38. खंडाचे किती प्रकार आहेत?

(a) 1   (b) 2   (c) 3   (d) 4

प्र. 39. कामगाराचे वास्तविक वेतन म्हणजे काय?

(a) कामगाराच्या श्रमाची उत्पादकता

(b) चलनाच्या रूपात त्याला मिळणारे वेतन

(c) वेतनस्वरूपात मिळालेल्या पैशाची खरेदी शक्ती

(d) वरील सर्व

प्र. 40. वेतनाचा कोणता सिद्धान्त हा माल्थसच्या लोकसंख्यासिद्धान्तावर आधारित आहे?

(a) वेतनाचा सीमान्त उत्पादकता सिद्धान्त

(b) निर्वाह वेतन सिद्धान्त

(c) वेतनाचा आधुनिक सिद्धान्त (d) वरील सर्व

प्र. 41. वेतनाचा सीमान्त उत्पादकता सिद्धान्त कोणी मांडला?

(a) विकस्टीड (b) चेंबरलिन (c) मार्शल (d) स्टिग्लर

प्र. 42. वेतनाच्या सीमान्त उत्पादकता सिद्धान्ताचा सारांश काय आहे?

(a) श्रमाचे वेतन हे त्याच्या सीमान्त उत्पादकतेएवढे असते.

(b) श्रमाचे वेतन हे मागणी पुरवठ्याच्या नियमानुसार ठरते.

(c) श्रमाचे वेतन हे त्याच्या सीमान्त उत्पादकतेपेक्षा कमी असते.

(d) श्रमाचे वेतन हे त्याच्या सीमान्त उत्पादकतेपेक्षा जास्त असते.

प्र. 43. वेतनाच्या आधुनिक सिद्धान्तानुसार श्रमाचा मागणीवक्र कसा असतो?

(a) धनात्मक उताराचा   (b) ऋणात्मक उताराचा

(c) सरळ रेषेचा   (d) उजवीकडून डावीकडे उतरणारा

प्र. 44. कोणत्या अर्थशास्त्रज्ञाने सामाजिक कल्याणाची संकल्पना करताना उपयोगितेच्या क्रमदर्शी पद्धतीचा वापर केला?

(a) स्कायटोव्हॉस्की   (b) मेलूविन टीडर

(c) पॅरेटो   (d) बॉबर

प्र. 45. ''सामाजिक पुनर्संघटनेमुळे लाभ प्राप्त करणाऱ्या उपभोक्त्यावर कर आकारणी करून हानिधारकांची भरपाई देता येऊनही आधिक्य शिल्लक राहत असल्यास सामाजिक कल्याणात वाढ झाली असे म्हणता येईल.'' सामाजिक कल्याणाचे हे तत्त्व कोणाचे आहे?

(a) कॅल्डॉर - हिक्स   (b) स्कायटोव्हॉस्की

(c) मेलूविन टिडर   (d) पॅरेटो

प्र. 46. धरणे बांधत असताना धरणाखाली जमीन गेल्यामुळे झालेल्या हानीपेक्षा धरणामुळे होणारे लाभ जास्त असतील तर सामाजिक कल्याणात वाढ होईल. हे उदाहरण कोणाच्या तत्त्वाचे आहे?

(a) कॅल्डॉर - हिक्स   (b) स्कायटोव्हॉस्की

(c) मेलविन टिडर   (d) पॅरेटो

प्र. 47. मार्क्सच्या अनुसार ''नफा ही एक कायदेशीर चोरी आहे.'' मार्क्सच्या या सिद्धान्तावर आधारित खालीलपैकी कोणता सिद्धान्त आहे?

(a) रिकार्डोचा खंड सिद्धान्त   (b) माल्थसचा लोकसंख्या सिद्धान्त

(c) रिकार्डोचा श्रम-मूल्य सिद्धान्त (d) मार्शलचा उपयोगितेचा सिद्धान्त

प्र. 48. खालीलपैकी कोणती मागणी ही अप्रत्यक्ष मागणी (Derived Demand) आहे?

(a) श्रमाची मागणी   (b) वस्तूची मागणी

(c) वेतनाची मागणी   (d) उपभोक्त्याची मागणी

प्र. 49. कंत्राटी खंडाचे (Rent) निर्धारण कशाद्वारे होते.

(a) मागणी आणि पुरवठ्याद्वारा   (b) लिलावामध्ये बोली लावून

(c) जमिनीच्या मालकाद्वारे   (d) यांपैकी कोणताही नाही

प्र. 50. उत्पादनघटकांच्या पुरवठ्याच्या संदर्भात कोणती संकल्पना अधिक उपयुक्त ठरते?

(a) उत्पादन खर्चाची
(b) वैकल्पिक उत्पादनखर्चाची
(c) पुरवठ्याच्या समयप्राधान्यतेची
(d) उत्पादनघटकाच्या गुणवत्तेची

प्र. 51. वितरणाचा सीमान्त उत्पादकता सिद्धान्त कोणी मांडला?

(a) पॅरेटो
(b) जे. बी. क्लार्क
(c) वालरस
(d) विकस्टीड

प्र. 52. वितरणाच्या सीमान्त उत्पादकता सिद्धान्तासंदर्भातील खालील कोणते सूत्र बरोबर आहे?

(a) सीमान्त प्राप्ती उत्पत्ती = सीमान्त उत्पादकता × वस्तूची किंमत

(b) सीमान्त उत्पादकता = सीमान्त प्राप्ती उत्पत्ती × वस्तूची किंमत

(c) वस्तूची किंमत = सीमान्त उत्पादकता × सीमान्त प्राप्ती उत्पत्ती

(d) वस्तूची किंमत = सीमान्त उत्पादकता ÷ सीमान्त प्राप्ती उत्पत्ती

प्र. 53. मागणी पुरवठ्याच्या सिद्धान्ताला काय म्हणतात?

(a) वितरणाचा सीमान्त उत्पादकता सिद्धान्त

(b) वितरणाचा आधुनिक सिद्धान्त

(c) सीमान्त उत्पादकतेचा सिद्धान्त

(d) अप्रत्यक्ष मागणीचा सिद्धान्त

प्र. 54. वितरणाचा आधुनिक सिद्धान्त कोणत्या परिस्थितीत लागू होतो?

(a) अपूर्ण स्पर्धा
(b) मक्तेदारीयुक्त स्पर्धा
(c) पूर्ण स्पर्धा
(d) दिलेल्या सर्व परिस्थितीत

प्र. 55. जर एखाद्या वस्तूची किंमत वाढून तिची मागणी कमी झाली तर मागणीवक्र कसा असेल?

(a) ऋणात्मक
(b) धनात्मक
(c) इंग्रजी "U" आकाराचा
(d) इंग्रजी "U" आकाराच्या उलटा

प्र. 56. ज्या किंमतीला मागणी आणि पुरवठा समान होतात त्या किंमतीला काय म्हणतात?

(a) लवचिक किंमत
(b) अलवचिक किंमत
(c) समतोल किंमत
(d) दिलेल्यांपैकी कोणतीही नाही

प्र. 57. रोखतेच्या सापळ्याची (Liquidity Trap) संकल्पना कोणी मांडली?

(a) केन्स
(b) विक्सेल
(c) रॉबर्टसन
(d) मार्शल

प्र. 58. व्याजाच्या कोणत्या सिद्धान्तानुसार भांडवलाची मागणी व पुरवठा यांच्या समन्वयाने व्याजाचा दर निश्चित होतो?

(a) व्याजाचा रोखता पसंती सिद्धान्त

(b) व्याजाचा ऋण योग्य निधी सिद्धान्त

(c) व्याजाचा बचत गुंतवणूक सिद्धान्त

(d) दिलेल्यांपैकी कोणताही नाही

प्र. 59. व्याजाचे सर्व आर्थिक सिद्धान्त हे कोणत्या प्रकारच्या व्याजाचे आहेत?

    (a) सकल व्याज   (b) शुद्ध व्याज

    (c) आर्थिक व्याज   (d) वरीलपैकी सर्व

प्र. 60. व्याजाचा ऋण योग्य निधी सिद्धान्त अजून कोणत्या नावाने ओळखला जातो?

    (a) अभिमत सिद्धान्त   (b) नव अभिमत सिद्धान्त

    (c) मौद्रिक सिद्धान्त   (d) बचत गुंतवणूक सिद्धान्त

प्र. 61. व्याजाचा ऋणयोग्य निधी सिद्धान्त कोणी मांडला?

    (a) विकसेल व रॉबर्ट्सन   (b) मेयर्स व चेंबरलिन

    (c) केन्स   (d) रिकार्डो

प्र. 62. रोखता पसंतीच्या वक्रासंदर्भात खालीलपैकी कोणते समीकरण बरोबर आहे?

    (a) $L_P = L_1 + L_2$ (b) $L_P = L_1 \div L_2$

    (c) $L_P = L_1 \times L_2$ (d) $L_P = L_1 - L_2$

प्र. 63. रोखता पसंतीच्या वक्राचा आकार कसा असतो?

    (a) ऋणात्मक उताराचा   (b) धनात्मक उताराचा

    (c) 'क्ष' अक्षाला समांतर   (d) 'य' अक्षाला समांतर

प्र. 64. कोणत्या संकल्पनेनुसार व्याजाचा दर कधीही शून्याच्या खाली जाण्याची शक्यता नसते?

    (a) मुद्रा पसंती   (b) रोखता पसंती

    (c) रोखतेचा सापळा   (d) ऋणयोग्य निधी

प्र. 65. कार बनविणाऱ्या कारखान्यातील श्रमिकांचे वेतन केव्हा वाढेल?

    (a) कारच्या किंमतीत वाढ होईल तेव्हा

    (b) कारच्या खरेदीदारांमध्ये वाढ होईल तेव्हा

    (c) शासनाद्वारे कारवरील करात कपात केली जाईल तेव्हा

    (d) कारउद्योगाचे राष्ट्रीयीकरण केले जाईल तेव्हा

प्र. 66. व्यक्ती आपल्या संपत्तीला कोणत्या उद्देशाने रोखतेच्या स्वरूपात ठेवू इच्छितात?

    (a) दैनंदिन व्यवहारासाठी

    (b) अचानकपणे उद्भवणाऱ्या भविष्यातील गरजांसाठी

    (c) सट्ट्यासाठी   (d) वरील सर्व

प्र. 67. सोबतच्या आकृतीत रोखता
पसंतीचा वक्र दर्शविलेला आहे.
यामध्ये कोणता भाग रोखतेचा
सापळा (Liquidity Trap) म्हणून
ओळखला जातो?

(a) अ, व

(b) क, ख

(c) म$_2$, म$_3$

(d) व$_1$, ख

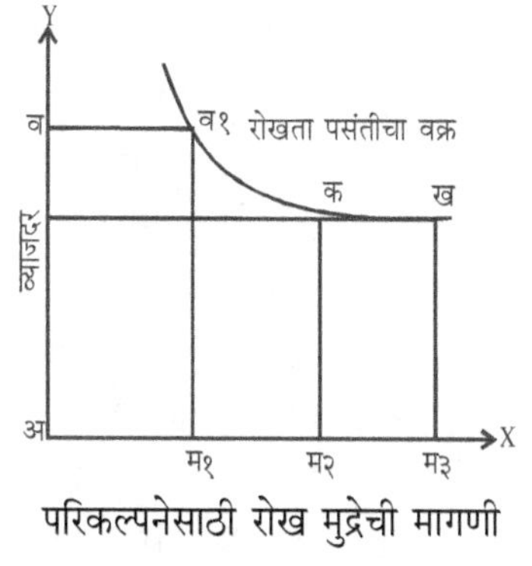

परिकल्पनेसाठी रोख मुद्रेची मागणी

प्र. 68. व्याजाच्या रोखता पसंती सिद्धान्तावरील टीकेसंदर्भात खालील कोणते विधान
चूक आहे?

(a) केन्स यांनी या सिद्धान्तात मौद्रिक घटकांना अवास्तव महत्त्व दिले व
वास्तविक घटकांना गौण मानले.

(b) केन्स यांचा सिद्धान्त पुरवठ्याच्या बाजूने मर्यादित महत्त्वाचा आहे.

(c) केन्स यांच्या मते व्याजाचा दर हा रोखतेचा त्याग करण्याचे पारितोषिक
आहे. त्यांनी बचत किंवा संयम याचा विचार केला नाही.

(d) केन्सच्या या सिद्धान्तात मुद्रेचा पुरवठा, मागणी आणि व्याजाचा विचार
एकत्रितपणे केला आहे?

प्र. 69. ''अनेक वस्तू मोठ्या प्रमाणात उत्पादन झाल्यामुळे कल्याणात वाढ होईल
असे नाही. त्याचबरोबर या उत्पादित वस्तूंचे समान वाटप होणे आवश्यक
आहे.'' हे विधान कोणत्या अर्थतज्ज्ञाचे आहे?

(a) अॅडम स्मिथ्   (b) बेन्थहॅम   (c) मेलविन टिडर   (d) बॉबर

प्र. 70. खंडाचा आधुनिक सिद्धान्त कोणत्या वैशिष्ट्यांवर आधारलेला आहे?

(a) भूमीची दुर्मिळता व मर्यादित पुरवठा

(b) जमिनीतील उपजत गुण व पुरवठा

(c) जमिनीतील विस्तृत आणि सखोल लागवड

(d) जमिनीवरील उत्पादन खर्च

प्र. 71. 'The Distribution of Wealth' या पुस्तकाचे लेखक कोण आहेत?

(a) जे. बी. से.   (b) रिकार्डो   (c) जे. बी. क्लार्क   (d) माल्थस

प्र. 72. पॅरेटो - पर्याप्ततेच्या कसोटीनुसार सीमान्त पर्यायतादराची संकल्पना कोणत्या
रेखाकृतीने (Box Diagram) स्पष्ट केली जाते?

(a) एज्वर्थ बाउले बॉक्स   (b) हिक्स बॉक्स् डायग्रॅम

(c) स्कायस्टोव्क्हॉस्की बॉक्स   (d) वरीलपैकी काहीच नाही

प्र. 73. पॅरेटो पर्याप्तता कोठे लागू होते?

(a) उपभोगक्षेत्रात   (b) उत्पादनक्षेत्रात

(c) एका व्यक्तीद्वारा दोन साधनांच्या वितरणाच्या मध्ये

(d) वरीलपैकी सर्व

प्र. 74. अर्थशास्त्राला कल्याणकारी शास्त्राच्या रूपात कोणी मांडले?

(a) मार्शल   (b) पीगू   (c) कॅनन   (d) वरील सर्व

प्र. 75. खंड केव्हा निर्माण होईल?

(a) जेव्हा भूमी हा घटक गतिशील असेल

(b) जेव्हा भूमी सुपीक असेल

(c) जेव्हा भूमीचा पुरवठा पूर्णपणे लवचिक असेल

(d) वरील पैकी काहीच नाही

प्र. 76. जेव्हा समतोल स्थितीत AFC > ARP असेल तर वस्तूची मात्रा कशी असेल?

(a) समतोलापेक्षा कमी   (b) समतोलापेक्षा अधिक

(c) समतोलाबरोबर   (d) वरील सर्व

प्र. 77. एका वस्तूची बाजारातील मागणी ही कशी असते?

(a) अप्रत्यक्ष मागणी असते

(b) त्या वस्तूच्या किंमतीवर अवलंबून असते

(c) साधारण मागणी असते

(d) वरील पैकी काहीच नाही

प्र. 78. खालीलपैकी कोणते समीकरण बरोबर आहे?

(a) $MRP = \dfrac{\Delta TR}{\Delta F}$ (b) $MRP = \dfrac{\Delta F}{\Delta TR}$

(c) $MRP = \dfrac{TR}{F}$ (d) वरील पैकी काहीच नाही

प्र. 79. खंडाच्या संदर्भात खालीलपैकी कोणते सूत्र बरोबर आहे?

(a) खंड = वर्तमान उत्पन्न - हस्तांतरित उत्पन्न

(b) खंड = वर्तमान उत्पन्न + हस्तांतरित उत्पन्न

(c) खंड = वर्तमान उत्पन्न + पूर्वीचे उत्पन्न

(d) वरील पैकी काहीच नाही

प्र. 80. खाली दिलेल्या समीकरणांपैकी कोणते समीकरण सीमान्त भौतिक उत्पादकता मोजण्यासाठी उपयोगी आहे?

(a) $MPP = \dfrac{\Delta Q}{\Delta F}$ (b) $MPP = \dfrac{Q}{F}$

(c) $MPP = Q \times F$ (d) $MPP = \dfrac{\Delta F}{\Delta Q}$

प्र. 81. अल्पाधिकार (oligopoly) सिद्धान्ताचा विकास कोणी केला?

(a) कुर्नो   (b) पीगू   (c) प्यूमन   (d) पॉलस्विझ

प्र. 82. अल्पाधिकारी किंमतनिश्चितीचा प्रश्न सोडवण्यासाठी कोणत्या दोन अर्थतज्ञांनी आपल्या "Theory of Games and Economic Behaviour' या पुस्तकात घूत सिद्धान्ताचा (Game Theory) वापर केला?

(a) स्टिग्लर व न्यूमन   (b) न्यूमन व मॉगेस्ट्रन

(c) पीगू व स्टिग्लर   (d) न्यूमन व पीगू

प्र. 83. कल्याणकारी अर्थशास्त्राचा पाया कोणता आहे?

(a) उपयोगितावाद (b) सीमान्तवाद (c) भांडवलवाद (d) समाजवाद

प्र. 84. पूर्ण स्पर्धेमध्ये उद्योगसंस्थेच्या घटकांचा मागणी वक्र हा खालीलपैकी कोणता असेल?

(a) VMP वक्र   (b) MP वक्र   (c) MFC वक्र   ड) MPP वक्र

प्र. 85. वास्तविक वेतनाचा अर्थ काय आहे?

(a) कामगारांना मिळणारे वास्तविक वेतन

(b) कामगारांना मिळणारे वास्तविक वेतन + बोनस

(c) कामगारांना मिळणारे वास्तविक वेतन - बोनस

(d) वरील पैकी काहीच नाही

प्र. 86. उत्पादनघटकाची मागणी कशी असते?

(a) अप्रत्यक्ष मागणी   (b) घटकाच्या किमतीवर अवलंबून असते

(c) साधारण मागणी असते   (d) वरील पैकी काहीच नाही

प्र. 87. एका उद्योगसंस्थेसाठी आभासी खंड कसा असेल?

(a) संस्थेच्या एकूण नफ्याबरोबर

(b) संस्थेच्या एकूण नफ्यापेक्षा जास्त

(c) संस्थेच्या एकूण नफ्यापेक्षा कमी

(d) वरील पैकी काहीच नाही

प्र. 88. कल्याणकारी अर्थशास्त्राचा संबंध कशाशी असतो?

(a) काय आहे   (b) काय झाले पाहिजे

(c) कसे झाले पाहिजे   (d) वरील पैकी काहीच नाही

प्र. 89. एक उद्योगसंस्था घटक तसेच वस्तू बाजारात पूर्ण स्पर्धेच्या स्थितीत उत्पादन करताना आपला नफा वाढविण्यासाठी खालीलपैकी कोणती अट पुरी करेल? (MP = सीमान्त उत्पादन, P = किंमत, MC = सीमान्त खर्च, L आणि K = उत्पादनाचे घटक , X = वस्तू)

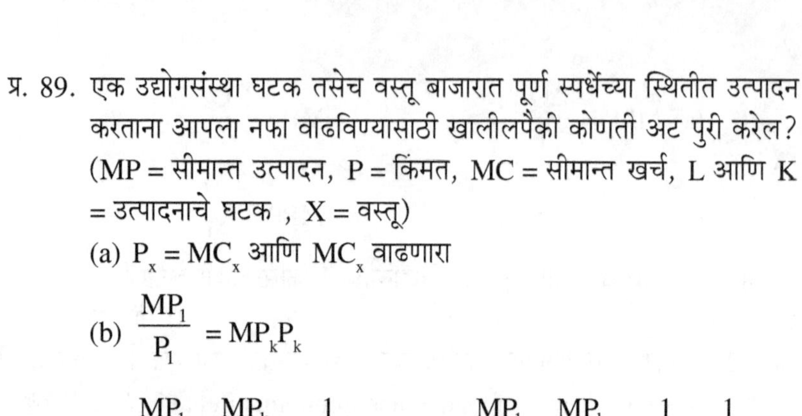

(a) $P_x = MC_x$ आणि MC_x वाढणारा

(b) $\dfrac{MP_1}{P_1} = MP_k P_k$

(c) $\dfrac{MP_1}{P_1} = \dfrac{MP_k}{P_k} = \dfrac{1}{MC}$

(d) $\dfrac{MP_1}{P_1} = \dfrac{MP_k}{P_k} = \dfrac{1}{MC} = \dfrac{1}{P}$

प्र. 90. पूर्ण स्पर्धेच्या स्थितीत दीर्घकाळात घटक बाजारात समतोल अवस्थेत खालीलपैकी कोणते समीकरण लागू होईल?

(a) MRP = ARP = MFC = AFC

(b) MRP = APC

(c) MFC > MRP

(d) ARP = AFC

प्र. 91. पूर्ण स्पर्धेतील घटकबाजारात एका घटकाची मागणी अशा बिन्दूपर्यंत होईल जेथे–

(a) MRP = घटक किंमत

(b) ARP = घटक किंमत

(c) MRP = ARP

(d) दिलेल्यापैकी कोणतेही नाही

प्र. 92. पूर्ण स्पर्धेच्या उद्योगसंस्थेत MRP कमी कमी होत जातो कारण ....

(a) MR कमी होतो

(b) AR कमी होतो

(c) MPP व AR दोन्हीही कमी होतात

(d) वरील सर्व

प्र. 93. वेतनाच्या सोनेरी सिद्धान्तालाच (Golden Law of Wages) म्हणतात ....

(a) वेतनाचा जीवन-स्तर सिद्धान्त

(b) वेतनाचा कोष सिद्धान्त

(c) वेतनाचा जीवन-निर्वाह सिद्धान्त

(d) वेतनाचा सीमान्त उत्पादकता सिद्धान्त

प्र. 94. घटक बाजारात एकाधिकाराच्या स्थितीत खालीलपैकी कोणती अट लागू होईल?

(a) VMPt > MRPt

(b) MRPt = VMPt

(c) VMPt < MRPt

(d) यांपैकी कोणतीच नाही.

प्र. 95. आभासी खंडाचे सूत्र आहे .....
 (a) TR - TVC   (b) TR - TC
 (c) P - AC   (d) वरील पैकी कोणतेही नाही.

प्र. 96. आभासी खंडाचा संबंध असतो ....
 (a) अल्पकाळ   (b) दीर्घकाळ
 (c) अति दीर्घकाळ   (d) वरील पैकी कोणाशीही नाही.

प्र. 97. खालीलपैकी कोणते उत्पन्नाचे साधन नाही?
 (a) श्रम   (b) भूमी   (c) पैसा   (d) पाणी

प्र. 98. ''व्याज हे भांडवलाच्या त्यागाचे प्रतिफळ आहे'' हे विधान कोणत्या अर्थशास्त्रज्ञाचे आहे?
 (a) हिक्स   (b) केन्स   (c) सीनियर   (d) विक्सेल

प्र. 99. एक उद्योगसंस्था नफा वाढविण्यासाठी करेल .....
 (a) MR = AR   (b) MP = MFC
 (c) MRP = MPP   (d) VMP = MRP

प्र. 100. कोणत्याही घटकाची मागणी ही ओळखली जाते–
 (a) प्रभावी मागणी म्हणून   (b) बाजारातील मागणी म्हणून
 (c) सामान्य मागणी म्हणून   (d) अप्रत्यक्ष मागणी म्हणून

प्र. 101. कोणत्या अर्थशास्त्रज्ञाने अपूर्ण स्पर्धेला दुधारी तलवार म्हणून संबोधिले आहे?
 (a) चेंबरलिन   (b) स्टिग्लर   (c) सॅम्यूएलसन   (d) रॉबिन्सन

प्र. 102. जर MRP > MFC असेल तर या स्थितीला म्हणतात ....
 (a) फायद्याची   (b) तोट्याची
 (c) ना फायदा ना तोटा   (d) मोठ्या तोट्याची

प्र. 103. असे घटक ज्यांचा पुरवठा अल्प तसेच दीर्घकाळात स्थिर राहतो त्यांना .....
 (a) आभासी खंड मिळतो   (b) हस्तांतरित उत्पन्न मिळते
 (c) आर्थिक खंड मिळतो   (d) नफा मिळतो

प्र. 104. आभासी खंड आहे .....
 (a) Price - AVC   (b) Price - (AVC + AFC)
 (c) Price - AFC   (d) Price - MC

प्र. 105. शुम्पीटरच्यानुसार नफा हा नवप्रवर्तनामुळे यांना प्राप्त होतो ....
 (a) प्रयोगशीलवंतांना   (b) विचारवंतांना
 (c) वैज्ञानिकांना   (d) वरील पैकी सर्वांना

प्र. 106. LM वक्र दर्शवितो .....
 (a) विभिन्न उत्पन्न पातळीवरील भिन्न व्याजदरांना

(b) विभिन्न उत्पन्नपातळीवरील भिन्न चलनपातळीला

(c) विभिन्न उत्पन्नपातळीवरील भिन्न रोखतेच्या पातळीला

(d) विभिन्न रोखतेच्या पातळीवरील प्रचलित व्याजदराला

प्र. 107. सांकेतिक वेतनाचा अर्थ आहे ....

(a) पैसा
(b) वस्तू

(c) एक दिवसाचे वेतन
(d) वरील पैकी कोणताही नाही

प्र. 108. व्याजदर कमी होऊन शून्य कधी होऊ शकतो?

(a) जेव्हा भांडवल विनाअडथळा प्राप्त होते.

(b) जेव्हा भांडवलाची सीमान्त शुद्ध उत्पादकता शून्य होते.

(c) जेव्हा पूर्ण रोजगाराची स्थिती असते.

(d) वरील पैकी कोणतेही नाही.

प्र. 109. खालीलपैकी कोणते रेखाचित्र श्रमाच्या पुरवठ्याला योग्यरीतीने दर्शविते.

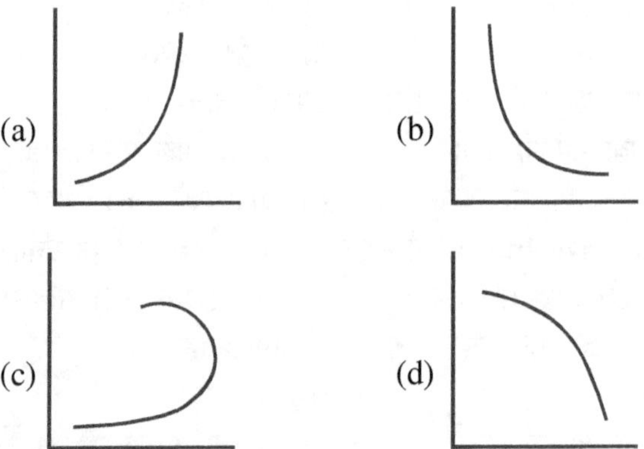

प्र. 110. अपूर्ण स्पर्धेत वेतनाचा दर निश्चित करताना ....

(a) ARP > AW
(b) MW = AW

(c) AW > ARP
(d) वरील पैकी सर्व

प्र. 111. अर्थशास्त्रज्ञांनी मांडलेल्या व्याजाच्या सिद्धान्तानुसार ....

(a) $I = f(r)$
(b) $S = f(r)$

(c) $I = S$
(d) यांपैकी सर्व

प्र. 112. वितरणाच्या सीमान्त उत्पादकता सिद्धान्तानुसार रोजगार वाढविण्यासाठी आपल्याला .....

(a) वेतन वाढवावे लागेल.
(b) वेतन कमी करावे लागेल.

(c) कामगारांची सीमान्त उत्पादकता कमी करावी लागेल.

(d) कामगारांची सीमान्त उत्पादकता वाढवावी लागेल.

प्र. 113. वेतनाच्या जीवन-निर्वाह सिद्धान्तानुसार दीर्घकाळात श्रमाच्या पुरवठ्याचा वक्र असतो–

(a) पूर्ण लवचिक
(b) पूर्ण अलवचिक
(c) लवचिक
(d) यांपैकी कोणतेही नाही.

प्र. 114. श्रमपुरवठ्याचा वक्र .....

(a) पुरवठावक्रासारखाच असतो.
(b) पुरवठावक्राच्या उलटा असतो.
(c) एका सीमेपर्यंत पुरवठावक्रासारखा व नंतर उजवीकडे वळतो.
(d) एका सीमेपर्यंत पुरवठावक्रासारखा व नंतर डावीकडे वळतो.

प्र. 115. ANRP चे रेखाचित्र असते ....

(a) U आकाराचे
(b) ∩ आकाराचे
(c) दोन्हीही
(d) दोन्हींपैकी कोणतेही नाही.

प्र. 116. AGRP चे रेखाचित्र असते .....

(a) ∩ आकाराचे
(b) U आकाराचे
(c) दोन्हीही बरोबर
(d) दोन्हीही चूक

प्र. 117. पूर्ण स्पर्धेत उद्योगांचा पुरवठावक्र म्हणजे सर्व उद्योगसंस्थांच्या .....

(a) सीमान्त खर्चाच्या वक्रांची समस्त बेरीज
(b) अल्पकालीन सीमान्त खर्चाचा वक्र
(c) दीर्घकालीन मागणी वक्र
(d) वरील पैकी कोणताही नाही.

प्र. 118. नुकसानपूर्तीचा सिद्धान्त कोणत्या विचारधारेशी संबंधित आहे?

(a) पॅरेटो पर्याप्तता
(b) वास्तविक कल्याणकारी अर्थशास्त्र
(c) नवीन-कल्याणकारी अर्थशास्त्र
(d) वरील पैकी सर्वांशी

प्र. 119. जर एखाद्या घटकाच्या सीमान्त उत्पादकतेमध्ये वाढ केली तर .....

(a) त्याची मागणी व किंमत कमी होईल.
(b) त्याची मागणी व किंमत तशीच राहील.
(c) त्याची मागणी व किंमत वाढेल.
(d) वरील पैकी कोणतेही नाही.

प्र. 120. सामाजिक पर्याप्ततेचा विचार कोणत्या नावाने ओळखला जातो?

(a) बर्गसन
(b) पॅरेटो
(c) स्कायटोव्हॉस्की
(d) हिक्स

प्र. 121. सीमान्त भौतिक उत्पादकतेचे मूल्य (VMP) असते ....

(a) $VMP = MPP \times Price$
(b) $VMP = \dfrac{MPP}{Price}$
(c) $VMP = \dfrac{Price}{MPP}$
(d) $VMP = \dfrac{TP}{Price}$

प्र. 122. मक्तेदाराला काही विशिष्ट परिस्थितीतच मूल्यभेद करता येतो. या संदर्भात खालीलपैकी कोणते विधान चूक आहे?

(a) वस्तूचा दुहेरी विनिमय होऊ नये.

(b) कायद्याची मान्यता असावी.

(c) दोन बाजारातील भौगोलिक अंतर अधिक असावे.

(d) मागणीच्या लवचिकतेत अंतर नसावे.

प्र. 123. खालील जोड्या लावा.

लेखक	पुस्तक
1) चेंबरलिन	1) इकॉनॉमिक्स ऑफ वेल्फेअर
2) रिकार्डो	2) दि थिअरी ऑफ मोनोपोलिस्टिक कॉम्पिटिशन
3) नाइट	3) प्रिन्सिपल ऑफ पोलिटिकल इकॉनॉमी
4) पीगू	4) धोका, अनिश्चितता आणि नफा

(a) 1-2, 2-3, 3-4, 4-1

(b) 1-3, 2-1, 3-2, 4-4

(c) 1-4, 2-1, 3-2, 4-3

(d) 1-4, 2-1, 3-2, 4-3

प्र. 124. व्याजाचा सनातन सिद्धान्त कोणी मांडला?

(a) मार्शल   (b) पीगू   (c) वॉलरस   (d) केन्स

प्र. 125. खालील समीकरणांपैकी कोणते समीकरण बरोबर आहे?

(a) $VMP_1 = MPP_1$ (b) $VMP_1 = MPP_1$

(c) $VMP_1 = MPP_1 P_x$ (d) $VMP_1 = P_x$

प्र. 126. ''मानव आपल्या भविष्यापेक्षा वर्तमानकाळाला जास्त महत्त्व देतो'' हे विधान कोणत्या अर्थशास्त्रीय सिद्धान्ताशी संबंधित आहे?

(a) व्याजाचा ऑस्ट्रियन सिद्धान्त

(b) व्याजाचा प्रतीक्षा सिद्धान्त

(c) व्याजाचा सीमान्त उत्पादकता सिद्धान्त

(d) व्याजाचा रोखता पसंती सिद्धान्त

प्र. 127. व्याजाच्या कोणत्या सिद्धान्तानुसार व्याजाचा दर हा भांडवलाची मागणी व पुरवठा या दोन घटकांवर अवलंबून असतो?

(a) सनातन सिद्धान्त   (b) रोखता पसंती सिद्धान्त

(c) बचत गुंतवणूक सिद्धान्त   (d) ऋण योग्य निधी सिद्धान्त

प्र. 128. शूम्पीटरच्या मते खालीलपैकी कोणती बाब ही एक तात्पुरते आधिक्य आहे?

(a) खंड   (b) मजुरी   (c) व्याज   (d) नफा

प्र. 129. खालील जोड्या लावा.

अर्थशास्त्रज्ञ	सिद्धान्त
1) नाइट	1) नफ्याचा जोखीम सिद्धान्त
2) हॉले	2) नफ्याचा अनिश्चिततेचा सिद्धान्त
3) केन्स	3) नफ्याचा नवप्रवर्तन सिद्धान्त
4) शुम्पीटर	4) व्याजाचा रोखता पसंती सिद्धान्त

    (a) 1-2, 2-1, 3-4, 4,-3   (b) 1-3, 2-1, 3-4, 4-2

    (c) 1-4, 2-3, 3-1, 4-2   (d) 1-4, 2-2, 3-1, 4-3

प्र. 130. ''कोणत्याही उत्पादनसाधनाला त्याच्या न्यूनतम पुरवठाकिंमतीवर प्राप्त होणारे आधिक्य म्हणजे खंड होय.'' खंडाची ही व्याख्या कोणी केली आहे?

    (a) रिकार्डो   (b) जोन्स् रॉबिन्सन

    (c) विक्स्टीड   (d) ॲडम स्मिथ्

प्र. 131. द्वयाधिकार (Duopoly) प्रतिमान विकसित करणारा पहिला अर्थशास्त्रज्ञ कोण आहे?

    (a) कुर्नो   (b) चेंबरलिन   (c) विकसेल   (d) पीगू

प्र. 132. बर्ट्रन्ड प्रतिमान, एज्वर्थ प्रतिमान, चेंबरलिन प्रतिमान, कुर्नो प्रतिमान ही प्रतिमाने कशाशी संबंधित आहेत?

    (a) अल्पाधिकार (Oligopoly)   (b) मक्तेदारी (Monopoly)

    (c) द्वयाधिकार (Duopoly)   (d) पूर्ण स्पर्धा (Perfect Competition)

प्र. 133. रोखतेचा सापळा (Liquidity Trap) रोखता पसंती वक्राचा असा भाग आहे. ज्यामध्ये रोखता पसंती ....

    (a) शून्य असते   (b) अमर्यादित असते

    (c) एक असते   (d) एकापेक्षा जास्त असते.

प्र. 134. रोखतेचा सापळा हा ....

    (a) रोखता पसंती वक्राचा असा भाग आहे जो 'क्ष' (x) अक्षाला समांतर असतो

    (b) रोखता पसंती वक्राचा असा भाग आहे जो 'य' (y) अक्षाला समांतर असतो

    (c) अनेक रोखता पसंती वक्र

    (d) यांपैकी कोणतेही नाही.

प्र. 135. जोखीम घेणारा उद्योजक दीर्घकाळात सामान्य नफा कोणत्या कारणाने मिळवितो?

    (a) पूर्ण गतिशीलता   (b) स्थिरता

    (c) कार्यदक्षता   (d) सीमान्त उत्पादकता

प्र. 136. वेतन वाढविल्यास पुरवठा .....

(a) सतत कमी होतो.

(b) सतत वाढतो.

(c) एका सीमेपर्यंत वाढतो व मग कमी होतो

(d) एका सीमेपर्यंत कमी होतो व मग वाढतो.

प्र. 137. दीर्घकाळातील समतोलासाठी खालीलपैकी कोणत्या अटी पूर्ण होतात?

(a) MFC = AFC

(b) MFC = MR

(c) ARP = MRP

(d) ARP = MRP = MFC = AFC

प्र. 138. ''निसर्ग मानवावर दयाळू नसून कृपापूर्ण असतो.'' हे विधान कोणाचे आहेत?

(a) निसर्गवादी

(b) रिकार्डो

(c) मार्शल

(d) जोन्स् रॉबिन्सन

प्र. 139. वितरणाच्या सिद्धान्तालाच म्हणतात ....

(a) न्यायाचा सिद्धान्त

(b) घटकांचा मूल्यनिर्धारण सिद्धान्त

(c) खर्चाचा सिद्धान्त

(d) वेतनाचा सिद्धान्त

प्र. 140. घटकांची मागणी अवलंबून असते. घटकांच्या .....

(a) किमतीवर

(b) उत्पादकतेवर

(c) खर्चावर

(d) व्यक्तीच्या मागणीवर

प्र. 141. VMP चे पूर्ण रूप आहे .....

(a) Marginal Physical Product

(b) Marginal Value Product

(c) Marginal Revenue Product

(d) Marginal Value Price

प्र. 142. ''उपभोक्त्याच्या बचतप्रवृत्तीतील वाढ ही आर्थिक कल्याणाला प्रोत्साहन देते'' हे विधान कोणाचे आहे?

(a) मार्शल

(b) पीगू

(c) कॅनन

(d) वरीलपैकी सर्व

प्र. 143. नवीन - कल्याणकारी अर्थशास्त्राच्या मूल्यमापनासाठी असलेले दुहेरी मानदंड कोणत्या नावाने प्रसिद्ध आहेत?

(a) हिक्स

(b) कॅलडोर

(c) स्कायटोव्हास्की

(d) लिटिल

प्र. 144. आर्थिक कल्याणाला पीगूच्या मते कशात मोजायला हवे?

(a) चलनात

(b) वस्तूत

(c) सोन्या-चांदीत

(d) अन्य संपत्तीत

प्र. 145. "कल्याणकारी अर्थशास्त्र हा आर्थिक शास्त्राचा असा भाग आहे जो मुख्यत्वे नीतिमत्तेशी संबंधित आहे." हे विधान कोणाचे आहे.

(a) पीगू   (b) कॅल्डोर   (c) स्कायटोव्ह्यास्की   (d) सॅम्युएलसन

प्र. 146. आर्थिक सिद्धान्ताची दोन प्रमुख रूपे कोणती आहेत?

(a) धनात्मक व ऋणात्मक   (b) वास्तविक व आदर्शात्मक

(c) आर्थिक व अनार्थिक   (d) यांपैकी कोणतीही नाहीत

प्र. 147. व्याजाचा रोखता पसंती सिद्धान्त कोणी मांडला?

(a) हॉले   (b) रॉबिन्सन   (c) केन्स   (d) विक्सेल

प्र. 148. खंडाचा आधुनिक सिद्धान्त कोणी मांडला?

(a) जोन्स् रॉबिन्सन   (b) रिकार्डो

(c) मार्शल   (d) पीगू

प्र. 149. "The Distribution of Wealth' या पुस्तकाचे लेखक कोण आहेत?

(a) पीगू   (b) जे. बी. क्लार्क

(c) रिकार्डो   (d) रॉबिन्सन

प्र. 150. व्याजाचा एजियो / ऑस्ट्रियन सिद्धान्त कोणी मांडला?

(a) बॉम बॉवर्क   (b) फिशर   (c) हॉले   (d) रिकार्डो

उत्तरे

(1) c	(2) a	(3) c	(4) c	(5) a
(6) c	(7) c	(8) c	(9) b	(10) b
(11) a	(12) c	(13) b	(14) a	(15) a
(16) c	(17) a	(18) c	(19) a	(20) a
(21) c	(22) a	(23) b	(24) b	(25) d
(26) a	(27) a	(28) d	(29) c	(30) b
(31) a	(32) a	(33) c	(34) b	(35) d
(36) d	(37) a	(38) c	(39) c	(40) b
(41) a	(42) a	(43) b	(44) c	(45) a
(46) b	(47) c	(48) a	(49) a	(50) b
(51) b	(52) a	(53) b	(54) c	(55) a
(56) c	(57) a	(58) c	(59) b	(60) b
(61) a	(62) a	(63) a	(64) c	(65) b
(66) d	(67) b	(68) d	(69) b	(70) a
(71) c	(72) a	(73) d	(74) d	(75) d

(76) a	(77) a	(78) a	(79) a	(80) a
(81) a	(82) b	(83) a	(84) a	(85) d
(86) a	(87) b	(88) b	(89) d	(90) a
(91) a	(92) c	(93) a	(94) a	(95) a
(96) a	(97) d	(98) c	(99) b	(100) d
(101) d	(102) a	(103) c	(104) a	(105) a
(106) a	(107) a	(108) b	(109) c	(110) d
(111) d	(112) d	(113) a	(114) c	(115) b
(116) a	(117) a	(118) c	(119) c	(120) b
(121) a	(122) d	(123) a	(124) c	(125) c
(126) a	(127) a	(128) d	(129) a	(130) b
(131) b	(132) c	(133) b	(134) a	(135) a
(136) c	(137) d	(138) b	(139) b	(140) b
(141) b	(142) d	(143) c	(144) a	(145) a
(146) b	(147) c	(148) a	(149) b	(150) a

∎∎∎

5. राष्ट्रीय उत्पन्न व रोजगार सिध्दान्त
National Income and Theory of Employment

प्र. 1. खालीलपैकी कोणते समीकरण चूक आहे?

(a) राष्ट्रीय उत्पन्न = GNP (घटक किमतीवर) – मूल्य घट

(b) राष्ट्रीय उत्पन्न = NNP (घटक किमतीवर)

(c) राष्ट्रीय उत्पन्न = भाडे + मजुरी + व्याज + लाभ

(d) राष्ट्रीय उत्पन्न = बचत + उपभोग (घटक किमतींवर)

प्र. 2. GNP ला खालील प्रकारे परिभाषित केले जाऊ शकते

(a) NNP + Depriciation   (b) NNP + Direct Tax

(c) NNP + Indirect Tax   (d) वरील कुठलेही नाही

प्र. 3. सामाजिक लेखांकनात कशाचा समावेश केला जाऊ शकतो.

(a) GNP   (b) NNP

(c) NI or PI   (d) वरीलपैकी जे उद्देश्यपूर्ती करू शकेल ते

प्र. 4. कोणते विधान बरोबर आहे?

(a) NNP = GNP = घसारा   (b) NNP = GNP + घसारा

(c) GNP = NNP – घसारा   (d) GNP = NNP

प्र. 5. कोणत्या अर्थशास्त्राज्ञाची राष्ट्रीय उत्पन्नाची व्याख्या उपभोगावर आधारित आहे?

(a) मार्शल   (b) पीगू   (c) फिशर   (d) आर. के. बी. राव

प्र. 6. सामाजिक लेखाविधी (Social Accounting Method) कोणी प्रतिपादित केली?

(a) फिशर   (b) मार्शल   (c) पीगू   (d) रिचर्ड स्टोन

प्र. 7. बरोबर विधान निवडा

(a) GNP > GNI > GNE   (b) GNP = GNI = GNE

(c) GNP ≡ GNI ≡ GNE   (d) GNP < GNI < GNE

प्र. 8. जर P = वस्तू किंमत, T = अप्रत्यक्ष कर, S = अनुदान तर साधन किंमत बरोबर होईल.

(a) P + T – S   (b) P + T + S

(c) P – T + S   (d) P – T – S

प्र. 9. खालील विधानांमध्ये कोही सत्य आहेत.

(a) NNP – घसारा = GNP

(b) NNP (बाजार किमतींवर) + अनुदान = NNP (साधन किमतींवर) + अप्रत्यक्ष कर

(c) GNP = GDP + विदेशातून मिळालेले शुद्ध उत्पन्न

(d) GNP – घसारा = NNP

प्र. 10. सकल (स्थूल) विनियोग आहे–

(a) सकल व्यापारिक बचत

(b) सकल व्यापारिक बचत + व्यक्तिगत बचत

(c) सकल व्यापारिक बचत + सरकारी बचत

(d) सकल व्यापारिक बचत + व्यक्तिगत बचत + सरकारी बचत

प्र. 11. खुल्या अर्थव्यवस्थेत समग्र मागणी (Aggregate Demand) असते

(a) C + I + G (b) C + I + (X – M)

(c) C + I + G + (M – X) (d) C + I + G + (X – M)

प्र. 12. आर्थिक विकास सामान्यपणे मोजला जातो –

(a) राष्ट्रीय उत्पन्नातील वाढीने

(b) सकल राष्ट्रीय उत्पन्नातील वाढीने

(c) प्रतिव्यक्ती वास्तविक राष्ट्रीय उत्पन्नातील वाढीने

(d) वरील कुठलेही नाही

प्र. 13. स्टॉक व फ्लोच्या दृष्टिकोनातून खालील विधाने विभाजित करा.

(a) मुंबई व हैदराबादमधील आंतरराष्ट्रीय उत्पन्न विश्लेषणाच्या दृष्टीने एक स्टॉक आहे.

(b) एकाच वर्षात तयार झालेल्या घरांची संख्या त्या वर्षासाठी 'फ्लो' आहे.

(c) भारताची आजपर्यंतची माहीत असलेली खनिज संपत्ती एक स्टॉक आहे.

(d) भारतात एका वर्षात किती भांडवल निर्माण झाले हा एक 'फ्लो' आहे.

प्र. 14. राष्ट्रीय उत्पन्नाचा अर्थ आहे -

(a) एखाद्या देशाच्या सरकारचे एका वर्षातील उत्पन्न

(b) एका राष्ट्रात उत्पन्न केले गेलेले संपूर्ण उत्पन्न

(c) एखाद्या राष्ट्राच्या नागरिकांचे एका वर्षाचे शुद्ध उत्पन्न

(d) एखाद्या देशातील केंद्रीय व राज्य सरकारचे उत्पन्न यांची बेरीज

प्र. 15. खालील विधानांची तपासणी करा.

i) शेतकऱ्याच्या कुटुंबीयांद्वारे त्याच्या शेतात विहीर खोदणे भांडवल निर्मितीची एक क्रिया आहे.

ii) जर एखादी व्यक्ती स्वतःच्याच घरात राहत असेल तर आपल्याला त्याचे अंदाजे भाडे राष्ट्रीय उत्पन्न विश्लेषणात जोडावे लागते.

iii) एखादा उद्योगपती आपल्याच उद्योगात वापरायला लागणारे मशीन स्वतः निर्माण करेल तर ते निर्माण उपभोग श्रेणीत येईल.

iv) एखादी व्यक्ती स्वतः राहण्यासाठी झोपडी बनवेल तर ते उत्पादनाच्या श्रेणीत येईल.

v) चालू किमतीवर प्रतिव्यक्ती उत्पन्न आर्थिक विकास मोजण्याचे उपयुक्त माप आहे.

vi) एखाद्या वर्गात विद्यार्थ्यांची संख्या स्टॉक आहे आणि दरवर्षी शाळा सोडणाऱ्या विद्यार्थ्यांची संख्या 'फ्लो' आहे. वरील विधानांमध्ये

(a) (i) (ii) (iii) सत्य आहेत व (iv) (v) (vi) असत्य आहेत.

(b) (iv) (v) (vi) सत्य आहेत व (i) (ii) व (iii) असत्य आहेत.

(c) (i) (ii) (iii) व (iv) सत्य आहेत व (v) (vi) असत्य आहेत.

(d) (i) (ii) (iv) (vi) सत्य आहेत व (iii) (v) असत्य आहेत.

प्र. 16. "राष्ट्रीय लाभांश एखादा देश किंवा समाजाच्या भौतिक उत्पन्नाचा तो भाग आहे ज्यात विदेशांतून मिळणारे उत्पन्न पण सामील आहे आणि त्याला मुद्रेच्या स्वरूपात मोजता येते." हे विधान कोणत्या अर्थशास्त्रज्ञाचे आहे?

(a) मार्शल   (b) पीगू   (c) रॉबर्टसन   (d) फिशर

प्र. 17. "एखाद्या देशाचे श्रम व भांडवल त्याच्या प्राकृतिक साधनांवर क्रियाशील होऊन दरवर्षी भौतिक आणि अभौतिक वस्तू व सर्व प्रकारच्या सेवांची एक निश्चित, विशुद्ध बेरीज उत्पन्न करतात. हे देशाचे वास्तविक विशुद्ध वार्षिक उत्पन्न असते ज्याला राष्ट्रीय लाभांश म्हणतात." हे विधान खालीलपैकी कोणत्या अर्थशास्त्रज्ञाचे आहे?

(a) पीगू   (b) फिशर   (c) मार्शल   (d) सॅम्युएलसन

प्र. 18. "पुरवठा आपली मागणी स्वतः निर्माण करते." हे विधान आहे.

(a) पीगूचे   (b) रिकार्डोंचे   (c) जे. बी. से चे   (d) माल्थसचे

प्र. 19. प्रतिष्ठित रोजगाराच्या सिद्धान्ताची एक महत्त्वपूर्ण अट आहे.

(a) स्वतंत्र नीती   (b) संरक्षण नीती

(c) व्यापार नीती   (d) उद्योग नीती

प्र. 20. संघर्षक बेरोजगारी विद्वानांच्या मते प्रतिष्ठित असते जेव्हा -

(a) रोजगारीबद्दल पूर्ण माहिती नसते

(b) श्रमिकांच्या अज्ञानामुळे

(c) (a) व (b)   (d) वरीलपैकी कुठलेच नाही

प्र. 21. जर एखादी अर्थव्यवस्था आपल्या उत्पन्नाच्या 20% गुंतवणूक करते आणि भांडवल अनुपात (ratio) 1/4 असेल व जनसंख्या दरवर्षी 2% ने वाढत असेल तर अर्थव्यवस्थेचा सामान्य वृद्धी दर काय असेल?

    (a) 5.00 टक्के   (b) 4.00 टक्के (c) 3.00टक्के   (d) 2.00 टक्के

प्र. 22. राष्ट्रीय उत्पन्नात शेवटी किती वाढ होईल जर एकूण भांडवल 10,000 कोटी रु., भांडवल घट दर = 10%, संपूर्ण गुंतवणूक = 2,000 कोटी रु., सीमान्त बचत प्रवृत्ती = 0.2

    (a) 5,000 कोटी रु.   (b) 10,000 कोटी रु.

    (c) 50,000 कोटी रु.   (d) 60,000 कोटी रु.

प्र. 23. बाजार किमतीवर सकल राष्ट्रीय उत्पादनाच्या (GNP) मोजणीत खालीलपैकी काय सामील केले गेले नाही?

    (a) मजुरी व वेतन   (b) निवृत्त व्यक्तींना दिलेली पेन्शन

    (c) अप्रत्यक्ष कर   (d) अनुदान

प्र. 24. खालीलपैकी कोणी त्वरण सिद्धान्ताचे प्रतिपादन केले?

    (a) ए. अफ्ताविथन   (b) एजे. एम. क्लार्क

    (c) जे. एम. केन्स   (d) जे. आर. हिक्स

प्र. 25. खालीलपैकी कोणते विधान रेषीय केन्सीय उपभोग फलनासाठी योग्य नाही

    (a) सीमान्त उपभोग प्रवृत्ती स्थिर राहते

    (b) सरासरी उपभोग प्रवृत्ती स्थिर होते

    (c) सरासरी उपभोग प्रवृत्ती सरासरी उपभोग प्रवृत्तीपेक्षा जास्त असते.

    (d) सीमान्त उपभोग प्रवृत्ती सरासरी उपभोग प्रवृत्तीपेक्षा कमी असते.

प्र. 26. खालीलपैकी कोणते सत्य आहे?

    (a) एम. पी. सी. झाल्यावर गुणक 3 होतो.

    (b) एस. वक्रात आय वक्रापेक्षा कमी उतार असतो.

    (c) जी. एस. पी. संतुलन पूर्ण रोजगार स्तर उत्पादनाचे दुसरे नाव आहे.

    (d) जर बचत उत्पन्नाच्या बरोबर वाढला नाही तर उत्पन्न-बचतवक्र समतल असतो.

प्र. 27. जर या वर्षी भारतीय खाद्य निगमजवळ खाद्यान्नाचा साठा मागच्या वर्षीपेक्षा एक दशलक्ष टन कमी झाला तर या आधारावर भांडवल निर्मिती–

    (a) एक दशलक्ष टन खाद्यान्नाच्या किमतीपेक्षा कमी झाली

    (b) एक दशलक्ष टन खाद्यान्नाच्या कमी झाली

    (c) एक दशलक्ष टन खाद्यान्नाच्या किमतीपेक्षा जास्त झाली

    (d) बदलली नाही.

प्र. 28. उत्पन्न-सिद्धान्त प्रस्तुत करण्यात केन्सचा दृष्टिकोन
(a) स्थैतिक होता
(b) तुलनात्मक स्थैतिक होता
(c) हिक्सच्या अर्थी प्रावैगिक होता (d) हॅरोडच्या अर्थी गतिशील होता

प्र. 29. राष्ट्रीय कर्जावर देय व्याज सामील असते.
(a) GNP मध्ये
(b) NNP मध्ये
(c) व्यक्तिगत उत्पन्नामध्ये
(d) राष्ट्रीय उत्पन्नात

प्र. 30. राष्ट्रीय उत्पन्न समिती कधी नेमली गेली?
(a) 1949
(b) 1950
(c) 1951
(d) 1952

प्र. 31. NDP मिळवण्यासाठी GDP तून काय कमी केले जाते?
(a) मूल्य घट
(b) अप्रत्यक्ष कर
(c) प्रत्यक्ष कर
(d) अनुदान

प्र. 32. गिनी गुणांक माप आहे.
(a) गुंतवणुकीच्या उत्पादकतेचे
(b) पारिवारिक शेतावर घरगुती सदस्यांच्या अल्पबेरोजगारीचे
(b) व्यापारी बँकांमध्ये गौण आणि प्राथमिक जमेच्या मधील प्रमाणाची
(d) उत्पन्नाच्या वितरणातील समानता किंवा असमानतेचे

प्र. 33. त्वरण सिद्धान्ताचा अर्थ आहे.
(a) जर उपभोग त्वरित झाला तर खर्चही त्वरित होईल.
(b) जर बचतीत वाढ झाली तर खर्चही त्वरित होईल.
(c) जर GNP घटले तर खर्चही त्वरित होईल.
(d) जर गुंतवणुकीत वाढ झाली तर राष्ट्रीय उत्पन्नातही वाढ होईल.

प्र. 34. राष्ट्रीय उत्पन्नाचा सामान्यपणे अर्थ आहे.
(a) बाजार मूल्यावर शुद्ध राष्ट्रीय उत्पादन
(b) बाजार मूल्यावर सकल राष्ट्रीय उत्पादन
(c) साधन किमतीवर सकल राष्ट्रीय उत्पादन
(d) साधन किमतीवर शुद्ध राष्ट्रीय उत्पादन

प्र. 35. GND आणि GDP मध्ये फरक आहे.
(a) सकल (स्थूल) विदेशी खर्चाचा
(b) शुद्ध विदेशी खर्चाचा
(c) शुद्ध निर्यातीचा
(d) विदेशातून शुद्ध साधन उत्पन्नाचा

प्र. 36. जर उपभोगाची सीमान्त प्रवृत्ती 0.6 आहे. तर गुणकाचे प्रमाण असेल.
(a) 0.4
(b) 6.1
(c) 2.5
(d) 5.0

प्र. 37. गुंतवणूक दर 21%, जनसंख्याच्या दर 2% दिले असतील तर 3:1 च्या भांडवल उत्पादनाद्वारा प्रतिव्यक्ती उत्पन्न वृद्धी दर असेल.
(a) 2%
(b) 4%
(c) 6
(d) 3

प्र. 38. सकल (स्थूल) राष्ट्रीय उत्पादनाच्या (GNP) मोजणीत आपण सामील करत नाही.

(a) खासगी उपभोग खर्च   (b) सकल खासगी विनियोग

(c) सार्वजनिक योजनांद्वारा उत्पादित वस्तू व सेवा

(d) हस्तांतरण किंमत

प्र. 39. सनातनवादी समाष्टि (Macro) अर्थशास्त्रात जो स्तर उत्पन्नाला उपभोग व बचतीत विभाजित करतो, तो आहे.

(a) सीमांत उपभोग प्रवृत्ती   (b) मजुरी दर

(c) भाडे   (d) व्याज दर

प्र. 40. खालीलपैकी कोणता एक पूर्ण रोजगारासाठी बाधक आहे?

(a) लवचिक मजुरी दर   (b) से चा बाजार नियम

(c) प्रभावी श्रम संघ   (d) लवचिक व्याज संघ

प्र. 41. कोणते विधान सत्य आहे?

(a) $NI = NNP_{MP} = GNP_{MP} -$ घसारा

(b) $NI = NNP_{FC} = GNP_{MP} -$ घसारा

(c) $NI = NNP_{FC} = GNP_{FC} -$ घसारा

(d) वरील कुठलेही नाही.

प्र. 42. जर $CP =$ खासगी उपभोग खर्च

$Cg =$ सरकारी उपभोग खर्च

$Ip =$ खासगी विनियोग खर्च

$Ig =$ सरकारी विनियोग खर्च

$E =$ निर्यात

$I =$ आयात

तर कोणते विधान योग्य राहील?

(a) $GNP_{MP} + Cp + Cg + Ip + Ig + (E-I)$

(b) $GNP_{FC} + Cp + Cg + Ip + Ig + (E-I)$

(c) $GNP_{MP} + Cp + Cg + Ip + Ig + (I-E)$

(d) $GNP_{FC} + Cp + Cg + Ip + Ig + (I-E)$

प्र. 43. कोणते विधान सत्य आहे?

(a) $NI =$ भाडे + मजुरी + व्याज + लाभ

(b) $GNP =$ भाडे + मजुरी + व्याज + लाभ

(c) $NDP =$ भाडे + मजुरी + व्याज + लाभ

(d) $GDP =$ भाडे + मजुरी + व्याज + लाभ

प्र. 44. GNP मध्ये काय सामील नसते?

(a) मूल्य घट (b) चालू वर्षाचे अंतिम उत्पादन

(c) हस्तांतर किंमत (d) वरील कुठलेच नाही.

प्र. 45. जर GSP = 2.000, प्रतिस्थापन व्यय = 300, निर्यात = 1,000 आयात = 500 तर NDP (शुद्ध घरगुती उत्पादन) होईल.

(a) 2.300 (b) 1.700 (c) 2.200 (d) 2.800

प्र. 46. जर A = एकूण राष्ट्रीय उत्पादन

U = एकूण वापरलेली किंमत

तर केन्सच्या मते कोणते विधान सत्य आहे?

(a) राष्ट्रीय उत्पन्न $=$ A–U (b) राष्ट्रीय उत्पन्न $=$ A + U

(c) राष्ट्रीय उत्पन्न $= \dfrac{A}{U}$ (d) राष्ट्रीय उत्पन्न $=$ A.U

प्र. 47. GNP चे मूल्य

(a) भौतिक एककांनी व्यक्त केले जाते

(b) मुद्रेमध्ये व्यक्त केले जाते.

(c) वरील दोन्ही सत्य

(d) वरील दोन्ही असत्य

प्र. 48. वास्तविक सकल (स्थूल) राष्ट्रीय उत्पादनाचे सूत्र असेल.

(a) मौद्रिक सकल राष्ट्रीय उत्पादन $\times$ आधार वर्षात किंमत

(b) मौद्रिक सकल राष्ट्रीय उत्पादन $\times$ चालू वर्षात किंमत स्तर

(c) मौद्रिक सकल राष्ट्रीय उत्पादन $\times \dfrac{\text{आधार वर्षात किंमत स्तर}}{\text{चालू वर्षात किंमत स्तर}}$

(d) मौद्रिक सकल राष्ट्रीय उत्पादन $\times \dfrac{\text{चालू वर्षात किंमत स्तर}}{\text{आधार वर्षात किंमत स्तर}}$

प्र. 49. जर देशात शुद्ध घरेलु उत्पादन (NDP) 6000 करोड रु. आणि घसारा खर्च 1,000 करोड रु. आहे तर सकल घरगुती उत्पादन (GDP) होईल.

(a) 7,000 करोड रु. (b) 6,000 करोड रु.

(c) 5,000 करोड रु. (d) वरील कुठलेही नाही.

प्र. 50. सूची I चे सूची II बरोबर जुळवा आणि सूचीच्या खाली दिलेल्या विकल्पांचा वापर करून बरोबर उत्तर निवडा.

सूची I (A) उत्पन्नाची वेगवान संवृद्धी

(B) उत्पन्न वितरणात अपेक्षाकृत अधिक असमानता

(C) अपेक्षाकृत अधिक क्षेत्रीय असंतुलन

(D) समग्र उत्पादन व उत्पन्नाचा उच्च स्तर

सूची II   (1) खासगी गुणांक   (2) प्रतिव्यक्ती सकल राज्य घरगुती उत्पादन

(3) GDP   (4) GDP च्या संवृद्धीचे सरासरी वार्षिक दर

विकल्प

	A	B	C	D
(a)	2	4	1	3
(b)	4	1	2	3
(c)	4	1	3	2
(d)	2	3	1	4

प्र. 51. प्रा. से च्या बाजार नियमाचे मानणे आहे.

(a) अर्थव्यवस्थेचे स्वतंत्र संचालन   (b) पूर्ण स्पर्धा

(c) उत्पन्न प्रभावात कुठल्याही प्रकारची अडचण नसणे

(d) वरील सर्व

प्र. 52. प्रा. से च्या नियमाचे प्रमुख टीकाकार होते.

(a) केन्स   (b) रिकार्डो   (c) जे.एस.मिल   (d) वरील सर्व

प्र. 53. प्रतिष्ठित रोजगार सिद्धान्तानुसार विभिन्न प्रकारच्या वस्तूंचे उत्पादन मागणी व पूर्तीचे असंतुलन असते.

(a) स्थायी   (b) अस्थायी

(c) अनिश्चित   (d) वरीलपैकी कोणतेही

प्र. 54. प्रा. पीगू मंदीकाळात बेरोजगारी दूर करण्यासाठी सल्ला देतात

(a) मजुरी वाढवण्याचा   (b) मजुरी कमी करण्याचा

(c) मजुरी स्थिर ठेवण्याचा   (d) वरीलपैकी कोणतेच नाही.

प्र. 55. प्रभावपूर्ण मागणी अवलंबून असते.

(a) एकूण मागणी क्रियेवर   (b) एकूण पुरवठा क्रियेवर

(c) (a) आणि (b)   (d) वरील पैकी कोणताच नाही.

प्र. 56. प्रतिष्ठित विचारधारा आधारित आहे.

(a) मजुरांच्या लवचिक मागणीवर (b) मजुरांच्या अलवचिक मागणीवर

(c) मजुरांच्या स्वभावावर   (d) मजुरांच्या कोषावर

प्र. 57. केन्सवादी रोजगार सिद्धान्ताला म्हणतात.

(a) प्रभावी मागणीचा सिद्धान्त   (b) प्रभावी पुरवठ्याचा सिद्धान्त

(c) उपभोगाचा सिद्धान्त   (d) विनियोगाचा सिद्धान्त

प्र. 58. मजुरीतील कपातीमुळे किमती.

(a) पडतात   (b) वाढतात

(c) स्थिर राहतात   (d) यांपैकी कोणतेही नाही

प्र. 59. $\Sigma O = \Sigma E$ जेव्हा I = उत्पन्न आणि E = खर्च हे कुठल्या रोजगार सिद्धान्ताच्या संदर्भात आहे?

(a) केन्स   (b) प्रतिष्ठित

(c) (a) (b) दोन्ही   (d) दोन्ही नाही

प्र. 60. केन्स रोजगार विश्लेषण आधारित आहे,

(a) अल्पकालीनवर   (b) दीर्घकालीनवर

(c) दोन्हींवर   (d) दोन्हींवर नाही.

प्र. 61. केन्सच्या मते उत्पादनांच्या साधनांच्या पुरवठा असतो.

(a) लवचिक   (b) अलवचिक

(c) अतिशय लवचिक   (d) वरील कुठलेच नाही

प्र. 62. केन्सच्या रोजगार विश्लेषणात भांडवल–उत्पादन गुणोत्तर C.O.R. असतो.

(a) स्थिर   (b) परिवर्तनशील   (c) अनिश्चित

प्र. 63. खालीलपैकी बरोबर विधान निवडा.

(a) प्रभावी मागणीचा सिद्धान्त केन्सवादी विश्लेषणाची प्रमुख देणगी आहे.

(b) केन्सवादी विश्लेषण दीर्घकालीन आहे.

(c) केन्सवादी विश्लेषण उपभोग प्रवृत्ती महत्त्वपूर्ण असते.

(d) वरील कुठलेही नाही.

प्र. 64. ''तर्काच्या आधारावर केन्सच्या रोजगार सिद्धान्ताचा प्रारंभिक बिंदू प्रभावी मागणीचा सिद्धान्त आहे.'' हे विधान कोणाचे आहे?

(a) रॉबर्टसन   (b) फिशर   (c) स्टिग्लर   (d) डिलार्ड

प्र. 65. प्रभावी मागणीचा रोजगार सिद्धान्त दिला आहे.

(a) पीगूने   (b) 'से'ने   (c) ऑडम स्मिथने   (d) केन्सने

प्र. 66. ED = ADF + ASF चे विधान

(a) बरोबर आहे.   (b) चूक आहे.   (c) अनिश्चित आहे.   (d) अपूर्ण आहे.

प्र. 67. राष्ट्रीय उत्पन्न मोजण्याचा उद्देश आर्थिक कल्याणाची तुलना करायची असेल तर कोणाची व्याख्या उपयोगी राहील?

(a) डॉ. मार्शल   (b) पीगू   (c) फिशर   (d) वरील सर्वांची

प्र. 68. निव्वळ राष्ट्रीय उत्पादनाचा (NNP) चा अर्थ आहे.

(a) एकूण राष्ट्रीय उत्पादनातून मूल्य घट काढल्यानंतर जे उरेल ते

(b) एकूण राष्ट्रीय उत्पादनातून अप्रत्यक्ष कर मिळवल्यावर जे मिळेल ते

(c) उत्पादनाच्या साधनांना जोडणाऱ्या देय रकमेचे निष्पत्तीफल

(d) वरील कुठलाच नाही.

प्र. 69. एखाद्या देशाचे राष्ट्रीय उत्पन्न म्हणजे.

(a) सरकारने कमावलेले धन

(b) विभिन्न उत्पादन साधनांच्या उत्पन्नांच्या एकत्रीकरणाने जे मिळते ते

(c) विदेशी मुद्रेने जे मिळते ते   (d) वरील सर्वांनी मिळते ते

प्र. 70. स्थूल घरगुती उत्पादन (GDP) चा अर्थ आहे.

(a) स्थूल राष्ट्रीय उत्पादन (GNP)

(b) निव्वळ राष्ट्रीय उत्पादन (NNP)

(c) एका देशाच्या सीमेतच उत्पादित झालेल्या वस्तू व सेवा

(d) सरकारी उत्पन्न

प्र. 71. राष्ट्रीय उत्पन्न मोजण्याच्या किती पद्धती प्रचलित आहेत?

(a) दोन   (b) तीन   (c) चार   (d) पाच

प्र. 72. ''या वर्षी माझ्यासाठी तयार केला गेलेला पियानो किंवा रेनकोट, या वर्षाच्या उत्पन्नाचा भाग नाही तर ती भांडवलातील वाढ आहे.'' हे विधान कोणत्या अर्थशास्त्रज्ञाचे आहे?

(a) पीगू   (b) इरविंग फिशर   (c) मार्शल   (d) रॉबर्टसन

प्र. 73. $C + I + G + (x - M) = GNP = C + S + T + RF$

वरील समीकरणाला खालीलपैकी काय नाव दिले जाते?

(a) ट्रिपल आयडेंटीटी   (b) केंजियन समष्टिपरक संतुलन

(c) सकल राष्ट्रीय उत्पादन   (d) गुणक-त्वरक संक्रिया

प्र. 74. खालील पैकी GNP चा अर्थ आहे.

(a) GNP = General National Production

(b) GNP = Gross Net Production

(c) GNP = Gross National Production

(d) GNP = Gross National Product

प्र. 75. $GNP = C + I + G + (X{-}M)$ हे समीकरण

(a) उत्पन्नाच्या बाजूचे विवरण आहे(b) खर्चाच्या बाजूचे विवरण आहे.

(c) उत्पादनाचे विवरण आहे   (d) उपभोगाचे विवरण आहे.

प्र. 76. जर आपल्याला GNP माहीत आहे तर आपण त्या वर्षीचे NNP माहिती करून घ्यायला खालील पैकी कोणती पद्धती वापरू

(a) भांडवलातील आयात मिळवून (b) भांडवलातील घट घटवून

(c) भांडवलातील घट मिळवून   (d) परोक्ष कर मिळवून

प्र. 77. वास्तविक स्थूल राष्ट्रीय उत्पादन (Real GNP) वाढेल

(a) जर आयात निर्यातीपेक्षा अधिक असेल

(b) जर किमती कमी होत असतील

(c) जर किमती वाढत असतील

(d) जर निर्यात आयातीपेक्षा अधिक असेल

प्र. 78. राष्ट्रीय उत्पन्न विश्लेषणाच्या संबंधात खाली काही विधाने दिली आहेत.

(a) NNP – cca (भांडवली घट) = GNP

(b) बाजार किमतीवर NNP + अनुदान – साधन किमतीवर NNP + प्रत्यक्ष
कर

(c) GNP = GDP + विदेशी खर्चांपासून शुद्ध प्राप्ती

(d) GNP = भांडवली घट (cca) = NNP वरील विधांनापैकी कोणते बरोबर
आहे?

(a) 1 व 2   (b) 1, 3, व 4   (c) फक्त 2

(d) 2, 3 व 4   (e) वरील सर्व

प्र. 79. खालीलपैकी एक विधान वैयक्तिक उत्पन्न दर्शविते त्या विधानावर खूण करा.

(a) राष्ट्रीय उत्पन्न – उत्पन्न कर – अविभाजित निगम कर – सामाजिक सुरक्षा
अंशदान + हस्तांतरण देय रक्कम (प्रदान)

(b) शुद्ध राष्ट्रीय उत्पन्न – अविभाजित लाभ + विदेशातून उत्पन्न – आयात

(c) शुद्ध राष्ट्रीय उत्पादन – भांडवली घट + हस्तांतरण उत्पन्न – कर

(d) शुद्ध राष्ट्रीय उत्पन्न – आयातीसाठी दिलेली रक्कम

प्र. 80. खालीलपैकी कोणते विधान चूक आहे?

(a) राष्ट्रीय उत्पन्न = स्थूल राष्ट्रीय उत्पादन

(b) राष्ट्रीय उत्पन्न = उपभोग + विनियोग

(c) राष्ट्रीय उत्पन्न = उपभोग + बचत

(d) राष्ट्रीय उत्पन्न = बाजार किमतीवर एकूण घरगुती खर्च

प्र. 81. खालीलपैकी कोणते NNP चे अंग नाही?

(a) प्रत्यक्ष कर   (b) व्यापारिक हस्तांतरण

(c) भांडवलातील घट   (d) साधनांचा मेहनताना

प्र. 82. NNP संबंधी खालील पैकी कोणते विधान योग्य आहे?

(a) NNP = GNP – d

(b) NNP = GNP – cca

(c) NNP = C + In + G + (X–M)

(d) वरील तिन्ही योग्य आहेत

प्र. 83. राष्ट्रीय उत्पन्नाची गैरसमजूत आधार देते आहे.

(a) समष्टि अर्थशास्त्राच्या विश्लेषणासाठी

(b) सूक्ष्म अर्थशास्त्राच्या विश्लेषणासाठी

(c) व्यापारचक्राच्या विश्लेषणासाठी

(d) सरकारी अर्थसंकल्पाच्या विश्लेषणासाठी

प्र. 84. ''एखाद्या देशाचे श्रम व भांडवल त्याच्या प्राकृतिक साधनांवर क्रियाशील होऊन दरवर्षी भौतिक व अभौतिक वस्तू आणि सर्व प्रकारच्या सेवांची एक निश्चित आणि विशुद्ध बेरीज निर्माण करतात. हे देशाचे वास्तविक विशुद्ध वार्षिक उत्पन्न असते, ज्याला राष्ट्रीय लाभांश म्हणतात.'' हे विधान खालीलपैकी कोणत्या अर्थशास्त्रज्ञाचे आहे?

(a) पीगू   (b) फिशर   (c) मार्शल   (d) सॅम्युएलसन

प्र. 85. ''राष्ट्रीय उत्पन्न हे अर्थव्यवस्थेत वस्तू व सेवांच्या एकूण वार्षिक प्रवाहाच्या मौद्रिक मापाला दिले गेलेले एक ढोबळ नाव आहे.'' हे विधान कोणत्या अर्थशास्त्रज्ञाचे आहे?

(a) मार्शल   (b) पीगू   (c) कुजनेट्स   (d) सॅम्युएलसन

प्र. 86. राष्ट्रीय उत्पन्न लेखांकन संबंधित प्रयत्नांसाठी सन 1971 मध्ये कोणाला नोबेल पुरस्कार मिळाला?

(a) केन्सला   (b) फिशरला

(c) सायमन कुजनेट्सला   (d) वरीलपैकी कोणालाच नाही.

प्र. 87. सर्वांत आधी कोणत्या अर्थशास्त्रज्ञाने राष्ट्रीय उत्पन्न व राष्ट्रीय लाभांश या दोन्हींना एकच मानले?

(a) फिशर   (b) मार्शल   (c) पीगू   (d) केन्स

प्र. 88. एखाद्या देशाचे स्थूल राष्ट्रीय उत्पादन (GNP) मोजताना खालीलपैकी काय सामील केले जात नाही?

(a) मूल्य घट   (b) अप्रत्यक्ष कर

(c) शुद्ध निर्यात   (d) उपभोक्त्याने खरेदी केलेल्या वस्तू

प्र. 89. स्थूल राष्ट्रीय उत्पादन (साधन किमतीवर) (GNP at Factor Price) जाणून घेण्यासाठी.

(a) स्थूल राष्ट्रीय उत्पादनातून अप्रत्यक्ष कर वजा करून सरकारी साहायता (Subsidies) मिळवली जाते.

(b) स्थूल राष्ट्रीय उत्पादनात शुद्ध निर्यात मिळवली जाते.

(c) स्थूल राष्ट्रीय उत्पादनात अप्रत्यक्ष कर वजा केले जातात.

(d) स्थूल राष्ट्रीय उत्पादनात सरकारी अनुदान (Subsidy) मिळविले जाते.

प्र. 90. खर्चायोग्य उत्पन्न (Disposable Income) माहीत करून घेण्यासाठी राष्ट्रीय उत्पन्नातून खालील वजा केले जाते.

(a) प्रत्यक्ष व अप्रत्यक्ष कर (b) संस्थांना मिळालेली पूर्ण रक्कम

(c) फक्त संस्थांचे लाभ (d) वरील सर्व

प्र. 91. खालीलपैकी बरोबर विधानाला खूण करा.

(a) GNP = C + I + G + (X–M)

(b) GNP = C – I – G + (X–M)

(b) GNP = C + I + G – (X+M)

(c) GNP = C + I + G – (X–M)

प्र. 92. उपभोग + बचत =

(a) शुद्ध वैयक्तिक बचत (b) खर्चायोग्य वैयक्तिक उत्पन्न

(c) शुद्ध गुंतवणूक (d) वरीलपैकी कुठलेही नाही.

प्र. 93. $\dfrac{\text{वास्तविक राष्ट्रीय उत्पन्न}}{\text{जनसंख्या}}$ =

(a) वैयक्तिक उत्पन्न (b) प्रतिव्यक्ती उत्पन्न

(c) प्रतिव्यक्ती वास्तविक उत्पन्न (d) कुठलेही नाही.

प्र. 94. जर P किंमत सूचकांक आहे आणि Q उत्पादन सूचकांक आहे. तर स्थूल राष्ट्रीय उत्पादन (GNP) होईल.

(a) P + Q (b) P – Q (c) P ÷ Q (d) P × Q

प्र. 95. एखाद्या देशाच्या सर्व वस्तू व सेवांच्या उत्पादनाच्या बाजार मूल्याच्या योगात काय जोडले तर स्थूल राष्ट्रीय उत्पादन (GNP) तयार होईल?

(a) आयातींचे मूल्य (b) निर्यातींचे मूल्य

(c) विदेशी मदत (d) विदेशांकडून मिळालेले शुद्ध उत्पन्न

प्र. 96. GNP = C + I + G + (X–M) वरील समीकरण

(a) उत्पन्नाच्या बाजूचे विवरण आहे (b) खर्चाच्या बाजूचे विवरण आहे.

(c) उत्पादनाचे विवरण आहे (d) उपभोगाचे विवरण आहे.

प्र. 97. स्थूल राष्ट्रीय उत्पन्न (GNP) आणि शुद्ध (निव्वळ) राष्ट्रीय उत्पत्ती (NNP) तील मुख्य फरक आहे.

(a) अनार्थिक क्रिया (b) भांडवलातील घट

(c) परोक्ष व्यापारी कर (d) उपभोक्त्याचा टिकाऊ वस्तूंवरील खर्च

प्र. 98. GNP समजून घेण्यासाठी खालीलपैकी काय काढून टाकले पाहिजे?

(a) भाड्याचे उत्पन्न (b) व्याजांचे देणे

(c) लाभांश (d) सरकारी हस्तांतरण रक्कम देणे.

प्र. 99. NNP कशाप्रकारे परिभाषित केले जाऊ शकते?

(a) GNP + घसारा (b) GNP – अप्रत्यक्ष कर

(c) GNP – घसारा (d) GNP – प्रत्यक्ष कर

प्र. 100. केन्सद्वारा रोजगाराच्या स्तराचा निर्धारण बिंदू असतो.

(a) ADF > ASF (b) ADF < ASF

(c) ADF = ASF (d) ADF × ASF

प्र. 101. भाग A ची भाग B शी जोडी जुळवा.

भाग A

(1) पुरवठा आपली मागणी स्वत: निर्माण करतो.

(2) रोजगाराचे संतुलन अल्प रोजगारावर स्थापित होते.

(3) मजुराने सीमान्त उत्पादकतेबरोबर वेतन घेतले तर बेरोजगारी होणार नाही.

(4) अनैच्छिक आणि सामान्य बेरोजगारी कधीच नसते.

भाग B

(i) प्रतिष्ठित अर्थशास्त्रज्ञ (ii) केन्स रोजगार सिद्धान्त

(iii) व्याजाचा दर (iv) जे.बी.से (v) पीगू

	1	2	3	4
(a)	i	ii	iii	iv
(b)	iv	ii	v	i
(c)	iii	i	iv	v
(d)	v	iii	i	ii

प्र. 102. अल्परोजगारी स्थायी संतुलन नाही, हे कोणी म्हटले आहे?

(a) हेजलिट (b) हेबरलर (c) लियोंतीफ (d) सर्वांनी

प्र. 103. चक्रीय बेरोजगारी देणगी आहे.

(a) अर्धविकसित देशांची (b) विकसित देशांची

(c) विकसनशील देशांची (d) अविकसित देशांची

प्र. 104. जर P किंमत सूचकांक आणि Q उत्पादन सूचकांक आहे तर स्थूल राष्ट्रीय उत्पादन (GNP) होईल

(a) P + Q (b) P – Q (c) P ÷ Q (d) P × Q

प्र. 105. राष्ट्रीय उत्पादनात गणना केली जाते.

(a) सर्व वस्तूंची

(b) बाजारात ज्या वस्तूंचा विनिमय होईल त्यांची

(c) ज्या वस्तूंचा बाजारात विनिमय होतो पण उत्पादक त्यांचा उपभोग घेत नाहीत, त्या वस्तूंची

(d) विनिमय होईल पण उत्पादक ज्या वस्तू स्वतःच्या उपभोगासाठी ठेवतील,
    त्या वस्तूंची

प्र. 106. दुहेरी गणनेचा अर्थ आहे.

(a) उत्पादन एकापेक्षा जास्त वेळा मोजणे

(b) उत्पादनाची विभिन्न स्तरांवर गणना करणे

(c) उत्पादन व देय रक्कम दोन्हींची गणना करणे

(d) उत्पादनाचे मौद्रिक मूल्य जोडणे

प्र. 107. ''देशाच्या उत्पादन व्यवस्थेने वर्षभरात प्रवाहित होऊन शेवटच्या उपभोक्त्याच्या हातात पडणाऱ्या वस्तू आणि सेवा किंवा देशाच्या भांडवली वस्तूंच्या स्टॉकमध्ये होणाऱ्या शुद्ध वृद्धीला राष्ट्रीय उत्पन्न म्हणतात.'' ही व्याख्या कोणत्या अर्थशास्त्रज्ञाची आहे?

(a) सायमन कुजनेट्स (b) मार्शल

(c) पीगू (d) फिशर

प्र. 108. राष्ट्रीय कर्जावर दिल्या गेलेल्या व्याजाला खाली दिलेल्या कशाशी जोडले जाते?

(a) एकूण (स्थूल) राष्ट्रीय उत्पादन (b) विशुद्ध राष्ट्रीय उत्पादन

(c) वैयक्तिक उत्पन्न (d) खर्चायोग्य उत्पन्न

प्र. 109. कोणत्या उत्पन्नावरून लोकांच्या राहणीमानाची कल्पना येते?

(a) खर्चायोग्य उत्पन्न (b) दरडोई उत्पन्न

(c) वैयक्तिक उत्पन्न (d) यांपैकी कोणतेही नाही

प्र. 110. खालीलपैकी कशाला उपभोक्ता खर्चात सामील केले जात नाही?

(a) शाळेची फी (b) घराचे भाडे

(c) नवीन स्कूटरची खरेदी (d) वरील कुठलेही नाही.

प्र. 111. पीगूच्या मते दीर्घकालीन बेरोजगारी नष्ट केली जाऊ शकते.

(a) मजुरी दर स्थिर ठेवून (b) मजुरी दर वाढवून

(c) मजुरी दरात कपात करून (d) तिन्ही स्थितीत शक्य

प्र. 112. बाजाराचा नियम सादर केला.

(a) जे. बी. क्लार्कने (b) जे.बी.सेने

(c) जे. एम. किन्सने (d) ए.सी.पीगूने

प्र. 113. केन्सचा रोजगार सिद्धान्त

(a) अल्पकालीन आहे. (b) दीर्घकालीन आहे.

(c) अतिदीर्घकालीन आहे. (d) सर्व बरोबर आहेत.

प्र. 114. जे.बी. सेचा बाजार नियम लागू होतो.

(a) वस्तू विनिमयावर (b) मुद्रा विनिमयावर

(c) वरील दोन्हींवर (d) दोन्ही नाही.

प्र. 115. केन्सच्या मते अतिउत्पादन आणि बेरोजगारीचे मुख्य कारण आहे.

(a) बचतीत कमी (b) विनियोगात कमी

(c) एकूण मागणीत कमी (d) एकूण मागणीत वृद्धी

प्र. 116. कोणते विधान बरोबर आहे?

(a) MPS + MPC = 0 (b) MPS + MPC = 1

(c) MPS + MPC < 1 (d) MPS + MPC > 1

प्र. 117. केन्सच्या मते प्रभावी मागणी तेथे निश्चित होते जेथे

(a) एकूण मागणी = एकूण पुरवठा

(b) एकूण मागणी = एकूण पुरवठा = 0

(c) एकूण मागणी > एकूण पुरवठा

(d) एकूण मागणी < एकूण पुरवठा

प्र. 118. कोणते विधान बरोबर आहे?

(a) C = f (y) (b) C = f (r) (c) C = f (y,e) (d) C = f (y,I)

प्र. 119. केन्सचा रोजगार सिद्धान्त आहे.

(a) व्यष्टिमूलक (b) समष्टिमूलक (c) (a), (b) दोन्ही (d) दोन्ही नाही

प्र. 120. भारतात काम करणाऱ्या विदेशी निवासींचे उत्पन्न खालीलपैकी कशाचा अंश आहे?

(a) भारताचे घरगुती साधन (घटक) उत्पन्न

(b) भारताला विदेशातून मिळालेले साधन उत्पन्न

(c) शेष–विश्वाशी चालू अंतरण

(d) भारताच्या सामान्य निवासी कर्मचाऱ्यांचे पारिश्रमिक

प्र. 121. राष्ट्रीय उत्पन्नाची बेरीज सांगते.

(a) उत्पादन स्तर (b) खर्चाचा स्तर

(c) वितरण स्तर (d) गुंतवणूक स्तर

प्र. 122. "देशाच्या उत्पादन व्यवस्थेने वर्षभरात प्रवाहित होऊन अंतिम उपभोक्त्याच्या हातात पडणाऱ्या वस्तू आणि सेवा किंवा देशाच्या भांडवली वस्तूंच्या स्टॉकमध्ये होणाऱ्या शुद्धवृद्धीला राष्ट्रीय उत्पन्न म्हणतात." ही परिभाषा कोणत्या अर्थशास्त्रज्ञाची आहे?

(a) सायमन कुजनेट्स (b) मार्शल

(c) पीगू (d) फिशर

प्र. 123. राष्ट्रीय उत्पन्न विश्लेषणाच्या संबंधात खाली काही विधाने दिली आहेत.

(1) NNP – भांडवली घट = GNP

(2) बाजार किमतीवर NNP + अनुदान = साधन किमतीवर NNP + परोक्ष कर

(3) GNP = GDP + विदेशी गुंतवणुकीतून शुद्ध प्राप्ती

(4) NDP_{FC} + विदेशी गुंतवणुकीतून शुद्ध प्राप्ती = NNP_{FC}

यातील कोणते विधान बरोबर आहे.

(a) 1 व 2   (b) 1, 3 व 4   (c) फक्त 2   (d) 2, 3 आणि 4

प्र. 124. भारतात राष्ट्रीय उत्पन्न मोजताना 'कोणता कालखंड' हे वर्ष मानले जाते?

(a) 1 जानेवारी ते 31 डिसेंबर   (b) 1 ऑक्टोबर ते 30 सप्टेंबर

(c) 1 जुलै ते 30 जून   (d) 1 एप्रिल ते 31 मार्च

प्र. 125. वैयक्तिक उत्पन्नातून वैयक्तिक प्रत्यक्ष करावर आणि दंडावर जी रक्कम वाचते तिला खालीलपैकी कोणते उत्पन्न म्हणतात?

(a) खासगी उत्पन्न   (b) राष्ट्रीय उत्पन्न

(c) निव्वळ उत्पन्न   (d) प्रायोज्य उत्पन्न

प्र. 126. जेव्हा एखादी व्यक्ती आपला जुना फ्रीज दुसऱ्याला विकते तेव्हा राष्ट्रीय उत्पन्न.

(a) विक्री मूल्याच्या उत्पन्न

(b) विक्रीत दलालीबरोबर वाढेल.

(c) विक्री मूल्य व दलालीबरोबर वाढेल.

(d) कुठलीही वाढ होणार नाही.

प्र. 127. हस्तांतरित प्रदानाचा (Transfer Payment) अर्थ आहे.

(a) गृहस्वामी / स्वामिनीने वस्तू खरीदण्यासाठी फर्मला दिलेले पैसे.

(b) उत्पादन साधनांसाठी फर्मने दिलेले पैसे

(c) लोकांनी अन्य सेवेकरता दिलेले पैसे

(d) वरील कुठलेच नाही.

प्र. 128. खालीलपैकी कोणते NNP चा भाग नाही?

(a) परोक्ष कर   (b) व्यापारी हस्तांतरण

(c) भांडवलातील घट   (d) साधनांचे पैसे देणे

प्र. 129. राष्ट्रीय उत्पन्नाची 'उत्पन्न विधी' ने मोजणी करताना खालीलपैकी काय सामील केले जात नाही?

(a) वेतन   (b) अप्रत्यक्ष कर   (c) लाभांश   (d) प्रत्यक्ष कर

प्र. 130. बरोबर विधानावर खूण करा.

(a) NNP ला किमतीवर राष्ट्रीय उत्पन्न म्हणतात.

(b) NNP ला साधन किमतीवर राष्ट्रीय उत्पन्न म्हणतात.

(c) NNP ला राष्ट्रीय उत्पन्न म्हणतात.

(d) NNP ला उपभोग्य उत्पन्न म्हणतात.

प्र. 131. एखाद्या अर्थव्यवस्थेत एका वर्षात एकूण राष्ट्रीय उत्पन्न 6,000 कोटी रु. आहे. सकल व्यापारिक बचत 300 कोटी रुपये आणि सरकारला दिले जाणारे कर 600 कोटी रु. आहेत. हस्तांतरीत देणे (Payment) 100 कोटी रु. असेल तर खर्चायोग्य वैयक्तिक उत्पन्न (Disposable income) होईल.

(a) 5,200 कोटी रु.   (b) 5,000 कोटी रु.

(c) 4820 कोटी रु.   (d) 6000 कोटी रु.

प्र. 132. एखाद्या देशात वर्षाच्या शेवटी अंतिम उत्पादन व सेवा मिळून होईल.

(a) स्थूल घरगुती उत्पादन   (b) स्थूल राष्ट्रीय उत्पन्न

(c) साधन किमतीवर राष्ट्रीय उत्पादन   (d) शुद्ध राष्ट्रीय उत्पन्न

प्र. 133. जर सीमान्त बचत प्रवृत्ती 0.2 असेल तर गुणकाचे प्रमाण होईल.

(a) 2.0   (b) 1.25   (c) 4.0   (d) 5.0

प्र. 134. खालील गोष्टींमधून कशाला स्थूल राष्ट्रीय उत्पन्नाच्या मोजणीत सामील केले जावे?

(a) कंपनीद्वारा लाभांशांचे देणे   (b) जुन्या घराद्वारे वृद्धावस्था पेन्शन

(c) सरकारकडून वृद्धावस्था पेन्शन

(d) कंपनीकडून नव्या भांडवलाचे निर्गम

प्र. 135. वास्तविक स्थूल राष्ट्रीय उत्पादचे प्रमाण असेल.

(a) मौद्रिक स्थूल राष्ट्रीय उत्पादन × आधार वर्षात किमतीचा स्तर

(b) मौद्रिक स्थूल राष्ट्रीय उत्पादन × चालू वर्षात किमतीचा स्तर

(c) मौद्रिक स्थूल राष्ट्रीय उत्पादन × $\dfrac{\text{आधार वर्षात किमतीचा स्तर}}{\text{चालू वर्षात किंमत}}$

(d) मौद्रिक स्थूल राष्ट्रीय उत्पादन × $\dfrac{\text{चालू वर्षात किमतीचा स्तर}}{\text{आधार वर्षात किमतीचा स्तर}}$

प्र. 136. खर्चायोग्य उत्पन्न बरोबर आहे.

(a) स्थूल राष्ट्रीय उत्पादन – घसारा

(b) विशुद्ध राष्ट्रीय उत्पादन – अप्रत्यक्ष कर + आर्थिक अनुदान

(c) वैयक्तिक उत्पन्न – वैयक्तिक प्रत्यक्ष कर

(d) वरीलपैकी कुठलेही नाही.

प्र. 137. जर बाजार किमतीवर राष्ट्रीय उत्पन्नात परिदान मिळवले व अप्रत्यक्ष कर वजा केला तर रक्कम कशाच्या बरोबर होईल?

(a) साधन (घटक) किमतीवर राष्ट्रीय उत्पन्नाच्या

(b) बाजार किमतीवर समग्र घरगुती उत्पादनाच्या

(c) बाजार किमतीवर शुद्ध राष्ट्रीय उत्पादनाच्या

(d) वैयक्तिक उत्पन्नाच्या

प्र. 138. स्थिर किमतींवर राष्ट्रीय उत्पन्न कशा प्रकारे व्यक्त केले जाऊ शकेल?

(a) $\dfrac{\text{चालू किमतीवर राष्ट्रीय उत्पन्न}}{\text{चालू वर्षाचा किंमत सूचकांक}} \times 100$

(b) $\dfrac{\text{चालू किमतीवर राष्ट्रीय उत्पन्न} \times \text{चालू वर्षाचा किंमत सूचकांक}}{\text{चालू वर्षाचा किंमत सूचकांक}}$

(c) $\dfrac{\text{चालू किमतीवर राष्ट्रीय उत्पन्न}}{\text{चालू वर्षाचा किंमत सूचकांक}} \times 100$

(d) वरीलपैकी कशा प्रकारेही नाही.

प्र. 139. राष्ट्रीय उत्पन्नात दुहेरी मोजणी कशी काढून टाकली जाते?

(a) वित्तीय अंतरणांना वेगळे काढून

(b) सकल (स्थूल) राष्ट्रीय उत्पादन मोजण्यासाठी वर्धित मूल्य पद्धतीचा वापर करून

(c) आधीपासूनच उत्पादित वस्तूंच्या बाजार किमतीला वेगळे काढून

(d) त्या वस्तूंना सोडून देऊन ज्या बाजार विनियोगात येत नाहीत.

प्र. 140. खालील विधानांवर विचार करा.

राष्ट्रीय उत्पन्न खात्यांचा अभ्यास अत्यंत महत्त्वपूर्ण आहे. कारण त्यामुळे–

(1) राष्ट्रीय उत्पादनाचे परिणाम व त्याची संरचना यात परिवर्तन दिसून येते.

(2) समाजाच्या विभिन्न वर्गांमध्ये राष्ट्रीय उत्पन्नाच्या वितरणाविषयी माहिती मिळते.

(3) उपभोग व गुंतवणुकीच्या मध्ये राष्ट्रीय खर्च विभागण्याची पद्धत दिसून येते. या विधानांपैकी

(a) 1 आणि 2 बरोबर आहेत.　　(b) 2 आणि 3 बरोबर आहेत.

(c) 1 आणि 3 बरोबर आहेत.　　(d) 1,2 आणि 3 बरोबर आहेत.

प्र. 141. खालीलपैकी कशाला राष्ट्रीय उत्पादनात सामील केले जात नाही?

(a) शेतकऱ्याने स्वत:च्या उपभोगासाठी उत्पादित केलेला गहू

(b) स्वत:च्या उपभोगासाठी बांधलेले घर

(c) एका व्यक्तीने दुसऱ्याला विकलेले जुने घर

(d) एखाद्या फर्मने तयार केलेल्या मशिन्स

प्र. 142. जर आर्थिक विकासाचा दर 2% आहे आणि भांडवल उत्पादनाचे प्रमाण 5:1 आहे तर गुंतवणुकीचा दर होईल.

(a) 5%　　　　(b) 2%　　　　(c) 10%　　　　(d) 3%

प्र. 143. स्थिर किमतींवर सकल (स्थूल) राष्ट्रीय उत्पन्न आहे.

(a) अंतिम उत्पादनाच्या नाममात्र मूल्याचे मापक

(b) वास्तविक उत्पादनाचे मापक

(c) सकल (स्थूल) राष्ट्रीय उत्पादाच्या मूल्याचे नाममात्र मापक

(d) वरीलपैकी कुठलेच नाही.

प्र. 144. राष्ट्रीय उत्पन्न संबंधित आहे.

(a) सूक्ष्म अर्थशास्त्रीय अभ्यासाशी　(b) व्यापक अर्थशास्त्रीय अभ्यासाशी

(c) निगमन प्रणालीय अभ्यासाशी　(d) आगमन प्रणालीय अभ्यासाशी

प्र. 145. "राष्ट्रीय उत्पन्न लाभांशाच्या वस्तुगत उत्पन्नाचा, ज्यात नि:संदेह विदेशातून मिळालेले उत्पन्न पण सामील आहे ज्याला मुद्रेत मोजले जाऊ शकते" हे कोणी म्हटले आहे?

(a) मार्शल　　　(b) केन्स　　　(c) फिशर　　　(d) पीगू

प्र. 146. "राष्ट्रीय उत्पन्नातून सर्व मूल्य घट आणि अप्रचलनाला वजा करायला नको. तर यात वापरणाऱ्याची किंमत (Users Cost) वजा करायला पाहिजे." हे विधान कोणाचे आहे?

(a) मार्शल　　　(b) पीगू　　　(c) केन्स　　　(d) सायमन कुजनेट्स

प्र. 147. उपभोग उत्पन्नाचा अर्थ आहे.

(a) संपूर्ण जे एक साधन मिळविते　(b) उपभोग + बचत

(c) एखाद्या साधनाचा संपूर्ण खर्च　(d) वरीलपैकी कुठलेच नाही.

प्र. 148. राष्ट्रीय उत्पन्नातून व्यक्तिगत उत्पन्नाच्या मूल्यांकनासाठी खालीलपैकी कोणते बरोबर आहे?

(a) राष्ट्रीय-उत्पन्न सामाजिक सुरक्षिततेसाठी केलेली कपात लाभांशाचा तो भाग जो वितरित केला जात नाही + हस्तांतरण शुल्क

(b) राष्ट्रीय उत्पन्न + हस्तांतरण शुल्क

(c) उत्पादनाच्या साधनांनी मिळवलेले संपूर्ण उत्पन्न

(d) उपभोग्य उत्पन्न

प्र. 149. ''राष्ट्रीय उत्पन्न किंवा उत्पादन ती अंतिम संख्या आहे; जी आपण विविध वस्तू सेवा .... आणि मशिन्सचे ज्यांना समाज उपलब्ध जमीन, श्रम आणि पुंजीगत साधने वापरून उत्पादित करतो, मौद्रिक माप घेतल्यानंतर मिळविले जाऊ शकते.'' हे विधान कोणाचे आहे?

(a) सायमन कुजनेट्स (b) फिशर

(c) सॅम्युएलसन (d) केन्स

प्र. 150. प्रा. फिशरने राष्ट्रीय उत्पन्नात उत्पादनाच्या स्थानावर कोणाला प्राथमिकता दिली आहे?

(a) विनिमय (b) वितरण (c) उपभोग (d) वरील सर्वांना

प्र. 151. भारतात राष्ट्रीय उत्पन्नाचा अंदाज सर्वांत आधी कोणत्या भारतीयाने लावला.

(a) महादेव गोविंद रानडे (b) दादाभाई नौरोजी

(c) महात्मा गांधी (d) बी.के.आर.व्ही. राव

प्र. 152. एखाद्या खुल्या अर्थव्यवस्थेत सामूहिक मागणीचा अर्थ कुठला आहे, ज्या वेळी C = उपभोग, I = विनियोग, G = सरकारने केलेला खर्च, X = निर्यात, M = आयात, Y = राष्ट्रीय उत्पन्न

(a) $C + I + G + X = M$ (b) $C + I + G + X + M$

(c) $C + S = y$ (d) $X + M$

प्र. 153. भारतात राष्ट्रीय उत्पन्नाचे आकलन कोणाद्वारे केले जाते?

(a) मानव संसाधन मंत्रालय (b) कृषी मंत्रालय

(c) केंद्रीय सांख्यिकीय संघटना (d) वित्त मंत्रालय

प्र. 154. $\dfrac{\text{वास्तविक राष्ट्रीय उत्पन्न}}{\text{लोकसंख्या}}$ चे सूत्र खालीलपैकी कोणाला लागू होते?

(a) व्यक्तिगत वास्तविक उत्पन्न (b) व्यक्तिगत उत्पन्न

(c) प्रतिव्यक्ती उत्पन्न (d) उपभोग्य उत्पन्न

प्र. 155. 'कल्याणाचे अर्थशास्त्र' ही कोणत्या अर्थशास्त्रज्ञाची रचना आहे?

(a) ए.सी.पीगू (b) कॅल्डोर (c) रॉबिन्स (d) मार्शल

प्र. 156. राष्ट्रीय उत्पन्नाच्या मोजणीच्या तीन पद्धती आहेत.

(a) बचत, गुंतवणूक आणि उत्पन्न पद्धती

(b) खर्च, मूल्य ऱ्हास आणि उत्पादन पद्धती

(c) उत्पादन खर्च आणि उत्पन्न पद्धती

(d) आंतर्देशीय महसूल, उपभोग आणि उत्पादन पद्धती

प्र. 157. विधान उपयोगी आहे.
   (a) राष्ट्रीय उत्पन्नाचे अधिक समान वितरण आर्थिक कल्याण वाढवते.
   (b) राष्ट्रीय उत्पन्नाचे अधिक समान वितरण आर्थिक कल्याण कमी करते.
   (c) राष्ट्रीय उत्पन्नाचे अधिक समान वितरणाचा अर्थिक कल्याणावर काहीच
       परिणाम होत नाही.
   (d) राष्ट्रीय उत्पन्नाचे अधिक वितरण होत नाही.

प्र. 158. खालीलपैकी कोणते समीकरण बरोबर आहे?
   (a) NNP at Market Price + Subsidies = NNP at factor cost +
       Indirect Taxes
   (b) GNP = GDP + Net Income from foreign
   (c) GNP – depreciation = NNP
   (d) वरील सर्व

प्र. 159. सामाजिक लेखांकन (Accounting) आहे.
   (a) राष्ट्रीय उत्पन्न   (b) एकूण राष्ट्रीय उत्पादन
   (c) विशुद्ध राष्ट्रीय उत्पादन   (d) हेतूच्या आधारावर कुठलेही नाही.

प्र. 160. एखाद्या स्वतंत्र अर्थव्यवस्थेत एकूण सामूहिक मागणी =
   (a) उपभोग + गुंतवणूक + एकूण सरकारी गुंतवणूक + (निर्यात – आयात)
   (b) उपभोग + शुद्ध गुंतवणूक + (निर्यात + आयात)
   (c) उपभोग + शुद्ध गुंतवणूक – (निर्यात – आयात)
   (d) उपभोग + शुद्ध गुंतवणूक – (निर्यात – आयात)

प्र. 161. वर्तमान परिस्थितीत विकसित देशांच्या संदर्भात सर्व आर्थिक शक्तींच्या
       क्रियाशीलतेच्या आधारावर हा निष्कर्ष काढला जाऊ शकतो की, ''वैयक्तिक
       उत्पन्नात (PI) असमान वितरण आर्थिक विकासाचे सूचक आहे.''
   (a) सत्य आहे   (b) असत्य आहे.
   (c) आंशिक सत्य आहे.   (d) काही सांगता येणार नाही.

प्र. 162. अर्थव्यवस्थेत एका वर्षात सर्व व सेवेचे अंतिम उत्पादन कोणाला म्हणतात?
   (a) GNP   (b) NNP   (c) GDP   (d) PI

प्र. 163. राष्ट्रीय उत्पादनाची योग्य मोजणी कशाने केली जाऊ शकते?
   (a) राष्ट्रीय उत्पन्न   (b) दरडोई राष्ट्रीय उत्पन्न
   (c) वैयक्तिक उत्पन्न   (d) गुंतवणूक

प्र. 164. एखाद्या वस्तू किंवा सेवेची उपयोगिता संपवण्याला अर्थशास्त्रात म्हणतात.
   (a) उत्पादन   (b) उपभोग
   (c) विनिमय   (d) वस्तू व सेवेचा नाश

प्र. 165. खालीलपैकी कुठला विचार प्रवाह नाही?

(a) उत्पादन   (b) गुंतवणूक   (c) उपभोग   (d) लाभांश

प्र. 166. राष्ट्रीय उत्पन्नाचा विचार आहे.

(a) सामाजिक   (b) खासगी

(c) वरील दोन्ही   (d) वरीलपैकी कुठलाच नाही.

प्र. 167. राष्ट्रीय उत्पन्नाच्या संबंधात कोणते विधान खरे आहे?

(a) NI = NNP (परोक्ष कर + हस्तांतरण उत्पन्न + सार्वजनिक बचती)

(b) NI = NNP – परोक्ष कर

(c) NI = NNP – हस्तांतरण उत्पन्न

(d) NI = NNP – सार्वजनिक बचती

प्र. 168. खालीलपैकी कोणते विधान असत्य आहे?

(a) GNP > NNP   (b) NNP > NI

(c) NI > PI   (d) PI > NI

प्र. 169. GNP माहिती करून घेण्याच्या एका पद्धतीचे नाव खर्च संगणना पद्धती आहे; तर दुसरी पद्धत

(a) उत्पादन संगणना पद्धत आहे   (b) उपभोग संगणना पद्धत आहे.

(c) सांख्यिकी पद्धत आहे.   (d) उत्पन्न संगणना पद्धत आहे.

प्र. 170. खालीलपैकी कोणते विधान उपयोगी आहे?

(a) वैयक्तिक उत्पन्न = राष्ट्रीय उत्पन्न – सामाजिक सुरक्षा कपात

(b) वैयक्तिक उत्पन्न = राष्ट्रीय उत्पन्न – (सामाजिक सुरक्षा कपात – कंपनींवर लागणारे कर अविभाजित लाभांश – हस्तांतरण उत्पन्न)

(c) वैयक्तिक उत्पन्न = राष्ट्रीय उत्पन्न – (सामाजिक सुरक्षा कपात + कंपन्यांचे कर)

(d) वैयक्तिक उत्पन्न = एखाद्या व्यक्तीचे खासगी उत्पन्न

प्र. 171. खालीलपैकी बरोबर समीकरणावर खूण करा.

(a) उपभोग्य उत्पन्न = वैयक्तिक उत्पन्न – वैयक्तिक कर

(b) उपभोग्य उत्पन्न = राष्ट्रीय उत्पन्न – बचत

(c) उपभोग्य उत्पन्न = राष्ट्रीय उत्पन्न – परोक्ष कर

(d) उपभोग्य उत्पन्न = राष्ट्रीय उत्पन्न – प्रत्यक्ष कर

प्र. 172. राष्ट्रीय उत्पन्न समजून घेण्यासाठी खालील काय सामील केले जात नाही?

(a) मजुरी व वेतन   (b) व्याज व लाभ

(c) भाड्याचे उत्पन्न   (d) पेन्शन

प्र. 173. खालीलपैकी कोणती आर्थिक घटना व्यय-संगणना पद्धतीत सामील केली जाईल?

(a) एका डॉक्टरने एका वर्षात 30,000 रुपयांचे उत्पन्न मिळवले.

(b) एका बँकेने एका वर्षात 30,000 रु. व्याज कमावले.

(c) एका व्यक्तीने 3000 रु. चा लाभांश कमावला.

(d) एका व्यक्तीने घरच्या वापरासाठी 30,000 रु. खर्च करून टेलिफोन लावला.

प्र. 174. राष्ट्रीय उत्पन्न समजून घेण्यासाठी खालीलपैकी कशाला सामील केले जाईल?

(a) गृहिणींची सेवा (b) साधूंची सेवा

(c) चोरांचे उत्पन्न (d) चौकीदाराचे उत्पन्न

प्र. 175. खर्च–संगणना पद्धतीत

(a) एका वर्षात केलेल्या प्रत्येक खर्चाला सामील केले जाते.

(b) एका वर्षात फक्त अंतिम उपभोगाच्या वस्तूंवर केलेले.

(c) सेकंड हँड वस्तूंची खरेदी व विक्री पण सामील केली जाते.

(d) शेअर्सचे देणे घेणे पण सामील केले जाते.

प्र. 176. राष्ट्रीय उत्पन्न बरोबर.

(a) NNP – Subsidies + Taxes

(b) NNP – indirect Taxes + Subsidies

(c) NNP – Direct Taxes + Subsidies

(d) GNP – Subsidies + Taxes

प्र. 177. कुजनेट्स, स्टोन आणि क्रेविस खालीलपैकी कशाशी संबंधित आहेत?

(a) उत्पादन फलन (b) आदान–प्रदान (Input-output) विश्लेषण

(c) व्यापारचक्र (d) राष्ट्रीय उत्पन्न लेखांकन

प्र. 178. गुणक असतो.

(a) $\dfrac{I}{MPC}$ (b) $\dfrac{I}{I-MPS}$

(c) $\dfrac{I}{MPS}$ (d) $\dfrac{I}{I-MPS} = \dfrac{\Delta I}{\Delta Y}$

प्र. 179. त्वरण गुणांक असतो.

(a) $\dfrac{\Delta I}{\Delta Y}$ (b) $\dfrac{\Delta C}{\Delta I}$ (c) $\dfrac{\Delta I}{\Delta C}$ (d) $\dfrac{\Delta C}{\Delta Y}$

प्र. 180. गुणकाचा MPC बरोबर

(a) विपरीत संबंध असतो. (b) सरळ संबंध असतो.

(c) आनुपातिक संबंध असतो. (d) कुठलाच संबंध नसतो.

प्र. 181. त्वरण (प्रवेग) संबंधित आहे.

    (a) स्वतंत्र खर्चाशी   (b) प्रेरित खर्चाशी

    (c) दोन्हींशी   (d) कशाशीही नाही.

प्र. 182. केन्स समर्थक होते.

    (a) मुक्त व्यापाराचे   (b) संरक्षणवादाचे

    (c) बाजार अर्थव्यवस्थेचे   (d) वरील सर्वांचे

प्र. 183. त्वरणाची (प्रवेगाची) कल्पना सादर केली.

    (a) जे.बी.सेने   (b) अफ्तालियनने

    (c) जे.एम.केन्सने   (d) सॅम्युएलसनने

प्र. 184. जे.बी.से आपल्या रोजगार सिद्धान्तात कोणत्या गोष्टीला मानतात?

    (a) व्याजाच्या दराची लवचिकता   (b) किमतीची लवचिकता

    (c) मजुरीची लवचिकता   (d) वरील सर्व

प्र. 185. जेम्स ड्यूजनबरीच्या मते दिलेल्या वेळेवर उपभोग

    (a) फक्त चालू उत्पन्न स्तरावर अवलंबून असतो.

    (b) मागील उत्पन्नावर अवलंबून असतो.

    (c) वरील दोन्ही बरोबर

    (d) वरील दोन्ही चूक

प्र. 186. जे. आर. हिक्सने सादर केलेला Super Multiplier चा विचार प्रमाण सांगतो–

    (a) प्रेरित विनियोग व संतुलन उत्पादनामधील

    (b) स्वत: विनियोग व संतुलन उत्पादनामधील

    (c) प्रेरित विनियोग व उत्पन्नामधील

    (d) स्वत: विनियोग व उत्पन्नामधील

प्र. 187. सापेक्ष उत्पन्न ही संकल्पना कोणी प्रस्तुत केली?

    (a) जे.एम.केन्स   (b) ड्यूजनबरी   (c) फ्रिडमॅन   (d) आर्थर स्मिथिज

प्र. 188. जर भांडवलाची सीमान्त क्षमता (MEC) व्याज दरापेक्षा अधिक आहे तर विनियोगावर त्याचा प्रभाव

    (a) उदासीन राहील   (b) अनुकूल राहील

    (c) प्रतिकूल राहील   (d) वरील तिन्ही स्थिती शक्य

प्र. 189. प्रतिष्ठित अर्थशास्त्रज्ञांच्या मते अर्थव्यवस्थेत पूर्ण रोजगार टिकवून ठेवण्याकरता.

    (a) बाजार शक्तींवर नियंत्रण आवश्यक आहे.

    (b) बाजार शक्तींवर नियंत्रण असायला नको.

    (c) बाजार शक्तींवर आंशिक नियंत्रण पाहिजे.

    (d) सरकारने स्वत: आर्थिक नीतींचे निर्धारण करायला पाहिजे.

प्र. 190. इंडियन एअर लाइन्सचा विमानावरील खर्च आहे.

    (a) टिकाऊ उपभोक्ता वस्तूवर खर्च

    (b) मध्यवर्ती उपभोग

    (c) अंतिम उपभोगखर्च

    (d) भांडवली वस्तूवर खर्च

प्र. 191. खालीलपैकी कशाचा आकार सर्वांत मोठा असतो?

    (a) सकल (स्थूल) राष्ट्रीय उत्पादन (GNP)

    (b) शुद्ध (निव्वळ) राष्ट्रीय उत्पादन (NNP)

    (c) राष्ट्रीय उत्पन्न (National Income)

    (d) वैयक्तिक उत्पन्न (Personal Income)

प्र. 192. खालीलपैकी कोणते विधान असत्य आहे?

    (a) GNP > NNP   (b) NNP > NI

    (c) NI > PI   (d) PI < NI

प्र. 193. उपभोग्य उत्पन्न (Disposable Income) ते उत्पन्न आहे.

    (a) ज्याचा एखाद्या देशाचे नागरिक एक वर्षभर त्याचा उपभोग घेऊ शकतील.

    (b) ज्याचा एखाद्या देशाचे नागरिक एक वर्ष त्याचा उपभोग घेतात.

    (c) राष्ट्रीय उत्पन्नाचा तो भाग ज्याचा मागील वर्षी उपभोग घेतला असेल.

    (d) वरीलपैकी कुठलेच नाही.

प्र. 194. खालील बरोबर विधानावर खूण करा.

    (a) वैयक्तिक उत्पन्नाचे प्रमाण उपभोग्य वैयक्तिक उत्पन्नापेक्षा अधिक असते.
      (PI > DPI)

    (b) वैयक्तिक उत्पन्नाचे प्रमाण उपभोग्य वैयक्तिक उत्पन्नापेक्षा कमी असते.
      (PI < DPI)

    (c) दोन्ही समान आहेत.

    (d) वरील तिन्ही विधाने असत्य आहेत.

प्र. 195. भारतात 1950–51 ते 1987–88 मध्ये प्रतिव्यक्ती राष्ट्रीय उत्पन्नाच्या सरासरी दर होता.

    (a) 3.6%   (b) 1.4%   (c) 1.9%   (d) 5.0%

प्र. 196. सन 1990 मध्ये चालू किमतीवर GNP 790 कोटी रु. होते, पण सन 1985 च्या तुलनेत किमती 50 टक्के उंचावल्या. सन 1985 च्या किमतीवर 1990 च्या GNP चे मूल्य काय होईल?

    (a) 375 कोटी   (b) 500 कोटी

    (c) 600 कोटी   (d) 750 कोटी

प्र. 197. जर GNP वाढत गेला तर अपरिहार्य आहे की
(a) किंमत स्तरात वाढ होईल (b) उत्पादनात वाढ होईल.
(c) दोन्हींत वाढ होईल (d) दोन्हींपैकी एक तरी नक्कीच वाढेल

प्र. 198. राष्ट्रीय उत्पन्न लेखांकनात (अंकेक्षण) CCA चा अभिप्राय असतो.
(a) करंट कॅपिटल अकाऊंट
(b) कंपेनसेशन ऑफ कॅपिटल ऑडव्हान्स
(c) सिटी कॉंपेन्सेटरी अलाउन्स
(d) कॅपिटल कॉंपेन्सेशन अलाउन्स

प्र. 199. शुद्ध अप्रत्यक्ष कराचा अर्थ आहे.
(a) उपभोक्ता वस्तूवर कर
(b) निगम कर
(c) प्रत्यक्ष व अप्रत्यक्ष करातला फरक
(d) अप्रत्यक्ष कर व आर्थिक मदतीतला फरक

प्र. 200. ''वर्तमान परिस्थितीत विकसित देशांच्या संदर्भात सर्व आर्थिक शक्तींच्या क्रियाशीलतेच्या आधारावर असा निष्कर्ष काढला जाऊ शकतो की, ''वैयक्तिक उत्पन्नात (PI) असमान वितरण आर्थिक विकासांचे सूचक आहे.'' हे विधान
(a) सत्य आहे. (b) असत्य आहे
(c) आंशिक सत्य आहे. (d) काही सांगता येणार नाही.

उत्तरे

1. d	2. a	3. d	4. a	5. c	6. d	7. c	8. c
9. d	10. d	11. d	12. c	13. d	14. c	15. d	16. b
17. c	18. c	19. a	20. c	21. c	22. a	23. b	24. b
25. b	26. d	27. b	28. d	29. c	30. a	31. a	32. d
33. a	34. d	35. d	36. c	37. a	38. d	39. d	40. b
41. c	42. a	43. a	44. c	45. b	46. a	47. b	48. c
49. a	50. b	51. d	52. a	53. b	54. b	55. c	56. a
57. a	58. a	59. b	60. a	61. b	62. a	63. a	64. d
65. d	66. a	67. c	68. a	69. b	70. c	71. a	72. b
73. a	74. c	75. b	76. b	77. d	78. d	79. b	80. a
81. c	82. d	83. a	84. b	85. b	86. c	87. b	88. b
89. a	90. c	91. a	92. b	93. c	94. d	95. d	96. b
97. b	98. d	99. c	100. c	101. b	102. d	103. b	104. a

105. d	106. b	107. a	108. c	109. b	110. d	111. c	112. b
113. a	114. c	115. c	116. a	117. a	118. b	119. a	120. a
121. c	122. a	123. d	124. d	125. d	126. b	127. c	128. c
129. d	130. b	131. a	132. a	133. d	134. a	135. b	136. c
137. a	138. c	139. a	140. d	141. c	142. c	143. b	144. b
145. d	146. c	147. b	148. a	149. c	150. c	151. b	152. a
153. c	154. c	155. a	156. c	157. b	158. d	159. d	160. a
161. a	162. a	163. a	164. b	165. b	166. a	167. a	168. d
169. d	170. b	171. a	172. d	173. d	174. d	175. b	176. b
177. d	178. c	179. c	180. b	181. b	182. b	183. b	184. d
185. b	186. b	187. b	188. b	189. b	190. d	191. a	192. b
193. a	194. a	195. b	196. b	197. d	198. d	199. d	200. a

■ ■ ■

6. मुद्रा व बँकिंग
Money and Banking

प्र. 1. कोणते विधान बरोबर आहे?

 (a) केंद्रीय बँक व्यापारी बँकांसारखी पत निर्गत करते.

 (b) केंद्रीय बँक व्यापारी बँकांसारखी पत निर्गत करत नाही.

 (c) केंद्रीय बँक व्यापारी बँकांबरोबर पत निर्गत करते.

 (d) केंद्रीय बँकेचा पतशी प्रत्यक्ष किंवा अप्रत्यक्ष कुठलाही संबंध नाही.

प्र. 2. कोणती पद्धत गुणात्मक पत नियंत्रणाच्या परिघात येत नाही?

 (a) नैतिक प्रभाव   (b) खुल्या बाजारातील

 (c) प्रचार   (d) प्रत्यक्ष कार्यवाही

प्र. 3. देशात बँकिंग व्यवस्थेची संरक्षक आहे.

 (a) केंद्रीय बँक   (b) व्यापारी बँक

 (c) स्टेट बँक   (d) वरीलपैकी कोणीही नाही.

प्र. 4. कोणता सिद्धान्त केंद्रीय बँकेच्या निर्देशक सिद्धान्तात सामील नाही?

 (a) मुद्रा चलनावर अधिकार   (b) जनतेकडून प्रत्यक्ष बँकिंग क्रिया

 (c) मौद्रिक नीती निर्धारक   (d) पत नियंत्रण

प्र. 5. कोणते काम केंद्रीय बँकेचे नाही?

 (a) नोट निर्गमनाचा एकाधिकार

 (b) व्यापारी बँकाच्या नगद कोषांचे संरक्षण

 (c) पत निर्माण   (d) अंतिम ऋणदाता

प्र. 6. पत नियंत्रणाच्या उद्देशात सामील आहे.

 (a) विनिमय दरात स्थिरता   (b) किंमत स्तरात स्थिरता

 (c) उत्पन्न व रोजगाराच्या उच्च स्तरावर स्थिरता

 (d) वरील सर्व

प्र. 7. कोणती पद्धत परिमाणात्मक पत नियंत्रणाच्या परिक्षेत्रात येत नाही?

 (a) बँक दर   (b) तरल कोषानुपात

 (c) पत विभाजन   (d) परिवर्तनशील न्यूनतम कोषानुपात

प्र. 8. बँकदराच्या सफलतेसाठी आवश्यक आहे की

 (a) देशाची आर्थिक व्यवस्था लवचिक असावी

मुद्रा व बँकिंग । १३७

(b) देशाची आर्थिक व्यवस्था पूर्णत: अवलवचिक असावी

(c) देशाची आर्थिक व्यवस्था अलवचिक असावी

(d) वरील सर्व चूक

प्र. 9. 'ऑन आउट लाईन ऑफ मनी' चे लेखक आहेत.

(a) क्राउथर   (b) केन्स   (c) रॉबर्टसन   (d) विकसेल

प्र. 10. खालीलपैकी कोणती मुद्रा सांकेतिक आहे?

(a) सोन्याची नाणी   (b) चांदीची नाणी

(c) कागदाच्या नोटा   (d) वरील तिन्ही

प्र. 11. मुद्रेची परंपरागत दृष्टिकोनातून व्याख्या अशा प्रकारे केली जाते.

(a) नोट   (b) नोट आणि बँकेची मागणी जमा

(c) नोट आणि बँकांची एकूण जमा(d) वरीलपैकी कुठलेही नाही.

प्र. 12. मुद्रेच्या प्रकारात खालील सामील नाही.

(a) बँक पत   (b) पत्रमुद्रा   (c) धातुमुद्रा   (d) सोने

प्र. 13. वर्तमान चलनाचा आविष्कार झाला.

(a) वस्तुविनिमय प्रणालीच्या अडचणी दूर करण्यासाठी

(b) आर्थिक विकास दूर करण्यासाठी

(c) आंतरराष्ट्रीय व्यापार वृद्धीसाठी (d) वरीलपैकी कुठलेही नाही.

प्र. 14. ज्या चलनात देशाचे पूर्ण देणे–घेणे होते, त्याला

(a) प्रधान मुद्रा म्हणतात   (b) सांकेतिक मुद्रा म्हणतात.

(c) पत्रमुद्रा म्हणतात   (d) वरीलपैकी काहीच म्हणत नाही.

प्र. 15. मागासलेल्या अर्थव्यवस्थेत अधिकतर विनिमयाचे काम होते.

(a) मुद्रा माध्यमातून   (b) धातूंच्या माध्यमातून

(c) वस्तू विनिमयप्रणालीने   (d) आंतरराष्ट्रीय तरलतेत (रोखतेत)

प्र. 16. ज्या चलनाचे धात्विक मूल्य घोषित मूल्यापेक्षा कमी असते त्याला म्हणतात.

(a) प्रधान मुद्रा   (b) सांकेतिक मुद्रा

(c) वस्तू मुद्रा   (d) वरीलपैकी कुठलेही नाही.

प्र. 17. भारतात राष्ट्रीयीकृत बँकांची संख्या किती आहे ?

(a) 19   (b) 16   (c) 25   (d) 21

प्र. 18. 'चलन तो कणा आहे. ज्याच्या चारी बाजूला आर्थिक विज्ञान फिरत असते' हे कथन आहे.

(a) पीगूचे   (b) मार्शलचे   (c) रॉबर्टसनचे   (d) हॉमचे

प्र. 19. 'अ ट्रीटिज ऑन मनी' चे लेखक आहेत.

(a) क्राउथर   (b) जे.एम.केन्स   (c) डॉ.एच. रॉबर्टसन   (d) पॉल इंजीग

प्र. 20. प्रा. किनले यांनी चलनाच्या सर्व कामांना प्राथमिक, गौण व आकस्मिक कामांमध्ये विभागले आहे, त्यांनी खालीलपैकी कोणते काम प्राथमिक सांगितले आहे?

(a) विनिमयाचे माध्यम व मूल्याचे माप

(b) मूल्याचे माप व पत आधार

(c) स्थगित देय रकमेचे प्रमाण व मूल्याचे हस्तांतरण

(d) मूल्य हस्तांतरण व संचयाचे साधन

प्र. 21. भारतात नाणे धोरण एका वर्षात किती वेळा मांडले जाते?

(a) 4   (b) 3   (c) 2   (d) 1

प्र. 22. खालीलपैकी कोणते काम गौण आहे?

(a) पत व उत्पन्नाच्या वितरणाचा आधार

(b) भांडवलाला तरलता देणे व निर्णयाचा वाहक

(c) स्थगित प्रदान व मूल्याचे हस्तांतरण

(d) राष्ट्रीय उत्पन्नाचे आकलन व अर्थव्यवस्थेला तरल बनवणे

प्र. 23. कायदेशीर चलनाचे रूप कशाला दिले जाते?

(a) जे सरकार आणि देशाच्या केंद्रीय बँकेद्वारे काढले जाते.

(b) जे सरकार आणि व्यापारी बँकेद्वारा काढले जाते.

(c) जे व्यापारी बँकांद्वारा काढले जाते.

(d) जे राज्य सरकारद्वारा काढले जाते.

प्र. 24. ''कुठलीही वस्तू जी राज्यद्वारा घोषित केली जाते, तिला चलन म्हणतात.'' हे विधान कोणत्या अर्थशास्त्रज्ञाचे आहे.

(a) हॉट्रे   (b) नॅप   (c) ट्रेस्कॉट   (d) नोगारो

प्र. 25. ''बँक दरातील परिवर्तनाचा प्रभाव व्याजाच्या दीर्घकालीन दरांनी आणि स्थिर भांडवलाच्या माध्यमातून पडतो.'' हे विधान प्रस्तुत केले.

(a) हॉट्रेने   (b) डीकॉकने   (c) केन्सने   (d) रेडक्लिफने

प्र. 26. जेव्हा केंद्रीय बँक खुल्या बाजारात प्रतिभूती (Securities) (रोखे) विकते तेव्हा अन्य गोष्टी समान राहिल्यावर त्याचा परिणाम होईल.

(a) पत निर्माणासाठी कोषाचा संकोच

(b) पत निर्माणासाठी कोषाचा विस्तार

(c) वरील दोन्ही बरोबर   (d) वरील दोन्ही चूक

प्र. 27. कोणते विधान बरोबर आहे?

(a) खुल्या बाजारातील व्यवहार उधार देय कोषांवर आणि व्याजाच्या दरात प्रत्यक्ष परिवर्तन उत्पन्न करतात.

(b) खुल्या बाजारातील व्यवहार बँकांच्या उधार देय कोषांना प्रत्यक्षपणे प्रभावीत करतात परंतु व्याजाच्या दरावर त्यांचा प्रभाव होत नाही.

(c) खुल्या बाजारातील व्यवहार बँकदर प्रत्यक्ष रूपाने प्रभावीत करतात परंतु बँकांच्या उधार देय कोषांना प्रभावीत करत नाहीत.

(d) खुल्या बाजारातील व्यवहारांचा बँकाच्या उधार देय कोषांशी आणि व्याजाच्या दराशी काहीही संबंध नसतो.

प्र. 28. खालीलपैकी कोणते विधान सत्य आहे?

(a) पत नियंत्रणात बँकदर अप्रत्यक्ष उपाय आहे पण खुल्या बाजारातील व्यवहार अपेक्षाकृत अधिक प्रत्यक्ष उपाय आहे.

(b) बँकदर नीती पत नियंत्रणाचा प्रत्यक्ष उपाय आहे आणि खुल्या बाजारातील व्यवहार एक अप्रत्यक्ष उपाय

(c) खुल्या बाजारातील व्यवहार आणि बँकदर दोन्ही प्रत्यक्ष उपाय आहेत.

(d) वरील सर्व चूक

प्र. 29. परिवर्तनशील रोख कोषानुपात पत नियंत्रणाचा एक उपाय आहे ज्याचा संबंध केंद्रीय बँकेच्या खालील कामाशी आहे.

(a) अंतिम ऋणदाता   (b) सरकारी बँक

(c) बँकांची बँक   (d) राष्ट्रीय कोषांचा संरक्षक

प्र. 30. खुल्या बाजारातील व्यवहार पत नियंत्रणात अप्रभावी ठरतील. जर

(a) व्यापारी बँका आपल्या कोषांच्या आधारे पत विस्तार व संकोच करतात.

(b) व्यापारी बँका आपल्या नगद कोषांच्या परिवर्तनाबरोबर पत चे प्रसरण किंवा आकुंचन करत नाहीत.

(c) वरील दोन्ही बरोबर

(d) वरील दोन्ही चूक

प्र. 31. खुल्या बाजारातील व्यवहारांच्या तुलनेत परिवर्तनशील कोषानुपात

(a) पत नियंत्रणाचा एक अप्रत्यक्ष उपाय आहे जो फारच कमी प्रभावी आहे.

(b) पत नियंत्रणाचा प्रभावी प्रत्यक्ष उपाय आहे.

(c) वरील दोन्ही बरोबर

(d) वरील दोन्ही चूक

प्र. 32. गुणात्मक पत नियंत्रण अधिक प्रभावी आहे.

(a) स्फीतिची स्थिती रोखण्यासाठी

(b) अवस्फीतिच्या स्थितीत काम करण्यासाठी

(c) आयात रोखण्यासाठी

(d) निर्यात वाढवण्यासाठी

प्र. 33. मौद्रिक नीतीत आर्थिक विकास आणि किंमत स्थिरतेचा उद्देश
(a) परस्परावलंबी व विरोधी आहे (b) परस्परावलंबी व पूरक आहे.
(c) आपसात संबंध नाही   (d) वरील सर्व चूक

प्र. 34. स्फीतिच्या परिस्थितीत
(a) नगद कोषानुपाताला घटवले पाहिजे
(b) नगद कोषानुपाताला वाढवले पाहिजे.
(c) नगद कोषानुपाताला अपरिवर्तित ठेवले पाहिजे
(d) वरील सर्व चूक

प्र. 35. मौद्रिक नीती संबंधित आहे.
(a) मुद्रा पुरवठ्याशी   (b) पत पुरवठ्याशी
(c) मुद्रा व पत पुरवठ्याशी   (d) मुद्रेच्या मागणीशी

प्र. 36. पत नियंत्रणाची कोणती रीत अर्थव्यवस्थेत पत मागणी अधिक प्रभावीत करते?
(a) बँकदर नीती   (b) खुल्या बाजारातील व्यवहार
(c) परिवर्तनशील कोषानुपात   (d) न्यूनतम कोषानुपात

प्र. 37. हाट्रेच्या मते मौद्रिक नीतीचा उद्देश आहे.
(a) आर्थिक विकास   (b) उत्पन्नात स्थिरता
(c) किंमत स्थिरता   (d) पूर्ण रोजगार

प्र. 38. मौद्रिक नीतीचे विभिन्न उद्देश
(a) परस्पर पूरक आहेत   (b) परस्पर विरोधी आहेत
(c) दोन्ही बरोबर   (d) दोन्ही चूक

प्र. 39. तटस्थ मुद्रेचा विचार सर्वप्रथम प्रस्तुत केला
(a) हाट्रेने   (b) विक्सटीडने (c) रॉबर्टसनने   (d) हायकने

प्र. 40. विधिग्राह्य चलन ते असते ज्याला
(a) सरकारद्वारा वैधानिक स्वीकृती दिलेली असते
(b) सामान्य जनता स्वीकार करते
(c) वरील दोन्ही
(d) वरील कुठलेच नाही

प्र. 41. जेव्हा चलनाचे काम एखादी वस्तू करते तेव्हा त्याला म्हणतात
(a) वस्तू मुद्रा   (b) धातुमुद्रा   (c) पत्र मुद्रा   (d) वैधानिक मुद्रा

प्र. 42. 'मुद्रा विनिमयाचे माध्यम आहे', याचा अर्थ आहे.
(a) देशाची सर्व देणी मुद्रे द्वारा केली जातात.
(b) मुद्रा विनिमय करते

(c) मुद्रा वस्तूंच्या किमती सांगते

(d) वरीलपैकी कुठलेच नाही

प्र. 43. वर्तमान काळात भारतीय रिझर्व्ह बँक खालील पद्धतीच्या आधारे नोट निर्गमन करते

(a) न्यूनतम कोष पद्धती   (b) आनुपातिक कोष पद्धती

(c) शत प्रतिशत कोष रीती   (d) वरील सर्व

प्र. 44. भारतीय रुपया आहे

(a) विधिग्राह्य मुद्रा   (b) प्रादिष्ट मुद्रा

(c) ऐच्छिक मुद्रा   (d) वरीलपैकी कुठलेही नाही

प्र. 45. 'Money Illusion' या पुस्तकाचे लेखक आहेत

(a) पीगू   (b) इरविन फिशर

(c) मार्शल   (d) केन्स

प्र. 46. असीमित विधिग्राह्य मुद्रेचा अर्थ आहे

(a) ज्या चलनाचा निश्चित प्रमाणात सुरक्षित कोष ठेवून असीमित प्रमाणात निर्गमन केले जाऊ शकेल.

(b) ज्या चलनाच्या मागे शत प्रतिशत कोष ठेवला जातो.

(c) ज्याला असीमित प्रमाणात स्वीकारले जाते.

(d) वरीलपैकी कुठलेच नाही.

प्र. 47. भारतीय रिझर्व्ह बँकेने केव्हा 'कोषागार विपत्र प्रणालीच्या अंतर्गत' नोट निर्गमनाचे कार्य केले?

(a) द्वितीय महायुद्धाच्या वेळी   (b) प्रथम महायुद्धाच्या वेळी

(c) सन 1947 नंतर   (d) वरीलपैकी कुठलेच नाही

प्र. 48. जी मुद्रा फक्त केंद्रीय बँकेच्या प्रतिष्ठेवर चालते ती

(a) परिवर्तनशील मुद्रा   (b) अपरिवर्तनशील मुद्रा

(c) प्रादिष्ट मुद्रा   (d) प्रतिनिधी मुद्रा

प्र. 49. कोणते विधान बरोबर आहे?

(a) वर्तमानात सर्व देशांनी स्वर्णमान स्वीकारले आहे.

(b) नोट निर्गमनाचे काम कोणतीही बँक करू शकते.

(c) मूल्यमान मुद्रामानाचेच एक अंग आहे.

(d) वरील सर्व विधाने चूक आहेत.

प्र. 50. 'स्वर्णमानाचा' अर्थ आहे.

(a) सोन्याच्या माध्यमातून देशात विनिमय होतो.

(b) सोन्याच्या नाण्यांची पद्धत पडते.

(c) देशाच्या मुद्राएककाचे मूल्य सोन्याशी संबंधित असते

(d) वरीलपैकी कुठलेच नाही.

प्र. 51. नोट निर्गमनतेचा कोणता सिद्धान्त मुद्रेच्या लवचिकतेवर जोर देतो?

(a) चलन सिद्धान्त   (b) न्यूनतम कोष सिद्धान्त

(c) बॅंकिंग सिद्धान्त   (d) वरीलपैकी कुठलेच नाही.

प्र. 52. नोट निर्गमनतेच्या त्या सिद्धान्ताला ज्याच्या अंतर्गत शत प्रतिशत बहुमूल्य धातू ठेवला जातो, त्याला म्हणतात.

(a) चलन सिद्धान्त   (b) बॅंकिंग सिद्धान्त

(c) न्यूनतम कोष सिद्धान्त   (d) वरीलपैकी काहीच नाही.

प्र. 53. CUP–DISH–M सूत्राचा वापर केला जातो.

(a) मुद्रेची कामे व्यक्त करायला

(b) चांगल्या मुद्रा पदार्थात असलेल्या गुणांना व्यक्त करायला

(c) मुद्रेच्या निर्गमनाच्या पद्धतीला व्यक्त करण्यासाठी

(d) वस्तु विनिमयातल्या अडचणी व्यक्त करण्यासाठी

प्र. 54. 'स्वर्णमान एक इर्ष्यालू देव आहे. जर त्याची खास प्रकारे भक्ती केली तर तो अतिशय चांगले काम करतो.' हे शब्द कोणत्या अर्थशास्त्रज्ञाचे आहेत?

(a) जे. एम. केन्स   (b) क्राउथर

(c) रॉबर्टसन   (d) मार्शल

प्र. 55. 'स्वर्णमान फक्त चांगल्या दिवसांचा मित्र आहे.' (Gold Standard is a fair weather friend) हे विधान आहे.

(a) मिल्टन फ्रिडमनचे   (b) बोल्डिंगचे

(c) जी. डी. एच कोलचे   (d) क्राउथरचे

प्र. 56. द्वितीय विश्वयुद्धानंतर स्वर्णमान ज्या रूपात आले त्याला–

(a) स्वर्ण चलन माप (Stardard) म्हणतात

(b) स्वर्ण धातू माप म्हणतात.

(c) स्वर्ण समता माप म्हणतात.

(d) स्वर्ण विनिमय माप म्हणतात.

प्र. 57. A भाग B भागाशी जुळवा.

भाग A

i) सरकारने घोषित केलेल्या चलनाला कोणते चलन म्हणतात ?

ii) पत चलन कोणते चलन असते ?

iii) संकट काळात जे चलन काढले जाते ते कोणते चलन असते ?

iv) देशाच्या केंद्रीय बँकेने व सरकारने सोने चांदी या सरकारी प्रतिभूतींच्या आडून जे चलन काढले आहे ते

भाग B

(1) विधिग्राह्य चलन   (2) ऐच्छिक चलन

(3) प्रादिष्ट चलन   (4) परिवर्तनशील चलन

	1	2	3	4
(a)	(i)	(ii)	(iii)	(iv)
(b)	(ii)	(iii)	(iv)	(v)
(c)	(i)	(iii)	(v)	(ii)
(d)	(iii)	(ii)	(iv)	(i)

प्र. 58. A भाग B भागाची जुळवा.

भाग A

1) जे चलन प्रधान चलनाला साहायक असते आणि ज्याचे टंकण आणि विधीग्राह्यता सीमित असते आणि ज्याचे वास्तविक किंवा धानित्व मूल्य घोषित मूल्यापेक्षा कमी असते त्याला म्हणतात.

2) ज्या चलनाद्वारे देशाचे संपूर्ण देणे–घेणे होते त्या चलनाला म्हणतात.

3) जी वस्तू सामान्यत: सहजपणे उपलब्ध असते व तिला चलनाची मान्यता मिळाली असते, तिला म्हणतात.

4) भारतीय टंकण अधिनियमाच्या सुविधेनुसार 1 रु. च्या चलनाला काय म्हणतात ?

भाग B

(i) प्रधान चलन   (ii) वस्तू चलन

(iii) सांकेतिक चलन   (iv) असीमित विधिग्राह्य चलन

	1	2	3	4
(a)	(iii)	(i)	(ii)	(iv)
(b)	(ii)	(iii)	(iv)	(i)
(c)	(iv)	(i)	(iii)	(ii)
(d)	(i)	(ii)	(iv)	(iii)

प्र. 59. जेव्हा एखादे सरकार आपल्याकडे सोने व चांदीच्या प्रधान मुद्रा चलनात आणते. या दोन्ही धातूंच्या मुद्रांचे स्वतंत्रपणे टंकण केले जाते आणि दोन्ही धातूंच्या मुद्रा असीमित विधिग्राह्य असण्याबरोबरच दोन्ही मुद्रांचा विनिमय अनुपात निश्चित असतो तेव्हा अशा प्रकारच्या मापाला कोणत्या प्रकारचे मान (माप) म्हणतात?

(a) एक धातुमान   (b) द्विधातुमान

(c) मिश्रित मान   (d) वरीलपैकी काही नाही.

प्र. 60. कोणत्या अर्थशास्त्राज्ञाने मुद्रेच्या कार्याला तरल परिसंपत्ती (Liquid Asset) बरोबर संबद्ध केले आहे?

(a) ए. सी. पीगू (b) जे. एम. केन्स

(c) चँडलर (d) रॉबर्टसन

प्र. 61. प्रबंधित मुद्रामान कशाला म्हणतात?

(a) स्वर्णमानाला (b) रजतमानाला

(c) पत्रमुद्रामानाला (d) द्विधानुमानाला

प्र. 62. निश्चित विश्वासाश्रित प्रणाली(Fixed Judiciary Method) बँक चार्टरच्या विधानाप्रमाणे इंग्लंडमध्ये सर्वप्रथम केव्हा स्वीकारली गेली?

(a) सन 1842 मध्ये (b) सन 1843 मध्ये

(c) सन 1844 मध्ये (d) सन 1744 मध्ये

प्र. 63. "The Veil of Money' या पुस्तकाचे लेखक आहेत.

(a) प्रा. चँडलर   (b) प्रा. केन्स   (c) प्रा. पीगू   (d) पॉल इंजिग

प्र. 64. मौद्रिक नीती नियंत्रित करते –

(a) फक्त मागणी प्रेरित मुद्रा प्रसाराला

(b) फक्त किंमत प्रेरित मुद्रा प्रसाराला

(c) वरील दोन्हींना

(d) वरीलपैकी कशालाच नाही

प्र. 65. हीनार्थ प्रबंधन स्वीकारला जातो –

(a) अतिरेकी बजेटमध्ये (b) संतुलित बजेटमध्ये

(c) घाट्याच्या बजेटमध्ये (d) वरील सर्वांमध्ये

प्र. 66. भारतीय चलनावर कोणाची सही असते?

(a) वित्त मंत्र्यांची (b) वित्त सचिवाची

(c) RBI गव्हर्नरची (d) RBI सचिवाची

प्र. 67. मौद्रिक आणि राजकोषीय नीतीची प्रभावशीलता अवलंबून असते.

(a) IS वक्रावर (b) LM वक्रावर

(c) IS आणि LM दोन्ही वक्रांवर (d) दोन्हींपैकी कशावरही नाही

प्र. 68. मंदीच्या काळात पाहिजे असते.

(a) अतिरेकी बजेट (b) संतुलित बजेट

(c) तुटीचे बजेट (d) सर्व चूक

प्र. 69. समुद्दीपन खर्च (Pump Priming Expenditure) पाहिजे असतो –

(a) मुद्रा प्रसार नियंत्रणात (b) मंदी नियंत्रणात

(c) वरील दोन्हींत (d) दोन्हींपैकी कशातच नाही.

प्र. 70. भारतात बँकदर नीती आणि खुल्या बाजारातील व्यवहार परस्पर –
(a) विरोधी आहेत
(b) पूरक आहेत
(c) स्थानापन्न आहेत
(d) वरील सर्व चूक

प्र. 71. मंदीच्या काळात केंद्रीय बँकेसाठी योग्य आहे.
(a) स्वस्त मुद्रा नीती स्वीकारून पत संकोच करणे.
(b) स्वस्त मुद्रा नीती स्वीकारून पत प्रसरण करणे.
(c) महाग मुद्रा नीती स्वीकारून पत आकुंचन करणे.
(d) महाग मुद्रा नीती स्वीकारून पत प्रसरण करणे.

प्र. 72. द्वि–धातुमानच्या अंतर्गत
(a) मौद्रिक एककाचे मूल्य सोने आणि चांदी दोन्हींपैकी एकाबरोबर स्थिर केले जाते.
(b) सोने आणि चांदीची नाणी प्रचलनात असतात.
(c) मुद्रेचा संबंध चांदीशी असतो.
(d) वरीलपैकी कुठलेच नाही.

प्र. 73. M1 आहे –
(a) जनतेजवळ चलन मुद्रा + बँकांची मागणी जमा
(b) (a) + पोस्ट ऑफिसची बचत जमा.
(c) (b) + रिझर्व्ह बँकेची अन्य जमा
(d) वरील सर्व

प्र. 74. मागणी मुद्रा बाजार असतो.
(a) स्थिर बाजार
(b) सर्वाधिक संवेदनाशील
(c) सर्वाधिक सक्रिय
(d) सर्वाधिक सक्रिय आणि संवेदनाशील

प्र. 75. उच्च शक्तिवान मुद्रा आहे –
(a) M3
(b) M1
(c) M4
(d) M2

प्र. 76. मुद्रेची मागणी आणि पुरवठा विचार आहे –
(a) स्टॉक विचार
(b) प्रवाह विचार
(c) (a) (b) दोन्ही
(d) वरीलपैकी कुठलेही नाही.

प्र. 77. संकुचित पैसा (Narrow Money) आहे –
(a) M3
(b) M1
(c) M4
(d) M2

प्र. 78. RBI ने न्यूनतम कोष पद्धती कधी सुरू केली?
(a) 6 ऑक्टोबर 1950
(b) 6 ऑक्टोबर 1956
(c) 9 जुलै 1957
(d) 1 एप्रिल 1935

प्र. 79. अन्य गोष्टी समान असताना जर बँकेच्या दरात परिवर्तन केले गेले तर
(a) पत किमतीत परिवर्तन झाल्यावर पत मागणी प्रभावीत होते.
(b) पत किंमत आणि पत मागणीत काहीच बदल होत नाही.
(c) दोन्ही (a) आणि (b)
(d) वरीलपैकी कुठलेच नाही

प्र. 80. वैकल्पिक पत नियंत्रण आणि प्रमाणात्मक पत नियंत्रण पद्धती आहेत.
(a) एकमेकांचा विकल्प   (b) एकमेकांचे स्पर्धक
(c) एकमेकांना पूरक   (d) दोन्हींचा काहीच संबंध नाही

प्र. 81. भारतात वर्तमान बँक दर आहे.
(a) 10%   (b) 9%   (c) 10.5%   (d) 6%

प्र. 82. भारतीय रिझर्व्ह बँकेने आपले काम सुरू केले
(a) 1 एप्रिल 1955   (b) 6 ऑक्टोबर 1956
(c) 1 जुलै 1950   (d) 1 जानेवारी 1949

प्र. 83. पत अनुमोदन योजना (CAS) रिझर्व्ह बँकेची एक महत्त्वपूर्ण योजना आहे.
(a) पत नीतीची   (b) बँकांना कर्ज देण्याची
(c) वरील दोन्ही   (d) वरीलपैकी कुठलीच नाही

प्र. 84. प्रबद्ध मुद्रामान (Managed Currency System) कोणती आहे?
(a) रजतमान   (b) द्वि–धातुमान
(c) सुवर्णमान   (d) पत्र मुद्रामान

प्र. 85. फिशरच्या समीकरणात T चा अर्थ आहे.
(a) ज्या वस्तू व सेवांचा व्यापार झाला त्यांचा भौतिक आकार
(b) वेळ
(c) वस्तू व सेवांचा व्यापार झाला त्याचे मौद्रिक मूल्य
(d) किमतींची प्रवृत्ती (Trend)

प्र. 86. V चा अर्थ आहे
(a) मुद्रेचे प्रमाण
(b) मुद्रेची प्रचलन गती
(c) मुद्रेचा बँकेत असलेला भाग
(d) वास्तवात जो खर्च केला जातो मुद्रेचा असा भाग

प्र. 87. 19 व्या शतकात इंग्लंड सोडून जगातल्या सर्व देशांत धातुमान प्रचलित होते, ते कोणते?
(a) एक धातुमान   (b) मिश्रित धातुमान
(c) द्वि–धातुमान   (d) वरीलपैकी कुठलेच नाही

प्र. 88. भाग A भाग B शी जुळवा

भाग A

1) अशी मौद्रिक व्यवस्था ज्यात जेवढी मुद्रा काढली जाईल तेवढ्याच मूल्याचे सोने, चांदी किंवा बहुमूल्य धातूचा शत-प्रतिशत कोष ठेवला जाईल आणि सरकार मुद्रेच्या पूर्ण परिवर्तनाची गॅरंटी जनतेला देते.

2) अशी मौद्रिक व्यवस्था ज्यात मुद्रेच्या मागे शत प्रतिशत बहुमूल्य धातूंचा कोष ठेवला जाणार नाही पण मुद्रेच्या परिवर्तनशीलतेची गॅरंटी सरकार देते.

3) अशी मौद्रिक व्यवस्था ज्यात मुद्रा काढल्याच्या बदल्यात न्यूनतम धात्विक कोष ठेवला जाईल आणि मुद्रेच्या परिवर्तनशीलतेची गॅरंटी सरकार देणार नाही.

4) कोणत्याही आकस्मिक संकटाच्या वेळी मुद्रा काढली जाईल आणि अशी मुद्रा असीमित अधिग्राह्य असते.

भाग B

(i) प्रतिनिधी पत्रमुद्रा   (ii) परिवर्तनशील पत्रमुद्रा

(iii) अपरिवर्तनशील पत्रमुद्रा   (iv) प्रादिष्ट पत्रमुद्रा

	1	2	3	4
(a)	(i)	(ii)	(iii)	(iv)
(b)	(ii)	(iii)	(i)	(iv)
(c)	(iii)	(iv)	(ii)	(i)
(d)	(iv)	(ii)	(iii)	(i)

प्र. 89. केन्सचे वास्तविक शेष समीकरण आहे –

(a) $n = P (K + rK^1)$ (b) $n = T (K + rK^1)$

(c) $n = n (P + rT^1)$ (d) $n = \dfrac{KR}{MT}$

प्र. 90. जोड्या जुळवा.

1) $P = \dfrac{MV + M^1V^1}{T}$ i) मुद्रेचे उत्पन्न चलन

2) $M = PKY$ ii) मार्शलची परिमाणाची व्याख्या

3) $P = \dfrac{n}{k}$ iii) फिशरचे समीकरण

4) $VY = \dfrac{Y}{M}$ iv) केन्सची परिमाणाची व्याख्या

	1	2	3	4
(a)	(ii)	(iii)	(iv)	(i)
(b)	(iv)	(i)	(ii)	(iii)
(c)	(i)	(iii)	(ii)	(iv)
(b)	(iii)	(ii)	(iv)	(i)

प्र. 91. सामान्य अर्थाने स्फीति ती स्थिती आहे ज्यात

(a) वस्तूंच्या किंमती वाढतात

(b) मुद्रेचे मूल्य कमी होते

(c) वस्तूंची किंमत व मुद्रेचं मूल्य दोन्ही वाढतं

(d) वस्तूंची किंमत वाढते पण मुद्रेचं मूल्य कमी होतं.

प्र. 92. ग्रेगरीच्या मते मुद्रा स्फीति आहे –

(a) क्रय शक्तीत असाधारण वाढ (b) क्रय शक्तीत स्थिरता

(c) क्रय शक्तीत असाधारण कमी (d) वरीलपैकी काहीच नाही

प्र. 93. मागणी प्रेरित स्फीति मुख्यत: कारणाने निर्माण होते?

(a) मुद्रा पुरवठ्यात वाढ   (b) व्यावसायिक खर्चात वाढ

(c) वस्तूच्या विदेशी मागणीत वाढ (d) वरील सर्व

प्र. 94. स्फीतिचा काळ कमी करण्याचा उपाय आहे

(a) कर किंवा कर्जाद्वारे लोकांचे खर्चायोग्य मौद्रिक उत्पन्न कमी करणे

(b) पुरवठ्यात वाढ करणे

(c) वरील दोन्ही

(d) वरीलपैकी कुठलेच नाही

प्र. 95. खुली मुद्रा स्फीति आणि छुपी मुद्रा स्फीतिचा विचार कोणत्या अर्थशास्त्रज्ञाने प्रस्तुत केला?

(a) फिशर   (b) ग्रेगरी   (c) क्रीन्स   (d) मिल्टन फ्रीडमन

प्र. 96. अत्यधिक पत निर्गमनाचा परिणाम आहे.

(a) मुद्रा स्फीति   (b) मुद्रा अवस्फीति

(c) संस्फीति   (d) वरील सर्व

प्र. 97. किंमत प्रेरित स्फीति उत्पन्न होण्याचे कारण आहे.

(a) मौद्रिक मजुरीत वाढ   (b) लाभाच्या दरात वाढ

(c) (a) आणि (b) दोन्ही   (d) वरीलपैकी कुठलेही नाही

प्र. 98. मुद्रा स्फीति वाढण्याचे कारण आहे अनुत्पादकीय खर्च

(a) घटणे   (b) वाढणे   (c) स्थिर रहाणे (d) शून्य होणे

प्र. 99. व्यापारी बँकांच्या उदार ऋण नीतीचा परिणाम आहे.

    (a) मुद्रा स्फीति   (b) मुद्रा अपस्फिति

    (c) मुद्रा अवस्फीति   (d) वरील सर्व

प्र. 100. किंमत प्रेरित स्फीतित कोणती स्थिती संबंधी आहे?

    (a) बेरोजगारी   (b) पूर्ण रोजगार

    (c) पूर्ण रोजगारानंतर   (d) वरीलपैकी कुठलीही नाही

प्र. 101. स्फीतिक परिस्थितीत कर्जदार आणि कर्जदाता यांना क्रमश: मिळते

    (a) लाभ, लाभ   (b) हानी, हानी

    (c) लाभ, हानी   (d) हानी, लाभ

प्र. 102. किंमत प्रेरित स्फीतिला नियंत्रित करण्यासाठी आवश्यक आहे.

    (a) श्रमिकांच्या मौद्रिक मजुरीवर नियंत्रण ठेवणे

    (b) बाजार अपूर्णतेला दूर करणे

    (c) वरील (a) व (b) आणि

    (d) वरीलपैकी काहीच नाही

प्र. 103. स्फीति नियंत्रित करण्याचा कोणता मौद्रिक उपाय नाही?

    (a) उदार ऋण नीती

    (b) कठोर पत नीती

    (c) मुद्रा निर्गमनाच्या नियमांना कठोर बनवणे

    (d) मुद्रेचे प्रमाण कमी करणे

प्र. 104. बाजाराचा अपूर्णता घटक निर्माण करतो.

    (a) मागणी प्रेरित स्फीति   (b) किंमत प्रेरित स्फीति

    (c) वरील (a) व (b) दोन्ही   (d) वरीलपैकी कुठलेच नाही

प्र. 105. उत्पादन स्थिर राहण्याच्या व मौद्रिक उत्पन्न पडण्याच्या स्थितीत उत्पन्न होते.

    (a) स्फीति   (b) अवस्फीति   (c) संस्फीति   (d) अपस्फीति

प्र. 106. दबलेल्या मुद्रा स्फीतित उपभोगाचे प्रमाण

    (a) घटते   (b) वाढते

    (c) स्थिर राहते   (d) वरीलपैकी सर्व शक्य

प्र. 107. मुद्रा अपस्फीति (Disinflation) च्या प्रक्रियेत मुद्रा स्फीति दराला.

    (a) वाढवले जाते   (b) कमी केले जाते

    (c) स्थिर ठेवले जाते   (d) वरीलपैकी सर्व चूक

प्र. 108. स्फीतिक परिस्थितीत आर्थिक विषमता

    (a) वाढते   (b) कमी होते

    (c) अप्रभावित राहते   (d) सर्व स्थिती शक्य

प्र. 109. स्टेट बँक अन्य राष्ट्रीयीकृत बँकांपेक्षा कशी वेगळी आहे?

(a) ही सरकारची बँक आहे

(b) जेथे रिझर्व्ह बँकेच्या शाखा नाहीत तेथे ही बँक रिझर्व्ह बँकेचे एजंट किंवा प्रतिनिधीचे काम करते

(c) ही बँक कृषी व ग्रामीण प्रत्ययाला (Credit) प्राथमिकता देते

(d) ही राष्ट्रीय ध्येयांच्या प्राप्तीला आपल्या लाभापेक्षा अधिक महत्त्व देते

प्र. 110. भारतात सर्वांत पहिली भूमि–बंधक बँक पंजाबात केव्हा सुरू झाली.

(a) 1965   (b) 1920   (c) 1971   (d) 1973

प्र. 111. नाबार्ड (NABARD) ची स्थापना केव्हा झाली?

(a) नोव्हेंबर 30, 1981   (b) जुलै 12, 1982

(c) जून 26, 1982   (d) नोव्हेंबर 25, 1979

प्र. 112. मुद्रा संस्फीति (Reflation) मध्ये पत मुद्रेचे प्रमाण

(a) कमी केले जाते   (b) वाढवले जाते

(c) स्थिर ठेवले जाते   (d) वरीलपैकी कुठलेही नाही

प्र. 113. आधुनिक काळात अवरोध स्फीति (Stag–flation) कशाने निर्माण होत नाही?

(a) विदेशी व्यापारात घाटा

(b) मौद्रिक मजुरी दरात तीव्र वाढ

(c) दुष्काळ, पूर यासारखी नैसर्गिक कारणे

(d) सोन्याच्या मूल्यात अचानक कमी

प्र. 114. फिलिप्स वक्रानुसार बेरोजगारी दर 5.5% च्या नंतर

(a) मौद्रिक मजुरी घटते, पण धनात्मक होते

(b) मौद्रिक मजुरी शून्य होते

(c) मौद्रिक मजुरी घटते आणि ऋणात्मक

(d) वरील स्थिती शक्य

प्र. 115. फिलिप्स वक्र संबंध सांगतो

(a) स्फीति दर व बेरोजगारी दरातील

(b) अवस्फीति दर व रोजगार वृद्धीदर यांमधील

(c) किंमत वाढ व मजुरी वाढ यांतील

(d) वरील सर्व चूक

प्र. 116. स्फीतिची परिस्थिती अनुकूल असते

(a) उधार देणारे आणि स्थिर उत्पन्न मिळवणाऱ्यांसाठी

(b) उधार देणाऱ्या आणि गरिबांसाठी

(c) उधार देणारे आणि भाडे मिळवणाऱ्या जमीन मालकांसाठी

(d) उधार घेणाऱ्यांसाठी

प्र. 117. फिलिप्सच्या मते बेरोजगारी अधिक झाली तर

(a) मौद्रिक मजुरी कमी होते   (b) वास्तविक मजुरी कमी होते

(c) मौद्रिक मजुरी वाढते   (d) वास्तविक मजुरी वाढते

प्र. 118. फिलिप्स वक्राला विकुंचित आकाराच्या वक्राच्या रूपात कोणत्या अर्थशास्त्रज्ञाने प्रस्तुत केले?

(a) पॅचमन   (b) फ्रीडमन   (c) टॉबिन   (d) सोलो

प्र. 119. फिलिप्स वक्राला सॅम्युलसन आणि सोलो यांनी अमेरिकेच्या संदर्भात निर्माण केले आहे. त्यांच्या मतानुसार किमतीत स्थिरता असण्यासाठी श्रमाच्या उत्पादकतेचे प्रतिशत व बेरोजगारीचे प्रतिशत क्रमश: होईल.

(a) 2.0 प्रतिशत आणि 5.0 प्रतिशत

(b) 2.5 प्रतिशत आणि 5.0 प्रतिशत

(c) 2.5 प्रतिशत आणि 5.5 प्रतिशत

(d) 2.0 प्रतिशत आणि 6.0 प्रतिशत

प्र. 120. मुद्रास्फीतिच्या धनात्मक दरावर फिलिप्स वक्र ऊर्ध्वस्तरीय आणि ऋणात्मक दरावर समस्तरीय असतो, हा विचार प्रस्तुत केला.

(a) सॅम्युएलसनने (b) सोलोने   (c) टॉबिनने   (d) फ्रीडमॅनने

प्र. 121. सूची I सूची II शी जुळवा आणि सूचीच्या खाली दिलेल्या विकल्पांचा वापर करून बरोबर उत्तर निवडा.

सूची I

(A) सामान्य किंमत स्तरात सतत वाढ

(B) मंदी दूर करण्यासाठी मुद्दाम किंमती वाढवणे

(C) रोजगार, उत्पादन आणि उत्पन्नाच्या विद्यमान स्तरात घसरण आल्याशिवाय किमतीत घसरण

(D) मुद्रास्फीतिच्या बरोबरच अवमंदन

सूची II

1. अवस्फीति 2. विस्फीति 3. निस्पंद स्फीति 4. प्रति अवस्फीति

5. मुद्रास्फीति

विकल्प

	(A)	(B)	(C)	(D)
(a)	5	1	2	4
(b)	1	3	2	5

(c)	1	4	5	3
(d)	5	4	2	3

प्र. 122. निस्पंद स्फीती एका नवीन आजाराचे नाव आहे हा विचार दिला.

(a) फ्रिडमनने   (b) सॅम्युएलसनने   (c) जॉन्सनने (d) सोलोने

प्र. 123. 'अर्थव्यवस्थेत एका निश्चित सीमेपर्यंत तर फिलिप्स वक्र अस्तित्वात असतो आणि अर्थव्यवस्थेच्या विस्ताराबरोबर एकवेळेनंतर त्याचा आकार ऊर्ध्वस्तरीय होतो, जेथे बेरोजगारीचा दर पुष्कळच कमी असतो, हा विचार प्रस्तुत केला होता.

(a) फ्रीडमनने   (b) टॉबिनने   (c) सोलोने   (d) पॅचमनने

प्र. 124. कोणते विधान बरोबर आहे?

(a) भारतीय रिझर्व्ह बँक क्वचितच (Rarely) बँक दरांना मौद्रिक नियंत्रणाच्या उपायाच्या स्वरूपात उपयोगात आणते.

(b) राष्ट्रीयीकरणानंतरच्या काळात वाणिज्य बँकांनी कृषी क्षेत्राच्या संवृद्धीत मदत केली नाही.

(c) राष्ट्रीयीकरणानंतरच्या काळात वाणिज्य बँकांनी कृषी क्षेत्राच्या संवृद्धीत मदत केली आहे.

(d) सर्व विधाने चूक

प्र. 125. खालीलपैकी वैधानिक मुद्रेचे रूप आहे

(a) प्रचलन मुद्रा   (b) बँक चेक   (c) विनिमय बिल   (d) बँक ड्राफ्ट

प्र. 126. भारतात सर्वांत मोठी राष्ट्रीयीकृत बँक आहे.

(a) RBI   (b) SBI

(c) CBI   (d) New Bank of India

प्र. 127. मुद्रा परिमाण सिद्धान्त भारतीय संदर्भात

(a) लागू होतो   (b) लागू होऊ शकत नाही

(c) सरकारच्या इच्छेवर अवलंबून   (d) वरीलपैकी कुठलेच नाही

प्र. 128. भारतीय रिझर्व्ह बँकेद्वारा मुद्रापूर्तीसाठी वापरले जाणारे उपाय आहेत.

(a) M1   (b) M2   (c) M3   (d) M1 + M3

प्र. 129. वाणिज्य बँकांची मुद्रापूर्ती होते

(a) मागून जमवलेल्या स्रोतांतून   (b) नोट निर्गमनाने

(c) अवधी व बचत योजनांमधून   (d) वरील सर्वांनी

प्र. 130. कोणते विधान सत्य आहे?

(a) CRR आणि SLR दोन्हींचा तरलतेवर सारखाच प्रभाव पडतो.

(b) हे सिद्ध झाले आहे की मागील दोन वर्षांत भारतात चांगले पीक

आल्यामुळे मुद्रास्फीतिचा दर कमी झाला आहे.

(c) वित्तीय क्षेत्राचा विकास झाल्यावर संसाधन गतिशीलतेत (Resource Mobilisation) वाणिज्य बँकाचे सापेक्ष महत्त्व कमी होते

(d) वरील सर्व विधाने चूक आहेत

प्र. 131. मुद्रा परिमाण सिद्धान्तात $PT = MV$ अल्पकालीन किंमत व्यवहाराची व्याख्या करतो जो खालील मान्यतेवर आधारित आहे.

(a) T स्थिर रहातो   (b) P सक्रिय घटक आहे.

(c) अल्पकाळात V परिवर्तनशील असतो

(d) V मध्ये काही फरक नाही

प्र. 132. पतमापन (Credit Rating) आहे.

(a) पतअनुमोदन योजना (CAS)

(b) प्राथमिक क्षेत्रासाठी गुंतवणूक दर

(c) CRISIL

(d) वरील सर्व पतमापनात सामील असतात.

प्र. 133. फिशरच्या समीकरणात एकूण मुद्रापूर्ती आहे.

(a) MV (b) $MV + MV$

(c) M (d) वरीलपैकी कुठलेही नाही

प्र. 134. बँकांचे महत्त्वपूर्ण कार्य

(a) लोकांना कायदेशीर सल्ला देणे

(b) समाजात सहयोगाची भावना जागृत करणे

(c) शेती व्यवसायाचा विकास करणे

(d) पत निर्माण करणे

प्र. 135. प्रारंभिक जमा व अप्रत्यक्ष जमेत

(a) काही फरक नसतो   (b) फरक असतो

(c) फरक असूही शकतो, नसूही शकतो ते सरकार किंवा केंद्रीय बँकेवर अवलंबून असते.

(d) वरीलपैकी कुठलाही नाही

प्र. 136. बँक मुद्रेला

(a) मागणी जमा म्हणतात   (b) जमा मुद्रा म्हणतात

(c) पत मुद्रा म्हणतात   (d) वरीलपैकी काहीही

प्र. 137. प्रारंभिक निक्षेप (Deposit) जमेला म्हणतात, जी

(a) जमाकर्त्यांनी बँकेत वास्तविक मुद्रेच्या रूपात जमा केली आहे.

(b) केंद्रीय बँक

(c) व्यापारी बँक उत्पन्न करते

(d) वरील सर्व

प्र. 138. ''व्यापारी बँक नगद जमेपेक्षा अनेक पट पैसे उधार देऊन बँक पत निर्माण करते'' वरील व्याख्या कितपत बरोबर आहे?

(a) मुळीच नाही   (b) पूर्ण बरोबर

(c) अंशत: बरोबर

(d) बरोबर किंवा चूक परिस्थितीवर निर्भर करते

प्र. 139. जेव्हा बँक एखाद्या व्यक्तीला कर्ज देण्याच्या उद्देशाने तिच्या खात्यात काही रक्कम जमा करते, तशा प्रकारच्या जमेला काय म्हणतात?

(a) नगद जमा   (b) निष्क्रिय जमा

(c) व्युत्पन्न (अप्रत्यक्ष) जमा   (d) वरीलपैकी काहीही

प्र. 140. केंद्रीय बँक पत कशा प्रकारे निर्माण करते?

(a) कागदी मुद्रा निर्गमन करून   (b) लोकांची प्रारंभिक जमा स्वीकारून

(c) व्युत्पन्न (Derived) निक्षेपांद्वारे   (d) वरील सर्व

प्र. 141. व्युत्पन्न (Derived) जमेला काय म्हणतात?

(a) बँकेने उत्पन्न केलेली जमा   (b) पत जमा

(c) गौण जमा (Secondary Deposit)

(d) वरील पैकी काहीही नाही

प्र. 142. M/S संतोष प्रकाशनने, आग्रा पंजाब नॅशनल बँकेतून 10,000 रु. चे कर्ज घेतले. बँकेत ती कर्जाची रक्कम नगद न देता त्यांच्या खात्यात जमा केली. आणि नंतर जशी आवश्यकता पडेल त्या प्रमाणे M/S संतोष प्रकाशन चेकने छोट्या छोट्या रकमा काढत राहतात. येथे संतोष प्रकाशनाच्या खात्यात जी रक्कम जमा केलेली आहे ती

(a) नगद जमा रक्कम आहे

(b) ती नगद जमा रक्कम नसून पत जमा आहे.

(c) ती वास्तविक जमा आहे.

(d) वरीलपैकी काहीच नाही

प्र. 143. कागदी मुद्रा जारी करण्याचा एकाधिकार कोणाला असतो?

(a) व्यापारी बँक   (b) केंद्रीय बँक

(c) वित्तीय आयोग   (d) वरील सर्व

प्र. 144. पत निर्मितीच्या पूर्ण प्रक्रियेत आपण खालील घटकांना सामील करत असतो.

(a) मौद्रिक संख्या किंवा केंद्रीय बँक

(b) बँकिंग पद्धती किंवा अर्थव्यवस्थेची बँक

(c) जमा करणाऱ्या आणि उधार घेणाऱ्या व्यक्ती

(d) वरील सर्व

प्र. 145. A भाग B भागाशी जुळवा.

भाग A

1) भारतात 14 मोठ्या व्यापारी बॅंकांचे राष्ट्रीयीकरण केव्हा केले गेले?

2) पत गुणक काय आहे?

3) बॅंका पत निर्माण करू शकतात परंतु त्या कोणात?

4) पत गुणकाचा आकार कशावर अवलंबून असतो?

भाग B

i) नगद कोष अनुपात (Cash reserve ratio)

ii) वाढ करू शकत नाही　　　iii) कमी करू शकत नाही

iv) 1/ नगद कोष अनुपात　　　v) जुलै 1969

vi) एप्रिल 1969

	1	2	3	4
(a)	i	iv	ii	v
(b)	v	iv	ii	i
(c)	iv	v	ii	i
(d)	vi	iv	ii	i

प्र. 146. मागणीकडून कोणत्याही बॅंकिंग पद्धतीच्या प्रत्ययाचे (Credit) चे वास्तविक प्रमाण कशावर निर्भर असते?

(a) राजनैतिक स्थिती　　　(b) उधार घेणाऱ्या व्यक्ती

(c) सरकारी प्रतिभूती　　　(d) वरील सर्व

प्र. 147. बॅंकेत जी नगद रक्कम जमा असते.

(a) बॅंक तिला अनेकपट करते

(b) बॅंक तिला सुरक्षित ठेवते

(c) बॅंक तिला एक मर्यादेपर्यंत उधार देऊ शकते

(d) बॅंक त्यावर तेवढेच कमी व्याज देते.

प्र. 148. पत निर्माणाची अनुकूलतम क्षमता कशावर अवलंबून असते?

(a) मौद्रिक संस्था किंवा केंद्रीय बॅंक　　　(b) बॅंकांची संख्या

(c) जमा करणाऱ्या व उधार घेणाऱ्या व्यक्ती　　　(d) वरील सर्वांवर

प्र. 149. बॅंक फक्त मुद्रा जमवणारी संस्थाच नाही, तर एका महत्त्वपूर्ण अर्थाने ती –

(a) लोकांना महत्त्वपूर्ण सल्ले पण देते.

(b) शेती व उद्योगांना कर्ज देते.

(c) मुद्रा पण निर्माण करते

(d) केंद्रीय बँकेच्या संरक्षणात काम करते.

प्र. 150. जर न्यूनतम नगद शेष प्रमाण वाढले तर पत गुणक –

(a) वाढेल

(b) कमी होईल

(c) स्थिर राहील

(d) वरीलपैकी कुठलेही नाही.

प्र. 151. जर प्रारंभिक नगद कोषात वृद्धीला $\triangle R$ अंकित केले गेले असेल आणि न्यूनतम नगद कोषाच्या प्रमाणाला r $(1 > r > 0)$ ने दर्शविले असेल आणि एकूण जमेमध्ये वृद्धी $\triangle D$ ने सांगितली गेली असेल तर पत गुणक (Credit Multiplier) खालील प्रकारे लिहिला जाऊ शकतो.

(a) $\triangle D / \triangle R = r$

(b) $\triangle D / \triangle R = 1/r$

(c) $\triangle D = \triangle R - r$

(d) वरीलपैकी कुठलेही

प्र. 152. भाग A भाग B शी जुळवा.

i) जेव्हा सुवर्णमानाची स्थिती असेल आणि सर्व मौद्रिक एकक किंवा पत्रमुद्रा आणि सांकेतिक मुद्रा एका ठराविक प्रमाणात सुवर्णात परिवर्तनशील होतील.

ii) जेव्हा देशात दोन धातूंची नाणी चलनात असतील आणि त्यांच्या परिवर्तनशीलतेचे प्रमाण सरकारने घोषित केले असेल. दोन्ही प्रकारच्या मुद्रा असीमित विधिग्राह्य असतील.

iii) जेव्हा देशाचे सरकार फक्त विदेशी भुगतान अदा करण्यासाठीच सोने देण्याची व्यवस्था करेल आणि घरगुती उपयोगासाठी सोने देणार नाही.

iv) जेव्हा सरकार संकटातील परिस्थिती निपटण्यासाठी मुद्रेची निकासी करेल आणि अशी मुद्रा असीमित विधिग्राह्य असेल.

भाग B

1) सुवर्णमान

2) द्विधातुमान

3) स्वयं विनिमय मान

4) प्रादिष्ट मुद्रामान

	1	2	3	4
(a)	(i)	(ii)	(iv)	(iii)
(b)	(iv)	(ii)	(iii)	(i)
(c)	(ii)	(i)	(iv)	(iii)
(d)	(i)	(ii)	(iii)	(iv)

प्र. 153. स्वातंत्र्यानंतर भारत सरकारने आनुपातिक निधी प्रणाली म्हणजेच मुद्रेच्या एकूण प्रमाणाच्या फक्त काही टक्केच धातू निधीच्या रूपात ठेवून मुद्रा निकासीच्या जागी न्यूनतम निधीला मुद्रा निकासीसाठी स्वीकारले होते. यात सोने आणि विदेशी प्रतिभूती किंवा ऋणपत्रांचा भाग किती होता?

(a) 110 कोटी रुपयांचे सोने + 100 कोटी रुपयांची विदेशी प्रतिभूती

(b) 115 कोटी रुपयांचे सोने + 85 कोटी रुपयांची विदेशी प्रतिभूती

(c) 150 कोटी रुपयांचे सोने + 50 कोटी रुपयांची विदेशी प्रतिभूती

(d) 125 कोटी रुपयांचे सोने + 75 कोटी रुपयांची विदेशी प्रतिभूती

प्र. 154. A भाग B भागाशी जुळवा.

भाग A

1) अशी मौद्रिक व्यवस्था, ज्यात सोने आणि चांदीचा धातुकोष 100 प्रतिशत एकूण कागदी मुद्रेच्या निकासीच्या मागे ठेवला जातो.

2) नोट प्रचलनाची ती पद्धत ज्यात केंद्रीय बँक एका ठराविक स्थिर प्रमाणापर्यंत धातू निधी ठेवल्याशिवाय कागदी मुद्रेचे प्रचलन करते आणि त्यानंतर प्रत्येक कागदी पत्रमुद्रेच्या मागे 100 प्रतिशत सुवर्ण कोष ठेवणे आवश्यक असते.

3) मुद्रा निकासीची ती पद्धत, ज्यात एकूण पत्रमुद्रेच्या मागे 100 प्रतिशत सुवर्ण कोष ठेवला जात नाही परंतु मुद्रेच्या एकूण प्रमाणाच्या फक्त काही प्रतिशतच धातू कोषाच्या रूपात ठेवला जातो.

4) मुद्रा निकासीची ती पद्धत, ज्यात पत्रमुद्रेचे अधिकतम प्रमाण निर्धारित केले जाते आणि या निर्धारित मुद्रेच्या प्रमाणापर्यंत कुठल्याही प्रकारचे धातू कोष ठेवले जात नाहीत आणि त्यानंतर नोट प्रचलनाचा अधिकार मुद्रा अधिकाऱ्याला नसतो, अगदी त्यामागे 100 प्रतिशत कोष ठेवला तरी

भाग B

(i) साधारण जमा प्रणाली

(ii) निश्चित विश्वासाश्रित प्रणाली

(iii) आनुपातिक निधी प्रणाली

(iv) निश्चित अधिकतम विश्वासाश्रित प्रणाली.

	1	2	3	4
(a)	(i)	(iii)	(ii)	(iv)
(b)	(i)	(ii)	(iii)	(iv)
(c)	(ii)	(iii)	(iv)	(i)
(d)	(iii)	(iv)	(i)	(ii)

प्र. 155. अन्य गोष्टी समान असताना जर बँक दरात परिवर्तन गेले तर

(a) पत किमतीत परिवर्तन झाल्यावर पत मागणी प्रभावीत होते.

(b) पत किमत आणि पत मागणीत काही बदल होत नाही

(c) (a) व (b) दोन्ही

(d) वरीलपैकी कुठलेही नाही.

प्र. 156. फ्रीडमनच्या मते खालीलपैकी कोणते तत्त्व मुद्रा मागणीचे मुख्य निर्धारक तत्त्व नाही?

(a) पूर्वाधिमानासाठी मागणी

(b) मुद्रा व अन्य घटकांद्वारे अनुमानित उत्पन्न दर

(c) संपत्तीचे भौतिक आणि मानवीय भांडवलात विभाजन

(d) बँकांचे व्याज दर

प्र. 157. भाग A भाग B शी जुळवा.

भाग A

1) बँकेने कर्ज देताना एखाद्या व्यक्तीच्या खात्यात जमा केलेली रक्कम

2) व्युत्पन्न जमेची निर्मितीच

3) वास्तविक जमा

4) बँक जेवढे जास्त कर्ज देते, तेवढेच जास्त

भाग B

(i) पत जमा निर्माण होते   (ii) प्रारंभिक जमा आहे

(iii) पत निर्माण होते   (iv) व्युत्पन्न (अप्रत्यक्ष) जमा म्हणतात.

	1	2	3	4
(a)	(iv)	(iii)	(ii)	(i)
(b)	(iv)	(iii)	(i)	(ii)
(c)	(iii)	(iv)	(ii)	(i)
(d)	(iv)	(ii)	(iii)	(i)

प्र. 158. बँकांची पत निर्माण शक्ती कशावर अवलंबून असते?

(a) रोख जमा   (b) पत जमा

(c) अधिविकर्ष सुविधा (Over draft facilities)

(d) वरील सर्वांवर

प्र. 159. जर बँकेची प्रारंभिक जमा 100 असेल आणि नगद कोषाचे प्रतिशत 20% असेल तर बँक किती पत निर्माण करू शकेल?

(a) 80 रु.   (b) 500 रु.   (c) 20 रु.   (d) वरीलपैकी कुठलेही नाही.

प्र. 160. बँकद्वारा पत निर्माण करण्याचा मुख्य आधार काय आहे?

(a) नगद कोष   (b) व्युत्पन्न जमा

(c) अधिविकर्ष (overdraft) सुविधा   (d) वरील सर्व

प्र. 161. नगद कोषाचे प्रतिशत कमी करून बँक आपल्या पत निर्माण शक्तीमध्ये

(a) कमी करते   (b) वाढ कते

(c) दोन्हींपैकी काहीही   (d) वरीलपैकी काहीच नाही.

प्र. 162. बँक सुविधा बँकेची पत निर्माण नीती आणि व्यवस्थेला
(a) प्रभावीत करत नाही　　　(b) प्रभावीत करते
(c) प्रत्यक्षपणे प्रभावीत करते　　(d) वरीलपैकी कुठलेच नाही

प्र. 163. पततत्त्वे (Elements of credit) कोणती असतात?
(a) वस्तू किंवा सेवांचे हस्तांतरण　(b) भविष्यता (futurity)
(c) विश्वास (faith)　　　(d) वरील सर्व

प्र. 164. पत निर्माणाची प्रमुख सीमा कोणती आहे?
(a) बँकिंग सवय　　　(b) बँकदर
(c) व्यापार व उद्योगाचा विकास　(d) वरील सर्व

प्र. 165. प्रा. चेंडलर यांनी पतसाठी कोणते आधार सांगितले आहेत?
(a) उधार घेणाऱ्याचे व्यक्तिगत चारित्र्य आणि कर्ज फेडण्याची शक्ती
(b) कर्ज घेणाऱ्याच्या अधिकारात असलेल्या भांडवलाचे प्रमाण
(c) (a) व (b) दोन्ही　　　(d) वरीलपैकी कुठलेच नाही

प्र. 166. उधार घेणाऱ्याचे व्यक्तिगत चारित्र्य, त्याची कर्ज फेडण्याची क्षमता आणि कर्ज घेणाऱ्याच्या अधिकारात असलेल्या भांडवलाचे प्रमाण, प्रत्ययाचे (Credit) हे तीन आधार
(a) प्रा. चेंडलर यांनी निश्चित केले आहेत.
(b) प्रा. विगफिल्ड स्ट्रेटफोर्ड यांनी निश्चित केले आहेत.
(c) प्रा. मार्शल यांनी निश्चित केले आहेत.
(d) प्रा. पीगू यांनी निश्चित केले आहेत.

प्र. 167. पत स्वत; भांडवल नाही तर ते भांडवल निर्मितीत मदत करते.
(a) बरोबर　　(b) चूक　　(c) अनिश्चित

प्र. 168. दुकानदार, डॉक्टर इ. महिनाभर किंवा आठवडाभर वस्तू आणि सेवा पुरवतात आणि मग ग्राहकाला बिल देतात, या अंतर्गत येणाऱ्या व्यक्ती नगद उधार देत नाहीत. त्यांचे मुख्य काम वस्तू आणि सेवा देणं असतं जे ते नियमितपणे करत असतात परंतु त्याचे प्रदान (payment) काही कालावधीनंतर घेतात.
(a) याला आपण व्यावसायिक पत म्हणतो.
(b) याला आपण व्यक्तिगत पत म्हणतो.
(c) याला आपण वित्तीय पत म्हणतो.
(d) याला आपण उपभोक्ता पत म्हणतो.

प्र. 169. खालीलपैकी कोणते पत आहे?
(a) Mr. X तीन महिन्यांत 100 रु. च्या वस्तू विकतात.
(b) Mr. A एखाद्या दुकानातून हप्त्यावर सायकल विकत घेतात.

(c) Mr. B एखाद्या दुकानातून सायकल नगदीवर खरेदी करतात.

(d) Mr. C एक वर्षाचे भाडे भरतात.

प्र. 170. आर्थिक दृष्टीने 'पत' चा अर्थ एखादी वस्तू किंवा सेवेचे प्रदान

(a) वर्तमानात करणे म्हणजे पत   (b) भूतकाळात करणे म्हणजे पत

(c) भविष्यात करणे म्हणजे पत   (d) कधीच न करणे म्हणजे पत

प्र. 171. 'दमित स्फीति खुल्या स्फीतिपेक्षा अधिक हानिकारक असते' हे विधान अर्थशास्त्रात कोणत्या नोबेल पुरस्कार विजेत्याशी जोडले जाते?

(a) मिल्टन फ्रीडमन   (b) सॅम्युएल्सन

(c) जेम्स टॉबिन   (d) वरीलपैकी कोणाशीच नाही.

प्र. 172. भाग A भाग B शी जुळवा.

भाग A

1) जेव्हा अर्थव्यवस्थेत एकूण समर्थ मागणी पूर्ण रोजगार आणि आदर्शतम उत्पादनाच्या तुलनेत अधिक होते तेव्हा त्याला कोणती स्फीति म्हणतात?

2) अर्थव्यवस्थेत पूर्ण रोजगार बिंदू प्राप्त झाल्यानंतर मुद्रेचे प्रमाण वाढवल्यानंतर कोणती स्फीति होते?

3) जेव्हा अर्थव्यवस्थेच्या सर्व क्षेत्रांत किमतींमध्ये वाढ होताना दिसेल तेव्हा तिला कोणती स्फीति म्हणतात?

4) जेव्हा मुद्रा स्फीतिचा प्रभाव संपूर्ण अर्थव्यवस्थेवर न होता एखाद्या विशिष्ट क्षेत्रातच दिसून येईल तर त्याला कोणती स्फीति म्हणतात?

भाग B

(i) मागणी प्रेरित स्फीति   (ii) पूर्ण स्फीति

(iii) व्यापक स्फीति   (iv) दमित स्फीति

(v) खंडित स्फीति

	1	2	3	4
(a)	(i)	(ii)	(iii)	(iv)
(b)	(i)	(iii)	(v)	(iv)
(c)	(ii)	(iv)	(v)	(i)
(d)	(i)	(ii)	(iii)	(v)

प्र. 173. प्रा. मिल्टन फ्रीडमनच्या मते छुपी (Disguised) स्फीति

(a) खुल्या स्फीतिपेक्षा कमी हानिकारक आहे.

(b) खुल्या स्फीतिपेक्षा जास्त हानिकारक आहे.

(c) खुल्या स्फीतिच्या बरोबर असते.

(d) वरीलपैकी कुठलेही नाही.

प्र. 174. खालीलपैकी 'Not Nigotiable' चेक कोणता?

(a) बेअरर चेक   (b) ऑर्डर चेक (c) रेखांकित चेक (d) b व c दोन्ही

प्र. 175. $P = \dfrac{n}{K + rK^1}$ समीकरणाचे प्रतिपादन केले आहे.

(a) केन्स   (b) फिशर   (c) पीगू   (d) मार्शल

प्र. 176. बँक वित्त निगम (Finance Corporation) आणि विमा कंपन्यांद्वारा दिले गेलेले कर्ज

(a) व्यापारी पत श्रेणीत येते   (b) वित्तीय पत श्रेणीत येते

(c) व्यक्तिगत पत श्रेणीत येते   (d) औद्योगिक पत श्रेणीत येते

प्र. 177. 15 महिन्यांच्या मुदतीसाठी दिलेल्या कर्जाला

(a) दीर्घकालीन कर्ज म्हणतात   (b) अल्पकालीन कर्ज म्हणतात

(c) मध्यमकालीन कर्ज म्हणतात   (d) मागणी कर्ज म्हणतात

प्र. 178. कर्ज घेताना उपभोक्ता आपले भविष्यकालीन उत्पन्न तारण म्हणून ठेवतो आणि अटीनुसार हप्त्यांत किंवा एकरकमी पैसे भरतात.

(a) उपभोक्ता पत नेहमी निश्चित उत्पन्न असणाऱ्या व्यक्तींनाच दिले जाते.

(b) उपभोक्ता पत नेहमी दैनिक मजुरी करणाऱ्या लोकांनाच दिले जाते.

(c) उपभोक्ता पत नेहमी अनिश्चित उत्पन्न असणाऱ्या लोकांना दिले जाते.

प्र. 179. शेतकी कामासाठी नेहमी एक पीक ते दुसरे पीक पर्यंतचे कर्ज मिळवले जाते, परंतु

(a) पंधरा महिने ते पाच वर्षांपर्यंतच्या कर्जाला मध्यमकालीन कर्ज म्हणतात.

(b) पंधरा महिने ते पाच वर्षांपर्यंतच्या कर्जाला अल्पकालीन कर्ज म्हणत नाहीत

(c) पंधरा महिने ते पाच वर्षांपर्यंतच्या कर्जाला अल्पकालीन कर्ज म्हणतात

(d) एक वर्ष ते पाच वर्षांपर्यंतच्या कर्जाला मागणी कर्ज म्हणतात.

प्र. 180. खालीलपैकी कोणते विधान बरोबर आहे?

(a) व्यापारी पत स्वयं शोधनकारी (Self Liquidating) असते

(b) व्यापारी पत स्वयं शोधनकारी (Self Liquidating) नसते

(c) व्यापारी पतला काहीच अर्थ नसतो

(d) व्यावसायिक सर्वश्रेष्ठ आहे.

प्र. 181. पाच वर्षे अवधीसाठी घेतलेले कर्ज नेहमी मूल्यवान संपत्ती, भवन निर्माण किंवा मूल्यवान यंत्र आणि अवजार खरेदी करण्यासाठी घेतलेले असते त्याला

(a) मागणी कर्ज म्हणतात   (b) अल्पकालीन कर्ज म्हणतात

(c) मध्यमकालीन कर्ज म्हणतात   (d) दीर्घकालीन कर्ज म्हणतात.

प्र. 182. बँकेत जेवढी नगद रक्कम जमा असते, बँक त्यालाच अनेकपट वाढवते. परिणामस्वरूप

(a) त्यांची बँकेतली ठेव (Deposits) आणि कर्ज खूप वाढते

(b) त्यांची बँकेतील ठेव आणि कर्ज खूप कमी होते.

(c) त्यांची बँकेतली ठेव आणि कर्ज कमी होत वाढत रहातात

(d) त्यांच्या बँकेतील ठेवीवर आणि कर्जावर काहीही परिणाम होत नाही.

प्र. 183. कोणीही व्यक्ती बँकेत चेक देऊन बदल्यात पैसे घेऊ शकते त्या चेकला

(a) वाहक चेक म्हणतात   (b) रेखांकित चेक म्हणतात

(c) बँक नोट म्हणतात   (d) विनिमय बिल म्हणतात

प्र. 184. जेव्हा एखाद्या लिखित अटरहित आज्ञापत्राद्वारे त्याचा लेखक एखाद्या दुसऱ्या व्यक्तीला ज्याचे नाव त्यात लिहिलेले असते, असा आदेश देतो की त्यात लिहिलेली रक्कम स्वत:ला किंवा त्याच्या आदेशानुसार दुसऱ्या अन्य व्यक्तीला किंवा पत्रधारकाला (Holder) मागितल्यावर किंवा निश्चित अवधीनंतर देण्यात यावी.

(a) त्याला प्रतिज्ञापत्र (Promissiory Note) म्हणतात.

(b) त्याला बँक ड्राफ्ट (Bank Draft) म्हणतात.

(c) त्याला विनिमय बिल (Bill of Exchange) म्हणतात.

(d) त्याला हुंडी (Hundi) म्हणतात.

प्र. 185. ज्या चेकद्वारा एखाद्या विशिष्ट व्यक्तीला पैसे देण्याचा आदेश दिला असतो आणि ही जबाबदारी असते की पैसे योग्य व्यक्तीलाच मिळतील.

(a) त्याला बेअरर (Bearer) चेक म्हणतात

(b) त्याला ऑर्डर (Order) चेक म्हणतात

(c) त्याला क्रॉस्ड (Crossed) चेक म्हणतात

(d) त्याला बँक नोट (Bank note) म्हणतात

प्र. 186. जेव्हा रिझर्व्ह बँकेद्वारा नोटा निर्गमित केल्या जातात तेव्हा त्यांना बँक नोट म्हणतात. या नोटेवर रिझर्व्ह बँकेतर्फे अशी प्रतिज्ञा लिहिलेली असते की याच्या धारकाला मागितल्यावर त्या नोटेवर लिहिलेली रक्कम देण्यात यावी.

(a) बँक नोट कायदेशीर ग्राह्य पतपत्र आहे.

(b) बँक नोट कायदेशीर ग्राह्य पतपत्र नाही.

(c) वरीलपैकी कुठलेही

(d) वरीलपैकी कुठलेही नाही.

प्र. 187. जेव्हा चेकचे पैसे एखाद्या व्यक्तीला न मिळता त्याच्या नावे बँकेत जमा होतात आणि त्याला रेखांकित करण्यासाठी त्यावर दोन समांतर रेषा काढल्या जातात

आणि त्या रेषांध्ये साधारणत: & Co आणि A/C Payee only लिहिले जाते.

(a) अशा चेकला रेखांकित चेक (Crossed Cheque) म्हणतात.

(b) अशा चेकला बेअरर चेक (Bearer Cheque) म्हणतात.

(c) अशा चेकला ऑर्डर चेक (Order Cheque) म्हणतात.

(d) अशा चेकला बँक नोट (Bank note) म्हणतात.

प्र. 188. पतपत्र आणि मुद्रा यांतील फरक सांगा.

(a) पतपत्र विधिग्राह्य (Legal tender) असते आणि मुद्रा नाही.

(b) पतपत्र विधिग्राह्य नसतात पण मुद्रा विधिग्राह्य असते

(c) मुद्रेचं क्षेत्र देशव्यापी नसते पण पतचे असते.

(d) वरील सर्व

प्र. 189. जर रेखांकित चेक प्राप्त झालेल्याचे के कुठल्या बँकेत खाते नसेल आणि तो त्या चेकचे पैसे एखाद्या बँकेद्वारे आपल्या एखाद्या मित्राच्या खात्यात जमा करू शकेल आणि त्याच्याकडून वाहक किंवा आदेश चेक घेऊन पैसे प्राप्त करून घेतो परंतु जेव्हा रेषांच्या मध्ये A/C Payee only लिहिलेले असते

(a) तेव्हा दुसऱ्या व्यक्तीच्या खात्यात पैसे जमा होऊ शकतील.

(b) तेव्हा त्याच व्यक्तीच्या खात्यात पैसे जमा होतील.

(c) तेव्हा त्याच व्यक्तीच्या खात्यातून पैसे मिळू शकतील.

(d) तेव्हा अन्य व्यक्तीच्या खात्यातून पैसे मिळू शकतील.

प्र. 190. 'राष्ट्रीयीकरणानंतर भारतात वाणिज्यिक बँकिंग क्षेत्र लाभाच्या कसोटीवर नाही तर सामाजिक आणि विकास उद्देशांवर जोर देते' म्हणजे

(a) सत्य   (b) असत्य

(c) बँकेच्या प्रारूपावर अवलंबून आहे.

(d) वरीलपैकी कुठलेच नाही.

प्र. 191. RBI नुसार उच्च, शक्तिवान की रक्षित मुद्रा (High powered / Reserve money) आहे?

(a) जनतेजवळील नोट

(b) RBI जवळील वाणिज्यिक व सहकारी बँकांची जमा

(c) या बँकांची नगद + RBI जवळ अन्य जमा

(d) वरील सर्व

प्र. 192. भारतात मुद्रा पुरवठा वाढल्यावर किमतीच्या स्तरातील बदल खालील दिशेने होतो.

(a) वृद्धी   (b) कमी होते

(c) भारत एक विकसनशील देश आहे म्हणून ते 'सुरक्षित' सीमेवर (Safe limit) निर्भर आहे.

(d) वरीलपैकी काहीच नाही

प्र. 193. मिल्टन फ्रीडमनने M1 मध्ये नोटा व मागणी जमेबरोबर खालील सामील केले आहे.

(a) अवधी जमा
(b) पोस्ट बचत जमा
(c) दोन्ही (a) व (b)
(d) वरीलपैकी कुठलेही नाही

प्र. 194. सुखमय चक्रावर्ती समितीनुसार मौद्रिक नीतीचे निर्धारण करताना खालीलपैकी कशाला मौद्रिक घटक (Monetary Variable) म्हणून वापरले जाते?

(a) M1
(b) M2
(c) M3
(d) M4

प्र. 195. RBI ची विभेद व्याज दर योजनेच्या (Differential Interest Rates scheme) अंतर्गत बँकांना आगाऊ जमा (advance) करावे लागते.

(a) आपल्या एकूण अग्रिमच्या 1% (advance च्या)

(b) आपल्या एकूण अग्रिमच्या 5%

(c) आपल्या एकूण जमेच्या 2%

(d) वरीलपैकी कुठलेच नाही.

प्र. 196. पत निर्माण खालीलच्या बरोबर असते.

(a) $\dfrac{\text{वास्तविक जमा} \times 100}{\text{रोख अनुपात}}$

(b) $\dfrac{\text{वास्तविक जमा} \div 100}{\text{रोख अनुपात}}$

(c) $\dfrac{\text{वास्तविक जमा} \times \text{रोख अनुपात}}{100}$

(d) $\dfrac{\text{वास्तविक जमा} \div \text{रोख अनुपात}}{100}$

प्र. 197. मुद्रेद्वारे बँकर आपली निर्माण करतात.

(a) दायित्व
(b) संपत्ती
(c) वरील a व b दोन्ही
(d) वरीलपैकी कुठलेही नाही

प्र. 198. हुंडी मिळताच रक्कम भरावी लागते.

(a) त्याला दर्शनी हुंडी म्हणतात
(b) त्याला मुदती हुंडी म्हणतात.
(c) त्याला रक्कम हुंडी म्हणतात
(d) वरीलपैकी कोहीच म्हणत नाही

प्र. 199. जेव्हा एखादी व्यक्ती एका लिखित पत्राद्वारे (कागद) त्यावर सही करून (बँक किंवा करन्सी नोट) ज्याने त्याला सांगणाऱ्या एका विशेष व्यक्तीला किंवा आज्ञेप्रमाणे एखाद्या दुसऱ्या व्यक्तीला किंवा धारकाला मागितल्यावर एका निश्चित अवधीनंतर एक निश्चित रक्कम कुठल्याही अटीशिवाय देण्याचे वचन देते

    (a) तेव्हा त्याला विनिमय बिल (Bill of Exchange) म्हणतात.

    (b) तेव्हा त्याला आय. ओ. यू. (I.O.U.) म्हणतात.

    (c) तेव्हा त्याला बँक ड्राफ्ट (Bank Draft) म्हणतात.

    (d) तेव्हा त्याला प्रतिज्ञापत्र (Promissory note) म्हणतात.

प्र. 200. जेव्हा हुंडीचे पैसे वाहकाला मिळतात तेव्हा.

    (a) त्याला शाहजोग हुंडी म्हणतात.

    (b) त्याला धनी जोग हुंडी म्हणतात.

    (c) त्याला प्रदर्शनी हुंडी म्हणतात

    (d) त्याला मुदती हुंडी म्हणतात.

उत्तरे

1. b	2. b	3. a	4. b	5. c	6. d	7. c	8. a
9. a	10. c	11. b	12. d	13. a	14. a	15. c	16. b
17. a	18. b	19. b	20. a	21. c	22. c	23. a	24. b
25. c	26. a	27. a	28. a	29. c	30. b	31. b	32. a
33. a	34. b	35. c	36. a	37. b	38. b	39. b	40. a
41. a	42. a	43. a	44. a	45. b	46. a	47. a	48. b
49. c	50. c	51. c	52. a	53. b	54. b	55. d	56. c
57. a	58. a	59. b	60. c	61. c	62. c	63. b	64. a
65. c	66. b	67. c	68. c	69. b	70. b	71. b	72. a
73. c	74. d	75. a	76. a	77. b	78. b	79. a	80. c
81. d	82. a	83. a	84. d	85. a	86. b	87. c	88. a
89. a	90. d	91. d	92. a	93. d	94. c	95. d	96. a
97. c	98. b	99. a	100. a	101. c	102. c	103. a	104. b
105. b	106. a	107. b	108. a	109. b	110. b	111. b	112. b
113. b	114. c	115. a	116. d	117. a	118. c	119. c	120. b
121. d	122. b	123. b	124. c	125. a	126. b	127. b	128. d
129. a	130. c	131. c	132. d	133. a	134. d	135. b	136. d

137. a	138. b	139. c	140. a	141. d	142. b	143. b	144. d
145. a	146. b	147. a	148. d	149. c	150. b	151. b	152. d
153. b	154. b	155. a	156. a	157. a	158. d	159. b	160. a
161. b	162. b	163. d	164. d	165. c	166. a	167. a	168. a
169. b	170. c	171. a	172. d	173. a	174. c	175. a	176. b
177. b	178. a	179. a	180. a	181. d	182. a	183. a	184. c
185. b	186. a	187. a	188. b	189. b	190. a	191. d	192. c
193. a	194. c	195. a	196. a	197. a	198. a	199. d	200. b

■ ■ ■

7. राजस्व

Public Finance

प्र. 1. चलनवाढीच्या वेळी सार्वजनिक खर्च
    (a) कमी करायला हवा   (b) वाढवायला हवा
    (c) a व b दोन्ही   (d) दोन्ही नाही.

प्र. 2. भारत सरकार खर्च करते.
    (a) फक्त सामाजिक आणि सामुदायिक सेवेसाठी
    (b) फक्त आर्थिक सेवेसाठी
    (c) फक्त प्रशासनिक सेवेसाठी   (d) वरील सर्व

प्र. 3. भारतात सरकारी खर्च कोणाद्वारे नियंत्रित केला जातो?
    (a) रिझर्व्ह बँक ऑफ इंडियाद्वारा   (b) वित्त आयोग
    (c) योजना आयोग   (d) वित्त मंत्रालय

प्र. 4. बरोबर विधान निवडा.
    (a) सार्वजनिक खर्च (लोकवित्त) एक महत्त्वपूर्ण अंगच नाही तर; एक केंद्र बिंदू आहे.
    (b) मंदीच्या वेळी अतिरिक्त बजेट बनवायला पाहिजे.
    (c) आधुनिक युगात राज्याची कामे कमी झाली आहेत.
    (d) वरीलपैकी कुठलेही नाही

प्र. 5. मुद्रा संकोच (Deflation) च्या वेळी सार्वजनिक खर्च
    (a) कमी करायला पाहिजेत.   (b) थोडे वाढवायला पाहिजेत.
    (c) जास्त वाढवायला पाहिजेत.   (d) वरीलपैकी कुठलेच नाही.

प्र. 6. सार्वजनिक कर्ज आहे.
    (a) अनिवार्य   (b) ऐच्छिक   (c) a व b दोन्ही (d) दोन्ही नाही.

प्र. 7. अवस्फीतिमध्ये कोणत्या प्रकारचे बजेट बनवण्याचा प्रस्ताव दिला जातो?
    (a) अतिरिक्त बजेट   (b) संतुलित बजेट
    (c) तुटीचे बजेट   (d) कुठलेच नाही.

प्र. 8. जेवढी चादर तेवढेच पाय पसरण्याचा, नियम कोणत्या संदर्भात दिला जातो?
    (a) वैयक्तिक वित्त   (b) सार्वजनिक वित्त
    (c) a व b दोन्हींमध्ये   (d) दोन्ही

प्र. 9. कोणत्या खर्चात काटकसर केली जाऊ शकते?

    (a) खासगी   (b) सार्वजनिक

    (c) सहकारी   (d) वरील सर्वांमध्ये

प्र. 10. आधुनिक युगात विकासासाठी सार्वजनिक वित्त हा एकमेव उपाय आहे, हे विधान –

    (a) बरोबर आहे   (b) चूक आहे

    (c) अनिश्चित आहे   (d) अपूर्ण आहे

प्र. 11. सार्वजनिक व वैयक्तिक खर्चात फरक असतो

    (a) लवचिकतेचा   (b) काटकसरीचा

    (c) क्षेत्राचा   (d) वरील सर्वांचा

प्र. 12. सार्वजनिक व वैयक्तिक खर्चात फरक नाही आहे असे म्हणणे –

    (a) चूक आहे   (b) बरोबर आहे

    (c) अर्धसत्य आहे   (d) अर्धे चूक आहे.

प्र. 13. खाद्य व फर्टिलायझरच्या आर्थिक साहायतेला मानले जाते.

    (a) भांडवली खर्च   (b) नियोजित खर्च

    (c) आदान (Input) खर्च   (d) सर्व

प्र. 14. सार्वजनिक खर्चाचा मुख्य उद्देश देशाच्या उत्पादन साधनांना अशा प्रकारे वापरण्याचा असतो की, ज्यामुळे अधिकतम आर्थिक कल्याण साधले जाऊ शकेल, हे विधान आहे –

    (a) मार्शलचे   (b) केन्सचे

    (c) जे. के. मेहताचे   (d) डाल्टनचे

प्र. 15. सामान्य सेवांवरचा खर्च असतो –

    (a) भांडवली खर्च   (b) महसुली खर्च

    (c) अनियोजित   (d) नियोजित खर्च

प्र. 16. सर्वांच्या कल्याणासाठी केलेल्या खर्चाला म्हणतात –

    (a) सामाजिक खर्च   (b) व्यक्तिगत खर्च

    (c) सार्वजनिक खर्च   (d) वरीलपैकी काहीच नाही.

प्र. 17. प्रतिष्ठित अर्थशास्त्रज्ञ सार्वजनिक खर्च –

    (a) कमीतकमी करण्याच्या विचाराचे होते

    (b) अधिक करण्याच्या विचाराचे होते

    (c) स्थिर ठेवण्याच्या विचाराचे होते

    (d) वरीलपैकी कुठलेच नाही.

प्र. 18. भारताच्या आर्थिक विकासात विदेशी कर्जाची खूप मदत झाली आहे, हे विधान –
(a) बरोबर आहे
(b) चूक आहे
(c) अनुचित आहे
(d) अनिश्चित आहे.

प्र. 19. निर्धनासाठी नि:शुल्क वैद्यकीय मदत, शिक्षण, घर व भोजनावर केला गेलेला खर्च कोणत्या सिद्धान्ताच्या अंतर्गत येईल?
(a) अधिकतम सामाजिक लाभ
(b) संतुलित उत्पन्न – खर्च सिद्धान्त
(c) लवचिकतेचा सिद्धान्त
(d) समान वितरणाचा सिद्धान्त

प्र. 20. मंदीच्या काळात गुंतवणूक वाढवण्यासाठी कोणत्या प्रकारचे बजेट बनवायला पाहिजे?
(a) संतुलित बजेट
(b) अधिकतेचे बजेट
(c) तुटीचे बजेट
(d) वरीलपैकी कुठलेच नाही

प्र. 21. शिक्षण, दूरसंचार आणि दळणवळणावर केल्या गेलेल्या खर्चाला म्हणतात–
(a) परिवर्ती खर्च
(b) अपरिवर्ती खर्च
(c) प्रशासनिक खर्च
(d) सामाजिक खर्च

प्र. 22. जेव्हा सार्वजनिक खर्च वाढतो तेव्हा जनतेला त्याचा भार कोणत्या रूपात उचलावा लागतो?
(a) शुल्क
(b) कर
(c) विविध सेवांच्या किमतीवर
(a) वरील सर्व

प्र. 23. जे सरकार कमीतकमी सार्वजनिक खर्च करते ते चांगले असते, हे विधान होते –
(a) ऑस्ट्रियन अर्थशास्त्रज्ञांचे
(b) अमेरिकन अर्थशास्त्रज्ञांचे
(c) ॲडम स्मिथचे
(d) केन्सचे

प्र. 24. सार्वजनिक खर्चाद्वारा लोकांच्या कार्यक्षमतेवर व बचतक्षमतेवर जो प्रभाव पडतो तो येतो –
(a) उत्पादन प्रभावाच्या अंतर्गत
(b) वितरण प्रभावाच्या अंतर्गत
(c) अन्न प्रभावांच्या अंतर्गत
(d) वरीलपैकी कुठल्याच नाही

प्र. 25. वैद्यकीय सेवा, बेरोजगारी आणि शिक्षण इत्यादींवर केला गेलेला खर्च असतो–
(a) हस्तांतरण खर्च
(b) गैरहस्तांतरण खर्च
(c) आवश्यक खर्च
(d) अनावश्यक खर्च

प्र. 26. कोणत्या भारतीय अर्थशास्त्रज्ञाने सार्वजनिक खर्चाचे वर्गीकरण केले आहे?
(a) डॉ. व्ही. के. आर. व्ही. राव
(b) प्रा. महालनोबिस
(c) जे. के. मेहता
(d) राजा जे. चेलैया

प्र. 27. अधिकतम सामाजिक लाभाच्या सिद्धान्ताचे वैज्ञानिक विश्लेषण केले –
   (a) केन्सने   (b) डाल्टनने   (c) मार्शलने   (d) जे. के. मेहताने

प्र. 28. स्फीतिकाळात सरकारची खर्च नीती अशी असावी.
   (a) अनुत्पादक खर्चात कपात
   (b) शीघ्र उत्पादन देणाऱ्या योजनांना बढावा
   (c) अनावश्यक खर्चात कपात
   (d) वरील खर्च

प्र. 29. पंप प्रायमिंगचा (Pump Priming) अर्थ आहे
   (a) कमी प्रमाणात केलेला खर्च   (b) अधिक प्रमाणात केलेला खर्च
   (c) खर्चाचे प्रमाण स्थिर ठेवणे   (d) कुठलाच नाही

प्र. 30. सार्वजनिक खर्च काटकसरीचा सिद्धान्त कोणी मांडला?
   (a) ॲडम स्मिथ   (b) रिकार्डो
   (c) माल्थस   (d) जे. एस. मिल

प्र. 31. सार्वजनिक खर्चाला धार लावण्याचे अस्त्र कोणी म्हटले आहे?
   (a) मार्शल   (b) केन्स   (c) जे. के. मेहता (d) महात्मा गांधी

प्र. 32. अर्धविकसित व गरीब देशांसाठी सर्वांत उपयोगी सार्वजनिक खर्चाचा सिद्धान्त कोणता?
   (a) संतुलित उत्पन्न खर्च सिद्धान्त (b) समान वितरण सिद्धान्त
   (c) आधिक्याचा सिद्धान्त   (d) वरील सर्व

प्र. 33. सार्वजनिक कर्ज असते –
   (a) ऐच्छिक   (b) अनिवार्य   (c) आंतरिक   (d) बाह्य

प्र. 34. उत्पन्नाच्या वितरणाच्या असमानतेला दूर केले जाऊ शकते.
   (a) कर पद्धतीतल्या सुधारणेद्वारा (b) उत्पादनाद्वारे
   (c) अनुदानाद्वारे   (d) वरील सर्व

प्र. 35. अनुत्पादक कामांवर खर्च केलेले सार्वजनिक ऋण प्रभावित करते
   (a) वर्तमान पिढीला   (b) भावी पिढीला
   (c) a व b दोन्हींना   (d) वरीलपैकी कशालाच नाही

प्र. 36. सार्वजनिक कर्ज हे एक अनुपार्जित उत्पन्न आहे, हे विधान –
   (a) बरोबर आहे (b) चूक आहे (c) निश्चितपणे काही सांगता येत नाही

प्र. 37. व्यक्तिगत कर्ज व सार्वजनिक कर्ज यात काहीच फरक नाही. हे –
   (a) बरोबर आहे (b) चूक आहे (c) अनिश्चित आहे.

प्र. 38. भारत सरकार बहुधा जुने कर्ज फेडायला नवीन कर्ज घेते हे –
   (a) बरोबर आहे (b) चूक आहे (c) अनिश्चित आहे

प्र. 39. भारतात आंतरिक कर्जापिक्षा बाह्य कर्जाची समस्या अधिक गंभीर आहे, असे म्हणणे

(a) उचित आहे   (b) अनुचित आहे (c) अनिश्चित आहे

प्र. 40. सडक, रेल्वेमार्ग, दूरसंचार सेवा, विद्युत इत्यादी सेवांवरील सार्वजनिक खर्चाने कोणती प्रगती होते?

(a) आर्थिक   (b) सामाजिक   (c) विकासाची गती   (d) वरील सर्व

प्र. 41. बजेटला (अर्थसंकल्पाला) मास्टर वित्तीय योजना (Master Financial Plan) कोणी म्हटले आहे?

(a) टेलर   (b) डाल्टन   (c) फिंडले   (d) रेनी स्टोर्न

प्र. 42. बजेट (अर्थसंकल्प) सरकारी हे विवरण असते –

(a) सरकारच्या कर्ज आदान–प्रदानाचे (b) सरकारच्या उत्पन्न-खर्चाचे

(c) सरकारच्या विदेशी नीतीचे   (d) सरकारच्या लाभाचे

प्र. 43. सरकारचा राजकोषीय घाटा (तूट) बरोबर असतो –

(a) चालू उत्पन्न – चालू खर्च   (b) एकूण उत्पन्न – एकूण खर्च

(c) भांडवल प्राप्ती – भांडवल देणी (फेडणे)

(d) चालू उत्पन्न – (चालू खर्च + भांडवल खर्च)

प्र. 44. बजेट असते –

(a) वित्तीय प्रशासनाचे अंग   (b) केंद्र सरकारच्या विविध नीतींचे विवरण

(c) केंद्र व राज्याच्या वित्तीय संबंधांचे विवरण   (d) वरील सर्व

प्र. 45. बजेटमध्ये –

(a) मागील वर्षाच्या उत्पन्नाचे विवरण असते

(b) चालू वर्षातील उत्पन्न-खर्चाची संशोधित स्थिती असते

(c) येणाऱ्या वर्षाचे उत्पन्न-खर्चाचे अनुमान असते.

(d) वरील सर्व

प्र. 46. सरकारचे एकूण उत्पन्न आणि एकूण खर्च यांमधील फरक असतो –

(a) राजकोषीय तूट   (b) महसूली तूट

(c) मौद्रिक तूट   (d) बजेटमधील (अर्थसंकल्पीय) तूट

प्र. 47. महसुली तूट (Revenue Deficit) बजेटमधील (अर्थसंकल्पीय) तूटीपेक्षा कमी असेल जर?

(a) भांडवल खात्यात तूट असेल

(b) भांडवल खात्यात तूट संतुलित असेल.

(c) भांडवल खात्यात अतिरिक्त (Surplus) असेल

(d) वरीलपैकी कुठलेही

प्र. 48. भारतीय संदर्भात तुटीच्या वित्तीय व्यवस्थेचा अर्थ होतो.
(a) सार्वजनिक उत्पन्नापेक्षा खर्चाची अधिकता
(b) सरकारी चालू उत्पन्नापेक्षा खर्चाची अधिकता
(c) सरकारच्या एकूण उत्पन्नापेक्षा एकूण खर्चाची अधिकता
(d) वरीलपैकी कुठलेच नाही.

प्र. 49. बजेटमध्ये कपात प्रस्ताव पास झाल्यावर –
(a) मंत्रिमंडळाला राजीनामा द्यावा लागतो.
(b) मंत्रिमंडळाला राजीनामा द्यावा लागत नाही.
(c) कपात प्रस्ताव घ्यावा लागत नाही.
(d) वरीलपैकी काही नाही.

प्र. 50. एखाद्या बजेटमध्ये महसूल = खर्च असेल तर त्याला म्हणतात –
(a) तुटीचे बजेट   (b) संतुलित बजेट
(c) अतिरिक्त बजेट   (d) वरीलपैकी कुठलेही नाही.

प्र. 51. बजेट (अर्थसंकल्प) आहे –
(a) वित्तीय प्रशासनाचा कणा   (b) वित्तीय प्रशासनाची कडी
(c) वित्तीय नीतीचा सूचक   (d) आर्थिक नियंत्रणाचे साधन

प्र. 52. भारतात वित्तीय नियंत्रणाचे प्रमुख साधन कोणते आहे?
(a) संसद   (b) अर्थमंत्री   (c) न्यायपालिका (d) राष्ट्रपती

प्र. 53. शून्य अघाति विचारधारा वापरात आणली जाते –
(a) नियोजित खर्चाला नियंत्रित करण्यासाठी
(b) अनियोजित खर्चाला नियंत्रित करण्यासाठी
(c) a आणि b दोन्ही
(d) वरीलपैकी कुठलेही नाही

प्र. 54. अर्थसंकल्पीय तोट्याची (तुटीची) वित्तीय व्यवस्था केली जाते
(a) केंद्रीय बँकेकडून उधार घेऊन (b) कर्जाद्वारा
(c) बचतीद्वारा   (d) वरील सर्वांद्वारा

प्र. 55. राजकोषीय तोट्याची (तूटीची) वित्तीय व्यवस्था होते.
(a) केंद्रीय बँकेकडून उधार घेऊन (b) घरगुती कर्जाद्वारा
(c) विदेश कर्जाद्वारा   (d) वरील सर्व

प्र. 56. शून्याधारित अंदाजपत्रक आवश्यक असते
(a) योजना आणि उद्देशांची प्राथमिकता निश्चित करण्याची
(b) ज्यांची काही आवश्यकता नाही अशा योजना शोधून संपवण्याची

(c) कमी प्राथमिकतावाल्या क्षेत्रापेक्षा साधनांना उच्च प्राथमिकतावाल्या क्षेत्रात लावण्याची

(d) वरील सर्व

प्र. 57. शून्याधारित अंदाजपत्रक जोर देते –

(a) असीमित हीनार्थ प्रबंधन (b) नव्याने बजेट बनवणे

(c) मागचा खर्च न पाहता बजेट बनवणे (d) b आणि c

प्र. 58. शून्याधारित अर्थसंकल्प (Zero Based Budgeting) देणारी पंचवार्षिक योजना आहे.

(a) पाचवी (b) सहावी

(c) सातवी (d) आठवी

प्र. 59. शून्याधारित अंदाजपत्रक एक उपाय आहे.

(a) सार्वजनिक खर्च नियंत्रित करण्याचा

(b) सार्वजनिक उत्पन्न नियंत्रित करण्याचा

(c) सार्वजनिक कर्ज नियंत्रित करण्याचा

(d) वरीलपैकी कुठलाच नाही

प्र. 60. भारताच्या बजेटमध्ये (अर्थसंकल्पात) काय सामील केले जाते?

(a) मागील वर्षींचे वास्तविक आकडे (b) चालू वर्षींचे संशोधित आकडे

(c) पुढच्या वर्षींचे अर्थसंकल्पीय अनुमान(d) वरील सर्व

प्र. 61. ग्रामीण क्षेत्रात आज वित्तीय स्रोतांची कमी आहे, वर्तमानात ग्रामीण क्षेत्रात कर्ज कोणत्या माध्यमाद्वारे मिळू शकेल?

(a) ग्रामीण सावकारांकडून (b) सहकारी बँका व समित्यांकडून

(c) वाणिज्य बँकांकडून (d) सरकारकडून

प्र. 62. कोणत्या कराचे केंद्र व राज्य सरकारांमध्ये विभाजन होत नाही?

(a) आयकर (b) विक्रीकर

(c) पालिका कर (d) केंद्रीय उत्पादन शुल्क

प्र. 63. वस्तूच्या किमतीच्या एका प्रमाणात घेतल्या गेलेल्या कराला काय म्हणतात?

(a) मूल्यानुसार कर (b) अप्रत्यक्ष कर

(c) मूल्यासंबंधी कर (d) विक्री कर

प्र. 64. [(राजस्व प्राप्ती + भांडवली प्राप्ती) – (गैर आयोजन खर्च + आयोजन खर्च)] वरील मोजणी प्रदर्शित करते

(a) अर्थसंकल्पीय तूट (b) राजस्व तूट

(c) प्राथमिक तूट (d) राजकोषीय तूट

प्र. 65. कोणता कर अप्रत्यक्ष कर नाही?
(a) सीमा शुल्क (b) निगम पालिका शुल्क
(c) केंद्रीय उत्पादन शुल्क (d) व्यापार कर

प्र. 66. भारतात MODVAT योजना लागू झाली.
(a) 1 मार्च 1985 पासून (b) 1 मार्च 1986 पासून
(c) 1 मार्च 1987 पासून (d) 1 मार्च 1968 पासून

प्र. 67. दहाव्या वित्त आयोगाचे अध्यक्ष कोण होते?
(a) के. सी. नियोगी (b) के. सी. पंत
(c) एन. के. पी. साळवे (d) के. टी. शाह

प्र. 68. खालीलपैकी कोणते विधान राजस्वाच्या महत्त्वाच्या संबंधात उपयोगी आहे?
(a) साधनांची विभागणी
(b) उत्पन्न आणि संपत्तीच्या वितरणात समानता
(c) उत्पादन, रोजगार व किमतींना प्रभावीत करणे
(d) वरील सर्व

प्र. 69. मनोरंजन कर आहे –
(a) केंद्र सरकारच्या प्रत्यक्ष उत्पन्नाचे साधन
(b) केंद्र सरकारच्या अप्रत्यक्ष उत्पन्नाचे साधन
(c) राज्य सरकारचे प्रत्यक्ष उत्पन्नाचे साधन
(d) राज्य सरकारच्या अप्रत्यक्ष उत्पन्नाचे साधन

प्र. 70. कोणता कर केंद्रीय सरकारद्वारा वसूल केला जातो आणि वित्त आयोगाच्या शिफारशींवर केंद्र आणि राज्यात वाटला जातो?
(a) केंद्रीय उत्पादन शुल्क (b) सीमा शुल्क
(c) संपदा शुल्क (d) संपत्ती शुल्क

प्र. 71. शून्याधारित अंदाजपत्रक (Zero Base Budget) चा अर्थ आहे.
(a) खर्चाच्या प्रत्येक बाबीवर असा विचार करावा की तो नवीन आहे.
(b) खर्चात कपात करणे
(c) खर्चवाढ रोखणे
(d) वरील सर्व

प्र. 72. खालीलपैकी कोणता कर प्रत्यक्ष कर नाही?
(a) उत्पन्न कर (b) निगम पालिका कर (c) सीमा शुल्क (d) संपदा शुल्क

प्र. 73. मूल्य वर्धित कराची (VAT) शिफारस केली.
(a) भूतलिंगम समितीने (b) एल. के. झा. समितीने
(c) चेलैय्या समितीने (d) रेखी समितीने

प्र. 74. रेल्वे भाड्यावर प्रस्ताव देण्यासाठी बनवली गेली.

(a) ननजुनदप्पा समिती   (b) रेखी समिती

(c) राकेश मोहन समिती   (d) सरकारिया समिती

प्र. 75. खालीलपैकी कोणता कर राज्याच्या उत्पन्नाचे साधन नाही?

(a) व्यापार कर   (b) वाहन कर   (c) कृषी उत्पन्न कर   (d) संपत्ती कर

प्र. 76. भारतात कोणत्या करापासून सर्वाधिक उत्पन्न मिळते?

(a) प्रत्यक्ष कर   (b) परोक्ष कर   (c) संपत्ती कर   (d) आय कर

प्र. 77. राज्य सरकारांच्या कर राजस्वाचा मुख्य स्रोत आहे.

(a) विक्री कर   (b) भू-राजस्व   (c) अबकारी कर   (d) वरील सर्व

प्र. 78. खालीलपैकी कोणता गैर कर राजस्व आहे?

(a) व्याजाची प्राप्ती   (b) लाभांश व लाभ

(c) विदेशातून मिळणारी नगद रक्कम   (d) वरील सर्व

प्र. 79. भारतीय संविधानाच्या परिच्छेद 280 च्या अनुसार किती वर्षांनंतर वित्त आयोग निर्माण करण्याची व्यवस्था आहे?

(a) तीन वर्षे   (b) सात वर्षे   (c) पाच वर्षे   (d) दहा वर्षे

प्र. 80. अप्रत्यक्ष करांचा विरोध केला जातो, कारण

(a) हा सारख्या निर्धन लोकांवर अधिक भार असतो

(b) श्रीमंत लोकांवर अधिक भार असतो.

(c) त्यांना एकत्रित करणे सोपे नाही   (d) वरील सर्व

प्र. 81. केंद्र सरकारच्या गैर कर स्रोतात सर्वाधिक हिस्सा आहे.

(a) व्याज प्राप्तीचा   (b) रिझर्व्ह बँकेच्या लाभाचा

(c) रेल्वेच्या उत्पन्नाचा   (d) सार्वजनिक उपक्रमांच्या बचतीचा

प्र. 82. वर्गणी, भेटी, उत्पन्न कोणत्या उत्पन्नाचा भाग आहे?

(a) व्यवसायातून मिळणाऱ्या उत्पन्नाचा   (b) नि:शुल्क उत्पन्नाचा

(c) अनिवार्य उत्पन्नाचा   (d) यातील कुठलेच नाही.

प्र. 83. सार्वजनिक उत्पन्नात सामील केले जाते फक्त –

(a) राजस्व   (b) देशी ऋण   (c) विदेशी ऋण   (d) वरील सर्वांना

प्र. 84. कर आणि दंड दोन्ही अनिवार्य देणी आहेत पण दोन्हींत फरक आहे.

(a) वसुलीमध्ये   (b) त्यांच्या उद्देशांमध्ये

(c) त्यांच्या स्वभावात   (d) वरीलपैकी कुठलेच नाही.

प्र. 85. केंद्र सरकारच्या उत्पन्नात सर्वाधिक हिस्सा आहे.

(a) प्रत्यक्ष कराचा   (b) अप्रत्यक्ष कराचा

(c) विदेशी कर्जाचा   (d) विदेशी दानाचा

प्र. 86. खालीलपैकी तो कोणता कर आहे जो केंद्राद्वारा लावला जातो पण तो पूर्णत: राज्याला दिला जातो?

(a) केंद्रीय उत्पादन शुल्क
(b) आय कर
(c) उपहार कर
(d) रेल्वे पॅसेंजर कर

प्र. 87. दंड, क्षतिपूर्ती आणि कर कोणत्या प्रकारच्या उत्पन्नाचा भाग आहे?

(a) अनिवार्य
(b) गैर अनिवार्य
(c) प्रत्यक्ष सार्वजनिक महसूल
(d) वरील सर्वांच्या

प्र. 88. सार्वजनिक उत्पन्नाचे स्रोत होऊ शकतात.

(a) सीमित
(b) असीमित
(c) अनिश्चित
(d) खूपच कमी

प्र. 89. सरकारचे गैर कर महसुलात सामील होतात.

(a) उद्योगांमधून मिळालेले उत्पन्न
(b) उपहार
(c) सरकारी संपत्तीतून मिळालेले उत्पन्न
(d) वरील सर्व

प्र. 90. आपले कालवे, उद्योग आणि खाणींमधून सरकार जे उत्पन्न मिळवते, त्याला म्हणतात –

(a) विशेष उत्पन्न
(b) सार्वजनिक संपत्तीतून मिळालेले उत्पन्न
(c) अनिवार्य उत्पन्न
(d) स्वैच्छिक उत्पन्न

प्र. 91. करांची विशेषता असते.

(a) अनिवार्य देणे
(b) करदात्याला कुठलाही प्रत्यक्ष लाभ न देणे
(c) करामंधून मिळणाऱ्या उत्पन्नाला सामान्य लाभासाठी केले जाते
(d) वरील सर्व

प्र. 92. खालीलपैकी कोणत्या करातून मिळणारे उत्पन्न राज्यांमध्ये वाटले जात नाही?

(a) संघीय उत्पादन शुल्क
(b) आयकर (उत्पन्न कर)
(c) संपत्ती कर
(d) निगम (पालिका) कर

प्र. 93. तुटीची वित्तव्यवस्था सरकारी उत्पन्न खर्चाच्या वेळेच्या पुरवठ्यासाठी एक विशेष वित्तीय कार्यपद्धती आहे, या कार्यपद्धतीच्या अंतर्गत भारत सरकार तुटीची वित्तव्यवस्था व सरकारी उत्पन्न खर्चासाठी कोणत्या साधनाचा आधार घेऊ शकत नाही?

(a) केंद्रीय बँकेकडून कर्ज घेणे
(b) नगद शेष कमी करणे
(c) अतिरिक्त चलन छापणे
(d) स्वदेशी मुद्रेचे अवमूल्यन व चलनवाढ

प्र. 94. राजकोषीय व्यवस्थेचा संबंध असतो –
(a) चलनाच्या प्रमाणाशी
(b) फक्त आयात-निर्यात करांशी
(c) कर आणि सार्वजनिक खर्चाशी
(d) राज्य प्रशासनाशी

प्र. 95. अन्य गोष्टी समान असताना कर भार विक्रेत्यांना अधिक सहन करावा लागेल जेव्हा वस्तूच्या मागणीची लवचिकता –
(a) अधिक असेल
(b) कमी असेल
(c) शून्य असेल
(d) एकक असेल

प्र. 96. केंद्रीय सरकारच्या खर्चात कोणती गोष्ट सामील नसते?
(a) प्रतिरक्षा खर्च
(b) ऋणांवर व्याज
(c) आर्थिक अनुदान
(d) सार्वजनिक स्वास्थ्य

प्र. 97. राजकोषीय तूट (Fiscal Deficit) बरोबर आहे.
(a) राजकोषीय तूट = राजस्व उत्पन्न – अर्थसंकल्पीय तूट
(b) राजकोषीय तूट = राजस्व उत्पन्न + भांडवली उत्पन्न
(c) राजकोषीय तूट = राजस्व उत्पन्न + भांडवली उत्पन्न (फक्त कर्जांची वसुली व अन्य उत्पन्न)
(d) वरीलपैकी कुठलेच नाही

प्र. 98. आयात क्षेत्रात REP परवाना काय आहे?
(a) निर्यातीला निर्यातीच्या बदली कच्चा माल आयात करण्यासाठी पुनर्पूर्तीसाठी दिले जाते ते
(b) भांडवली सामान आयात करण्यासाठी दिले जाते ते
(c) फक्त सरकारी व्यापारी संस्थांना दिले जाते ते
(d) वरीलपैकी कुठलेही नाही

प्र. 99. भारताच्या संचित कोषात (Consolidated fund of India) खालीलपैकी काय सामील केले जाते?
(a) संपूर्ण कर उत्पन्न
(b) सर्व प्रकारची कर्जे
(c) संपूर्ण प्रकारे उत्पन्न
(d) वरील सर्व

प्र. 100. 1971 मध्ये केंद्र राज्यांच्या वित्तीय संबंधांबद्दल कोणती कमिटी बनली होती?
(a) मिर्धा कमिटी
(b) सरकारिया आयोग
(c) आर्थिक प्रशासन सुधार आयोग
(d) राज मन्नार आयोग

प्र. 101. केंद्रीय सरकारला राजस्व कोणत्या साधनाद्वारे मिळत नाही?
(a) आयकर
(b) उत्पाद शुल्क
(c) सीमा शुल्क
(d) सामान्य विक्रीकर

प्र. 102. वांचू समिती अन्य कोणत्या नावाने ओळखली जाते?

    (a) प्रत्यक्ष कर पडताळणी समिती

    (b) अप्रत्यक्ष कर पडताळणी समिती

    (c) कृषी उत्पन्न व संपत्ती कर पडताळणी समिती

    (d) भू-संपदा सीमा निर्धारण समिती

प्र. 103. भारतात तोट्याच्या वित्तव्यवस्थेचा अर्थ आहे.

    (a) बजेटमध्ये तूट ठेवणे

    (b) बजेटची तूट पूर्ण करणे

    (c) बजेट तूट पूर्ण करायला कर्ज घेणे

    (d) बजेट तूट पूर्ण करण्यासाठी चलनाच्या पुरवठ्यात वाढ करणे

प्र. 104. हीनार्थ प्रबंधनाचा उद्देश आहे

    (a) विकासासाठी साधन जमवणे   (b) युद्ध खर्चाच्या पूर्तीसाठी व्यवस्था

    (c) अर्थव्यवस्थेला मंदीतून बाहेर काढणे

    (d) वरील सर्व

प्र. 105. VDIS योजना 1997 मध्ये जाहीर उत्पन्न आणि संपत्तीवर किती टक्के कर द्यायचा होता?

    (a) 20%   (b) 30%   (c) 35%   (d) 40%

प्र. 106. VDIS योजना कोणत्या वित्तीय वर्षात सुरू झाली?

    (a) 1997-98 मध्ये   (b) 1996-97 मध्ये

    (c) 1995-96 मध्ये   (d) 1994-95 मध्ये

प्र. 107. हीना थ प्रबंधनाने किती चलनवाढ होईल, ते अवलंबून राहील.

    (a) चलनात किती मुद्रा घातली आहे.

    (b) मुद्रा आवश्यकतेपेक्षा कमी आहे की जास्त

    (c) मुद्रेचा उपयोग अल्पकालीन किंवा दीर्घकालीन कशा प्रकारच्या योजनेत होत आहे.

    (d) वरील सर्व

प्र. 108. VDIS योजना 1997 चा उद्देश होता.

    (a) काळा पैसा बाहेर काढणे   (b) उत्पादकता वाढवणे

    (c) बजेट तूट कमी करणे   (d) वरीलपैकी कुठलाच नाही.

प्र. 109. तुटीचे बजेट आणि तुटीच्या वित्तीय व्यवस्थेत

    (a) फरक असतो   (b) काहीच फरक नसतो

    (c) खूप जास्त फरक असतो   (d) सूक्ष्म फरक असतो.

प्र. 110. राजकोषीय तूट जास्त झाल्याने अर्थव्यवस्थेत देयकाच्या संतुलनाची.
(a) प्रतिकूलता वाढते
(b) देयक संतुलनाची अनुकूलता असते
(c) व्यापार संतुलित राहतो
(d) व्यापार संतुलनाची अनुकूलता असते.

प्र. 111. VDIS योजना 1997 च्या अंतर्गत अघोषित उत्पन्न आणि संपत्तीची घोषणा करण्याची शेवटची तारीख होती.
(a) 30 नोव्हेंबर 1997
(b) 31 डिसेंबर 1997
(c) 31 जानेवारी 1998
(d) 31 मार्च 1998

प्र. 112. ''आपल्या कोटाच्या आकारानुसार कपड्यांची सोय करा'' ही म्हण कोणत्या संदर्भात लागू होते?
(a) वैयक्तिक वित्तामध्ये
(b) सार्वजनिक वित्तामध्ये
(c) अर्ध सरकारी विभागांच्या संदर्भात

प्र. 113. मनोरंजन कर कोणत्या क्षेत्राचा विषय आहे?
(a) केंद्र सरकार
(b) राज्य सरकार
(c) स्थानीय संस्था
(d) वरील सर्व

प्र. 114. भारतात सर्वाधिक तूट कोणत्या कोणत्या गोष्टीची तूट असते?
(a) अर्थसंकल्पीय तूट
(b) मौद्रिकृत तूट
(c) राजकोषीय तूट
(d) राजस्व तूट

प्र. 115. राजस्व खर्च आणि राजस्व प्राप्तीमधील फरकाला कोणत्या तुटीद्वारे व्यक्त केले जाते?
(a) राजकोषीय तूटी
(b) राजस्व तूट
(c) मौद्रिकृत तूटी
(d) प्रारंभिक तूट

प्र. 116. केंद्र सरकारला रिझर्व्ह बँक ऑफ इंडियाद्वारे जे क्रेडिट दिले जाते, ते दर्शविले जाते.
(a) अर्थसंकल्पीय तुटीत
(b) राजकोषीय तुटीत
(c) राजस्व तुटीत
(d) मुद्रीकृत तुटीत

प्र. 117. राजकोषीय तुटीतून व्याज फेडल्यावर उरले.
(a) अर्थसंकल्पीय तूट
(b) प्रारंभिक तूट
(c) मौद्रिक तूट
(d) राजस्व तूट

प्र. 118. भारत सरकारचे उत्पन्न मिळवण्याचे प्रमुख साधन काय आहे?
(a) विदेशी सहायता
(b) कर आणि कर्ज
(c) सरकारी योजनांतून उत्पन्न
(d) वरीलपैकी कुठलेच नाही

प्र. 119. भारतात तुटीच्या वित्तीयनाचा मुख्य दुष्प्रभाव काय आहे?
(a) अनिवार्य बचत
(b) बँकांची कर्ज प्रवृत्ती
(c) मूल्यांमध्ये चलनवाढ
(d) भांडवली गुंतवणूक पद्धतीत परिवर्तन

प्र. 120. वित्त आयोगाच्या कामांमध्ये हे सामील नाही.
(a) करांमधून मिळणाऱ्या प्राप्तीचे वाटप
(b) आर्थिक अनुदानांसबंधी सिद्धान्त निर्माण करणे
(c) केंद्रीय व राज्य सरकारचे परस्पर वित्तीय संबंध
(d) वरीलपैकी कुठलेच नाही.

प्र. 121. आत्तापर्यंत भारतात किती वित्त आयोगांची नियुक्ती केली गेली आहे?
(a) अकरा　　　(b) सात　　　(c) आठ　　　(d) नऊ

प्र. 122. उपयोगी विधानावर खूण करा.
(a) अर्थसंकल्पीय तूट = राजस्व खर्च – राजस्व उत्पन्न
(b) अर्थसंकल्पीय तूट = सर्व राजस्व खर्च – सर्व राजस्व उत्पन्न
(c) अर्थसंकल्पीय तूट = एकूण खर्च – एकूण उत्पन्न
(d) अर्थसंकल्पीय तूट = चालू खर्च – चालु उत्पन्न

प्र. 123. भारतात निगम (Corporate Tax) कर
(a) राज्य सरकार लावते
(b) स्थानीय प्रशासन लावते
(c) केंद्र सरकार लावते
(d) वरील सर्व लावतात.

प्र. 124. प्रथम वित्त आयोग स्थापन झाले
(a) 1951 मध्ये　(b) 1952 मध्ये　(c) 1954 मध्ये　(d) 1950 मध्ये

प्र. 125. भारताच्या पहिल्या वित्तआयोगाचे अध्यक्ष होते.
(a) के. संथानम
(b) ए. के. चंदा
(c) के. सी. नियोगी
(d) वाय. सी. चव्हाण

प्र. 126. भारतात केंद्राकडून राज्य सरकारकडे वित्तीय साधनांचे हस्तांतरण कोणत्या आयोगाच्या शिफारशींवर अवलंबून असते?
(a) योजना आयोग
(b) वित्त आयोग
(c) सरकारी आयोग
(d) वरीलपैकी कुठलेच नाही

प्र. 127. अर्थसंकल्पीय तूट आणि सरकारद्वारा केले गेलेले एकूण खर्च व अन्य देयक हे सर्व मिळून काय निर्माण होते?
(a) आगम तूट　(b) चालु तूट　(c) पुंजीगत तूट　(d) राजकोषीय तूट

प्र. 128. भारतात आयकर केंद्र सरकारद्वारा लावला जातो तो
(a) वसूल, राज्य सरकार करते.
(b) वसूलही केंद्र सरकारच करते आणि काही भाग राज्यांमध्ये वितरित करते.

(c) वसूल केंद्र सरकार करते आणि खर्चही केंद्र सरकारच करते.

(d) वरीलपैकी कुठलेच नाही.

प्र. 129. एकूण सरकारी आवक आणि एकूण सरकारी खर्च यांतील फरक खालीलपैकी कशाच्या बरोबर असतो?

(a) आवक तूट

(b) अर्थसंकल्पीय तूट

(c) राजकोषीय तूट

(d) वरीलपैकी कुठलेच नाही.

प्र. 130. केंद्रीय बजेटमध्ये सर्वाधिक राजस्व खर्च खालील बाबींवर होतो.

(a) व्याज फेडण्यावर

(b) सार्वजनिक कार्यांवर

(c) आर्थिक सेवांवर

(d) अनुदानावर

प्र. 131. वित्तीय साधनांच्या कमतरतेचे अनुमान लावण्यासाठी सर्वांत महत्त्वपूर्ण काय आहे?

(a) अर्थसंकल्पीय तूट

(b) राजस्व तूट

(c) राजकोषीय तूट

(d) प्राथमिक तूट

प्र. 132. राज्याच्या राजकोषीय तूट वित्तीय व्यवस्थेत सर्वाधिक भाग असतो.

(a) केंद्रीय सरकारच्या कर्जाचा

(b) बाजारात कर्ज मिळवण्याचा

(c) बँका आणि अन्य वित्तीय संस्थांकडून मिळणाऱ्या कर्जाचा

(d) भविष्य निधीचा

प्र. 133. भांडवली बजेट (Capital Budget) मध्ये काय सामील केले जाते?

(a) सार्वजनिक कर्जांमधून मिळणारे उत्पन्न

(b) कर स्रोतांमधून मिळणारे उत्पन्न

(c) गैर कर स्रोतांमधून मिळणारे उत्पन्न

(d) वरील सर्व

प्र. 134. कराच्या संबंधात कोणते विधान असत्य आहे?

(a) कर एक अनिवार्य अंशदान आहे.

(b) लाभ प्राप्त करण्यासाठी, कर भरण्याची अनिवार्य अट आहे.

(c) कराचा सेवा खर्चाशी काहीही संबंध नाही.

(d) कर एक वैधानिक (कायदेशीर) वसुली आहे.

प्र. 135. राजस्व तुटीच्या तुलनेत राजकोषीय तुटीचा आकार नेहमीच असेल

(a) मोठा   (b) छोटा   (c) एक सारखा (d) अनियमित

प्र. 136. फिडले शिराजद्वारा प्रस्तुत सार्वजनिक खर्चाच्या नियमांमध्ये काय सामील नाही?

(a) काटकसरीचा नियम

(b) स्वीकृतीचा नियम

(c) लवचिकतेचा नियम

(d) आधिक्याचा नियम

प्र. 137. 'बदकाचे पंख अशा प्रकारे काढावेत की ते कमीत कमी ओरडेल' हा विचार कोणाचा आहे?

(a) किंडल बर्जर (b) उर्सुला हिक्स   (c) कॉलबर्ट   (d) डाल्टन

प्र. 138. जर सरकारने दिलेले व्याज प्राथमिक तुटीत जोडले तर ते बरोबर असेल

(a) राजस्व तुटीच्या

(b) अर्थसंकल्पीय तुटीच्या

(c) मौद्रिक तुटीच्या

(d) आवक तुटीच्या

प्र. 139. खालीलपैकी कोणता केंद्रीय सरकारच्या राजस्व खर्चाचा सर्वांत महत्त्वपूर्ण घटक आहे?

(a) सुरक्षा खर्च   (b) अनुदान   (c) व्याज देणे   (d) वेतन

प्र. 140. बजेटसाठी कोणते तत्त्व आवश्यक नाही?

(a) बजेट अवधी

(b) उत्पन्न खर्च बाबींचे विभाजन

(c) बजेटमध्ये संतुलन

(d) लेख्यांची समानता

प्र. 141. 'प्रत्यक्ष कर आणि परोक्ष कर एकमेकांना पूरक आहेत' हा विचार कोणाचा आहे?

(a) डाल्टन   (b) डिमार्कों   (c) बेस्टा वेल   (d) किंडल बर्जर

प्र. 142. विशिष्ट कराचे (Specific Tax) स्वरूप असते.

(a) आरोही   (b) अवरोही   (c) आनुपातिक   (d) अनिश्चित

प्र. 143. प्रशासनिक उत्पन्नाच्या श्रेणीत कोणती मिळकत सामील केली जात नाही?

(a) शुल्क किंवा फीमधून होणारी मिळकत

(b) लायसेन्सद्वारा होणारी मिळकत

(c) रेल्वे सेवेतून होणारी मिळकत

(d) संपत्ती जप्त करण्याने होणारी मिळकत

प्र. 144. कोणते विधान सत्य आहे?

(a) कर आणि शुल्क दोन्ही ऐच्छिक आहेत

(b) कर आणि शुल्क दोन्ही अनिवार्य आहेत.

(c) कर अनिवार्य आहे पण शुल्क ऐच्छिक आहे

(d) शुल्क अनिवार्य आहे पण कर ऐच्छिक आहे.

प्र. 145. राजस्व बजेटमध्ये सरकारच्या कोणत्या उत्पन्नाला सामील केले जाते?

(a) कर स्रोत   (b) गैर कर स्रोत

(c) वरील दोन्ही   (d) वरीलपैकी कुठलेच नाही

प्र. 146. सरकारी राजस्वाचा स्रोत कोणता आहे?

(a) कर   (b) व्यावसायिक उत्पन्न

(d) प्रशासनिक उत्पन्न   (d) वरील सर्व

प्र. 1 47. कराघात (incidence) च्या अर्थासाठी कोणता विकल्प योग्य आहे?

(a) कराचा मौद्रिक भार   (b) कराचा अप्रत्यक्ष मौद्रिक भार

(c) कराचा प्रत्यक्ष मौद्रिक भार   (d) वरीलपैकी कुठलाच नाही

प्र. 148. जर $ed = \infty$ आणि $es = 0$ तर कराचा भार

(a) संपूर्ण भार क्रेतावर पडेल (ग्राहकावर)

(b) संपूर्ण भार विक्रेत्यावर पडेल

(c) आंशिक भार ग्राहकावर व आंशिक भार विक्रेत्यावर पडेल.

(d) वरील सर्व चूक

प्र. 149. करभार ग्राहक व विक्रेत्यावर समान प्रमाणात लावायला कोणती स्थिती आवश्यक आहे?

(a) $e_s > e_d$ (b) $e_s < e_d$ (c) $e_s = e_d$ (d) $e_s = e_d = 0$

प्र. 150. जेव्हा $e_s > e_d$ तेव्हा कराचा भार

(a) विक्रेत्यापेक्षा ग्राहकावर अधिक प्रमाणात पडेल

(b) ग्राहकापेक्षा विक्रेत्यावर अधिक प्रमाणात पडेल

(c) ग्राहक व विक्रेता दोघांवर बरोबर पडेल

(d) वरील सर्व चूक

प्र. 151. पुरवठा आणि मागणीची लवचिकता समान असेल तर करभार

(a) ग्राहकावर अधिक पडेल   (b) विक्रेत्यावर अधिक पडेल.

(c) ग्राहक व विक्रेता दोघांवर समान पडेल   (d) वरील सर्व असत्य

प्र. 152. कर संक्रमण (Shifting of Taxation) ही प्रक्रिया आहे.

(a) कराघात (Impact) कडून करापातपर्यंत (Incidence) जाण्याची

(b) करापातकडून कराघातपर्यंत जाण्याची

(c) वरील दोन्ही शक्य

(d) वरीलपैकी कुठलीच नाही

प्र. 153. जेव्हा कराचा भार ग्राहकापेक्षा विक्रेत्यावर अधिक पडतो तेव्हा.

(a) $e_s > e_d$ (b) $e_d > e_s$ (c) $e_d = e_s$ (d) $e_d = e_s = 0$

प्र. 154. जर $e_s > e_d$ तेव्हा वस्तूच्या किमतीत कराच्या रकमेत

(a) 50% पेक्षा कमी वाढ होईल   (b) 50% पेक्षा अधिक वाढ होईल

(c) 50% च्या बरोबरीने वाढ होईल

(d) वरील तिन्ही शक्य

प्र. 155. एकूण उत्पन्नातून एकूण खर्चाचा फरक दर्शवितो.

(a) राजस्व तूट   (b) अर्थसंकल्पीय तूट

(c) राजकोषीय तूट   (d) प्राथमिक तूट

प्र. 156. कराचा शेवटचा भार जो टाळता येत नाही, त्याला म्हणतात.
(a) कराघात (Impact)   (b) करापात (Incidence)
(c) वरील दोन्ही   (d) वरीलपैकी कुठलेच नाही

प्र. 157. केंद्र सरकारसाठी भारतीय रिझर्व्ह बँकेच्या खात्यातील निव्वळ जमा रकमेत (Net RBI Credit) होणाऱ्या वाढीला म्हणतात.
(a) प्राथमिक तूट   (b) अर्थसंकल्पीय तूट
(c) मौद्रिकृत तूट   (d) राजस्व तूट

प्र. 158. राजकोषीय तोट्यातून व्याज फेडल्यानंतर होणाऱ्या तोट्याला म्हणतात.
(a) अर्थसंकल्पीय तूट   (b) राजस्व तूट
(c) प्राथमिक तूट   (d) मौद्रिकृत तूट

प्र. 159. वस्तूचा पुरवठा पूर्णतया लवचिक आणि मागणी लवचिक, अशा स्थितीत कराचा संपूर्ण भार
(a) ग्राहकावर पडेल   (b) विक्रेत्यावर पडेल
(c) दोघांवरही पडेल   (d) कोणावरच पडणार नाही

प्र. 160. राजस्व उत्पन्न व राजस्व खर्च यातील फरक दर्शवितो.
(a) राजकोषीय तूट   (b) अर्थसंकल्पीय तूट
(c) राजस्व तूट   (d) प्रारंभिक तूट

प्र. 161. ''चादर पाहून पाय पसरावेत'' ही म्हण कोणत्या संदर्भात लागू होते?
(a) सार्वजनिक उत्पन्न-खर्च समायोजनात
(b) वैयक्तिक उत्पन्न-खर्च समायोजनात
(c) सहकारी उत्पन्न-खर्च समायोजनात
(d) वरीलपैकी कुठल्याच नाही

प्र. 162. सार्वजनिक उत्पन्न व सार्वजनिक खर्चाचा अभ्यास कशाच्या अंतर्गत येतो?
(a) राजकारणाच्या   (b) आंतरिक आर्थिक संबंधांच्या
(c) राजस्वाच्या   (d) उपभोगाच्या

प्र. 163. अधिकतम लाभाचा सिद्धान्त कोणी प्रतिपादित केला?
(a) रिकार्डो   (b) डाल्टन   (c) मसग्रेव्ह   (d) हिक्स

प्र. 164. सरकारी खर्च त्याच्या उत्पन्नापेक्षा अधिक झाला तर त्याला म्हणतात.
(a) संतुलित बजेट   (b) अतिरिक्त बजेट
(c) तुटीचे बजेट   (d) स्फीतिक बजेट

प्र. 165. दहाव्या वित्त आयोगाच्या शिफारशी केव्हा लागू झाल्या?
(a) 1 एप्रिल 1994 पासून   (b) 1 एप्रिल 1995 पासून
(c) 15 एप्रिल 1995 पासून   (d) 2 ऑक्टोबर 1995 पासून

प्र. 166. संघ आणि राज्याच्यामध्ये विभाजनीय उत्पन्नाचे वितरण आणि त्या संबंधात
प्रत्येक राज्याच्या भागाचे निर्धारण कोण करते?
(a) योजना आयोग　　　　　(b) कर तपासणी आयोग
(c) वित्त आयोग　　　　　　(d) राष्ट्रीय विकास परिषद

प्र. 167. केंद्र सरकारला सर्वाधिक शुद्ध राजस्व प्राप्त होते.
(a) आय (उत्पन्न) करातून　　(b) निगम करातून
(c) सीमा शुल्कातून　　　　　(d) उत्पादन शुल्कातून

प्र. 168. केंद्र सरकारच्या सर्व मिळकती कशात ठेवल्या जातात?
(a) भारताच्या सार्वजनिक खात्यात (b) भारताच्या संचित निधीत
(c) भारतीय आकस्मिक निधीत　　(d) वरीलपैकी कशातही नाही

प्र. 169. सार्वजनिक वित्त आणि निजी वित्तामध्ये
(a) काही समानता आढळते　　(b) काही असमानता आढळते
(c) दोन्ही एकाच नाण्याच्या दोन्ही बाजू आहेत.
(d) a व b दोन्ही

प्र. 170. भारत सरकारच्या निकडीच्या गरजांसाठी पैसे काढण्यासाठी व्यवस्था आहे
ज्याचा उल्लेख वार्षिक विनियोग अधिनियमाच्या अंतर्गत केला जात नाही, तो
आहे.
(a) संचिती निधी　　　　　　(b) सार्वजनिक लेख (accounts)
(a) आकस्मिक निधी　　　　　(d) वरीलपैकी कुठलेच नाही

प्र. 171. खालील आयोगांपैकी कोणाचे स्वरूप स्वार्थी असते?
(a) योजना आयोग　　　　　(b) वित्त आयोग
(c) दोन्हींचे　　　　　　　　(d) दोन्हींचे नाही

प्र. 172. भारतातल्या संचित निधीतून पैसे काढण्याची पद्धत काय आहे?
(a) पंतप्रधानांच्या परवानगीने　　(b) संसदेद्वारे कायद्याच्या आधारे
(c) राष्ट्रपतींच्या परवानगीने　　(d) योजना आयोगाच्या मंजुरीने

प्र. 173. केंद्र सरकारच्या उत्पन्नाची मुख्य साधने आहेत.
(a) आयकर आणि निगम कर　　(b) सीमा शुल्क
(c) केंद्रीय उत्पादन शुल्क　　　(d) वरील सर्व

प्र. 174. केंद्र सरकारचे सर्व खर्च कोणत्या निधीतून होतात?
(a) भारताच्या संचित निधीतून
(b) भारताच्या सार्वजनिक लेख (accocunts) मधून
(c) भारताच्या आकस्मिक निधीतून
(d) वरील कशातूनही नाही

प्र. 175. ज्या सिद्धान्ताच्या आधारे भारताच्या संचित निधीतून राज्यांना अनुदान दिले जाते ते कोण ठरवते?

(a) वित्त आयोग   (b) योजना आयोग

(c) संघ लोक सेवा आयोग   (d) राज्य लोकसेवा आयोग

प्र. 176. केंद्र सरकारद्वारा (कृषी भूमी सोडून) मालमत्ता कर (Estate duty) लावला जातो व एकत्र केला जातो पण त्याचे उत्पन्न.

(a) केंद्र व राज्य सरकारमध्ये वाटून दिले जाते

(b) संपूर्ण उत्पन्न केंद्र स्वत:जवळच ठेवते

(c) संपूर्ण उत्पन्न राज्यांमध्ये वाटून दिले जाते

(d) वरीलपैकी कुठलेच नाही.

प्र. 177. राज्य सरकारची उत्पन्नाची मुख्य साधने आहेत.

(a) आयकर साधन   (b) गैर आयकर साधन

(c) वरील दोन्ही   (d) वरीलपैकी कुठलेच नाही

प्र. 178. केंद्र सरकारचे एकूण राजस्व आणि खर्च कशाच्या अंतर्गत ठेवण्याची पद्धत आहे?

(a) भारताचा संचित निधी   (b) भारताच्या सार्वजनिक लेखा

(c) वरील दोन्ही   (d) वरीलपैकी कुठलीच नाही

प्र. 179. खालीलपैकी राज्याच्या उत्पन्नाचा स्रोत कोणता आहे?

(a) मनोरंजन कर   (b) विद्युत कर

(c) स्टँप आणि रजिस्ट्रेशन   (d) वरील सर्व

प्र. 180. कोणता कर केंद्राद्वारे लावला जातो व एकत्रित केला जातो आणि राज्यांमध्ये वितरित केला जातो?

(a) आयकर   (b) केंद्रीय उत्पादन शुल्क

(c) वरील दोन्ही   (d) वरीलपैकी कुठलाच नाही.

प्र. 181. व्याजाचे उत्पन्न, लाभांश, राजकोषीय सेवा, आर्थिक सेवा, विदेशांकडून साहाय्यक अनुदान काय आहे?

(a) आयकराचे साधन   (b) उत्पन्नाचे गैरकर साधन

(c) वरील दोन्ही   (d) वरीलपैकी दोन्ही नाही

प्र. 182. भारतात व्यक्तिगत खर्च कर श्री. निकोलस कॅल्डर (Nikolas kaldar) ब्रिटिश अर्थशास्त्रज्ञाच्या सांगण्यावरून केव्हा लावण्यात आला?

(a) 1 एप्रिल 1956 मध्ये   (b) 1 एप्रिल 1957 मध्ये

(c) 1 एप्रिल 1958 मध्ये   (d) 1 एप्रिल 1959 मध्ये

प्र. 183. शून्याधारित अंदाजपत्रक (Zero–Base Budgeting) सातव्या पंचवार्षिक योजनेत बनवले आहे, त्याचा मुख्य उद्देश होता.

(a) सार्वजनिक खर्चावर नियंत्रण ठेवणे

(b) सार्वजनिक कर्जावर नियंत्रण ठेवणे

(c) राज्यांना अनुदानावर नियंत्रण ठेवणे

(d) केंद्राकडून सरकारच्या धोरणावर अंकुश लावणे

प्र. 184. केंद्रीय सहाय्यता जी राज्य आणि केंद्रशासित प्रदेशांच्या योजना खर्चासाठी दिली जाते, ती भाग असते.

(a) योजना खर्चाचा   (b) गैर योजना खर्चाचा

(c) महसुली खर्चाचा   (d) वरीलपैकी कशाचाच नाही

प्र. 185. एखाद्या बजेटमध्ये उत्पन्न व खर्च बरोबरीत होतो तेव्हा त्याला म्हणतात.

(a) तुटीचे बजेट   (b) संतुलित बजेट

(c) अतिरिक्त बजेट   (d) वरीलपैकी काहीच नाही

प्र. 186. सामान्य सेवांवरच्या खर्चाला म्हणतात.

(a) भांडवली खर्च   (b) महसूल खर्च

(c) योजना खर्च   (d) गैर–योजना खर्च

प्र. 187. विदेशी सरकारने दिलेल्या कर्जाला म्हणतात

(a) महसूल खर्च (Revenue Expenditure)

(b) भांडवल खर्च (Capital Expenditure)

(c) महसूल आणि भांडवल खर्च दोन्ही

(d) महसूलही खर्चही नाही आणि भांडवल खर्चही नाही.

प्र. 188. खाद्यान्न व खते यांसाठी दिली जाणारी मदत असते.

(a) महसूल खर्च   (b) योजना खर्च

(c) गैर-योजना खर्च   (d) भांडवल खर्च

प्र. 189. भारतात राज्य सरकारच्या उत्पन्नाचे प्रमुख साधन आहे.

(a) विक्रीकर किंवा व्यापार कर   (b) मनोरंजन कर

(c) व्यवसाय कर   (d) कृषी आयकर

प्र. 190. MODVAT चा अर्थ आहे

(a) Modern Value Added Tax

(b) Modified Value Added Tax

(c) Moderate Value Added Tax

(d) वरीलपैकी कुठलाच नाही

प्र. 191. भारताचे उत्पन्न सर्वांत जास्त होते
(a) प्रत्यक्ष करांद्वारा
(b) अप्रत्यक्ष करांद्वारा
(c) विदेशी साहाय्यताद्वारा
(d) घरगुती कर्जाद्वारा

प्र. 192. VAT योजनेचे संशोधित रूप आहे.
(a) MANVAT
(b) MODVAT
(c) a आणि b दोन्ही
(d) वरीलपैकी कुठलेच नाही.

प्र. 193. कृषी उत्पन्नावर कर, दारूवर उत्पादन कर, भूमिभवन, सिंचन शुल्क कोणाचे उत्पन्नाचे स्रोत आहेत?
(a) केंद्र सरकारचे
(b) राज्य सरकारचे
(c) स्थानिक संस्थांचे
(d) वरील सर्वांचे

प्र. 194. केंद्रापेक्षा राज्याची आर्थिक स्थिती कमजोर असते व त्यांना अवलंबून राहावे लागते.
(a) विदेशी मदतीवर
(b) घरगुती कर्जावर
(c) केंद्रीय मदतीवर
(d) आपल्या तसेच इतर कर साधनांवर

प्र. 195. अप्रत्यक्ष करारोपण तपासणी समिती कोणाच्या अध्यक्षतेखाली निर्माण केली गेली होती?
(a) ललित नारायण मिश्र
(b) एल. के. झा.
(c) मनोहर फेरवानी
(d) अशोक सेन

प्र. 196. राज्यांना अनुदान साहाय्यता (Grants–in–aid) दिली जाते कारण की
(a) ते आपले उत्पन्न व खर्च यांतील असमानता कमी करू शकतील
(b) ते आपल्या कर्मचाऱ्यांचा पगार वाढवू शकतील
(c) ते योजनेसाठी पैसे एकत्र करू शकतील
(d) वरीलपैकी कुठलेच नाही.

प्र. 197. खालीलपैकी कोणता कराचा उद्देश नाही?
(a) धन वितरणाची असमानता दूर करणे
(b) उत्पन्नात पुरेशी वाढ करणे
(c) आर्थिक संतुलन टिकवून ठेवणे
(d) मादक पदार्थांच्या उपयोगासारखा सामाजिक वाईट सवयींवर अंकुश लावणे

प्र. 198. रेल्वे, टपाल, टेलिफोन इ. सेवांच्या मोबदल्यात जे घेतले जाते त्याला म्हणतात.
(a) कर
(b) दंड
(c) विशेष कर
(d) मूल्य

प्र. 199. सरकारने दिलेल्या सेवांच्या बदल्यात घेतला जातो तो
(a) कर
(b) शुल्क
(c) दंड
(d) उपहार

प्र. 200. संकटकाळात लोक जेव्हा आपल्या इच्छेनुसार सरकारला जी आर्थिक धनराशी देतात त्याला म्हणतात

(a) उपहार   (b) अनुदान   (c) शुल्क   (d) कर

उत्तरे

1. a	2. d	3. d	4. a	5. c	6. b	7. c	8. a
9. a	10. b	11. d	12. a	13. c	14. d	15. b	16. c
17. a	18. a	19. d	20. c	21. a	22. d	23. c	24. a
25. a	26. c	27. b	28. d	29. a	30. a	31. c	32. b
33. a	34. d	35. b	36. a	37. b	38. a	39. a	40. d
41. a	42. c	43. d	44. a	45. d	46. d	47. c	48. c
49. b	50. b	51. a	52. a	53. c	54. d	55. d	56. d
57. d	58. c	59. a	60. d	61. b	62. b	63. a	64. a
65. b	66. b	67. b	68. d	69. d	70. a	71. a	72. c
73. a	74. a	75. d	76. b	77. d	78. d	79. c	80. a
81. a	82. b	83. a	84. b	85. b	86. d	87. a	88. b
89. d	90. b	91. c	92. d	93. d	94. c	95. a	96. d
97. c	98. a	99. d	100. d	101. d	102. a	103. d	104. d
105. b	106. a	107. d	108. a	109. a	110. a	111. b	112. b
113. b	114. c	115. b	116. d	117. b	118. b	119. c	120. d
121. a	122. c	123. c	124. a	125. c	126. b	127. d	128. b
129. b	130. a	131. c	132. a	133. a	134. b	135. a	136. c
137. c	138. a	139. c	140. c	141. a	142. b	143. c	144. c
145. c	146. d	147. c	148. b	149. c	150. a	151. c	152. a
153. b	154. b	155. b	156. b	157. c	158. c	159. a	160. c
161. b	162. c	163. b	164. c	165. b	166. c	167. c	168. b
169. d	170. c	171. a	172. b	173. d	174. b	175. a	176. c
177. c	178. c	179. d	180. c	181. b	182. c	183. a	184. a
185. b	186. b	187. b	188. a	189. a	190. b	191. b	192. b
193. b	194. c	195. b	196. a	197. c	198. d	199. b	200. a

■ ■ ■

8. आंतरराष्ट्रीय अर्थशास्त्र
International Economics

प्र. 1. अंतर्गत आणि आंतरराष्ट्रीय व्यापार किंवा विदेशी व्यापारात काही समानता आढळून येते. दोन्ही स्थितींत मूळ सिद्धान्त एकच आहे, दोन्ही प्रकारच्या व्यापाराचा आधार

(a) श्रम विभाजन आणि कामांचे विशिष्टीकरण असते.

(b) श्रम विशिष्टीकरण व कामांचे केंद्रिकरण असते.

(c) वरीलपैकी कुठलेही

(d) वरीलपैकी कुठलेही नाही.

प्र. 2. उत्पादन साधनांमध्ये गतिशीलतेच्या अभावी विभिन्न देशांच्या

(a) मजुरांची मजुरी आणि व्याजाच्या दरात समानता आढळून येते.

(b) मजुरांची मजुरी व व्याजांच्या दरात विभिन्नता आढळून येते.

(c) मजुरी समान असेल पण व्याजाचे दर वेगवेगळे असतील

(d) वरीलपैकी काहीच नाही.

प्र. 3. जेव्हा व्यापार एखाद्या देशाच्या सीमेच्या आतच विभिन्न स्थान व क्षेत्रांच्यामध्ये होतो तेव्हा त्याला.

(a) आंतरक्षेत्रीय व्यापार म्हणतात   (b) विदेशी व्यापार म्हणतात.

(c) आंतरराष्ट्रीय व्यापार म्हणतात   (d) वरीलपैकी काहीच म्हणत नाही.

प्र. 4. एखाद्या देशाच्या सीमेच्या आत श्रम आणि भांडवलाच्या साधनांची गतिशीलता

(a) विभिन्न देशांमधील गतिशीलतेपेक्षा अपेक्षाकृत अधिक असते

(b) विभिन्न देशांमधील गतिशीलतेपेक्षा अपेक्षाकृत समान असते.

(c) विभिन्न देशांमधील गतिशीलतेपेक्षा अपेक्षाकृत कमी असते.

(d) वरीलपैकी कुठलेच नाही.

प्र. 5. दोन देशांच्या सरकारची आर्थिक नीती वेगवेगळी असे एका देशाचे सरकार एखाद्या वस्तूच्या उत्पादनासाठी उद्योगपतींना आर्थिक मदत देऊ शकते; पण त्याच वस्तूच्या उत्पादनासाठी दुसऱ्या देशाचे सरकार मात्र त्या वस्तूच्या उत्पादनावर प्रतिबंध घालू शकते.

(a) परंतु यामुळे दोन्ही देशांच्या उत्पादन खर्चावर काही फरक पडणार नाही.

(b) उत्पादन किमतीतला फरक न्यूनतम होतो.

(c) परंतु यामुळे दोन्ही देशांच्या उत्पादन गुंतवणुकीवर निश्चितपणे फरक येईल.

(d) वरीलपैकी कुठलेही नाही.

प्र. 6. जर विभिन्न देशांमधील श्रम व भांडवलाची गतिशीलता पूर्ण स्वतंत्र असते पण ज्यामुळे मजुरी, व्याजाचा दर, लाभ इ. सर्व देशांत समान असतात, तरीसुद्धा विभिन्न सरकारांनी पुरवलेल्या सुविधांमधील फरकामुळे.

(a) वस्तूंच्या वास्तविक खर्चात (Real cost) फरक पडतो.

(b) वस्तूंच्या वास्तविक खर्चात (Real cost) फरक पडत नाही.

(c) वस्तूंच्या वास्तविक खर्चात (Real cost) काही खास फरक पडत नाही.

(d) वरीलपैकी कुठलेही नाही.

प्र. 7. विभिन्न देशांच्या मुद्राप्रणालीत विभिन्नता, स्वतंत्र मौद्रिक नीतीचे अनुसरण, मूल्यस्तरात फरक आणि राजस्व व्यवस्थेतील विभिन्नतेमुळे.

(a) आंतरराष्ट्रीय व्यापारासाठी एक वेगळ्या सिद्धान्ताची आवश्यकता पडते.

(b) आंतरराष्ट्रीय सिद्धान्त हा सिद्धान्तच नाही.

(c) आंतरराष्ट्रीय व्यापारासाठी कुठल्याही वेगळ्या सिद्धान्ताची आवश्यकता पडत नाही.

(d) वरीलपैकी कुठलेही नाही.

प्र. 8. आधुनिक दळणवळणाची साधने आणि आंतरराष्ट्रीय सहयोगामुळे आर्थिक आणि राजनैतिक क्षेत्रांमध्ये आजकाल फारसे अंतर राहिलेले नाही. परिणामी, भांडवल आणि श्रमाच्या अंतर्गत आणि आंतरराष्ट्रीय गतिशीलतेत -

(a) आता फक्त प्रमाणाचेच (Degree) अंतर आहे, प्रकाराचे नाही.

(b) आता फक्त प्रकारचेच (Kinds) चे अंतर आहे. प्रमाणाचे नाही.

(c) आता प्रमाण आणि प्रकार दोन्हीचे अंतर आहे.

(d) वरीलपैकी कुठलेच नाही.

प्र. 9. 'व्यापारवादी दृष्टिकोनाचा' तीव्र विरोध करणाऱ्या विचारधारेला म्हणतात.

(a) स्मिथ व रिकार्डोंची प्रतिष्ठित विचारधारा

(b) हेक्सचर आणि ओहलिनची विचारधारा

(c) आधुनिक विचारधारा

(d) वरीलपैकी कुठलेही नाही.

प्र. 10. खालीलपैकी कोणते विधान बरोबर आहे?

(a) जेव्हा राष्ट्रीय आधारावर श्रम विभाजन होऊ लागते तेव्हा आंतरराष्ट्रीय व्यापाराची स्थिती उत्पन्न होते.

(b) जेव्हा आंतरराष्ट्रीय आधारावर श्रम विभाजन होऊ लागते तेव्हा आंतरराष्ट्रीय व्यापार उत्पन्न होतो.

(c) जेव्हा आंतरराष्ट्रीय आधारावर श्रम विभाजन होऊ लागते तेव्हा आंतरराष्ट्रीय व्यापाराची स्थिती समाप्त होऊ लागते.

(d) वरीलपैकी कुठलेही नाही.

प्र. 11. ॲडम स्मिथद्वारा प्रतिपादित स्वतंत्र व्यापाराचा केंद्रबिंदू असतो.

(a) राजकीय नियंत्रणात कमी   (b) मागणी व पुरवठ्याची शक्ती

(c) विदेशी सहयोग   (d) श्रम विभाजन

प्र. 12. जेव्हा देश अवमूल्यन करून निर्यात अधिक आणि आयात कमी करतो तेव्हा त्याच्या व्यवहारतोलाची (BOP) प्रतिकूलता.

(a) समाप्त होते   (b) अधिक होते

(c) समाप्त होऊन साम्याकडे जाऊ लागते.

(d) वरीलपैकी कुठलेही नाही.

प्र. 13. खालीलपैकी कोणत्या अर्थशास्त्रज्ञाने 'सामान्य संतूलनाच्या मूळ सिद्धान्ता'ला आंतरराष्ट्रीय व्यापारावर लागू केले?

(a) हेक्सचरने   (b) ओहलिनने   (c) जेकब वायनरने   (d) हेबरलरने

प्र. 14. रिकार्डोंच्या तुलनात्मक खर्च सिद्धान्तानुसार.

(a) देश – 1, x वस्तूचे उत्पादन करेल. देश – 2, y वस्तूचे उत्पादन करेल.

(b) देश – 2, x वस्तूचे उत्पादन करेल. देश – 1, x वस्तूचे उत्पादन करेल.

(c) देश – 1, y वस्तूचे उत्पादन करेल. देश – 2, y वस्तूचे उत्पादन करेल.

(d) देश – 1 दोन्ही वस्तुंचे उत्पादन करेल.

प्र. 15. हेबरलरद्वारा प्रस्तुत वैकल्पिक खर्च सिद्धान्त लागू होतो.

(a) परिवर्ती साधन अनुपातांवर   (b) स्थिर साधन अनुपातांवर

(c) वाढत्या फलाच्या वृद्धी नियमावर (d) घटत्या फलाच्या नियमावर

प्र. 16. आंतरराष्ट्रीय व्यापारासाठी वेगळ्या सिद्धान्ताची आवश्यकता पडली. कारण

(a) प्रसिद्ध अर्थशास्त्रज्ञांना तसे वाटत होते.

(b) उत्पादनाची साधने सर्व स्तरांवर गतिशील असतात.

(c) उत्पादनाची साधने सर्व स्तरांवर गतिहीन असतात.

(d) उत्पादनाची साधने एका देशात गतिशील तर विदेशी स्तरांवर गतिहीन असतात.

प्र. 17. अवपूंजन (Dumping) तेव्हाच शक्य आहे –

(a) जेव्हा जागतिक बाजारात मागणीची लवचिकता अधिक व अंतर्गत बाजारात मागणीची लवचिकता कमी असेल.

(b) जेव्हा दोन्ही बाजारांत पूर्ण स्पर्धा असेल.

(c) जेव्हा दोन्ही बाजारांत एकाच फर्मचा एकाधिकार असेल.

(d) जेव्हा निर्यातीसाठी पुरेसे सामान नसेल.

प्र. 18. व्यवहारतोलाची (BOP) प्रतिकूलता थोड्या किंवा दीर्घ काळासाठी निर्माण होऊ शकते परंतु सततची असमानता या गोष्टीचे सूचक आहे की देशाची आर्थिक आणि वित्तीय व्यवस्था

(a) शून्याकडे जात आहे.	(b) दिवाळखोरीकडे जात आहे.

(c) सुदृढतेकडे जात आहे.	(d) वरीलपैकी कुठलेही नाही.

प्र. 19. कमी वैकल्पिक किमतीच्या वस्तू त्या आहेत ज्यांच्या उत्पादनासाठी

(a) प्रचलित साधनांचा अधिक प्रमाणात वापर होतो.

(b) दुर्लभ साधनांचा कमी वापर होतो.

(c) प्रचलित साधनांचा कमी प्रमाणात वापर होतो.

(d) प्रचलित आणि दुर्लभ दोन्ही साधनांचा अधिक प्रमाणात वापर होतो.

प्र. 20. मुद्रा अवमूल्यन तेव्हा चांगले मानले जाते जेव्हा.

(a) ते अल्पकालीन व्याज दरातील कमी बरोबर स्वीकारले जाते.

(b) अवमूल्यन करणाऱ्या देशाची निर्यातीची विदेशी मागणी अलवचिक आहे.

(c) अवमूल्यन करणाऱ्या राष्ट्राच्या निर्यातीची विदेशी मागणी अलवचिक आहे.

(d) अवमूल्यन नेहमी चांगले असते.

प्र. 21. व्यवहारतोलाच्या (BOP) स्थिरतेच्या स्थितीत देशाची मागणी

(a) त्याच्या पुरवठ्याबरोबर होईल

(b) त्याच्या पुरवठ्यापेक्षा अधिक होईल

(c) त्याच्या पुरवठ्यापेक्षा कमी होईल.

(d) वरीलपैकी कुठलेच नाही.

प्र. 22. एखादा देश जेव्हा आपल्या अत्यधिक उत्पादनापासून सुटका करून घेण्यासाठी आपला माल खूपच कमी किमतीत विकतो आणि ते नुकसान आपल्या देशात जास्त किमतीत विकून पूर्ण करतो तेव्हा त्याला म्हणतात.

(a) विनिमय नियंत्रण (Exchange control)

(b) अवमूल्यन (Under valuation)

(c) अधिमूल्यन (Over valuation)

(d) अवपूंजन (Dumping)

प्र. 23. दृश्य व्यापाराच्या लेखा–जोखाला म्हणतात

(a) विदेशी विनिमय	(b) ताळेबंद (Balance Sheet)

(c) व्यवहारतोल	(d) व्यापार संतुलन

प्र. 24. अंतर्गत आणि आंतरराष्ट्रीय व्यापारात एक समानता आहे

    (a) दोन्ही प्रतिबंध असतात

    (b) दोन्हींत भाषेचा फरक असतो.

    (c) दोन्हींच्या मुद्रेचे एकक वेगवेगळे असते.

    (d) दोन्हींत ग्राहक व विक्रेता असतात.

प्र. 25. ॲडम स्मिथने आंतरराष्ट्रीय व्यापाराचा लाभ समजण्यासाठी कोणत्या प्रकारचा खर्च विचारात घेतला?

    (a) निरपेक्ष खर्चातील फरक   (b) सापेक्ष खर्चातील फरक

    (c) निरपेक्ष व सापेक्ष दोन्ही   (d) वरीलपैकी कुठलीच नाही.

प्र. 26. ॲडम स्मिथच्या आंतरराष्ट्रीय व्यापारासंबंधी विचारांना खालीलपैकी कोणत्या विचारधारेचा विरोधी विचार समजला जातो?

    (a) रिकार्डोचा   (b) वणिकवाद्यांचा

    (c) तुलनात्मक सिद्धान्ताचा   (d) वरील सर्वांचा

प्र. 27. खालील कोष्टकात दोन देशांच्या वस्तुसंबंधी गुंतवणूक दिली आहे.

प्रति एकक खर्च श्रम तासांमध्ये

	x वस्तू	y वस्तू
देश – 1	5	20
देश – 2	50	15

वरील कोष्टकावरून सांगा की,

    (a) आंतरराष्ट्रीय व्यापाराने लाभ होईल.

    (b) आंतरराष्ट्रीय व्यापाराने नुकसान होईल.

    (c) लाभ, नुकसान दोन्ही नाही

    (d) वरील सूचना अपूर्ण आहे.

प्र. 28. एखाद्या देशाला जी वस्तू निर्माण करायला न्यूनतम अहित (Least disadvantage) होते आहे त्या वस्तूचे क्षेत्र

    (a) तुलनात्मक हानीचे क्षेत्र आहे (Comparative disadvantage)

    (b) तुलनात्मक लाभाचे क्षेत्र आहे. (Comparative advantage)

    (c) निरपेक्ष लाभाचे क्षेत्र आहे. (Absolute advantage)

    (d) ते सांगण्यासाठी अधिक माहितीची गरज आहे

प्र. 29. इंग्लंड आणि यू.एस.मध्ये दारू व कपड्यांवरील खर्चाचे प्रमाण आहे.

	दारू	कापड
इंग्लंड	90	120
यू.एस.ए	80	100

(a) 90 > 120　　　　　　　　　(b) 80 > 100

(c) $\dfrac{90}{80} > \dfrac{120}{100}$　　　　(d) 90 > 120 व 80 > 100

प्र. 30. आंतर्देशीय व्यापार व आंतरराष्ट्रीय व्यापार दोन वेगळ्या अवस्था आहेत, कारण

(a) मुद्रा भिन्नता असणे　　　　　(b) मौद्रिक नीतीमध्ये भिन्नता असणे

(c) साधनांच्या गतिशीलतेतील फरक

(d) उद्देशांची भिन्नता

वरीलपैकी बरोबर उत्तर आहे.

(a) a + b　　　(b) a + b + c　　(c) a + d　　　(d) a + c

प्र. 31. आंतरराष्ट्रीय व्यापाराने एखाद्या देशाच्या

(a) राष्ट्रीय उत्पन्नात वाढ होते.　　(b) उपभोग स्तरात वाढ होते.

(c) लाभाच्या शक्यता वाढतात.　　(d) वरील सर्व गोष्टी अनुकूल असतात.

प्र. 32. खालीलपैकी कोणता अर्थशास्त्रज्ञ तटकर (custom) संघाच्या विचारांशी सहमत नाही?

(a) जेकब वायनर　　　　　　　(b) हेबरलर

(c) बेला क्लासा　　　　　　　(d) पॉल सॅम्युएलसन

प्र. 33. दोन देशांमध्ये व्यापार होतो कारण -

(a) वस्तूंची दुर्लभता　　　　　　(b) गुंतवणुकीत निरपेक्ष अंतर

(c) खर्चात तुलनात्मक अंतर　　　(d) गुंतवणुकीत समान अंतर

प्र. 34. विश्वव्यापार संघटनेचे मुख्य कार्यालय आहे.

(a) वॉशिंग्टनमध्ये　　　　　　　(b) जिनेव्हात

(c) न्यूयॉर्कमध्ये　　　　　　　(d) इंग्लंडमध्ये

प्र. 35. खालीलपैकी कशाशी जेकब वायनरचे नाव संबंधित आहे?

(a) व्यापाराच्या उत्पन्न अटी　　　(b) व्यापाराच्या एकल साधनांच्या अटी

(c) व्यापाराच्या उपयोगिता अटी　(d) व्यापाराच्या शुद्ध देणे–घेणे अटी

प्र. 36. एखाद्या देशाचा व्यवहारतोल आलेख प्रस्तुत करतो त्याने

(a) दिलेल्या अवधीत वस्तूंची आयात व निर्यात

(b) ठराविक अवधीत वस्तू व सेवांची आयात व निर्यात

(c) ठराविक अवधीतील अन्य देशांबरोबर त्याचे पूर्ण अधिक देणे–घेणे

(d) वरील कुठलेच नाही.

प्र. 37. विभिन्न देशांचे आपापले वेगळे राष्ट्रीय आर्थिक जीवन असते. राजनैतिक स्वातंत्र्याबरोबरच आर्थिक आत्मनिर्भरतेच्या मागणीत उत्तरोत्तर वाढ होत गेली. वर्तमानात सर्वच राष्ट्र उपभोग, उत्पादन, भांडवल निर्मिती इत्यादींच्या वाढीसाठी अथक प्रयत्न करत आहेत. अशा प्रकारे राजनैतिक आणि आर्थिक राष्ट्रीयतावादाचा उदय होत आहे यामुळे.

(a) फलस्वरूप अंतर्गत व आंतरराष्ट्रीय व्यापारातले अंतर कमी होत आहे.

(b) फलस्वरूप अंतर्गत व आंतरराष्ट्रीय व्यापारातले अंतर वाढत आहे.

(c) फलस्वरूप अंतर्गत व आंतरराष्ट्रीय व्यापारातले अंतर संपून गेले आहे.

(d) वरीलपैकी काहीच नाही.

प्र. 38. भाग A भाग B शी जुळवा

भाग A

(1) जेव्हा व्यापार एखाद्या देशाच्या सीमेच्या आत विभिन्न स्थानांमध्ये होतो तेव्हा त्याला

(2) जर जयपूरमध्ये तयार झालेले कपडे आग्रा, मुंबई किंवा आसाममध्ये जातील तर त्याला

(3) जेव्हा दोन किंवा अधिक देशांमध्ये व्यापार होतो तेव्हा त्याला

(4) आंतरराष्ट्रीय व्यापारात लाभाचे प्रमाण दोन्ही देशांच्या

भाग B

(i) उत्पादन खर्चाच्या फरकावर अवलंबून असते.

(ii) आंतरराष्ट्रीय व्यापार म्हणतात.

(iii) अंतर्गत व्यापार म्हणतात.

(iv) आंतरक्षेत्रीय व्यापार म्हणतात.

	1	2	3	4
(a)	iv	iii	ii	i
(b)	iv	iii	i	ii
(c)	iii	iv	ii	i
(d)	iii	iv	i	ii

प्र. 39. आंतरराष्ट्रीय व्यापाराचा लाभ कशामुळे प्रभावीत होतो?

(a) व्यापाराच्या अटींनी (Terms of Trade)

(b) किमतींच्या तुलनात्मक फरकाने

(c) विक्री संघटनांच्या क्षमतेने   (d) वरील सर्वांनी

प्र. 40. आंतरराष्ट्रीय व्यापारात लाभाचे प्रमाण (Extent of Gain) दोन्ही देशांच्या

(a) उत्पादन खर्चाच्या फरकावर अवलंबून असते.

(b) मधील श्रमाच्या गतिशीलतेवर अवलंबून असते.

(c) उत्पादन खर्चाच्या समानतेवर अवलंबून असते.

(d) वरीलपैकी कुठलेही नाही

प्र. 41. खालीलपैकी कोणते विधान बरोबर आहे?

(a) उत्पादन खर्चाच्या प्रमाणात सापेक्षिक अंतर जितके जास्त असेल, लाभाचे क्षेत्रही तेवढेच अधिक असेल.

(b) उत्पादन खर्चाच्या प्रमाणात फरक जेवढा कमी असेल लाभाचे क्षेत्रही तेवढेच मोठे असेल.

(c) उत्पादन खर्चाच्या प्रमाणात जेवढा अधिक फरक असेल, लाभाचे क्षेत्रही तेवढेच कमी असेल.

(d) उत्पादनाच्या साधनांच्या प्रमाणातला फरक जितका कमी असेल, नुकसानीचे क्षेत्रही तितकेच कमी असेल.

प्र. 42. खालीलपैकी कोणते वाक्य बरोबर आहे?

(a) उत्पादन खर्चातील समान फरकाने दोन्ही देशांमध्ये व्यापार शक्य नाही.

(b) उत्पादन खर्चातील समान फरकाने दोन्ही देशांमध्ये व्यापार शक्य आहे.

(c) आंतरराष्ट्रीय व्यापार देशाच्या सीमांच्या आत शक्य आहे.

(d) वरील कुठलेही नाही.

प्र. 43. जर दोन देशांमधील व्यापार असा आहे की, एक कृषी उत्पादनात विशिष्टता प्राप्त करतो तर दुसरा देश औद्योगिक उत्पादनात विशिष्टता मिळवतो, तेव्हा

(a) व्यापार कृषी उत्पादनात विशिष्टता मिळवलेल्या देशासाठी लाभदायक ठरणार नाही.

(b) व्यापार कृषी उत्पादनात असलेल्या देशासाठी लाभदायक ठरेल.

(c) व्यापार दोन्ही देशांसाठी लाभदायक होणार नाही.

(d) वरीलपैकी कुठलेही नाही.

प्र. 44. जर 'अ' देश 'ब' देशाकडून काही वस्तू आयात करतो आणि त्याचबरोबर काही देशांना निर्यातही करतो. जर 'अ' देशाच्या निर्यात वस्तूंची उत्पादन क्षमता वाढली

(a) तर 'अ' देशाच्या या वस्तूंमुळे मिळणाऱ्या लाभाचे प्रमाण वाढेल.

(b) तर 'ब' देशाला या वस्तूंमुळे मिळणाऱ्या लाभाचे प्रमाण वाढेल.

(c) तर 'अ' आणि 'ब' दोन्ही देशांना या वस्तूंमध्ये मिळणाऱ्या लाभाचे प्रमाण कमी होईल

(d) वरीलपैकी कुठलेही नाही.

प्र. 45. आंतरराष्ट्रीय व्यापार फक्त –

(a) श्रमाच्या गतिशीलतेच्या स्थितीत शक्य होईल.

(b) किमतीतील फरकाच्या स्थितीतच शक्य होईल.

(c) किमतीतील समान फरकाच्या स्थितीतच निर्माण होऊ शकेल.

(d) परिवर्तनशील किमतीच्या स्थितीतच शक्य होईल कारण त्यामुळे समयानुसार व्यापाराच्या अटी पण प्रभावीत होतात.

प्र. 46. आंतरराष्ट्रीय व्यापाराच्या अटींना खालीलपैकी कोणत्या सूत्राद्वारे बरोबर व्यक्त केले जाऊ शकेल?

(a) व्यापाराच्या अटी $= \dfrac{\text{आयातीचे समस्त मूल्य}}{\text{निर्यातीची समस्त मागणी}}$

(b) व्यापाराच्या अटी $= \dfrac{\text{आयातीचे समस्त मूल्य}}{\text{निर्यातीची समस्त मूल्य}}$

(c) व्यापाराच्या अटी $= \dfrac{\text{आयातीचे समस्त पूर्ती}}{\text{निर्यातीची समस्त पूर्ती}}$

(d) वरीलपैकी कुठलेही नाही

प्र. 47. खालील उदाहरणांचे अवलोकन करा.

देश	एकूण खर्च	गहू	चहा
भारत	10 दिवस	20 एकक	40 एकक
पाकिस्तान	10 दिवस	10 एकक	20 एकक

वरील उदाहरणात भारत पाकिस्तानपेक्षा दोन्ही वस्तू कमी किमतीवर तयार करतो पण दोन्ही वस्तूंच्या उत्पादनात पाकिस्तानपेक्षा भारताची कुशलता अधिक द्विगुणित होते.

(a) म्हणून दोन्ही देशांमध्ये 10 एकक गव्हाच्या बदल्यात 20 एकक चहाच्या दराने विनिमय होईल.

(b) म्हणून दोन्हीत 20 एकक गव्हाच्या बदल्यात 10 एकक चहाच्या दराने विनिमय होईल.

(c) म्हणून दोन्हींत 40 एकक गव्हाच्या बदल्यात 20 एकक चहाच्या दराने विनिमय होईल.

(d) म्हणून दोन्ही देशांत 20 एकक गव्हाच्या बदल्यात 20 एकक चहाच्या दराने विनिमय होईल.

प्र. 48. विदेशी व्यापारामुळे प्रत्येक देश फक्त त्याच वस्तूचे उत्पादन करतो.

(a) जी तो कमीतकमी गुंतवणुकीत तयार करू शकेल.

(b) जी तो शून्य गुंतवणुकीत बनवू शकेल.

(c) जी तो अधिकतम खर्चाने बनवू शकेल.

(d) वरीलपैकी कुठलेच नाही.

प्र 49. विशिष्टीकरणाने आर्थिक साधनांचा अधिकतम उपयोगही शक्य होतो आणि राष्ट्रीय उत्पन्नही अधिक होते. अशा प्रकारे आंतरराष्ट्रीय व्यापाराने सर्व देशांना लाभ होतो. परंतु त्याचबरोबर –

(a) प्रति व्यक्ती वास्तविक उत्पन्नही पहिल्यापेक्षा अधिक होते.

(b) प्रति व्यक्ती वास्तविक उत्पन्नही पहिल्यापेक्षा कमी होते.

(c) प्रति व्यक्ती वास्तविक उत्पन्नावर याचा काही परिणाम होत नाही.

(d) वरीलपैकी काही नाही.

प्र. 50. भाग A भाग B शी जुळवा.

भाग A

(1) आंतरराष्ट्रीय आणि अंतर्गत दोन्ही व्यापारांचा आधार

(2) एखाद्या देशाच्या सीमेच्या आत श्रम व भांडवलाच्या साधनांची गतिशीलता

(3) देशात भांडवल आणि श्रम खूप गतिशील असतात ज्यामुळे संपूर्ण देशात समान व्यवसायांमध्ये

(4) श्रम भांडवलाच्या तुलनेत

भाग B

(i) कमी गतिशील (ii) अधिक गतिशील असतो.

(iii) मजुरी व व्याज दरांमध्ये समानता दिसून येते.

(iv) विभिन्न देशांमधील अपेक्षापेक्षा अधिक असते.

(v) श्रम विभाजन आणि कामांचे विशिष्टीकरण असते.

	1	2	3	4
(a)	v	iv	iii	i
(b)	i	iv	iii	ii
(c)	i	iv	ii	v
(d)	iv	iii	ii	v

प्र. 51. खालीलपैकी कोणते वाक्य बरोबर आहे?

(a) उत्पादन खर्चातील पूर्ण फरकाने विदेशी व्यापार दोन्ही देशांसाठी लाभदायक होतो.

(b) उत्पादन खर्चातील पूर्ण फरकाने विदेशी व्यापार दोन्ही देशांसाठी हानिकारक होतो.

(c) उत्पादन खर्चातील पूर्ण फरकाने विदेशी व्यापार लाभ-हानीचा निर्णायक नसतो.

(d) वरीलपैकी कुठलेही नाही.

प्र. 52. जेव्हा एखादा देश दोन्ही वस्तू दुसऱ्या देशापेक्षा कमी खर्चात तयार करतो, परंतु त्याच्या खर्चातील फरकाचे प्रमाण एकसारखे असते.

(a) तेव्हा त्याला उत्पादन खर्चातील पूर्ण फरक म्हणतात

(b) तेव्हा त्याला उत्पादन खर्चातील तुलनात्मक फरक म्हणतात

(c) तेव्हा त्याला उत्पादन खर्चातील समान फरक म्हणतात

(d) वरीलपैकी कुठलेही नाही.

प्र. 53. खालीलपैकी कोणते विधान बरोबर आहे?

(a) जेव्हा आंतरराष्ट्रीय स्तरावर श्रम विभाजन होऊ लागते. तेव्हा आंतरराष्ट्रीय व्यापार उत्पन्न होतो.

(b) जेव्हा आंतरराष्ट्रीय स्तरावर श्रम विभाजन होऊ लागते तेव्हा आंतरराष्ट्रीय व्यापाराची स्थिती संपून जाते.

(c) जेव्हा आंतरराष्ट्रीय स्तरावर श्रम विभाजन होऊ लागते तेव्हा आंतरराष्ट्रीय व्यापाराची स्थिती निर्माण होते.

(d) वरीलपैकी कुठलेच नाही.

प्र. 54. जेव्हा एखादा देश दोन्ही वस्तू दुसऱ्या देशापेक्षा कमी खर्चात बनवतात परंतु त्यांच्यातल्या खर्चाच्या फरकाच्या प्रमाण एकसारखे नसते.

(a) तेव्हा त्याला उत्पादन खर्चातील तुलनात्मक फरक म्हणतात.

(b) तेव्हा त्याला उत्पादन खर्चातील पूर्ण फरक म्हणतात.

(c) तेव्हा त्याला उत्पादन खर्चातील समान फरक म्हणतात.

(d) वरीलपैकी कुठलेही

प्र. 55. जेव्हा दोन किंवा दोनपेक्षा अधिक वस्तूंच्या उत्पादनात एक देश एका वस्तूचे उत्पादन कमी खर्चात आणि दुसरा देश दुसरी वस्तू किंवा उत्पादन कमी खर्चात करतो तेव्हा

(a) दोन्ही वस्तूंच्या उत्पादन खर्चातील या फरकाला तुलनात्मक फरक म्हणतात.

(b) दोन्ही वस्तूंच्या उत्पादन खर्चातील या फरकाला समान फरक म्हणतात.

(c) दोन्ही वस्तूंच्या उत्पादन खर्चातील या फरकाला पूर्ण फरक म्हणतात.

(d) वरीलपैकी काहीच म्हणत नाही.

प्र. 56. आंतरराष्ट्रीय व्यापाराचा वैकल्पिक खर्च सिद्धान्त खालीलपैकी कोणत्या समजुतीवर आधारित आहे?

(a) श्रमाचे सर्व एकक समान आहेत.

(b) श्रमच उत्पादनाचे एकमेव साधन आहे.

(c) श्रमाच्या रूपात गुंतवणूक व्यक्त केली जाऊ शकते.

(d) वरीलपैकी कुठलेही नाही.

प्र. 57. रिकार्डोच्या तुलनात्मक खर्च सिद्धान्तात खालीलपैकी कशाची उणीव होती?

(a) मुक्त व्यापाराची कल्पना   (b) वाहतूक गुंतवणुकीची उपेक्षा

(c) पूर्ण रोजगाराबद्दल गैरसमजूत   (d) वरील सर्व

प्र. 58. रिकार्डोच्या तुलनात्मक खर्च सिद्धान्तात काय काय सुधारणा केल्या गेल्या?

(a) खर्चाला मुद्रेत व्यक्त केले.

(b) क्रमागत उत्पादन घट व वृद्धी नियमांना महत्त्व

(c) मागणीच्या लवचिकतेला महत्त्व

(d) वरील सर्व

(e) वरीलपैकी कुठलेही नाही.

प्र. 59. औटार्की (Autarky) चा अर्थ आहे.

(a) दोन देश एक-एक वस्तू तयार करतील व आपसांत त्याचा विनिमय करतील.

(b) प्रत्येक देश स्वयं उत्पादन आणि उपभोग करेल म्हणजेच आंतरराष्ट्रीय व्यापाराचे अस्तित्वच राहणार नाही.

(c) उत्पादनासाठी अनुकूल वातावरण तयार करणे.

(d) आंतरराष्ट्रीय व्यापारासाठी अनुकूल वातावरण तयार करणे.

प्र. 60. आंतरराष्ट्रीय व्यापारासाठी सापेक्षिक साधन उपलब्धतेचा विचार देण्याचे श्रेय आहे.

(a) ॲडम स्मिथ   (b) जे.एस.मिल

(c) डेविड रिकार्डो   (d) बर्टिल–ओहलिन

प्र. 61. श्रम बाहुल्य देश

(a) श्रमसाधन वस्तू निर्यात करेल.

(b) श्रमसधन वस्तू आयात करेल.

(c) भांडवल साधन वस्तू निर्यात करेल.

(d) वरील सर्व विधाने चूक आहेत.

प्र. 62. हेक्सचर – ओहलिन प्रमेयात

(a) दोन राष्ट्रे घेतली आहेत.   (b) दोन साधने घेतली आहेत.

(c) दोन वस्तू घेतल्या आहेत.   (d) वरील तिन्ही सत्य आहेत.

प्र. 63. हेक्सचर-ओहलिन प्रमेय सांगते की आंतरराष्ट्रीय व्यापाराचे कारण आहे.

(a) वेगवेगळ्या देशांत साधनांच्या उपलब्धतेच्या प्रमाणातील (Factor endownment) फरक

(b) साधनांची समान उपलब्धता

(c) साधने उपलब्ध नसणे

(d) साधनांचे समानतेने (uniform) वितरण

प्र. 64. हेक्सचर – ओहलिन प्रमेय सांगते की आंतरराष्ट्रीय व्यापाराचे कारण

(a) खर्चातील फरक आहे.   (b) साधन उपलब्धतेतला फरक आहे.

(c) गरजांमधला फरक आहे.   (d) चलन मुद्रेतला फरक आहे.

प्र. 65. 'व्यापारवादी दृष्टिकोन' या गोष्टीवर आधारित आहे की विदेशी व्यापार

(a) राज्याने प्रतिबंधित केला पाहिजे.

(b) मागणी व पुरवठ्याद्वारा संचलित व्हायला पाहिजे.

(c) आंतरराष्ट्रीय तडजोडीद्वारा ठरायला पाहिजे.

(d) विकासाबरोबर परिवर्तन व्हायला पाहिजे.

प्र. 66. प्रतिष्ठित विचारसरणीत निरपेक्ष खर्चातील फरकाचे प्रतिपादक होते.

(a) ॲडम स्मिथ   (b) रिकार्डो

(c) जे.एस.मिल   (d) ओहलिन

प्र. 67. विनिमय दरांचे निर्धारण हा खालील अर्थशास्त्राचा विषय आहे.

(a) कृषी अर्थशास्त्र   (b) मौद्रिक अर्थशास्त्र

(c) आंतरराष्ट्रीय अर्थशास्त्र   (d) वरीलपैकी कशाचाच नाही.

प्र. 68. ॲडम स्मिथने प्रतिपादित केलेल्या स्वातंत्र्य व्यापाराचा केंद्रबिंदू आहे.

(a) राजकीय नियंत्रणातील उणीव   (b) मागणी व पुरवठ्याची शक्ती

(c) विदेशी सहयोग   (d) श्रम विभाजन

प्र. 69. आंतरराष्ट्रीय व्यापारासाठी वेगळ्या सिद्धान्ताची आवश्यकता पडली. कारण

(a) प्रसिद्ध अर्थशास्त्रज्ञांना तो हवा होता.

(b) उत्पादनाची साधने सर्व स्तरांवर गतिशील असतात.

(c) उत्पादनाची साधने सर्व स्तरांवर गतिहीन असतात.

(d) उत्पादनाची साधने एका देशात गतिशील तर विदेशी स्तरावर गतिहीन होतात.

प्र. 70. रिकार्डोने प्रतिपादित केलेल्या 'मूल्याच्या श्रम सिद्धान्ता'चा अर्थ आहे.

(a) वस्तूचे मूल्य निर्धारण श्रमाच्या रूपात असते.

(b) श्रमाच्या मजुरीचे निर्धारण वस्तूंमध्ये होते.

(c) श्रमच उत्पादनाचे एकमेव साधन आहे.

(d) वस्तूची किंमत त्या वस्तूत लागलेल्या श्रमाच्या प्रमाणावरून निश्चित केली जाते.

प्र. 71 आंतरराष्ट्रीय व्यापारात लाभ तेव्हाच होतो जेव्हा दोन्ही देशांत उत्पादन शक्यता रेषेचा उतार खालील आकाराचा असतो.

(a) एक सरळ रेषा   (b) असमान उतार

(c) समान उतार   (d) लांबट

प्र. 72. वैकल्पिक गुंतवणुकीचा अर्थ आहे.

(a) एखाद्या वस्तूचे उत्पादन करण्यासाठी अन्य वैकल्पिक वस्तूंच्या उत्पादनाचा त्याग

(b) त्याच वस्तूचा वैकल्पिक मिलाप

(c) विभिन्न वस्तूंमधील विनिमय दर

(d) वरीलपैकी कुठलेही नाही.

प्र. 73. मूल्याच्या श्रम सिद्धान्ताची मान्यता आहे.

(a) समान श्रम एकक   (b) असमान श्रम एकक

(c) असमान श्रमाचे मूल्य   (d) वस्तुमूल्यात असमानता

प्र. 74. आंतरराष्ट्रीय व्यापाराला प्रोत्साहन देण्यासाठी जगातल्या अधिकांश देशांनी गॅट (Gatt) च्या ऐवजी विश्व व्यापार संघटना (WTO) ची स्थापना केली आहे. या संघटनेने कामाला सुरुवात केली.

(a) 1 जानेवारी 1995 पासून   (b) 30 डिसेंबर 1994 पासून

(c) 1 मार्च 1995 पासून   (d) 1 एप्रिल 1995 पासून

प्र. 75. आंतरराष्ट्रीय व्यापाराचे फायदे आहेत.

(a) उपभोक्त्यांना स्वस्त वस्तू उपलब्ध होतील

(b) रोजगारांच्या संधीत वाढ

(c) विभिन्न राष्ट्रांची प्रगती आणि आर्थिक विकास

(d) वरील सर्व

प्र. 76. प्रा. ऑडम स्मिथने आंतरराष्ट्रीय व्यापारासंबंधी विचारसरणीत खालीलपैकी कशाचा विरोध केला?

(a) रिकार्डोच्या विचारसरणीचा

(b) तुलनात्मक खर्चासंबंधी विचारसरणीचा

(c) वाणिकवाद्यांच्या विचारसरणीचा

(d) वरील सर्वांचा

प्र. 77. खालीलपैकी कोणते विधान बरोबर आहे?

(a) अधिकांश आंतरराष्ट्रीय व्यापाराचा आधार खर्चातील सापेक्ष फरक असतो.

(b) अधिकांश विदेशी व्यापाराचा आधार खर्चातील तुलनात्मक फरक असतो.

(c) विदेशी व्यापार खर्चातील समान फरकामुळे होतो

(d) वरील सर्वांमुळे.

प्र. 78. A व B भागांच्या जोड्या जुळवा.

भाग A

(1) जेव्हा व्यापार स्थानिक स्तरावर होतो.

(2) जेव्हा व्यापार प्रांतीय स्तरावर होतो.

(3) जेव्हा व्यापार देशाच्या सीमेच्या अंतर्गत होतो.

(4) जेव्हा व्यापार अनेक देशांमध्ये होतो.

भाग B

(i) प्रांतीय व्यापार   (ii) स्थानिक व्यापार

(ii) आंतरराष्ट्रीय व्यापार   (iv) राष्ट्रीय व्यापार

	1	2	3	4
(a)	iv	ii	iii	i
(b)	ii	i	iv	iii
(c)	i	ii	iii	iv
(d)	iii	iv	i	ii

प्र. 79. स्वतंत्र व्यापारात

(a) घटक किमतींमध्ये पूर्णत: समानता असेल

(b) घटक किमतींमध्ये आंशिक समानता असेल

(c) (a) व (b) दोन्ही असू शकते

(d) वरीलपैकी कुठलेच नाही.

प्र. 80. आंतरराष्ट्रीय व्यापाराचे प्रमाण अवलंबून असेल

(a) उत्पादन खर्चातील समान फरकावर

(b) उत्पादन खर्चातील फरकावर

(c) भांडवल आणि श्रमाच्या गतिशीलतेवर

(d) वरीलपैकी कुठलेच नाही.

प्र. 81. समुदाय संरक्षित करण्याच्या खर्चाचे माप

(a) संरक्षणाच्या उत्पादन खर्चावर अवलंबून आहे.

(b) संरक्षणाच्या उपभोक्ता खर्चावर अवलंबून आहे.

(c) उपभोक्त्याच्या बचतीतल्या हानीवर अवलंबून आहे.

(d) (a) आणि (b) दोन्हींवर

प्र. 82. व्यापारवाद्यांनी खालीलपैकी कशाचा विरोध केला?

(a) स्वतंत्र व्यापाराचा   (b) संरक्षणवादी नीतीचा

(c) ॲडम स्मिथ व रिकार्डोच्या व्यापारासंबंधी विचारांचा

(d) वरील सर्वांचा

प्र. 83. आंतरराष्ट्रीय व्यापाराची सूत्रे सामान्यतः कोणत्या सूत्राद्वारे निर्धारित होतात?

(a) आयातीचे संपूर्ण मूल्य / निर्यातीचे समस्त मूल्य

(b) निर्यातीचे संपूर्ण मूल्य / आयातीचे समस्त मूल्य

(c) आयातीचा संपूर्ण पुरवठा / निर्यातीचा समस्त पुरवठा

(d) निर्यातीचा संपूर्ण पुरवठा / आयातीचा समस्त पुरवठा

प्र. 84. जर आयातीच्या मागणीची लवचिकता अधिक लवचिक $(e > 1)$ आहे तर आयात मूल्यात

(a) वाढ होईल   (b) कमी होईल

(c) स्थिर राहील   (d) वरील सर्व लागू होईल

प्र. 85. जर I देशात A वस्तूची श्रम लागत a_1 आहे आणि B वस्तूची b_1 आहे आणि II देशात तीच a_2 आणि b_2 आहे तर या स्थितीत तुलनात्मक गुंतवणुकीतला फरक सांगितला जाऊ शकतो.

(a) $\dfrac{a_1}{a_2} < I < \dfrac{b_1}{b_2}$ (b) $\dfrac{a_1}{a_2} < \dfrac{b_1}{b_2} < I$

(c) $\dfrac{a_1}{a_2} = \dfrac{b_1}{b_2}$ (d) $\dfrac{a_1}{a_2} = \dfrac{b_2}{b_1}$

प्र. 86. विनिमय दर खालील प्रक्रियेद्वारा बाजाराच्या सर्व भागांत समान केला जाऊ शकतो.

(a) सट्टा (Speculation)

(b) विनिमयातील फरक पडून (Arbitrage)

(c) विदेशी मुद्रेची मागणी व पुरवठ्याद्वारा

(d) व्याज फरक पडून

प्र. 87. प्रतिष्ठित अर्थशास्त्रज्ञांनी आंतरराष्ट्रीय व्यापारात 'वाहतूक खर्चाला' तुलनात्मक किंमतीत

(a) सामील केले आहे   (b) सामील केले नाही.

(c) आंशिकरीत्या सामील केले   (d) वरीलपैकी कुठलेही नाही.

प्र. 88. लियोंटिफने आंतरराष्ट्रीय व्यापारासंबंधी कोणत्या पद्धतीचा वापर केला?

(a) देणे-घेणे तालिका   (b) रेखीय कार्यक्रम

(c) व्यवहारतोल पद्धती   (d) व्यापारतोल

प्र. 89. हजर दर (Spot rate) आणि अग्रिम दर (Forward rate) च्या मध्ये खालीलपैकी कोणती क्रिया असते?

(a) सट्टा (जुगार)   (b) द्वैध रक्षण

(c) मध्यस्थी   (d) वरील सर्व

प्र. 90. व्यापारतोलाला खालील नावाने पण ओळखतात

(a) भांडवल हस्तांतरण   (b) व्यापाराने फायदा

(c) दृश्य वस्तूंचे संतुलन   (d) वरील कुठल्याच नावाने नाही.

प्र. 91. व्यवहारतोल खरं पहाता एक आर्थिक बॅरोमीटर आहे. ज्याच्या मदतीने

(a) एखाद्या देशाची तुलना केली जाऊ शकते

(b) आंतरराष्ट्रीय भुगतानाच्या स्थितीचा अंदाज लावता येतो

(c) भांडवलाच्या स्थितीची कल्पना येऊ शकते.

(d) अर्थव्यवस्थेचा अभ्यास केला जाऊ शकतो.

प्र. 92. कोणत्या अर्थशास्त्रज्ञाने ओहलिनच्या सिद्धान्ताला आंशिक संतुलन व्याख्या म्हटले आहे.

(a) केन्सने   (b) लियाँटिफने

(c) हॅबरलरने   (d) वरीलपैकी कोणीही नाही.

प्र. 93. जर एखादे राष्ट्र आपल्या सीमित साधनांनी x आणि y दोन्ही वस्तू तयार करते आणि घटत्या उत्पादनाचा वक्र कार्यरत असेल तर उत्पादन संभावना वक्र

(a) मूळ बिंदूपासून वर चढणारा असेल

(b) मूळ बिंदूपासून खाली जाणारा असेल

(c) ऋणात्मक उत्तराखाली सरळ रेषा असेल

(d) धनात्मक उत्तराखाली सरळ रेषा असेल.

प्र 94. जेव्हा दोन देशांमध्ये व्यापार होतो तेव्हा व्यापार अटींचे निर्धारण व्यापाराच्या अनुपस्थितीत विनिमय प्रमाणाच यामध्ये व्हायला हवे, असे म्हणणे

(a) बरोबर आहे   (b) चूक आहे

(c) दोन्हीत काही संबंध नसतो.   (d) वरीलपैकी कुठलेही नाही.

प्र. 95. खालीलपैकी कोणता उपाय व्यवहारतोलाच्या अस्थिरतेला नष्ट करू शकतो?

(a) विनिमय नियंत्रण   (b) मुद्रेचे अवमूल्यन

(c) मुद्रा-संकोच   (d) वरील सर्व

प्र. 96. 'लियाँटिक विरोधाभास' अमेरिकेच्या संदर्भात खालील निष्कर्ष देतो.

(a) अमेरिकेने श्रम गहन वस्तूंची निर्यात आणि भांडवली गहन वस्तूंची आयात करावी.

(b) अमेरिकेने भांडवली गहन वस्तूंची निर्यात आणि श्रम गहन वस्तूंची आयात करावी.

(c) अमेरिकेने भांडवली गहन वस्तूंची आयात–निर्यात करावी

(d) वरीलपैकी कुठलाच नाही.

प्र. 97. तट कराने (custom) आंतरराष्ट्रीय व्यापाराचे प्रमाण

(a) घटते   (b) वाढते

(c) आहे तसेच राहते   (d) घटते पण वाढते पण

प्र. 98. अवमूल्यन एकूण अवशोषणावर खालीलप्रकारे परिणाम करते.

(a) उत्पन्नाने अनुप्रेरित बदल   (b) प्रत्यक्ष परिवर्तन

(c) वरील (a) व (b) दोन्ही   (d) एकूण बचतीत बदल

प्र. 99. ज्या देशात बेरोजगारी आहे त्याच्यासाठी तट कर

(a) अहितकारी आहे   (b) हितकारी आहे

(c) तट कराचा बेरोजगारीवर काहीच परिणाम होत नाही.

(d) वरीलपैकी कुठलेही नाही.

प्र. 100. ''मी प्रतिष्ठित श्रम मूल्य सिद्धान्ताच्या टीकेने सुरुवात करतो. परंपरागत आंतरराष्ट्रीय व्यापार सिद्धान्त या मूल्यावर आधारित आहे. त्याच्यात त्याच उणिवा आहेत ज्या श्रम मूल्य सिद्धान्तात आहेत.'' हे विधान कोणत्या अर्थशास्त्रज्ञाचे आहे?

(a) हॅबरलर   (b) ओहलिन   (c) सॅम्युएल्सन   (d) हिक्स

प्र. 101. एखाद्या उद्योगाच्या विशिष्टीकरणाच्या क्षेत्राची सीमा असते.

(a) जनसंख्येची कुशलता   (b) त्याच्या उत्पादन वस्तूंच्या बाजाराचा आकार

(c) भांडवलाची उपलब्धी   (d) सरकारी मदतीची श्रेणी

प्र. 102. प्रत्येक देश त्याच वस्तूच्या उत्पादनात विशिष्टता मिळवतो.

(a) ज्याच्या उत्पादनात त्याचा उत्पादन खर्च जास्त असतो.

(b) ज्याच्या उत्पादनात त्याचा उत्पादन खर्च कमी असतो.

(c) ज्याच्या उत्पादनात त्याचा खर्च शून्य असतो.

(d) ज्याच्या उत्पादनात उत्पादन क्रम बदलत राहत असेल.

प्र. 103. व्यवहारतोलाच्या विवरण सिद्धान्तात

(a) वस्तूंच्या आयात विकलन (Debit) पक्षाकडील बाब आहे.

(b) वस्तूंच्या आयात समाकलन (Credit) पक्षाकडील बाब आहे.

(c) वस्तूंचे विकलन – समाकलन दोन्ही सामील होते.

(d) वरीलपैकी कुठलेही नाही.

प्र. 104. भुगतान असंतुलन (प्रतिकूलता) नाहीसे करण्यासाठी खालील पद्धतींचा वापर केला जाऊ शकतो.

(a) निर्यात प्रोत्साहन   (b) आयात प्रतिस्थापन

(c) अवमूल्यन   (d) वरील सर्व

प्र. 105. जेव्हा एखाद्या देशाच्या व्यापारी कंपन्या दुसऱ्या देशांमध्ये काही सेवा देतात आणि त्या सेवांबद्दल त्यांना जे पैसे मिळतात ते पण व्यवहारतोलात सामील केले जातात. उदाहरणार्थ, पोस्ट सेवा, वित्तीय सेवा, भांडवल बाजारात दलाली इत्यादी.

(a) जो देश अशा प्रकारची सेवा दुसऱ्या देशाला देतो त्या देशासाठी ही स्थिती अदृश्य निर्यातीच्या श्रेणीत येते.

(b) जो देश अशा प्रकारची सेवा दुसऱ्या देशांकडून घेतो त्याच्यासाठी ही स्थिती अदृश्य निर्यातीच्या श्रेणीत येते.

(c) जो देश अशा प्रकारची सेवा प्राप्त करतो त्याच्यासाठी हे दृश्य निर्यातीच्या श्रेणीत येते.

(d) वरीलपैकी कोणतेही

प्र. 106. आयात कर लावल्याने आणि त्यात वाढ करण्याने विदेशी वस्तू देशात महाग होतात त्यामुळे त्याची मागणी कमी होते.

(a) आणि आयात वाढते   (b) आणि आयात कमी होते.

(c) आणि निर्यात वाढते   (d) आणि निर्यात कमी होते.

प्र. 107. अनेक देश विदेशी विमा व बँकिंग कंपन्यांची सेवा घेतात. ज्याच्या बदली त्यांना काही शुल्क किंवा मूल्य भरावे लागते.

(a) त्यासाठी ही अदृश्य निर्यात होते.

(b) त्यासाठी ही अदृश्य आयात होते.

(c) त्यासाठी ही दृश्य निर्यात होते

(d) वरीलपैकी काहीच नाही.

प्र. 108. A भागाची B भागाशी जोडी लावा.

भाग A

(1) व्यापारतोलाचा संबंध कोणत्या गोष्टींशी असतो?

(2) व्यवहारतोलाचा संबंध कोणत्या गोष्टींशी असतो?

(3) व्यवहारतोल आणि व्यापारतोल यांमध्ये

(4) व्यापारतोल व व्यवहारतोल

भाग B

(i) दृश्य गोष्टींचा   (ii) अदृश्य, दृश्य दोन्ही गोष्टींचा

(c) फरक असतो   (d) एक भाग असतो

	1	2	3	4
(a)	i	ii	ii	iv
(b)	ii	i	iv	iii
(c)	ii	i	iii	iv
(d)	i	ii	iv	iii

प्र. 109 व्यवहारतोल (Balance of Payment)

(a) फक्त अनुकूल (Favourable) असतो.

(b) फक्त प्रतिकूल (Adverse) असते.

(c) अनुकूल किंवा प्रतिकूल काहीही असू शकते.

(d) वरीलपैकी कुठलेही नाही.

प्र. 110. खालीलपैकी कोणते विधान बरोबर आहे?

(a) व्यापारतोलाचा संबंध फक्त अदृश्य व्यापाराशीच असतो.

(b) व्यापारतोलाचा संबंध फक्त दृश्य व्यापाराशीच असतो.

(c) व्यापारतोलाचा संबंध दृश्य आणि अदृश्य दोन्ही व्यापारांशी असतो.

(d) वरीलपैकी कुठलेही नाही.

प्र. 111. व्यवहारतोलाच्या (Balance of Payment) अंतर्गत

(a) सर्व प्रकारचे विकलन (Debit) सामील केले जातात.

(b) सर्व प्रकारचे समाकलन (Credit) सामील केले जातात.

(c) सर्व प्रकारचे विकलन आणि समाकलन सामील केले जातात.

(d) वरील सर्व

प्र. 112. व्यापारतोलामध्ये फक्त विदेशी व्यापाराच्या दृश्य गोष्टींची गणना होते, परंतु व्यवहारतोलात

(a) दृश्य आणि अदृश्य दोन्ही प्रकारच्या गोष्टींची गणना होते.

(b) फक्त दृश्य गोष्टींचीच गणना होते.

(c) फक्त अदृश्य गोष्टींचीच गणना होते.

(d) यांपैकी कुठलेही विधान लागू होत नाही.

प्र. 113. खालीलपैकी कोणते विधान बरोबर आहे?

(a) व्यवहारतोलात व्यापारतोल पण सामील असतो.

(b) व्यापारतोलात व्यवहारतोल पण सामील असतो.

(c) व्यवहारतोल व व्यापारतोल यांचा काहीही परस्परसंबंध नाही.

(d) वरीलपैकी कुठलेही नाही.

प्र. 114. A आणि B या दोन देशांमध्ये समान प्रमाणात भांडवल आणि श्रम असेल तर X आणि Y वस्तूंचे उत्पादन खालील प्रकारे होईल.

	वस्तूंचे	एकक
देश A	5	2
देश B	1	1

हे देश कशा प्रकारे व्यापार करतील?

(a) देश A वस्तू व देश B, y वस्तूच्या उत्पादनात विशिष्टता प्राप्त करतील.

(b) देश A दोन्ही वस्तूंचे उत्पादन करेल

(c) देश B दोन्ही वस्तूंचे उत्पादन करेल

(d) A आणि B मध्ये व्यापार होणार नाही.

प्र. 115. खालीलपैकी कोणत्या गोष्टी व्यापाराच्या अदृश्य बाबी असतात? उत्तर विकल्पांच्या मदतीने द्या.

1) बँकिंग सेवा 2) जहाज सेवा

3) विमा सेवा 4) पर्यटनाने मिळणारे उत्पन्न विकल्प

(a) 1, 2, आणि 3 (b) 2, 3 आणि 4

(c) 1, 2 आणि 4 d) 1, 2, 3 आणि 4

प्र. 116. 'आंतरराष्ट्रीय व्यापार आता विकास इंजीन राहिलेले नाही' हा विचार प्रस्तुत केला

(a) ए. मार्शलने (b) आर. नर्क्सने

(c) जे. वायनरने (d) जी. हेबरलरने

प्र. 117. रिकार्डोने स्वीकारलेल्या खालील धारणांपैकी हेबरलरने कोणती धारणा सोडून दिली आहे?

(a) दोन देश आणि दोन वस्तू

(b) दोन्ही वस्तूंचा उत्पादन खर्च श्रमाच्या एककात

(c) परिवहन खर्च नसतो

(d) दोन्ही देशांमध्ये वस्तू आणि साधनांच्या बाजारात पूर्ण स्पर्धा आढळून येते.

प्र. 118. 'वस्तू गतिशील आहेत कारण साधने गतिशील नाहीत' हे विधान आहे.

(a) रिकार्डोच्या सिद्धान्ताचे (b) हेक्सचर ओहलिनच्या सिद्धान्ताचे

(c) हेबरलरच्या सिद्धान्ताचे (d) बोडच्या सिद्धान्ताचे

प्र. 119. व्यापारी अटींची प्रवृत्ती विकसनशील देशांच्या हिताच्या उलट बदलण्याची असते. ह्या विचाराचे प्रतिपादन केले

(a) सिंगर–प्रिबिशचने   (b) जे. वायनरने

(c) ए. मार्शलने   (d) ओहलिन–हेक्सचरने

प्र. 120. विश्व व्यापार संघटना

(a) आंतरराष्ट्रीय मुद्रा कोषाचे एक अंग आहे.

(b) संयुक्त राष्ट्रसंघाचे एक अंग आहे

(c) एक अमेरिकन व्यापार संघटना आहे.

(d) गॅट सदस्यांनी स्थापन केलेली एक आंतरराष्ट्रीय व्यापार संघटना आहे.

प्र. 121. आंतरराष्ट्रीय मुद्रा कोषाच्या स्थापनेच्या प्रत्यक्ष परिणाम होता.

(a) व्यापार आणि प्रशुल्कासंबंधी सामान्य तडजोडीचा

(b) स्मिथ सोनियन तडजोडीचा

(c) युरोपियन मौद्रिक तडजोडीचा   (d) ब्रेटन – वुड्स संमेलनाचा

प्र. 122. ज्या वस्तूचा हिशेब (Accounts) बंदरात केला जातो त्यांना काय म्हणतात.

(a) दृश्य गोष्टी   (b) अदृश्य गोष्टी

(c) अदृश्य व्यापार   (d) वरीलपैकी काहीच नाही

प्र. 123. ॲडम स्मिथने कशाच्या बाजूने स्पष्टीकरण दिले?

(a) संरक्षणवाद   (b) स्वतंत्र व्यापार

(c) आत्मनिर्भरता   (d) आंतरराष्ट्रीय कल्याण

प्र. 124. दृश्य व्यापाराच्या हिशेबाला म्हणतात

(a) व्यवहारतोल   (b) तलपट

(c) व्यवहारतोल   (d) व्यापारतोल

प्र. 125. व्यवहारतोल नेहमी संतुलनात असतो याचा अर्थ

(a) दोन्ही खात्यांचा मेळ समान असतो.

(b) व्यवहारतोलात चालू खाते आणि भांडवल खाते वेगवेगळे संतुलनात असतात.

(c) संपूर्ण देणं–घेणं वास्तविक अर्थाने समान असते.

(d) फक्त डबल एंट्री बनवण्यासाठी ही एक पद्धत आहे ज्यात शुद्ध तूट किंवा अतिरेक समायोजित करण्यासाठी एक उलटी एंट्री केली जाते.

प्र. 126. खालीलपैकी कोणत्या गोष्टी मिळकत किंवा घेणे नाही?

(a) सेवेची निर्यात   (b) वस्तूंची निर्यात

(c) हस्तांतरण भुगतान   (d) वस्तूंची आयात

प्र. 127. व्यापारतोल

(a) व्यवहारतोल + विशुद्ध अदृश्य गोष्टी

(b) व्यवहारतोल – विशुद्ध अदृश्य गोष्टी

(c) व्यवहारतोल (÷) विशुद्ध अदृश्य गोष्टी

(d) वरीलपैकी कुठलेही नाही

प्र. 128. व्यवहारतोलावर खालील बाबींचा परिणाम होतो

(a) भांडवल प्रवाह

(b) भांडवल प्रवाहाचा परिणाम होत नाही.

(c) व्यवहारतोल आणि भांडवल प्रवाहाचा काही संबंध नाही.

(d) वरीलपैकी कुठलेही नाही

प्र. 129. व्यापारतोलाला खालील नावाने पण ओळखले जाते–

(a) भांडवल हस्तांतरण   (b) व्यापारापासून फायदा

(c) दृश्य वस्तूंचे संतुलन   (d) वरीलपैकी कुठलेही नाही

प्र. 130. सर्व देश आत्मनिर्भर होण्यासाठी प्रयत्नशील आहेत कारण यामुळे एकाधिकारी प्रवृत्ती प्राप्त करणाऱ्या देशांच्या शोषण स्तराला कमी केले जाऊ शकते. आता सर्वच देश आपली प्रभुसत्ता आणि आर्थिक राष्ट्रीयवादाच्या रक्षणासाठी प्रयत्नशील आहेत, त्यामुळे

(a) आंतरराष्ट्रीय आणि राष्ट्रीय व्यापारातील फरक कमी होतोय.

(b) राष्ट्रीय आणि आंतरराष्ट्रीय व्यापारातला फरक संपून जातोय.

(c) राष्ट्रीय आणि आंतरराष्ट्रीय व्यापारातला फरक वाढतोय.

(d) राष्ट्रीय आणि आंतरराष्ट्रीय व्यापार पहिल्यासारखाच आहे.

प्र. 131. खालीलपैकी कोणते विधान बरोबर आहे?

(a) उत्पादन खर्चात समान फरक, दोन देशांतील व्यापार शक्य करतो आहे.

(b) उत्पादन खर्चात समान फरक असेल तर दोन देशांत व्यापार होणार नाही.

(c) श्रमाची गतिशीलताच दोन देशांतील व्यापाराचा आधार आहे.

(d) वरीलपैकी कुठलेही नाही

प्र. 132. जेव्हा एक देश दुसऱ्या देशापेक्षा दोन्ही वस्तू कमी किंमतीत उत्पन्न करतो आणि त्याच्या खर्चातील फरकाचे प्रमाणही बरोबर राहते तेव्हा त्याला.

(a) उत्पादन खर्चातील तुलनात्मक फरक म्हणतील

(b) उत्पादन खर्चातील समान फरक म्हणतील

(c) उत्पादन खर्चातील पूर्ण फरक म्हणतील

(d) वरीलपैकी काहीच म्हणणार नाहीत.

प्र. 133. A व B भागांच्या जोड्या लावा.

भाग A

1) राष्ट्रीय आणि आंतरराष्ट्रीय व्यापाराचा आधार

2) एका देशात श्रम आणि भांडवलाची गतिशीलता

3) राष्ट्रीय स्तरावर श्रम आणि भांडवलाचा गतिशीलतेमुळे जवळ जवळ सर्व क्षेत्रांत

4) श्रम भांडवलाच्या तुलनेत

भाग B

i) श्रम विभाजन आणि विशिष्टीकरण होते.

ii) विभिन्न देशांत मधल्यापेक्षा अधिक होते.

iii) मजुरीचे दर असमान रहातात.

iv) व्याज आणि मजुरीच्या दरात जवळपास समानतेची स्थिती असते

v) कमी गतीशील असतो.

	1	2	3	4
(a)	(iv)	(v)	(ii)	(i)
(b)	(iii)	(v)	(ii)	(iii)
(c)	(ii)	(iii)	(iv)	(i)
(d)	(i)	(ii)	(iv)	(v)

प्र. 134. परकीय विनिमय दराचा क्रयशक्ती समता सिद्धान्त (Purchasing power parity Theory) कोणी विकसित केला?

(a) केन्स   (b) स्मिथ   (c) गुस्टाव कॅसल   (d) रिकार्डो

प्र. 135. रिकार्डोच्या आंतरराष्ट्रीय व्यापाराच्या सिद्धान्तासाठी आवश्यक आहे

(a) दोन देशांमधील प्रतिबंधित व्यापार

(b) दोन देशांमधील स्वतंत्र व्यापार

(c) दोन्ही देश संरक्षण आणि स्वतंत्र व्यापार पूर्णपणे स्वीकारत नाहीत.

(d) वरीलपैकी काही नाही

प्र. 136. खालीलपैकी कोणते विधान बरोबर आहे?

(a) जेव्हा एक देश दोन्ही वस्तूंच्या उत्पादनात तुलनात्मक दृष्टीने श्रेष्ठता मिळवतो. तरी पण एका वस्तूच्या उत्पादनात अधिक श्रेष्ठता आणि दुसऱ्या वस्तूत कमी तेव्हा त्याला तुलनात्मक खर्चातील फरक म्हणतात.

(b) जेव्हा दोन देश दोन्ही वस्तूंच्या उत्पादनात वेगवेगळ्या खर्चावर वस्तू तयार करतात तेव्हा त्याला खर्चातील समान फरक म्हणतात.

(c) जेव्हा एक देश दोन्ही वस्तू दुसऱ्या देशापेक्षा कमी खर्चात तयार करतो तेव्हा त्याला खर्चातील निरपेक्ष फरक म्हणतात.

(d) वरील सर्व

प्र. 137. अधिकांश विद्वान स्वतंत्र व्यापाराच्या बाजूचे असतात, याचे कारण हे की,

(a) विकसित देशांसाठी लाभदायक आहे.

(b) सर्व देशांत विशिष्टीकरण आणि श्रम विभाजनाला प्रोत्साहन मिळण्याबरोबर जगाच्या उत्पादन स्तर आणि त्यात कुशलता वाढवतो.

(c) सर्व देश अनावश्यक खर्चापासून वाचतात.

(d) स्वतंत्र व्यापार विकसनशील देशांसाठी उपयोगी आहे.

प्र. 138. ''दोन व्यक्ती आहेत आणि त्या दोन्ही बूट आणि टोपी बनवू शकतात आणि त्यातील एक व्यक्ती दुसरीपेक्षा दोन्ही कामांत श्रेष्ठ आहे परंतु टोपी बनवण्यात ती आपल्या प्रतियोगीपेक्षा 20 प्रतिशत आणि बूट बनवण्यात $33\frac{1}{2}$ प्रतिशत जास्त कुशल आहे. हे त्या दोन्ही व्यक्तींच्या फायद्याचं नाही होणार का, की कुशल व्यक्ती फक्त बूट बनवेल व दुसरी फक्त टोपी.'' हे विधान कोणाचे आहे?

(a) बेस्टेबल   (b) मार्शल   (c) रिकार्डो   (d) जे. एस. मिल

प्र. 139. जे. एस. मिलने रिकार्डोच्या सिद्धान्तात संशोधन करून जो सिद्धान्त प्रस्तुत केला त्याला

(a) अन्योन्य मागणीचा सिद्धान्त (Theory of Reciprocal Demand) म्हणतात.

(b) सापेक्षिक सिद्धान्त म्हणतात

(c) खर्चाचा सिद्धान्त म्हणतात.

(d) वरीलपैकी काही म्हणत नाही.

प्र. 140. ज्या वेळी दोन देशांमध्ये उत्पादन शक्यता वक्र असतो त्यावेळी आंतरराष्ट्रीय व्यापार शक्य होत नाही.

(a) समान उतार असलेला   (b) असमान उतार असलेला

(c) क्षैतिज उतार असलेला   (d) लांबट

प्र. 141. जे. एस. मिलच्या मते आंतरराष्ट्रीय व्यापारात विनिमय दराच्या प्रमाणात निर्धारण असते.

(a) तुलनात्मक खर्च अनुपात   (b) वस्तूची मागणी व त्याची लवचिकता

(c) वरील (a) व (b) दोन्ही   (d) वस्तूच्या पुरवठ्याची लवचिकता

प्र. 142. मिलच्या मते व्यापाराची समतोल (स्थिर) स्थिती असते.

(a) एका देशाची संपूर्ण निर्यात = त्याची संपूर्ण आयात

(b) एका देशाची निर्यात आयातीपेक्षा अधिक असणे

(c) एका देशाचा निर्यात उत्पादन खर्च न्यूनतम असणे

(d) वरीलपैकी कुठलीच नाही

प्र. 143. प्रतिष्ठित अर्थशास्त्रज्ञांच्या मते उत्पादनाचे साधन आहे.

(a) फक्त श्रम (b) श्रम आणि भांडवल

(c) फक्त भांडवल (d) पाच साधने

प्र. 144. जर उत्पादन शक्यता वक्र एक सरळ रेषा असेल तर ती सांगते.

(a) वस्तूंचा स्थिर सीमान्त प्रतिस्थापन दर

(b) वस्तूंचा वाढता सीमान्त प्रतिस्थापन दर

(c) वस्तूंचा घटता प्रतिस्थापन दर

(d) वरीलपैकी काहीच नाही

प्र. 145. विनिमय दर खालील प्रक्रियेद्वारा बाजाराच्या सर्व भागांत समान केला जाऊ शकतो.

(a) सट्टा (जुगार – Speculation)

(b) विनिमयाचा फरक पडणे (Arbitrage)

(c) मागणी व पुरवठ्याद्वारा

(d) व्याजात फरक पडणे

प्र. 146. अर्थशास्त्रज्ञ स्वतंत्र व्यापार नीतीची बाजू यासाठी घेतात की यामुळे,

(a) आंतरराष्ट्रीय स्तरावर विशिष्टीकरणाचे फायदे मिळतात.

(b) एखाद्या खास राष्ट्राला अधिक फायदा मिळतो.

(c) व्यापार मागणी आणि पुरवठ्याद्वारा संचलित होतो.

(d) राज्याच्या कामात अनावश्यक दबाव वाढत नाही.

प्र. 148. मुक्त व्यापाराचे खालील तोटे आहेत.

(a) लहान उद्योगांवर विपरीत परिणाम

(b) विदेशी भांडवलाचा प्रभाव वाढणे

(c) उद्योगांच्या विविधीकरणावर वाईट परिणाम

(d) विशिष्टीकरणाचे नुकसान

वरील विकल्पांमधील उपयोगी विकल्प आहेत

(a) a आणि b (b) c आणि d

(c) फक्त d (b) वरील सर्व

प्र. 148. श्रम हे उत्पादनाचे सर्वांत महत्त्वपूर्ण साधन आहे आणि दुसऱ्या साधनांना श्रमातच सामील केले गेले आहे. ही धारणा कोणत्या विद्वानाने व्यापाराच्या सिद्धान्तात मांडली आहे?

(a) रिकार्डो (b) जे. एस. मिल. (c) केन्स (d) हेबरलर

प्र. 149. रिकार्डोच्या तुलनात्मक सिद्धान्तात कोणत्या अर्थशास्त्रज्ञांनी प्रामुख्याने संशोधन केले आहे?

(a) मार्शल आणि केन्स   (b) जे. एस. मिल आणि बेस्टेबल

(c) हेक्सचर आणि ओहलिन   (d) हिक्स आणि पॅरेटो

प्र. 150. कोणत्या अर्थशास्त्राज्ञाने तुलनात्मक खर्चाच्या सिद्धान्ताला विभिन्न व्यापार करणाऱ्या देशांच्या सापेक्ष साधन संपन्नतेची व्याख्या केली आहे?

(a) रिकार्डो   (b) जे. एस. मिल.

(c) बेस्टेबल   (d) बर्टिल ओहलिन

प्र. 151. हेक्सचर ओहलिन मॉडेलमध्ये साधनांच्या पर्याप्ततेला परिभाषिक केले गेले आहे.

(a) साधनांच्या वास्तविक उपलब्धतेद्वारा

(b) साधनांच्या किमतींद्वारे

(c) (a) व (b) दोन्हींद्वारा

(d) वरीलपैकी कशानेही नाही.

प्र. 152. खालीलपैकी कोणते विधान बरोबर आहे?

(a) जे. एस. मिलने दोन देशांतील व्यापारासाठी अन्योन्य मागणीचा सिद्धान्त (The Theory of Reciprocal Demand) प्रस्तुत केला.

(b) रिकार्डोने आंतरराष्ट्रीय व्यापाराचा उदय होण्याचा मुख्य आधार खर्चातील तुलनात्मक फरकाला मानले आहे.

(c) हेक्सचर – ओहलिनच्या मते दोन देशांमधील व्यापाराची लाभदायकता त्या देशांच्या साधन संपन्नतेच्या फरकाच्या आधारावर ठरते.

(d) वरील सर्व

प्र. 153. A व B भागांच्या जोड्या जुळवा.

भाग A

1) घटणारा खर्च   2) स्थिर खर्च   3) वाढणारा खर्च

भाग B

i) PP वक्राचे उन्नतीदार (Convex) होणे.

ii) PP वक्र सरळ रेषेच्या रूपात असणे

iii) PP वक्र नतोदर (concave) असणे.

	1	2	3
(a)	(ii)	(iii)	(i)
(b)	(i)	(ii)	(iii)
(c)	(iii)	(ii)	(i)
(d)	(ii)	(i)	(iii)

प्र. 154. व्यापार करणाऱ्या देशांना होणाऱ्या लाभाची वाढ

(a) समान रूपाने होते

(b) समान रूपाने होत नाही

(c) त्या देशांच्या पारस्परिक (अन्योन्य) मागणी आणि पुरवठ्याच्या तीव्रतेवर अवलंबून असते

(d) अनिश्चित आणि माहीत नाही.

प्र. 155. आंतरराष्ट्रीय व्यापारात आधुनिक सिद्धान्त सांगतो की व्यापारामुळे विभिन्न देशांमधील साधन किमतीतील अंतर

(a) कमी होईल

(b) अपरिवर्तित राहील

(c) वाढेल

(d) वरीलपैकी काहीच होणार नाही

प्र. 156. विकसनशील देशांची जास्त करून ही तक्रार असते की,

(a) यांच्या व्यापाराच्या अटींमध्ये घसरण येत आहे.

(b) त्यांची निर्यात उपलब्धी किंवा परिसंपत्ती (Proceeds) खूप अस्थिर आहे.

(c) वर्तमान आंतरराष्ट्रीय मौद्रिक व्यवस्था विकसित देशांच्याच हिताचे रक्षण करते.

(d) वरील सर्व

प्र. 157. विश्व व्यापाराचा किती भाग पूर्ण किंवा निरपेक्ष नफ्यावर आधारित असतो?

(a) सर्व

(b) काही

(c) अधिकांश

(d) वरीलपैकी कुठलेही नाही.

प्र. 158. एखाद्या समाजासाठी संरक्षणाच्या खर्चाचे मापन असते

(a) संरक्षणाचा उत्पादन खर्च

(b) उपभोक्ता बचतीचे नुकसान

(c) वरील दोन्ही

(d) वरीलपैकी कुठलेही नाही

प्र. 159. वर्तमानात विनिमय दराला कोणत्या रूपात स्वीकारले जाते?

(a) स्थिर विनिमय दर

(b) परिवर्तनशील विनिमय दर

(c) वरील दोन्ही

(d) वरीलपैकी कुठलेही नाही

प्र. 160. खालीलपैकी कोणता उपाय व्यवहारतोलाच्या अस्थिरतेला दूर करतो?

(a) विनिमय नियंत्रण

(b) मुद्रेचे अवमूल्यन

(c) मुद्रा संकोच

(d) वरील सर्व

प्र. 161. एखादा देश जो व्यवहारतोलात अस्थिरतेच्या स्थितीत असतो, खालील उपाय स्वीकारू शकेल.

(a) सुवर्ण निर्यात

(b) सुवर्ण आयात

(c) विदेशी कर्ज

(d) वरीलपैकी कुठलाही नाही

प्र. 162. व्यवहारतोलात (BOP)

(a) सरकारी व गैरसरकारी, दृश्य व अदृश्य आंतरराष्ट्रीय व्यापाराच्या बाबी सामील असतात.

(b) सरकारी व गैरसरकारी, दृश्य व्यापाराच्या बाबी सामील असतात.

(c) फक्त निजी दृश्य व अदृश्य व्यापाराच्या बाबी सामील असतात.

(d) फक्त निजी दृश्य व अदृश्य व्यापाराच्या बाबी सामील असतात.

प्र. 163. निर्यात प्रधान विकासाने

(a) देशाचे कधी भले होणार नाही जर निर्यातीची मागणी नसेल.

(b) देशाचे कधी नुकसान होणार नाही.

(c) दुसऱ्या देशाला फायदा होईल.

(d) काहीच परिणाम होणार नाही.

प्र. 164. खालीलपैकी कोणती गोष्ट व्यवहारतोलाच्या विकलना बाबत (Debit) नाही?

(a) वस्तूंची आयात   (b) सेवेची आयात

(c) विदेशातून मिळालेले उपहार   (d) विदेशींनी खरेदी केलेली परिसंपत्ती

प्र. 165. अवमूल्यनाचा एकूण अवशोषणावर खालील परिणाम होतो.

(a) उत्पन्नाचे अनुप्रेरित परिवर्तन   (b) प्रत्यक्ष परिवर्तन

(c) वरील दोन्ही   (d) एकूण बचतीत परिवर्तन

प्र. 166. व्यवहारतोलाच्या चालू खात्यात

(a) व्यापारी गोष्टींची आयात निर्यात सामील असते

(b) सर्व विदेशी देणे व प्राप्ती

(c) भांडवलाचा हिशेब होतो

(d) वरीलपैकी काहीच होत नाही

प्र. 167. संरक्षणाच्या बाजूने खालीलपैकी कोणते कारण मुख्यत्वेकरून दिले जाते?

(a) अवपूजनाने (Dumping) सुरक्षा

(b) लहान उद्योगांना संरक्षण देणे

(c) जीवन स्तर संरक्षित करणे

(d) उच्च मजुरी प्रणाली कायम ठेवणे

प्र. 168. पूर्ण विशिष्टीकरणासाठी आवश्यक आहे–

(a) वाढता खर्च असणे   (b) कमी होणारा खर्च असणे

(c) स्थिर खर्च असणे   (d) वरीलपैकी कुठलेच नाही

प्र. 169. A व B भागांच्या जोड्या जुळवा.

भाग A

1) आंतरराष्ट्रीय व्यापार तो असतो जो

2) आंतरराष्ट्रीय व्यापाराचा उद्देश असतो

3) आंतरराष्ट्रीय व्यापाराच्या फायद्यासाठी जरुरी आहे.

4) आंतरराष्ट्रीय व्यापारासाठी

भाग B

(i) खर्चात फरक असणे   (ii) सरकारच्या मर्यादेत येते

(iii) निरपेक्ष खर्च-नफा होणे   (iv) राष्ट्रीय उत्पन्न वाढवणे

	1	2	3	4
(a)	(ii)	(iv)	(i)	(iii)
(b)	(iii)	(ii)	(iv)	(i)
(c)	(iv)	(iii)	(i)	(ii)
(d)	(i)	(ii)	(iii)	(iv)

प्र. 170. खालील आलेख काय दर्शवितो?

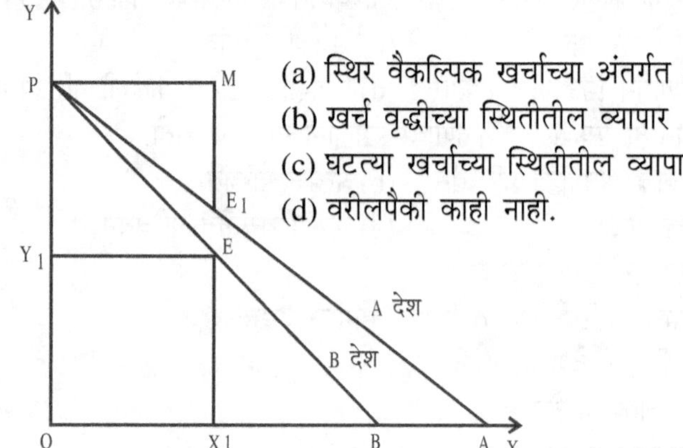

(a) स्थिर वैकल्पिक खर्चाच्या अंतर्गत असलेला व्यापार

(b) खर्च वृद्धीच्या स्थितीतील व्यापार

(c) घटत्या खर्चाच्या स्थितीतील व्यापार

(d) वरीलपैकी काही नाही.

प्र. 171. आधुनिक अर्थशास्त्रज्ञांचे मत आहे की, एखाद्या देश त्या वस्तू आयात करतो.

(a) ज्यांचा सीमान्त उत्पादन खर्च अपेक्षाकृत अधिक असतो.

(b) ज्यांचा सीमान्त उत्पादन खर्च कमी असतो.

(c) ज्यांचा सीमान्त उत्पादन खर्च शून्य असतो.

(d) वरीलपैकी कुठलेही नाही.

प्र. 172. भाग A भाग B शी जुळवा.

भाग A

1) आंतरराष्ट्रीय व्यापारासाठी वेगळ्या सिद्धान्ताची गरज नाही.

2) राष्ट्रीय व्यापार दुसऱ्या कुठल्या नावाने ओळखला जातो.

3) आंतरराष्ट्रीय व्यापाराचा प्रतिष्ठित सिद्धान्त कोणाच्या नावाशी जोडला जातो?

4) मौद्रिक खर्चाला अधिक व्यावहारिक रूप दिले.

भाग B

(i) ॲडम स्मिथ आणि रिकार्डो   (ii) बर्टिल ओहलिन

(iii) हेबरलर   (iv) आंतरक्षेत्रीय व्यापार

	1	2	3	4
(a)	(i)	(ii)	(iii)	(iv)
(b)	(iv)	(iii)	(ii)	(i)
(c)	(ii)	(iv)	(i)	(iii)
(d)	(i)	(iii)	(ii)	(iv)

प्र. 173. हेक्सचर ओहलिन मॉडेलमध्ये साधनांच्या पर्याप्ततेला खालीलद्वारा पारिभाषिक केले जाते.

(a) घटकांचे वास्तविक प्रमाण   (b) घटक किंमतींद्वारा

(c) (a) व b दोन्हींद्वारा   (d) वरीलपैकी कशानेही नाही

प्र. 174. जर देश आपल्या घरगुती अवस्फीतीचा (Recession) सामना करतो आणि त्याच्या व्यवहारतोलात तोटा असेल तर अवस्फीतीला रोखण्यासाठी खर्च वाढवणाऱ्या नीतीने तोटा

(a) कमी होईल   (b) वाढेल

(c) शून्य होईल   (d) वरीलपैकी कुठलेही नाही

प्र. 175. खर्चातील कपातीच्या नीतीचा वापर व्यवहारतोलाच्या तोट्याची पूर्ती करण्यासाठी केला जातो, ज्याचा अर्थ आहे.

(a) कडक मौद्रिक नीती स्वीकारण्याने

(b) कडक राजकोषीय नीती स्वीकारण्याने

(c) (a) आणि (b) दोन्ही

(d) (a) आणि (b) दोन्ही नाही

प्र. 176. IMF च्या स्थापनेचे व कार्यारंभाचे वर्ष आहे.

(a) 1945, 1945   (b) 1945, 1946

(c) 1945, 1947   (d) 1946, 1947

प्र. 177. कोणते विधान खरे आहे?

(a) भारताला IMF च्या संचालक मंडळात स्थायी स्थान मिळाले आहे.

(b) भारताला IMF च्या स्थापनेच्या वेळीच संचालक मंडळात स्थायी स्थान दिले होते.

(c) भारताला IMF च्या संचालन मंडळ समितीत कधीच स्थायी स्थान मिळाले नव्हते.

(d) वरील सर्व चूक

प्र. 178. IMF चे प्रमुख कार्य आहे.
(a) दुर्लभ मुद्रेचे रेशनिंग करणे (b) प्राविधिक मदत देणे
(c) देशांना पुनर्क्रियाची सुविधा देणे (d) वरील सर्व

प्र. 179. सध्याच्या काळात SDR चे मूल्य किती मुद्रांच्या आधारावर निर्धारित केले जाते?
(a) चार (b) पाच (c) सहा (d) सात

प्र. 180. सन 1991 मध्ये SDR च्या मूल्य निर्धारणामध्ये (Basket of Currencies) कोणत्या मुद्रेचे वजन अधिक होते?
(a) अमेरिकन डॉलर (b) जपानी येन
(c) जर्मन मार्क (d) ब्रिटिश पौंड

प्र. 181. वर्तमानात IMF ची सर्व देणी–घेणी केली जातात
(a) सोन्यात (b) डॉलरमध्ये
(c) SDR मध्ये (d) वरीलपैकी कशातच नाही

प्र. 182. 1 जानेवारी 1981 पासून मूल्य निर्धारणासाठी तयार झालेल्या (Basket of currencies) मध्ये कोणत्या देशाची मुद्रा नाही?
(a) अमेरिका (b) जपान
(c) संयुक्त अरब अमिरात (d) जर्मनी

प्र. 183. आंतरराष्ट्रीय मुद्रा कोष अर्थव्यवस्थेला मदत करते.
(a) स्थायी संतुलन निवारणासाठी (b) अस्थायी संतुलन निवारणासाठी
(c) वरील दोन्हींसाठी (d) वरीलपैकी कशासाठीही नाही

प्र. 184. सुरुवातीला IMF चे सदस्य देशांच्या मुद्रांच्या विनिमय दरांना परिभाषित केले गेले.
(a) फक्त सोन्यात (b) सोने आणि डॉलरमध्ये
(c) अन्य देशांच्या मुद्रेत (d) वरील सर्व चूक

प्र. 185. कागदी सुवर्ण मुद्रा आहे.
(a) हिशेबी मुद्रा
(b) IMF च्या नवीन सृजित आंतरराष्ट्रीय तरलतेचा विकल्प
(c) विशेष आहरण अधिकार (SDR) (d) वरील सर्व

प्र. 186. विश्व बँक समूहात कोणती संघटना सामील नाही?
(a) IMF (b) IBRD (c) IFC (d) IDA

प्र. 187. बहुपक्षीय विनियोग गॉरंटी अभिकरण (MIGA) कशाशी संबंधित आहे?
(a) विश्व बँक समूह (b) आंतरराष्ट्रीय मुद्रा कोष
(c) आंतरराष्ट्रीय वित्त निगम (d) आंतरराष्ट्रीय विकास संघ

प्र. 188. कोणते विधान बरोबर आहे?

(a) एखादा देश IMF चा सदस्य बनल्यावर साहजिकच विश्व बँकेच्या सदस्य बनतो

(b) एखादा देश IMF चा सदस्य असताना विश्व बँकेचा सदस्य होऊ शकेल की नाही हे सदस्य देशांच्या इच्छेवर अवलंबून आहे.

(c) IMF च्या सदस्यत्वाचा विश्व बँकेच्या सदस्यत्वाशी काही संबंध नाही

(d) वरीलपैकी सर्व आंशिक सत्य

प्र. 189. आंतरराष्ट्रीय वित्त निगमचा उद्देश आहे.

(a) वैयक्तिक उद्यमतेला प्रोत्साहित करण्यासाठी कर्ज उपलब्ध करून देणे.

(b) भांडवल आणि प्रबंध यामध्ये समन्वय स्थापन करणे.

(c) भांडवल प्रधान देशांना अभाव असलेल्या देशात भांडवल विनियोग करण्यासाठी प्रेरित करणे.

(d) वरील सर्व

प्र. 190. आंतरराष्ट्रीय विकास संघ केव्हा स्थापन झाला?

(a) 12 जुलै 1956   (b) 24 सप्टेंबर 1960

(c) 18 ऑक्टोंबर 1962   (d) 26 सप्टेंबर 1964

प्र. 191. IBRD साठी कोणते विधान योग्य आहे?

(a) ती व्यवहारतोलाच्या अस्थिरतेला दूर करण्यासाठी कर्ज देते.

(b) ती आर्थिक विकासाला प्रोत्साहित करण्यासाठी कर्ज देते

(c) वरील दोन्ही बरोबर   (d) वरील दोन्ही चूक

प्र. 192. आंतरराष्ट्रीय पुनर्निर्माण आणि विकास बँक देते

(a) अल्पकालीन कर्ज   (b) दीर्घकालीन कर्ज

(c) वरील दोन्ही   (d) वरील कुठलेही नाही.

प्र. 193. निर्यात-आयातीचे प्रदान करणे (Exports pay for imports) याचा अर्थ आहे.

(a) आयातीसाठी निर्यातीचे महत्त्व असते

(b) निर्यातीने मिळालेले उत्पन्न आयातीवर खर्च करणे

(c) आयात = निर्यात

(d) निर्यात = आयात

प्र. 194. व्यावहारिक दृष्टिकोनातून क्रयशक्ती समता सिद्धान्त टांकसाळी सिद्धान्तावर एक

(a) सुधारणा आहे   (b) प्रहार आहे

(c) वस्तुस्थिती समजण्याची पद्धत (d) भार आहे.

प्र. 195. हे विधान कोणाचे आहे की ''दोन मुद्रांचा विनिमय दर नक्कीच या मुद्रांच्या आंतरिक क्रयशक्तीच्या भागफलावर अवलंबून असतो.''

(a) इव्हिट   (b) केन्स

(c) गुस्ताव कॅसल   (d) जी. डी. एच. कोल

प्र. 196. वर्तमानात विनिमय दराचे निर्धारण टांकसाळी समता सिद्धान्ताद्वारा महत्वहीन झाले आहे. कारण

(a) सध्या कुठल्याही देशाने सुवर्णमान स्वीकारले नाही.

(b) सध्या आंतरराष्ट्रीय पटलावर सुवर्ण आयात निर्यातीवर प्रतिबंध लागले आहेत.

(c) वर्तमान काळात अपरिवर्तनीय पत्र मुद्रामान सर्व देशांनी स्वीकारली आहे

(d) वरील सर्व

प्र. 197. स्वर्णमानवाल्या देशांच्या मुद्रांच्या विनिमय दराच्या उच्चावचनाची (fluctuation) सीमा ठरते

(a) त्यांच्या सोन्याच्या मूल्यांमध्ये

(b) सुवर्ण निर्यात आणि आयात बिंदूंमध्ये

(c) चांदी आणि सोन्याच्या प्रमाणावर

(d) वरीलपैकी कुठलेही नाही

प्र. 198. क्रयशक्ती समता सिद्धान्तानुसार विनिमय दर कोणत्या देशाच्या हितात असेल? जर तपासणी वर्षात A देशाचा सूचकांक 150 असेल व B देशाचा 200

(a) A देशाचा   (b) B देशाचा   (c) दोन्ही नाही

प्र. 199. व्यवहारतोलाच्या सिद्धान्ताद्वारा असंतुलनाच्या स्थितीत विनिमयदरात मामुली परिवर्तन केले जाते.

(a) अवमूल्यनाद्वारा (Devaluation)

(b) पुनर्मूल्यना द्वारा (Revaluation)

(c) आंतरिक क्रयशक्तीतील परिवर्तनाद्वारा

(d) a, b आणि c द्वारा

प्र. 200. विनिमय दराच्या व्यवहारतोल सिद्धान्तानुसार विनिमय दर फलन आहे.

(a) भांडवल उत्पादन प्रमाणाचे

(b) मुद्रेची मागणी व पुरवठ्याचे

(c) दृश्य आणि अदृश्य गोष्टींचे

(d) व्यवहारतोलाच्या विकलन (debit) आणि समाकलनाच्या (credits) समायोजनेचे

1. a	2. b	3. a	4. a	5. c	6. a	7. a	8. a
9. a	10. b	11. d	12. c	13. b	14. d	15. a	16. d
17. a	18. b	19. a	20. b	21. a	22. d	23. d	24. d
25. a	26. b	27. a	28. b	29. c	30. b	31. d	32. d
33. c	34. b	35. b	36. b	37. b	38. a	39. d	40. a
41. a	42. a	43. d	44. b	45. b	46. b	47. a	48. a
49. a	50. a	51. a	52. c	53. a	54. a	55. c	56. d
57. d	58. c	59. b	60. d	61. a	62. d	63. a	64. b
65. a	66. a	67. c	68. d	69. d	70. d	71. b	72. a
73. a	74. a	75. d	76. c	77. b	78. b	79. a	80. b
81. d	82. a	83. b	84. b	85. a	86. c	87. b	88. a
89. d	90. c	91. b	92. c	93. b	94. a	95. d	96. a
97. a	98. c	99. b	100. b	101. b	102. b	103. a	104. d
105. a	106. b	107. b	108. a	109. c	110. b	111. c	112. a
113. a	114. a	115. d	116. c	117. b	118. b	119. a	120. d
121. d	122. a	123. b	124. d	125. d	126. d	127. b	128. a
129. c	130. c	131. b	132. b	133. d	134. c	135. b	136. a
137. b	138. c	139. a	140. a	141. b	142. a	143. a	144. a
145. b	146. a	147. d	148. a	149. c	150. b	151. c	152. d
153. b	154. c	155. a	156. d	157. b	158. c	159. b	160. d
161. a	162. a	163. a	164. c	165. c	166. a	167. b	168. c
169. a	170. a	171. a	172. c	173. c	174. b	175. c	176. c
177. b	178. d	179. b	180. a	181. c	182. c	183. b	184. b
185. d	186. a	187. a	188. a	189. d	190. b	191. b	192. b
193. b	194. a	195. c	196. d	197. b	198. a	199. d	200. b

■ ■ ■

9. आर्थिक वृद्धी व विकास
Economic Growth and Development

प्र. 1. किण्डल बर्जरनुसार प्रस्तुत विचार दर्शवणारे समीकरण आहे.

    (a) आर्थिक विकास = आर्थिक वृद्धी + तंत्रज्ञान व संस्थागत परिवर्तन

    (b) आर्थिक वृद्धी = आर्थिक विकास + तंत्रज्ञान व संस्थागत परिवर्तन

    (c) आर्थिक विकास = आर्थिक वृद्धी

    (d) वरील सर्व असत्य

प्र. 2. श्रीमती उर्सुला हिक्सनुसार आर्थिक विकासाचा वापर केला जातो.

    (a) विकसित देशांसाठी   (b) भांडवलवादी देशांसाठी

    (c) विकसनशील देशांसाठी   (d) वरील सर्वांसाठी

प्र. 3. A भाग B भागाशी जुळवा.

    भाग A

    (1) जेव्हा राष्ट्रीय उत्पन्न सतत वाढते तेव्हा

    (2) जेव्हा राष्ट्रीय उत्पन्न सतत कमी होते तेव्हा

    (3) जेव्हा राष्ट्रीय उत्पन्न स्थिर असते तेव्हा

    (4) जेव्हा एकूण राष्ट्रीय उत्पन्नातून मूल्य घट कमी केला जातो तेव्हा

    भाग B

    (i) आर्थिक विकास सकारात्मक असतो

    (ii) आर्थिक विकास नकारात्मक असतो.

    (iii) आर्थिक विकास शून्य असतो.

    (iv) शुद्ध राष्ट्रीय उत्पादन उरलेले वाचवतो.

	1	2	3	4
(a)	iv	iii	ii	i
(b)	i	ii	iii	iv
(c)	ii	i	iii	iv
(d)	i	ii	iv	iii

प्र. 4. ''विकास हा मानवी प्रयत्नांचा परिणाम आहे'' हे विधान कोणत्या अर्थशास्त्रज्ञाने केले आहे?

    (a) ॲडम स्मिथ   (b) शुम्पीटर   (c) लुइस   (d) कोलिन क्लार्क

प्र. 5. आर्थिक विकास ही –

(a) स्वाभाविक प्रक्रिया आहे.   (b) प्रेरित प्रक्रिया आहे.

(c) वरील दोन्ही सत्य आहेत.   (d) वरील दोन्ही असत्य आहेत.

प्र. 6. अर्थव्यवस्थेतील एखाद्या क्षेत्रातील प्रगतीला आर्थिक विकास म्हणता येत नाही, कारण या क्षेत्रातील प्रगतीला अन्य क्षेत्रांतील प्रगतीशी –

(a) जोडले जाऊ शकते   (b) जोडता येत नाही

(c) वरील दोन्ही   (d) वरीलपैकी काहीच नाही

प्र. 7. संरचनात्मक परिवर्तनांसाठी असलेल्या विकास प्रक्रियेला म्हणतात –

(a) आर्थिक विकास   (b) आर्थिक वृद्धी

(c) वरील दोन्ही   (d) वरीलपैकी काहीच नाही

प्र. 8. ‘‘विकास स्थिर स्थितीत होणारे असंगत व स्वाभाविक परिवर्तन आहे जे वर्तमान संतुलनाच्या अवस्थेला नेहमीसाठी बदलून टाकते’’ हे विधान करणारे अर्थशास्त्रज्ञ आहेत

(a) लुइस   (b) डी. ब्राइट सिंह   (c) शुम्पीटर   (d) कोलिन क्लार्क

प्र. 9. हेरोड–डॉमर प्रतिमान आर्थिक विकासासाठी खालीलपैकी कोणाला प्रमुख काम सोपवतात?

(a) भांडवल संचय   (b) लाभ

(c) गुंतवणूक वृद्धी   (d) आधारभूत सुविधा

प्र. 10. ‘‘जो आज साधनांमध्ये निर्धन मानला जातो, काही काळानंतर समृद्ध मानला जाऊ शकतो’’ हे विधान कोणाचे आहे?

(a) रॉबिन्सन   (b) प्रा. लुइस   (c) मार्शल   (d) ॲडम स्मिथ

प्र. 11. कोणत्या अर्थशास्त्रज्ञानुसार ‘‘प्राकृतिक साधन, भौतिक भांडवल, श्रम व मानवी भांडवल, संघटना, औद्योगिकी, स्तरीय बचत व बाजार विस्तार आणि संरचनात्मक परिवर्तन’’ वृद्धीचे घटक आहेत?

(a) रिचर्ड मिल   (b) किंडल बर्जर

(c) हर्मन फायनर   (d) वरीलपैकी कोणीही नाही

प्र. 12. खालीलपैकी उपयुक्त विधान अंकित करा

(a) विकसित देशांमध्ये उत्पन्नाच्या वितरणाची असमानता अर्धविकसित देशांपेक्षा जास्त आहे.

(b) अर्धविकसित देशांमध्ये उत्पन्नाच्या वितरणाची असमानता विकसित देशांपेक्षा जास्त आहे.

(c) अर्धविकसित देशांमध्ये उत्पन्नाच्या वितरणाच्या असमानतेची काहीच समस्या नाही.

प्र. 13. असंतुलित विकास सिद्धान्तात दोन प्रकारच्या गुंतवणुका मानल्या गेल्या आहेत.

(a) मुलभूत सामाजिक गुंतवणूक (SOC)

(b) भांडवली वस्तू व उपभोग्य वस्तूंची गुंतवणूक (DPA)

(c) राष्ट्रीय गुंतवणूक व आंतरराष्ट्रीय गुंतवणूक

(d) आधारभूत गुंतवणूक व लघुक्षेत्रात गुंतवणूक

प्र. 14. रोजन्स्टीन रोडाननुसार बचत व गुंतवणुकीच्या वृद्धीसाठी आवश्यक आहे.

(a) उपभोग वृद्धी   (b) उत्पन्नाचे प्रमाण वाढणे

(c) लाभ वृद्धी   (d) मागणी वृद्धी

प्र. 15. हेरॉडच्या विकास मॉडेलमध्ये तो दर जो जनसंख्या वृद्धी आणि तांत्रिक परिवर्तन (दीर्घ काळासाठी) स्वीकारतो तो दर आहे –

(a) विकासाचा स्वाभाविक दर   (b) विकासाचा वास्तविक दर

(c) विकासाचा आवश्यक दर   (d) वरीलपैकी कुठलाच नाही

प्र. 16. 'आंतरराष्ट्रीय प्रदर्शन प्रभाव' (International Demonstration Effect) चा अर्थ आहे –

(a) विकसित देशांच्या उपभोगाचे अल्पविकसित देशात अनुकरण करणे

(b) अल्पविकसित देशांच्या उपभोगाचे विकसित देशात अनुकरण करणे

(c) वरील दोन्ही एकत्र

(d) वरीलपैकी कुठलाच नाही

प्र. 17. राष्ट्रीय उत्पन्नाच्या वास्तविक वृद्धीचे घटक

(a) उत्पादनाच्या मागणीचा आकार व प्रकार निश्चित करतात.

(b) वस्तू व सेवांच्या पुरवठ्याच्या क्षेत्राला प्रभावित करतात.

(c) वरील कुठलेही

(d) वरील सर्वच

प्र. 18. ''आर्थिक वृद्धीचा अर्थ आहे क्षमतेत होणारी ती दीर्घावधी वाढ, जी जनसंख्येला उत्तरोत्तर विविध वस्तूंच्या मागणीची पूर्ती (पुरवठा) करण्यासाठी असते, ती वाढती क्षमता उन्नतीशील प्रौद्योगिकी आणि संस्थागत व वैचारिक समायोजनांवर आधारीत आहे'', हे कोणी परिभाषित केले आहे?

(a) डब्ल्यू. ए. लुइस   (b) आर. एम. सीलो

(c) प्रा. जे. ई. गीड   (d) प्रा. सायमन कुजनेट्स

प्र. 19. खालीलपैकी उपयुक्त विधान अंकित करा.

(a) प्रत्येक अर्धविकसित देश अदृश्य बेरोजगारीने ग्रस्त असतो.

(b) अधिक जनसंख्या असलेल्या कृषिप्रधान देशात अदृश्य बेरोजगारी असते.

(c) आफ्रिका व दक्षिण अमेरिकेतील देशांमध्ये अदृश्य बेरोजगारी व्याप्त आहे.

(d) प्रत्येक कृषिप्रधान देश, विकसित असो किंवा विकासशील त्यात अदृश्य बेरोजगारी असते.

प्र. 20. आर्थिक विकासाच्या अंतर्गत रचनात्मक परिवर्तनाचा अर्थ आहे –

(a) परंपरागत समाजाचे आधुनिक औद्योगिक अर्थव्यवस्थेत बदलले जाणे.

(b) परंपरागत समाजाचे परंपरागत औद्योगिक अर्थव्यवस्थेत बदलले जाणे.

(c) परंपरागत विकास पद्धतीवर चालत राहणे.

(d) वरीलपैकी कुठलाच नाही

प्र. 21. प्रा. जेकब वायनरनुसार विकासाचा मापदंड आहे.

(a) दरडोई उत्पन्न   (b) राष्ट्रीय उत्पन्न

(c) राष्ट्रीय बचत   (d) राष्ट्रीय गुंतवणूक

प्र. 22. "The Theory of Economic Growth" नावाचे पुस्तक कोणी लिहिले आहे?

(a) कोलिन क्लार्कने   (b) कुजनेट्सने

(c) डब्ल्यू. ए. लुइसने   (d) मायर व बाल्डविनने

प्र. 23. अल्पविकसित देशांमध्ये खालील क्षेत्रांमधील उत्पन्नाची जास्त असमानता दिसून येते –

(a) कृषी क्षेत्र   (b) निर्माण क्षेत्र

(c) सेवा क्षेत्र   (d) कुठल्याच नाही

प्र. 24. मेयर आणि बाल्डविननुसार –

(a) आर्थिक कल्याणात वृद्धी, आर्थिक विकासाचे सूचक आहे.

(b) दरडोई उत्पन्नात वाढ, आर्थिक विकासाचे सूचक आहे

(c) नव–प्रवर्तन आर्थिक विकासासाठी सगळ्यात महत्त्वाचे तत्त्व आहे.

(d) राष्ट्रीय उत्पन्नात वाढ आर्थिक विकासाचे सूचक आहे

प्र. 25. हेरॉड डोमर मॉडेल खालीलपैकी कोणाला आर्थिक विकासासाठी प्रमुख काम सोपवते?

(a) भांडवल संचय   (b) लाभ

(c) गुंतवणूक वाढ   (d) आधारभूत सुविधा

प्र. 26. जेव्हा अर्थव्यवस्थेच्या काही निवडक क्षेत्रांमध्ये गुंतवणूक केली जाते तेव्हा त्याला म्हटले जाते.

(a) संतुलित विकास   (b) असंतुलित विकास

(c) संरचनात्मक विकास   (d) आधारभूत विकास

प्र. 27. लेविसने भांडवल निर्माणाचे निर्धारक तत्त्व मानले आहे.

(a) बँकांना   (b) भांडवल बचतीला

(c) वरील दोन्हींना   (d) उपयोगाला

प्र. 28. प्रा. कुजनेट्सने आर्थिक विकास मोजण्याची रीत सांगितली आहे

(a) राष्ट्रीय उत्पन्न   (b) दरडोई उत्पन्न

(c) दरडोई बचत   (d) एकूण गुंतवणूक

प्र. 29. विकासाच्या संदर्भात योग्य विधान अंकित करा.

(a) नियोजन असणे जरुरी आहे.

(b) राष्ट्रीय उत्पन्न वाढवणे जरुरी आहे.

(c) राष्ट्रीय वास्तविक उत्पन्न वाढवणे जरुरी आहे.

(d) किमती स्थिर राहणे जरुरी आहे.

प्र. 30. गुंतवणुकीत वाढ झाली की वाढते.

(a) भांडवल   (b) उत्पन्न   (c) बेरोजगारी   (d) वरील काहीही नाही

प्र. 31. मुलभूत सामाजिक गुंतवणुकीत (Soc) समाविष्ट असते –

(a) शिक्षण   (b) स्वास्थ्य   (c) वाहतूक   (d) वरील सर्व

प्र. 32. खालीलपैकी उपयोगी विधान अंकित करा.

(a) विकसित देशांत उत्पन्नाच्या वितरणाची असमानता अर्धविकसित देशांपेक्षा जास्त आहे.

(b) अर्धविकसित देशांत उत्पन्नाच्या वितरणाची असमानता विकसित देशांपेक्षा जास्त आहे.

(c) अर्धविकसित देशांमध्ये उत्पन्नाच्या वितरणाची असमानतेची काहीच समस्या नाही.

(d) विकसित देशांमध्ये उत्पन्नाच्या असमान वितरणाची काहीच समस्या नाही.

प्र. 33. रोजेन्स्टीन रोडाननुसार बचत व गुंतवणुकीच्या वाढीसाठी आवश्यक आहे.

(a) उपभोग वृद्धी   (b) उत्पन्न वाढणे

(c) लाभ वृद्धी   (d) मागणी वृद्धी

प्र. 34. खालीलपैकी कोणता अर्थशास्त्रज्ञ संतुलित विकासाचा समर्थक नव्हता?

(a) नर्क्स   (b) रोडान   (c) हर्षमन   (d) आर्थर लेविस

प्र. 35. विकसनशील देशांमध्ये जनसंख्या वृद्धीच्या तीव्र दराचे कारण आहे –

(a) उच्च जन्म दर   (b) कमी मृत्यू दर

(c) उच्च जन्म व कमी मृत्यू दर   (d) वरीलपैकी कुठलेच नाही

प्र. 36. खालीलपैकी कोणते गुणात्मक परिवर्तन आर्थिक विकासाच्या परिणामस्वरुप उत्पन्न होते ?

(a) शहरीकरण

(b) नवीन संस्थांचा उदय

(c) प्राथमिक उद्योगांकडून द्वितीय व तृतीय उद्योगांकडे जनसंख्येचे प्रवाहित होणे

(d) वरील सर्व

प्र. 37. नक्सेंच्या अनुसार अल्पविकसित देशांमध्ये गुंतवणूक प्रेरणा खालील गोष्टीपुरती सीमित आहे.

(a) बाजाराचा आकार   (b) बचत

(c) उपभोग   (d) लाभ दर

प्र. 38. आर्थिक विकास ती प्रक्रिया आहे, ज्यामध्ये दरडोई वास्तविक उत्पन्नात वाढ होते आणि

(a) ही वाढ दीर्घकाळ होत रहाते

(b) ही वाढ थोड्या काळापुरतीच असते.

(c) परंतु उत्पन्नाच्या वितरणाची असमानता वाढत नाही.

(d) परंतु गरिबीच्या रेषेच्या खालच्या लोकांची संख्या वाढते

प्र. 39. विकास एक लक्ष्य नाही तर (खालीलपैकी कोणाचे) साधन आहे –

(a) निर्धनतेवर विजय मिळविण्याचे

(b) उत्पन्नाच्या वितरणाची विषमता कमी करण्याचे

(c) बेरोजगारांना रोजगार देण्याचे

(d) लोकांच्या आर्थिक कल्याणात वाढ करण्याचे

प्र. 40. आर्थिक वृद्धी (Economic Growth) आणि संरचनात्मक परिवर्तन यांमधील घनिष्ट संबंधाकडे लक्ष आकर्षित करणाऱ्या अर्थशास्त्रज्ञाचे नाव आहे.

(a) जे.एम.केन्स   (b) मॉरिस डॉब

(c) जे.आर.हिक्स   (d) सायमन कुजनेट्स

प्र. 41. खालीलपैकी उपयुक्त विधानाला अंकित करा.

(a) विकासात आर्थिक परिवर्तनाबरोबरच सामाजिक, राजनैतिक व सांस्कृतिक परिवर्तन पण येतात

(b) आर्थिक वृद्धीत आर्थिक परिवर्तनाबरोबरच सामाजिक, राजनैतिक व सांस्कृतिक बदल पण येतात

(c) विकासात फक्त आर्थिक परिवर्तनाचीच गोष्ट केली जाते.

(d) विकासाचा आर्थिक परिवर्तनाशी काहीच संबंध नाही.

प्र. 42. आर्थिक विकास (Economic Development) हा आर्थिक वृद्धी (Economic Growth) चा

(a) संकीर्ण विचार आहे (b) व्यापक विचार आहे.

(c) दोन्ही समान आहेत. (d) दोन्हींत काहीच समानता नाही.

प्र. 43. आर्थिक विकासाचा संबंध –

(a) विकसित देशांशी आहे.

(b) विकसनशील देशांशी आहे.

(c) सर्व प्रकारच्या देशांशी आहे.

(d) विकासाचा देशाच्या आर्थिक स्थितीशी काहीही संबंध नाही.

प्र. 44. विकासाच्या संदर्भात बरोबर विधान अंकित करा.

(a) नियोजन असणे आवश्यक आहे.

(b) राष्ट्रीय उत्पन्न वाढवणे आवश्यक आहे.

(c) राष्ट्रीय वास्तविक उत्पन्न वाढवणे आवश्यक आहे.

(d) किंमती स्थिर राहणे आवश्यक आहे.

प्र. 45. भाग A भाग B शी जुळवा.

भाग A

(1) नवप्रवर्तन (Innovation) आर्थिक विकासासाठी सर्वांत महत्त्वपूर्ण तत्त्व आहे.

(2) राष्ट्रीय उत्पन्नात वृद्धी आर्थिक विकासाचा मापदंड आहे.

(3) आर्थिक कल्याणात वाढ आर्थिक विकासाचे सूचक आहे.

(4) दरडोई उत्पन्नात वाढ आर्थिक विकासाचे सूचक आहे.

भाग B

(i) शुम्पीटर (ii) मेयर आणि बाल्डविन

(iii) ऑकम आणि रिचर्डसन (iv) बुकानन आणि एलिस

	1	2	3	4
(a)	i	ii	iii	iv
(b)	ii	i	iv	iii
(c)	iii	ii	iv	i
(d)	iv	iii	ii	i

प्र. 46. आर्थिक विकास –

(a) एक स्थैतिक विचार आहे. (b) एक गत्यात्मक विचार आहे.

(c) आर्थिक संतुलनाचा विचार आहे.

(d) परंपरागत विचार आहे.

प्र. 47. आर्थिक विकासाच्या संदर्भात आपण वास्तविक उत्पन्नाला मापाचा आधार बनवतो की–

(a) यामुळे विकासाचा योग्य दर माहीत होतो.

(b) यामुळे माहिती करून घेणे सोपे आहे.

(c) वास्तविक उत्पन्न विकासाचा एकमेव अर्थक आहे.

(d) जर वास्तविक उत्पन्नाला मापाचा आधार नाही बनवले तर आर्थिक विकासच नाही तर आर्थिक वाढीचे ज्ञान होईल.

प्र. 48. आर्थिक विकासात विकासाबरोबर आणखी काय सामील असते?

(a) किंमत स्थिरता   (b) पूर्ण रोजगार

(c) समान उत्पन्न वितरण   (d) सामाजिक परिवर्तन

प्र. 49. आर्थिक विकासाबरोबर काही गुणात्मक बदल होतात. खालीलपैकी असे कुठले बदल आहेत जे आर्थिक विकासाशी जोडलेले असतात.

(a) नवीन नवीन संस्थांची निर्मिती

(b) प्राथमिक उद्योगांकडून द्वितीयक आणि तृतीयक उद्योगांकडे जनसंख्येचा प्रवाह

(c) शहरीकरणात वाढ

(d) वरीलपैकी सर्व

प्र. 50. विकासाची व्याख्या करताना 'वास्तविक' (Real) शब्द यासाठी वापरला जातो, कारण –

(a) प्रत्येक वर्षी GNP चा अंदाज चालू किमतीवर केला जातो.

(b) वास्तविक GNP किमतींच्या उच्चावचनांच्या प्रभावांना सामील करत नाही.

(c) वास्तविक GNP चा अंदाज लावणे सोपे आहे.

(d) वरीलपैकी कुठलेच नाही.

प्र. 51. विभिन्न देशांच्या आर्थिक विकासाची आपसांत तुलना करणे कठीण आहे कारण –

(a) अनुभवसिद्ध तथ्यांचा अभाव असतो.

(b) सामान्य सूचकाचा (Common Denominator) अभाव असतो.

(c) निरनिराळ्या देशांत निरनिराळ्या वस्तूंना समान वजन (Weight) दिले जाऊ शकत नाही.

(d) वरील सर्व

प्र. 52. आर्थिक विकासात उत्पादन स्तरात वाढ करण्याने समाजाला खालील लाभ मिळतात –

(a) मानव कल्याण   (b) उत्पादक / उद्यमांना लाभ

(c) अधिकतम उत्पादन   (d) राष्ट्रीय उत्पन्नात वाढ

प्र. 53. विकसित देशांमध्ये जगाच्या एकूण लोकसंख्येचा किती भाग राहतो?

(a) $\dfrac{1}{3}$ (b) $\dfrac{1}{4}$ (c) $\dfrac{3}{4}$ (d) $\dfrac{1}{2}$

प्र. 54. आर्थिक प्रगतीचा संबंध असतो.

(a) संवृद्धीशी

(b) दरडोई वास्तविक उत्पन्न वाढीशी

(c) औद्योगिक विकासाशी

(d) राष्ट्रीय उत्पादनाशी

प्र. 55. आर्थिक विकासाचा अर्थ आहे, आर्थिक परिवर्तनाबरोबर खालील गोष्टी सामील क्वायला हव्यात

(a) किंमत स्थिरता

(b) नियंत्रण

(c) सरकारी हस्तक्षेपापासून स्वतंत्रता

(d) सामाजिक परिवर्तन

प्र. 56. आधारभूत साधनांच्या पुरवठ्यामध्ये परिवर्तन व वस्तूंच्या मागणीमध्ये संरचनात्मक परिवर्तनांनी देशाच्या आर्थिक विकासाची खालील गोष्ट निर्धारित होते.

(a) मात्रा   (b) दिशा   (c) दर   (d) संयोग

प्र. 57. गुन्नार मिर्डल आहे.

(a) स्वीडिश अर्थशास्त्रज्ञ   (b) ब्रिटिश अर्थशास्त्रज्ञ

(c) अमेरिकन अर्थशास्त्रज्ञ   (d) फ्रान्सचे अर्थशास्त्रज्ञ

प्र. 58. 'असंतुलित विकास' च्या विचारधारेचे प्रतिपादक आहेत

(a) हर्शमन   (b) सॅम्युएलसन   (c) हॅंडरसन   (d) रॉबिन्सन

प्र. 59. 'विकास प्रक्रियेत' खालील गोष्ट आवश्यक आहे.

(a) उत्पादन प्रक्रियेत सुधारणा   (b) परिवर्तनाचे वातावरण

(c) वरील दोन्ही   (d) आर्थिक उतार – चढाव

प्र. 60. खालील गोष्ट विकास प्रक्रियेत सामील असते.

(a) जनतेच्या जीवन स्तरात सुधारणा

(b) साधनांच्या कुशलतेत वाढ

(c) जनसंख्येत शून्य वाढ

(d) उच्च उपभोगांच्या वस्तूंची प्राप्ती

प्र.61. अल्पविकसित देशांमध्ये 'दुहेरी अर्थव्यवस्था' असते, ज्याचा अर्थ आहे.

(a) सार्वजनिक आणि खासगी क्षेत्र (b) भांडवल व श्रम

(c) उद्योग व कृषी   (d) बाजार व जीवन निर्वाह अर्थव्यवस्था

प्र. 62. वास्तवात विकास आणि वृद्धीमध्ये अंतर

(a) दोन्हींच्या स्वभाव व कारणांशी(Causes) संबंधित आहे.

(b) दोन्हींच्या तीव्रतेशी संबध आहे.

(c) दोन्हींच्या व्यवस्थांशी (Management) संबंधित आहे.

(d) वरीलपैकी कुठलेच नाही.

प्र. 63. आर्थिक विकासाचा अभ्यास मुख्यत्वेकरून स्थैतिक समस्या खास करून पश्चिमी युरोपच्या सांस्कृतिक व सामाजिक संस्थापर्यंतच सीमित होता. खरे पाहता अर्धविकसित देशांच्या आर्थिक विकासाकडे लोकांचे लक्ष विशेषत:-

(a) 1930 च्या दशकात गेले   (b) द्वितीय विश्वयुद्धानंतर गेले

(c) 1950 च्या दशकात गेले   (d) वरीलपैकी कुठलेच नाही.

प्र. 64. ''आर्थिक विकास त्या प्रक्रियेचा अर्थ सांगतो,ज्याद्वारे एखाद्या अर्थव्यवस्थेच्या वास्तविक राष्ट्रीय उत्पन्नात दीर्घ काळाची वाढ होते.'' हे विधान कोणत्या विद्वानाचे आहे?

(a) ओकम व रिचर्डसन   (b) गुन्नार मिर्डल

(c) मेयर   (d) नर्क्स

प्र. 65. आर्थिक प्रगती केल्याशिवाय आपण आर्थिक विकासाची –

(a) कल्पनाही करू शकत नाही.   (b) कल्पना करू शकतो.

(c) वरीलपैकी दोन्ही   (d) वरीलपैकी नाही.

प्र. 66. आर्थिक विकासासाठी खालीलपैकी कुठली अट जरुरी आहे?

(a) दीर्घ काळात होणारी वाढ

(b) अल्पकाळात वास्तविक राष्ट्रीय उत्पन्नातील वाढ

(c) आर्थिक स्थिरता

(d) वरीलपैकी कुठलीच नाही.

प्र. 67. आर्थिक वाढ व विकास कोणत्या श्रेणीत ठेवून अभ्यास केला जातो?

(a) सूक्ष्म आर्थिक विश्लेषण   (b) समष्टि आर्थिक विश्लेषण

(c) समष्टि आणि गतिशील आर्थिक विश्लेषण

(d) वरीलपैकी नाही.

प्र. 68. जेव्हा आर्थिक विकास दर शून्य असेल तेव्हा आपल्याला कळायला हवे की

(a) जनसंख्या वाढीचा दर शून्य आहे.

(b) राष्ट्रीय उत्पन्न वाढीचा दर शून्य आहे.

(c) राष्ट्रीय उत्पन्नात वाढ होत नाही.

(d) वरीलपैकी काहीच नाही.

प्र. 69. आर्थिक विकास मोजण्यासाठी खालीलपैकी कोणत्या प्रक्रियेला (Method) मान्यता दिली जाते?

(a) राष्ट्रीय उत्पन्न   (b) दरडोई उत्पन्न

(c) आर्थिक कल्याण   (d) वरील सर्वच

प्र. 70. निर्धन देशांमध्ये आर्थिक वृद्धीच्या आधीची अट पूर्णपणे संबंधित असते.

(a) जन्म दर घटण्याशी   (b) बॅंकिंग व्यवस्थेच्या प्रादुर्भावाशी

(c) भांडवल निर्मितीशी   (d) व्याजाचा दर खाली जाण्याशी

प्र. 71. कमी उत्पन्न असलेल्या देशातील विकास अवलंबून असतो.

(a) राष्ट्रीय व आंतरराष्ट्रीय परिस्थितींवर विशेषतः स्वदेशी परिस्थितीवर

(b) त्यांच्याकडील सामाजिक व आर्थिक परिस्थितीवर

(c) फक्त आंतरराष्ट्रीय परिस्थितीवर   (d) वरील सर्वांवर

प्र. 72. प्रा. जेकब वायनर यांच्या अनुसार विकास मापदंड आहे.

(a) दरडोई उत्पन्न   (b) राष्ट्रीय उत्पन्न

(c) राष्ट्रीय बचत   (d) राष्ट्रीय गुंतवणूक

प्र. 73. अल्पविकसित देश खालील वस्तू आयात करतात

(a) यंत्रे   (b) उपभोक्ता वस्तू

(c) कच्चा माल   (d) श्रम शक्ती

प्र. 74. ''अल्पविकसित देश ते आहेत, जे विकसित देशांच्या तुलनेत आपली लोकसंख्या व प्राकृतिक साधनांच्या तुलनेत कमी पुंजीत संपन्न होतात.'' ही व्याख्या खालीलपैकी कोणी दिली आहे?

(a) भारतीय योजना आयोग   (b) गुन्नार मिर्डल

(c) प्रा. नर्क्स   (d) यू. एन. ओ.

प्र. 75. किंमत दृढता खालील अवस्थेचे द्योतक आहे.

(a) बाजाराची अपूर्णता   (b) बाजाराची पूर्णता

(c) पूर्ण रोजगार   (d) दीर्घकालीन स्थिरता

प्र. 76. "The Problems of Capital Formation in the under Developed Economy'' चे लेखक आहेत.

(a) प्रा. नर्क्स   (b) हॅरोड   (c) शुम्पीटर   (d) प्रा. कुजनेट्स

प्र. 77. कष्ट न करता स्वाभाविक रूपात चालणाऱ्या प्रक्रियेला म्हटले जाते.

(a) आर्थिक विकास   (b) आर्थिक प्रगती

(c) आर्थिक संवृद्धी   (d) विकास दर

प्र. 78. ''संतुलित विकासही शेवटी असंतुलित जेवणाच्या आवश्यकतेवर अवलंबून असतो.'' हे विधान कोणत्या अर्थशास्त्रज्ञाचे आहे?

(a) कोलीन क्लार्क   (b) नर्क्स   (c) हर्शमन   (d) लायबेन्स्टीन

प्र. 79. गरिबीचे दुष्टचक्र (Vicious Circle of Poverty) चा अर्थ आहे.

(a) गरिबांमध्ये वाईट सवयी असतात.

(b) गरिबी एक अभिशाप आहे.

(c) कमी उत्पन्नवाल्या देशात कमी उत्पन्नामुळे कमी बचत, कमी विनियोग, कमी उत्पादन आणि पुन्हा कमी उत्पन्न असे चक्र चालू रहाते.

(d) कमी उत्पन्नात रोजगार मिळत नाही व रोजगार न मिळाल्याने उत्पन्न कमी मिळते.

प्र. 80. जर विकसित देशात दरडोई सरासरी उत्पन्न 4,000 डॉलर आहे आणि विकसनशील देशात 400 डॉलर, तर त्याचा अर्थ असा नाही की विकसित देशात जीवन 10 पट चांगले आहे आणि विकसनशील देशात जीवन 10 पट वाईट आहे. कारण -

(a) वरील विधानात दोन्ही देशांतील किमतींचा स्तर सांगितला नाही.

(b) दोन्ही देशांच्या उत्पन्नाच्या वितरणाची माहिती नाही.

(c) वरील दोन्ही विधाने बरोबर आहेत.

(d) वरील दोन्ही विधाने चूक आहेत.

प्र. 81. ''अल्पविकसित देश तो आहे, ज्यात एकीकडे कमी-अधिक प्रमाणात मानवी शक्ती वाया जाते तर दुसरीकडे प्राकृतिक साधनांचे पूर्ण शोषण झालेले नसेल.'' ही व्याख्या आहे –

(a) यू.एन.ओ.ची   (b) भारतीय योजना आयोगाची

(c) प्रा. जे.आर.हिक्स यांची   (d) हेन्सनची

प्र. 82. भांडवल संचयन सिद्धान्त कोणी मांडला?

(a) कार्ल मार्क्स   (b) नर्क्स   (c) ॲडम स्मिथ   (d) शुम्पीटर

प्र. 83. सन 1920 मध्ये "The Principles of Political Economy" हे पुस्तक प्रकाशित झाले. त्याचे लेखक होते.

(a) ॲडम स्मिथ   (b) डेविड रिकार्डो

(c) जे. बी. से   (d) टी. आर. माल्थस

प्र. 84. रिकार्डो यांनी हा निष्कर्ष काढला की, भांडवलाचे संग्रहण करता करता एक अर्थव्यवस्था 'जड–अर्थव्यवस्था' या स्थितीत येईल कारण -

(a) अर्थव्यवस्थेत सोने संपून जाईल.

(b) अर्थव्यवस्थेत शेतीयोग्य जमीन संपून जाईल.

(c) जनसंख्या वाढल्याने मागणी आणि मजुरी वाढेल ज्यामुळे मजुरीचे प्रमाण वाढून फायदा कमी होईल. लाभाचे प्रमाण कमी झाल्याने पुंजी संग्रहण व विनियोग कमी झाल्याने जडता येईल.

(d) एकूण मागणी एकूण पुरवठ्यापेक्षा कमी होईल.

प्र. 85. प्रा. मीडच्या आर्थिक वृद्धीच्या नवशास्त्रीय सिद्धान्तात शुद्ध उत्पादन (net output) किती तत्त्वांवर अवलंबून असते?

(a) दोन   (b) तीन   (c) चार   (d) पाच

प्र. 86. प्रा. कालडर यांच्या मते राष्ट्रीय उत्पन्न (y), एकूण मजूरी (w) जमा व एकूण लाभ (p) यांचा आपसांत संबंध आहे.

(a) $W = Y + P$ (b) $Y = W + P$

(c) $Y = W - P$ (d) $P = W - P$

प्र. 87. खालीलपैकी उपयोगी विधान अंकित करा.

(a) दारिद्र्याच्या दुष्टचक्राचा मागणी पक्ष हा आहे की वास्तविक उत्पन्न कमी झाल्याने व विनियोग कमी झाल्याने उत्पादकता कमी होते, उत्पन्न कमी झाल्याने क्रयशक्ती कमी होते आणि विनियोगाची खर्चाची प्रेरणा कमी मिळते.

(b) दारिद्र्याच्या दुष्टचक्राचा पुरवठा पक्ष हा आहे की उत्पादकता कमी झाल्याने वास्तविक उत्पन्नात कमी येते. विनियोग (खर्च) कमी झाल्याने उत्पादकता कमी होते. बचत कमी झाल्याने विनियोग कमी होतो. बचतीची क्षमता कमी झाल्याने बचत कमी होते.

(c) वरील दोन्ही विधाने उपयोगी आहेत.

(d) वरील दोन्ही विधाने चूक आहेत.

प्र. 88. महालनोबिस मॉडेल खऱ्या अर्थाने एक

(a) बंद अर्थव्यवस्था मॉडेल आहे.   (b) वितरण मॉडेल आहे.

(c) विकास मॉडेल (सिद्धान्त) आहे.   (d) वरीलपैकी काहीच नाही.

प्र. 89. जीवननिर्वाह विकासाचे उच्च दर एका अर्थव्यवस्थेवर अवलंबून असतात.

(a) कृषी क्षेत्राच्या उच्च विकास दरावर

(b) सतत नवीन आविष्कार व अनुसंधानावर

(c) उद्योगाकडे कार्यात्मक साच्यात परिवर्तन

(d) तीव्र औद्योगिकीकरणावर

प्र. 90. दरडोई वास्तविक उत्पन्न वाढणे आर्थिक विकासाचा शुभ संकेत मानला जातो, खालीलपैकी एक सोडून.

(a) NATO देशांना   (b) OPEC देशांना

(c) लॅटीन अमेरिकन देशांना   (d) साम्यवादी देशांना

प्र. 91. आधुनिक आर्थिक प्रगतीची लक्षणे असतात.

(a) जनसंख्या वाढीबरोबर दरडोई उत्पादनात वाढ

(b) भांडवल निर्मितीमध्ये वाढीबरोबर दरडोई उत्पादनात स्थिरता

(c) जनसंख्येतल्या वाढीबरोबर वाढता जन्मदर

(d) वरीलपैकी कुठलेच नाही.

प्र. 92. NNP ला वस्तू व सेवांच्या सूचकांकाच्या रूपात GNP पेक्षा अधिक चांगले समजले जाते. तरी पण NNP आर्थिक वृद्धीच्या मापकाच्या रूपात सर्व जण स्वीकार करत नाहीत, कारण

(a) याची मोजणी अनिश्चित आहे.

(b) याची मोजणी करणे सोपे नाही.

(c) हा आपल्याला घटलेला खर्च कमी झाल्यावर मिळतो आणि घटत्या खर्चाचा अंदाज लावणे कठीण आणि मनमानीपूर्ण असते.

(d) NNP, GNP पेक्षा लहान असतो.

प्र. 93. सध्याच्या काळात अर्धविकसित देशांमध्ये मृत्यू दर कमी होण्याचे मुख्य कारण -

(a) लोकांच्या राहणीमानात सुधारणा

(b) स्वास्थ्य सुविधांमध्ये सुधारणा

(c) दरडोई उत्पन्नात वाढ होणे

(d) लोकांमध्ये उच्च स्तराचे शिक्षण मिळणे

प्र. 94. दारिद्र्याच्या दुष्टचक्राचा संबंध असतो -

(a) उत्पन्न व वितरणाशी   (b) उत्पादकता व उत्पन्नाशी

(c) उत्पन्न व जनसंख्येशी   (d) बचत व भांडवलाशी

प्र. 95. भाग A भाग B शी जुळवा.

भाग A

(1) विकास अशक्य होतो बिना

(2) एकूण राष्ट्रीय उत्पन्नात मूल्य घट कमी केल्यावर काय उरते ?

(3) जेव्हा राष्ट्रीय उत्पन्नामध्ये सतत वाढ होते.

(4) जेव्हा राष्ट्रीय उत्पन्न सतत कमी होत जाते

भाग B

(i) सकारात्मक आर्थिक विकास   (ii) भांडवल निर्मितीच्या

(iii) शुद्ध राष्ट्रीय उत्पन्न   (d) नकारात्मक आर्थिक विकास

	1	2	3	4
(a)	iv	i	ii	iii
(b)	iii	ii	iv	i
(c)	ii	iii	i	iv
(d)	i	ii	iii	iv

प्र. 96. खालीलपैकी कोणती स्थिती आधुनिक उच्च आर्थिक प्रगतीसाठी आवश्यक आहे?

(a) उच्च जनसंख्या आणि श्रमशक्ती असणे

(b) सतत होत जाणारी तंत्रज्ञान प्रगती

(c) शहरी क्षेत्रांचा झपाट्याने होणारा विकास

(d) विदेशी भांडवल लवकर लवकर आयात करणे

प्र. 97. दुसऱ्या गोष्टी समान असताना भांडवल निर्माणाचा अर्थ -

(a) राष्ट्रीय उत्पन्नात उच्च दराच्या वाढीशी असतो.

(b) राष्ट्रीय उत्पादन व उत्पन्नात खालील दराच्या वाढीशी असतो.

(c) राष्ट्रीय उत्पन्नात समान वृद्धी दराशी असतो.

(d) वरील सर्व

प्र. 98. सामान्यत: अर्थशास्त्रज्ञ (दरडोई) उत्पन्नाला आर्थिक विकासाचा मापदंड मानण्यासाठी उत्सुक दिसत नाहीत. कारण

(a) दरडोई उत्पन्न व राहणीमानाच्या स्तराशी जोडणे योग्य नसते.

(b) अर्ध विकसित अर्थव्यवस्थेत अमौद्रिक क्षेत्र असणे

(c) मजुरी, मुद्रेऐवजी (चलनाऐवजी) वस्तूंच्या रूपात पण दिली जाऊ शकते.

(d) वरील सर्व

प्र. 99. आर्थिक विकासाबरोबर कृषी क्षेत्राचा हिस्सा पण पडतो -

(a) श्रमशक्ती व राष्ट्रीय उत्पन्न दोन्हींमध्ये

(b) फक्त श्रमशक्तीत पण राष्ट्रीय उत्पन्नात नाही.

(c) फक्त राष्ट्रीय उत्पन्नात पण श्रमशक्तीत नाही.

(d) स्पष्टपणे काहीच सांगता येणार नाही.

प्र. 100. खालीलपैकी कोणता सामाजिक घटक आहे जो आर्थिक विकासात अडथळा आणणारा असतो?

(a) सांस्कृतिक मागासलेपणा

(b) समाजात बुद्धिजीवी वर्गाची कमतरता

(c) धार्मिक कट्टरतावाद व रूढीवाद

(d) प्रभावी मागणीत कमी येणे.

प्र. 101. शुम्पीटरनुसार आर्थिक विकासात महत्त्व असते -
(a) भांडवल निर्मितीचे   (b) नव प्रवर्तनाचे
(c) शोध व डिझायनिंगचे   (d) साहसी लोकांचे

प्र. 102. भांडवल एकत्रीकरण -
(a) भांडवल विस्ताराला साहाय्यक होते.
(b) भांडवलाची खोली (Depth) दर्शविते.
(c) नवीन तंत्रज्ञानाला उत्तेजन देते.   (d) वरील सर्व

प्र. 103. बचत आहे.
(a) विकासाचा मुख्य निर्धारक   (b) विकासाचा एकमेव निर्धारक
(c) विकासाच्या निर्धारांपैकी एक   (d) वरीलपैकी काहीच नाही.

प्र. 104. हर्शमननुसार खालील उद्योगांमध्ये एकूण संलग्नात (Combined Linkage)
उच्चतम असते -
(a) सिमेंट   (b) साखर
(c) कपडा   (d) लोह व इस्पात (पोलाद)

प्र. 105. विकासात वेळ पद्धतीने (Time Pattern of Growth) होते. जनसंख्या वाढ
आणि -
(a) GNP वाढ   (b) दरडोई उत्पादनात वाढ
(c) दरडोई उत्पन्नात वाढ   (d) NNP वाढ

प्र. 106. एकदा जर का स्फूर्त अवस्थेची समस्या संपली तर विकसनशील देशात
संवृद्धी दर होईल -
(a) कमी   (b) जास्त   (c) विकसित   (d) तेज होईल.

प्र. 107. खालील गोष्टींशिवाय विकास अशक्य आहे.
(a) प्रेरित लाभ   (b) घरगुती बचत   (c) विदेशी मदत   (d) स्फीति

प्र. 108. "The Principles of Political Economy and Taxation" या पुस्तकाचे
लेखक आहेत.
(a) ॲडम स्मिथ   (b) रिकार्डो   (c) मिल   (d) माल्थस

प्र. 109. "An Enquiry into the nature and causes of the Wealth of Nations"
(1776) चे लेखक आहेत.
(a) मार्शल   (b) पीगू   (c) रिकार्डो   (d) ॲडम स्मिथ

प्र. 110. "कृषी, उत्पादन आणि व्यापार आर्थिक विकासाचे एजंट आहेत'' असे
खालील अर्थशास्त्रज्ञाने मानले आहे -
(a) ॲडम स्मिथ   (b) डेविड रिकार्डो
(c) नर्क्स   (d) जे.एस. मिल

प्र. 111. आर्थिक विकासाच्या ज्या अर्थशास्त्रज्ञांनी विभिन्न अवस्थांचे वर्णन केले आहे त्यात प्रामुख्याने आहे -

(a) कॉलिन क्लार्क   (b) कार्ल मार्क्स

(c) डब्ल्यू. डब्ल्यू. रोस्टोव   (d) वरील सर्व

प्र. 112. अर्धविकसित अर्थव्यवस्थेची एक दुहेरी (Dualistic) अर्थव्यवस्था आहे.

(a) परंपरागत समाजाची   (b) बर्बर समाजाची

(c) सभ्य समाजाची   (d) आधुनिक समाजाची

प्र. 113. ॲडम स्मिथ यांनी आर्थिक विकासाचे सूचक मानले

(a) उत्पादन वाढीला   (b) आंतरराष्ट्रीय व्यापारातील वाढीला

(c) अधिकतम रोजगाराला   (d) लोक कल्याणाला

प्र. 114. खालीलपैकी असंबंद्ध विधानाला खूण करा. आर्थिक विकास एक अशी प्रक्रिया आहे, ज्यात

(a) वास्तविक GNP मध्ये वाढ होते.

(b) भांडवलाचा आधार विस्तृत असतो.

(c) मानवी जीवनात गुणात्मक सुधारणा होत असते.

(d) उत्पन्नांचे वितरण समान होत असते.

प्र. 115. आर्थिक विकासाचा दर शून्य झाला याचा अर्थ -

(a) राष्ट्रीय उत्पन्न शून्य होणे.

(b) राष्ट्रीय उत्पन्नात वाढ न होणे.

(c) जनसंख्या वाढीचा दर शून्य होणे.

(d) वरीलपैकी कुठलाच नाही.

प्र. 116. वास्तविक उत्पन्नाच्या वाढीसाठी

(a) फक्त राष्ट्रीय उत्पन्नात वाढ झाली पाहिजे.

(b) फक्त जनसंख्या कमी झाली पाहिजे.

(c) फक्त राष्ट्रीय उत्पादन वाढले पाहिजे.

(d) राष्ट्रीय उत्पन्नातील वाढीचा दर जनसंख्या वाढीच्या दरापेक्षा जास्त असला पाहिजे.

प्र. 117. खालीलपैकी कोणता घटक आर्थिक विकासाचा आवश्यक भाग नाही?

(a) लोकांच्या जीवनस्तरात सुधारणा

(b) जनसंख्येत गुणात्मक सुधारणा

(c) गरिबी कमी होणे

(d) जनसंख्या वाढ थांबली पाहिजे

प्र. 118. खाली काही विधाने दिली आहेत.

(i) आर्थिक वाढीचा (Economic Growth) वापर विकसित देशांच्या संदर्भात होतो.

(ii) आर्थिक वाढीचा वापर विकसनशील देशांच्या संदर्भात होतो.

(iii) आर्थिक विकासाचा वापर विकसित देशांच्या संदर्भात होतो.

(iv) आर्थिक विकासाचा वापर विकसनशील देशांच्या संदर्भात होतो.

त्यातील कोणकोणती विधाने उपयोगी आहेत?

(a) विधान (i) व (iii)　　　　(b) विधान (i) व (iv)

(c) विधान (ii) व (iii)　　　　(d) विधान (ii) व (iv)

प्र. 119. विकासाचे अर्थशास्त्र आहे -

(a) सूक्ष्म अर्थशास्त्र (Micro)

(b) व्यापक अर्थशास्त्र (Macro)

(c) सूक्ष्म स्थैतिक (Micro–Static)

(d) व्यापक आणि गतिशील (Macro–dynamic)

प्र. 120. खालीलपैकी कोणता दुय्यम उद्योग आहे?

(a) पशुपालन　　(b) कृषी　　(c) तेल, साखर व सूतगिरण्या

(d) तेलमिल, साखर गिरण्या किंवा सूतगिरण्यांसाठी मशिन्स तयार करणे.

प्र. 121. खालीलपैकी कोणता तृतीयक उद्योग आहे?

(a) कृषी

(b) कृषिजन्य कच्च्या मालापासून निर्मित माल बनविणे.

(c) मशिन्स, ज्यापासून श्रेणीच्या मिल्स लावल्या जातात.

(d) ज्यांच्यापासून मशिन्स बनविल्या जातात ते प्राविधी

प्र. 122. परंपरागत समाजाची अधिकांश लोकसंख्या खालील उद्योगांत कार्यरत असते.

(a) प्राथमिक उद्योगांमध्ये　　　　(b) दुय्यम उद्योगांमध्ये

(c) तृतीयक उद्योगांमध्ये　　　　(d) वरीलपैकी कुठल्याही उद्योगात नाही

प्र. 123. "एक अर्धविकसित राष्ट्र ते आहे, ज्यात मानवी शक्तीचा अपूर्ण विद्रोहन व अशोषित प्राकृतीत संसाधनांचे सहअस्तित्व असते." ही व्याख्या कोणाशी संबंधित आहे?

(a) रँगनर नर्क्स　　　　(b) भारताची प्रथम पंचवार्षिक योजना

(c) संयुक्त राष्ट्रसंघ　　　　(d) सायमन कुजनेट्स

प्र. 124. खालीलपैकी विसंगत विधान अंकित करा. अर्ध विकसित देशांमध्ये -

(a) विकासाचा दर खाली असतो.　(b) बचतीचा दर खाली असतो.

(c) विनियोगाचा दर खाली असतो.(d) जनसंख्या वाढीचा दर खाली असतो.

प्र. 125. ''एक अर्धविकसित देश तो आहे, ज्यात प्राविधिक व मौद्रिक साधनांचे प्रमाण उत्पादन व बचतीच्या वास्तविक स्तराप्रमाणे निम्न श्रेणीचे असते. त्याचा परिणाम असा होतो की, प्रति मजुर सरासरी प्रतिफल त्या रकमेपेक्षा कमी असते जे मिळालेल्या साधनांच्या विकसित प्राविधिक ज्ञानाच्या स्तराएवढे असते.''

हे शब्द कोणत्या अर्थशास्त्रज्ञाचे आहेत?

(a) जे.आर. हिक्स   (b) आर्थर लुईस

(c) रोस्टोव   (d) कुजनेट्स

प्र. 126. ते राष्ट्र जे न पूर्णत: विकसित आहे आणि त्यात विकास प्रक्रियाही चालू नाही, अशा राष्ट्राला -

(a) अविकसित राष्ट्र म्हणतात.   (b) विकसित राष्ट्र म्हणतात.

(c) राष्ट्र म्हणतात.   (d) मागासलेला देश म्हणतात.

प्र. 127. कोणत्याही देशाचा आर्थिक विकास शक्य होणार नाही जर त्यात नसेल -

(a) लाभाची प्रेरणा   (b) विदेशी मदत

(c) घरगुती बचत   (d) प्रसार

प्र 128. "Principles of Political Economy with Some of Their Applications to Social Philosophy." चे लेखक आहेत.

(a) जे. एस. मिल   (b) रिकार्डो   (c) ॲडम स्मिथ   (d) माल्थस

प्र. 129. आर्थिक विकासात विनियोग दर वाढतो, त्यामुळे भांडवल निर्माण

(a) प्रोत्साहित होते   (b) निरुत्साही होते.

(c) अप्रभावित राहते   (d) वरीलपैकी काहीच नाही.

प्र. 130. मार्क्सने वस्तूंच्या मूल्यांचे विभाजन अशा प्रकारे केले आहे.

(a) स्थिर भांडवल – परिवर्तनशीवल भांडवल = अतिरेक मूल्य

(b) स्थिर भांडवल + परिवर्तनशील भांडवल = अतिरेक मूल्य

(c) स्थिर भांडवल + परिवर्तनशील भांडवल + अतिरेक मूल्य

(d) वरीलपैकी कुठलेही नाही.

प्र. 131. प्रतिष्ठित विकास सिद्धान्ताचे अर्थशास्त्रज्ञ आहेत.

(a) ॲडम स्मिथ   (b) रिकार्डो   (c) माल्थस   (d) वरील सर्व

प्र. 132. सध्याच्या काळात विकसनशील देशांच्या आर्थिक विकासात महत्त्वपूर्ण बदल होत आहेत.

(a) कृषीकडून गैरकृषी उत्पादनांकडे

(b) उद्योगाकडून कृषी उत्पादनांकडे

(c) जनसंख्या नियंत्रण   (d) वरील सर्व

प्र. 133. रोजेस्टीनच्या अनुसार गुंतवणुकीत 'मोठ्या धक्क्याच्या' (Big push) आधारावरही अर्थव्यवस्थेला
(a) स्थिर शक्तीच्या पाशातून मुक्त केले जाऊ शकते.
(b) समानता स्थापन केली जाऊ शकते.
(c) वाईट सामाजिक रीती नष्ट केल्या जाऊ शकतात.
(d) राष्ट्रीय उत्पन्नात वाढ शक्य आहे.

प्र. 134. कार्ल मार्क्सने स्थिर भांडवल (c) आणि परिवर्तनशील भांडवल (v) चे प्रमाण $\dfrac{c}{v}$ ला म्हटले आहे.
(a) भांडवलाची आंगिक संरचना　　(b) लाभाचे दर
(c) शोषणाचे दर　　(d) अतिरेक मूल्याचा दर

प्र. 135. मार्क्सचा विचार होता की, भांडवलवादात औद्योगिक श्रमिकांची राखीव सेना बनते कारण –
(a) श्रमिकांच्या मागणीपेक्षा अपेक्षांचा पुरवठा जास्त असते.
(b) श्रमिकांमध्ये जन्मदर उच्च असतो.
(c) सतत स्थिर भांडवल (Constant Capital) वाढवण्याने श्रमिकांच्या जागेवर भांडवलाला प्रतिस्थापित केले जाते.
(d) उद्योगांचा विकास दर संथ होतो.

प्र. 136. गॅल्ब्रेथने अर्धविकसित देशांच्या मागील चार दशकातील मंद आर्थिक विकासासाठी खालीलपैकी कशाला जबाबदार मानले आहे?
(a) जनसंख्येचा तीव्र विकास
(b) आधुनिक प्राविधींचा अभाव, प्राकृतिक साधने, श्रमशक्ती व भांडवलाचा अपूर्ण उपयोग
(c) उपनिवेशवाद
(d) वरील सर्व

प्र. 137. मार्क्सने लाभाच्या दराला व भांडवलाच्या संरचनेच्या संबंधाला खालील कोणत्या समीकरणाने व्यक्त केले?

(a) $r = \dfrac{s}{c+v}$　　(b) $r = \dfrac{c+v}{s}$　　(c) $r = \dfrac{s}{v}$　　(d) $r = \dfrac{c}{v}$

प्र. 138. अनवरत योजनेचे सर्वांत पहिले प्रतिपादक होते.
(a) महालनोबिस　　(b) गुन्नार मिर्डल
(c) रॉबिन्सन　　(d) डोमर

प्र. 139. विकास एक लक्ष्य नाही पण खालीलपैकी कशाचे साधन आहे?
(a) निर्धनता दूर करण्याचे
(b) उत्पन्नाच्या वितरणाची विषमता कमी करण्याचे
(c) बेरोजगारांना रोजगार देण्याचे   (d) वरील सर्व

प्र. 140. भारताच्या दुसऱ्या पंचवार्षिक योजनेच्या निर्माणामध्ये खालीलपैकी कोणत्या मॉडेलचा उपयोग केला गेला?
(a) रॉबिन्सन मॉडेल   (b) महालनोबिस मॉडेल
(c) गांधीवादी मॉडेल   (d) हेरॉड–डोमर मॉडेल

प्र. 141. गुंतवणूक–निर्गत सिद्धान्ताचे जनक आहेत
(a) वॅसिली लियोंटिफ   (b) सायमन कुजनेट्स
(c) हिगिन्स   (d) वरीलपैकी कोणीही नाही.

प्र. 142. आर्थिक विकासाचा अर्थ आहे, आर्थिक परिवर्तनांमध्ये खालील गोष्टी सामील असाव्यात.
(a) किमतीची स्थिरता   (b) नियंत्रण
(c) सरकारी हस्तक्षेप स्वतंत्रता   (d) सामाजिक परिवर्तन

प्र. 143. अर्धविकसित अर्थव्यवस्था एक द्वैध अर्थव्यवस्था असते. (Dualistic Economy) याचा अर्थ आहे.
(a) निजी व सार्वजनिक योजना बरोबर बरोबर असतात.
(b) आयात व निर्यातीचे सह–अस्तित्व
(c) उच्च जन्म व मृत्यू दराचे सह–अस्तित्व
(d) जीवननिर्वाह क्षेत्र बाजार व अर्थव्यवस्थेचे सह–अस्तित्व
(Co–existance of Market & Substituane Economy)

प्र. 144. ''ज्या राष्ट्रात मानव शक्तीचे अपूर्ण विद्रोहन व अशोषित प्राकृतिक संसाधनांचे सह–अस्तित्व असते ते अर्ध विकसित राष्ट्र असते'', ही व्याख्या कोणाशी संबंधित आहे?
(a) हिक्स   (b) भारताची प्रथम पंचवार्षिक योजना
(c) संयुक्त राष्ट्रसंघ   (d) कुजनेट्स

प्र. 145. शास्त्रीय अर्थशास्त्रज्ञांच्या मते अर्थव्यवस्थेत जेवढे जास्त लाभ असतील, भांडवल संचय व गुंतवणूक तेवढीच –
(a) जास्त होईल   (b) कमी होईल
(c) समान राहील   (d) वरीलपैकी कुठलेच नाही.

प्र. 146. ''वास्तविक राष्ट्रीय उत्पन्नाबरोबर आर्थिक विकासासाठी उत्पन्नाच्या वितरणावर पण लक्ष देणे आवश्यक आहे.'' हे विचार सादर करणारे अर्थशास्त्रज्ञ आहेत,

(a) यंगसन   (b) किन्डल बर्जर
(c) कोलिन क्लार्क   (d) कुजनेट्स

प्र 147. ''आर्थिक विकास ही एक प्रक्रिया आहे. ज्याद्वारे एखाद्या अर्थव्यवस्थेतील वास्तविक राष्ट्रीय उत्पन्नात दीर्घकाळ वाढ होत राहते,'' हे विधान आहे,

(a) विलियमंसनचे   (b) मायर आणि बाल्डविन यांचे
(c) पाल एलबर्टचे   (d) कुकर्नॅन व एलीस यांचे

प्र. 148. कोणते विधान सत्य आहे?

(a) आर्थिक विकास व 'आर्थिक वृद्धी' पर्यायवाची आहेत.

(b) आर्थिक विकास विकसित देशांच्या विकासाशी संबंधित आहे.

(c) आर्थिक वृद्धी विकसित देशांच्या विकासाशी संबंधित आहे.

(d) आर्थिक वृद्धी अर्धविकसित देशांच्या विकासाशी संबंधित आहे.

प्र. 149. आर्थिक वाढीचा कल अधिक असतो.

(a) स्थैतिकतेकडे   (b) गत्यात्मकतेकडे
(c) वरील दोन्ही सत्य   (d) वरील दोन्ही असत्य

प्र. 150. आर्थिक प्रगतीचा अर्थ एखाद्या समाजाशी संबंधित लक्ष्य प्राप्त करण्याची शक्ती वाढवण्यात आहे. हे विधान आहे,

(a) यंगसन यांचे   (b) विलियमसन यांचे
(c) पाल एलबर्ट यांचे   (d) डी. ब्राइट सिंह यांचे

प्र. 151. देशाची व्यावसायिक संरचना आर्थिक विकासाला प्रभावित करते हा विचार आहे –

(a) कोलीन क्लार्क यांचा   (b) लुईस यांचा
(c) डी. ब्राईट सिंह यांचा   (d) सायमन यांचा

प्र. 152. ''आर्थिक विकास'', ''आर्थिक वृद्धी'' व ''आर्थिक प्रगती'' यांच्यातील फरक सांगणारे अर्थशास्त्रज्ञ कोण?

(a) श्रीमती उर्सुला हिक्स व जे. आर. हिक्स

(b) श्रीमती उर्सुला हिक्स व शुम्पीटर

(c) शुम्पीटर व जे. आर. हिक्स

(d) किंडल बर्जर व जे. आर. हिक्स

प्र. 153. जेव्हा राष्ट्रीय उत्पन्नात सतत वाढ होत जाते तेव्हा –

(a) आर्थिक विकास सकारात्मक असतो.

(b) आर्थिक विकास नकारात्मक असतो.

(c) आर्थिक विकास शून्य असतो.

(d) वरीलपैकी काहीच होत नाही

प्र. 154. जेव्हा वास्तविक उत्पन्न वाढतही नाही व कमीही होत नाही तेव्हा –
(a) आर्थिक विकास शून्य होतो.
(b) आर्थिक विकास नकारात्मक होतो.
(c) आर्थिक विकास सकारात्मक होतो.
(d) वरीलपैकी काहीच होत नाही.

प्र. 155. वस्तू व सेवांचे उत्पादन करण्याकरता ज्या साधनांचा किंवा उपकरणांचा वापर केला जातो तेव्हा त्यात घट किंवा मूल्यघट होत असते. एकूण राष्ट्रीय उत्पादनाच्या काही भागाचा उपयोग या साधनांच्या प्रतिस्थापनेसाठी केला जाणे आवश्यक आहे. म्हणून
(a) प्रतिस्थापनेचे मूल्य, मूल्य घटीच्या बरोबर होते.
(b) प्रतिस्थापनेचे मूल्य, मूल्य घटीपेक्षा जास्त होते.
(c) प्रतिस्थापनेचे मूल्य, घटीपेक्षा कमी होते.
(d) प्रतिस्थापनेच्या मूल्यावर, मूल्य घटीचा काहीच परिणाम होत नाही.

प्र. 156. जर वास्तविक राष्ट्रीय उत्पन्न सतत कमी होत जाते तेव्हा –
(a) आर्थिक विकास नकारात्मक होतो.
(b) आर्थिक विकास सकारात्मक होतो.
(c) आर्थिक विकास शून्य होतो.
(d) वरीलपैकी काहीच होत नाही.

प्र. 157. आर्थिक प्रगती खालील गोष्टींनी मोजली जाऊ शकते.
(a) उत्पादक संपत्तीतल्या वाढीने   (b) राष्ट्रीय उत्पन्नाने
(c) दरडोई उत्पन्नाने   (d) वरील कुठल्याही प्रकाराने

प्र. 158. भाग A भाग B शी जुळवा.
भाग A
(1) विकासवादी अर्थशास्त्रज्ञांच्या मते आर्थिक प्रगतीला
(2) जर राष्ट्रीय उत्पन्न सतत वाढत असेल व त्याच बरोबर जनसंख्या पण वेगाने वाढत असेल तर
(3) आर्थिक विकास होताना प्राकृतिक साधनांचे विदोहन योग्य रूपात होते ज्यामुळे उत्पादनात वाढ होते आणि
(4) आर्थिक विकासाच्या अन्तर्गत भांडवल निर्माणाची गती तीव्र होते, कारण नवीन नवीन उद्योगांच्या प्रादुर्भवाने आणि अधिक लाभार्जनामुळे
भाग B
(i) विनियोगाच्या दरात वाढ होते.
(ii) वस्तूचे प्रति एकक मूल्य कमी होते.

(iii) दरडोई उत्पन्न (Per Capita Income) कमी होते.

(iv) राष्ट्रीय उत्पन्नापेक्षा उत्पन्नाच्या दरडोई संदर्भात पारिभाषित केले गेले पाहिजे.

	1	2	3	4
(a)	(iv)	(iii)	(ii)	(i)
(b)	(i)	(ii)	(iii)	(iv)
(c)	(i)	(ii)	(iv)	(iii)
(d)	(ii)	(i)	(iii)	(iv)

प्र. 159. मार्क्सच्या 'औद्योगिक सुरक्षित सेना' दृष्टिकोनात असते –

(a) श्रमाच्या ऐवजी मशिन्सचा वापर

(b) मशिन्सच्या जागी श्रमाचा वापर

(c) सेनेद्वारा औद्योगिक उत्पादन

(d) उद्योगांसाठी सुरक्षित कोषाची निर्मिती

प्र. 160. शुम्पीटरच्या सिद्धान्तात नव प्रवर्तनाचा लाभ मिळतो.

(a) वैज्ञानिकांना   (b) पुंजीपतींना

(c) साहसी लोकांना   (d) रिसर्च ब्यूरोला

प्र. 161 प्रा. शुम्पीटर यांचे खालील प्रसिद्ध पुस्तक आहे –

(a) A Theory of Economic Development

(b) Businesss Cycles

(c) Capitalism, Socialism and Democracy

(d) वरील सर्व

प्र. 162. शुम्पीटर यांच्या मते –

(a) भांडवलवाद्यांची सफलताच त्यांच्या विनाशाचे कारण आहे.

(b) भांडवलवादात कधीच विनाशकारी तत्व नसतात

(c) समाजवाद एक अनिवार्य अट आहे.

(d) भांडवलवाद व समाजवाद एकमेकांना पूरक आहेत.

प्र. 163. केन्सचा आर्थिक विकासाचा सिद्धान्त खालील अर्थव्यवस्थेसाठी आहे.

(a) स्वतंत्र   (b) विकसित

(c) अल्प विकसित   (d) स्थिर अर्थव्यवस्था

प्र. 164. केन्सने आर्थिक विकास होण्यासाठी आवश्यक मानले आहे की खालील गोष्टीमध्ये सतत वाढ होत राहिली पाहिजे.

(a) प्रभावपूर्ण मागणी   (b) पुरवठा   (c) बचत क्रिया   (d) लाभ

प्र. 165. केन्सच्या मते सीमान्त उपभोग प्रवृत्ती व सीमान्त बचत प्रवृत्तीच्या आधारावर खालील गोष्टी निश्चित होतात –

(a) गुणकाचा आकार   (b) प्रभावपूर्ण मागणीचे प्रमाण

(c) गुंतवणूक विस्तार   (d) वरीलपैकी कुठलीच नाही.

प्र. 166. केन्सचा गुंतवणूक गुणक आहे.

(a) उत्पन्नात वाढ आणि नवीन गुंतवणुकीत वाढीचा अनुपात

(b) उत्पन्नात वाढ आणि नवीन उपभोग वाढीचा अनुपात

(c) उत्पन्न वाढ व बचत वाढीचा अनुपात

(d) बचत वाढ व गुंतवणूक वाढीचा अनुपात

प्र. 167. आर्थिक विकासाच्या प्रक्रियेत प्राकृतिक साधनांचे विदोहन योग्य रूपात होते ज्यामुळे उत्पादनात वाढ होते आणि –

(a) वस्तूचे प्रति एकक मूल्य वाढते.

(b) वस्तूचे प्रति एकक मूल्य कमी होते.

(c) वस्तूचे प्रति एकक मूल्य अप्रभावित राहाते

(d) वरीलपैकी काहीच होत नाही.

प्र. 168. ''आर्थिक विकास एक बहुमुखी तत्त्व आहे. ज्यात फक्त मौद्रिक उत्पन्नातील वाढच सहभागी नाही; तर वास्तविक सवयी, शिक्षण, जनस्वास्थ्य जास्त आराम आणि वस्तुत: त्या सर्व सामाजिक व आर्थिक परिस्थितीमध्ये वाढही सामील आहे जी एक पूर्ण आणि सुखी जीवन निर्माण करते.''

वरील व्याख्या खालीलपैकी कोणता उद्देश स्पष्ट करते?

(a) आर्थिक विकासाचे लक्ष्य मानवाचा सर्वांगीण विकास आहे.

(b) आर्थिक विकासाचे लक्ष्य दरडोई उत्पन्नात वाढ आहे.

(c) आर्थिक विकासाचे लक्ष्य राष्ट्रीय उत्पन्नात वाढ करणे आहे.

(d) आर्थिक विकासाचे लक्ष्य कृषी उत्पादनात वाढ करणे आहे.

प्र. 169. विभिन्न अवस्थांमध्ये क्रमशः होणाऱ्या विकासालाच –

(a) आर्थिक विकास म्हणता येणार नाही, तर कुठल्या विशिष्ट क्षेत्राच्या विकासाला पण आर्थिक विकास म्हणता येईल.

(b) आर्थिक विकास म्हणता येईल.

(c) राष्ट्रीय उत्पन्नात सामील केले जाऊ शकत नाही.

(d) राष्ट्रीय बचत म्हणता येईल.

प्र. 170. ''आर्थिक विकास किंवा प्रगतीला ठराविक वेळेत दरडोई भौतिक वस्तूंच्या उत्पादनातील वाढीच्या रूपात परिभाषित केले पाहिजे.''

वरील ओळी खालीलपैकी कोणत्या अर्थशास्त्रज्ञाच्या परिभाषेशी संबंधित आहेत?

(a) पाल एलबर्टच्या   (b) बेरनच्या

(c) बर्नॉर्ड ओकुनच्या   (d) रिचर्ड डब्ल्यू. रिचर्डसनच्या

प्र. 171. आत्मस्फूर्ती (Take off) चा विचार कोणी प्रतिपादित केला?

(a) रोस्टोव्ह   (b) मिर्डल   (c) बाल्डविन   (d) एलिस

प्र. 172. 'आर्थिक विकास' आणि 'आर्थिक वाढ' यांमध्ये फरक करणारे अर्थशास्त्रज्ञ आहेत.

(a) नर्क्स   (b) शुम्पीटर   (c) श्रीमती उर्सुला हिक्स

(d) शुम्पीटर आणि उर्सुला हिक्स दोघेही

प्र. 173. श्रीमती उर्सुला हिक्सच्या मते आर्थिक वाढीचा संबंध आहे –

(a) अर्धविकसित देशांशी   (b) विकसनशील देशांशी

(c) विकसित देशांशी   (d) वरील सर्वांशी

प्र. 174. ''देशांची व्यावसायिक संरचना आर्थिक विकासाला प्रभावित करते.'' हा विचार कोणी सादर केला आहे?

(a) कोलिन क्लार्क   (b) डी.ब्राइट सिंह

(c) लुइस   (d) सायमन

प्र. 175. आर्थिक कल्याणात कोणता घटक सामील आहे?

(a) न्यायपूर्ण वितरण   (b) उत्पादन संरचना

(c) वरील दोन्ही   (d) वरीलपैकी कुठलेच नाही.

प्र. 176. आर्थिक विकासाचा कोणता अभिसूचक मूल्यात्मक निर्णयाच्या क्षेत्रात (Value Judgement) येतो?

(a) दरडोई उत्पन्न   (b) राष्ट्रीय उत्पन्न

(c) आर्थिक कल्याण व वितरण   (d) वरीलपैकी कुठलेच नाही.

प्र. 177. आर्थिक विकासात कोणता घटक अवरोधक आहे?

(a) आर्थिक घटक   (b) सामाजिक घटक

(c) संस्थागत घटक   (d) वरील सर्व

प्र. 178. उपयुक्त विधानाला खूण करा.

सर्व अल्पविकसित देश –

(a) काहीच विकास करत नाहीत   (b) विकासदर खूपच संथ असतो.

(c) निरनिराळ्या दरांनी विकास करत आहेत.

(d) मागासलेपणाकडे जात आहेत.

प्र. 179. भारतीय अर्थव्यवस्थेला कोणत्या श्रेणीत ठेवले जाऊ शकेल?

(a) विकसित अर्थव्यवस्था   (b) अविकसित अर्थव्यवस्था

(c) विकसनशील अर्थव्यवस्था   (d) अर्ध विकसित अर्थव्यवस्था

प्र. 180. खालीलपैकी बरोबर विधानावर खूण करा.

(a) प्रत्येक अर्धविकसित देश अदृश्य बेरोजगारीने ग्रस्त असतो.

(b) अधिक लोकसंख्या असलेल्या कृषिप्रधान देशात अदृश्य बेरोजगारी असते.

(c) आफ्रिका व द. अमेरिकेतील देशांना अदृश्य बेरोजगारीने व्यापले आहे.

(d) प्रत्येक कृषिप्रधान देश विकसित अथवा अविकसित असो, तेथे अदृश्य बेरोजगारी असतेच.

प्र. 181. खालीलपैकी विसंगत विधानाला खूण करा. मागासलेल्या अर्थव्यवस्थेच्या वैशिष्ट्यांचा अभ्यास करताना माहीत होते की यांचा –

(a) राष्ट्रीय उत्पन्नाचा स्तर खाली असतो.

(b) बेरोजगारी अर्धबेरोजगारी व लपलेली बेरोजगारी भरलेली असते.

(c) यांच्याकडून कच्चा माल निर्यात होतो.

(d) जनसंख्या वाढीचा दर तीव्रतम असतो.

प्र. 182. खालीलपैकी बरोबर विधानावर खूण करा.

(a) विकसित देशांमध्ये उत्पन्नाच्या वितरणाची असमानता अर्धविकसित देशांपेक्षा अधिक आहे.

(b) अर्धविकसित देशांमध्ये उत्पन्नाच्या वितरणाची असमानता विकसित देशांपेक्षा अधिक आहे.

(c) अर्धविकसित देशांमध्ये उत्पन्नाच्या वितरणाची असमानतेची काहीही समस्या नाही.

(d) विकसित देशांमध्ये उत्पन्नाच्या असमान वितरणाची काहीही समस्या नाही.

प्र. 183. खाली अर्धविकसित देशांची काही वैशिष्ट्ये दिली आहेत –

(i)   निरक्षरता व शिक्षणाचा अभाव

(ii)   जाती व धर्मातील वाईट रीती

(iii) निम्नतर सरासरी आयुष्य

(iv)   आश्रित असण्याचे उच्च प्रमाण

(v)   राजनैतिक अस्थिरता

(vi)   जन्म व मृत्यूचे मोठे प्रमाण

(vii) बालमृत्यूचे मोठे प्रमाण

(viii) दरडोई उत्पन्न फारच कमी

(ix)   बाजाराची अपूर्णता

(x)   भांडवल निर्माणाचा निम्न दर

वरील वैशिष्ट्यांपैकी आर्थिक वैशिष्ट्ये कोणती?

(a) (iv), (vi), (vii) व (x)   (b) (viii), (ix) व (x)

(c) (vi), (vii), (iii), (ix)   (d) वरील सर्व.

प्र. 184. वरील 183 व्या प्रश्नात दिल्या गेलेल्या वैशिष्ट्यांपैकी कोणती वैशिष्ट्ये लोकसंख्येशी संबंधित आहेत?

(a) (i), (ii), (iii), (iv), (vi), (vii)

(b) (i) पासून (vii) पर्यंत सर्व

(c) (iii), (iv), (vi) व (vii)

(d) (i), (ii) व (v)

प्र. 185. मूलभूत सामाजिक गुंतवणुकीचा (SOC) चा अर्थ आहे.

(a) सामाजिक रीति-रिवांजांवर केला जाणारा खर्च

(b) सडक, बोटींचे धक्के, रेल्वे, वीज, सिंचनाची सुविधा यांसारखे स्थायी सामाजिक महत्त्वाचे खर्च

(c) समाजाच्या सुरक्षततेसाठी केलेला खर्च

(d) वरीलपैकी कुठलाच नाही.

प्र. 186. अल्पविकसित देशांमध्ये जनसंख्या वाढीचा दर सामान्यत: असतो.

(a) 1% पेक्षा कमी   (b) 1% ते 2% च्या मध्ये

(c) 2% ते 2.5% च्या मध्ये   (d) नेहमीच 3% पेक्षा जास्त

प्र. 187. अल्पविकसित देशांसाठी 'निर्धन राष्ट्र' हा शब्दप्रयोग वापरणारे अर्थशास्त्रज्ञ आहेत –

(a) सॅम्युएलसन   (b) उर्सुला हिक्स

(c) मेयर व बाल्डविन   (d) वायनर

प्र. 188. "अल्पविकसित देश म्हणजे जगातील घाणेरड्या वस्त्या आहेत" – हे मत कोणाचे आहे?

(a) प्रा. कुरिहारा (b) प्रा.मायर   (c) गुन्नार मिर्डल (d) प्रा. केयर्नक्रोस

प्र. 189. अल्पविकसित देशांमध्ये बचत प्रमाणापेक्षा कमी होण्याचे वास्तविक कारण प्रदर्शन प्रभाव (Demonstration Effect) आहे. हे मत कोणाचे आहे?

(a) गुन्नार मिर्डल (b) प्रा. नर्कसे (c) प्रा. मायर   (d) प्रा. केयर्नक्रोस

प्र. 190. "दरडोई उत्पन्नाचा निम्न स्तर अल्पविकसित देशांची आधारभूत विशेषता आहे" असे मत कोणी व्यक्त केले आहे?

(a) प्रा. कुरिहारा   (b) प्रा. मायर

(c) यूजीन स्टेले   (d) विश्व बँक विशेषज्ञ दल

प्र. 191. संयुक्त राष्ट्रसंघाने (UNO) अल्पविकसित देशांना परिभाषित करण्यासाठी कोणता मानदंड स्वीकारला आहे?

(a) दरडोई मौद्रिक उत्पन्न   (b) दरडोई वास्तविक उत्पन्न

(c) राष्ट्रीय मौद्रिक उत्पन्न   (d) राष्ट्रीय दरडोई उत्पन्न

प्र. 192. ''एखाद्या समाजाला अल्पविकसित म्हटले जाईल जेव्हा त्याचा आर्थिक विकास शक्य असेल परंतु अपूर्ण असेल'' – हे मत कोणी दर्शविले आहे?

(a) इरमा एडलमन   (b) वायनर

(c) बार्बरा वॉर्ड   (d) गुन्नार मिर्डल

प्र. 193. अल्पविकसित देशांना "Producing Economics" कोणत्या अर्थशास्त्रज्ञाने म्हटले आहे?

(a) प्रा. लुईस   (b) प्रा. मायर   (c) गुन्नार मिर्डल   (d) प्रा. रिचर्डसन

प्र. 194. ''एक अल्पविकसित देश आफ्रिकेत सापडणाऱ्या जिराफासारखा आहे, ज्याचे वर्णन करणे कठीण आहे.'' असे मत कोणाचे आहे?

(a) प्रा. मायर   (b) प्रा. बाल्डविन

(c) प्रा. बुचानन   (d) प्रा. सिंगर

प्र. 195. ''अल्पविकसित देशांमध्ये शेती एक प्रमुख व्यवसाय आहे, जो आर्थिक आणि उत्पादन प्रक्रियेत महत्त्वाची भूमिका निभावत असतो आणि कृषिक्षेत्रांची निर्मिती, सुधारणा व विकासासाठीच सर्व राष्ट्रीय साधने वापरली जातात.'' हे मत कोणी सादर केले आहे?

(a) प्रा. ब्रायर व यामे   (b) प्रा. मायर

(c) प्रा. नर्कसे   (d) प्रा. लुइस

प्र. 196. 'दारिद्र्याचे दुष्टचक्र' कोणी सादर केले?

(a) गुन्नार मिर्डल   (b) रॅगनार नर्क्स

(c) रॉबर्टसन   (d) केयर्नक्रॉस

प्र. 197. प्रो. कुजनेट्सच्या मते अल्पविकसित देशांमध्ये तंत्रज्ञान विकासाचा कोणता आवश्यक घटक कमी आहे?

(a) वैज्ञानिक शोध   (b) आविष्कार

(c) नवप्रवर्तन   (d) वरील सर्व

प्र. 198. ''एक अल्पविकसित राष्ट्र ते आहे, ज्याच्यात एका बाजूला मानवी शक्तींचा वापर केलेला नसतो व दुसऱ्या बाजूला प्राकृतिक साधनांचे विदोहन झालेले नसते.'' हा विचार कोणाचा आहे?

(a) संयुक्त राष्ट्रसंघ   (b) विश्व बँक

(c) भारतीय योजना आयोग   (d) अंतराष्ट्रीय मुद्रा कोष

प्र. 199. ''अर्ध बेरोजगारी व अदृश्य बेरोजगारी अल्पविकसित देशांचे मुख्य दागिने आहेत आणि ही त्या देशाची विशेषता आहे''– हे मत कोणत्या अर्थशास्त्रज्ञाचे

आहे?

(a) गुन्नार मिर्डल (b) कुजनेट्स   (c) नर्कसे   (d) कुरिहारा

प्र. २००. मंदीत अडकलेल्या अर्थव्यवस्थेला बाहेर काढण्यासाठी ज्या खर्चाद्वारे चलनात अधिक मुद्रा आणून खासगी गुंतवणूकीला प्रेरित केले जाते त्याला म्हणतात.

(a) प्रोत्साहक खर्च   (b) क्षतिपूरक खर्च

(c) सामाजिक खर्च   (d) विकास खर्च

उत्तरे

1. a	2. c	3. b	4. c	5. b	6. b	7. a	8. c
9. c	10. b	11. b	12. b	13. a	14. d	15. a	16. a
17. b	18. d	19. b	20. a	21. a	22. c	23. c	24. d
25. c	26. b	27. c	28. a	29. c	30. b	31. d	32. d
33. d	34. c	35. c	36. d	37. a	38. a	39. d	40. d
41. a	42. b	43. b	44. c	45. a	46. b	47. a	48. d
49. d	50. b	51. d	52. a	53. a	54. b	55. d	56. c
57. a	58. a	59. c	60. d	61. d	62. a	63. b	64. c
65. a	66. a	67. c	68. c	69. d	70. c	71. a	72. a
73. c	74. c	75. a	76. a	77. c	78. b	79. c	80. c
81. b	82. a	83. d	84. c	85. c	86. b	87. c	88. b
89. c	90. b	91. a	92. c	93. b	94. b	95. c	96. b
97. a	98. d	99. a	100. c	101. b	102. d	103. c	104. d
105. b	106. c	107. b	108. b	109. d	110. a	111. d	112. a
113. a	114. d	115. b	116. d	117. d	118. b	119. d	120. c
121. c	122. a	123. b	124. d	125. a	126. a	127. c	128. a
129. a	130. c	131. d	132. a	133. a	134. a	135. c	136. b
137. d	138. b	139. d	140. b	141. a	142. d	143. d	144. a
145. a	146. b	147. b	148. c	149. a	150. a	151. a	152. a
153. a	154. a	155. a	156. a	157. d	158. a	159. a	160. c
161. d	162. a	163. b	164. a	165. a	166. a	167. c	168. a
169. b	170. b	171. a	172. d	173. c	174. a	175. c	176. c
177. d	178. c	179. c	180. b	181. d	182. b	183. b	184. c
185. b	186. c	187. c	188. b	189. b	190. a	191. b	192. c
193. a	194. d	195. a	196. b	197. d	198. c	199. a	200. a

■ ■ ■

10. भारतीय अर्थव्यवस्था
Indian Economy

प्र. 1. भारतात व्यापारी बँकांच्या व्यवसायाचा जवळपास किती टक्के भाग सार्वजनिक क्षेत्रातील बँकांकडून पूर्ण केला जातो?

(a) 95   (b) 85   (c) 65   (d) 50

प्र. 2. मुंबई शेअर बाजाराचा डॉलर मूल्यात नवा शेअर मूल्य सूचकांक काय आहे?

(a) डॉलेक्स   (b) फॉरेक्स   (c) युरेक्स   (d) सेन्सेक्स

प्र. 3. राष्ट्रीय विकास परिषदेचे सदस्य खालीलपैकी कोण नसतात?

(a) राज्याचे राज्यपाल

(b) राज्याचे मुख्यमंत्री

(c) केंद्रशासित प्रदेशाचे प्रशासक

(d) संघराज्याच्या मंत्रिमंडळाचे सर्व सदस्य

प्र. 4. आवक आणि जावकाची दृश्य व अदृश्य .... आंतरराष्ट्रीय वित्तीय हस्तांतरण इ. खालीलपैकी कशाचा भाग आहे?

(a) आयातनिर्यात नीती   (b) व्यय संतुलन

(c) व्यापार संतुलन   (d) वार्षिक बजेट

प्र. 5. केंद्र सरकारद्वारा घोषित नव्या ..... सार्वजनिक वितरण प्रणालीच्या अंतर्गत निर्धनता रेषेच्या खाली जीवन जगणाऱ्यांमध्ये गव्हाचे वाटप करण्यासाठी केंद्रीय निर्गम मूल्य किती रुपये प्रति किलो ठरविण्यात आले आहे?

(a) 3.50 रुपये   (b) 2 रुपये

(c) 1.50 रुपये   (d) यांपैकी कुठलेही नाही.

प्र. 6. खालीलपैकी कोणते पीक खरीप पीक आहे?

(a) गहू   (b) मका   (c) हरबरा   (d) जव

प्र. 7. घरगुती उत्पादन आणि शुद्ध घरगुती उत्पादनातला फरक आहे.

(a) संपत्तीतून सरकारी उत्पन्न

(b) शुद्ध अप्रत्यक्ष कर (अप्रत्यक्ष कर-सबसिडी)

(c) स्थिर भांडवलाचा उपभोग

(d) शुद्ध भांडवल निर्माण

प्र. 8. शेती उत्पादनात 'हरित क्रांती' चे जनक कोणाला मानले जाते?
(a) नोरमॉन ई. बोरलॉग (b) एम. एस. स्वामीनाथन
(c) गॅरी बेकर (d) वरीलपैकी कोणीही नाही.

प्र. 9. भारतात हिऱ्याच्या खाणी कोठे आहेत?
(a) उत्तर प्रदेश (b) मध्य प्रदेश
(c) बिहार (d) आंध्रप्रदेश

प्र. 10. भारतात कोणत्या राज्यात कॉफीची शेती सर्वाधिक क्षेत्रफळात केली जाते?
(a) कर्नाटक (b) गुजरात (c) आंध्रप्रदेश (d) तमिळनाडू

प्र. 11. भारतात कोणते राज्य शेंगदाण्याच्या उत्पादनात सर्वांत पुढे आहे?
(a) हरियाणा (b) गुजरात (c) राजस्थान (d) उत्तर प्रदेश

प्र. 12. खालीलपैकी कोणत्या योजनेचा विस्तार देशाच्या ग्रामीण व शहरी दोन्ही क्षेत्रांत केला गेला आहे?
(a) पंतप्रधानांची रोजगार योजना (b) जवाहर रोजगार योजना
(c) नेहरू रोजगार योजना (d) वरीलपैकी कोणतीही नाही.

प्र. 13. खाली दाखवला गेलेला मोनोग्राम सार्वजनिक क्षेत्रातल्या कोणत्या संस्थेचे प्रतीक आहे?

(a) इंडियन ओवरसीज बँक (b) युनायटेड कमर्शियल बँक
(c) तेल आणि प्राकृतिक गॅस निगम (d) भारतीय इस्पात प्राधिकरण

प्र. 14. उदारीकरण आणि अनियंत्रणांचे धोरण स्वीकारताना सरकारने जास्तीतास्त उद्योगांसाठी लायसेन्सची अनिवार्यता संपवली आहे. सध्या अस्तित्वात असलेल्या किती उद्योगांसाठी औद्योगिक लायसेन्स आवश्यक आहे?
(a) 3 (b) 6 (c) 8 (d) 12

प्र. 15. भारतात सर्वाधिक अभ्रकाचे उत्पादन होते.
(a) मध्य प्रदेशात (b) झारखंडमध्ये (c) ओरिसात (d) जम्मू–काश्मीरमध्ये

प्र. 16. भारतात खालीलपैकी कोणत्या वस्तू आयात केल्या जात नाहीत?
(a) लोह (b) पेट्रोलियम (c) कापूस (d) मशिनरी

प्र. 17. 1991–92 मध्ये भारत विकास बंध–पत्र (India Develpoment Bond) कोणाद्वारे निर्गमित केले गेले?
(a) भारतीय स्टेट बँक (b) भारतीय रिझर्व्ह बँक
(c) भारतीय युनिट ट्रस्ट (d) राष्ट्रीय आवास बँक

प्र. 18. भारतात सर्वांत प्रथम निर्गुंतवणूक आयोगाची (Disinvestment Commission) स्थापना केव्हा केली गेली?

(a) ऑगस्ट 1992   (b) ऑगस्ट 1995

(c) ऑगस्ट 1996   (d) मार्च 1998

प्र. 19. खालीलपैकी कोणत्या प्रत्यक्ष करापासून सरकारला सर्वांत अधिक राजस्व प्राप्त होते?

(a) निगम कर   (b) आय कर

(c) धन कर   (d) वन कर

प्र. 20. 30 एप्रिल 2003 पासून लागू बँकदर आहे.

(a) 7.5%   (b) 6%   (c) 8%   (d) 8.5%

प्र. 21. 'ऑपरेशन फ्लड' कार्यक्रमाचा आरंभ केव्हा झाला?

(a) 1951   (b) 1970   (c) 1975   (d) 1985

प्र. 22. स्थिर किमतीच्या तुलनेत चालू किमतीवर राष्ट्रीय उत्पन्न अधिक मिळते कारण...

(a) किमतीतील वाढ उत्पादनवाढीच्या बरोबर आहे.

(b) किमतीतील वाढ उत्पादनवाढीपेक्षा जास्त आहे.

(c) उत्पादनवाढ किमतीतील वाढीपेक्षा जास्त आहे.

(d) निव्वळ उत्पादनात कमी

प्र. 23. योजना आयोगाच्या सदस्यांची संख्या किती असते?

(a) 11   (b) 12

(c) 13   (d) सरकारच्या इच्छेनुसार बदलत राहते

प्र. 24. रेखी समितीची स्थापना मे 1993 मध्ये केली गेली. या समितीचा संबंध खालीलपैकी कोणत्या क्षेत्राशी होता?

(a) अप्रत्यक्ष करांच्या (उत्पादन शुल्क व सीमा शुल्क) संदर्भात समान नियमावली बनवण्याशी

(b) बँक रचनेत परिवर्तनाशी

(c) सुरक्षा घोटाळ्याशी

(d) वरीलपैकी कशाशीही नाही.

प्र. 25. ग्रामीण क्षेत्रात 'महिला आणि बाल विकास कार्यक्रम' खालीलपैकी कोणत्या कार्यक्रमाची एक उपयोजना होती?

(a) जवाहर रोजगार योजना   (b) इंदिरा आवास योजना

(c) ट्रायसेम   (d) समन्वित ग्रामीण विकास कार्यक्रम

प्र. 26. ट्रायसेम (TRYSEM) वर केंद्रित समूहात कोणत्या वयोगटातील तरुणांना सामील करून घेण्यात आले होते?

(a) 15 ते 25 वर्षे   (b) 20 ते 30 वर्षे

(c) 18 ते 35 वर्षे   (d) 21 ते 40 वर्षे

प्र. 27. बाल श्रम निर्मूलन योजना भाग आहे.

(a) पंतप्रधानांच्या रोजगार योजनेचा

(b) रोजगार विमा योजनेचा

(c) शहरी निर्धनता निवारण योजनांचा

(d) पंतप्रधानांच्या तीन नवीन कल्याण योजनांचा

प्र. 28. राष्ट्रीय उत्पन्नाच्या गणतीसाठी CSO द्वारा नवे वर्षे 1993–94 केले गेले

(a) 1979–80 ऐवजी   (b) 1980–81 ऐवजी

(c) 1984–85 ऐवजी   (d) 1985–86 ऐवजी

प्र. 29. रेल्वेयात्री वर्ष घोषित झाले

(a) 1997–98   (b) 1998–99

(c) 1999–2000   (d) 2000–2001

प्र. 30. भाग A व भाग B च्या जोड्या लावा.

भाग A

1) 1911–21 मध्ये जनसंख्या वार्षिक वाढीचा दर काय होता?

2) 1951–61 मध्ये जनसंख्या वार्षिक वाढीचा दर काय होता?

3) 1941–51 मध्ये जनसंख्या वार्षिक वाढीचा दर काय होता?

4) 1991–2001 मध्ये जनसंख्या वार्षिक वाढीचा दर काय होता?

भाग B

i) 1.95 टक्के   ii) 1.33 टक्के   iii) 2.15 टक्के   iv) –.03 टक्के

	1	2	3	4
(a)	(i)	(iii)	(ii)	(iv)
(b)	(iv)	(iii)	(ii)	(i)
(c)	(iv)	(iii)	(i)	(ii)
(d)	(i)	(iv)	(ii)	(iii)

प्र. 31. भाग A व भाग B च्या जोड्या लावा.

भाग A

1) भारतात 1951 मध्ये लोकसंख्येची घनता काय होती?

2) भारतात 1991 मध्ये लोकसंख्येची घनता काय होती?

3) बिहार मध्ये लोकसंख्येची घनता 1991 मध्ये किती होती?

4) उत्तर प्रदेशात लोकसंख्येची घनता 1991 मध्ये किती होती?

भाग B

	(i) 274	(ii) 473	(iii) 497	(iv) 117
	1	2	3	4
(a)	i	ii	iii	iv
(b)	i	ii	iv	iii
(c)	i	iii	iv	ii
(d)	iv	i	iii	ii

प्र. 32. 2001 च्या जनगणनेत उतरत्या क्रमात सर्वाधिक लोकसंख्या घनता असणारे राज्य आहे?

(a) पश्चिम बंगाल, केरळ, बिहार

(b) केरळ, बिहार, पश्चिम बंगाल

(c) बिहार, केरळ, पश्चिम बंगाल

(d) पश्चिम बंगाल, बिहार, केरळ

प्र. 33. शालेय विद्यार्थ्यांसाठी दुपारच्या जेवण योजनेत समाविष्ट आहे.

(a) केवळ प्राथमिक शिक्षण   (b) केवळ माध्यमिक शिक्षण

(c) वरील दोन्ही   (d) सर्व स्तरांवरचे शिक्षण

प्र. 34. आंतरराष्ट्रीय व्यापाराचा मूलभूत आधार आहे.

(a) निरपेक्ष लाभ आणि तुलनात्मक लाभ दोन्ही   (b) केवळ निरपेक्ष लाभ

(c) केवळ सापेक्ष लाभ   (d) विनिमय दर

प्र. 35. भारतात प्रवासी दळणवळणात सडक दळणवळणाचा भाग जवळपास आहे.

(a) 20%   (b) 40%   (c) 60%   (d) 80%

प्र. 36. सुंदरराज समितीचा संबंध कोणत्या क्षेत्राशी आहे?

(a) पेट्रोलियम   (b) शिक्षण   (c) लघु उद्योग   (d) विद्युत

प्र. 37. भारतात सर्वप्रथम जनगणनेचे कार्य केव्हा सुरू झाले?

(a) 1872   (b) 1891   (c) 1901   (d) 1921

प्र. 38. खालीलपैकी कोणती जोडी बरोबर ..... नाही.

(a) प्रथम पंचवार्षिक योजना – 1951–56

(b) तृतीय पंचवार्षिक योजना – 1961–66

(c) सहावी पंचवार्षिक योजना – 1980–85

(d) नववी पंचवार्षिक योजना – 1998– 2003

प्र. 39. भारतात भूमिक्षेत्रातला किती भाग वनांनी आच्छादित आहे?

(a) $\frac{1}{5}$ भाग   (b) $\frac{1}{4}$ भाग   (c) $\frac{1}{3}$ भाग   (d) $\frac{1}{2}$ भाग

प्र. 40. जेव्हा अर्थव्यवस्थेच्या सर्व बाजूंना नियोजनात सामील न करता फक्त महत्त्वपूर्ण बाजूंनाच सामील केले जाते तेव्हा त्याला म्हणतात.

(a) आंशिक नियोजन   (b) सामान्य नियोजन

(c) कार्यात्मक नियोजन   (d) संरचनात्मक नियोजन

प्र. 41. कथन (A) : ..... भारतात गरिबीच्या व्यापकतेबद्दल स्थिती स्पष्ट नाही.

कारण (R) : गरिबी निवारण कार्यक्रमात मोठ्या प्रमाणात बदल केले गेले आहेत.

(a) A बरोबर आहे पण R चुकीचे आहे.

(b) A बरोबर आहे पण R ही बरोबर आहे.

(c) A आणि R चूक, दोन्ही बरोबर आहेत, आणि R, A ची बरोबर व्याख्या करते आहे.

(d) A आणि R दोन्ही बरोबर पण R, A ची बरोबर व्याख्या करत नाही.

प्र. 42. भारतीय रेल्वे कोणत्या प्रकारच्या रेल्वे लाइनचा वापर करते?

(a) ब्रॉड गेज   (b) मीटर गेज

(c) नॅरो गेज   (d) वरील सर्व

प्र. 43. दुग्ध उत्पादनाच्या क्षेत्रात भारत जगात कितव्या स्थानावर आहे ?

(a) पहिल्या   (b) दुसऱ्या   (c) तिसऱ्या   (d) चौथ्या

प्र. 44. भारतात 14 वर्षांपर्यंतच्या मुलांचा एकूण लोकसंख्येतील प्रमाण शेकडा आहे.

(a) 16   (b) 36   (c) 37   (d) 46

प्र. 45. राज्यांमध्ये सडक मार्गाची लांबी सर्वांत जास्त कोणत्या राज्यात आहे?

(a) महाराष्ट्र   (b) उत्तर प्रदेश   (c) मध्य प्रदेश   (d) राजस्थान

प्र. 46. एप्रिल 1997 पासून औद्योगिक उत्पादन सूचकाचे आधार वर्ष आहे.

(a) 1992–93   (b) 1993–94   (c) 1994–95   (d) 1995–96

प्र. 47. ज्ञानप्रकाश समितीचा संबंध कोणत्या क्षेत्राशी आहे?

(a) औद्योगिक रुग्णता   (b) साखर घोटाळा

(c) चारा घोटाळा   (d) शेअर घोटाळा

प्र. 48. चहाच्या उत्पादनात जगात भारताचे कितवे स्थान आहे?

(a) चौथे   (b) तिसरे   (c) दुसरे   (d) पहिले

प्र. 49. देशाचा सर्वांत मोठा उद्योग कोणता आहे?

(a) खाण उद्योग   (b) विद्युत उद्योग

(c) बॅंकिंग उद्योग   (d) कापड उद्योग

प्र. 50. भारतात मान्यताप्राप्त शेअरबाजारांची संख्या किती आहे?

(a) 19   (b) 20   (c) 21   (d) 24

प्र. 51. केंद्र सरकारद्वारा निर्मित निर्गुंतवणूक आयोगाने सार्वजनिक क्षेत्रातील खालीलपैकी कोणत्या कंपनीचे शेअर्स शत प्रतिशत विकले होते?

(a) आय. टी. डी. सी.   (b) मॉडर्न फूड इंडस्ट्रीज

(c) भारतीय गॅस प्राधिकरण   (d) भारतीय खाद्य निगम

प्र. 52. चार दशकांच्या नियोजनामध्ये माल परिवहनासाठी सडक परिवहनाचा हिस्सा

(a) कमी झाला आहे   (b) वाढला आहे

(c) स्थिर आहे   (d) कधी वाढला तर कधी कमी झाला

प्र. 53. 1991–2001 मध्ये भारताच्या लोकसंख्या वाढीचा वार्षिक दर होता.

(a) 2.1%   (b) 1.9%   (c) 2.2%   (d) 2.3%

प्र. 54. सांविधानिक स्थितीनुसार खनिजांवर कोणाचा अधिकार आहे?

(a) राज्य सरकारचा   (b) केंद्र सरकारचा

(c) दोघांचाही समान   (d) वरील सर्व चूक

प्र. 55. जगात सर्वांत जास्त सोन्याचा खप कोणत्या देशात होतो?

(a) भारत   (b) जपान   (c) अमेरिका   (d) सौदी अरब

प्र. 56. जगातील लोकसंख्येच्या किती प्रतिशत लोकसंख्या भारतात राहते?

(a) 14%   (b) 16.7%   (c) 18.2%   (d) 20.2%

प्र. 57. 2001 मधील जनसंख्येच्या आधारे खालीलपैकी राज्यांचा कोणता क्रम बरोबर आहे?

(a) बिहार, मध्य प्रदेश, उत्तर प्रदेश, महाराष्ट्र

(b) उत्तर प्रदेश, महाराष्ट्र, बिहार, प. बंगाल

(c) मध्य प्रदेश, उत्तर प्रदेश, बिहार, प. बंगाल

(d) बिहार, उत्तर प्रदेश, प. बंगाल, महाराष्ट्र

प्र. 58. भारतात प्रथम रेल्वे लाइनची निर्मिती कुठे झाली?

(a) मुंबई व ठाण्याच्यामध्ये   (b) हावरा व सेरामपुरच्यामध्ये

(c) मद्रास व गुन्टूरच्यामध्ये   (d) दिल्ली व आग्राच्यामध्ये

प्र. 59. कोणता स्रोत ऊर्जेचा व्यावसायिक स्रोत नाही?

(a) पेट्रोलियम   (b) परमाणू ऊर्जा

(c) प्राकृतिक गॅस   (d) बायो गॅस

प्र. 60. कोणत्या खनिज उत्पादनात भारताचा जगात एकाधिकार आहे?

(a) अभ्रक   (b) मँगनीज   (c) कोळसा   (d) बॉक्साईट

प्र. 61. नायक समितीचा संबंध आहे.

(a) कुटीर उद्योगाशी   (b) लघु उद्योगाशी

(c) अवजड उद्योगाशी   (d) वरील सर्वांशी

प्र. 62. सार्वजनिक क्षेत्रातील वाणिज्य बँकांच्या सर्वाधिक शाखा कोणत्या राज्यात आहेत?

(a) उत्तर प्रदेश   (b) महाराष्ट्र   (c) गुजरात   (d) कर्नाटक

प्र. 63. समन्वित ग्रामीण विकास कार्यक्रमाचे पुनरीक्षण सुचविण्यासाठी व सुधारणा उपाय देण्यासाठी रिझर्व्ह बँकेने 1993–94 मध्ये एक समिती स्थापन केली होती, त्या समितीचे अध्यक्ष होते.

(a) डी. आर. मेहता   (b) डॉ. सी. रंगराजन

(c) डॉ. मनमोहन सिंह   (d) प्रणव मुखर्जी

प्र. 64. भारतात वित्त आयोगाच्या स्थापनेची तरतूद संविधानातल्या कोणत्या अनुच्छेदामध्ये आहे?

(a) अनुच्छेद 256   (b) अनुच्छेद 280

(c) अनुच्छद 293   (d) अनुच्छेद 256

प्र. 65. भारतात राष्ट्रीय उत्पन्नाचे आकलन कुणाच्या द्वारे केले जाते?

(a) योजना आयोग   (b) भारतीय रिझर्व्ह बँक

(c) वित्त मंत्रालय   (d) केंद्रीय सांख्यिकीय संघटना

प्र. 66. राष्ट्रीय विकास परिषदेचा सचिव कोण असतो?

(a) वित्त मंत्रालयाचा सचिव   (b) लोकसभेचा महासचिव

(c) योजना आयोगाचा सचिव   (d) योजना आयोगाचा उपाध्यक्ष

प्र. 67. खालीलपैकी कोणत्या राज्यात अनुसूचित जातीच्या लोकांची टक्केवारी सर्वांत जास्त आहे?

(a) उत्तर प्रदेश   (b) मध्य प्रदेश

(c) केरळ   (d) पंजाब

प्र. 68. मार्च 1993 मध्ये घोषित राष्ट्रीय खनिज धोरणात खालीलपैकी कोणत्या खनिजासाठी गुंतवणुकीकरिता खाजगी क्षेत्रांना परवानगी नाकारण्यात आली?

(a) कोळसा   (b) लोखंड   (c) सोने   (d) प्लॅटिनम

प्र. 69. भारताच्या योजना आयोगासंबंधी खालीलपैकी कोणते विधान बरोबर आहे?

(a) योजना आयोगाचा संविधानात कोठेही उल्लेख नाही.

(b) या आयोगाच्या सदस्य आणि उपाध्यक्षांचा कुठलाही निश्चित कार्यकाल नसतो.

(c) या आयोगाच्या सदस्यांसाठी कुठलीही निश्चित योग्यता ठरवलेली नाही.

(d) वरील सर्वच

प्र. 70. राष्ट्रीय कृषी आणि ग्रामीण विकास बँकेची स्थापना कोणत्या समितीच्या शिफारशींच्या आधारे केली गेली होती?

(a) लोकलेखा समिती   (b) शिवराम समिती

(c) नरसिंहम समिती   (d) वरीलपैकी कुठलीही नाही

प्र. 71. कुटीर ज्योती योजनेशी खालीलपैकी कोणता कार्यक्रम संबंधित आहे?

(a) ग्रामीण क्षेत्रात कुटीर उद्योगांना प्रोत्साहन देणे

(b) ग्रामीण बेरोजगार युवकांना रोजगार मिळवून देणे

(c) ग्रामीण क्षेत्रात दारिद्र्यरेषेच्या खालील जीवन जगणाऱ्या परिवारांना वीज उपलब्ध करून देणे

(d) वरील सर्व

प्र. 72. साखर उत्पादनात भारत जगात कितव्या स्थानावर आहे?

(a) पहिल्या   (b) दुसऱ्या   (c) तिसऱ्या   (d) पाचव्या

प्र. 73. जसजशी अर्थव्यवस्था विकसित होत जाते तसतसा राष्ट्रीय उत्पन्नामध्ये तृतीयक क्षेत्राचा अंश

(a) कमी होतो आणि नंतर वाढतो   (b) वाढतो पण नंतर कमी होतो

(c) वाढत जातो   (d) कमी होत जातो

प्र. 74. भारतात प्रति व्यक्ती न्यूनतम उत्पन्न असलेले राज्य कोणते आहे?

(a) बिहार   (b) ओरिसा   (c) राजस्थान   (d) गुजरात

प्र. 75. दहाव्या पंचवार्षिक योजनेत ऊर्जेवर एकूण योजना मिळकतीच्या किती टक्के खर्च करण्याची सोय आहे?

(a) 14.8   (b) 22.8   (c) 8.0   (d) 26.4

प्र. 76. भारताच्या राष्ट्रीय उत्पन्नात खालीलपैकी कोणत्या क्षेत्राचे योगदान सर्वांत कमी आहे?

(a) प्राथमिक   (b) द्वितीयक

(c) तृतीयक   (d) तिन्हींचे योगदान समान आहे

प्र. 77. कुठल्याही उत्पादनावर असलेले 'इको मार्क' हे प्रमाण चिन्ह हे दर्शविते की हे उत्पादन

(a) वाजवी किमतीचे आहे   (b) पर्यावरणाच्या दृष्टीने अनुकूल आहे.

(c) नष्ट होणारे नाही   (d) चांगल्या प्रतीचे आहे

प्र. 78. भारतात सर्व घरगुती बचत योजनांमध्ये सर्वाधिक योगदान कोणाचे आहे?

(a) घरगुती क्षेत्र   (b) सरकारी क्षेत्र

(c) सार्वजनिक योजना   (d) खाजगी निगम क्षेत्र

प्र. 79. दहाव्या पंचवार्षिक योजनेसाठी वार्षिक विकासाचा वृद्धी दर काय निर्धारित केला गेला आहे?

(a) 7%   (b) 6%   (c) 8%   (d) 5.6%

प्र. 80. भारतात राष्ट्रीय उत्पन्नाच्या गणनेत कोणती पद्धत वापरली जाते?

(a) उत्पादन गणना पद्धत   (b) उत्पन्न पद्धत

(c) वरील दोन्ही   (d) वरीलपैकी कुठलीही नाही

प्र. 81. स्वातंत्र्यापूर्वी भारताच्या राष्ट्रीय उत्पन्नासंबंधी कोणी अनुमान लावले होते?

(a) NSS   (b) CSO

(c) दादाभाई नौरोजी आणि फिण्डले शिराज   (d) वरील सर्वांनी

प्र. 82. स्वातंत्र्यानंतर भारताच्या राष्ट्रीय उत्पन्नाचे अनुमान लावण्यासाठी भारताने राष्ट्रीय उत्पन्न समितीची स्थापना केव्हा केली?

(a) 4 ऑगस्ट 1956   (b) 4 ऑगस्ट 1949

(c) 15 ऑगस्ट 1961   (d) 4 ऑगस्ट 1996

प्र. 83. भारतात राष्ट्रीय उत्पन्नाची गणना खालील गोष्टींवर आधारित केली जाते.

(a) चालू किमतींच्या आधारावर   (b) स्थिर मूल्यांच्या आधारावर

(c) वरील दोन्ही आधारावर   (d) वरीलपैकी कोणतीही नाही.

प्र. 84. भारतात चंदन लाकडाची वने सर्वाधिक कुठे आहेत?

(a) आसामातील पर्वतावर   (b) शिवालिक पर्वतावर

(c) नीलगिरी पर्वतावर   (d) सातपुडा पर्वतावर

प्र. 85. भारतात 2004–05 मध्ये सकल घरेलू उत्पादन (CDP) वृद्धी दर अंकित केला गेला.

(a) 7%   (b) 5.5%   (c) 6.9%   (d) 6.4.%

प्र. 86. विश्व बँकेची उदार ऋण देणारी खिडकी कोणाला म्हटले जाते?

(a) आंतरराष्ट्रीय वित्त निगम (IFC)   (b) आंतरराष्ट्रीय विकास संघ (IDA)

(c) आंतरराष्ट्रीय मुद्रा कोष (IMF)   (d) भारत साहाय्यता क्लब (IAC)

प्र. 87. मीरा सेठ समितीचा संबंध कोणाशी होता?

(a) हातमागांच्या (Handlooms) विकासाशी

(b) रोजगारातील लिंगभेदाशी

(c) बाल श्रम समाप्तीशी

(d) कार्यरत महिलांच्या कल्याणाशी

प्र. 88. दक्षेस राष्ट्रांमध्ये साप्टा (SAPTA) कुठल्या विषयाशी संबंधित आहे

(a) शिक्षण   (b) व्यापार   (c) सुरक्षा   (d) पर्यावरण

प्र. 89. मॉस्ट्रिश्च तहाचा मुख्य उद्देश काय आहे?

(a) पर्यावरण सुरक्षा   (b) युरोपचे एकत्रीकरण

(c) परमाणू शक्ती परिसीमन   (d) पूर्व व पश्चिमी जर्मनीचे एकीकरण

प्र. 90. विदेशी संस्थागत गुंतवणूकदार (FLLS) आणि अनिवासी भारतीयांकडून (NRIS) कुठल्याही भारतीय कंपनीत वर्तमान किती टक्क्यापर्यंत पोर्टफोलियो गुंतवणूक केली जाऊ शकते?

(a) 51%   (b) 50%   (c) 24%   (d) 30%

प्र. 91. भारतात कृषिधारणा क्षेत्राचा आकार सतत कमी होत आहे त्याचे कारण काय?

(1) कौटुंबिक विघटन   (2) प्रतिकूल हवामान

(3) शेतीचे यांत्रिकीकरण   (4) लोक संख्येतील वाढ

(a) 1, 2, 3 व 4   (b) 1, 3 व 4   (c) 1 व 4   (d) 1 व 2

प्र. 92. वर्तमान ठोक (wholesale) मूल्य सूचकांक कोणत्या अध्यक्षाने बनवला होता?

(a) डॉ. सी. संगराजन   (b) डॉ. वाय. के. अलख

(c) डॉ. मनमोहन सिंह   (d) डॉ. चेलैया

प्र. 93. रिझर्व्ह बँकेच्या नोट निर्गमन विभागात नेहमी कमीत कमी किती किमतीचा स्वर्णकोष असला पाहिजे?

(a) 85 कोटी रु.   (b) 115 कोटी रु.

(c) 200 कोटी रु.   (d) वरीलपैकी काहीच नाही

प्र. 94. सन 1921 ला महान विभाजक वर्ष म्हटले जाते. कारण

(a) यापूर्वी जनसंख्येची वाढ अनियमित व सावकाश होती व उलट यानंतर देशाची लोकसंख्या नियमितपणे उत्तरोत्तर वेगाने वाढत गेली.

(b) या वर्षी जनगणनेचे काम वैज्ञानिक रीतीने झाले

(c) जनसंख्या वाढीचा दर धनात्मक राहिला.

(d) वरीलपैकी कुठलेही नाही

प्र. 95. खालीलपैकी सार्वजनिक क्षेत्रात कोण आहे?

(1) भारतीय उर्वरक निगम   (2) भारतीय खाद्य निगम

(3) भारतीय कापूस निगम   (4) भारतीय ज्यूट निगम

(a) फक्त 1, 2   (b) फक्त 2, 3   (c) फक्त 3, 4   (d) सर्व 1, 2, 3,

प्र. 96. भारतात सुरक्षा व विनिमय बोर्डाची स्थापना केव्हा झाली?

(a) 1993   (b) 1992   (c) 1988   (d) 1990

प्र. 97. भारतात सर्वाधिक शाखा कोणत्या विदेशी बँकेच्या आहेत?

(a) ए. एन. झेड. ग्रिण्डलेज बँक   (b) स्टँडर्ड चार्टर्ड बँक

(c) हॉंगकॉंग ॲन्ड शांघाय बँकिंग कॉर्पोरेशन   (d) सिटी बँक

प्र. 98. भारतात हरित क्रांती कशाच्या उत्पादनासाठी सर्वाधिक सफल झाली?
(a) गहू व बटाटा (b) ज्वारी व तेलबिया
(c) गहू व तांदूळ (d) चहा व कॉफी

प्र. 99. आर्थिक नियोजन हा विषय आहे–
(a) संघ यादीत (b) राज्य यादीत
(c) समवर्ती यादीत (d) कुठल्याच यादीत उल्लेख नाही

प्र. 100. सार्वजनिक क्षेत्राचा अर्थ आहे–
(a) वाणिज्य आणि व्यापारावर सरकारचे स्वामित्व
(b) वाणिज्य आणि व्यापारावर व्यक्तिगत स्वामित्व
(c) वाणिज्य आणि व्यापारावर श्रीमंतांचे स्वामित्व
(d) वाणिज्य आणि व्यापारावर मौलिक रूपात व्यक्तिगत स्वामित्व जे सरकारने
प्राप्त केले आहे.

प्र. 101. भारतात कर्मचाऱ्यांचे महागाई भत्ते ठरविण्याचा आधार काय आहे?
(a) राष्ट्रीय उत्पन्न (b) उपभोक्ता मूल्य सूचकांक
(c) जीवन स्तर (d) दरडोई उत्पन्न

प्र. 102. भारतातील कोणत्या राज्यात बालमृत्युदर सर्वांत कमी आहे?
(a) महाराष्ट्र (b) गोवा (c) गुजरात (d) केरळ

प्र. 103. उदारीकृत विनिमय दर प्रबंध व्यवस्था (LERMS) केव्हा सुरू झाली?
(a) 1991–92 मध्ये (b) 1992–93 मध्ये
(c) 1993–94 मध्ये (d) 1994–95 मध्ये

प्र. 104. कोणत्या समितीने कृषि मशागतीवर कर लावण्याची सूचना केली होती?
(a) भूतलिंगम समिती (b) वान्चू समिती
(c) राज समिती (d) वरीलपैकी कुठलीही नाही

प्र. 105. गुंतवणुकीच्या दृष्टीने भारतीय अर्थव्यवस्थेतील सर्वांत मोठा उद्योग कोणता आहे?
(a) चहा (b) सिमेंट (c) लोह (d) पटसन

प्र. 106. दहाव्या पंचवार्षिक योजनेच्या सार्वजनिक क्षेत्राच्या खर्चामध्ये सर्वाधिक खर्च कोणत्या क्षेत्रावर प्रस्तावित आहे?
(a) कृषी (b) परिवहन (c) ऊर्जा (d) संचार

प्र. 107. राष्ट्रीय कृषी आणि ग्रामीण विकास बँकेची स्थापना कितव्या पंचवार्षिक योजनेच्या कालावधीत केली गेली?
(a) चौथ्या (b) पाचव्या (c) सहाव्या (d) सातव्या

प्र. 108. पतनियंत्रणाच्या परिणामात्मक उपायांमध्ये खालीलपैकी काय सामील नाही?

(a) खुल्या बाजारातील व्यवहार   (b) सांविधिक तरलता (रोखता) प्रमाण

(c) बँकदर   (d) कर्जासाठी मार्जिनची आवश्यकता

प्र. 109. भारतात सर्वांत आधी तयार झालेल्या पहिल्या सहकारी समित्या होत्या.

(a) पतसमित्या   (b) विपणन समित्या

(c) कृषी समित्या   (d) गृह समित्या

प्र. 110. स्फीतिमुळे GNP मध्ये श्रमाचे प्रमाण कमी होते ते कशामुळे होते?

(a) किमतींच्या तुलनेत मजुरी मागे पडते

(b) मजुरीच्या तुलनेत किमती मागे पडतात

(c) किमतीच्या तुलनेत लाभ मागे पडतो

(d) लाभाच्या तुलनेत किमती मागे पडतात

प्र. 111. रिझर्व्ह बँक ऑफ इंडियाचे राष्ट्रीयीकरण केव्हा झाले?

(a) 1959   (b) 1947   (c) 1945   (d) 1949

प्र. 112. दहाव्या पंचवार्षिक योजनेत घरगुती बचतीचा दर सकल घरगुती उत्पादनाच्या किती टक्के मिळविण्याचे लक्ष्य आहे?

(a) 13.6%   (b) 8.0%   (c) 26.8%   (d) 24%

प्र. 113. भारताच्या योजना आयोगाचे स्वरूप काय आहे?

(a) ही एक संवैधानिक संस्था आहे.

(b) ही एक कायदेशीर संस्था आहे.

(c) ही एक सहकारी संस्था आहे.

(d) हा एक स्वायत्त निगम आहे.

प्र. 114. खालीलपैकी कोणत्या पंचवार्षिक योजनेत आर्थिक संवृद्धी दर आपल्या लक्ष्यापेक्षा जास्त होता?

(a) तिसऱ्या   (b) दुसऱ्या

(c) चौथ्या   (d) आठव्या

प्र. 115. बाराव्या वित्त आयोगाचे अध्यक्ष कोण होते?

(a) प्रणव मुखर्जी   (b) डॉ. सी. रंगराजन

(c) मोहन धारिया   (d) डॉ. मनमोहन सिंह

प्र. 116. कर संरचनेत दुरुस्त्या करण्यासाठी तयार केली गेलेली समिती खालीलपैकी कोणती होती?

(a) नरसिंहम समिती   (b) चेलैया समिती

(c) गाडगीळ समिती   (d) केळकर समिती

प्र. 117. नरसिंहम समितीने कशाविषयी आपल्या सूचना केंद्र सरकारला दिल्या होत्या?

(a) उच्च शिक्षण सुधारणेसंबंधी

(b) कर संरचना सुधारण्यासंबंधी

(c) बँकिंग संरचना सुधारण्यासंबंधी

(d) पंचवार्षिक योजना क्रियान्वित करण्यासंबंधी

प्र. 118. 2001 च्या जनगणनेनुसार कोणत्या केंद्रशासित प्रदेशात साक्षरता प्रतिशत सर्वाधिक आहे?

(a) दिल्ली   (b) चण्डीगढ   (c) पॉडिचेरी   (d) लक्षद्वीप

प्र. 119. कोणते विधान सत्य आहे?

(a) अमेरिकेबरोबर भारताचा विदेशी व्यापार सुपर 301 मुळे वाढला आहे.

(b) अमेरिकेबरोबर भारताचा विदेशी व्यापार सुपर 301 मुळे कमी झाला आहे.

(c) सुपर 301 मुळे भारताचा अमेरिकेबरोबर होणाऱ्या व्यापारावर काहीही परिणाम झाला नाही.

(d) सुपर 301 मुळे भारताने अमेरिकेबरोबर होणारे व्यापारिक करार रद्द केले आहेत?

प्र. 120. मुद्रा साठा वाढविण्यात सर्वाधिक योगदान कापड उद्योगाचे आहे. कारण

(a) याच्या निर्यातीसाठी आयातीवर निर्भरता खूप जास्त आहे.

(b) याच्या निर्यातीसाठी आयातीवर निर्भरता खूप कमी आहे.

(c) याच्या निर्यातीसाठी देशाला कुठल्याही प्रकारच्या आयातीवर निर्भर राहावे लागत नाही.

(d) याचा खर्च कमीत कमी असते.

प्र. 121. रेल्वेला खालीलपैकी कशामुळे जास्त उत्पन्न मिळते?

(a) प्रवाशांनी दिलेले भाडे   (b) माल वाहतूक भाडे

(c) पथकर   (d) यात्रीकर

प्र. 112. भारतात खालीलपैकी कोणत्या उद्योगात सर्वाधिक श्रमशक्ती वापरली जाते?

(a) सिमेंट उद्योग   (b) लोखंड व पोलाद उद्योग

(c) ज्यूट उद्योग   (d) कापड उद्योग

प्र. 123. 'मोकळ्या आकाशाची नीती' काय आहे? (open sky scheme)

(a) नागरी विमान उड्डाण मंत्रालयाद्वारा निर्यात वाढविण्यासाठी

(b) मुक्त अर्थव्यवस्था नीती

(c) करमुक्त नीती

(d) वरीलपैकी काहीही नाही

प्र. 124. खालीलपैकी कोणत्या प्रकाराने मिळणाऱ्या राजस्वाची वाटणी केंद्राकडून राज्याला करावी लागत नाही?

(a) आयकर
(b) उत्पादन शुल्क
(c) सीमाशुल्क
(d) वरीलपैकी काहीच नाही.

प्र. 125. सध्या देशात किती राज्यांत वित्त निगम (SFCS) कार्यरत आहेत?

(a) 18
(b) 22
(c) 20
(d) 28

प्र. 126. ट्रेड पॉइंट (Trade point) च्या स्थापनेच्या उद्देश काय आहे?

(a) आयात निर्यातीचे आदानप्रदान करणारा देश
(b) आयात निर्यातीसंबंधी सूचनांचे आदानप्रदान करणारा देश
(c) विदेशी बॅंकिंग व्यापाराचे आदानप्रदान केंद्र
(d) सीमा शुल्क एकत्रित करण्याचे केंद्र

प्र. 127. नवव्या पंचवार्षिक योजनेत (1997–2002) चालू खात्याची GDP तूट किती प्रतिशतपर्यंत सीमित ठेवण्याचे लक्ष्य होते?

(a) 2.1
(b) 3.6
(c) 4
(d) 4.5

प्र. 128. आर. एन. मल्होत्रा समितीने खालीलपैकी कोणत्या क्षेत्राशी संबंधित सुधारणांसाठी रिपोर्ट प्रस्तुत केला?

(a) आजारी उद्योग
(b) कर–सुधार
(c) विमा क्षेत्र
(d) बॅंकिंग क्षेत्र

प्र. 129. खालीलपैकी कोण योजना आयोगाचा अध्यक्ष असतो?

(a) अर्थमंत्री
(d) योजना मंत्री
(c) पंतप्रधान
(d) यांच्यापैकी कोणीही नाही

प्र. 130. कोणते विधान बरोबर आहे?

नियोजन काळात भारताचा विदेशी व्यापार

(a) फक्त प्रमाण वाढले
(b) फक्त किमतीत वाढला
(c) प्रमाण आणि किंमत दोन्हींत वाढला.
(d) प्रमाण आणि किंमत दोन्हींत घटला.

प्र. 131. भारताच्या नियोजन काळात व्यापार तोलाच्या (BOT) दृष्टीने कोणते विधान बरोबर आहे?

(a) सगळ्या वर्षांमध्ये अनुकूल होता.
(b) सगळ्या वर्षांमध्ये प्रतिकूल होता.
(c) फक्त दोन वर्षे अनुकूल होता.
(d) फक्त दोन वर्षे प्रतिकूल होता.

प्र. 132. क्षेत्रीय ग्रामीण बँकांना त्यांच्या प्रवर्तक बँकांमध्ये (Sponsor Banks) विलीन करण्याची शिफारस कोणी केले होते?

(a) नरसिंहम समितीने

(b) रिझर्व्ह बँकेचे गव्हर्नर सी. रंगराजन यांनी

(c) प्रा. ए. एन. खुसरो यांच्या अध्यक्षतेत 1989 मध्ये तयार झालेल्या कृषी साख समीक्षा समितीने

(d) वरीलपैकी कोणीही नाही

प्र. 133. शेअरबाजारावर प्रभावपूर्ण नियंत्रण कोणत्या माध्यमातून ठेवले जात आहे?

(a) MRTP Act (b) FERA (c) BIFR (d) SEBI

प्र. 134. ग्रामीण विद्युतीकरण निगमची स्थापना केव्हा केली गेली?

(a) 1979 (b) 1969 (c) 1989 (d) 1959

प्र. 135. भारतीय रेल्वेचे एकूण किती विभाग (Zones) आहेत?

(a) 8 (b) 12 (c) 16 (d) 18

प्र. 136. बहुचर्चित पशुपालन घोटाळा (Fodder Scam) खालीलपैकी कोणत्या राज्याशी संबंधित होता?

(a) उत्तरप्रदेश (b) कर्नाटक (c) तमिळनाडू (d) बिहार

प्र. 137. कोणत्या केंद्रशासित प्रदेशात 2001 च्या जनगणनेनुसार स्त्रीपुरुषांचे प्रमाण स्त्रियांना अनुकूल आहे?

(a) पाँडेचेरी (b) लक्षद्वीप (c) चण्डीगढ (d) दादरा व नगर

प्र. 138. स्वातंत्र्यानंतरच्या कालावधीसाठी राष्ट्रीय उत्पन्न अनुमानांना खालीलपैकी कोणत्या श्रृखंलेअंतर्गत ठेवले गेले?

(a) परंपरागत श्रृंखला (b) पुनरिक्षित श्रृंखला

(c) नवीन श्रृंखला (b) वरील सर्व

प्र. 139. देशात राष्ट्रीय बचत योजनेची (NSS) स्थापना केव्हा केली गेली?

(a) 1949 मध्ये (b) 1950 मध्ये

(c) 1951 मध्ये (d) 1956 मध्ये

प्र. 140. देशात केंद्रीय सांख्यिकीय संघटना (CSO) कोणत्या वर्षी स्थापन केली गेली?

(a) 1950 मध्ये (b) 1951 मध्ये

(c) 1952 मध्ये (d) 1956 मध्ये

प्र. 141. कोणता देश जगात सर्वाधिक गव्हाचे उत्पादन करतो?

(a) भारत (b) चीन (c) अमेरिका (d) स्वित्झर्लंड

प्र. 142. सध्या राष्ट्रीय उत्पन्न समंकांची गणना कोणत्या आधार वर्षावर केली जात आहे?

(a) 1970–71　　　　　　　　(b) 1993–94

(c) 1990–91　　　　　　　　(d) 1992–93

प्र. 143. विश्व विकास रिपोर्ट 2005 नुसार भारतात दरडोई उत्पन्न आहे,

(a) 410 डॉलर　　　　　　　　(b) 430 डॉलर

(c) 460 डॉलर　　　　　　　　(d) 530 डॉलर

प्र. 144. भारतात सर्वाधिक राष्ट्रीय उत्पन्न असलेल्या राज्यांचा क्रम आहे

(a) पंजाब, गोवा, हरियाणा　　　　(b) पंजाब, हरियाणा, महाराष्ट्र

(c) गोवा, हरियाणा, महाराष्ट्र　　　(d) पंजाब, महाराष्ट्र, हरियाणा

प्र. 145. राष्ट्रीय नवीनीकरण कोषाची स्थापना कोणत्या उद्देशाने केली गेली आहे?

(a) खाणींच्या नवीनीकरणासाठी　　(b) उद्योगांच्या आधुनिकीकरणासाठी

(c) लघु स्थापनेसाठी

(d) उद्योगांच्या आधुनिकीकरणामुळे विस्थापित झालेल्या श्रमिकांच्या पुनर्वसनासाठी

प्र. 146. भारताच्या राष्ट्रीय उत्पन्नात सर्वाधिक योगदान कोणत्या क्षेत्राचे आहे?

(a) कृषी　　　　(b) पुनर्निर्माण　　(c) व्यापार　　　(d) सेवा

प्र. 147. योजना काळात राष्ट्रीय उत्पन्नात कोणत्या क्षेत्राचे योगदान कमी झाले आहे?

(a) कृषी　　　　(b) पुनर्निर्माण　　(c) परिवहन　　(d) बँकिंग

प्र. 148. 'सुपर 301' काय आहे?

(a) हे भारताने विकसित केलेल्या एका सुपर कंप्युटरचे ब्रँड नाव आहे

(b) तांदुळाची नवी विकसित व्हरायटी

(c) हे अमेरिकन व्यापार कायद्यातील एक कलम आहे जे त्यांना आपल्या आयातीवर उच्च सीमा शुल्क आकारण्याची शक्ती देते

(d) हे एक एड्स नष्ट करण्यासाठी शोधल्या गेलेल्या औषधाचे नाव आहे.

प्र. 149. भारताच्या एकूण दीर्घकालीन कर्जामध्ये बहुपक्षीय आणि द्विपक्षीय कर्जांचा वाटा आहे.

(a) एक चतुर्थांश　　　　　　　(b) एक तृतीयांश

(c) दोन तृतीयांश　　　　　　　(d) तीन चतुर्थांश

प्र. 150. कोणत्या संघटनेतून भारताला विदेशी मदत प्राप्त होते?

(a) भारत साहाय्यता संघ　　　　(b) विश्व बँक

(c) आंतरराष्ट्रीय विकास संघ　　　(d) वरील सर्व

प्र. 151. सामुदायिक विकास कार्यक्रम केव्हा सुरू झाला?

(a) 1950　　　(b) 1951　　　(c) 1952　　　(d) 1956

प्र. 152. भारत साहाय्यता क्लबची स्थापना कोणत्या पंचवार्षिक योजनेत केली गेली?
(a) द्वितीय पंचवार्षिक योजना   (b) तृतीय पंचवार्षिक योजना
(c) पाचवी पंचवार्षिक योजना   (d) सातवी पंचवार्षिक योजना

प्र. 153. विश्व बँकेच्या ऋण खिडकीद्वारा ऋणप्राप्तीमध्ये भारताचा जगात कितवा नंबर आहे?
(a) पहिला   (b) दुसरा   (c) तिसरा   (d) चौथा

प्र. 154. आंतरराष्ट्रीय विकास संघाकडून (IDA) भारताला मिळणाऱ्या कर्जाचे स्वरूप
(a) अल्पकालीन   (b) मध्यकालीन   (c) दीर्घकालीन   (d) वरील सर्व

प्र. 155. 'ट्रायसेम' (TRYSEM) कार्यक्रम संबंधित होता,
(a) शहरी तरुणांशी   (b) ग्रामीण तरुणांशी
(c) शहरी महिलांशी   (d) वरील सर्वांशी

प्र. 156. 'सुवर्ण जयंती ग्राम स्वरोजगार' योजनेत आधीच सुरू असलेल्या किती योजना विलीन केल्या गेल्या?
(a) 5   (b) 6   (c) 7   (d) 8

प्र. 157. 1990 पासून सुरू केलेली 'एअर टॅक्सी' सेवा उपलब्ध केली जाते
(a) निजी क्षेत्राद्वारे   (b) सार्वजनिक क्षेत्राद्वारे
(c) वरील दोन्हींकडून   (d) वरीलपैकी कोणीच नाही.

प्र. 158. सार्वजनिक क्षेत्राच्या उद्योगांमध्ये निर्गुंतवणुकीची सुरुवात केव्हापासून झाली?
(a) 1980–81   (b) 1985–86   (c) 1990–91   (d) 1991–92

प्र. 159. भारतातल्या कृषी जमिनीचा किती भाग सिंचनाखाली आहे?
(a) 40%   (b) 33%   (c) 30%   (d) 60%

प्र. 160. सध्या भारतात एकूण राष्ट्रीय राजमार्गांची संख्या किती आहे?
(a) 71   (b) 73   (c) 77   (d) 82

प्र. 161. भारतात हिंदू वृद्धी दर (Hindu Growth Rate) कोणत्या वृद्धी दराशी संबंधित आहे?
(a) साक्षरता   (b) जनसंख्या   (c) प्रतिव्यक्ती उत्पन्न (d) राष्ट्रीय उत्पन्न

प्र. 162. 2001 च्या जनगणनेनुसार 0–6 वयोगटातल्या मुलांचा एकूण जनसंख्येतील टक्केवारी जवळपास आहे?
(a) 12%   (b) 16%   (c) 18%   (d) 23%

प्र. 163. खालीलपैकी कोणता समूह भारतातून होणाऱ्या निर्यातीत सर्वात अग्रणी आहे?
(a) तयार शिवलेले कपडे, दागिने, रत्न
(b) इंजिनियरिंग सामान, चहा

(c) चहा, रत्न, साखर

(b) तयार शिवलेले कपडे, साखर

प्र. 164. भारतीय रेल्वे आशियातील सर्वांत मोठे व्यवस्थापन असलेले प्रतिष्ठान आहे. भारतीय रेल्वेचे जगात कितवे स्थान आहे?

(a) पहिले   (b) दुसरे   (c) तिसरे   (d) चौथे

प्र. 165. जनसंख्येच्या दृष्टीने तसेच क्षेत्रफळाच्या दृष्टीने जगात भारताचे स्थान क्रमश: आहे.

(a) दुसरा, दुसरा   (b) तिसरा, सातवा

(c) दुसरा, सातवा   (d) तिसरा, दुसरा

प्र. 166. भारताचे एकूण क्षेत्रफळ जगाच्या क्षेत्रफळाच्या किती प्रतिशत आहे?

a) 1.6   (b) 2.4   (c) 3.3   (d) 4.2

प्र. 167. भारतात किती टक्के जनसंख्या कार्यशील आहे?

(a) 39.1   (b) 36.8   (c) 42.8   (d) 46.8

प्र. 168. राष्ट्रीय राजमार्गांवर एकूण सडक आवागमनाच्या 40% वापरले जाते, आणि राष्ट्रीय राजमार्गांची लांबी एकूण सडक मार्गाच्या

(a) जवळपास 10% आहे   (b) जवळपास 5% आहे

(c) जवळपास 3% आहे   (d) जवळपास 2% आहे

प्र. 169. भारताच्या एकूण जमिनीच्या किती टक्के भाग कृषी कामासाठी वापरला जातो? (वने सोडून)

(a) 58.4   (b) 56.3   (c) 65   (d) 70

प्र. 170. भारताच्या किती प्रतिशत जमिनीवर वने (जंगल) आहेत?

(a) 18.3   (b) 20.55   (c) 23   (d) 26

प्र. 171. कोळसा उत्पादनात जगात भारताचा कितवा क्रमांक आहे?

(a) पहिला   (b) दुसरा   (c) तिसरा   (d) चौथा

प्र. 172. बॉक्साईट उत्पादनात जगात भारताचा कितवा क्रमांक आहे?

(a) तिसरा   (b) चौथा   (c) पाचवा   (d) सातवा

प्र. 173. सर्वाधिक रेशीम उत्पादन करणारा देश कोणता आहे?

(a) भारत   (b) चीन   (c) जपान   (d) बांगला देश

प्र. 174. भारतातील किती प्रतिशत शेते 2 हेक्टर किंवा त्यापेक्षा कमी आहेत?

(a) 33 (b) 56   (c) 78   (d) 86

प्र. 175. आठव्या पंचवार्षिक योजनेच्या संदर्भात खालीलपैकी काय बरोबर आहे?

(i) योजनेच्या वार्षिक वृद्धी दराचे लक्ष्य 6.5% होते.

(ii) योजनेअंतर्गत मिळालेला वार्षिक विकास दर 6.35% आहे.

(a) फक्त i बरोबर आहे.   (b) i आणि ii दोन्ही बरोबर आहेत.
(c) फक्त ii बरोबर आहे.   (d) i आणि ii दोन्ही चूक आहेत.

प्र. 176. सध्याचा भारताचा विदेशी व्यापार जगाच्या एकूण व्यापाराच्या
(a) 0.8% आहे.   (b) 1.5% आहे.
(c) 2% आहे.   (d) 2.5% आहे.

प्र. 177. कोणत्या दोन वर्षांत भारताचे व्यापार संतुलन अनुकूल होते?
(a) 1970–71 आणि 1975–76   (b) 1975–76 आणि 1976–77
(c) 1972–73 आणि 1976–77   (d) 1976–77 आणि 1977–78

प्र. 178. लघुउद्योगांवर खालीलपैकी औद्योगिक नीतीमधून कोणत्या नीती प्रस्तावात
अधिक जोर दिला गेला?
(a) 1948 च्या औद्योगिक नीतीमध्ये
(b) 1956 च्या औद्योगिक नीतीमध्ये
(c) 1977 च्या औद्योगिक नीतीमध्ये
(d) वरीलपैकी कुठल्याही नाही.

प्र. 179. विश्व व्यापार संघटना (WTO) केव्हा अस्तित्वात आली?
(a) 1 जानेवारी 1993   (b) 1 जानेवारी 1994
(c) 1 जानेवारी 1995   (d) 1 जानेवारी 1996

प्र. 180. कोणत्या घटकाने भारताच्या विदेशी मुद्रा भांडाराच्या वृद्धीसाठी प्रामुख्याने
योगदान दिले?
(a) रुपयाचे अवमूल्यन   (b) प्रत्यक्ष व अप्रत्यक्ष विदेशी गुंतवणूक
(c) रुपयाची पूर्ण परिवर्तनीयता   (d) वरील सर्व

प्र. 181. शुद्ध विदेशी मुद्रा उपार्जनात सर्वाधिक योगदान कोणाचे आहे?
(a) कापड उद्योग   (b) हस्तशिल्प उद्योग
(c) आभूषण उद्योग   (d) पुनर्निर्माण उद्योग

प्र. 182. Super Star Trading House ची स्थापना कोणत्या वर्षी केली गेली?
(a) 30 मार्च 1992   (b) 30 मार्च 1993
(c) 30 मार्च 1994   (d) 30 मार्च 1995

प्र. 183. देशाच्या विदेशी मुद्राभांडारात कोणत्या घटकाला सामील करून घेतले जाते?
(a) RBI च्या विदेशी मुद्रा भांडार   (b) RBI चे सुवर्ण भांडार
(c) सरकारची SDR राशी   (d) वरील सर्व

प्र. 184. खालीलपैकी कोणती जोडी चूक आहे?
(a) एक्झिम (EXIM) बँक – आयात निर्यातीसाठी वित्त
(b) आर.बी.आय. (RBI) – बँकांची बँक

(c) आय.डी.बी.आय. (IDBI) – औद्योगिक वित्त

(d) एफ.सी.आय. (FCI) – कमर्शियल संस्थाना वित्तीय साहाय्यता

प्र. 185. रुपयाला चालू खात्यात पूर्ण परिवर्तनीय केव्हा घोषित केले गेले?

(a) 19 ऑगस्ट 1992   (b) 19 ऑगस्ट 1994

(c) 30 मार्च 1994   (d) 30 मार्च 1995

प्र. 186. भारत विकास मंच स्थापन केला गेला.

(a) भारत सरकारद्वारा   (b) एसियानद्वारा

(c) विश्व बँकेद्वारा   (d) गॅटद्वारा

प्र. 187. वित्त आयोगाच्या संबंधात खालीलपैकी कोणते कथन बरोबर आहे?

(a) ही एक संविधानिक संस्था आहे.

(b) याची निर्मिती संविधानाच्या अनुच्छेद 280 च्या अंतर्गत केली गेली जाते.

(c) बाराव्या वित्त आयोगाचे अध्यक्ष डॉ. सी. रंगराजन आहेत.

(d) वरील सर्व

प्र. 188. बँकिंग नियमन अधिनियमानुसार भारतीय रिझर्व्ह बँक वैधानिक तरलता अनुपात अधिकतम किती प्रतिशतपर्यंत निर्धारित करू शकते?

(a) 40%   (b) 50%   (c) 30%   (d) 45%

प्र. 189. 1934 च्या भारतीय रिझर्व्ह बँक अधिनियमानुसार रोख राखीव अनुपाताची न्यूनतम राशी किती टक्क्याने कमी केली जाऊ शकत नाही?

(a) 3%   (b) 10%   (c) 5%   (d) 6%

प्र. 190. हरित क्रांतीमुळे देशात एकूण खाद्यान्न उत्पादनात खालीलपैकी कशाचे प्रमाण कमी झाले आहे?

(a) गहू   (b) तांदूळ

(c) जाड धान्य व डाळी   (d) वरीलपैकी कशाचेच नाही.

प्र. 191. जानकीरमण समितीची निर्मिती कशासाठी केली गेली आहे?

(a) पोस्टामध्ये जमा भांडवल वाढवण्याचा प्रस्ताव देण्यासाठी

(b) बँकिंग साच्यात सुधारणेसाठी सूचना देण्यासाठी

(c) औद्योगिक संपत्तीच्या अव्यवस्थेची चौकशी करण्यासाठी

(d) बँकाच्या सुरक्षेच्या सौद्याची तपासणी करण्यासाठी

प्र. 192. अनवरत योजना कोणत्या कालावधीसाठी बनवली गेली होती?

(a) 1971 ते 1978   (b) 1980 ते 1985

(c) 1978 ते 1983   (d) 1992 ते 1997

प्र. 193. राजकोषीय तूट याचा अर्थ आहे.

(a) सरकारी खर्च – रिझर्व्ह बँकेशिवाय अन्य मार्गांनी उधारी

(b) सरकारी खर्च – राजस्व मिळकती

(c) सरकारी भांडवली खर्च – राजस्व खात्यात आधिक्य

(d) सरकारी खर्च – कर आणि गैरकर राजस्व मिळकती

प्र. 194. डंकल ड्राफ्ट होता.

(a) उरुग्वे चक्र समझोत्याशी संबंधित

(b) परमाणू शक्तीने भरलेल्या देशांवरील आर्थिक प्रतिबंधाशी संबंधित

(c) विश्व सांस्कृतिक ठेव्याच्या भवनांना सुरक्षित ठेवण्याच्या संबंधी

(d) मादक औषधांचा व्यापार थांबविण्यासंबंधी

प्र. 195. 2001 च्या जनगणनेनुसार साक्षरता आकड्यांविषयी खालीलपैकी कोणते विधान सत्य नाही?

(a) फक्त सात वर्षे आणि त्यावरच्या वयाच्या व्यक्तीबाबत साक्षरता दर समजण्यासाठी विचार केला गेला होता.

(b) 1991–2001 च्या दरम्यान साक्षर जनसंख्येत वाढ झाली होती.

(c) भारतात साक्षरता दर 64.84 टक्के मोजण्यात आला आहे.

(d) केरळमध्ये शतप्रतिशत साक्षरता आहे.

प्र. 196. रोजगार कचेऱ्यांमध्ये पंजीकृत देशांच्या एकूण बेरोजगारांमधील शिक्षित बेरोजगारांची टक्केवारी जवळपास किती आहे?

(a) 75   (b) 70   (c) 60   (d) 40

प्र. 197. शंकरलाल गुरू समितीचा संबंध खालीलपैकी कोणाशी होता?

(a) कृषी विपणन   (b) कृषी उत्पादन

(c) सार्वजनिक वितरण प्रणाली   (d) वरीलपैकी कोणाशीही नाही.

प्र. 198. विनिर्माण क्षेत्राच्या एकूण उत्पादनात लघु उद्योगांचे प्रमाण जवळपास किती आहे?

(a) 15%   (b) 25%   (c) 39%   (d) 50%

प्र. 199. विश्व बँकेचे मुख्यालय खालीलपैकी कोणत्या जागी आहे?

(a) मनीला   (b) वॉशिंग्टन डी.सी.

(c) न्यूयॉर्क   (d) जिनेव्हा

प्र. 200. भारतात सन 1934 मध्ये 'Planned Economy For India' हे पुस्तक प्रकाशित झाले होते. त्याचे लेखक होते –

(a) महालनोबिस   (b) एम. विश्वेश्वरय्या

(c) पंडित नेहरू   (d) अशोक कुमार नंदा

1. b	2. a	3. a	4. b	5. b	6. b	7. c	8. a
9. b	10. a	11. b	12. a	13. d	14. b	15. b	16. a
17. a	18. c	19. a	20. b	21. b	22. b	23. d	24. a
25. d	26. c	27. d	28. b	29. c	30. b	31. d	32. d
33. a	34. b	35. c	36. a	37. a	38. d	39. a	40. a
41. d	42. d	43. a	44. c	45. a	46. b	47. b	48. d
49. d	50. b	51. b	52. b	53. b	54. a	55. a	56. b
57. b	58. a	59. d	60. a	61. b	62. a	63. a	64. b
65. d	66. c	67. a	68. a	69. d	70. b	71. c	72. b
73. c	74. a	75. d	76. a	77. b	78. a	79. c	80. c
81. c	82. b	83. c	84. c	85. c	86. b	87. a	88. b
89. b	90. d	91. c	92. a	93. b	94. a	95. d	96. c
97. a	98. c	99. c	100. a	101. b	102. d	103. b	104. c
105. c	106. c	107. c	108. d	109. a	110. a	111. d	112. c
113. c	114. d	115. b	116. b	117. c	118. d	119. c	120. b
121. b	122. d	123. a	124. c	125. a	126. b	127. a	128. c
129. c	130. c	131. c	132. c	133. d	134. b	135. c	136. d
137. a	138. d	139. b	140. b	141. b	142. b	143. d	144. c
145. d	146. d	147. a	148. c	149. c	150. d	151. c	152. a
153. a	154. c	155. b	156. b	157. a	158. d	159. a	160. d
161. d	162. b	163. a	164. b	165. c	166. b	167. a	168. d
169. a	170. b	171. c	172. c	173. b	174. c	175. b	176. a
177. c	178. c	179. c	180. d	181. a	182. c	183. d	184. d
185. b	186. c	187. d	188. a	189. a	190. c	191. d	192. c
193. c	194. a	195. d	196. c	197. a	198. c	199. b	200. b

■ ■ ■

> ## ११. आर्थिक सांख्यिकी
> ### Economic Statistics

प्र. 1. प्राप्तांक (observation) 9,8,27,36,45 चे समांतर मध्य (mean) आहे.

    (a) 18   (b) 25   (c) 36   (d) 45

प्र. 2. प्रेक्षण 4,8,16,32,64 चे गुणोत्तर मध्य (mean) होईल.

    (a) 8   (b) 16   (c) 32   (d) 64

प्र. 3. जर 3,4 x, 8 ची माध्यिका (median) 5 असेल तर x चे माप होईल.

    (a) 3   (b) 4   (c) 5   (d) 6

प्र. 4. एका आवृत्ती विवरणाचा समांतर माध्य 5 आहे. जर प्रत्येक आवृत्तीला तिप्पट केले तर समांतर माध्य (mean) होईल.

    (a) 5   (b) 15   (c) $\dfrac{5}{3}$ (d) 8

प्र. 5. 20 प्राप्तांकाचा (observalions) माध्य 7 आहे. जर प्रत्येक प्रेक्षणाला (प्राप्तांकाला) 3 ने गुणून 5 मिळविले तर नवीन प्रेक्षणांचा माध्य (mean) होईल.

    (a) 12   (b) 26   (c) 21   (d) 27

प्र. 6. 15 संख्यांचा माध्य 15 मिळाला. जर दोन संख्या 18 आणि 12 काढून टाकल्या तर शेष संख्यांचा माध्य होईल.

    (a) 15   (b) 10   (c) 25   (d) 12

प्र. 7. बहुलक (mode) असतो.

    (a) प्रेक्षण ज्याची आवृत्ती सर्वांत जास्त असेल.

    (b) सर्वांत मोठा प्रेक्षण (highest Observalion)

    (c) सर्वांत मोठी आवृत्ती

    (d) वरीलपैकी काहीच नाही.

प्र. 8. सांख्यिकीय माध्य (mean) जो परम अर्थाने प्रभावित होत नाही, तो आहे.

    (a) समांतर माध्य   (b) माध्यिका

    (c) हरात्मक माध्य   (d) गुणोत्तर माध्य.

प्र. 9. अल्प असममित आवृत्ती वितरणांच्या स्थितीत खालीलपैकी कोणते बरोबर आहे?

    (a) माध्य = 3 माध्यिका – 2 भूयिष्ठक

(b) माध्यिका = 3 भूयिष्ठक - 2 माध्य

(c) भूयिष्ठक = 3 माध्यिका - 2 माध्य

(d) भूयिष्ठक = 3 माध्य + माध्यिका

प्र. 10. 15 कर्मचाऱ्यांचे एकूण वेतन दरमहा 1,53,305 रु. आहे. तर $\dfrac{1,53,305}{15}$ काय दर्शविते?

(a) प्रति कर्मचारी दरमहा सरासरी वेतन

(b) दरमहा सरासरी वेतन

(c) प्रति कर्मचारी सरासरी वेतन

(d) प्रत्येक कर्मचाऱ्याचे मासिक वेतन

प्र. 11. एखाद्या अल्प असममित आवृत्ती वितरणात बहुलक आणि माध्य क्रमश: 15.9 सें.मी व 15.6 सें.मी असेल तर माध्यिकेचे मान होईल.

(a) 15.7 (b) 47.2 (c) 31.2 (d) 16.6

प्र. 12. कोणते विधान चूक आहे?

(a) $Q_2 = D_5 = P_{50}$ (b) $Q_3 = P_{75}$

(c) $D_8 = P_{80}$ (d) $Q_1 = D_1 = P_1$

प्र. 13. भूयिष्ठक, माध्य आणि माध्यिका यातील कोणता संबंध बरोबर असू शकतो?

(a) माध्य > माध्यिका > भूयिष्ठक

(b) माध्य > भूयिष्ठक > माध्यिका

(c) माध्य < भूयिष्ठक < माध्यिका

(d) माध्य = 3 माध्यिका - भूयिष्ठक

प्र. 14. बरोबर जोड्या लावा.

सूची I	सूची II
i) माध्यिका	(a) ज्याची आवृत्ती सर्वांत जास्त असते.
ii) माध्य	(b) जो सर्व किमतींच्या बेरजेला त्यांच्या संख्येने भाग दिल्यावर मिळतो.
iii) भूयिष्ठक	(c) ज्याचे माप श्रेणीच्या मध्यात असते.
iv) गुणोत्तर मध्य	(d) जो सर्व किमतींच्या गुणनफलनाचा कुठले मूळ असतो.

	(i)	(ii)	(iii)	(iv)
(a)	(a)	(b)	(c)	(d)
(b)	(c)	(b)	(a)	(d)
(c)	(b)	(c)	(a)	(d)
(d)	(b)	(a)	(c)	(d)

प्र. 15. श्रेणीच्या प्रत्येक मानावर आधारित माप आहे.

    (a) विस्तार   (b) प्रमाप विचलन

    (c) चतुर्थक विचलन   (d) वरील सर्व

प्र. 16. मोकळ्या टोकाच्या वर्ग-अवधिच्या स्थितीत अपकिरणाचे उपयोगी माप आहे–

    (a) माध्य   (b) प्रमाप विचलन

    (c) चतुर्थक विचलन   (d) यातील कुठलेही नाही

प्र. 17. श्रेणीच्या चरम मूल्याने कमीतकमी प्रभावित होणारे माप आहे–

    (a) परास   (b) चतुर्थक विचलन

    (c) प्रमाप विचलन   (d) माध्य विचलन

प्र. 18. चतुर्थक विचलनात समावेश असतो.

    (a) श्रेणीचे पहिले 50 टक्के   (b) श्रेणीचे शेवटचे 50 टक्के

    (c) श्रेणीच्या मधील 50 टक्के   (d) यातील कशाचाच नाही.

प्र. 19. विचरण गुणांकाचे सूत्र आहे.

$$\text{(a)}\ \frac{\text{माध्य विचलन}}{\text{माध्य}} \qquad \text{(b)}\ \frac{\text{माध्य}}{\text{प्रमाप विचलन}}$$

$$\text{(c)}\ \frac{\text{माध्य - विचलन}}{\text{प्रमाप विचलन}} \qquad \text{(d)}\ \frac{\text{प्रमाप विचलन}}{\text{माध्य - भूयिष्ठक}}$$

प्र. 20. चतुर्थक विचलन आहे.

$$\text{(a)}\ Q_3 - Q_1 \qquad \text{(b)}\ Q_1 + Q_3 \qquad \text{(c)}\ \frac{Q_3 - Q_1}{2} \qquad \text{(d)}\ \frac{Q_3 + Q_1}{2}$$

प्र. 21. जर प्रसारण 144 आहे तर मानक विचलन होईल–

    (a) 12   (b) 44   (c) 6   d) 72

प्र. 22. कोणता आनुभविक संबंध बरोबर आहे?

$$\text{(a)}\ \text{माध्य विचलन} = \frac{3}{4}\ (\text{मानक विचलन})$$

$$\text{(b)}\ \text{माध्य विचलन} = \frac{4}{3}\ (\text{मानक विचलन})$$

$$\text{(c)}\ \text{माध्य विचलन} = \frac{4}{5}\ (\text{मानक विचलन})$$

$$\text{(d)}\ \text{माध्य विचलन} = \frac{5}{4}\ (\text{मानक विचलन})$$

प्र. 23. माध्य विचलन न्यूनतम असते–

    (a) माध्यने   (b) माध्यिकाने   (c) बहुलकाने   (d) प्रथम चतुर्थकाने

प्र. 24. जर $N = 11$, $\sum X = 60$, $\sum X^2 = 1,000$ असेल तर मानक विचलन होईल–

(a) 8 (b) 12 (c) 6 (d) 100

प्र. 25. 200 पदांचा माध्य 48 आणि मानक विचलन 3 आहे. या पदांच्या वर्गांची बेरीज होईल–

(a) 46, 260 (b) 4,62,600 (c) 46,200 (d) 1,54,200

प्र. 26. जर $6 = 16$ आणि $\Sigma(\Sigma - \overline{x})^2 = 4,096$ असेल तर N चे मान होईल.

(a) 16 (b) 256

(c) 4 (d) यातील कुठलेही नाही.

प्र. 27. जर मानक विचलन 4, पदांची संख्या 10 आणि पदांची बेरीज 160 असेल तर विवरण गुणांकाचे मान होईल–

(a) 16% (b) 25% (c) 20% (d) 35%

प्र. 28. एखाद्या आवृत्ती वितरणाचा माध्य 100 आणि विचरण गुणांक 35% आहे. तर मानक विचलन होईल–

(a) 45 (b) 0.45 (c) 4.5 (d) 450

प्र. 29. जर $Q_3 = 33$ आणि $Q_1 = 24$ आहे. तर आनुभविक संबंधाने मानक विचलनाचे संभाव्य मान होईल –

(a) 4.5 (b) 6.75 (c) 3 (d) 3.6

प्र. 30. योग्य जोड्या जुळवा.

सूची I सूची II

i) प्रमाप विचलन a) $\dfrac{1}{N}\Sigma(\Sigma - \overline{x})^2$

ii) प्रसरण b) $\sqrt{\dfrac{\Sigma(\Sigma - \overline{x})^2}{N}}$

iii) माध्य विचलन c) $\dfrac{\text{प्रमाण विचलन}}{\text{माध्य}}$

iv) विचरण गुणांक d) $\dfrac{\Sigma|x - \overline{x}|}{N}$

	(i)	(ii)	(iii)	(iv)
(a)	(b)	(a)	(d)	(c)
(b)	(a)	(b)	(c)	(d)
(c)	(b)	(d)	(a)	(c)
(d)	(b)	(a)	(c)	(d)

प्र. 31. सहसंबंध गुणांक नेहमी असतो–
    (a) 1 पेक्षा जास्त   (b) -1 पेक्षा कमी
    (c) -1 आणि +1 च्या मध्ये   (d) 0 पेक्षा जास्त.

प्र. 32. सहसंबंध ऋणात्मक होईल जर X च्या मानात वृद्धी झाली तर–
    (a) Y च्या मानात पण वृद्धी होईल
    (b) Y च्या मानात कमी होईल.
    (c) Y चे मान अपरिवर्तित राहील.
    (d) यातील काहीच नाही.

प्र. 33. जर $x = x - \bar{x}$ आणि $y = y - \bar{y}$ आणि युग्म पदांची संख्या n असेल तर–

$$\text{(a) } r = \frac{\Sigma xy}{\sqrt{\Sigma x^2 \Sigma y^2}} \qquad \text{(b) } r = \frac{n\Sigma xy}{\sqrt{\Sigma x^2 \Sigma y^2}}$$

$$\text{(c) } r = \frac{\Sigma xy}{n\sqrt{\Sigma x^2 \Sigma y^2}} \qquad \text{(d) } r = \frac{\Sigma xy}{n\Sigma x^2 \Sigma y^2}$$

प्र. 34. कार्ल पियर्सन सहसंबंधाच्या सीमा आहेत–
    (a) ±1   (b) ±2   (c) ± 3   (d) कुठलेही नाही.

प्र. 35. जर x आणि y मधील सहसंबंध गुणांक 0.58 असेल तर $u = -2x + 3$ आणि $v = y - 3$ च्या मध्ये सहसंबंध गुणांक होईल–
    (a) 0.58   (b) -0.58   (c) 0.29   (d) 1.16

प्र. 36. सरळ समूही पद्धतीने सूचकांक मिळवण्याचे सूत्र आहे.

$$\text{(a) } p_{01} = \Sigma \frac{p_1}{p_0} \times 100 \qquad \text{(b) } p_{01} = \frac{\Sigma p_1}{\Sigma p_0} \times 100$$

$$\text{(c) } p_{01} = \frac{\Sigma p_1 q_1}{\Sigma p_0 q_1} \times 100 \qquad \text{(d) } p_{01} = \frac{\Sigma p_1 q_0}{\Sigma p_0 q_0} \times 100$$

प्र. 37. खालील व्यक्तींपैकी कोण सूचकांक क्षेत्राशी संबंधित नाही.
    (a) बॉउले   (b) मार्शल
    (c) रोनाल्ड फिशर   (d) इर्विंग फिशर

प्र. 38. जर लेस्पियरे सूचकांक 121 आणि पाशे सूचकांक 144 आहे तर फिशर सूचकांक होईल–
    (a) 137.5   (b) 213.8
    (c) 321   (d) 132

प्र. 39. सूचकांक लेस्पियरेचे सूत्र आहे.

(a) $\dfrac{\Sigma p_1 p_0}{\Sigma p_1 q_0} \times 100$ (b) $\dfrac{\Sigma p_1 q_0}{\Sigma p_0 q_0} \times 100$

(c) $\dfrac{\Sigma p_1 (q_0 q_1)}{\Sigma p_0 (q_0 q_1)} \times 100$ (d) $\dfrac{\Sigma p_1 (q_0 + q_1)}{\Sigma p_0 (q_0 + q_1)}$

प्र. 40. समय उत्क्राम्यता परीक्षण पूर्ण होईल जर–
(a) $P_{01} \times P_{10} = 100$ (b) $P_{01} \times P_{10} = 100^2$
(c) $P_{01} \times P_{01} > 100^2$ (d) $P_{01} \times P_{01} < 1$

प्र. 41. चक्रीय परीक्षण पूर्ण करतो–
(a) पाशे सूचकांक (b) लेस्पियरे सूचकांक
(c) फिशर सूचकांक (d) यातील कुठलाच नाही.

प्र. 42. $P_{01} \times Q_{01} = \dfrac{\Sigma p_1 q_1}{\Sigma p_0 q_0}$ सूत्र आहे.

(a) समय उत्क्राम्यता परीक्षणाचे (b) तत्त्व उत्क्राम्यता परीक्षणाचे
(c) चक्रीय परीक्षणाचे (d) यातील कुठलेही नाही.

प्र. 43. किंमत सूचकांक काढण्यासाठी आधार किंमत मानली जाते.
(a) 100 (b) 200 (c) 300 (d) 400

प्र. 44. बरोबर जोड्या लावा.

सूची I	सूची II
1) सूचकांक	a) 100
2) आधार वर्षाचा निर्देशांक	b) $\dfrac{\Sigma RW}{\Sigma W}$
3) परिवारिक उत्पन्न-खर्च रीती	c) आर्थिक बॅरोमीटर
4) लेस्पियरे सूत्र	d) $\dfrac{\Sigma p_1 q_0}{\Sigma p_0 q_0} \times 100$

	(1)	(2)	(3)	(4)
(a)	(a)	(b)	(c)	(d)
(b)	(a)	(b)	(c)	(a)
(c)	(c)	(a)	(b)	(d)
(d)	(a)	(c)	(b)	(d)

प्र. 45. जर $\sum p_1 q_1 = 680$ आणि $\sum p_0 q_1 = 340$ तर पाशेचा मत सूचकांक होईल–

    (a) 200   (b) 120   (c) 10   (d) 240

प्र. 46. जर पाशेचा सूचकांक 121 आणि लेस्पियरेचा सूचकांक 81 आहे. तर फिशरचा सूचकांक असेल–

    (a) 991   (b) 99   (c) 119   (d) 990

प्र. 47. फिशरचा सूचकांक समाधान करतो.

    (a) समय उत्क्राम्यता परीक्षण   (b) तत्त्व उत्क्राम्यता परीक्षण

    (c) वरील दोन्हींचे   (d) वरील कुठलेही नाही.

प्र. 48. जर $r = + \mathrm{I}$ तेव्हा–

    (a) दोन्ही गोष्टींमधील बदल एकाच दिशेने होतो.

    (b) दोन्ही गोष्टींमधील बदल विरुद्ध दिशेने होतो.

    (c) दोन्हीं गोष्टींत काहीच बदल होत नाही.

    (d) वरील सर्व चूक.

प्र. 49. जर 1970 आणि 1990 साठी किंमत आकडे आणि 1990 साठी प्रमाणाचे आकडे दिले आहेत तर कोणत्या प्रकारचे सूचकांक (1990 आधार वर्ष मानून) तयार केले जाऊ शकतील?

    (a) मार्शल-एजवर्थ सूचकांक   (b) फिशर सूचकांक

    (c) पाशे सूचकांक   (d) लेस्पियरे सूचकांक

प्र. 50. 40, 60 आणि 90 चा गुणोत्तर माध्य होईल–

    (a) 120   (b) 60   (c) 30   (d) 35

उत्तरे

1. a	2. b	3. d	4. a	5. b	6. a	7. a	8. b
9. c	10. a	11. a	12. d	13. a	14. b	15. b	16. c
17. d	18. c	19. a	20. c	21. a	22. c	23. b	24. a
25. b	26. a	27. b	28. a	29. b	30. a	31. c	32. b
33. a	34. a	35. b	36. b	37. c	38. d	39. b	40. b
41. d	42. b	43. a	44. c	45. a	46. b	47. c	48. a
49. d	50. b						

■ ■ ■

भाग २

२० सराव प्रश्नसंच

प्रश्नसंच - १

प्र. 1. राष्ट्रीय कृषी विमा योजनेच्या (NAIS) बद्दल खालील कोणते विधान बरोबर नाही?

(a) ही सन 2000-2001 च्या रब्बी मोसमात सुरू केली होती.

(b) ही 1985 पासून सुरू असलेल्या "व्यापक पीक विमा योजने" (CCIS) च्या जागी सुरू झाली होती.

(c) ही सर्व प्रकारच्या कडधान्य पिकांसाठी, तेलबियांसाठी आणि वार्षिक व्यापारी बागायती पिके, ज्यांची अनेक वर्षांपासूनची पूर्ववर्ती आकडेवारी उपलब्ध आहे, त्या सर्वांना आपल्या क्षेत्राखाली आणेल.

(d) व्यापारी बागायती पिकांपैकी अकरा पिके या योजनेंतर्गत येतील.

प्र. 2. दिलेल्या एकूण गुंतवणूक खर्चासाठी बचत प्रवृत्तीत वाढ झाली तर

(a) व्याजाच्या दरात घसरण होईल   (b) उत्पन्नात घसरण होईल

(c) व्याजाचे दर वाढतील   (d) उत्पन्नात वाढ होईल

प्र. 3. खालीलपैकी कोणते एक विधान बरोबर नाही?

(a) मुद्रेची देवाणघेवाण मागणी, उत्पन्नाचे फलन आहे.

(b) मुद्रेची अपेक्षित मागणी, व्याज दराचे फलन आहे.

(c) मुद्रेची अपेक्षित मागणी, उत्पन्नाचे फलन आहे.

(d) मुद्रेची देवाणघेवाण मागणी, व्याज दराचे फलन नाही.

प्र. 4. खालीलपैकी कोणत्या आधारावर बंधनकारी कर्जाला सामान्यत: हरकत घेण्याजोगे मानले जाते?

(a) हे एखाद्या देशाच्या व्यवहारतोलावर प्रतिकूल प्रभाव पाडते.

(b) हे उधारकारी देशाच्या मुद्रेला अधिमूल्यित करते.

(c) कल्याण अधिकतमकरण सिद्धान्त ज्याच्या अंतर्गत हे सर्वांत स्वस्त भांडवल बाजारातून कर्ज घेणे आणि स्वस्त वस्तू बाजारातून खरेदी करणे याचे अनुसरण करत नाही.

(d) याचा व्याज दर उच्च असतो ज्यामुळे उच्च कर्ज सेवा जबाबदारी अंतर्गस्त होतो.

प्र. 5. टॉबिनच्या गुंतवणुकीच्या Q सिद्धान्तानुसार फर्मस् आपल्या भांडवलाच्या साठ्यात तेव्हा वाढ करतात जेव्हा

(a) त्यांच्या मालमत्तेचे विरोधी मूल्य त्यांच्या वित्तीय मालमत्तेच्या बाजार मूल्यापेक्षा अधिक असते.

(b) त्यांच्या वित्तीय परिसंपत्तीचे बाजार मूल्य त्यांच्या वास्तविक परिसंपत्तीच्या प्रतिस्थापन मूल्यापेक्षा अधिक असते.

(c) त्यांच्या वास्तविक परिसंपत्तीचे बाजारमूल्य त्यांच्या वित्तीय परिसंपत्तीच्या खाते मूल्यापेक्षा अधिक असते.

(d) त्यांच्या वित्तीय परिसंपत्तीचे बाजार मूल्य त्यांच्या वास्तविक परिसंपत्तीच्या खाते मूल्यापेक्षा अधिक असते.

प्र. 6. सूची I व सूची II च्या जोड्या लावा व खाली दिलेल्या विकल्पांचा वापर करून बरोबर उत्तर निवडा.

सूची I (बाजाराचे प्रकार / स्पर्धा) सूची II (उत्पादन)

A) पूर्णस्पर्धा   1) समरूप उत्पादन
B) एकाधिकारी   2) अद्वितीय (स्थानापन्न वहित उत्पादन)
C) अल्पाधिकार बाजार   3) समरूप किंवा विभेदीकृत उत्पादन
D) एकाधिकार बाजार   4) विभेदीकृत उत्पादन

विकल्प	A	B	C	D
(a)	3	4	1	2
(b)	1	2	3	4
(c)	3	2	1	4
(d)	1	4	3	2

प्र. 7. रॉस्टोवने आर्थिक विकासाच्या पाच वेगळ्या टप्प्यांत श्रेणीबद्ध केले आहे, ते आहेत.

1) उड्डाणपूर्व अवस्था

2) परिपक्वतेकडे वाटचाल

3) जास्त सार्वजनिक उपभोगाची अवस्था

4) परंपरागत समाज

5) उड्डाण अवस्था

वरील टप्प्यांचा योग्य अनुक्रम कोणता आहे?

(a) 1-2-3-4-5   (b) 2-1-3-4-5 (c) 4-1-2-3-5 (d) 4-1-5-2-3

प्र. 8. खालीलपैकी सार्वजनिक क्षेत्राच्या प्रकल्पांपैकी कोणता भारत सरकारच्या मान्यता-प्राप्त नऊ एककांच्या 'नवरत्नांत' सामील नाही?

(a) ONGC   (b) NTPC   (c) BHEL   (d) HMT

प्र. 9. फिलिप्स वक्र खालीलपैकी कोणत्या मध्यसंबंधाशी संबंधित आहे?

1) मजुरी आणि किंमत स्तर   2) किंमत स्तर आणि बेरोजगारी

3) बेरोजगारी आणि मुद्रा स्फीति   4) मजुरी आणि मुद्रा अवस्फीति

खालील विकल्पांतून बरोबर उत्तर निवडा.

विकल्प : (a) 1, 2 व 3   (b) 2 आणि 3   (c) फक्त 3   (d) फक्त 4

प्र. 10. खालील विधानांवर विचार करा.

"व्यवहार तोलाच्या खात्यात क्रेडिट बाबींमध्ये आहे."

1) व्यापारी माल आयात   2) व्यापारी माल निर्यात

3) गुंतवणूक उत्पन्न   4) विदेशी सेवेचे प्रदान

वरील कोणते विधान बरोबर आहे?

(a) 1 आणि 2   (b) 2 आणि 3   (c) 3 आणि 4   (d) 1, 2 आणि 3

प्र. 11. एकाधिकारी स्पर्धेची फर्म आणि पूर्ण स्पर्धेच्या फर्ममध्ये फरक असतो की, एकाधिकारी स्पर्धेची फर्म

(a) तुलनेत छोट्या आकाराची असते

(b) अन्य स्पर्धकांच्या तुलनेत विभेदीकृत वस्तूंचे उत्पादन करते.

(c) साठी प्रवेश मिळवणे आणि उपजसाठी (Output) अधिक स्वातंत्र्य असते.

(d) जाहिरातींवर कमी खर्च करते.

प्र. 12. सत्तेच्या वृत्तीय समूहाची अशी प्रवृत्ती असते की, त्यांच्या क्रिया आणि प्रतिक्रियांमुळे गरीब देश गरीबच राहतो'' - हे विधान खालीलपैकी कोणत्या गोष्टीशी संबंधित आहे?

(a) प्रगतीरोध   (b) गरिबीचे दुश्चक्र

(c) स्वस्थायी विकास   (d) विकासाचे शुद्धचक्र

प्र. 13. रुपयाला व्यवहारतोलाच्या चालू खात्यात परिवर्तनीय केले गेले.

(a) जुलै 1991 मध्ये   (b) एप्रिल 1992 मध्ये

(c) ऑगस्ट 1994 मध्ये   (d) एप्रिल 1995 मध्ये

प्र. 14. खालील व्याजाच्या सिद्धान्तावर विचार करा.

1) रोखता पसंती   2) ऋणदेय निधी सिद्धान्त

3) क्लासिकल सिद्धान्त   4) LM-IS सिद्धान्त

वरील सिद्धान्ताचा योग्य क्रम खालीलपैकी कोणता आहे?

(a) 1-4-3-2   (b) 3-2-1-4   (c) 1-2-3-4   (d) 3-4-1-2

प्र. 15. बजेटमध्ये वित्तीय तुटीचा अर्थ आहे.

(a) राजस्व तूट + निव्वळ सरकारी उधारी

(b) प्राथमिक तूट - भांडवली तूट

(c) अर्थसंकल्पीय तूट + निव्वळ सरकारी उधारी

(d) भांडवलातील तूट + राजस्व तूट

प्र. 16. भारतात मुद्रास्फीतीचे वाढत्या विदेशी मुद्रेच्या भंडाराच्या प्रभावाला निष्प्रभ करण्यासाठी भारतीय रिझर्व्ह बँक खालीलपैकी कोणता उपाय निवडेल?

(a) प्रतिभूतींची विक्री करून मुद्रा-पुरवठ्यात संकोच करणे.

(b) अधिकृत विक्रेत्यांकडून विदेशी मुद्रेचा खर्च तसेच प्रतिभूतींच्या विक्रीतून M_3 मध्ये वृद्धीच्या शक्यतेला निष्प्रभ करणे.

(c) मोठ्या प्रमाणात वस्तू व सेवांची आयात करणे.

(d) IMF मध्ये विदेशी मुद्रा निक्षेपित करणे.

प्र. 17.

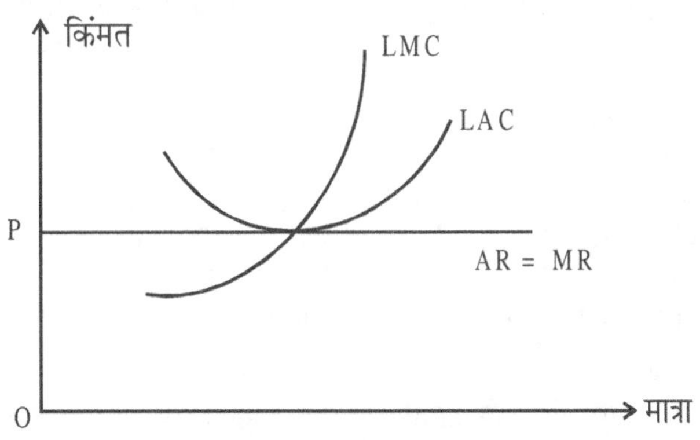

वर दिलेला आलेख खालील कशाशी संबंधित आहे?

1) स्पर्धात्मक संतुलन

2) एकाधिकार संतुलन

3) एकाधिकारी स्पर्धा संतुलन

4) एक क्रेताधिकारी स्पर्धा संतुलन

खालील विकल्पांतून बरोबर उत्तर लिहा.

(a) 1 आणि 2   (b) 2, 3 आणि 4

(c) फक्त 1   (d) 3 आणि 4

प्र. 18. खालीलपैकी कोणते एक सीमान्त उत्पन्न (MR) किंमत लवचिकता (e) आणि किंमत P यामधील बरोबर संबंधाची व्याख्या करते?

(a) $MR = \dfrac{P}{e-1}$

(b) $\dfrac{MR}{P} = \dfrac{e-1}{e}$

(c) $\dfrac{P}{MR} = \dfrac{e-I}{e}$

(d) $MR = P - \dfrac{I}{e}$

प्र. 19. भारत सरकारने वित्तीय वर्ष 2008-2009 मध्ये उत्पादन शुल्काच्या अधिकतम दराला खालीलपैकी कोणत्या दरापर्यंत कमी केले?

(a) 14%   (b) 25%   (c) 20%   (d) 15%

प्र. 20. सूची I व सूची II च्या जोड्या लावा आणि खाली दिलेल्या विकल्पांतून बरोबर उत्तर निवडा.

सूची I

(A) IS वक्राच्या उजव्या बाजूला बिंदू

(B) IS वक्राच्या डावीकडे बिंदू

(C) LM वक्राच्यावर बिंदू

(D) LM वक्राच्या खाली बिंदू

सूची II

1) मुद्रेची अधिक मागणी

2) वस्तूंची अधिक मागणी

3) वस्तूंचा अधिक पुरवठा

4) मुद्रेचा अधिक पुरवठा

विकल्प :	A	B	C	D
(a)	4	2	3	1
(b)	3	1	4	2
(c)	4	1	3	2
(d)	3	2	4	1

प्र. 21. खालीलपैकी कोणती जोडी बरोबर जोडी नाही?

(a) उत्पन्न प्राप्ती : कर उत्पन्न + गैर कर उत्पन्न

(b) एकूण प्राप्ती : उत्पन्न प्राप्ती + भांडवल प्राप्ती

(c) संचालन खर्च : उत्पन्न तूट + उत्पन्न प्राप्ती

(d) प्राथमिक तुट : उत्पन्न तूट – व्याज प्रदान

प्र. 22. कोणत्या देशात मानव विकासाच्या एकूण उपलब्ध्यांना तीन मूळ भागांत मानव विकास सूचकांकाने (HDI) परिमाणित केले जाते? खालीलपैकी कोणते यात सामील नाही?

1) दीर्घ आयुष्य आणि आरोग्य   2) शिक्षण आणि ज्ञान

3) महिला आणि बाल विकास   4) सामाजिकन्याय आणि समर्थीकरण

5) उत्तम जीवनमान

विकल्पांतून बरोबर उत्तर निवडा

(a) फक्त 5,   (b) 3 आणि 4, (c) 2 आणि 3 (d) 1 आणि 4

प्र. 23. खालील विनिमय दरपद्धतींवर विचार करा.

1) समय मूल्य पद्धती

2) लवचिक आणि बाजार - निर्धारण विनिमय दर पद्धती

3) भांडार (बास्केट) अधिकालीन पद्धती

4) उदार विनिमय दर व्यवस्थित पद्धती

भारतात वरील पद्धतींचा बरोबर अनुक्रम खालीलपैकी कोणता आहे.

(a) 2-3-4-1   (b) 1-2-3-4   (c) 1-3-2-4   (d) 1-3-4-2

प्र. 24. WTO तडजोडीनुसार कोणत्या वर्षापर्यंत बहु-रेषा तडजोडीला क्रमिक प्रकाराने संपवले जाईल?

(a) 2006   (b) 2005   (c) 2004   (d) 2007

प्र. 25. मुद्रा पुरवठ्याच्या वृद्धीच्या स्थितीत LM वक्रात काय होते?

(a) LM वक्रात काही बदल होत नाही.

(b) LM वक्र डाव्या बाजूला स्थानांतरित होतो.

(c) LM वक्र उजव्या बाजूला स्थानांतरित होतो.

(d) LM वक्र क्षितिज अक्षाला समांतर होतो.

प्र. 26. सन 2002-2007 च्या मध्यावधी निर्यात सामरिकी (MTES) नुसार सन 2007 पर्यंत विश्व व्यापाराचा भारताद्वारा किती अंश निर्धारित केला गेला आहे?

(a) 3%   (b) 2%   (c) 1%   (d) 4%

प्र. 27. आलेखात अमेरिकन डॉलर आणि भारतीय रुपयाचा विनिमय दर Y अक्षावर आणि विदेशी मुद्रेचे प्रमाण X अक्षावर दाखवले आहे.

DD विदेशी मुद्रेचा मागणी वक्र आहे. SS विदेशी मुद्रेचा पुरवठा वक्र आहे.

साम्य विनिमय दर 1 अमेरिकन डॉलर = 45 रुपये Or ने दाखविले आहेत.

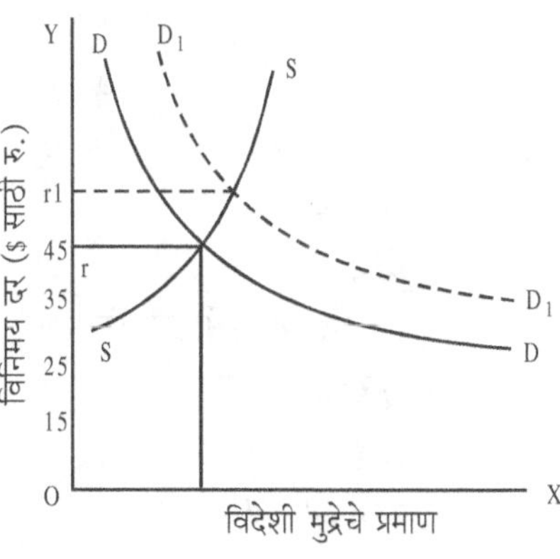

जर मागणी वक्र उजवीकडे स्थानांतरित होऊन D_1, D_1 होईल तेव्हा परिणामतः

1) नवा साम्य विनिमय दर स्थापन होईल
2) मागितलेल्या आणि पुरवल्या गेलेल्या विदेशी मुद्रेचे प्रमाण बदलले
3) भारतीय रुपयाची किंमत कमी होईल.

खालील विकल्पांतून बरोबर उत्तर निवडा.

विकल्प : (a) 1 आणि 2   (b) 2 आणि 3 (c) 1 आणि 3   (d) 1, 2 आणि 3

प्र. 28. एखाद्या देशाने SDR वापरण्याची काय कारणे असतात?

1) साधन - किंमत समान करणे.
2) तोटा-पूर्तीसाठी विदेशी मुद्रा मिळवणे.
3) अन्य देशांकडून आपली मुद्रा पुन्हा खरेदी करणे.

खालील विकल्पांतून बरोबर उत्तर निवडा.

(a) 1,2 आणि 3 (b) 1 आणि 2 (c) 2 आणि 3   (d) 1 आणि 3

प्र. 29. सूची I व सूची II च्या जोड्या लावा व खाली दिलेल्या विकल्पांतून बरोबर उत्तर निवडा.

सूची I (गुंतवणूक मानदंड)   सूची II (अर्थशास्त्रज्ञ)

(A) SMP मानदंड   1) ए.के.सेन

(B) सीमान्त प्रतिव्यक्ती पुनर्गुंतवणूक मानदंड 2) ओटो एकस्टीन

(C) सीमान्त वृद्धी योगदान मानदंड   3) गेलेंसन - लेबिस्टाइन

(D) काळ-श्रेणी मानदंड   4) काहन

विकल्प	A	B	C	D
(a)	2	3	4	1
(b)	4	1	2	3
(c)	2	1	4	3
(d)	4	3	2	1

प्र. 30. सूची I व सूची II च्या जोड्या लावा व खाली दिलेल्या विकल्पांतून बरोबर उत्तर निवडा.

सूची I   सूची II

(A) प्रतिस्थापनेची लवचिकता   1) हॉटलिंग

(B) स्थानिक स्पर्धा   2) हिक्स

(C) आभासी खंड   3) चेंबरलिन

(D) एकाधिकारी स्पर्धा   4) मार्शल

                                              5) एजवर्थ

विकल्प	A	B	C	D
(a)	2	4	5	3
(b)	3	1	4	2
(c)	2	1	4	3
(d)	3	4	5	2

प्र. 31. जर एखाद्या वस्तूचा विक्रीकर वाढवला गेला परंतु त्याच्या विक्रीने होणाऱ्या उत्पन्नात झपाट्याने कमी आली तर त्या वस्तूच्या स्वरूपाबद्दल खालीलपैकी कोणते विधान बरोबर आहे?

(a) त्या वस्तूच्या मागणीची किंमत लवचिकता उच्च आहे.

(b) ती नक्कीच एक अत्यावश्यक वस्तू आहे.

(c) त्या वस्तूच्या मागणीची किंमत लवचिकता निम्न आहे.

(d) त्या वस्तूच्या मागणीची किंमत लवचिकता एकाबरोबर आहे.

प्र. 32. तरलता (रोखता) जाळ्यात मुद्रेच्या मागणीचे व्याज लवचिक असते.

(a) शून्य (b) एकाबरोबर

(c) अनंत (d) शून्य व एकाच्यामध्ये

प्र. 33. सीमान्त उत्पन्न शून्य होईल, जर मागणी लवचिकता

(a) एकापेक्षा कमी आहे. (b) एकाच्या बरोबर आहे.

(c) एकापेक्षा जास्त आहे. (d) शून्य आहे.

प्र. 34. भारतात मार्च 1993 मध्ये खालीलपैकी कोणता महत्त्वाचा बदल झाला होता?

(a) दुहेरी विनिमयदर सुरू केला गेला.

(b) दुहेरी विनिमयदर पद्धत संपली व एकरूप बाजार अस्तित्वात आला ज्यात मागणी आणि पुरवठ्याच्या शक्तींनी विनिमय दर निर्धारित होतो.

(c) बँक दर 11% वरून वाढून 12% झाला.

(d) रुपयाचे अवमूल्यन झाले.

प्र. 35. उत्पादनाच्या एका साधनाचे सीमान्त उत्पादन आणि सीमान्त उत्पन्न उत्पादनाच्या मानकांमध्ये काही विसंगती होणार नाही जर.

(a) AR = MR (b) AC = MC

(c) TC = TR (d) AC = AR

प्र. 36. कल्पित किमती खास करून उपयोगी पडतात.

(a) उपभोक्त्याच्या क्रय निर्णयात (खरेदी निर्णयात)

(b) फर्मच्या विक्रीच्या निर्णयात

(c) परियोजना मूल्यांकन आणि खर्च-लाभ विश्लेषणात

(d) काळा बाजार प्रक्रियेत

प्र. 37. खालील उपायांवर विचार करा.

1) बँकदरात परिवर्तन   2) खुल्या बाजारातील व्यवहार

3) रोख–राखीव अनुपात (CRR) वाढवणे

भारतात मुद्रास्फीतिवर नियंत्रण आणण्यासाठी

भारतीय रिझर्व्ह बँक उपभोक्ता उपायांमधील कोणत पर्याय स्वीकारतील?

(a) 1 आणि 2   (b) 2 आणि 3

(c) 1 आणि 3   (d) 1, 2 आणि 3

प्र. 38. 'अप्रतिभूत नुकसान' बाबत खालील विधानांचा विचार करा.

1) हे उत्पादनाच्या अकुशल स्तरामुळे उपभोक्ता आणि उत्पादकाच्या अधिशेषात
   कमी आहे.

2) याला अर्थशास्त्रज्ञ प्रतिस्पर्धा संतुलनाच्या विचलनाने समाजाला होणाऱ्या
   हानीचे मापन करण्यासाठी वापरतात.

3) अर्थशास्त्रज्ञ बऱ्याचशा सरकारी कार्यक्रमांची गुंतवणूक आणि लाभ यांचे
   आकलन होण्यासाठी अप्रतिभूत हानीचे परिकलन करतात.

वरील विधानांतील कोणते बरोबर आहे?

(a) 1 आणि 2   (b) 2 आणि 3

(c) 1 आणि 3   (d) 1, 2 आणि 3

प्र. 39. केंद्रीय बजेट 2007-2008 मध्ये सेवाकर भरण्याची माफी मर्यादा (वार्षिक)
   किती आहे?

(a) 8 लाख   (b) 10 लाख   (c) 11 लाख   (d) 12 लाख

प्र. 40. गुणात्मक पत नियंत्रणासाठी केंद्रीय बँक खालीलपैकी कोणती पद्धत वापरते?

(a) उधार-राशी-नियमन

(b) उपभोक्ता पत नियमन

(c) सुरक्षित कर्जावर मार्जिनच्या प्रावधानात (Provision) बदल

(d) परिवर्ती राखीव प्रमाण

खालील विकल्पांचा वापर करून बरोबर उत्तर निवडा.

विकल्प : (a) 1, 2 आणि 4   (b) 2, 3 आणि 4

(c) 1, 3 आणि 4   (d) 1, 2, आणि 3

प्र. 41. सूची I व सूची II च्या जोड्या लावा व खाली दिलेल्या विकल्पांतून बरोबर
   उत्तर निवडा.

	सूची I	सूची II
(A) मुद्रा भ्रांती		1) मोडीग्लियानी
(B) तरलता (रोखता) जाळे		2) पीगू
(C) जीवन चक्र परिकल्पना		3) केन्स
(D) प्रदर्शन परिणाम		4) ड्यूजेनबरी

विकल्प	A	B	C	D
(a)	2	3	1	4
(b)	4	1	3	2
(c)	2	1	3	4
(d)	4	3	1	2

प्र. 42. एक लवचिकतेचा मागणी वक्र असलेल्या वस्तूच्या किमतीत वाढ झाल्यावर उपभोक्त्याचा त्या वस्तूसाठी एकूण खर्च.

(a) वाढतो   (b) कमी होतो   (c) स्थिर राहातो (d) वाढेल किंवा घटेल

प्र. 43. सूची I व सूची II च्या जोड्या लावून खाली दिलेल्या विकल्पांतून बरोबर उत्तर निवडा.

	सूची I	सूची II
(A) स्थैतिक अवस्था		1) डब्ल्यू ए. लुइस
(B) श्रमाचा असीमित पुरवठा		2) जी. मिर्डल
(C) नाइफ एज संतुलन		2) हेरॉड - डॉमर
(D) संचयी कार्योत्पादन सिद्धान्त		4) ॲडम स्मिथ

विकल्प –	A	B	C	D
(a)	2	1	3	4
(b)	4	3	1	2
(c)	2	3	1	4
(d)	4	1	3	2

प्र. 44. खालीलपैकी कशाला एखाद्या देशाच्या व्यवहारतोलाच्या (BOP) भांडवल खात्यात सामील करत नाहीत?

(a) विदेशी गुंतवणूक   (b) बाह्य मदत

(c) गुंतवणूक उत्पन्न   (d) NRI जमा

प्र. 45. भारतीय रिझर्व्ह बँक 'बँकांची बँक' म्हणून कार्यरत आहे, कारण-

(a) आवश्यकता पडली तर अनुसूचित बँक रिझर्व्ह बँकेकडून उधार घेऊ शकते.

(b) भारतीय रिझर्व्ह बँकेद्वारा निर्धारित अपेक्षित नकद रिझर्व्हच्या अटींचे अनुसूचित बँक अनिवार्यपणे पालन करते

(c) भारतीय रिझर्व्ह बँक अनुसूचित बँकांच्या पत व्यवहारांवर नियंत्रण ठेवते.

(d) भारतीय रिजर्व बँक अनुज्ञापन प्रणालीच्या माध्यमातून बँकिंग तंत्रावर नियंत्रण ठेवते.

प्र. 46. निवडक पत नियंत्रणाचा मुख्य उद्देश आहे.

(a) सर्व कारणांसाठी पत गुंतवणूक वाढवणे

(b) अर्थव्यवस्थेत एकूण पत पुरवठा कमी करणे.

(c) व्याज दरांचा सामान्य स्तर आणि एकूण बँक क्रेडिटचे (पत) नियमन करणे.

(d) वेगवेगळे कर्जदार आणि क्रेडिटचा उपयोग यांच्यामधील पत वाटप प्रभावित करणे.

प्र. 47. खालील विधानाचा विचार करा.

कंपनी (दुसरा संशोधन) अधिनियम 2002 मध्ये राष्ट्रीय कंपनी विधी अधिकरणाची (NCLT) सोय आहे. आतापर्यंतच्या विद्यमान खालीलपैकी कोणत्या संस्थेच्या जागी कंपनीसाठी NCLT सामान्य मंत्र्याच्या रूपात येईल?

1) कंपनी विधी बोर्ड (विवाद समाधान आणि कंपनी अधिनियम 1956 च्या कतिपय उपबंधांचे पालन)

2) औद्योगिक आणि पुनर्निर्माण बोर्ड (आजारी कंपन्याचे पुनर्वसन आणि पुनरुद्धार)

3) उच्च न्यायालय (कंपनीचे परिसमापन)

खालील विकल्पांतून बरोबर उत्तर निवडा.

विकल्प : (a) 1, 2 आणि 3   (b) 1 आणि 2

(c) 2 आणि 3   (d) कुठलेच नाही.

प्र. 48. एका उपभोक्त्याजवळ फक्त एक वस्तू Y आहे त्याची पूर्णत: स्थानापन्न वस्तू (X) थोडीपण नाही. जर त्याची इच्छा असेल तर तो X ची प्रत्येक अतिरिक्त आणि उत्तरोत्तर एकक मिळवण्यासाठी Y चा त्याग

(a) स्थिर सीमान्त दरावर करेल, कारण वस्तू एकमेकांच्या अगदी पूर्ण विरुद्ध असल्याने तो त्यांच्या प्रमाणाविषयी उदासीन आहेत.

(b) घटत्या सीमान्त दरावर करेल कारण प्रत्येक विनिमयाबरोबर त्याच्याजवळ Y चे प्रमाण कमी होऊन X चे वाढेल

(c) वर्धमान सीमान्त दरावर करेल कारण प्रत्येक विनिमयाबरोबर त्याला

तुलनात्मक दुर्लभ असलेल्या X वस्तूचे प्रमाण वाढण्याची संधी मिळेल.

(d) सुरुवातीला वर्धमान सीमान्त दरावर करेल पण नंतर घटत्या सीमान्त दरावर करेल कारण प्रत्येक विनिमयावर त्याच्या जवळचे Y चे प्रमाण कमी होईल आणि शेवटी त्याच्या भांडारात X च्या तुलनेत Y दुर्लभ होईल.

प्र. 49. करारोपण संबंधात खालील विधानांचा विचार करा.

1) वितरण श्रृंखलेत वस्तूच्या प्रत्येक विक्रीवर त्याच्या किमतीच्या सम प्रमाणात पण्यावर्त कर लावला जातो.

2) एखाद्या अर्थव्यवस्थेचा कर संभाव्य प्रतिव्यक्ती (दरडोई) उत्पन्नाच्या स्तरावर अवलंबून असतो.

3) एखाद्या अर्थव्यवस्थेचा कर संभाव्य उत्पन्न वितरणाच्या असमानतेच्या प्रमाणावर अवलंबून असतो. वरीलपैकी कोणते विधान / विधाने बरोबर आहेत ?

(a) 1,2 आणि 3 (b) फक्त 1   (c) 2 आणि 3 (d) फक्त 3

प्र. 50. आपल्या बहुचर्चित सैद्धांतिक सूत्रीकरण 'वास्तविक शेष प्रभावाच्या' माध्यमातून मुद्रा सिद्धान्त आणि मूल्य सिद्धान्तात एकीकरणाचा प्रयत्न खालीलपैकी कोणी केला ?

(a) जे. एम. केन्स   (b) डी.एच.रॉबर्टसन

(c) ए. एच. हॉनसेन   (d) डॉन पेटींन्किन

प्र. 51. एखाद्या देशात व्यवहारतोलामध्ये सुधारणा आणण्यासाठी खालील प्रतिबंध ठरलेला आहे.

जर मूल्य घटीने व्यवहारतोलामध्ये (BOP) सुधारणा करायची असेल तर देशाच्या आयातीची घरगुती मागणी आणि विदेशात त्याच्या निर्यातीच्या मागणीची लवचिकता एकपेक्षा जास्त होईल. वरील प्रतिबंध खालीलपैकी कोणत्या अर्थशास्त्रज्ञाने ठरवला आहे ?

(a) हेक्शर ओहलिन   (b) जे. एस. मिल

(c) मार्शल-लर्नर   (d) हेबरलर

प्र. 52. खालील विधानांवर विचार करा.

आंतरराष्ट्रीय मुद्रा कोषाचे (IMF) कार्य आहे.

1) विकास वित्त उपलब्ध करणे.

2) आंतरराष्ट्रीय रोखतेला मजबूत बनवणे.

3) विनिमय दराची स्थिरता कायम ठेवणे.

वरीलपैकी कोणते विधान बरोबर आहे?

(a) 1 आणि 2   (b) 2 आणि 3

(c) 1 आणि 3   (d) 1,2 आणि 3

प्र. 53. जर सरकार तुटीच्या वित्तीय पुरवठ्यासाठी ब्राँड विकते तर त्याचा सामान्यत: परिणाम होईल.

(a) नवी मुद्रा मुद्रित करण्यापेक्षा कमी मुद्रा प्रसरण

(b) नवी मुद्रा मुद्रित करण्यासारखेच

(c) नवी मुद्रा मुद्रित करण्यापेक्षा अधिक मुद्रा प्रसरण

(d) अर्थव्यवस्थेच्या उत्पन्नात काही बदल नाही.

प्र. 54.

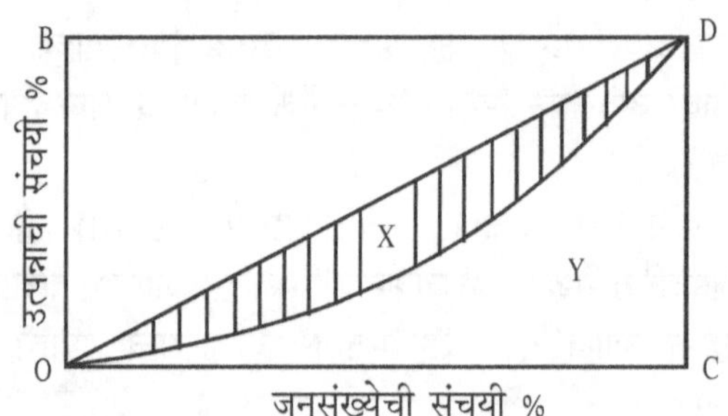

वर दिलेल्या आकृतीत 'A' देशाच्या लॉरेंझ वक्रात गिनी गुणांक खालील कशाच्या बरोबर आहे?

(a) $\dfrac{\text{X चे क्षेत्रफळ}}{\text{Y चे क्षेत्रफळ}}$ (b) $\dfrac{\text{X चे क्षेत्रफळ}}{\text{O B D C चे क्षेत्रफळ}}$

(c) $\dfrac{\text{X चे क्षेत्रफळ}}{(\text{X}+\text{Y})\ \text{चे क्षेत्रफळ}}$ (d) $\dfrac{\text{Y चे क्षेत्रफळ}}{\text{X चे क्षेत्रफळ}}$

प्र. 55. महबूअ-उल-हकने खालील कोणत्या अवधारणेला विकसित केले?

(a) भांडवल निर्मितीची समस्या   (b) मानव विकास सूचकांक

(c) लोकसंख्या अध्ययनाचे सिद्धान्त   (d) संतुलित विकास

प्र. 56. खालीलपैकी कोणत्या सिद्धान्ताच्या वापराने करारोपणात सर्वोच्च समानता मिळविता येईल?

(a) लाभ   (b) समान निरपेक्ष त्याग

(c) समान आनुपातिक त्याग   (d) समान सीमान्त त्याग

प्र. 57. खालील विधानांवर विचार करा.

भारतीय पेट्रोलियम क्षेत्रात सुधारणा करण्यासाठी 'प्रशासित किंमत तंत्रा'ला (APM) विखंडित करणे एक ऐतिहासिक पाऊल होते. नव्या पद्धतीनुसार

(1) PDS मातीचे तेल आणि घरगुती LPG सोडून देशी कच्चे तेल आणि पेट्रोलियम पदार्थांच्या किमती बाजार निर्धारित आहेत.

(2) PDS मातीचे तेल आणि घरगुती LPG वर सहायिकी विशिष्ट एक सारख्या दराच्या आधारावर आहे आणि ते भारताची संचित निधी सहन करते.

(3) दूरवर्ती क्षेत्रात PDS मातीचे तेल आणि घरगुती LPG साठी माल भाडे सहायिकी आहे ज्याचे वहन भारताची संचित निधी करते

वरील विधानांपैकी कोणती विधाने बरोबर आहेत?

(a) 1 आणि 2   (b) 2 आणि 3

(c) 1 आणि 3   (d) 1, 2 आणि 3

प्र. 58. भारताच्या मुद्राबाजाराची विशेषता या संदर्भात खालील विधानांचा विचार करा.

1) तो अल्पकालीन अधिशेषांसाठी लाभप्रद गुंतवणुकीचे मार्ग शोधतो.

2) तो बँकांना अल्पकालीन निधी प्रदान करतो.

3) तो वाणिज्य बँकांना मुद्रा बाजाराच्या विनिमयासाठी सामरिक भूमिका प्रदान करतो.

4) तो बट्टा दराला प्रमुख यंत्राची भूमिका प्रदान करतो.

वरील विधानांपैकी कोणती विधाने बरोबर आहेत?

(a) फक्त 1   (b) 1 आणि 2

(c) 1,2 आणि 3   (d) 2, 3 आणि 4

प्र. 59. खालील विधानांवर विचार करा.

(1) जर MC वक्र AC वक्राच्या खाली आहे तर AC वक्र अनिवार्यपणे आरोही असेल.

(2) जर MC वक्र AC वक्राच्या वर असेल तर AC वक्र अनिवार्यपणे आरोही असेल.

(3) MC वक्र आणि AC वक्र एकमेकांना न्यूनतम सरासरी खर्चावर कापतात.

वरीलपैकी कोणते विधान बरोबर आहे?

(a) फक्त 3   (b) 1 आणि 2

(c) 2 आणि 3   (d) 1,2 आणि 3

प्र. 60. खालीलपैकी कोणते विधान बरोबर नाही?

(a) राष्ट्रीय उत्पन्न = साधन खर्चावर NNP

(b) NNP = GNP – मूल्यघट

(c) बाजार किमतींवर NDP = साधन खर्चावर NDP + (अप्रत्यक्ष कर – अनुदान

(d) GNP = GDP – विदेशातून मिळणारे निव्वळ साधन उत्पन्न

प्र. 61. नवव्या पंचवार्षिक योजनेच्या काळात कृषी क्षेत्राचा सरासरी वार्षिक वृद्धी दर होता जवळपास

(a) 1.8%　　(b) 2.1%　　(c) 3.2 %　　(d) 4.6%

प्र. 62. खालील विधानांवर विचार करा.

मागणीच्या सीमान्त उपयोगिता विश्लेषणात

(1) मानले जाते की उपयोगितेचे सीमान्त गणनावाचक मापन होऊ शकते.

(2) मानले जाते की उपयोगिता अन्योन्याश्रित आहे.

(3) मानले जाते की मुद्रेची सीमान्त उपयोगित स्थिर नसते, वरीलपैकी कोणते विधान बरोबर आहे?

(a) फक्त 1,　　(b) 1 आणि 2, (c) 2 आणि 3, (d) 1 आणि 3

प्र. 63. बेरोजगारीच्या स्वाभाविक दराशी संबंधित खालील विधानांवर विचार करा.

(1) दीर्घकालीन फिलिप्स वक्र बेरोजगारीच्या स्वाभाविक दरावर ऊर्ध्वधर असतो.

(2) बेरोजगारीच्या स्वाभाविक दरावर मुद्रास्फीतिचा वास्तविक दर स्थिर नसतो.

वरीलपैकी कोणते / कोणती विधाने बरोबर आहेत?

(a) फक्त 1, (b) फक्त 2, (c) 1 आणि 2 दोन्ही, (d) दोन्ही नाहीत.

सूचना : पुढील सहा प्रश्नांमध्ये दोन वक्तव्ये आहेत. एकाला 'विधान A' आणि दुसऱ्याला 'कारण (R)' म्हटले आहे. या दोन्ही वक्तव्यांचे काळजीपूर्वक परीक्षण करून त्या प्रश्नाचे उत्तर खाली दिलेल्या विकल्पांच्या मदतीने निवडा.

विकल्प : (a) A आणि R दोन्ही बरोबर आहेत. आणि R हे A चे योग्य स्पष्टीकरण आहे.

(b) A आणि R बरोबर आहेत पण R, हे A चे योग्य स्पष्टीकरण नाही.

(c) A बरोबर पण R चूक　　(d) A चूक पण R बरोबर

प्र. 64. विधान : (A) तुलनात्मक लाभाचा सनातनवादी सिद्धान्त या प्रश्नांचे उत्तर देतो : कोणत्या वस्तूंची निर्यात आणि आयात कोणत्या किमतींवर केली

जाईल आणि व्यापारापासून फायदा कोणाला मिळेल? पण हा आंतरराष्ट्रीय व्यापाराचा पूर्ण आणि वास्तविक सिद्धान्त नाही.

कारण : (R) बदलत्या काळानुसार आवड-निवड, साधनांची एंडाउमेंट (दाननिधी) आणि प्रौद्योगिकीत बदल होत जातो. हा सर्व बदल सनातनवादी सिद्धान्ताला अवास्तविक बनवितो.

प्र. 65. विधान (A) जरी लोकांचे उत्पन्न मागील शीर्ष स्तरावरून घसरत असले तरी चालू वर्षात त्याच्या उपभोगात समानुपातिक कमी येत नाही.

कारण (R) सामान्यत: लोक आपल्या सुरू असलेल्या उपभोगाला पूर्व स्तरावरच ठेवण्याचा प्रयत्न करत असतात, ज्याची त्यांना सवय असते.

प्र. 66. विधान : (A) गुंतवणुकदारांची निराशावादी वृत्ती प्रत्येक वास्तविक व्याज दरावर नियोजित गुंतवणुकीला कमी करेल.

कारण (R) गुंतवणुकीच्या योजना. भविष्यातील लाभ प्रत्याशांनी प्रभावित होतात.

प्र. 67. विधान : (A) विकासाच्या प्रारंभिक टप्प्यात ग्रामीण क्षेत्रातून शहरी क्षेत्रात श्रमिकांचे पुनर्वसन मोठ्या प्रमाणावर होत असते.

कारण (R) ग्रामीण आणि शहरी क्षेत्रातील व्यष्टिक उपार्जन क्षमतेतील फरकाने स्थानांतर होते.

प्र. 68. विधान (A) विकासाचा नवा क्लासिकल (सनातनवादी) सिद्धान्त नेहमी पूर्ण रोजगार स्थिरतेवर जोर देतो.

कारण (R) श्रम आणि भांडवलातील प्रतिस्थापन या स्थिरतेला शक्य बनवते.

प्र. 69. विधान (A) सुवर्ण मानकाच्या अंतर्गत, आर्थिक नीतीचा मुख्य उद्देश व्यवहार तोल (BOP) ठेवणे हा होता.

कारण (R) सुवर्ण मानकात समायोजनासाठी कुठलीही यंत्र व्यवस्था नव्हती.

प्र. 70. द्रव्यवत प्रपत्राची व्याख्या खालीलपैकी कोणती आहे?

(a) ती परिसंपत्ती, जी विनिमय माध्यमासारखी वापरू शकत नाही परंतु ती मूल्यधारक असते.

(b) ती परिसंपत्ती, जी अस्थायी रूपात विनिमय माध्यमाचे काम करते पण मूल्याची धारक नसते.

(c) ती परिसंपत्ती, जी पुरेशा प्रमाणात मूल्याच्या धारकाचे काम करते आणि सहजपणे विनिमय माध्यमात बदलली जाऊ शकते, परंतु ती स्वत: विनिमय माध्यम नसते.

(d) ती परिसंपत्ती, जी मूल्याची धारक आहे आणि 100% तरल आहे.

प्र. 71. खालीलपैकी कोणती जोडी बरोबर जोडलेली आहे?

    (a) समतोल व्याज दर   –   कार्ल मार्क्स

    (b) लाभाचा गतिक सिद्धान्त   –   जे.बी. क्लार्क

    (c) लाभाचा एकाधिकारी सिद्धान्त   –   हिक्स हेन्सन संश्लेषण

    (d) अधिशेष मानाचा सिद्धान्त   –   केलेस्कि

प्र. 72. खालीलपैकी कोणत्या एका स्थितीत एकाधिकारीसाठी कर भार उपभोक्त्यावर स्थानांतरित करणे शक्य नाही.

    (a) जेव्हा वस्तूचा पुरवठा अति लवचिक आणि मागणी कमी लवचिक असेल.

    (b) जेव्हा वस्तूचे उत्पादन घटत्या फलाच्या नियमाधीन असेल.

    (c) जेव्हा सीमान्त उत्पन्न सीमान्त खर्चाइतके असेल

    (d) जेव्हा कर उत्पादनाच्या परिमापाने स्वतंत्र असेल किंवा एकाधिकार निव्वळ उत्पन्नाच्या कुठल्या विशिष्ट टक्केवारीच्या रूपात एकरकमी असेल.

प्र. 73. भारतात मुद्रास्फीतीचे कारण खालीलपैकी कोणते आहे?

    (1) कृषी उत्पादनांची अल्प वृद्धी   (2) वाढता गैर विकासात्मक खर्च

    (3) मुद्रा पुरवठ्यात वाढ   (4) निर्यातीचा वाढता भार

खालील विकल्पांतून बरोबर उत्तर निवडा.

विकल्प : (a) 1, 2 आणि 3   (b) 3 आणि 4

         (c) 1 आणि 4   (d) 2 आरि 4

प्र. 74. सूची I व सूची II च्या जोड्या लावून खालील विकल्पांचा वापर करून बरोबर उत्तर निवडा.

    (A) विश्व बँक   1) व्यवहारतोलात (BOP) मदत

    (B) I.M.F   2) व्यापारी व्याजदरांवर विकास कर्ज

    (C) I.D.A.   3) निजी क्षेत्रासाठी कर्ज

    (D) I.F.A.   4) खासगी व्याज दरांवर विकास कर्ज

विकल्प :	A	B	C	D
(a)	2	1	4	3
(b)	4	3	2	1
(c)	2	3	4	1
(d)	4	1	2	3

प्र. 75. संकेतात्मक नियोजन खालीलपैकी कोणत्या सिद्धान्तावर आधारित आहे?
(a) संचालन आणि निष्पादन केंद्रीकरण
(b) संचालन आणि निष्पादनात विकेंद्रीकरण
(c) क्षेत्रीय उत्पादनाचे विस्तृत विवरण
(d) जनताद्वारा नियोजन

प्र. 76. कल्याणगर्त एक अशी स्थिती आहे. ज्यात
(a) कुटुंबांचे एकूण उत्पन्न कमी होते जेव्हा ते आपल्या कामाचे प्रमाण वाढवतात.
(b) कुटुंबांचे एकूण उत्पन्न वाढते जेव्हा ते आपल्या कामाचे प्रमाण वाढवतात.
(c) कुटुंबांचे एकूण उत्पन्न कमी होते जेव्हा ते आपल्या कामाचे प्रमाण कमी करतात.
(d) कुटुंबांचे एकूण उत्पन्न वाढते जेव्हा ते आपल्या कामाचे प्रमाण कमी करतात.

प्र. 77. भारतात नवव्या दशकाच्या काळात, खालीलपैकी कोणत्या क्षेत्रात सर्वाधिक विकास दर मिळाला होता ?
(a) कृषी व संबंधित कामे
(b) विनिर्माण
(c) निर्माण
(d) सेवा

प्र. 78. भारताच्या दहाव्या पंचवार्षिक योजनेच्या सुरुवातीला बेरोजगारीचा पूर्ववत-संचय श्रमिक शक्तीचा किती टक्के भाग होता?
(a) 14%
(b) 9%
(c) 27%
(d) 3%

प्र. 79. खालील दोन परिस्थितींवर विचार करा.
(i) परिस्थिती 1 मध्ये आयकर पद्धती अस्तित्वात आहे.
(ii) परिस्थिती 2 मध्ये कुठलीही आयकर पद्धती नाही.
परिस्थिती 2 मध्ये गुंतवणूक गुणक
(a) कमी होईल
(b) ऋणात्मक होईल
(c) अधिक होईल.
(d) काही परिणाम होणार नाही.

प्र. 80. मिल्टन फ्रीडमनच्या स्थायी उत्पन्न कल्पनेनुसार.
(a) स्थायी उत्पन्नात सर्व वाढी बचतीत जातात.
(b) स्थायी उत्पन्नात सर्व वाढींचा उपयोग केला जातो.
(c) अस्थायी उत्पन्नात सर्व वाढी बचतीत जातात.
(d) अस्थायी उत्पन्नात सर्व वाढींचा उपयोग केला जातो.

प्र. 81. एखादी प्रगतशील करप्रणाली खालीलपैकी कशाच्या बरोबर असते?

(a) क्षैतिजीय औचित्याच्या   (b) ऊर्ध्वधर औचित्याच्या

(c) एकसारख्या औचित्याच्या   (d) वरीलपैकी कशाचाही बरोबर नाही.

प्र. 82. भारतातील 'थेट विदेशी गुंतवणूकी' बद्दल खालीलपैकी कोणते विधान बरोबर नाही?

(a) जाहिरात क्षेत्रात 100% पर्यंत सरळ विदेशी गुंतवणुकीला स्वचलित मार्गावर परवानगी आहे.

(b) बातम्या आणि सामाजिक विषयांसंबंधी नियतकालिके आणि वर्तमानपत्रे प्रकाशित करणाऱ्या भारतीय कंपन्यांना प्रदत्त इक्विटी भांडवलाच्या 20% पर्यंत मुद्रण मीडिया क्षेत्रात सरळ विदेशी गुंतवणुकीची परवानगी दिली गेली.

(c) चहाच्या मळ्यांसहित चहा क्षेत्रात 100% थेट विदेशी गुंवणुकीची परवानगी आहे, या अटीवर की पाच वर्षांत भारतीय भागीदारीच्या बाजूने 49% इक्विटी गुंतवणूक अवश्य केली जाईल आणि एखाद्या भावी जमिनीचा उपयोग परिवर्तनासाठी राज्य सरकारची पूर्व अनुमोदन घेतले जाईल.

(d) सरकारचे पूर्व अनुमोदन घेतल्यानंतर एकीकृत नगर क्षेत्र, व्यापारी परिसर, होटेल्स, पर्यटनाच्या जागा आणि क्षेत्रीय स्तरावरच्या शहरी आधारित संरचना सुविधांच्या विकासासाठी 100% थेट विदेशी गुंतवणुकीला अनुमती मिळेल.

प्र. 83. ग्रामीण आधारित संरचना विकास निधी (RIDF) बद्दल खालील विधानांवर विचार करा.

(1) ग्रामीण आधारित संरचना विकास निधी (RIDF) NABARD मध्ये 1995-96 मध्ये स्थापन केला गेला.

(2) हा राज्य सरकार आणि राज्याची मालकी असलेल्या निगमांना ग्रामीण कार्याधीन आधारित संरचना परियोजन लवकर पूर्ण करण्यासाठी कर्ज देतो.

(3) या योजनेच्या अंतर्गत घरगुती वाणिज्य बँक प्राथमिकता क्षेत्र / कृषीउधार देण्याच्या आपल्या कमतरतेच्या आधारावर या निधीत योगदान देतो.

(4) पंचायती संस्था, ग्रामीण आधारित संरचना विकास निधी (RIDF) योजनांना कार्यान्वित करण्यासाठी पात्र संस्था आहे.

वरीलपैकी कोणते विधान बरोबर आहे?

(a) 1 आणि 4,   (b) 2, 3 आणि 4,

(c) 1, 2 आणि 3,   (d) 1, 2, 3 आणि 4

प्र. 84. पॅरेटो इष्टतमतेसंबंधी खालील विधानांवर विचार करा.

1) एखाद्या अर्थव्यवस्थेत जर सर्व व्यष्टींसाठी दोन वस्तूंच्या प्रतिस्थापनेचे सीमान्त दर सारखे आहेत; तर त्यात पॅरेटो इष्टतमता नक्कीच आहे.

2) पॅरेटो इष्टतमता निश्चित असते. जेव्हा तांत्रिक प्रतिस्थापनेत सीमान्त दर देण्याच्या किमतींच्या अनुपाताबरोबर असतात.

3) पॅरेटो इष्टतमतेच्या प्राप्तीचे प्रतिबंध आणि सामान्य समतोलाच्या प्राप्तीचे प्रतिबंध यात पारस्परिक संबंध असतात.

4) उत्पन्न वितरणाच्या संबंधात पॅरेटो इष्टतमता तटस्थ असते.

वरीलपैकी कोणते विधान बरोबर आहे?

(a) 1 आणि 2   (b) 2 आणि 3   (c) 1 आणि 4   (d) 3 आणि 4

प्र. 85. एखाद्या समुच्चयाच्या संख्यांच्या विचलनांच्या वर्गांचा योग न्यूनतम होईल जर विचलन असेल

(a) समांतर माध्यमापासून   (b) माध्यिकेपासून

(c) बहुलकापासून   (d) हरात्मक माध्यापासून

प्र. 86. जर वितरण धनात्मक रूपाने विषम असेल तर.

(a) माध्य > माध्यिका > बहुलक (b) माध्य > माध्यिका < बहुलक

(c) माध्य < बहुलक < माध्यिका (d) माध्यिका < बहुलक < माध्य

प्र. 87. खालील आकडे दिले आहेत.

प्राप्तांकाची संख्या = 100

समांतर माध्य   = 1,000

प्रसरण   = 256.0

तर प्रसरण गुणांक खालील कशाच्या बरोबर आहे?

(a) 1.6%   (b) 2.5%   (c) 3.5%   (d) 4.5%

प्र. 88. उपभोक्त्याचा अधिशेष आणि सार्वजनिक वित्ताशी संबंधित खालील विधानांवर विचार करा.

1) जेथे उपभोक्त्याचा अधिशेष होतो तेथे कर लावण्याची संधी असते, कारण लोकांना अधिक प्रदान करण्याची इच्छा असते.

2) स्थिर प्रतिफलाच्या स्थितीत उपभोक्त्याचा अधिशेष राज्याच्या सर्व मिळकतींपेक्षा जास्त घटेल.

3) घटत्या फलाच्या स्थितीत करापेक्षा सर्व मिळकती, उपभोक्त्याच्या अधिशेषाच्या परिणामित तोट्यापेक्षा अधिक होऊ शकतात.

4) वाढत्या फलाच्या स्थितीत करामुळे राज्याचा प्राप्तीच्या तुलनेत उपभोक्ता अधिशेषात अधिक वृद्धी होईल.

वरीलपैकी कोणते विधान बरोबर आहे?

(a) फक्त 1   (b) 1, 2 आणि 3

(c) 2 आणि 4   (d) 1, 2, 3, आणि 4

प्र. 89. जर सहसंबंध गुणांकाचे माप एकाच्या बरोबर आहे. तर X आणि Y चरांमध्ये संबंध असेल.

(a) y, x च्या अनुक्रमानुपाती   (b) y, x च्या व्युत्क्रमानुपाती

(c) y, x^2 च्या बरोबर   (d) वरीलपैकी कुठलाही नाही.

प्र. 90. फिशरचा आदर्श सूचकांक समर्थन करतो.

(a) फक्त समय उत्क्रमण परीक्षणाचे

(b) फक्त साधन उत्क्रमण परीक्षणाचे

(c) समय आणि साधन उत्क्रमण परीक्षा दोन्हींचे

(d) फक्त वर्तुळ परीक्षणाचे.

प्र. 91. खालील विधानांवर विचार करा.

(1) बाजारोन्मुख अर्थव्यवस्था आहे. ज्यामध्ये किंमती स्वतंत्रपणे ठरतात आणि वस्तू व सेवांचा स्वतंत्र विनिमय बाजारात होतो.

(2) केंद्रीय नियोजित अर्थव्यस्थेत मोठ्या एकाधिकारी फर्मस् किंमती आणि उत्पादनांना निर्धारित करतात.

(3) आदर्शवादी अर्थशास्त्राचा संबंध एका अशा आर्थिक विश्लेषणाशी आहे जे व्याख्या करते की, अर्थव्यवस्थेत काय आणि का होत आहे. ज्या वेळी वास्तविक अर्थशास्त्राचा संबंध अशा विश्लेषणाशी असतो ज्याच्याद्वारे आर्थिक नीतिची भलावण केली जाते.

वरीलपैकी कोणते विधान बरोबर आहे?

(a) 1 आणि 2   (b) 2 आणि 3   (c) फक्त 1   (d) 1 आणि 3

प्र. 92. खालीलपैकी कोणते विधान बरोबर नाही?

(a) वाढत्या खर्चात उत्पादन शक्यता वक्र मूळ बिंदूला अवतल असतो.

(b) वाढत्या खर्चात एखाद्या देशाला एखादी वस्तू निर्माण करायला पूर्ण विशिष्टता मिळते.

(c) स्थिर खर्चाप्रमाणे वाढत्या खर्चात उत्पादन शक्यता वक्र किंमत वक्राला समरूप नसतो.

(d) एक सरळ रेषा असलेला उत्पादन शक्यता वक्र स्थिर वैकल्पिक खर्च दर्शवितो.

प्र. 93 माहिती तंत्रज्ञान (IT) खालीलपैकी कोणत्या श्रेणीत येते?

1) व्यापारी निर्यातीत   2) अदृश्य गोष्टींमध्ये (Items)

3) चालू खात्यात   4) हस्तांतरण प्रदानाच्या

विकल्प : (a) 1, 2 आणि 3,   (b) 2 आणि 3,

    (c) 3 आणि 4   (d) 1, 2 व 4

प्र. 94. प्रसिद्ध 'हिरा-पाणी' (Diamond - Water Paradox) विरोधाभास कोणी सांगितला?

(a) ॲडम स्मिथ   (b) जे. एम. केन्स

(c) अल्फ्रेड मार्शल   (d) एफ. वाय. एजवर्थ

प्र. 95. सूची I व सूची II च्या जोड्या जुळवून खाली दिलेल्या विकल्पांतून बरोबर उत्तर निवडा.

सूची I	सूची III
(A) राज्य सरकारे	1) वर्तमानपत्रांची विक्री आणि खरेदी व त्यातील जाहिरातींवर लावलेला कर
(B) संघद्वारा लावले जातात पण एकत्रित व नियोजित राज्यसरकारांद्वारे केले जातात.	2) मद्य, अफीम आणि अन्य मादक पदार्थ व औषधांवर लावले जाणारे उत्पादन शुल्क
(C) संघद्वारा लावले व एकत्र केले जातात पण राज्य सरकारांना समनुदेशित केले जातात आणि त्यांच्याद्वारे उपयोगात आणले जातात.	3) केंद्रीय उत्पाद शुल्क
(D) संघद्वारा लावले व एकत्रित केले जातात पण त्यांचे वितरण ठराविक पद्धतीने संघ आणि राज्यांमध्ये केले जाते.	4) स्टँप शुल्क

विकल्प :	A	B	C	D
(a)	1	3	3	4
(b)	2	4	1	3
(c)	1	4	2	3
(d)	2	3	1	4

प्र. 96. खालीलपैकी काय असंतुलित विकासाच्या परिकल्पनेच्या मान्यतेचे सूत्रीकरण आहे?

(a) वेगवेगळ्या क्षेत्रांचा एकदम एकत्रित विस्तार होणे

(b) श्रम आणि भांडवलाचा पुरवठा सीमित होणे.

(c) श्रम आणि भांडवलाचा पुरवठा असीमित होणे.

(d) श्रमाचा पुरवठा सीमित पण भांडवलाचा पुरवठा असीमित होणे.

प्र. 97. सूची I व सूची II च्या जोड्या लावून खालील विकल्पांतून बरोबर उत्तर निवडा.

सूची I   सूची II

(अवधारणा व विशिष्टता)   (संबंधित अवधारणा स्थिती)

(A) रेषीय समउत्पादन मात्रा वक्र.   1) घटता सीमान्त प्रतिस्थापित दर

(B) समकोनीय समउत्पादन मात्रा वक्र   2) वर्धमान (वाढता) सीमान्त प्रतिस्थापन दर

(C) मूळ बिंदूवर उत्तल समउत्पादन मात्रा वक्र   3) साधनांचे पूर्णतः विरोधी असणे.

(D) मूळ बिंदूवर अवतल समउत्पादन मात्रा वक्र   4) साधनांचे पूर्णतः पूरक असणे.

विकल्प :	A	B	C	D
(a)	2	4	1	3
(b)	3	1	4	2
(c)	2	1	4	3
(d)	3	4	1	2

प्र. 98. मुद्रेचे देणे-घेणे आणि पूर्वोपाय मागणीच्या बेरजेला सामान्यतः घेतले जाते.

(a) मुद्रेच्या एकूण मागणीच्या रूपात

(b) सक्रिय नगद शेषच्या रूपात

(c) निष्क्रिय नगद शेषच्या रूपात

(d) मुद्रेच्या परिसंपत्ती मागणीच्या रूपात

प्र. 99. जर C = MPC (एम. पी. सी.) आणि t = उत्पन्नावरील कराचा दर आहे असे मानले तर विनियोग दाखविला जाऊ शकतो.

(a) $\dfrac{1}{1-C}$ (b) $\dfrac{1}{1-C(1+t)}$

(c) $\dfrac{1}{1+C(1-t)}$ (d) $\dfrac{1}{1-C(1-t)}$

प्र. 100. विकासवादी नियोजनावर लागू होणारे दोन विलंब सिद्धान्त दर्शवतात.

(a) स्फीतिजन्य विलंब आणि विदेशी विनिमय प्रतिबंध

(b) बचत विलंब आणि विदेशी विनिमय प्रतिबंध

(c) विदेशी विलंब आणि मंदीतील विलंब

(b) बचत प्रतिबंध आणि विदेशी विनिमय प्रतिबंध

प्र. 101. उत्पादनाची सर्व साधने दुर्लभ आणि वैकल्पिक असल्यामुळे एखाद्या X वस्तूच्या एक एकक उत्पादनाचा वैकल्पिक खर्च खालीलपैकी कशाबरोबर आहे?

(a) X च्या एक एकक उत्पादनाच्या साधनांच्या दुसऱ्या कुठल्याही विकल्पाने होणाऱ्या वस्तूंच्या त्यागाच्या

(b) या साधनांच्या सर्व वैकल्पिक कारणांच्या न्यूनतम उत्पादनकारी वापराने होणाऱ्या वस्तूंच्या त्यागाच्या

(c) X च्या एक एकक उत्पादनाला लागणाऱ्या साधनांच्या सर्व अन्य वैकल्पिक उत्पादनकारी वापराने होणाऱ्या सरासरी उत्पादनाच्या

(d) X च्या एक एकक उत्पादनाला लागणाऱ्या साधनांच्या आगामी निकटतम श्रेष्ठ वापराने होणाऱ्या उत्पादनाच्या त्यागाच्या

प्र. 102. हेक्सचर ओहलिनच्या आंतरराष्ट्रीय व्यापार सिद्धान्ताची खालील कोणती मान्यता नाही?

(a) दोन राष्ट्रांच्या साधनांच्या एंडाउमेंटमध्ये (दाननिधी) फरक असणे

(b) दोन राष्ट्रांचे उत्पादन विभेदीकृत होणे.

(c) उत्पादन फलन समरूप होणे

(d) वस्तूंच्या किमतींनी साधनांच्या किमतींचे निर्धारण होणे.

प्र. 103. एखाद्या वाणिज्य बँकेत कर्ज देण्याची क्षमता आणि गुंतवणुकीतील वृद्धीची क्षमता अवलंबून असते त्याच्या.

(a) ठेवलेल्या सरकारी प्रतिभूतींवर   (b) नगद स्थितीवर

(c) अतिरिक्त नगदी रिझर्व्हवर   (d) दिलेले कर्ज व गुंतवणुकीवर

प्र. 104. सूची I व सूची II च्या जोड्या लावा व खालील विकल्पांतून योग्य उत्तर निवडा.

सूची I (अर्थशास्त्रज्ञ)   सूची II (विचारधारा)

A) जे. एम. केन्स   1) बेरोजगारीविरील उपाय मजुरीतली कपात आहे.

B) जे. बी. से   2) मुद्रेचा पुरवठा आणि किंमत स्तर अनुक्रमानुपाती आहे.

C) ए. सी. पीगू   3) सार्वजनिक खर्च मंदीवरील उपाय आहे.

D) आय फिशर   4) पुरवठा आपली मागणी स्वत: निर्माण करतो.

विकल्प	A	B	C	D
(a)	3	4	1	2
(b)	1	2	3	4
(c)	3	2	1	4
(d)	1	4	3	2

प्र. 105. सहकारी सामुहिक कृषी समित्यांबद्दल खालील विधानांवर विचार करा.

1) जमिनीची व्यक्तिगत मालकी संपून जाते.

2) सदस्यांचा जमिनीबरोबरच त्यांच्या अन्य साधनांचे एकत्रीकरण होते.

3) ही व्यवस्था भूतपूर्व सोवियत संघ आणि अन्य साम्यवादी राष्ट्रांच्या 'कोल्कोज' व्यवस्थेसारखी आहे.

4) फार्म (शेत) मधून मिळालेले उत्पन्न, सदस्यांमध्ये त्यांनी केलेल्या कामाच्या प्रमाणात वाटले जाते.

वरीलपैकी कोणते विधान बरोबर आहे?

(a) 1 आणि 2   (b) 3 आणि 4

(c) 1, 2 आणि 4   (d) 1, 2, 3 आणि 4

प्र. 106. सूची I व सूची II च्या जोड्या लावा व खाली दिलेल्या विकल्पांतून बरोबर उत्तर निवडा.

सूची I   सूची II

A) डब्ल्यू. डब्ल्यू. रोस्टोव   1) इच्छित संवृद्धी दर

B) आर. एफ. हेरॉड   2) उड्डाणावस्थेची पायरी

C) आर. नक्सें   3) असंतुलित संवृद्धी

D) ए. ओ. हर्षमन   4) संतुलित संवृद्धी

विकल्प	A	B	C	D
(a)	3	1	4	2
(b)	2	4	1	3
(c)	2	1	4	3
(d)	3	4	1	2

प्र. 107. "वस्तूंमध्ये आंतरराष्ट्रीय व्यापार, उत्पादन घटकांच्या आंतरराष्ट्रीय गतिशीलतेच्या विरुद्ध काम करतात. वस्तूंचा मुक्त व्यापार आपसात व्यापार करणाऱ्या राष्ट्रांमध्ये सर्व उत्पादन घटकांच्या दोन्ही निरपेक्ष आणि अपेक्षित किंमतीत समानता आणतात.'' हा सिद्धान्त ओळखला जातो.

(a) घटक अनुपात सिद्धान्ताच्या रूपात

(b) घटक किंमत सिद्धान्ताच्या रूपात

(c) घटक एंडाउमेंट (दाननिधी) सिद्धान्ताच्या रूपात

(d) घटक पारिश्रमिक सिद्धान्ताच्या रूपात

प्र. 108. जर घटकांच्या विरुद्ध माप एका सीमेपर्यंत मानले तर तर सम उत्पादन मात्रा वक्र दर्शवतो.

(a) दोन उत्पादन घटकांच्या दिलेल्या प्रमाणात तयार होणाऱ्या वस्तूंचे वेगवेगळे प्रमाण

(b) एका वस्तूचे दिले गेलेले प्रमाण जे दोन उत्पादनांच्या भिन्न प्रमाणांतून उत्पन्न केले जाऊ शकते.

(c) दोन उत्पादन घटकांच्या परिवर्ती प्रमाणातून उत्पादित होणाऱ्या एका वस्तूचे भिन्न प्रमाण.

(d) एका वस्तूचे दिलेले प्रमाण जे दोन उत्पादन घटकांना दिल्या गेलेल्या एका प्रमाणातून उत्पादित केले जाऊ शकते.

प्र. 109. खालीलपैकी कोणते एक विधान बरोबर नाही?

(a) भारतीय रिझर्व्ह बँकेजवळ वाणिज्य बँकांच्या राखीव निधी (रिझर्व्ह) वाणिज्य बँकाची मालमत्ता असते.

(b) वाणिज्य बँका मुद्रेचा पुरवठा तेव्हा कमी करतात जेव्हा त्या सरकारी बंधपत्र (bonds) परिवार किंवा व्यवसायातून खरेदी करतात.

(c) मुद्रेच्या पुरवठ्यात वाढ होते जेव्हा भारतीय रिझर्व्ह बँक सरकारी प्रतिभूती परिवार किंवा व्यवसायाकडून खरेदी करतात.

प्र. 110. सूची I व सूची II च्या जोड्या लावून खाली दिलेल्या विकल्पांतून बरोबर उत्तर निवडा.

सूची I (समिती)	सूची II (उद्देश)
A) दांतवाला समिती	1) व्यवहारतोलाच्या भांडवली खात्यातील पैशांच्या पूर्ण परिवर्तनशीलतेच्या साध्यतेचे परीक्षण
B) पी. एल. टंडन समिती	2) मुद्राबाजाराच्या क्षेत्राला वाढवण्याच्या शक्यतेचे परीक्षण आणि मुद्राबाजाराचे प्रपत्र (form) विकसित करण्यासाठी विशिष्ट उपाययोजना
C) वाघुल समिती	3) क्षेत्रीय ग्रामीण बँकांच्या कार्यप्रणालीचे पुनरीक्षण

D) तारापोर समिती   4) आठव्या दशकासाठी योग्य निर्यात सामरिकीची शिफारस करणे.

5) उद्योग (विकास आणि विनियमन) अधिनियम, 1951 नुसार अनुज्ञापनाच्या संक्रियेचे पुनरीक्षण

विकल्प	A	B	C	D
(a)	3	4	2	1
(b)	2	1	5	4
(c)	3	1	2	4
(d)	2	4	5	1

प्र. 111. खालील विधानांवर विचार करा.

आगत-निर्गत (Input-Output) विश्लेषण विकास नियोजनात मदत करते.

1) अर्थव्यवस्थेचे सरळ, स्पष्ट चित्र देऊन

2) योजनांची व्यवहार्यता आणि संगतीचे परीक्षण करून

3) एखाद्या विशेष क्षेत्राच्या आगत गरजांची जाणीव करून देऊन

वरीलपैकी कोणते / कोणती विधाने बरोबर आहे / आहेत?

(a) फक्त 1   (b) 1, 2 आणि 3

(c) फक्त 2   (d) फक्त 3

प्र. 112. दुसऱ्या पंचवार्षिक योजनेत अंतर्भाव केलेल्या महालनोबिसच्या नियोजन समितीने खालीलपैकी कशात गुंतवणूक करण्यावर जोर दिला?

(a) भारी उद्योग   (b) कृषी

(c) उपभोक्ता वस्तू उद्योग   (d) निर्यात उद्योग

प्र. 113. खालील विधानांवर विचार करा.

भारतीय संसदेने पास केलेल्या प्रतिस्पर्धा अधिनियम, 2000 चा उद्देश

1) प्रतिस्पर्धा विरोधी आचरणाला मनाई करणे.

2) फर्मसच्या वर्चस्वाचा दुरुपयोग रोखणे.

3) निर्यातीला प्रोत्साहन देणे.

4) मोठ्या भारतीय फर्मसना आंतरराष्ट्रीय बाजारात क्रियाशील होण्यासाठी प्रोत्साहन देणे. वरीलपैकी कोणती विधाने बरोबर आहेत?

(a) 1 आणि 3   (b) 2 आणि 3   (c) 1 आणि 2   (d) 1, 2 आणि 3

प्र. 114. धातूवाह किंमत तंत्राच्या गैरसमजाच्या संदर्भात खालीलपैकी कोणते विधान बरोबर आहे?

(a) व्यवहारतोलात पुन्हा स्थिरता आणण्यासाठी हेबरलरने प्रस्तुत केलेले हे तंत्र आहे.

(b) विदेशातून सोने खरेदी करण्याचे हे तंत्र आहे.

(c) हे मार्शल-लर्नरने विकसित केलेले तंत्र आहे जे विनियम दरातील चढ-उताराचे नियंत्रण करते.

(d) ज्या व्यापाऱ्यांचा विश्वास असतो की, देशातील सोन्याचा साठा एखाद्या परियोजनेसाठी भांडवल निश्चित करतो, त्या विश्वासाची उपेक्षा करण्यासाठी डेविड ह्यूमने हे प्रतिपादित केले.

प्र. 115. खालील विधानांपैकी कोणते / कोणती विधाने बरोबर नाहीत?

(1) उपभोक्त्याच्या अधिशेषाचे प्रमाण सामाजिक कल्याणाची अवस्था दाखवते.

(2) उपभोक्ता - अधिशेष व्यापारात मिळालेल्या लाभाच्या एकूण बेरजेचे सुलभ मापन देतो.

(3) एखाद्या अर्थव्यवस्थेत उपभोक्ता - अधिशेष, वस्तूंच्या किमतीपासून स्वतंत्र आहे.

(4) बाजार मागणी वक्र जर क्षैतिज असेल तर कुठलाही उपभोक्ता-अधिशेष राहणार नाही.

खाली दिलेल्या विकल्पांतून बरोबर उत्तर निवडा.

(a) 1 आणि 2   (b) फक्त 3   (c) 1 आणि 3   (4) 3 आणि 4

प्र. 116. भांडवल निर्मितीचा उच्च वृद्धी दर मिळविण्यासाठी महालनोबिसने सुचविले होते की भांडवल माल क्षेत्रात गुंतवणुकीचे वाटप झाले पाहिजे.

(a) 40%   (b) 33.3%   (c) 66.6%   (d) 50%

प्र. 117. खालील विधानांवर विचार करा.

सार्वजनिक कर्जाचा निष्कर्ष आहे.

1) सुरक्षित खर्चात वाढ

2) समाजाच्या क्रयशक्तीचे एका श्रेणीतून दुसऱ्या श्रेणीत जाणे.

3) वैयक्तिक फर्मसद्वारा गुंतवणुकीत कमी

4) अंतरण देण्यातील कमी

वरीलपैकी कोणते विधान बरोबर आहे?

(a) 1 आणि 2   (b) 2 आणि 3

(c) 3 आणि 4   (d) 1 आणि 4

प्र. 118. सन 1991 पासून विदेशी संस्थागत गुंतवणूकदारांना खालीलपैकी कोणत्या प्रतिभूतीत गुंतवणूक करण्याची स्वीकृती दिली गेली होती?

(a) पेन्शन निधी   (b) म्युच्युअल निधी

(c) गुंतवणूक न्यास   (c) यातील सर्वांसाठी

प्र. 119. खालील विदेशी विनिमय कामांपैकी कोणती कामे वाणिज्य बँका करतात?

1) तार अन्तरणाच्या माध्यमातून क्रयशक्तीचे अंतरण

2) विदेशी व्यापारासाठी उधारीची व्यवस्था

3) विदेशी विनिमयाशी संबंधित जोखमिच्या प्रतिरक्षेसाठी (हेजिंग) सुविधा पुरविणे.

खालील विकल्पांतून बरोबर उत्तर निवडा.

विकल्प   (a) 1, 2 आणि 3   (b) 1 आणि 2

           (c) 2 आणि 3   (d) 1 आणि 3

प्र. 120. भारतात नवव्या पंचवार्षिक योजनेत वार्षिक भांडवल उत्पादन अनुपात (ICOR) होता.

      (a) 5.02   (b) 3.04   (c) 4.53   (d) 6.37

उत्तरे

1. a	2. c	3. c	4. d	5. b	6. d	7. d	8. d
9. a	10. b	11. b	12. b	13. c	14. b	15. c	16. b
17. c	18. b	19. a	20. d	21. c	22. b	23. b	24. b
25. c	26. c	27. d	28. b	29. a	30. c	31. a	32. c
33. b	34. b	35. b	36. c	37. d	38. c	39. b	40. d
41. a	42. b	43. d	44. d	45. a	46. b	47. b	48. b
49. b	50. d	51. c	52. b	53. a	54. c	55. b	56. d
57. c	58. b	59. a	60. d	61. c	62. b	63. c	64. b
65. a	66. a	67. a	68. b	69. b	70. d	71. b	72. d
73. a	74. d	75. d	76. a	77. d	78. a	79. c	80. b
81. c	82. a	83. d	84. a	85. a	86. b	87. a	88. c
89. a	90. c	91. d	92. c	93. b	94. c	95. b	96. b
97. d	98. b	99. d	100. d	101. c	102. b	103. a	104. a
105. d	106. c	107. b	108. d	109. b	110. a	111. b	112. a
113. c	114. d	115. a	116. b	117. d	118. d	119. d	120. c

■ ■ ■

प्रश्नसंच - २

प्र. 1. DD आणि SS भारतात खतांचे क्रमशः मागणी व पुरवठा वक्र आहेत. OP_1 = भारतात व्यापारापूर्वीची खताची किंमत, OW_P = जागतिक बाजारात खताची किंमत

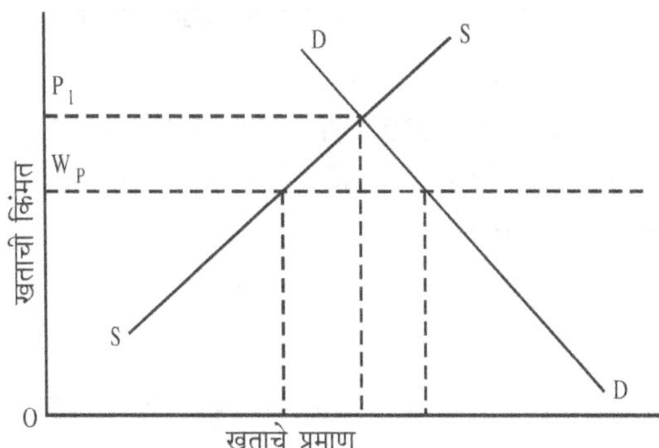

खालील विधानांवर विचार करा.

मुक्त व्यापाराच्या स्थितीत

1) जागतिक किमतींच्या तुलनेत खताच्या किंमती कमी होतील.

2) खतांचा उपयोग वाढेल.

3) खतांची आयात शून्य होईल.

यापैकी कोणते विधान बरोबर आहे?

(a) 1 आणि 2   (b) 1 आणि 3 (c) 2 आणि 3 (d) 1, 2 आणि 3

प्र. 2. भारतासारख्या भरपूर लोकसंख्या असलेल्या देशात घटणाऱ्या मृत्युदराबरोबर वाढत्या जन्मदराचा परिणाम आहे.

(a) दीर्घकाळात संतुलित जनसंख्या वृद्धी

(b) आर्थिक दृष्टीने सक्रिय जनसंख्येत वाढ

(c) तीव्र आर्थिक विकास

(d) परावलंबित्वात वृद्धी

प्र. 3. भारतीय अर्थव्यवस्थेने स्थिर किमतींवर (1993-94) च्या किंमत स्तराला 100 मानून) NNP त विभिन्न वार्षिक सरासरी विकास दराचा अनुभव केला आहे. पाचव्या, सहाव्या आणि आठव्या योजनांचा या वार्षिक विकास दरांचा बरोबर उतरता अनुक्रम आहे.

(a) पाचवी - सहावी - सातवी - आठवी

(b) आठवी - सातवी - सहावी - पाचवी

(c) आठवी - सहावी - पाचवी - सातवी

(d) सातवी - आठवी - पाचवी - सहावी

प्र. 4. खालीलपैकी कोणती एक भारताच्या आर्थिक योजनेची विशेषता नाही?

(a) आदेशक योजना   (b) सीमित केंद्रीकरण

(c) लोकसत्ताक समाजवाद   (d) निर्देशात्मक योजना

प्र. 5. पंचायतराज संस्थांच्या आधारावर विकेंद्रीकृत योजनेची शिफारस केली गेली.

(a) बलवंत राय मेहता समितीद्वारा   (b) महालनोबिस समितीद्वारा

(c) अशोक मेहता समितीद्वारा   (d) गाडगीळ समितीद्वारा

प्र. 6. खालील कार्यक्रमांवर विचार करा.

1) IRDP   2) TRYSEM

3) MWS   4) DWCRA

यांपैकी कोणते कार्यक्रम 'सुवर्ण जयंती ग्राम स्वरोजगार योजनेत' सामील आहेत?

(a) 1 आणि 2   (b) 1, 2 आणि 4

(c) 3 आणि 4   (d) 1, 2, 3 आणि 4

प्र. 7.

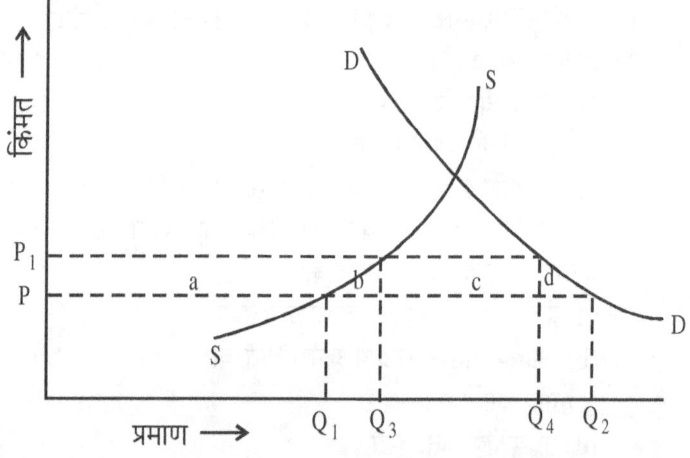

वरील आलेखात आंशिक संतुलनात प्रशुल्काचे भिन्न प्रभाव दिसतात. खालील-पैकी कोणत्या एका प्रशुल्काच्या उत्पन्नाच्या प्रभावाला PP_1 प्रति एकक बरोबर दाखवतो?

(a) 'a' ने दाखवलेले क्षेत्र   (b) 'b' ने दाखवलेले क्षेत्र

(c) 'c' ने दाखवलेले क्षेत्र   (d) 'd' दाखवलेले क्षेत्र

प्र. 8. एखाद्या देशाच्या व्यवहारतोलाच्या संदर्भात खालीलपैकी कोणते विधान बरोबर नाही ?

(a) व्यवहारतोलाच्या चालू खात्यात वस्तूंची निर्यात व आयात सामील असते आणि भांडवल खात्यात सेवेची निर्यात व आयात, उधार आणि दिलेली कर्जे सामील असतात.

(b) व्यवहारतोलाच्या चालू खात्याचे आधिक्य भांडवल खात्याच्या तोट्या- बरोबर असते आणि ते विकद्धार्थाने बरोबरही आहे.

(c) जर वास्तविक व्यवहारतोलात जमा आणि नावे दोन्हींत समानता नसेल तर समानता नेहमी एक गोष्ट 'भूल-चूक' जोडून मिळते.

(d) एखाद्या देशाच्या व्यवहारतोलात नेहमी लेखकरण दृष्टीने संतुलन असले पाहिजे.

प्र. 9. तक्ता : भारताचा व्यवहारतोल (BOP) (मिलियन यू. एस. डॉलर)

वर्ष	निर्यात	आयात
1999-2000	37,542	55,383
2000-2001	44,894	99,264
2001-2002 एप्रिल-सप्टेंबर	21,558	27,812

वरील कोष्टकावर आधारित, 1999-2000 पासून 2001-02 पर्यंतच्या काळात भारताच्या व्यापार तोलाच्या तोट्यात

(a) वाढ दिसते (b) कमी दिसते

(c) चढउतार दिसतो (d) स्थिरता दिसते

प्र. 10 लवचिक विनिमय दरात खूप फायदे आहेत. खालीलपैकी कोणता एक असा फायदा नाही ?

(a) मुक्त बाजारात हा विनिमय दर मागणी व पुरवठा समान करण्यासाठी गती करतो ज्यामुळे बाजाराला विदेशी मुद्रेची कमतरता किंवा आधिक्य भासत नाही.

(b) हा मुक्त व्यापार किंवा मुद्रा परिवर्तनशीलतेच्या सतत अस्तित्वात असण्याला संमती देतो.

(c) हा एखाद्या देशाला स्वतंत्र मौद्रिक आणि राजकोषीय नीतीचे अनुसरण करण्याची संमती देतो.

(d) अधिकृत विदेशी विनिमय कोष ठेवण्याची काहीच आवश्यकता नसते.

प्र. 11. खालीलपैकी कोणती एक जोडी बरोबर जोडलेली नाही?

(a) विनिमय मूल्य घट : बाजार तंत्र

(b) अवमूल्यन : सरकारची नीतिगत कार्यवाही

(c) अवास्फिती : स्वस्त मुद्रा नीती

(d) विनिमय नियंत्रण : विदेशी विनिमय नियंत्रण

प्र. 12. श्रेणी 'A' चा समांतर माध्य श्रेणी 'B' पेक्षा दुप्पट आहे आणि श्रेणी B चा मानक विचलन श्रेणी 'A' च्या दुप्पट आहे. श्रेणी 'A' चा विचरण गुणांक श्रेणी B पेक्षा असेल.

(a) $\dfrac{1}{4}$ (b) $\dfrac{1}{2}$ (c) समान   (d) दुप्पट

प्र. 13. भारतात राष्ट्रीय उत्पन्नाचे मुख्य साधन (स्रोत) आहे.

(a) प्राथमिक क्षेत्र   (b) द्वितीयक क्षेत्र

(c) तृतीयक क्षेत्र   (d) विदेशी क्षेत्र

प्र. 14. खालीलपैकी कोणत्या बाबीने देशात गेल्या पाच वर्षांत तीव्र वृद्धीचा दर दाखवलेला नाही?

(a) अर्थव्यवस्थेचा विकास दर   (b) मुद्रास्फीतीचा दर

(c) अर्थसंकल्पीय तूट   (d) मुद्रा पुरवठ्याचे प्रमाण

प्र. 15. भारतात नवव्या पंचवार्षिक योजनेत खालीलपैकी कोणत्या एका क्षेत्राने उच्चतम वृद्धीदर मिळवला आहे?

(a) कृषी व त्याच्याशी संबंधित क्षेत्र   (b) विनिर्माण (मॅन्युफॅक्चरिंग) क्षेत्र

(c) निर्माण क्षेत्र   (d) सेवा क्षेत्र

प्र. 16. खालील राज्यांवर विचार करा.

1) केरळ   2) मिझोराम   3) गोवा   4) महाराष्ट्र

2001 च्या जनगणनेनुसार या राज्यांमधील साक्षरता दराचा बरोबर उतरता अनुक्रम आहे.

(a) 1-2-3-4   (b) 3-2-4-1   (c) 1-3-4-2   (d) 3-4-1-2

प्र. 17. सन 1991 पासून खालीलपैकी कोणते एक भारताच्या औद्योगिक नीतीचे तत्त्व नाही?

(a) प्रवेश अडथळ्यांना नाहीसे करणे

(b) फक्त सार्वजनिक क्षेत्रांसाठी राखीव क्षेत्रांचे आरक्षण

(c) ऊर्जा विकासासाठी सार्वजनिक क्षेत्राचा एकाधिकार

(d) विदेशी गुंतवणूक नीतीचे उदारीकरण

प्र. 18. भारतात व्याजाचे दर कमी केले जात आहेत.

(a) सार्वजनिक कर्जाचा भार कमी करण्यासाठी

(b) सरळ-सोप्या क्रेडिट (पत) सुविधा निर्माण होण्यासाठी

(c) व्याज दर संरचनेचे विश्व व्याज दरांबरोबर संरेखनासाठी

(d) वरील तिन्हींना निष्पादित करण्यासाठी

प्र. 19. सूची I व सूची II ची जोडी लावा व खाली दिलेले विकल्प वापरून बरोबर उत्तर निवडा.

सूची I (वर्ष)   सूची II (घटना)

(A) 1947   (1) ब्रेटन वुडस् करार

(B) 1957   (2) IMF द्वारा SDR ची निर्मिती

(C) 1964   (3) GATT वर सह्या

(D) 1970   (4) EEC ची स्थापना

                     (5) UNCTAD ची स्थापना

विकल्प	A	B	C	D
(a)	5	1	3	4
(b)	3	4	5	2
(c)	5	4	3	2
(d)	3	1	5	4

प्र. 20. घटकखर्चासंदर्भात खालील कोणते एक विधान चूक आहे?

(a) घटकखर्च अगदी अप्रत्यक्ष करांसारखेच असतात ज्यात ते उत्पादन आणि वितरणाचा खर्च आणि अनुदानित ग्राहकाने दिलेली किंमत यांमधील फरक दर्शवतात.

(b) घटकखर्च उपभोगाच्या प्रारूपाला बिघडवतात.

(c) घटकखर्चांचा अप्रत्यक्ष खर्च अर्थसंकल्पीय घटक खर्चांच्या प्रत्यक्ष खर्चापेक्षा पुष्कळ जास्त असतो.

(d) घटकखर्च प्रति-स्फीतिकारक असतात.

प्र. 21. सूची I व सूची II च्या जोड्या लावून खाली दिलेल्या विकल्पांचा वापर करून बरोबर उत्तर निवडा.

सूची I (अर्थशास्त्रज्ञ)   सूची II (गैरसमजुती)

(A) केन्स   (1) मुद्रा विभ्रम

(B) मोदीग्लीआनी   (2) IS - वक्र

(C) हिक्स   (3) जीवनवक्र परिकल्पना

(D) पीगू   (4) तरलता जाळे

विकल्प	A	B	C	D
(a)	4	1	2	3
(b)	2	3	4	1
(c)	4	3	2	1
(d)	2	1	4	3

प्र. 22. खालीलपैकी कोणती एक जोडी बरोबर नाही?

(a) स्थूल वस्तू विनिमय व्यापाराच्या अटी - टॉर्सिंग

(b) क्रय शक्ती समता सिद्धान्त - जे. मील

(c) पुरवठा वक्र - ए. मार्शल

(d) साधन - दत्तनीधी (फॅक्टर एंडाउमेंट मॉडेल) - हेक्सचर ओहलिन

प्र. 23. वित्तीय वर्ष 2001-2002 मध्ये केंद्रीय सरकारला खालीलपैकी कोणत्या एका कराने सर्वांत कमी राजस्व मिळवून दिले?

(a) वैयक्तिक उत्पन्न कर   (b) निगम कर

(c) सीमा शुल्क   (d) संघीय उत्पादन शुल्क

प्र. 24. खालीलपैकी कोणत्या वित्त आयोगाने केंद्रीय कर राजस्वकडून राज्यांना 29.5 प्रतिशत भागाची शिफारस केली होती?

(a) VIII   (b) IX   (c) X   (d) XI

सूचना - पुढील पंधरा प्रश्नांमध्ये दोन वक्तव्ये आहेत. एकाला 'विधान (A)' व दुसऱ्याला 'कारण (R)' म्हटले आहे या दोन्ही वक्तव्यांचे काळजीपूर्वक परीक्षण करून या प्रश्नांचे उत्तर खाली दिलेल्या विकल्पांतून निवडा

विकल्प- (a) A आणि R दोन्ही बरोबर आहेत आणि R हे A चे बरोबर स्पष्टीकरण आहे.

(b) A आणि R दोन्ही बरोबर आहेत परंतु R हे A चे बरोबर स्पष्टीकरण नाही.

(c) A बरोबर पण R चूक   (d) A चूक पण R बरोबर

प्र. 25. विधान (A) : पूर्ण प्रतियोगी बाजारात उद्योगाचे दीर्घकालीन संतुलन त्या बिंदूवर होते, जेथे किंमत न्यूनतम दीर्घकालीन सरासरी खर्चाबरोबर असते.

कारण (R) : शून्य आर्थिक लाभाच्या स्थितीत कुठलीही विद्यमान फर्म बाहेर जाण्याबद्दल विचार करणार नाही व कुठलीही संभावित फर्म उद्योगात प्रवेश करणार नाही

प्र. 26. विधान (A) : अन्य गोष्टी समान असताना, जर सरकारी खर्च आणि करारोपण समान प्रमाणात वाढवले जाईल तर अर्थव्यवस्थेचे संतुलन उत्पन्न समान राहील.

कारण (R) : एकसारख्या कराच्या प्रमाणाच्या तुलनेत सरकारी खर्चात केला गेलेला एक बदल, संपूर्ण खर्चाला अधिक प्रभावित करतो.

प्र. 27. विधान (A) : भारतात केवळ मुद्रा नीती मुद्रास्फीतिला संपवू शकत नाही.

कारण (R) : संरचनात्मक तत्त्व किमतींना खालील दिशेत अनम्य आणि वरील दिशेत लवचिक बनवते.

प्र. 28. विधान (A) : प्रसरण नेहमी मानक विचलनापेक्षा जास्त असते.

कारण (R) : प्रसरण मानक विचलनाचा वर्ग असतो.

प्र. 29. विधान (A) : अवमूल्यन, खर्चाला दिशा परिवर्तनाकडे नेते.

कारण (R) : अवमूल्यन, आयातीला घरगुती वस्तूपेक्षा महान बनवते.

प्र. 30. विधान (A) : अप्रत्यक्ष कर सामान्यत: प्रतिगामी प्रवृत्तीचे असतात.

कारण (R) : ते सर्व करदात्यांवर, त्यांच्या उत्पन्नाच्या प्रकाराशिवाय समान रूपात लागू केले जातात.

प्र. 31. विधान (A) : एखाद्या मिश्र अर्थव्यवस्थेत असे स्पष्टपणे प्रमाणित होत नाही की, उत्पन्न किंवा प्रतिव्यक्ती उत्पन्नातील वृद्धीदर आणि योजनेद्वारा प्रयुक्त संस्थान धनात्मक रीतीने सह-संबंधित आहे.

कारण (R) : योजना मॉडेलस् विसंगत असतात जोपर्यंत ते रेषीय प्रोग्रामच्या तंत्राचा वापर करत नाहीत.

प्र. 32. विधान (A) : नव-सनातनवादी विकास सिद्धान्ताचा विश्वास आहे की, विकसित आणि विकसनशील देशांच्या विकास अभिरचनेत सारगर्भित फरक असतो.

कारण (R) : याचे मुख्य कारण, कमी विकसित देशांतील अर्थव्यवस्थेत असणाऱ्या अपूर्णतेमुळे बाजार असफल असतो.

प्र. 33. विधान (A) : 1991-92 पासून भारताची विदेशी मुद्रा राखीव निधीत खूपच वाढ झालेली आहे.

कारण (R) : 1995-96 व्यतिरिक्त भारताच्या व्यवहारतोलाच्या भांडवली खात्यात, गेल्या 10 वर्षांतील प्रत्येक वर्षात त्यानुसार चालू खात्याच्या तुटीत तुलनेत आधिक्य प्रदर्शित झाले आहे.

प्र. 34. विधान (A) : विशेष आहरण अधिकारात (SDRs) एका आंतरराष्ट्रीय मुद्रेची विशेषता असते.

कारण (R) : SDRs आंतरराष्ट्रीय तरलता वाढवण्यासाठीच लागू केले गेले आहेत.

प्र. 35. विधान (A) : व्यापारातील फायदे व्यापारातील अटी निश्चित करतात.

कारण (R) : व्यापारातून लाभ तुलनात्मक खर्चाच्या अनुपाताच्या फरकावर अवलंबून असतो.

प्र. 36. विधान (A) : नुकत्याच काही वर्षांपूर्वी भारताच्या बाह्य कर्जाच्या स्थितीत महत्त्वाची सुधारणा झाली आहे.

कारण (R) : सरकारने प्रभावशाली बाह्य कर्ज व्यवस्था केली आहे.

प्र. 37. विधान (A) : बदलत्या काळात केंद्रीय सरकारची राजस्व तूट वाढत आहे.

कारण (R) : व्याज भुगतानातील वृद्धी राजस्व तुटीतील वृद्धीचे महत्त्वाचे कारण आहे.

प्र. 38. विधान (A) : ठोक मूल्य सूचकांकाच्या (WPI) संबंधी मुद्रास्फीतिचा वार्षिक दर 1999-2000 च्या 3.3 प्रतिशतवरून वाढून 2000-01 मध्ये 7.1 टक्के झाला आहे.

कारण (R) : पेट्रोलियम पदार्थांच्या निर्देशित किमतीत सारभूत वाढ झाली आहे.

प्र. 39. विधान (A) : 2000-01 मध्ये कृषीचा ऋणात्मक वृद्धीदर होता.

कारण (R) : हा मुखत्वेकरून जाड धान्य उत्पादनाने आणि पशुधनातील कमतरतेने झाला होता.

प्र. 40. जन उपयोगी सेवांमध्ये उचित प्रतिफल किंमत निर्धारणाचा अर्थ आहे.

(a) विभेदित किंमत निर्धारण
(b) खर्चपरि किंमत निर्धारण
(c) सरासरी खर्च किंमत निर्धारण
(d) अनुकूलतम उत्पादन किंमत निर्धारण

प्र. 41. आभासी खंड आहे,

(a) फर्मच्या एकूण नफ्याइतका
(b) फर्मच्या एकूण नफ्यापेक्षा कमी
(c) एकूण परिवर्तनशील खर्चावर एकूण उत्पन्नाचे आधिक्य
(d) एकूण खर्चावर एकूण उत्पन्नाचे आधिक्य

प्र. 42. व्याजाचा समय-अधिमान (पसंती) सिद्धान्त कोणाशी संबंधित आहे?

(a) जे. एम. केन्सशी
(b) आय फिशरशी
(c) के. विकसेलशी
(d) एम. फ्रीडमनशी

प्र. 43. काही काळानंतर सूचकांकाची विद्यमान श्रेणी अप्रयुक्त होते आणि ती, भविष्यात महत्त्वाच्या ठरणाऱ्या नवीन वस्तू सामील करण्यात आणि त्याच कालावधीत आपले महत्त्व गमावणाऱ्या वस्तू काढून टाकण्यात असमर्थ ठरते. या समस्येचे निराकरण केले जाऊ शकते.

(a) फिशरच्या आदर्श सूचकांकाने
(b) स्थिर आधार सूचकांकाने
(c) श्रृंखला सूचकांकाने
(d) फिशरच्या आदर्श सूचकांकाने आणि स्थिर आधार सूचकांक या दोन्हीने.

प्र. 44. एखाद्या अर्थव्यवस्थेत बाजार किंमतीवर GNP 10,000 रु. आहे, विदेशातून विशुद्ध साधन उत्पन्न 1,000 रु. आहे, अप्रत्यक्ष कर 800 रु., अनुदान 500 रु. आणि मूल्य घट 1,000 रु. आहे. तर बाजार किंमतीवर GDP काय आहे?

(a) 9,000 रु.   (b) 7,700 रु.   (c) 11,000 रु.   (d) 13,300 रु.

प्र. 45.

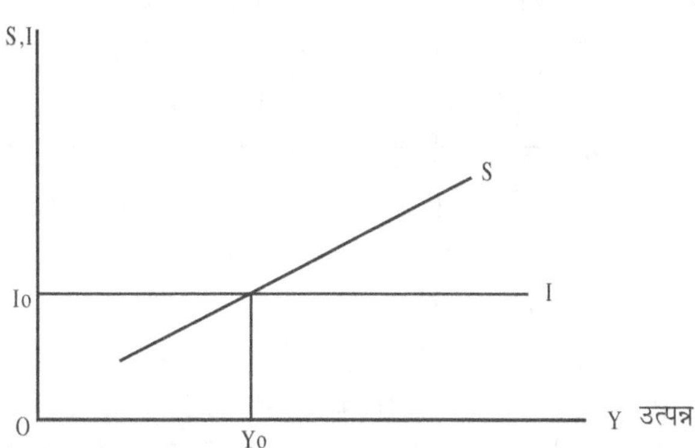

वरील आलेखासंबंधी खालील विधानांचा विचार करा.

1) बचत (S) स्वायत्त आहे

2) गुंतवणूक (I) स्वायत्त आहे.

3) बचत उत्पन्न (y) ने निर्धारित होते.

4) गुंतवणूक (I) स्वायत्त नाही. यांपैकी कोणते विधान बरोबर आहे?

(a) 2 आणि 3   (b) 3 आणि 4   (c) 1 आणि 4   (d) 1 आणि 2

प्र. 46. जर असे मानले की, अर्थव्यवस्थेचे उपभोग फलन C = 30 कोटी रु. + 0.8 y आहे. गुंतवणूक 40 कोटी रु. आहे. तर उत्पन्नाचा संतुलन स्तर असेल.

(a) 700 कोटी रु.   (b) 350 कोटी रु.

(c) 560 कोटी रु.   (d) 140 कोटी रु.

प्र. 47. एकाधिकारात्मक स्पर्धेत, उद्योगात संतुलनावर असाधारण लाभ झाला नाही तरी अनुकूल क्षमतेपर्यंत का पोहचत नाही?

(a) कारण एकाधिकारात्मक फर्मचा मागणी वक्र दीर्घकालीन सरासरी खर्च वक्राला न्यूनतम बिंदूवर स्पर्श करतो.

(b) कारण एकाधिकारात्मक फर्मचा मागणी वक्र दीर्घकालीन सरासरी खर्च वक्राला त्यावेळी स्पर्श करतो जेव्हा तो पडत असता.

(c) कारण एकाधिकारात्मक फर्मचा मागणी वक्र दीर्घकालीन सरासरी खर्च

वक्राला त्याच्या आरोही (चढत्या) भागात स्पर्श करतो.

(d) कारण एकाधिकारात्मक फर्मचा मागणी वक्र दीर्घकालीन सरासरी खर्च वक्राला त्याच्या अधिकतम बिंदूवर स्पर्श करतो.

प्र. 48. व्यवहाराचे मानक जे आर्थिक क्रियांच्या सामाजिक विवेकशीलतेच्या आवश्यकतेला पूर्ण करतात, खालीलपैकी कोणी संस्थापित केले आहेत?

(a) सकारात्मक अर्थशास्त्र   (b) आदर्शात्मक अर्थशास्त्र

(c) व्यावसायिक अर्थशास्त्र   (d) गणितीय अर्थशास्त्र

प्र. 49. भारतात M2 मुद्रापुरवठ्याच्या मापात सामील आहे.

(a) M1 + पोस्टाची संपूर्ण जमा   (b) M1 + व्यापारी बँकांची सावधि जमा

(c) M1 + पोस्टाची बचत जमा   (b) M2 + पोस्टाची संपूर्ण जमा

प्र. 50. जेव्हा एखादा श्रमिक उच्च मजुरी दर मिळवतो तेव्हा तो कमी तास काम करतो, याचा अर्थ असा की,

(a) जसा मजुरीचा दर वाढतो, तसा प्रत्येक श्रमाचा तास कमी प्रदानयोग्य असतो आणि श्रमिक आरामासाठी काम प्रतिस्थापित करतो.

(b) उत्पन्न प्रभाव आणि प्रतिस्थापन प्रभाव दोन्ही एकाच दिशेत संचलित होतात.

(c) उत्पन्न प्रभाव आणि प्रतिस्थापन प्रभाव दोन्ही विरुद्ध दिशेने संचलित होतात आणि प्रतिस्थापन प्रभाव उत्पन्न प्रभावापेक्षा अधिक प्रबल असतो.

(d) उत्पन्न प्रभाव आणि प्रतिस्थापन प्रभाव विरुद्ध दिशेने संचलित होतात आणि उत्पन्न प्रभाव प्रतिस्थापत प्रभावापेक्षा अधिक प्रबल असतो.

प्र. 51. पूर्ण स्पर्धा उद्योग, दीर्घकालीन स्थिर अवस्थेत फक्त सामान्य लाभ मिळवतो आणि विशुद्ध लाभ शून्य होऊ शकतो, कारण

(a) सीमान्त उत्पन्न सीमान्त खर्चाएवढेच असते.

(b) किंमत सीमान्त खर्चाएवढी असते.

(c) सीमान्त खर्च सरासरी खर्चाएवढाच असतो.

(d) सरासरी उत्पन्न, सीमान्त उत्पन्न, सीमान्त खर्च आणि सरासरी खर्च यांच्या बरोबर असते.

प्र. 52. उत्पादन नि:शेषण प्रमेय उत्पादकाच्या प्रत्येक साधनाला एकूण उत्पादन विभागणीच्या दीर्घकालीन समस्येचे उत्तर मिळवून देतो. हा प्रमेय लागू होतो जेव्हा-

(a) तेथे बहिर्मुखता असेल

(b) रेषीय समरूप उत्पादन फलन प्रचलनात असेल

(c) घटक स्पर्धात्मक असेल

(d) उत्पादनाची साधने पूर्णपणे अविभाज्य असतील.

प्र. 53. सामान्यत: करारोपणात समानतेच्या सिद्धान्ताला कशाने परिपूर्ण मानले जाते?

(a) समानुपातिक करारोपण   (b) प्रगतशील करारोपण

(c) प्रतिगामी करारोपण   (d) एकरकमी करारोपण

प्र. 54. सूची I व सूची II च्या जोड्या लावा व खाली दिलेल्या विकल्पांतून बरोबर उत्तर निवडा.

सूची I	सूची II
(A) भांडवल उपभोग सवलती	1) घटक खर्चावर राष्ट्रीय उत्पन्नात मिळवली जाते.
(B) अनुदान	2) प्रयोज्य उत्पन्नाच्या गणनेत सामील केली जात नाही.
(C) वैयक्तिक कर	3) वैयक्तिक परिव्ययच्या गणनेत सामील केली जात नाही.
(D) वैयक्तिक बचत	4) विशुद्ध राष्ट्रीय उत्पन्नाच्या गणनेत सामील केली जात नाही.

विकल्प :	A	B	C	D
(a)	3	1	2	4
(b)	4	1	2	3
(c)	3	2	1	4
(d)	4	2	1	3

प्र. 55. पॅरेटो अनुकूलतमता विश्लेषणात, सर्व तटस्थता वक्रांची उत्तलता आणि रुपांतरण वक्रांच्या अवतलतेचा अर्थ आहे-

(a) सीमान्त अटी   (b) द्वितीय श्रेणीच्या अटी

(c) एकूण अटी   (d) सरासरी अटी

प्र. 56. स्फीति संबंद्ध प्रतिरोध (स्टॅगफ्लेशन) चा अर्थ आहे

(a) उच्च बेरोजगार काळातील उच्च मुद्रास्फीति

(b) स्थिर बेरोजगारी काळातील अवस्फीति

(c) उच्च बेरोजगारी काळातील अवस्फीति

(d) पूर्ण रोजगार काळातील उच्च मुद्रास्फीति

प्र. 57. विभिन्न प्रतिपूरक सिद्धान्त, ज्यांनी तथाकथित नवीन कल्याणकारी अर्थशास्त्राचे नेतृत्व केले ते कल्याणात वाढ करण्यासाठी सार्वभौमिक मान्य सिद्धान्त प्रस्तुत केले परंतु ते प्रयत्न असफल झाले. मुख्य कारण -

(a) ते खूप व्यापक नैतिक सकारात्मक विचारावर आधारित आहे.

(b) ते मूल्य निरपेक्ष कल्याणकारी सिद्धान्त देण्यात सफल नव्हते.

(c) ते कल्याणकारी निर्णयांच्या एकत्रीकरणासाठी कुठलीही कूटनीती आणि सूचनांसह तयार होऊन आले नाहीत.

(d) ते उपयोगितेच्या गणनावाची मापनासारख्या अवास्तविक समजांवर आधारित होते.

प्र. 58. जर एखाद्या राष्ट्राच्या व्यापाराच्या दोन अटी आहेत.
तर त्याच्या व्यापारी भागीदाराच्या व्यापाराच्या अटी असतील.

(a) 4   (b) 2   (c) 1   (d) $\dfrac{1}{2}$

प्र. 59. हेक्सचर-ओहलिनच्या आंतरराष्ट्रीय व्यापाराच्या सिद्धान्तात राष्ट्रांमध्ये सापेक्षिक वस्तूंच्या किमतीत सर्वांत महत्त्वाचा फरकाचा स्रोत, खालीलपैकी कशाच्या फरकाशी आहे?

(a) घटक देणग्या (फॅक्टर एंडाउमेंट)   (b) तांत्रिक

(c) आवडी   (d) मागणीच्या अटी

प्र. 60. सूची I व सूची II च्या जोड्या लावून खाली दिलेल्या विकल्पांतून बरोबर उत्तर निवडा.

सूची I (अवधारणा)	सूची II (अर्थशास्त्रज्ञ)
(A) क्रांतिक न्यूनतम प्रयत्न	1) रोजेंस्टाइन - रोंडान
(B) श्रमाचा असीमित पुरवठा	2) हेरॉड-डोमार
(C) संतुलित विकासाचा सिद्धान्त	3) डब्ल्यू. ए. लुइस
(D) अभीष्ट संवृद्ध दर	4) एच. लायबेस्टाइन

विकल्प	A	B	C	D
(a)	1	2	4	3
(b)	4	3	1	2
(c)	1	3	4	2
(d)	4	2	1	3

प्र. 61. पंचायतराज संस्था सुदृढ करण्यासाठी अभिप्रेत आहे.

(a) सांकेतिक नियोजनाला   (b) बहुस्तरीय नियोजनाला

(c) संरचनात्मक नियोजनाला   (d) कार्यात्मक नियोजनाला

प्र. 62. आर्थिक विकास प्रक्रियेचा अर्थ आहे.

(a) समयोपरी राष्ट्रीय उत्पन्नात वाढ

(b) प्रतिव्यक्ती उत्पन्न (Per capita Income) आणि जीवनस्तरात वाढ

(c) संपूर्ण जनसंख्येला पूर्ण रोजगार

(d) अर्थव्यवस्थेत संरचनात्मक परिवर्तनाबरोबर राष्ट्रीय उत्पन्नात वाढ.

प्र. 63. प्रा.ए.सी. पीगूचे मत होते की, खाजगी उत्पादन आणि सामाजिक उत्पादनातील भिन्नता जी खासगी आणि सामाजिक खर्च व लाभांमध्ये भिन्नता निर्माण करते, तिला कमी केले जाऊ शकते.

(a) आपोआप एका मुक्त उद्यम अर्थव्यवस्थेत

(b) बाजार तंत्राने जो क्रियाशील होतो.

(c) संपत्ती अधिकाराच्या योग्य वाटपातून

(d) राज्याच्या हस्तक्षेपातून

प्र. 64. खालील विधानांवर विचार करा.

1) वाढत्या किमतींच्या काळात, वर्तमान किमतींवर निव्वळ राष्ट्रीय उत्पादन (NNP), स्थिर किमतींवर निव्वळ राष्ट्रीय उत्पादनापेक्षा कमी असते.

2) वाढत्या किमतींच्या काळात, वर्तमान किमतींवर निव्वळ राष्ट्रीय उत्पादन, स्थिर किमतींवर निव्वळ राष्ट्रीय उत्पादनापेक्षा अधिक असते.

3) किंमत परिवर्तनाकडे लक्ष न देता वर्तमान किमतींवर निव्वळ राष्ट्रीय उत्पादन आणि स्थिर किमतींवर निव्वळ राष्ट्रीय उत्पादन नेहमी समान असते.

4) अचल किमतींच्या काळात अचल किमतींवर निव्वळ राष्ट्रीय उत्पादन आणि स्थिर किमतींवर निव्वळ राष्ट्रीय उत्पादन दोन्ही समान असतात.
वरील विधानांपैकी कोणते बरोबर आहे?

(a) 1 आणि 2   (b) 1 आणि 3   (c) 2 आणि 3   (d) 2 आणि 4

प्र. 65. जर 1985 आणि 1995 च्या मध्ये GNP 1,000 कोटी हून वाढून 1,500 रु. झाला आणि मूल्य सूचकांक 100 हून वाढून 200 झाला, तर खालील पैकी कोणता एक 1995 च्या GNP ला 1985 च्या किमतींच्या संबंधात व्यक्त करेल?

(a) 1,000 कोटी रु.   (b) 750 कोटी रु.

(c) 1,500 कोटी रु.   (d) 500 कोटी रु.

प्र. 66. हस्तांतरण प्रदान, (Transfer payments) भांडवली लाभ आणि अवैध कार्याशी संबंधित खालील कोणते एक विधान बरोबर आहे?

(a) राष्ट्रीय उत्पादनात बाजार सौदे (deal) जसे की हस्तांतरण प्रदान, भांडवली लाभ सामील केले जातात आणि अवैध कार्ये सामील केली जात नाहीत.

(b) राष्ट्रीय उत्पादनात बाजार सौदे (deal) जसे की हस्तांतरण प्रदान, भांडवली

लाभ आणि अवैध व्यवहार सामील केले जात नाहीत.

(c) राष्ट्रीय उत्पादनात बाजार सौदे जसे की हस्तांतरण प्रदान सामील केले जातात आणि भांडवली लाभ व अवैध व्यवहार सामील केले जात नाहीत.

(d) राष्ट्रीय उत्पादनात सर्व तिन्ही बाजार सौदे सामील केले गेले पाहिजेत.

प्र. 67. खालीलपैकी कोणत्या एकाशी तरलता (रोखता) जाळ्याचा संबंध आहे?

(a) उपभोग फलन

(b) उत्पादन फलन

(c) मुद्रा मागणी फलन

(d) श्रम मागणी फलन

प्र. 68. खालीलपैकी काय भारतात विदेशी मुद्रा राखीव निधीचा भाग नाही?

(a) सोने

(b) SDRs

(c) विदेशी मुद्रा मालमत्ता

(d) बँक आणि निगमित महामंडळांनी ठेवलेली विदेशी मुद्रा आणि प्रतिभूती

प्र. 69. खालील विधानांवर विचार करा.

प्रभावशाली होण्यासाठी एखाद्या आंतरराष्ट्रीय मौद्रिक व्यवस्थेला प्रदान करण्यायोग्य व्हावयला पाहिजे.

1) राष्ट्रीय मुद्रेमध्ये एक विनिमय दर व्यवस्था

2) प्रदान असंतुलन नष्ट करण्यायोग्य एखादे समायोजन तंत्र.

3) प्रदान तोट्याच्या वित्तपोषणासाठी एखादे आंतरराष्ट्रीय राखीव कोषांचे प्रमाण

4) विकसनशील देशांच्या ऋणग्रस्ततेच्या समस्येच्या निराकरणासाठी एखाद्या वित्तीय सुविधांचा संच.

वरील विधानांपैकी कोणते विधान बरोबर आहे?

(a) 1, 2, 3 आणि 4

(b) 1, 3 आणि 4

(c) 3 आणि 4

(d) 1 आणि 2

प्र. 70. खालीलपैकी कोणता एक नियत आणि नम्य विनिमय दर व्यवस्थेमधील मध्य मार्ग आहे?

(a) समायोज्य कील-बिंदू व्यवस्था

(b) विसर्पी कील-बिंदू व्यवस्था

(c) प्रबंधित अनिविष्ट व्यवस्था

(d) वरील सर्व तिन्ही

प्र. 71. किंमत सूचकांकाचा मुख्य उद्देश खालीलपैकी कशातील परिवर्तन मोजण्याचा आहे?

(a) जीवन स्तर

(b) मुद्रेत सुवर्णतत्त्व

(c) मुद्रेची क्रयशक्ती

(d) उत्पादन करण्याची क्षमता

प्र. 72. खालीलपैकी कोणती जोडी भारताच्या संदर्भात चूक आहे?

(a) नगद कोषानुपात - मौद्रिक नीती

(b) गैर - निष्पादनीय मालमत्ता - व्यापारी बॅंकांची लाभदायकता

(c) बाजार निर्धारित व्याजाचा दर - डाकघर जमा

(d) निर्देशितक व्याजाचा दर - लोक भविष्यनिधी

प्र. 73. केन्सच्या मते मुद्रेची अपेक्षित मागणी खालीलपैकी एकाचे फलन आहे.

(a) व्याजाचा दर   (b) उत्पन्नाचा स्तर

(c) बचतीचा दर   (d) उत्पादनाचा स्तर

प्र. 74. सूची I व सूची II च्या जोड्या लावून खालील विकल्पांतून बरोबर उत्तर निवडा.

सूची I (संस्था)	सूची II (मुख्य उद्देश)
(A) IMF	1) व्यवहारी आणि टिकाऊ बहुपक्षीय व्यवस्थेच्या संवर्धनासाठी
(B) UNCTAD	2) विकसित आणि विकसनशील देशांमधील व्यापारासंबंधी विकासात्मक मुद्द्यांवर सामंजस्य विकसित करण्यासाठी
(C) विश्व बँक	3) सदस्य देशांच्या सामाजिक आर्थिक विकासाच्या संवर्धनासाठी
(D) WTO	4) सदस्य देशांच्या व्यवहारतोलाच्या (BOP) अस्थिरतेचा अंश कमी करायला.

विकल्प	A	B	C	D
(a)	4	3	2	1
(b)	1	2	3	4
(c)	4	2	3	1
(d)	1	3	2	4

प्र. 75. मूल्य-वर्धित कर (VAT) पण्यवर्त करापेक्षा (Turnover tax) वेगळा आहे कारण VAT

(a) मध्ये कराच्या आधाराने सामग्रीची गुंतवणूक कमी केली जाते.

(b) उत्पादनाच्या अंतिम अवस्थेत एकत्र केला जातो.

(c) चा दर पण्यवर्त कराच्या दरापेक्षा कमी आहे.

(d) वरील तीनही बरोबर

प्र. 76. बचत-बजेट नीतीचा सहारा घेतला जातो जेव्हा अर्थव्यवस्था सामना करत असते.

(a) मुद्रास्फीती आणि आर्थिक तेजीच्या अनुभवाचा

(b) अवस्फीती आणि बेरोजगारीचा

(c) सुस्ती आणि अल्प रोजगाराचा

(d) मंदी आणि अल्प गुंतवणुकीचा

प्र. 77. खालीलपैकी कोणती एक जोडी बरोबर नाही?

(a) संघर्षजनिक बेकारी - कामातील लोकांची गती

(b) संरचनात्मक बेकारी - श्रमाच्या मागणीसंबंधीच्या विशेषता आणि पूर्तीसंबंधी विशेषता यात यांच्यामध्ये ताळमेळ नसणे.

(c) चक्रीय बेकारी - जेव्हा राष्ट्रीय उत्पन्न आपल्या संभाव्य स्तरावर असते तेव्हा त्या वेळेचे संघर्षजनिक आणि संरचनात्मक बेकारीचे विद्यमान प्रमाण

(d) उत्प्रेरित बेकारी - सरकारच्या कर, कल्याण आणि नियामक नीतीतील वाढती गुंतागुंत आणि पारस्परिक क्रिया

प्र. 78. खालील विधानांवर विचार करा.

सुवर्ण मानक व्यवस्थेत सोन्याने निरुपण केले.

1) सामान्य एकक मानाचे

2) प्रदानाच्या आंतरराष्ट्रीय साधनाचे

3) मापाच्या भांडाराचे

वरीलपैकी कोणते विधान बरोबर आहे?

(a) 1 आणि 2   (b) 1 आणि 3   (c) 2 आणि 3   (d) 1, 2 आणि 3

प्र. 79. सूची I व सूची II च्या जोड्या जुळवून खाली दिलेल्या विकल्पांचा वापर करून बरोबर उत्तर निवडा.

सूची I	सूची II
(A) वायदा विनिमय	1) विदेशी मुद्रेच्या किंमतवृद्धीविरुद्ध विनिमय जोखीम सामील करण्याची पद्धत
(B) हेजिंग	2) आता सहमत किंमतीवरच भविष्यात कुठल्या निश्चित दरावर विदेशी मुद्रेला कुठल्या अन्य मुद्रेविरुद्ध खरेदी आणि विक्रीची एक संविदा
(C) आंतर-व्यापार	3) एका देशाचे दुसऱ्या देशात सोने घेऊन जाण्याच्या गुंतवणुकीद्वारा निर्धारित सीमांमधील विनियम दराची गती
(D) सुवर्ण-बिंदू	4) दोन भौतिक रूपाने वेगळ्या असणाऱ्या बाजारांना आर्थिक दृष्टीने एक बाजाराची एक प्रक्रिया

विकल्प :	A	B	C	D
(a)	4	3	2	1
(b)	2	1	4	3
(c)	4	1	2	3
(d)	2	3	4	1

प्र. 80. मुद्रास्फीतीत एखाद्या वृद्धीच्या प्रत्याशाचे कारण-

(a) अल्पकालीन फिलिप्स वक्रात कर उजवीकडे स्थांनातरण होणे.

(b) वास्तविक व्याजदरात वाढ होईल

(c) दीर्घकाळात बेरोजगारीचा सामान्य दर कमी होईल.

(d) अन्य गोष्टी स्थिर असताना मुद्रास्फीतीचा दर कमी होणे.

प्र. 81. खालील विधानांवर विचार करा.

1) आयातीच्या सीमान्त प्रवृत्तीमधील वाढीने गुणकांच्या मूल्यात वाढ होते.

2) स्वायत्त कर उत्पन्नातील वाढीने अन्य गोष्टी पूर्ववत असताना सर्व खर्च अनुसूचित अधोमुखी स्थानांतरित होतो.

3) स्वायत्त विशुद्ध निर्यातीमधील वृद्धीने, अन्य गोष्टी पूर्ववत असताना, सर्व खर्च अनुसूचित ऊर्ध्वमुखी स्थानांतरित होतो.

वरीलपैकी कोणते विधान बरोबर आहे?

(a) 1, 2 आणि 3   (b) 1 आणि 2

(c) 1 आणि 3   (d) 2 आणि 3

प्र. 82. मुद्रावादींच्या मते, मुद्रास्फीतीच्या संबंधात खालीलपैकी कोणते एक विधान बरोबर नाही?

(a) मुद्रास्फीती, लालची व्यवसायी उद्यमी आणि अनैतिक संघांच्या स्वत:च्या किमती आणि मजुरी वाढवण्याच्या प्रयत्नांचा प्रत्यक्ष परिणाम आहे.

(b) मुद्रास्फीती सर्व अर्थव्यवस्थांमध्ये एक मौद्रिक घटना आहे.

(c) जर मुद्रास्फीतीचे अनुभव मुद्रास्फीतिच्या अपेक्षित दरात वाढ करतात तर अधिक मुद्रास्फीतीच्या त्या अपेक्षा आपोआपच पूर्ण होतील.

(d) जरी संघ, संघ निर्मित वस्तूंच्या उच्च किंमतींचे रक्ष करू शकतात. फक्त समाष्टि-नीती निर्माता सामान्यपणे सततच्या मुद्रास्फीतीसाठी जबाबदार आहेत.

प्र. 83. फिशरच्या मुद्रा सिद्धान्तावर टीका मुख्यत्वेकरून यासाठी केली गेली आहे की-

(a) तो आपल्याला हे सांगत नाही की कशा प्रकारे मुद्रेच्या प्रमाणातील परिवर्तन किंमत स्तरावर परिणाम करते.

(b) तो मुद्रेच्या पुरवठ्याला स्थिर मानून मुद्रेच्या मागणीवर अधिक जोर देतो.

(c) तो मुद्रेच्या मूल्यातील अल्पकालीन परिवर्तनाचे विश्लेषण करतो.

(d) तो किंमत स्तरावर फार जास्त जोर देतो.

प्र. 84. ग्रेशमचा नियम स्पष्ट करतो की-

(a) संपरिवर्तनासाठी दोन ग्रॅम चांदी ही अर्धा ग्रॅम सोन्याएवढी असते.

(b) चांगली मुद्रा खराब मुद्रेला बाहेर काढण्यासाठी पाठलाग करते.

(c) मुद्रेच्या चलन गतिपेक्षा तेजीने उच्चावचने होतात.

(d) खराब मुद्रा, चांगल्या मुद्रेला बाहेर काढते.

प्र. 85. संत्र्यांच्या बाजारात, जर अन्य गोष्टी पूर्ववत असतील, तर उत्पन्नाच्या वृद्धीने-

(a) मागणी वक्रावर एक ऊर्ध्वगामी संचलन होईल.

(b) पुरवठा वक्रावर एक ऊर्ध्वगामी होईल.

(c) मागणी वक्र वरच्या बाजूला सरकेल.

(d) मागणी वक्र खालच्या बाजूला सरकेल.

प्र. 86. एखाद्या बाजारात A ला जर B च्या एखाद्या वस्तूच्या मागणीबद्दल माहिती असेल तर त्याला त्याची अधिक मागणी करण्यासाठी प्रेरित केले जाऊ शकते, कारण प्रत्येक अन्य व्यक्ती वस्तूची मागणी करत असते. वैयक्तिक मागणीवर अशा प्रकारच्या 'समकक्षी नकले'च्या (दुसऱ्याचे पाहून) मनोवृत्तीच्या प्रभावाला म्हणतात.

(a) सामाजिक दंभ प्रभाव   (b) बँडवेगन प्रभाव

(c) प्रतिस्थापन प्रभाव   (d) डोमिनो प्रभाव.

प्र. 87. मार्शलच्या विश्लेषणात उपयोगितेची योगात्मकता आधारित आहे.

(a) विवेकशीलता आणि घटत्या सीमान्त उपयोगिता मान्यतेवर

(b) उपयोगितेच्या गणनावाचकता आणि स्वतंत्रतेच्या मान्यतेवर

(c) मुद्रेच्या सीमान्त उपयोगितेच्या स्थिरता आणि विभाज्यतेच्या मान्यतेवर.

(d) एकरूपता आणि सकर्मकतेच्या मान्यतेवर.

प्र. 88. दोन वस्तू X आणि Y च्या किमती क्रमश:

$P_x = 6$ रु. आणि $P_y = 3$ रु. आहेत. जर एखादा उपभोक्ता आपले सर्व उत्पन्न या दोन वस्तूंवर खर्च करताना बजेट प्रतिबंधाच्या एका बिंदूवर आहे जेथे MRS_{xy} (x चा y साठी प्रतिस्थापनाचा सीमान्त दर) 3:1 आहे, तर -

(a) उपभोक्त्याची एकूण उपयोगिता या बिंदूवर अधिकतम होईल

(b) जर तो आपला खर्च X चे प्रमाण वाढवून व y चे प्रमाण कमी करून विभागणी करेल तर उपभोक्त्याच्या एकूण उपयोगितेत वाढ होईल.

(c) जर तो दोन्ही वस्तूंवरील आपला खर्च कमी करेल तर उपभोक्त्याच्या एकूण उपयोगितेत वाढ होईल.

(d) जर तो आपला खर्च y चे प्रमाण वाढवून व x चे प्रमाण कमी करून विभागणी करेल तर उपभोक्त्याच्या एकूण प्रतियोगितेत वाढ होईल.

प्र. 89. अन्य गोष्टी पूर्ववत असताना हिक्सच्या प्रतिस्थापन प्रभावाला एखाद्या वस्तूच्या किमतीतील कमीमधून दाखविले जाऊ शकते.

(a) एका दिल्या गेलेल्या समवृत्ती वक्रात वरच्या बाजूच्या संचलनाद्वारा.

(b) एका दिल्या गेलेल्या तटस्थता (समवृत्ती) वक्रात खालच्या बाजूच्या संचलनाद्वारा

(c) एका निम्न तटस्थता वक्राकडून उच्च तटस्थता वक्राकडे संचलनाद्वारा

(d) एका उच्च तटस्थता वक्राकडून एका निम्न तटस्थता वक्राकडे संचलनाद्वारा

प्र. 90. एका निकृष्ट वस्तूच्या संदर्भात-

(a) प्रतिस्थापन आणि उत्पन्न प्रभाव धनात्मक असतात.

(b) धनात्मक प्रतिस्थापन प्रभाव व ऋणात्मक उत्पन्न प्रभाव समान असतात.

(c) प्रतिस्थापन प्रभाव धनात्मक असतो आणि उत्पन्न प्रभाव ऋणात्मक असतो.

(d) प्रतिस्थापन आणि उत्पन्न प्रभाव ऋणात्मक असतात.

प्र. 91. पी.ए. सॅम्युएलसनने प्रतिपादित केलेल्या प्रकट अधिमान (पसंती) सिद्धान्तात खालीलपैकी कोणती एक मान्यता नाही?

(a) उपभोक्त्याच्या अधिमानात सकर्मकता असते.

(b) उपभोक्त्याच्या व्यवहारात निवडीची एकरूपता असते.

(c) एका दिल्या उत्पन्नातून एक उपभोक्ता विवेकशील पद्धतीने व्यवहार करून आपली संतुष्टी अधिकतम करतो.

(d) उपभोक्ता प्रत्येक स्थितीत अधिक वस्तूंच्या संयोगाला कमीच्या तुलनेत पसंत करतो.

प्र. 92. वरील आलेखात NM आणि RS या दोन सरळ रेषा मागणी वक्रावर विचार करा व खालील बरोबर विधानाची निवड करा.

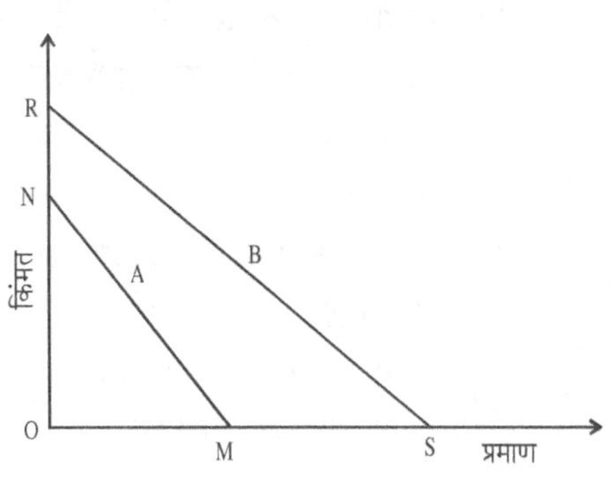

(a) A बिंदूवर मागणीच्या किमतीची लवचिकता 1 बरोबर असेल आणि B बिंदूवर 1 पेक्षा कमी असेल.

(b) A बिंदूवर मागणीच्या किमतीची लवचिकता 1 पेक्षा जास्त होईल आणि B बिंदूवर 1 च्या बरोबर असेल.

(c) A बिंदूवर मागणीच्या किमतीची लवचिकता 1 पेक्षा कमी असेल आणि B बिंदूवर 1 पेक्षा जास्त होईल.

(d) A बिंदूवर मागणीच्या किमतीची लवचिकता 1 पेक्षा जास्त होईल आणि B बिंदूवर 1 पेक्षा कमी होईल.

प्र. 93. उत्पादन फलन $X = AL^{3/5} K^{1/2}$ समघात आहे.

(a) 1 पेक्षा अधिक प्रमाणाचे   (b) 1 एवढे

(c) 1 पेक्षा कमी प्रमाणाचे   (d) शून्य प्रमाणाचे

प्र. 94. जर उत्पादनाच्या दोन साधनांमध्ये पूर्ण विरोधाभास आहे तर सम-उत्पादन मात्रा वक्राचा आकार असेल.

(a) अरेषीय   (b) रेषीय

(c) समकोनीय   (d) धनात्मक उतारासकट

प्र. 95. एका दोन-निविष्ठी (input) स्थितीत (K आणि L) जर कुठली एक निविष्ठी समजा L, एक उत्पादकाला नि:शुल्क मिळते आहे तर घटक किंमत वक्र किंवा उत्पादकाचा बजेट वक्र असेल

(a) क्षितिज   (b) चरघातांकी

(c) आयताकार अतिपरवलिय   (d) L आकाराचा

प्र. 96. खालील विधानांवर विचार करा.

1) स्थिर फलाच्या स्थितीत नि:शेष होईल.

2) वाढत्या फलाच्या स्थितीत नि:शेषपेक्षा जास्त होईल.

3) घटत्या फलाच्या स्थितीत नि:शेषपेक्षा कमी होईल.
   यातील कोणते विधान बरोबर आहे?

(a) फक्त 1   (b) 1 आणि 2

(c) 2 आणि 3   (d) 1, 2 आणि 3

प्र. 97. पूर्ण स्पर्धेत एका घटकाच्या सीमान्त मात्रा उत्पादकतावक्राचा अधोमुखी उतरणवाला भाग दर्शवितो-

(a) त्या घटकाचा मागणीवक्र   (b) त्या घटकाची मजुरी

(c) त्या घटकाचा रोजगार स्तर   (d) त्या घटकाची पूर्ती

प्र. 98. खालील विधानांवर विचार करा.

1) वाढत्या फलाचा अर्थ आहे की, एखाद्या वाढत्या परिवर्तनशील साधनाचे सीमान्त उत्पादन नेहमी वाढेल.

2) स्थिर फलाचा अर्थ आहे की, एका परिवर्तनशील साधनाचे सीमान्त उत्पादन नेहमी कमी होईल.

3) प्रबंधकीय मुक्त खर्च की, घटत्या फलाचे महत्त्वाचे कारण आहे. यापैकी किती व कोणती विधाने बरोबर आहेत?

   (a) 1, 2 आणि 3   (b) 1 आणि 3

   (c) फक्त 2   (d) 1 आणि 3

प्र. 99. एका दिलेल्या उत्पादन स्तरासाठी, एक फर्म अधिकतम लाभ मिळवते तेव्हा तांत्रिक प्रतिस्थापनाचा सीमान्त दर, घटक किमतींच्या अनुपाताच्या बरोबर असतो हा सिद्धान्त ओळखला जातो-

   (a) घटत्या सीमान्त उत्पादकतेचा   (b) वाढत्या सीमान्त उत्पादकतेचा

   (c) सम-सीमान्त उत्पादकता   (d) घटत्या फलाचा नियम

प्र. 100. खालीलपैकी कोणते विधान बरोबर नाही?

   (a) एखाद्या फर्मच्या अल्पकालीन पुरवठावक्र त्याच्या सीमान्त खर्चवक्राचा तो भाग असतो जो त्याच्या सरासरी परिवर्तनशील खर्चवक्राच्या वर असतो.

   (b) एखाद्या फर्मचा अल्पकालीन पुरवठावक्र त्याच्या सीमान्त खर्चवक्राचा तो भाग असतो जो त्याच्या सरासरी गुंतवणूकवक्राच्या वर असतो.

   (c) उद्योगाचा अल्पकालीन पुरवठावक्र अधोमुखी उतरणीचा होऊ शकत नाही.

   (d) उद्योगाचा अल्पकालीन पुरवठावक्र ऊर्ध्वमुख किंवा अधोमुख स्थानांतरित होऊ शकतो.

प्र. 101. परिघीय रेषांचा (रिज लाइन) अर्थ सम-उत्पादन मात्रा वक्रांच्या त्या बिंदूच्या मार्गाशी आहे.

   (a) जेथे कुठल्या एका घटकांचे सीमान्त उत्पादन शून्य असते.

   (b) जेथे दोन घटकांचे सीमान्त उत्पादन शून्य असते.

   (c) जेथे दोन घटकांचे सीमान्त उत्पादन अनंत असते.

   (d) जेथे दोन घटकांचे सीमान्त उत्पादन एक असते.

प्र. 102. जर श्रम आणि भांडवलाच्या कुठल्या विशेष संयोगासाठी भांडवलाची सीमान्त उत्पादकता उत्पादनाच्या 4 एकक आहे आणि तांत्रिक प्रतिस्थापनेचा सीमान्त

दर प्रति एकक श्रमाबरोबर 2 एकक भांडवल आहे, तर श्रमाची सीमान्त उत्पादकता होईल.

(a) $\dfrac{1}{2}$　　　(b) 4　　　(c) 6　　　(d) 8

प्र. 103. खालीलपैकी कोणत्या एका बाजार स्थितीत विविध उद्योगसंस्था किंमत उत्पादन निर्णयांसाठी परस्परावर अवलंबून आहेत?

(a) पूर्ण स्पर्धा　　　(b) एकाधिकारात्मक स्पर्धा

(c) एक क्रेताधिकार　　　(d) अल्पाधिकार

प्र. 104. एखाद्या एकट्या शीतागारासमोर शेतकऱ्यांची लांबच लांब रांग हे उदाहरण आहे.

(a) एकाधिकाराचे　　　(b) अल्पाधिकाराचे

(c) एका क्रेताधिकाराचे　　　(d) एकाधिकारात्मक स्पर्धेचे

प्र. 105. विभेदकारी एकाधिकाराच्या मूल्यभेद स्थितीत, निरपेक्षतेने मोजलेली बाजार I मधील मागणीची लवचिकता 5 आणि बाजार II मध्ये 2.5 आहे. तेव्हा दोन्ही बाजारांतील किमती एकमेकींशी कशा प्रकारे संबंधित आहेत?

(a) बाजार I मध्ये किंमत बाजार II च्या किमतीच्या ⅔ आहे.

(b) बाजार I मध्ये किंमत बाजार II च्या किमतीच्या ¾ आहे.

(c) बाजार I मध्ये किंमत बाजार II च्या किमतीच्या ½ आहे.

(d) बाजार I मध्ये किंमत बाजार II च्या किमतीच्या बरोबर आहे.

प्र. 106. पूर्ण स्पर्धा बाजाराच्या संदर्भात खालीलपैकी कोणते एक विधान बरोबर नाही?

(a) दीर्घकाळात फर्म फक्त सामान्य लाभ मिळवते.

(b) फर्म अल्पकाळात नुकसान सहन करू शकते.

(c) वैयक्तिक फर्म एक किंमत ग्रहिता असते.

(d) फर्मसमोर मागणीवक्र एक लवचिकता असलेला असतो.

प्र. 107. पत नियंत्रणाच्या मात्रात्मक उपायांतून खालीलपैकी कोणते भारतीय रिझर्व्ह बँक वापरते?

1) रोख राखिव गुणोत्तर　　　2) वैधानिक तरलता अनुपात

3) खुल्या बाजारातील व्यवहार　　　4) सीमांत गरजा

खालील विकल्पांतून बरोबर उत्तर निवडा.

विकल्प (a) 1 आणि 2　　　(b) 2 आणि 4

　　　　　(c) 1, 2 आणि 3　　　(d) 1 आणि 4

प्र. 108. भारतात वित्तीय तुटीचे खालीलपैकी कोणते माप बरोबर आहे?

(a) राजस्व मिळकतीवर राजस्व खर्चाचे आधिक्य

(b) राजस्व प्राप्ती + गैर ऋण भांडवली प्राप्ती आणि एकूण खर्चातील फरक

(c) व्याज प्रदान काढून सरकारचा एकूण खर्च

(d) राजस्व प्राप्ती आणि भांडवली खर्चातील फरक

प्र. 109. एका वर्गात मुलींना मिळालेल्या गुणांचा संमातर मध्य 70 आणि मुलांचा 60 आहे. जर विद्यार्थ्यांना मिळालेल्या गुणांचा समांतर मध्य 63 असेल तर वर्गातील मुलींची टक्केवारी असेल.

(a) मुलांपेक्षा कमी

(b) मुलांएवढीच

(c) मुलांपेक्षा जास्त

(d) अपुन्या आकड्यांमुळे गणना केली जाऊ शकत नाही.

प्र. 110. खालील संकेतांवर विचार करा.

1) उच्च जन्मदर आणि निम्न मृत्युदर

2) निम्न जन्मदर आणि निम्न मृत्युदर.

3) उच्च जन्मदर आणि उच्च मृत्युदर

आर्थिक विकास प्रक्रियेत यांचा बरोबर क्रम आहे.

(a) 3-2-1   (b) 1-3-2

(c) 2-3-1   (d) 3-1-2

प्र. 111. एका चल योजनेचा (रोलिंग प्लॅन) अर्थ एका अशा योजनेशी आहे ज्यास

(a) प्रत्येक वर्षी त्याच्या लक्ष्यांमध्ये बदल होत नाही.

(b) प्रत्येक वर्षी त्याचे वितरण परिवर्तित होते.

(c) प्रत्येक वर्षी त्याचे लक्ष्य आणि वितरण परिवर्तित होते.

(d) प्रत्येक वर्षी त्याचे फक्त लक्ष्यच परिवर्तित होते.

प्र. 112. जर शेअर्सचा मूल्य सूचकांक मंगळवारी 10 टक्के पडतो पण बुधवारी 10 टक्के वाढतो, तर बुधवारचा सूचकांक सोमवारच्या सूचकांकाच्या तुलनेत होईल.

(a) कमी   (b) समान

(c) जास्त   (d) सोमवारच्या सूचकांकावर अवलंबून असेल.

प्र. 113. खालीलपैकी कोणता एक विभिन्न देशांमधील भांडवलाचा गैर-ऋण प्रवाह आहे?

(a) व्यापारिक उधार

(b) पोर्टफोलिओ गुंतवणूक

(c) IMF कडून अल्पकालीन उधार

(d) भांडवल बाजारात कर्जरोख्यांची खरेदी आणि विक्री

प्र. 114. खालील विधानांवर विचार करा.

आर्थिक संवृद्धीचे संरचनात्मक विश्लेषण समर्थन करते.

1) अर्थव्यवस्थेच्या विभिन्न क्षेत्रांतील श्रम आणि भांडवलाचे पुन:वितरण

2) अर्थव्यवस्थेत निर्यात आणि भांडवल अंतर्प्रवाहात वाढ

3) श्रमाच्या गुणवत्तेत सुधारणा

या विधानांपैकी कोणती विधाने बरोबर आहेत?

(a) 1, 2 आणि 3　　　　(b) 1 आणि 3

(c) 2 आणि 3　　　　(d) 1 आणि 2

प्र. 115. खालीलपैकी कोणता एक UNDP च्या मानव विकास सूचकांकाचा घटक नाही?

(a) प्रतिव्यक्ति GDP

(b) जन्माच्या वेळी आयु शक्यता

(c) प्राथमिक माध्यमिक आणि तृतीयचे स्थूल सकल नामांकन अनुपात

(d) जन्माच्या वेळेस कमी वजनाच्या बालकांची टक्केवारी

प्र. 116. एका कारखान्यातील 42 कर्मचाऱ्यांच्या उत्पन्नाचा समांतर मध्य 1,200 रु. प्रति महिना आहे. किंमत वृद्धीमुळे कर्मचाऱ्यांनी आपल्या उत्पन्नात 10 टक्के वाढ करून घेतली. याव्यतिरिक्त प्रबंधक वर्गाने 100 रु. प्रती महिना कर्मचाऱ्यांना बोनस दिला. या परिवर्तनानंतर कर्मचाऱ्यांच्या एकूण उत्पन्नाचा समांतर मध्य होईल.

(a) 1,300 रु.　　　　(b) 1,320 रु.

(c) 1,420 रु.　　　　(d) 1,510 रु.

प्र. 117. जर X आणि Y मध्ये कार्ल पियर्सन सह-संबंध गुणांक 0.3 असेल तर –X व 2y च्या मधील सह-संबंध गुणांक होईल –

(a) -0.6　　　(b) -0.3　　　(c) 0.3　　　(d) 0.5

प्र. 118. खालीलपैकी कोणते एक राष्ट्रीय विकास परिषदेचे कार्य नाही?

(a) पंचवार्षिक योजनांच्या प्रगतीची समीक्षा.

(b) महत्त्वाच्या सामाजिक-आर्थिक नीतीची पडताळणी

(c) राज्यांमध्ये अर्थसंकल्पीय वितरण निर्णय

(d) योजना क्रियान्वित करण्यासाठी आवश्यक प्रशासकीय सेवेच्या कुशलतेत सुधारणा

प्र. 119.

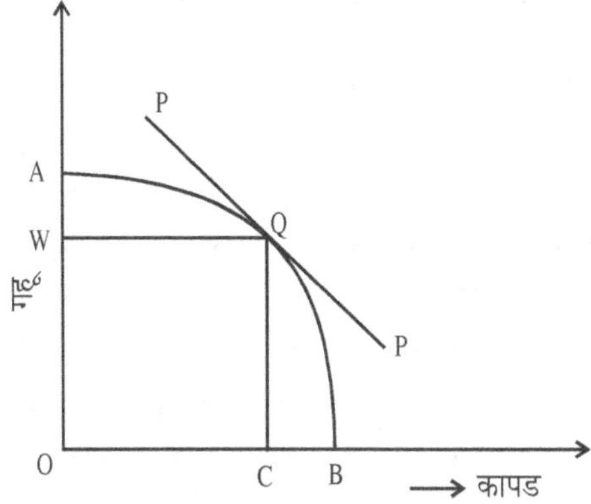

वर दिलेल्या वैकल्पिक खर्चाच्या अंतर्गत उत्पादनशक्यतावक्रासंबंधी खालील विधानांचा विचार करा.

1) स्थिर खर्चाप्रमाणे उत्पादनशक्यतावक्र, किंमतवक्रासारखा नसतो.

2) दोन वस्तू आणि दोन देश मॉडेलमध्ये एका देशाचे एका वस्तूत पूर्ण विशिष्टीकरण होईल.

वरीलपैकी कोणते विधान बरोबर आहे?

(a) फक्त 1   (b) फक्त 2

(c) 1 आणि 2   (d) 1 आणि 2 दोन्ही नाहीत.

प्र. 120. व्यापाराचे फायदे असतात.

(a) शक्य तितकी निर्यात करण्याने आणि सोने प्राप्त केल्याने

(b) दोन देशांमधील विद्यमान वस्तूंच्या पुनर्वाटपाने

(c) विनिमयाने प्रत्येक देशात विशिष्टीकरण आणि अधिक उत्पादनाचे पुनर्वाटप आणि वर्धित कल्याण होते या समजुतीने

(d) एखाद्या देशाने आयात आणि सोने दोन्हीही मिळवल्याने.

उत्तरे

1. a	2. d	3. b	4. a	5. a	6. d	7. c	8. a
9. b	10. b	11. d	12. a	13. c	14. a	15. d	16. a
17. c	18. d	19. b	20. d	21. c	22. b	23. a	24. d
25. a	26. d	27. a	28. a	29. b	30. a	31. d	32. a
33. c	34. a	35. b	36. a	37. a	38. a	39. a	40. b
41. c	42. b	43. c	44. a	45. a	46. b	47. b	48. b

49. c	50. d	51. d	52. b	53. b	54. b	55. a	56. a
57. a	58. d	59. a	60. b	61. a	62. b	63. d	64. d
65. b	66. b	67. c	68. d	69. a	70. d	71. c	72. c
73. a	74. c	75. a	76. a	77. c	78. d	79. b	80. a
81. d	82. a	83. a	84. d	85. c	86. b	87. b	88. b
89. b	90. c	91. d	92. d	93. a	94. b	95. d	96. a
97. a	98. b	99. d	100. b	101. a	102. d	103. d	104. c
105. b	106. d	107. c	108. b	109. c	110. d	111. c	112. a
113. b	114. a	115. d	116. c	117. c	118. c	119. a	120. c

∎ ∎ ∎

प्रश्नसंच - ३

प्र. 1. विशेष आहरण अधिकार (Special Drawing Rights) IMF ची मुद्रा आहे. ती असते –

(a) कागदाच्या रूपात

(b) सोन्याच्या रूपात

(c) चांदी व सोने या दोन्हींच्या रूपात

(d) फक्त वहीखात्यातील नोंदीच्या रूपात

प्र. 2. खालील विधानांवर विचार करा.

ब्रेटनउड्स सम्मेलनाच्या परिणामस्वरूप स्थापना केली गेली –

1) 'आंतरराष्ट्रीय मुद्रा कोषा'ची (IMF)

2) 'आंतरराष्ट्रीय विकास आणि पुनर्निर्माण बँके'ची (IBRD)

3) 'संयुक्त राष्ट्रां'ची (United Nations)

वरीलपैकी कोणते विधान बरोबर आहे?

(a) 1 आणि 2

(b) 2 आणि 3

(c) 1 आणि 3

(d) 1, 2 आणि 3

प्र. 3. एखाद्या देशाच्या व्यवहारातोलातील (Balance of Payment) तूट दर्शविते

(a) स्वायत्त (Autonomous) प्राप्ती आणि स्वायत्त प्रदान यांमधील फरक

(b) वित्त निभाव (Accomodating) प्राप्ती आणि स्वायत्त प्रदान यांमधील फरक

(c) वित्त निभाव प्राप्ती आणि वित्त निभाव प्रदान यांमधील फरक

(d) स्वायत्त प्राप्ती आणि वित्त निभाव यांमधील फरक

प्र. 4. खालील विधानांचा योग्य अनुक्रम काय आहे?

1) उरुग्वे काळातील वाटाघाटी

2) डब्ल्यू. टी. ओ. ची सिएटल बैठक

3) गॅट (GATT) ची स्थापना

विकल्प : (a) 1, 2 आणि 3   (b) 3, 1 आणि 2

(c) 3, 2 आणि 1   (d) 2, 3 आणि 1

प्र. 5. खालीलपैकी कोणता एक तह (Treaty) उरुग्वे काळातील वाटाघाटीत सामील होता?

(a) सेवेमध्ये व्यापारावर सामान्य तडजोड

(b) व्यापार संबंधित बौद्धिक संपदा अधिकार

(c) व्यापार संबंधित गुंतवणूक उपाय

(d) वरील सर्व

प्र. 6. व्यापार नमुन्या (Trade Pattern) चा हेक्सचर-ओहलिन सिद्धान्त मानतो की-

(a) तयारमाल बाजारांत (product markets) पूर्ण स्पर्धा, पण घटक बाजारांत (factor markets) नाही.

(b) घटक बाजारात पूर्ण स्पर्धा पण तयार माल बाजारात नाही.

(c) पूर्ण स्पर्धा, उत्पादन (Product) आणि घटक (factor) दोन्ही बाजारात

(d) श्रम बाजारात बेरोजगारी (Unemployment)

प्र. 7. खालीलपैकी कोणते विधान चूक आहे?

फिशरचा सूचकांक (Fisher's Index)

(a) लेस्पेयरचे सूचकांक (L) आणि पास्केचे सूचकांक (P) यांच्यामध्ये स्थित आहे.

(b) L आणि P चा अंकगणितीय (Arithmetic) मध्य आहे.

(c) L आणि P चा भौमितिक (Geometric) मध्य आहे.

(d) L किंवा P च्या बरोबर आहे, जर L = P

प्र. 8. खालील विधानांवर विचार करा.

1) चतुर्थ विचलन (Quartile deviation) अपेक्षेपेक्षा जास्त अनुदेशित तफावत (Range) आहे, ते आत्यंतिक (Extreme) गोष्टींच्या प्रक्षेपणाला अमान्य करते.

2) चतुर्थ विचरण गुणांक, विभिन्न विभाजनामध्ये विचरण प्रमाणाची तुलना करण्यासाठी वापरू शकत नाही.

3) एका श्रेणीसाठी 10 दशमक (Deciles) आहे. वरीलपैकी कोणते विधान बरोबर आहे?

(a) 1, 2 आणि 3   (b) फक्त 2

(c) फक्त 3   (d) फक्त 1

प्र. 9. खालील सूचकांकापैकी (Indices) कोणता एक कालोत्क्रमण (Time reversal) आणि अनुदान उत्क्रमण (Factor reversal) परीक्षण दोन्हींना संतुष्ट करतो?

(a) लेस्पेयर सूचकांक   (b) फिशर सूचकांक

(c) पास्के सूचकांक   (d) केली सूचकांक

प्र. 10. खालील आकडे 1, 2, 3, 4 आणि 100 दिलेले आहेत, तर सर्वांत चांगला केंद्रीय प्रवृत्ती मापक (Measure of Central Tendency) आहे -

(a) अंकगणितीय मध्य (Arithmetic Mean)

(b) माध्यिका (Median)

(c) बहुलक (Mode)

(d) ज्यामितीय (भौमितिक) मध्य (Geometric Mean)

प्र. 11. जर दिलेल्या आकड्यांसाठी बहुलक 5, माध्यिका 15 आणि मध्य 20 आहे, तर याचा अर्थ आहे की प्रतिदर्श आकडे –

(a) उजवीकडे विषम (Skew) आहेत

(b) डावीकडे विषम (Skew) आहेत.

(c) सममित (Symmetric) आहेत.

(d) सममित आणि विषम दोन्ही नाहीत.

प्र. 12. खालील विधानांवर विचार करा –

1) सहसंबंध विश्लेषण (Co-relation Analysis) दोन किंवा दोनांपेक्षा अधिक गोष्टींमधील संबंध निर्धारित करायला मदत करते; ते कारण व प्रभावाच्या संबंधांबद्दल काहीही सांगत नाही.

2) स्पष्टीकृत विचलन आणि एकूण विचलन यामधील अनुपाताला सहसंबंध गुणांक म्हणतात.

3) पियरसन गुणांक नेहमी रेषीय संबंध मानतो आणि आत्यंतिक गोष्टींनी अनुचितरीत्या प्रभावित होतो. वरीलपैकी कोणती विधाने बरोबर आहेत?

(a) फक्त 2   (b) 1 आणि 2   (c) 1 आणि 3   (d) 2 आणि 3

प्र. 13. वारंवारता वाटपा (Frequency Distribution) मध्ये उजवीकडील खालचे टोक डावीकडील खालच्या टोकाचे प्रतिबिंब आहे. हे वर्गीकरण आहे –

(a) धनात्मक विषम (Positively Skewed)

(b) ऋणात्मक विषम (Negatively Skewed)

(c) असममित (Asymmetric)

(d) सममित (Symmetric)

प्र. 14. संचयी वारंवारता (Cumulative frequency) आलेखाद्वारे खालीलपैकी कोणत्या एक प्रकारची सरासरीने समजू शकेल?

(a) भौमितिक मध्य (G.M.)   (b) हरात्मक मध्य (H.M.)

(c) माध्यिका (Median)   (d) बहुलक (Mode)

प्र. 15. एका वर्षात दोन वस्तूंच्या किमतींचे अनुपात 3 आहे व पुढील वर्षी 2 आहे. या अनुपाताच्या सरासरीसाठी

(a) अंकगणितीय मध्य सर्वांत उपयोगी आहे.

(b) हरात्मक मध्य सर्वांत उपयोगी आहे.

(c) ज्यामितीय मध्य सर्वांत उपयोगी आहे.

(d) अंकगणितीय, हरात्मक आणि ज्यामितीय तिन्ही समान रूपाने उपयोगी आहेत.

प्र. 16. खालील विधानांवर विचार करा.

1) किंमत वाटप (Distribution) किंवा उत्पन्न वाटप यांसारख्या विषम वाटपांवर काम करताना माध्यिका उपयोगी नाही.

2) फक्त एक ओजाइव रेखांकित करून माध्यिकेचे आरेखीय निर्धारण केले जाऊ शकते.

वरीलपैकी कोणते विधान बरोबर आहे?

(a) 1 आणि 2   (b) 1 आणि 3   (c) 2 आणि 3   (d) 1, 2 आणि 3

प्र. 17. सन 2000-2001 मध्ये भारताच्या राष्ट्रीय उत्पन्नात तृतीय क्षेत्राचे (Teritary Sector) व्यापक योगदान किती होते?

(a) 30 टक्के   (b) 20 टक्के   (c) 50 टक्के   (d) 25 टक्के

प्र. 18. सूची I व सूची II च्या जोड्या लावून खालील विकल्पांचा वापर करून बरोबर उत्तर निवडा.

सूची I (1999-2000 मधील बचत)	सूची II (संपूर्ण घरगुती मालाचे प्रतिशत)
A) घरगुती विभागातील बचत	1) 22.3 टक्के
B) निगम विभागातील बचत	2) 19.8 टक्के
C) सार्वजनिक विभागातील बचत	3) 3.7 टक्के
D) एकूण बचत	4) 1.2 टक्के

विकल्प :

	(A)	(B)	(C)	(D)
(a)	4	3	2	1
(b)	2	1	4	3
(c)	4	1	2	3
(d)	2	3	4	1

प्र. 19. भारतात औद्योगिक वृद्धीदर 6 टक्के प्रतिवर्ष मानला तर, देशाच्या संपूर्ण घरगुती मालात याचे योगदान किती असेल जर संपूर्ण घरगुती मालात औद्योगिक विभागाचे (Sector) योगदान 25 टक्के आहे.

(a) 3 टक्के   (b) 2.5 टक्के   (c) 2 टक्के   (d) 1.5 टक्के

प्र. 20. 1991-2001 च्या काळात भारताचा दशकीय (Decadal) लोकसंख्या वृद्धी दर जवळपास होता –

(a) 19 टक्के   (b) 21 टक्के   (c) 24 टक्के   (d) 25 टक्के

प्र. 21. चौथी पंचवार्षिक योजना कार्यान्वित (Implementation) केली गेली –

(a) तिसऱ्या पंचवार्षिक योजनेनंतर लगेचच

(b) पहिल्या पंचवार्षिक योजनेनंतर लगेचच

(c) तिसऱ्या पंचवार्षिक योजनेनंतर तीन वर्षांच्या योजना सुट्टी (Plan Holiday) नंतर लगेचच

(d) 1962 मधील भारत-चीन युद्धानंतर लगेचच.

प्र. 22. खालीलपैकी कोणती एक जोडी बरोबर नाही ?

(a) ग्रामीण कर्ज - नाबार्ड

(b) औद्योगित वित्त - सिडबी

(c) ग्रामीण गरिबी - सुवर्ण जयंती शहरी रोजगार योजना

(d) प्रच्छन्न बेरोजगारी (Disguised unemployment) - निर्वाह कृषी

प्र. 23. खालील विधानांवर विचार करा –

1) सरकारी कर्मचाऱ्यांना दिल्या जाणाऱ्या भवन-निर्माण कर्जावर केंद्र सरकारला मिळणारे व्याज स्थानांतरित (Trasfer) प्राप्ती आहे.

2) शेती लागवडीसाठी शेतकऱ्यांनी मजुरांना केलेले प्रदान मध्यवर्ती खपत आहे. (Intermediate Consumption)

3) शेतकऱ्यांनी एखाद्या सहकारी समितीला दिलेले व्याज घटक प्रदान (factor payment) आहे.

वरीलपैकी कोणते विधान बरोबर आहे?

(a) फक्त 3   (b) 1 आणि 2   (c) 1 आणि 3   (d) 1, 2 आणि 3

प्र. 24. भारताच्या दहाव्या पंचवार्षिक योजनेच्या पोहोचपत्रात (Approach paper) पूर्ण योजना अवधीत समता अनुपातात कपातीचे लक्ष्य आहे.

(a) 20 टक्के   (b) 15 टक्के   (c) 12 टक्के   (d) 10 टक्के

प्र. 25. सूची I व सूची II च्या जोड्या लावून दिलेल्या विकल्पांतून बरोबर उत्तर निवडा.

सूची I	सूची II
A) नवी आर्थिक नीती	1) बँक कर्ज नियंत्रण
B) मौद्रिक नीती	2) नुकसान आणि कर्ज प्रबंधन
C) व्यापार नीती	3) भूमंडळीकरण
D) राजकोषीय नीती	4) उदारीकरण

विकल्प :	(A)	(B)	(C)	(D)
(a)	4	1	3	2
(b)	3	2	4	1
(c)	4	2	3	1
(d)	3	1	4	2

प्र. 26. खालीलपैकी कोणती एक जोडी, भारतीय संदर्भात बरोबर जोडलेली नाही ?

(a) कर अपवंचन : समांतर अर्थव्यवस्था

(b) उच्च शक्ती मुद्रा : रिझर्व्ह बँक ऑफ इंडिया

(c) महिला कार्यभागिता दर : पुनर्गुंतवणूक

(d) निजीकरण : नवी आर्थिक नीती

प्र. 27. 19 व्या शतकात भारतात ब्रिटिश प्रशासनाचा हेतू होता –

(a) व्यावसायिक पिकांची शेती आणि कृषी निर्यात यांना प्रोत्साहित करणे.

(b) व्यावसायिक पिकांची शेती आणि कृषी आयात यांना प्रोत्साहित करणे.

(c) व्यावसायिक पिकांची शेती आणि औद्योगिक निर्यात यांना प्रोत्साहित करणे.

(d) खाद्य आणि व्यावसायिक पिके यांच्या निर्यातीला प्रोत्साहित करणे.

प्र. 28. 1993-93 पासून 2000-01 पर्यंत कृषी व त्यासंबंधी सेवांचा वास्तविक वृद्धीदर (अनुदान (factor) खर्चावर) जवळपास किती होता ?

(a) 3.9 टक्के   (b) 3.3 टक्के   (c) 5.0 टक्के   (d) 9.6 टक्के

प्र. 29. भारतात सिंचनाच्या प्रचलित रणनीतीत जोर दिला गेला आहे –

(a) गहन भूमिगत जल शोषणावर

(b) भू-पृष्ठ आणि भूतल यांच्या पाण्याच्या संयोजित उपयोगावर

(c) बहुउद्देशीय नदी घाटी परियोजनांवर

(d) कालव्याच्या पाण्याच्या एकमेव उपयोगावर

प्र. 30. जर प्रचलित व्याजाचा दर 7 टक्के आहे, तर 1,000 रुपयांच्या एका बाँडसाठी, जो दर वर्षी 60 रु. देतो आणि त्याच्या परिपक्वतेसाठी (Maturity) फक्त एक वर्ष शिल्लक आहे, त्याला किती प्रदान करावे लागेल?

(a) $\dfrac{1000}{1.07}$

(b) (1000×1.7)

(c) 940

(d) $\left(1060 \times \dfrac{1}{1.07}\right)$

प्र. 31. खालील विधानांवर विचार करा.

1) जर सरकारी खर्च वाढला तर IS वक्र उजवीकडे सरकेल.

2) जर कर वाढले तर IS वक्र उजवीकडे सरकतो.

3) जर किंमत स्तर वाढला तर LM वक्र डावीकडे सरकतो.

4) गुंतवणूक फलनाचा व्याजदर जितका जास्त लवचिक, IS वक्राच्या व्याजाच्या दराचा लवचिकपणा हा तेवढाच जास्त होईल.

वरीलपैकी कोणते विधान बरोबर आहे?

(a) 2, 3, आणि 4

(b) 1, 3 आणि 4

(c) 1 आणि 2

(d) फक्त 2

प्र. 32. एका अशा अर्थव्यवस्थेचा विचार करा जिच्यासंबंधी खालील सूचना आहेत-

1) रिझर्व्ह मुद्रा = 10,000 रु.

2) मुद्रा आणि मागणी जमा = 25,000 रु.

3) मुद्रा, मागणी आणि सावधि जमा = 50,000 रु.

4) राष्ट्रीय उत्पन्न = 1,00,000 रु.

या अर्थव्यवस्थेत M_1 चा उत्पन्न प्रचलन वेग (Income velocity of circulation) आहे.

(a) 4.0   (b) 2.5   (c) 10.0   (d) 2.0

प्र. 33. स्फीतिसंबंद्ध गतिरोध (Stagflation) ती स्थिती सांगतो, ज्याची विशेषता आहे.

(a) अवस्फीती (Deflation) आणि वाढणारी बेरोजगारी

(b) मुद्रास्फिती (Inflation) आणि वाढणारा रोजगार

(c) मुद्रास्फिती आणि वाढणारी बेरोजगारी

(d) स्थिती रोजगार आणि अवस्फिती

प्र. 34. उत्पन्न विधीद्वारा राष्ट्रीय उत्पन्नाची गणती करताना खालीलपैकी कोणते एक सामील केले जात नाही?

(a) भाड्याचे उत्पन्न
(b) अवितरित लाभ (undistributeal)
(c) मिश्र उत्पन्न
(d) पेन्शन

प्र. 35. बँकदर दर्शवितो -

(a) व्याजाचा तो दर, ज्याच्यावर वाणिज्य बँक जनतेकडून जमा स्वीकारते.

(b) तो दर, ज्याच्यावर केंद्रीय बँक, वाणिज्य बँकांच्या विनिमय बिलांची पुनर्कपात (Rediscount) करते.

(c) वाणिज्य बँकेचा मूळ परिदाय दर (Lending rate)

(d) व्याजाचा तो दर, ज्याच्यावर वाणिज्य बँक ग्राहकांना कर्ज देते.

प्र. 36. रोखता सापळ्याच्या स्थितीत (Liquidity trap condition) मुद्रेसाठी सट्टा मागणीच्या संदर्भात लवचिकपणा आहे -

(a) शून्य (zero)
(b) एक (one)
(c) एकापेक्षा जास्त (greater than one)
(d) अनंत (Infinite)

प्र. 37. जेव्हा मुद्रेचे आंतरिक मूल्य (Intrinsic value) आणि अंकित मूल्य (face value) समान असते तेव्हा त्याला म्हणतात -

(a) सांकेतिक मुद्रा (Token money)

(b) संपूर्ण कार्य मुद्रा (Full bodied money)

(c) आभासी मुद्रा (Quasi money)

(d) अधिदिष्ट मुद्रा (Fiat money)

प्र. 38. खालीलपैकी कोणते एक मौद्रिक नीतीच्या उपकरणांमध्ये सामील नाही?

(a) प्रशुल्क (Tariffs)

(b) नैतिक अनुनय (Moral suation)

(c) खुल्या बाजारातील व्यवहार (Open market operations)

(d) पत रेशनिंग (Credit rationing)

प्र. 39. खालीलपैकी कोणते एक, मिल्टन फ्रीडमनच्या मते मुद्रेच्या मागणीचा मुख्य निर्धारक नाही?

(a) एकत्रित संपत्ती (Aggregate wealth)

(b) सतर्कता उद्देश (Precautionary motive)

(c) विभिन्न प्रकारच्या मालमत्तेवर मिळणाऱ्या प्रतिफलाचे तुलनात्मक दर

(d) भौतिक गैर-मानव भांडवली वस्तू आणि मानवी भांडवल

प्र. 40. कर्जासाठी मागणीतील महत्त्वपूर्ण घट बँकांवर दबाव आणेल –

(a) आपल्या गुंतवणूक सूचीचे (Portfolio) चे समायोजन करण्यासाठी.

(b) केंद्रीय बँकांना प्रतिभूती विकण्यासाठी

(c) कर्ज ग्रहण (Borrowing) ला सहारा देण्यासाठी

(d) मूळ उधारी (Lending) दर वाढण्यासाठी

प्र. 41. खालीलपैकी कोणता एक घटक प्रचलन वेगावर परिणाम करतो ?

(a) उत्पन्नाचे समय एकक

(b) देण्या-घेण्याची वारंवारता

(c) रोखता पसंती (Liquidity preference)

(d) वरील सर्व

प्र. 42. खालीलपैकी कोणते एक विधान विनिमयाचे समीकरण $MV = PT$ च्या संदर्भात बरोबर आहे?

(a) जर M दुप्पट केले जाईल, V आणि T ला आहे तसेच ठेवले तर P दुप्पट व्हायला पाहिजे.

(b) जर M दुप्पट केले जाईल, V आहे तसाच ठेवला तर P अर्धा होईल.

(c) जर M आणि T ला दुप्पट केले व V ला तसाच ठेवले तर P अर्धा होईल.

(d) जर M ला दुप्पट केले जाईल, V ला अर्धा आणि T ला आहे तसाच ठेवले तर P तिप्पट होईल.

प्र. 43. सूची I व सूची II च्या जोड्या जुळवून खाली दिलेल्या विकल्पातून बरोबर उत्तर निवडा.

सूची I (अर्थशास्त्रज्ञाचे नाव)	सूची II (संकल्पना / सिद्धान्त)
(A) ए. डब्ल्यू. फिलिप्स	1) केंद्रीय बँक
(B) फिंडले शिराज	2) मजुरी व बेरोजगारीच्या दरामधील ट्रेड ऑफ
(C) जे. एम. केन्स	3) लाभाचा सिद्धान्त
(D) आर. एस. सेयर्स	4) करदेय योग्यता
	5) करदेय जाळे

विकल्प :	(A)	(B)	(C)	(D)
(a)	5	4	1	2
(b)	2	3	5	1
(c)	5	3	1	2
(d)	2	4	5	1

प्र. 44. केंद्रीय बँक मुद्रा पुरवठ्याचा बँकि उधारी अवयव (Component) कमी करू शकते.

    (a) नगद राखीव गरजांना कमी करून

    (b) बँकदर वाढवून

    (c) बँकदर कमी करून

    (d) केंद्रीय बँकेद्वारा सरकारी प्रतिभूती खरेदी करून

प्र. 45. खालीलपैकी कोणत्या एकाला निवडीच्या उधार नियंत्रणाचे एक उपकरण म्हणता येईल?

    (a) वैधानिक रोखता (Statutory Liquidity) गरजांचे निर्धारण

    (b) बँक राखीव अनुपाताचे बदल (Variation)

    (c) विशिष्ट प्रतिभूतींच्या आधारे उधारीसाठी सीमांतांचे निर्धारण

    (d) कपात दरात परिवर्तन

प्र. 46. खालीलपैकी कोणते एक, व्यापारी बँकांसाठी भांडवल पर्याप्तता अनुपात निरूपित करतो?

    (a) जोखमीच्या मालमत्तेत भांडवलाचे प्रमाण

    (b) अल्पावधी जमेमध्ये भांडवलाचे प्रमाण

    (c) गैर-निष्पादन मालमत्तेत भांडवलाचे प्रमाण

    (d) अग्रिमामध्ये भांडवलाचे प्रमाण

प्र. 47. अप्रत्यक्ष ठेवी (Derivative deposit) चा अर्थ आहे –

    (a) एखाद्या व्यावसायिक फर्मच्या एका कर्मचाऱ्याने एका बँकेत जमा केलेली नगद

    (b) एका वाणिज्य बँकेत RBI कडून घेतलेल्या कर्जातून केलेली जमा रक्कम.

    (c) दुसऱ्या वाणिज्य बँकेने, एका बँकेत जमा केलेली नगद रक्कम.

    (d) एका बँकेने, बँकेच्या ग्राहकाला दिलेल्या उधारीतून निर्मित केलेली जमा रक्कम.

प्र. 48. खालीलपैकी कोणता एक सामान्यत: आर्थिक संवृद्धी (growth) चा वास्तविक सूचकांक मानला जातो?

    (a) एका वर्षाच्या काळात, स्थिर किमतींवर राष्ट्रीय उत्पन्नात वाढ.

    (b) वास्तविक प्रतिव्यक्ती उत्पन्नात धारित वाढ (Sustained increase)

    (c) काळाप्रमाणे चालू किमतींवर राष्ट्रीय उत्पन्नात वाढ.

    (d) लोकसंख्येच्या वाढीबरोबर राष्ट्रीय उत्पन्नात वाढ.

प्र. 49. मार्क्स भांडवलाच्या जैविक निर्मितीचा उल्लेख करतात. खालीलपैकी कोणते एक गुणोत्तर त्याच्यासाठी आहे. (जेथे C आहे, स्थिर भांडवल (Constant capital) V आहे अस्थिर भांडवल (Variable Capital) आणि S आहे. अतिरिक्त मूल्य (Surplus value)

(a) $\dfrac{C}{(V+S)}$ (b) $\dfrac{C}{V}$ (c) $\dfrac{C}{(C+V)}$ (d) $\dfrac{(C+V)}{V}$

प्र. 50 शुम्पीटरने त्याच्या आर्थिक संवृद्धी सिद्धान्तात खालीलपैकी कोणत्या एका घटकावर जोर दिला आहे?
(a) नव प्रवर्तन (Innovations)
(b) अबंधता (Laissez faire)
(c) लोकसंख्या वाढ (Population growth)
(d) अतिरिक्त मूल्य (Surplus value)

प्र. 51. विकासाच्या 'मोठा धक्का' (Big Push) व्यूहरचनेची वकिली सर्वांत आधी केली होती –
(a) रोजेन्स्टीन रॉडनने   (b) सायमन कुजनेट्सने
(c) डब्ल्यू. ए. लेविसने   (d) ए. ओ. हर्षमनने

प्र. 52. खालील विधानांवर विचार करा –
प्रशुल्काच (Tariff) चा परिणाम होतो –
1) घरगुती किंमती वाढवण्यासाठी
2) उपभोग कमी करण्यासाठी
3) आयात वाढवण्यासाठी
वरीलपैकी कोणती विधाने बरोबर आहेत?
(a) 1 आणि 2   (b) 2 आणि 3
(c) 1 आणि 3   (a) 1, 2 आणि 3

प्र. 53. खालीलपैकी कोणते एक विधान बरोबर नाही?
(a) देशांच्या समूहातील स्वतंत्र व्यापार क्षेत्राचा अर्थ आहे, ते एकमेकांना लावलेले आयात शुल्क बंद करतील, परंतु बाकीच्या देशांसाठी आपला मूळ प्रशुल्क स्तर तसाच ठेवतील.
(b) देशांच्या एका समूहामधिल सीमाशुल्क संघाचा अर्थ आहे की, ते एकमेकांना लावलेले आयात शुल्क बंद करतील, आपल्या सगळ्या नीतींना समन्वित करतील आणि बाकीच्या देशांसाठी एक उभयनिष्ठ प्रशुल्क भिंत (Common tariff wall) उभारतील.

(c) एका उभयनिष्ठ बाजारात सदस्य देश एकमेकांसाठी आयात शुल्क बंद करतील, ते एकमेकांना उत्पादनांच्या स्वतंत्र गतिशीलतेची परवानगी देतील आणि बाकीच्या देशांसाठी एक उभयनिष्ठ प्रशुल्क भिंत (नीती) कायम ठेवतील.

(d) एका आर्थिक संघात सदस्य देश एकमेकांसाठी आयात शुल्क बंद करतील, ते एकमेकांना उत्पादनांच्या स्वतंत्र गतिशीलतेची परवानगी देतील आणि आपल्या सगळ्या नीती समन्वित करून जगातील उरलेल्या देशांबरोबर एक उभयनिष्ठ प्रशुल्क भिंत बनवून कायम ठेवतील.

प्र. 54. व्यापार करणाऱ्या एका मोठ्या देशासाठी वैकल्पिक प्रशुल्क धोरण, या तुलनात्मक प्रमाणावर (proposition) अवलंबून आहे की आयातीवरील प्रशुल्क

(a) देशाच्या व्यापाराच्या अटींना कमी पाडते.

(b) देशाच्या व्यापाराच्या अटींना सुधारते.

(c) देशाच्या व्यापाराच्या अटी आहे तशाच ठेवते.

(d) आयात स्पर्धा असलेल्या उद्योगांना संरक्षण देण्यात असफल ठरते.

प्र. 55. कल्पना करा की एका देशाने स्वतंत्रपणे प्रवाहित विनिमय दर प्रणाली स्वीकारली आहे, तर अन्य गोष्टी पूर्ववत ठेवून, जर तो देश किमतीच्या स्तरात वाढ करतो, तर त्याचा परिणाम होईल –

(a) देशाच्या मुद्रेच्या मागणीत वाढ व मुद्रेत मूल्य घट

(b) देशाच्या मुद्रेच्या मागणीत वाढ व मुद्रेत मूल्य वृद्धी

(c) देशाच्या मुद्रेच्या मागणीत कमी व मुद्रेत मूल्य वृद्धी

(d) देशाच्या मुद्रेच्या मागणीत कमी व मुद्रेत मूल्य घट

प्र. 56. खालीलपैकी कोणती एक जोडी बरोबर आहे?

(a) MFA - मुक्त कृषी व्यापार

(b) UNCTAD - मुक्त व्यापार क्षेत्र

(c) IMF - व्यवहारतोलातील अडचणी

(d) MFN - प्रत्यक्ष विदेशी गुंतवणूक

प्र. 57. व्यापारातील अटी दर्शवितात –

(a) निर्यात खर्चाचे आयात खर्चावर वर्चस्व

(b) व्यापाराचे करार (Trade Agreements)

(c) निर्यात किंमती आणि आयात किंमती यांमधील अनुपात

(d) त्या अटी व ती परिस्थिती ज्यावर व्यवहारतोलात (BOP) अडचणी आल्या असताना एखाद्या देशाला कर्जाचा प्रस्ताव दिला जातो.

प्र. 58. भारत सरकार एका नवीन NRI (अनिवासी भारतीय) जमा योजनेची घोषणा करते, त्यात भारतीय वाणिज्य बँकांमध्ये NRI नी विदेशी मुद्रा जमेवर विदेशातील व्याज दराच्या तुलनेत अत्यधिक उच्च व्याज दराचा प्रस्ताव दिला आहे. यू एस. ए. मध्ये राहणारे अनेक NRI या योजनेत गुंतवणूक करतात. एका लवचिक (flexible) विनिमय दर व्यवस्थेच्या अंतर्गत त्याचा परिणाम होईल –

(a) यू. एस. डॉलरच्या तुलनेत भारतीय रुपयाच्या मूल्यात घट

(b) यू. एस. डॉलरच्या तुलनेत भारतीय रुपयाच्या मूल्यात वाढ

(c) भारताच्या विदेशी विनिमय रिझर्व्हंचा साठा रिकामा होईल (Deplete)

(d) यू. एस. डॉलरच्या मूल्याच्या तुलनेत रुपयाच्या मूल्यात काहीच बदल होणार नाही.

प्र. 59. भारत हस्तनिर्मित (Hand-made) गालिचांचा निव्वळ निर्यातक आहे आणि कंप्युटर मेमरी चिप्स आणि प्रिंटर यांसारख्या उच्च औद्योगिक वस्तूंचा आयातक आहे, भारतीय व्यापाराच्या या स्वरूपाची व्याख्या केली जाते –

(a) रिकार्डो सिद्धान्ताद्वारा　　　　(b) हेक्सचर - ओहलिन सिद्धान्ताद्वारा

(c) मूल्याच्या श्रम सिद्धान्ताद्वारा

(d) क्रय शक्ती समता सिद्धान्ताद्वारा

प्र. 60. सध्या भारताचा चालू लेखा आणि भांडवली लेखा देण्याघेण्याबद्दल विनिमय दर नीती ही आहे की रुपया –

(a) चालू लेखा देण्या-घेण्यासाठी पूर्णपणे परिवर्तनीय आहे, पण भांडवली लेखा देण्या-घेण्यासाठी नाही.

(b) भांडवली लेखा देण्या-घेण्यासाठी पूर्णपणे परिवर्तनीय आहे, पण चालू लेखा देण्या-घेण्यासाठी नाही.

(c) भांडवली व चालू दोन्ही लेखा देण्या-घेण्यासाठी पूर्णपणे परिवर्तनीय आहेत.

(d) दोन्ही कुठल्याही प्रकारे देण्या-घेण्यासाठी परिवर्तनीय नाहीत.

प्र. 61. श्री. रामप्रकाश चिकित्सीय शल्यक्रियेसाठी (operation) इंग्लंडला गेले. त्यांना एअर इंडियाच्या तिकिटाचा आणि हॉस्पिटलमध्ये दाखल होण्याचा खर्च करावा लागला. अशा वेळी भारताच्या व्यवहारातील देण्या-घेण्यात प्रवेशाच्या स्वरूपात खालीलपैकी कोणते योग्य राहील?

(a) सेवा आयातीत हॉस्पिटलमध्ये भरती होण्याचा खर्च सामील आहे पण विमानाच्या प्रवासाचा खर्च सामील नाही.

(b) सेवा आयातीत विमान प्रवासाचा खर्च सामील आहे पण हॉस्पिटलमध्ये भरती होण्याचा खर्च नाही.

(c) दोन्ही व्यय सेवा आयतीच्या प्रमाणात सामील आहेत.

(d) दोन्ही व्यय सेवा निर्यातीत सामील आहेत.

प्र. 62. समजा, विश्व अर्थव्यवस्थेत दोन देश सामील आहेत. 'स्वदेश' आणि 'विदेश', स्वदेश विदेशाकडून केलेल्या आपल्या आयातीवर लावलेले प्रशुल्क सरकवेल –

(a) स्वदेश प्रस्ताव वक्राला डावीकडे   (b) विदेश प्रस्ताव वक्राला डावीकडे

(c) स्वदेश प्रस्ताव वक्राला उजवीकडे   (d) विदेश प्रस्ताव वक्राला उजवीकडे

प्र. 63. एका छोट्या स्पर्धेच्या मुद्रेच्या संदर्भात, आयात प्रशुल्कात होणाऱ्या वाढीची कारणे आहेत –

(a) कल्याण स्वरूपात उपभोग एकूण भार नुकसान, कारण उपभोक्ता आता उत्पादनाच्या तुलनेत उच्च किंमत देत आहे.

(b) कल्याण स्वरूपात उत्पादन एकूण भार, फायदा, कारण घरगुती उत्पादक प्रशुल्क संरक्षणातून फायदा मिळवतो.

(c) एक संपूर्ण कल्याण फायदा (Welfare gain)

(d) आयातमुळे राशी कमी होते म्हणून व्यापारात फायदा होतो.

प्र. 64. रिकार्डोंच्या दोन-वस्तू व्यापार मॉडेलमध्ये उत्पादनात संपूर्ण विशेषता मुक्त व्यापार संतुलनात घटित होतो, कारण –

(a) उत्पादन शक्यता वाढत्या सीमान्त वैकल्पिक खर्चाला (Opportunity cost) संतुष्ट करते.

(b) उत्पादनाच्या घटकाच्या तुलनेत घटता मोबदला (Diminishing returns) मिळतो.

(c) उत्पादनाच्या घटकाच्या तुलनेत वाढता मोबदला (Increasing returns) मिळतो.

(d) उत्पादन शक्यता सीमान्त स्थिर वैकल्पिक खर्च (Constant opportunity cost) ला संतुष्ट करतो.

प्र. 65. खालीलपैकी कोणता एक भारतात भूमी सुधार कार्यक्रमाचा हिस्सा नाही ?

(a) भू-राजस्व जबरदस्ती लादणे (Imposition)

(b) मध्यस्थांचे उन्मूलन (Intermediaries)

(c) शेताच्या उच्चतम सीमेचे निर्धारण

(d) भाड्याने देणे तत्त्वात सुधारणा (Tenancy reforms)

प्र. 66. भारतात ग्राम कर्ज क्षेत्रात खालील संस्थांच्या प्रादुर्भावाचा बरोबर अनुक्रम आहे –

(a) वाणिज्य बँक, सहकारी समित्या, क्षेत्रीय ग्रामीण बँक

(b) सहकारी समित्या, क्षेत्रीय ग्रामीण बँक, वाणिज्य बँक

(c) सहकारी समित्या, वाणिज्य बँक, क्षेत्रीय ग्रामीण बँक

(d) क्षेत्रीय ग्रामीण बँक, सहकारी समित्या, वाणिज्य बँक

प्र. 67. ग्रामीण विकास मंत्रालयाच्या अंतर्गत येणाऱ्या खालील योजनांचा विचार करा.

1) सुवर्ण जयंती ग्राम स्वरोजगार योजना एक कर्ज-सहपरिदान कार्यक्रम आहे ज्यात ऋण-क्रांतिक घटक आणि परिदान एक प्रवर्तक तत्व (Enabling element) आहे

2) संपूर्ण ग्रामीण रोजगार योजनेत, सर्व निधी थेट पंचायतींसाठी वेगळा ठेवला जातो.

3) कामासाठी जेवण कार्यक्रम संकट (Calamity) ग्रस्त राज्यांच्या मदतीसाठी आहे –

वरीलपैकी कोणते विधान बरोबर आहे?

(a) 1 आणि 3   (b) 2 आणि 3

(c) 1 आणि 2   (d) 1, 2 आणि 3

प्र. 68. खालील विधानांवर विचार करा.

1) सामाजिक सुरक्षा योजनांसाठी नियुक्त्याचे अंशदान नगद आणि त्याच रूपात मजुरी आणि वेतन यांचा एक अंश आहे.

2) विदेशात काम करणाऱ्या भारतीय बँकांचा नफा भारतातील बँकांच्या प्रचालन अधिशेषाचा (Operating Surplus) एक भाग आहे.

3) प्रचालन अधिशेषाची संकल्पना निगमित (Corporate) आणि निगमितकल्प (Quasi-Corporate) क्षेत्रांच्या सर्व उत्पादक उद्यमांना लागू होते.

वरीलपैकी कोणते विधान बरोबर आहे?

(a) 1, 2 आणि 3   (b) 1 आणि 2

(c) फक्त 3   (d) फक्त 1

प्र. 69. खालीलपैकी कोणती एक भारतात व्यवहारतोलाच्या चालू लेख्याची अदृश्य बाब (Invisible item) नाही?

(a) रॉयल्टी प्रदान   (b) भांडवल अंतर्प्रवाह

(c) सॉफ्टवेअर सेवेची निर्यात   (d) खासगी हस्तांतरण

प्र. 70. खालीलपैकी कोणते एक भारताच्या विदेशी विनिमय रिझर्व्हमध्ये सामील नाही?

(a) भारतीय रिझर्व्ह बँकेने धारित केलेली विदेशी मुद्रा मालमत्ता

(b) भारतीय रिझर्व्ह बँकेने धारित केलेले सोने

(c) भारतीय रिझर्व्ह बँकेत धारित केलेली चांदी

(d) विशेष आहरण अधिकार (SDRs)

प्र. 71. भारतात सहस्राब्दी (Milennium) जमा ऑक्टोबर - नोव्हेंबर 2000 मध्ये वापरतात आणली गेली –

(a) भारतीय रिझर्व्ह बँकेकडून   (b) केंद्रीय वित्त मंत्र्यांकडून

(c) भारतीय स्टेट बँकेकडून   (d) सर्व राज्य सरकारांकडून

प्र. 72. खालील विधानांवर विचार करा.

1991 मध्ये भारताला गंभीर आर्थिक संकटाचा सामना करावा लागला, कारण -

1) विदेशी विनिमय कर्ज मिळवण्यासाठी सोने गहाण (Pledge) ठेवावे लागले.

2) कर्ज देणाऱ्या देशाला भौतिक रूपात सोने हस्तांतरित करावे लागले.

3) रुपयाच्या पूर्ण परिवर्तनशीलतेला स्थापित करावे लागले.

4) रिसर्जंट इंडिया बाँडस् विकावे लागले.

वरीलपैकी कोणती विधाने बरोबर आहेत?

(a) 1 आणि 2   (b) 2 आणि 3   (c) 3 आणि 4   (d) 1, 2, 3 आणि 4

प्र. 73. खालीलपैकी कोणता एक स्रोत, भारताला बाह्य कर्जाचा (External debt) सर्वांत मोठा भाग प्रदान करतो.

(a) आंतरराष्ट्रीय मुद्रा कोष   (b) यू. एस. ए.

(c) यू. के.   (d) जपान

प्र. 74. खालील विधानांवर विचार करा.

1) चौथी आर्थिक जनगणना (Economic census) 1998-99 च्या काळात केली गेली.

2) आर्थिक जनगणनेला लोकसंख्या गणनेपासून वेगळे ठेवले गेले आहे.

3) एकूण 2.98 कोटी उद्योजकांपैकी 70% पेक्षाही कमी गैर कृषी क्षेत्रातून आहेत.

वरीलपैकी कोणती विधाने बरोबर आहेत?

(a) फक्त 1   (b) 1 आणि 2   (c) 2 आणि 3   (d) 1, 2 आणि 3

प्र. 75. खालीलपैकी उपभोक्ता किंमत सूचकांक श्रेणीत कोणती एक भारतात किरकोळ (Retail) किंमतीच्या संचलनाच्या मॉनिटरिंगसाठी (Monitoring) योग्य नाही?

(a) शहरी गैर-शारीरिक श्रम कर्मचाऱ्यांसाठी उपभोक्ता किंमत सूचकांक

(b) सामान्य उपभोक्ता किंमत सूचकांक

(c) औद्योगिक कर्मचाऱ्यांसाठी उपभोक्ता किंमत सूचकांक

(d) कृषी श्रमिकांसाठी उपभोक्ता सूचकांक

प्र. 76. वाणिज्य बँकेच्या गैर निष्पादन मालमत्तेचा अर्थ आहे, त्यांची ती कर्जे –

(a) ज्याच्यावर व्याज अत्यंत कमी दराने मिळते.

(b) ज्याच्यावर देय तारखेच्या बऱ्याच नंतरही व्याज / हप्ता चालूच असतो.

(c) जी संवितरित (Disbursed) केलेली नाहीत.

(d) जी आजारी (Sick) औद्योगिक एककांना दिली आहेत.

प्र. 77. खालील संस्थांच्या राष्ट्रीयीकरणाचा बरोबर अनुक्रम काय आहे?

1) भारतीय स्टेट बँक   2) बँक ऑफ बडोदा

3) भारतीय रिझर्व्ह बँक

खालील विकल्पांतून बरोबर उत्तर निवडा.

विकल्प :   (a) 3, 2 आणि 1   (b) 3, 1 आणि 2

                 (c) 2, 3 आणि 1   (d) 2, 1 आणि 3

प्र. 78. खालीलपैकी कोणता एक, राज्य कर राजस्वाचा स्रोत नाही?

(a) भू-राजस्व (Land revenue)

(b) मोटर वाहन कर (Motor Vehicle Tax)

(c) मनोरंजन कर (Entertainment Tax)

(d) निगम कर (Corporate Tax)

प्र. 79. सार्वजनिक क्षेत्रातील प्रकल्पांच्या गुंतवणुकीतून मिळणाऱ्या प्राप्तीला भारत सरकारच्या बजेटच्या खालील प्राप्तींमधील कोणत्या एका प्राप्तीत दाखवले जाते?

(a) राजस्व (revenue) प्राप्ती   (b) गैर कर राजस्व प्राप्ती

(c) गैर कर्ज भांडवली प्राप्ती   (d) कर्ज भांडवल प्राप्ती

प्र. 80. 1990 च्या दशकात केंद्र सरकारचा राजस्व घाटा (Revenue deficit) स्थूल घरगुती उत्पादनाच्या (GDP)

(a) 2 टक्के कमी होता   (b) 2 आणि 4 टक्क्यांच्या मध्ये होता

(c) 4 आणि 8 टक्क्यांच्या मध्ये होता (d) 8 टक्क्यांपेक्षा जास्त होता.

सूचना – पुढील 7 प्रश्नामध्ये दोन वक्तव्ये आहेत. एकाला 'विधान A' आणि दुसऱ्याला 'कारण R' म्हटले आहे. आपल्याला दोन्ही वक्तव्यांचे काळजीपूर्वक परीक्षण करून निर्णय घ्यायचा आहे की, विधान A आणि कारण R वेगवेगळे

बरोबर आहेत का आणि जर असतील तर कारण विधानाचे योग्य स्पष्टीकरण आहे का? या प्रश्नांचे उत्तर खाली दिलेल्या विकल्पांच्या मदतीने निवडा.

विकल्प : (a) A आणि R दोन्ही बरोबर आहेत आणि R हे A चे बरोबर स्पष्टीकरण आहे.

(b) A आणि R दोन्ही बरोबर आहेत पण R हे A चे बरोबर स्पष्टीकरण नाही.

(c) A बरोबर पण R चूक   (d) A चूक पण R बरोबर

प्र. 81. विधान (A) : वास्तविक व्याजाचा दर, नाममात्र व्याजाच्या दराच्या तुलनेत, बचतीवरील मोबदल्याचा चांगला सूचक आहे.

कारण (R) : वास्तविक व्याजाच्या दराला संभाव्य मुद्रास्फीतीच्या दराच्या परिणामाला काढून आकलित केले जाते.

प्र. 82. विधान (A) : जर एकाधिकारी दोन निरनिराळ्या बाजारांत आपल्या वस्तूच्या समरूप मागणीवक्राचा सामना करतो तर तो तृतीय प्रमाण किंमत विभेदीकरणाला (Discrimination) व्यवहारात आणून आपला TR आणि एकूण नफा वाढवू शकत नाही.

कारण (R) : एकाधिकारी नफा अधिकतम करण्यासाठी प्रत्येक बाजारात वेगळी किंमत वसूल करणार नाही कारण जेव्हा दोन बाजारांत मागणीवक्र समान असतो तेव्हा सीमान्त महसूलवक्र पण समान असतो.

प्र. 83. विधान (A) : आर्थिक विकासाच्या प्रक्रियेत, गैर-आर्थिक घटकांची भूमिका महत्त्वाची असते.

कारण (R) : भांडवल संचय, मानव भांडवल निर्मितीचे पण रूप घेते.

प्र. 84. विधान (A) : प्रतिव्यक्ती (दरडोई) उत्पन्नाचे आकडे, देशांच्या क्रमवार श्रेणीकरणासाठी वास्तविक कल्याणाच्या संदर्भात दुर्बल उपकरण आहे.

कारण (R) : गरीब देशांध्ये राष्ट्रीय उत्पन्नाचा एक मोठा हिस्सा अनुल्लेखित असतो.

प्र. 85. विधान (A) : खुली अर्थव्यवस्था (Open Economy) केन्सियन गुणक, बंद अर्थव्यवस्था केन्सियन गुणाकापेक्षा कमी आहे.

कारण (R) : आयातीची सीमान्त प्रवृत्ती नेहमीच उपभोगाच्या सीमान्त प्रवृत्तीपेक्षा अधिक असते.

प्र. 86. विधान (A) : बौद्धिक संपदा अधिकाऱ्यांना उरुग्वे काव्लितील व्यापार वार्तालिापात आणले गेले होते.

कारण (R) : आंतरराष्ट्रीय व्यापार नियंत्रणांना बौद्धिक संपदा अधिकाऱ्यांच्या हननाला हतोत्साहित करण्यासाठी वापरले जात होते.

प्र. 87. विधान (A) : भारताची दुसरी पंचवार्षिक योजना, विकासाच्या बाह्य अभिमुखी कार्यनीतीवर (Outward Looking strategies) आधारित होती.

कारण (R) : द्वितीय पंचवार्षिक योजना महालनोबिस प्रतिरूपावर आधारित होती.

प्र. 88. मुद्रा परिमाण सिद्धान्तानुसार (Quantity Theory of Money) किंमत स्तर वाढतो जर –

(a) मुद्रेच्या पुरवठ्यात कमी येते.

(b) मुद्रेच्या प्रसाराचा (Circulation) वेग वाढतो.

(c) सौद्याचे प्रमाण वाढते.

(d) मुद्रेची अवास्तविक मागणी वाढते.

प्र. 89. किमतीतील वृद्धीच्या प्रतिस्थापन परिणामाला (Substitution effect) मोजण्याच्या प्रतिपूरित विचरण पद्धतीत उपभोक्ता आहे.

(a) कमी प्रतिपूरित (Under compensated)

(b) अति प्रतिपूरित (Over compensated)

(c) योग्य प्रतिपूरित (Just Compensated)

(d) अप्रभावित (Unaffected)

प्र. 90. जेव्हा दोन्ही मागणी व पुरवठावक्रांचा उतार खालच्या बाजूला असतो आणि मागणीवक्र पुरवठावक्रापेक्षा अधिक खोल असेल, तर संतुलन असेल –

(a) मार्शल आणि वॉलरस दोघांच्याही मते स्थिर

(b) मार्शल आणि वॉलरस दोघांच्याही मते अस्थिर

(c) मार्शलच्या मते स्थिर व वॉलरसच्या मते अस्थिर

(d) मार्शलच्या मते अस्थिर व वॉलरसच्या मते स्थिर

प्र. 91. सजातीय उत्पादन फलनाने प्रचलित फर्मच्या विस्तार मार्गावर खालीलपैकी कोण स्थिर असतो?

1) आगत अनुपात (Input ratio)

2) आगतींचा (Input) किंमत अनुक्रपात

3) गुणकांमधील सीमान्त तांत्रिकता प्रतिस्थापन दर

4) प्रतिस्थापनेचा (Substitution) लवचिकपणा

खालील विकल्पांतून बरोबर उत्तर निवडा.

(a) 1 आणि 4   (b) 1 आणि 2

(c) 2, 3 आणि 4   (d) 1, 2, 3 व 4

प्र. 92. निविष्ठी (Input) आणि उद्दिष्टीची (Output) खालील संयोजनांवर विचार करा.

श्रम	भांडवल	वस्तू
5	10	1
6	12	2
7	14	3
8	16	4
9	18	5
10	20	6

हे उत्पादन औद्योगिक धंद्यांच्या शास्त्राचे (Technology) समाधान करतात.-

(a) प्रमाणाच्या वाढत्या मोबदल्याचे

(b) प्रमाणाच्या घटत्या मोबदल्याचे

(c) प्रमाणाच्या स्थिर मोबदल्याचे

(d) प्रमाणाच्या सुरवातीला वाढत्या मोबदल्याचे व नंतर घटत्या मोबदल्याचे.

प्र. 93. प्रतिस्पर्धात्मक उत्पादकद्वारा खर्च न्यूनतमी-करणाच्या (Minimisation) संदर्भात, खालीलपैकी कोणते एक विधान बरोबर नाही?

(a) सीमान्त तांत्रिकी प्रतिस्थापन दर आणि घटक किंमत अनुपात समान आहेत.

(b) घटकांच्या सीमान्त भौतिक उत्पादकतेचे प्रमाण आणि घटक किमतींचे प्रमाण समान आहेत.

(c) प्रश्नाधीन सम-उत्पादन (Isoquant)रेषेचा उतार आणि बजेट रेषेचा उतार समान आहेत.

(d) उत्पादनाच्या घटकांच्या सीमान्त तांत्रिकी प्रतिस्थापन दराचे साधन किमतीच्या तुलनात्मक अनुपाताने विभाजन केल्यावर शून्य मिळतो.

प्र. 94. अल्पकाळात, एका प्रतिस्पर्धात्मक फर्मची पुरवठा रेषा आहे –

(a) सरासरी परिवर्तनशील खर्चवक्राच्या न्यूनतम बिंदूवर असलेल्या सीमान्त खर्चवक्राचा वाढणारा भाग

(b) सरासरी परिवर्तनशील खर्चवक्राच्या न्यूनतम बिंदूच्या अलीकडे असणारा सीमान्त खर्चवक्राचा कमी होणारा भाग

(c) एकूण खर्चवक्राच्या उच्चतम बिंदूनंतर सीमांत खर्चवक्राचा वाढणारा भाग.

(d) वरीलपैकी कुठलेही नाही.

प्र. 95. कल्पना करा, एका अशा स्थितीची ज्यात दोन व्यक्ती विनिमयात संलग्न आहेत आणि जर व्यक्ती 1 किंमत निर्धारक आणि व्यक्ती 2 किंमत स्वीकारक आहे, तर संतुलन –

(a) होते व्यक्ती 1 च्या पुरवठावक्रावर

(b) होते व्यक्ती 2 च्या पुरवठावक्रावर

(c) होते दोन पुरवठा रेषेंच्या प्रतिच्छेदन बिंदूवर

(d) संदिग्ध (Indeterminate) आहे.

प्र. 96. दीर्घकाळात एका वस्तूची बाजार किंमत, त्याच्या उत्पादनाच्या न्यूनतम सरासरी खर्चाएवढी असते, जर तेथे असेल –

(a) पूर्ण स्पर्धा (Perfect Competition)

(b) एकाधिकार (Monopoly)

(c) अल्पाधिकार (Oligopoly)

(d) एकाधिकारक स्पर्धा (Monopolistic Competition.)

प्र. 97. विकुंचित मागणी (Kinked demand) वक्र प्रतिबिंबित होतो.

(a) एकूण मागणी वक्राच्या असते.

(b) सीमान्त खर्च वक्राच्या असते.

(c) सरासरी मागणी वक्राच्या असते.

(d) सीमान्त मागणी वक्राच्या असते.

प्र. 98. उत्पादनाच्या एका घटका (Factor of production) द्वारा मिळालेला खंड बरोबर आहे.

(a) त्यांच्या, ज्याचा हा घटक आपल्या दुसऱ्या सर्वोत्तम उपयोगातून मिळवू शकतो, त्याच्या.

(b) जो हा घटक आपल्या वर्तमान उपयोगातून मिळवतो आणि जो याला आपल्या दुसऱ्या सर्वोत्तम कामातून मिळवू शकतो त्यांच्या बेरजेच्या.

(c) त्याच्या हस्तांतरित उत्पन्नाच्या (Transfer earnings)

(d) या घटकाचे वर्तमान उत्पन्न आणि याला आपल्या दुसऱ्या सर्वोत्तम कामातून मिळवू शकतो, त्याच्या फरकाच्या.

प्र. 99. दोन निविष्ठींच्या रेषीय समरूप कॉब-डग्लस उत्पादन फलनात निविष्ठींच्यामध्ये प्रतिस्थापनेचा लवचिकपणा आहे.

(a) शून्य　　(b) एकापेक्षा जास्त　(c) एक　(d) एकापेक्षा कमी

प्र. 100. कल्पना करा, एका उपभोक्त्यासमोर दोन वस्तू x आणि y आहेत. किंमत आहे. $P_x = 4$ रु. आणि $P_y = 5$ रु. त्याच्याजवळ या वस्तूंवर खर्च

करण्यासाठी 100 रु. आहेत. कल्पना करा की वर्तमानात तो x वस्तूचे 15 एकक (सीमान्त उपयोगिता 40 बरोबर आहे.) खरेदी करतो. वरील संदर्भात, खालीलपैकी कोणते एक विधान बरोबर ठरेल?

(a) त्याची एकूण उपयोगिता वाढेल जर तो आपल्या खर्चात X वस्तूच्या अधिक आणि Y वस्तूवर कमी खर्च करेल.

(b) त्याची एकूण उपयोगिता वाढेल जर तो Y वस्तूवर अधिक व X वस्तूवर कमी खर्च करेल.

(c) त्याची एकूण उपयोगिता वाढेल जर तो दोन्ही वस्तूंवर कमी खर्च करेल.

(d) बजेटच्या ज्या सीमेचा तो सामना करतो आहे. त्याच्या सीमेत त्याची एकूण उपयोगिता अधिकतम होते आहे.

प्र. 101. जर एखाद्या व्यक्तीला आपल्या सेवेसाठी मजुरी दरात वाढ दिल्यानंतर कमी काम करताना बघितले गेले तर त्याचा अर्थ आहे की,

(a) त्या व्यक्तीसाठी आराम एक सामान्य क्रिया आहे.

(b) त्या व्यक्तीसाठी आराम ही एक अत्यंत वाईट क्रिया आहे.

(c) व्यक्ती अतर्कसंगत (Irrational) आहे.

(d) आराम ही एक गिफिन क्रिया आहे.

प्र 102. खालील आलेखात दाखवल्या गेलेल्या मागणीवक्रावर विचार करा.

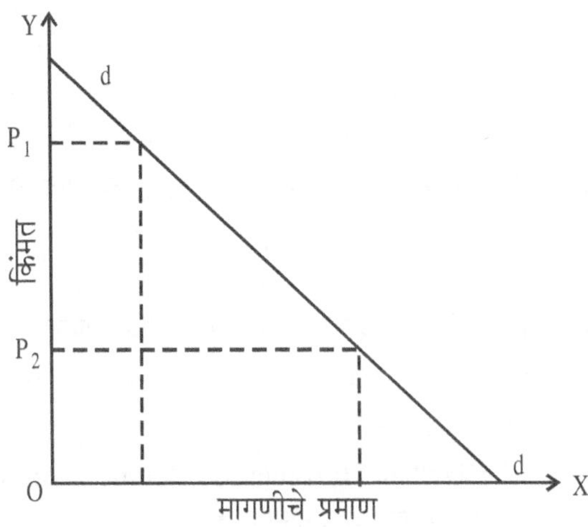

P_1 आणि P_2 किमतींवरील मागणीचा लवचिकपणा वेगवेगळा आहे कारण या किमतींवर

(a) उतार (Slopes) वेगळे आहेत.

(b) किमती वेगळ्या आहेत.

(c) प्रमाण (Quantities) वेगळे आहे.

(d) किंमत प्रमाण अनुपात वेगळा आहे.

प्र. 103. दिलेल्या मागणी फलनात $q = \dfrac{20}{P}$ (येथे P = उत्पादनाची किंमत आणि q = उत्पादनाचे प्रमाण), P = 10 वर मागणीचा लवचिकपणा असेल.

(a) 0   (b) -1   (c) -2   (d) 00

प्र. 104. सूची I (सीमान्त प्रतिस्थापन दर MRSxy) आणि सूची II (तटस्थता वक्र 1C चा आकार) ची जोडी लावून खालील विकल्पांचा वापर करून बरोबर उत्तर निवडा.

सूची I	सूची II
(A) MRSxy = शून्य	1) समकोनीय
(B) MRSxy = स्थिर पण शून्य नाही.	2) सरळ रेषा ऋणात्मक उताराची
(C) कमी होणारा MRSxy	3) IC मूळ बिंदूच्या प्रति नतोदर आहे.
(D) वाढणारा MRSxy	4) IC मूळ बिंदूच्या प्रति उन्नतीदार आहे.

विकल्प :	(A)	(B)	(C)	(D)
(a)	1	2	4	3
(b)	3	4	2	1
(c)	1	4	2	3
(d)	3	2	4	1

प्र. 105. एका निश्चित विनिमय दर (Fixed Exchange Rate) प्रणालीत, व्यवहारतोलाचे स्वचलित समायोजन आणले जाते –

(a) राजकोषीय नीती हस्तक्षेपात विचरणाद्वारा

(b) व्यापार नीती हस्तक्षेपात (Interventions) विचरणाद्वारा

(c) अंतर्गत किमतींत विचरणाद्वारा

(d) बाह्य किमतींत विचरणाद्वारा

प्र. 106. प्रवाट अधिमान विश्लेषण (Reveated Preference Analysis) साठी खालीलपैकी कोणती धारणा बरोबर नाही?

(a) संगती (Consistency)

(b) संक्रामिता (Transitivity)

(c) तर्कसंगती (Rationality)

(d) दुर्बल क्रमस्थापन (Weak ordering)

प्र. 107. एक उपभोक्ता आपले सारे उत्पन्न 500 रु. दोन वस्तू x आणि y वर, x चे 50 एकक 5 रु. प्रतिएकप्रमाणे आणि y चे 25 एकक 10 रु. प्रतिएकप्रमाणे खरेदी करून खर्च करतो. पण मंदीमुळे x आणि y च्या किमती 50% कमी होतात आणि त्याचा मालक त्याचे वेतन 500 रु. वरून कमी करून 250 रु. करतो. अशा स्थितीत तो विचार करेल की –

(a) x आणि y दोन्हींची खरेदी वाढवावी कारण त्या आता स्वस्त झाल्या आहेत.

(b) x आणि y दोन्हींची खरेदी आता कमी करावी कारण त्याचे उत्पन्न कमी झाले आहे.

(c) खरेदी x चे 50 आणि y चे 25 एक आहे तशीच (unaltered) ठेवावी.

(d) आपली खरेदी अनिश्चित पद्धतीने बदलावी.

प्र. 108. जर I = 5 + 0.2y, S = - 15 + 0.3y आणि G = 5 (जेव्हा I = गुंतवणूक, Y = राष्ट्रीय उत्पन्न, S = बचत आणि G = सरकारी खर्च) आहे. तर Y चा संतुलन स्तर काय आहे?

(a) 200   (b) 100   (c) 250   (d) 300

प्र. 109. खालील विधानांवर विचार करा.

1) निरपेक्ष उत्पन्न गृहीत कल्पना (Hypothesis) केन्सशी संबंधित आहे.

2) S = 20 + 0.4y आणि C = 20 + 0.6y समान गुंतवणूक गुणक फल देते.

3) गुंतवणूक गुणक वाढतो. जेव्हा कुठल्या व्यवस्थेत आयकर लावला जातो.

4) बाँड किंमत आणि व्याज दर प्रत्यक्ष संबंधित आहेत.

वरीलपैकी कोणती विधाने बरोबर आहेत?

(a) फक्त 1   (b) 2 आणि 3   (c) 3 आणि 4   (d) 1 आणि 2

प्र. 110. एका अर्थव्यवस्थेविषयी खालील सूचना दिल्या आहेत.

उपभोग = 5,000 रु.   संपूर्ण गुंतवणूक = 1,000 रु.

सरकारी खर्च = 800 रु.   निर्यात = 600 रु.

आयात = 800 रु.   मूल्य घट = 250 रु.

बाजार मूल्यावर GNP काय आहे?

(a) 7,100 रु.   (b) 6,850रु.

(c) 6,600 रु.   (d) 6,350 रु.

प्र. 111. रोजगाराच्या सनातनवादी सिद्धान्ताशी (Classical Theory of Employment) संबंधित खालील विधानांवर विचार करा.

1) क्लासिकल सिद्धान्त पूर्ण रोजगाराच्या धारणेवर आधारित आहे.

2) पूर्ण रोजगाराचे क्लासिकल संस्करण एक अशी स्थिती आहे, ज्यात अनैच्छिक (Involuntary) बेरोजगारी अस्तित्वात आहे.

3) पूर्ण रोजगाराचे क्लासिकल संस्करण, मौसमी बेरोजगारी व संघर्षजनित (Frictional) बेकारीशी संबंधित आहे.

4) क्लासिकल (सनातनवादी) अर्थशास्त्रज्ञांनी बेरोजगारी स्तर कमी करण्यासाठी मजुरांची कपात करण्याची वकिली केली होती.

वरीलपैकी कोणती विधाने बरोबर आहेत?

(a) 1, 2 आणि 3   (b) 2, 3 आणि 4

(c) 1, 3 आणि 4   (d) 1 आणि 2

प्र. 112. खालीलपैकी कोणता एक बचत फलन 5 च्या विनियोग गुणकाशी (Investment multiplier) मिळताजुळता आहे?

(a) $S = 28 + 0.25y$ (b) $S = 40 + 0.75y$

(c) $S = 60 + 0.20y$ (d) $S = 75 + 0.60y$

प्र. 113. जेव्हा विनियोगाच्या व्याजदराशी ऋणात्मक संबंध असतो, वस्तूबाजारात संतुलित उत्पादन होते –

(a) व्याजाच्या दराशी असंबंधित

(b) व्याजाच्या दराशी उलट दिशेने संबंधित

(c) व्याजाच्या दराशी धनात्मक संबंधित

(d) संदिग्ध (Indetermined)

प्र. 114. गुणकाचे मूल्य आणि सीमान्त उपभोग प्रवृत्ती यांमधील संबंध सांगताना खालील विधानांवर विचार करा.

1) सीमान्त उपभोग प्रवृत्ती जितकी उच्च, गुणकही तेवढाच उच्च राहील.

2) सीमान्त उपभोग प्रवृत्ती जितकी उच्च, गुणक तेवढाच कमी राहील.

3) जेव्हा सीमान्त उपभोग प्रवृत्ती एक असते, गुणकाचे मूल्य अनंत असते.

वरीलपैकी कोणती विधाने बरोबर आहेत?

(a) फक्त 1   (b) 2 आणि 3   (c) 1, 2 आणि 3   (d) 1 आणि 3

प्र. 115. खालील विधानांवर विचार करा.

1) एका अर्थव्यवस्थेत जेथे उत्पादन क्षमता वाढते आहे तेथे स्थूल खाजगी गृह गुंतवणूक मूल्य घटीपेक्षा अधिक असते.

2) सार्वजनिक कर्जावर व्याज, राष्ट्रीय उत्पन्नाचा हिस्सा नाही, परंतु व्यक्तिगत उत्पन्नात ते जोडले जाते.

3) जेव्हा मालाच्या सूचित विस्तार होतो निर्गुंतवणूक कमी होते.

4) नवा गृह क्रय GNP मध्ये विनियोगाच्या एका हिश्श्याच्या रूपात सामील होतो.

वरीलपैकी कोणती विधाने बरोबर आहेत?

(a) 1 आणि 2   (b) 3 आणि 4

(c) 1, 2 आणि 4   (d) 1, 3 आणि 4

प्र. 116. राजकोषीय खर्चा (Fiscal Spending) तील वाढीमुळे

(a) फिलिप्स वक्र उजवीकडे सरकतो.

(b) फिलिप्स वक्र डावीकडे सरकतो.

(c) फिलिप्स वक्राची हालचाल अशा प्रकारे होते की बेरोजगारी वाढते व मुद्रास्फिती कमी होते.

(d) फिलिप्स वक्राची हालचाल अशा प्रकारे होते की, बेरोजगारी कमी होते व मुद्रास्फिती वाढते.

प्र. 117. खालील विधानांवर विचार करा.

1) त्वरक प्रतिरूपा (Accelerator model) नुसार, गुंतवणूक, मागणी, GNP मध्ये परिवर्तनाच्या अनुपातात होते.

2) वास्तविक व्याजाचा दर, रोख व्याजाचा दर आणि मुद्रास्फितीचा दर यांची बेरीज असते.

3) वास्तविक व्याजाचा दर जेवढा उच्च असेल, भांडवलाचा खंड-खर्च तेवढाच उच्च असेल.

4) गुंतवणूक एक स्टॉक संकल्पना (Concept) आहे.

वरीलपैकी कोणती विधाने बरोबर आहेत?

(a) 2 आणि 3   (b) 1 आणि 2   (c) 1 आणि 3   (d) 1, 2, 3 आणि 4

प्र. 118. ''एखाद्या व्यक्तीची उपभोग प्रवृत्ती (propensity to consume) तिच्या वयावर अवलंबून असते.'' हे विधान सांगते.

(a) सापेक्षिक (Relative) उत्पन्न संकल्पना

(b) स्थायी उत्पन्न संकल्पना

(c) जीवनचक्र (Life cycle) संकल्पना

(d) निरपेक्ष उत्पन्न (Absolute Income) संकल्पना

प्र. 119. जेव्हा उत्पन्न कमी होते तेव्हा रोखता पसंतीवक्राचे (Liquidity Preference Curve) काय होते?

(a) तो निघून जात नाही.   (b) तो डावीकडे सरकतो.

(c) तो उजवीकडे सरकतो   (d) तो लंबवत अक्षाला समांतर (Parallel) होतो.

प्र. 120. 2,000 कोटी रु. खर्च असलेल्या प्रकल्प A ची MEC 15 आणि 1,100 कोटी रु. खर्च असलेल्या प्रकल्प B ची MEC 7 आणि 1,500 कोटी रु. खर्च असलेल्या प्रकल्प C ची MEC 13 आहे. जर व्याज दर 8 टक्के आहे, तर गुंतवणुकीचा एकूण संतुलन स्तर काय होईल?

(a) 2,000 कोटी रु.   (b) 1,100 कोटी रु.

(c) 1,500 कोटी रु.   (d) 3,500 कोटी रु.

उत्तरे

1. d	2. a	3. a	4. b	5. d	6. c	7. c	8. a
9. b	10. b	11. a	12. d	13. d	14. d	15. b	16. a
17. c	18. d	19. d	20. b	21. c	22. c	23. d	24. a
25. a	26. c	27. a	28. b	29. c	30. a	31. b	32. a
33. c	34. d	35. b	36. d	37. b	38. a	39. b	40. a
41. d	42. a	43. d	44. b	45. c	46. d	47. d	48. b
49. c	50. a	51. a	52. a	53. b	54. b	55. a	56. c
57. b	58. b	59. b	60. a	61. c	62. a	63. b	64. b
65. a	66. c	67. d	68. a	69. b	70. c	71. c	72. d
73. a	74. a	75. b	76. b	77. b	78. d	79. c	80. b
81. a	82. a	83. b	84. a	85. d	86. b	87. b	88. b
89. c	90. c	91. d	92. c	93. d	94. a	95. d	96. a
97. d	98. d	99. c	100. a	101. d	102. d	103. b	104. a
105. c	106. d	107. c	108. a	109. d	110. c	111. c	112. c
113. b	114. d	115. d	116. d	117. a	118. c	119. b	120. d

∎∎∎

प्रश्नसंच - ४

1) जेव्हा विनिमय दर (Exchange rates) स्थिर असतील आणि देशाच्या व्यवहारतोलात पूर्ण रोजगाराच्या स्तरावर आधिक्य (Surplus) असेल तर परिणाम होईल –

(a) किंमत स्तरात कमतरता   (b) मौद्रिक उत्पन्नात कमतरता

(c) किंमत स्तरात वाढ   (d) मौद्रिक उत्पन्नात वाढ

प्र. 2. सूची I व सूची II च्या जोड्या जुळवून खाली दिलेल्या विकल्पांतून बरोबर उत्तर निवडा.

सूची I

(A) $C = 4 + 0.64$

(B) $I = 80 - 5i$

(C) $0.3y - 20i - 150 = 0$

(D) $0.3y + 20i + 150 = 0$

सूची II

1) L.M फलन

2) IS फलन

3) उपयोग फलन (Consumption Function)

4) गुंतवणूक फलन (Investment Function)

विकल्प :	A	B	C	D
(a)	3	4	1	2
(b)	4	3	1	2
(c)	3	4	2	1
(d)	4	1	2	3

प्र. 3. जेव्हा उत्पन्नात वाढ होते तेव्हा रोखता पसंतीवक्रावर (Liquidity Preference Curve) असा परिणाम होतो की -

(a) तो डावीकडे सरकतो (Shifts to left)

(b) तो मुळीच सरकत (Shift) नाही.

(c) तो उजवीकडे सरकतो.

(d) त्याच्या उतारात (Slope) बदल होतो.

प्र. 4. मानव विकास सूचकांक (HDI) एक संमिश्र सूचकांक (Composit Index) आहे –

(a) स्वास्थ्य, साक्षरता आणि रोजगार यांचा

(b) राष्ट्रीय उत्पन्न, लोकसंख्येचा आकार आणि सामान्य किंमत स्तर यांचा

(c) राष्ट्रीय उत्पन्न, प्रतिव्यक्ती उत्पन्न आणि प्रतिव्यक्ती उपभोग यांचा

(d) भौतिक संसाधन, मौद्रिक संसाधन आणि लोकसंख्येचा आकार यांचा

प्र. 5. हेरॉड-डोमर मॉडेलनुसार दिल्या गेलेल्या सीमान्त भांडवल उत्पादन अनुपातात (Incremental Capital - output ratio) अभीष्ट वृद्धीदर (Warranted rate of growth) अवलंबून असतो-

(a) श्रम शक्तीच्या (Labour Force) वृद्धी वर

(b) गुंतवणुकीच्या सीमान्त उत्पादकतेवर (Marginal productivity of Investment)

(c) भांडवलाच्या सीमान्त कार्यक्षमते (Marginal efficiency of capital) वर.

(d) बचत-उत्पन्न अनुपातावर (Savings-income ratio)

प्र. 6. जे.आर. हिक्सच्या मते, तांत्रिक प्रगती (Technical Progress) तटस्थ (neutral) म्हणता येईल, जर –

(a) ती श्रम आणि भांडवल यांच्या सीमान्त भौतिक उत्पादकतेला (Marginal physical productivity) त्याच अनुपातात वाढवेल.

(b) ती श्रम आणि भांडवल यांच्या सरासरी उत्पादकतेला त्याच अनुपातात वाढवेल.

(c) ती मजुरी दर आणि व्याज दर यांना त्याच अनुपातात वाढवेल.

(d) ती व्याज दर आणि लाभ दर यांना त्याच अनुपातात वाढवेल.

प्र. 7. कुजनेटसच्या मते विकासाच्या प्रक्रियेत (Process of development) उत्पन्न असमानतेची (Income inequalities) प्रवृत्ती –

(a) कमी होण्याची असते.　　(b) वाढण्याची असते.

(c) आधी वाढण्याची व नंतर कमी होण्याची असते.

(d) आधी कमी होण्याची व नंतर वाढण्याची असते.

प्र. 8. श्रमाच्या पूर्ण लवचिक पुरवठ्याची (Perfectly elastic supply) निर्णायक भूमिका निभावते.

(a) माल्थसच्या विकास मॉडेलमध्ये (Growth Model)

(b) कुजनेटसच्या विकास मॉडेलमध्ये

(c) प्रेबिश संकल्पनेत (Prebish hypothesis)

(d) लेविसच्या विकास मॉडेलमध्ये

प्र. 9. खालील विधानांवर विचार करा.

आर्थिक विकासाशी संबंधित जन्म-मृत्युदराच्या संक्रमणाच्या (Demographic Transition) विशिष्ट अवस्थेचा (Specific Stages) योग्य अनुक्रम आहे–

1) निम्न मृत्युदराबरोबर निम्न जन्मदर

2) उच्च मृत्युदराबरोबर उच्च जन्मदर

3) निम्न मृत्युदराबरोबर उच्च जन्मदर

वरीलपैकी कोणते विधान बरोबर आहे?

(a) 1, 2, 3　　(b) 2, 1, 3　　(c) 2, 3, 1　　(d) 3, 2, 1

प्र. 10. रिकार्डोच्या त्या अर्थव्यवस्थेवर विचार करा, जी श्रमाच्या 45 एककांनी भरलेली आहे. ती दोन वस्तू गाजर हलवा आणि कुल्फी यांचे उत्पादन करू शकते. श्रमाचा 1 एकक 4 किलो गाजर हलवा किंवा 6 किलो कुल्फीचे

उत्पादन करू शकतो, गाजर हलव्याची आंतरराष्ट्रीय किंमत कुल्फीला मानक मानून 2 आहे. स्वतंत्र व्यापाराच्या स्थितीत हा देश –

(a) 15 किलो कुल्फीचे उत्पादन करेल.

(b) 130 किलो गाजर हलव्याचे उत्पादन करेल.

(c) 180 किलो गाजर हलव्याचे उत्पादन करेल.

(d) 270 किलो गाजर हलव्याचे उत्पादन करेल.

प्र. 11. समजा, दोन देश आहेत. घाना आणि झायरे, हेक्सचर - ओहलिन संरचना (Framework) मानली तर या दोन देशांमध्ये भांडवल आणि श्रम यांचा एकूण पुरवठा घानासाठी $Ka = 300$, $La = 150$ आणि झायरेसाठी $Ka = 110$ आणि $La = 50$ आहे. प्रत्येक देश दोन वस्तू - कोको आणि मटार यांचे उत्पादन करतो आणि दोन्ही देशांत कोकोचे उत्पादन अधिक श्रमप्रधान (Labour intensive) आहे. हेक्सचर-ओहलिनचे पूर्वकथन (Prediction) आहे की,

(a) झायरे घानाला कोको निर्यात करतो.

(b) झायरे घानाकडून कोको आयात करतो.

(c) झायरे घानाकडून मटार आयात करतो.

(d) (a) आणि (c) दोन्ही लागू होतील.

प्र. 12. जर एखाद्या छोट्या आयात प्रतिस्पर्धी (Import Competing) उद्योगाला संरक्षण (Protection) दिले जाते, तर उपभोक्त्याची बचत (Consumer Surplus) आणि अंतर्गत लाभ (Domestic Profits) क्रमश: –

(a) वाढेल, वाढेल   (b) कमी होईल, कमी होईल

(c) वाढेल, कमी होईल   (d) कमी होईल, वाढेल.

प्र. 13. खालीलपैकी कोणत्या एका अटीला घटककिंमत समीकरण प्रमेय (Factor price equalisation theorem) मध्ये मानले गेले नाही?

(a) विभिन्न घटक एंडाउमेंट (Factor endowment) च्या विशेषतेच्या आधारावर देश वर्गीकृत आहे.

(b) विभिन्न उत्पादन फलन (Production function) च्या विशेषतेच्या आधारावर देश वर्गीकृत आहे.

(c) विभिन्न घटक गहनतेच्या विशेषतेच्या आधारावर उद्योग वर्गीकृत आहे.

(d) प्रत्येक देश त्या वस्तूची निर्यात करेल ज्यात त्याने तुलनात्मक रूपाने गहनतेबरोबर भरपूर घटकाचा (Abundant factor relative intensity) उपयोग केला आहे.

प्र. 14. भारत चहाचा मोठा निर्यातक आणि सायकलीचा छोटा निर्यातक आहे; या संदर्भात खालीलपैकी कोणते एक विधान बरोबर आहे?

(a) चहावर निर्यात अनुदान (export subsidy), जागतिक चहा बाजारात भारताच्या व्यापार अटींना (Terms of trade) सुधारेल.

(b) चहावर निर्यात अनुदान, जागतिक चहा बाजारात भारताच्या व्यापार अटींना बदनाम करेल.

(c) सायकलवर निर्यात अनुदान, जागतिक सायकल बाजारात भारताच्या व्यापार अटींना सुधारेल.

(d) सायकलवर निर्यात अनुदान, जागतिक सायकल बाजारात भारताच्या व्यापार अटी अजून वाईट करेल.

प्र. 15. दोन देश शुगरलँड आणि सॉल्टलँड आहेत. प्रत्येक देश साखर आणि मीठ यांचे उत्पादन करतो. पहिला देश साखरेची व दुसरा मिठाची निर्यात करतो. स्वतंत्र व्यापार संतुलनाने सुरुवात करून शुगरलँडने लावलेले मिठाचे प्रशुल्क (Tariff) खालीलपैकी कोणत्या एका पद्धतीने प्रस्ताव वक्र (Offer curves) आणि शुगरलँडच्या परिप्रेक्ष्याने साखरेच्या तुलनात्मक किमतीवर परिणाम करेल?

(a) सॉल्टलँडच्या प्रस्तावववक्राचे स्थानांतरण (Shift) करेल, साखरेच्या किमतीत वाढ करेल.

(b) सॉल्टलँडच्या प्रस्तावववक्राचे स्थानांतरण करेल, साखरेची किंमत कमी करेल.

(c) शुगरलँडच्या प्रस्तावववक्राचे स्थानांतरण करेल, साखरेची किंमत वाढवेल.

(d) शुगरलँडच्या प्रस्तावववक्राचे स्थानांतरण करेल, साखरेची किंमत कमी करेल.

प्र. 16. भारताच्या खाद्यतेलाच्या आयातीसंबंधी खालील आलेखावर विचार करा.

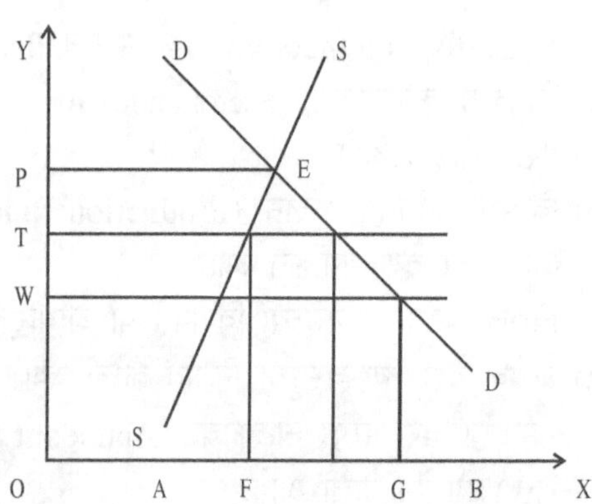

व्यापाराच्या आधी मागणीवक्र DD आणि पुरवठावक्र SS एकमेकांना E वर छेदून अंतर्गत किंमत OP देतात, जी जागतिक किंमत OW पेक्षा अधिक आहे.

जागतिक किंमत OW वर

खाद्यतेलाची मागणी = OB

खाद्यतेलाचा अंतर्गत पुरवठा = OA

खाद्यतेलाची आयात = AB

समजा, खाद्यतेलाच्या आयातीवर प्रशुल्क (Tariff) लावले जाते. किंमत वाढून OT होते.

प्रशुल्काच्या परिणामाच्या (Effect of Tariff) संदर्भात आलेखातून खालील तर्क काढले जाऊ शकतात.

आयात शुल्क

1) उपभोग कमी करते. 2) उत्पादन वाढवते. 3) व्यापाराचे प्रमाण कमी करते. खालील विकल्पांच्या मदतीने बरोबर उत्तर निवडा.

विकल्प: (a) 1, 2 आणि 3 (b) 1 आणि 2

(c) 2 आणि 3 (d) 1 आणि 3

प्र. 17. अवमूल्यनाने (Devaluation) देश आपला व्यवहारतोल सुधारू शकतो, जेव्हा निर्यात आणि आयात यांच्या मागणीच्या लवचिकपणाची (Sum of elasticities) बेरीज असते.

(a) एकापेक्षा जास्त (b) एकाबरोबर

(c) एकापेक्षा कमी (d) शून्य

प्र. 18. विनिमय दराच्या क्रयशक्ती समता (PPP) सिद्धान्ताचा निहितार्थ आहे की, A देशाची मुद्रा B देशाच्या मुद्रेच्या तुलनेत घट करेल जर -

(a) A मध्ये मुद्रास्फितीचा दर B च्या मुद्रास्फितीच्या दरापेक्षा जास्त असेल.

(b) A मध्ये सामान्य व्याजदर (Normals interest rate) B मधील सामान्य व्याजदरापेक्षा जास्त असेल.

(c) B मध्ये GDP वृद्धी दर A च्या GDP वृद्धी दरापेक्षा जास्त असेल.

(d) विदेशी प्रत्यक्ष गुंतवणूक (Foreign direct investments) B पेक्षा A कडे प्रवाहित होईल.

प्र. 19. एका स्वतंत्र तरत्या (Freely floating) विनिमय दर प्रणालीत-

(a) चालू खाते आणि भांडवली खाते यांची बेरीज शून्य होते.

(b) प्रत्येक खाते व्यक्तिगत (individually) रूपाने शून्याबरोबर होऊ शकते.

(c) विनिमय दर बाजार शक्तींनी (Market force) निर्धारित होतो.

(d) वरील सर्व विधाने बरोबर आहेत.

प्र. 20. खालील आलेखात डॉलरचा मागणी व पुरठावक्र दाखवला आहे. केंद्रीय सत्तेला विनिमय दर (रुपये प्रति डॉलर) E_2 वर ठेवायचा आहे. तेव्हा केंद्रीय सत्तेची (Central Authority) गरज असेल.

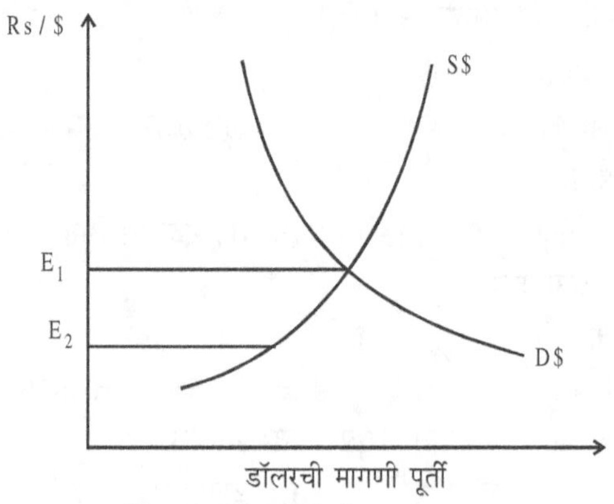

(a) डॉलर खरेदी करणे व रुपये विकण्याची

(b) डॉलर विकणे व रुपये खरेदी करण्याची

(c) आयातीवरील प्रशुल्क कमी करण्याची

(d) निर्यातीवर कर लावण्याची

प्र. 21. खालीलपैकी कोण एक भारताच्या चालू खात्याच्या परिवर्तनीयतेच्या अंतर्गत अनुज्ञेय (Permissible) नाही?

(a) विदेशी विनिमय खातेधारक निवासी

(b) भारतीय बँकांमध्ये खातेधारक विदेशी व्यक्ती (Foreigners)

(c) विदेशी मुद्रा खातेधारक निर्यातक

(d) अल्पावधी भांडवल (Short term capital) चे स्वतंत्र आवागमन

प्र. 22. बिल गेट्सने भारताच्या मागील भेटीत सरकारी एअरलाइन्सने प्रवास केला आणि बंगळूरुमध्ये क्रिकेटही पाहिले. खेळाच्या विकासासाठी त्यांनी एक मिलियन डॉलरची देणगीही कर्नाटक फंड फॉर क्रिकेट (KFC) ला दिली. त्यांनी हवाई तिकिटासाठी दिलेले पैसे आणि KFC ला दिलेली देणगी वर्गीकृत होईल –

(a) क्रमशः सेवेची निर्यात आणि भारताला एकपक्षीय हस्तांतरण (Unilateral Transfer) च्या रूपात

(b) क्रमशः दोन्ही प्रकारांत भारताला एकपक्षीय हस्तांतरणाच्या रूपात

(c) क्रमशः सेवेची आयात आणि सेवेच्या निर्यातीची आयातीच्या रूपात

(d) क्रमशः वाणिज्य वस्तूंची आयात आणि सेवेच्या आयातीच्या रूपात

प्र. 23. एका परिवर्तनशील विनिमय दर प्रणालीत (Flexible exchange rate system) अंतर्गत व्याजदरातील वृद्धी प्रेरित करेल.

(a) चालू खात्यातील सुधारणेला आणि भांडवली खात्यातील घट.

(b) चालू आणि भांडवली दोन्ही खात्यांतील सुधारणेला

(c) दोन्ही खात्यांतील घट.

(d) चालू खात्यांतील घट व भांडवली खात्यातील सुधारणेला.

प्र. 24. वर्तमान आंतरराष्ट्रीय मौद्रिक प्रणालीत भारतीय रुपयाला अधिकीलित (Pegged to) केले गेले आहे.

(a) U.S. डॉलरने   (b) U.K. पौंडाने

(c) युरोने   (d) मुद्रेच्या एका समुहाने

प्र. 25. मुद्रेच्या तटस्थतेचा (Neutrality of Money) अर्थ आहे, की मुद्रा पुरवठ्यात केल्या गेलेल्या वाढीने –

(a) सर्व किमती त्याच प्रमाणात वाढतील.

(b) सर्व किमती वेगवेगळ्या प्रमाणात वाढतील.

(c) सर्व किमती त्याच प्रमाणात कमी होतील.

(d) किमतींमध्ये काहीच बदल होणार नाही.

प्र. 26. ज्या सिद्धान्तात मुद्रेच्या देण्याघेण्यासंबंधी मागणी (Transactions demand for money) व्याजाच्या दरावर अवलंबून असते, हा सिद्धान्त प्रस्तुत केला होता.

(a) केन्स आणि पीगूने   (b) बामोल आणि टोबिनने

(c) हिक्स आणि सोलाने   (d) सॅम्युएलसन आणि मीडने

प्र. 27. जर M मुद्रा पुरवठा आहे, i व्याजाचा दर आहे आणि I गुंतवणूक आहे तर बरोबर संभाव्य अनुक्रम (Likely Sequence) असेल –

(a) M कमी होतो, i कमी होतो, I कमी होतो, GNP कमी होते.

(b) M कमी होतो, i वाढतो, I कमी होतो, GNP कमी होते.

(c) M कमी होतो, i वाढतो, I वाढतो, GNP वाढते.

(d) M वाढतो, i वाढतो, I वाढतो, GNP वाढते.

प्र. 28. मुद्रेच्या परिमाण सिद्धान्ताचा (Quantity theory of money) अर्थ आहे की, किंमत स्तरातील वृद्धी –

(a) उत्पादनातील (output) वाढीशी संबंधित असेल.

(b) मुद्रा पुरवठ्यातील वाढीशी संबंधित असेल.

(c) मुद्रा पुरवठ्यातील कमीशी संबंधित असेल.

(d) (a) आणि (b) दोन्हींशी संबंधित असेल.

प्र. 29. उच्च शक्ती मुद्रा (High powered money) आहे –

(a) केंद्रीय बँकेजवळ असलेल्या बँकांचा राखीव निधी (Reserves)

(b) बँकांचे समस्त कर्ज आणि अग्रिम (Advance)

(c) बँकांजवळ ठेवलेली मुद्रा

(d) जनतेजवळ ठेवलेली मुद्रा आणि केंद्रीय बँकेजवळ ठेवलेला राखीव निधी.

प्र. 30. खालीलपैकी कोणती एक जोडी बरोबर नाही?

(a) स्फितीकारी कालावधी (Inflationary Gap) - केन्स

(b) नगद संतुलन उपागम (Cash Balance Approach) - पीगू

(c) त्वरक-गुणक विश्लेषण (Accelarator - Multiplier Analysis) - हिक्स

(d) विनिमयाचे समीकरण (Equation of Exchange) - मार्शल

प्र. 31 एखादी व्यापारी बँक खालील प्रकारची मालमत्ता (Assets) ठेवते.

1) ट्रेझरी बिल   2) कर्ज आणि अग्रिम   3) नगदी

4) शीघ्रावधी आणि अल्प सूचना द्रव्य, (Money at call and short term notice) वाढणारी तरलता (Liquidity) यांचा बरोबर क्रम आहे.

(a) 3, 4, 1, 2   (b) 4, 1, 3, 2

(c) 3, 2, 1, 4   (d) 2, 4, 1, 3

प्र. 32. जर रिझर्व्ह बँकेला व्यापारी बँकांजवळील रोख मुद्रा (Cash) वाढवायची असेल तर तिने -

(a) आपल्या कोषातून सोने मुक्त (Release) केले पाहिजे.

(b) खुल्या बाजारातून शासकीय बाँड्स (Govt. Bonds) खरेदी केले पाहिजेत.

(c) विनिमय पत्रांसंबंधी (Bills of Exchanges) देणे-घेणे थांबवायला पाहिजे.

(d) नगदी रिझर्व्ह अनुपात (Cash Reserves Ratio) वाढवायला पाहिजे.

प्र. 33. सुवर्ण - ट्रॅन्स (रिझर्व्ह ट्रॅन्स) दर्शवितो -

(a) जागतिक बँकेची कर्ज व्यवस्था (Loan System)

(b) केंद्रीय बँकेची कुठली एक क्रिया (Operation)

(c) WTO ने त्याच्या सदस्यांना दिलेली एक पतप्रणाली (Credit System).

(d) IMF ने त्याच्या सदस्यांना दिलेली एक पतप्रणाली.

प्र. 34. WTO च्या सुविधांतर्गत -

(a) G-7 देशांजवळ 'विवाद निपटारा निकाय' (Dispute Settlement Body) ने दिलेल्या अधिमताला नाकारण्याचा निषेधाधिकार (Powers to over-rule the verdict)

(b) एक किंवा अनेक देशांच्या समूहाने प्रकरण दाखल केल्यानंतर विवाद निपटारा यंत्रणेत प्रकरण दाखल केल्याच्या 15 महिन्यांच्या आत अधिकतम (अपिलांसकट) घ्यायचे असते.

(c) सेवेंच्या व्यापारावर कुठलीही तडजोड करायची नाही.

(d) वरील सर्व विधाने बरोबर

प्र. 35. अधिकतम लाभाचा सिद्धान्त संबंधित आहे –

(a) फक्त करारोपणाशी   (b) फक्त खर्चाशी

(c) फक्त सार्वजनिक कर्जाशी   (d) करारोपण व सार्वजनिक खर्च दोन्हींशी

प्र. 36. करारोपणात न्यायाला सर्वांत जास्त सुनिश्चित केले जाते –

(a) समान शुद्ध त्याग (Equal Absolute Sacrifice) च्या सिद्धान्ताचा वापर करून

(b) समान अनुपातिक त्यागाच्या (Equal Proportional Sacrifice) सिद्धान्ताचा वापर करून.

(c) समान सीमान्त त्यागाच्या (Equal Marginal Sacrifice) सिद्धान्ताचा वापर करून.

(d) प्रतिदानाच्या (Quid pro quo) च्या सिद्धान्ताचा वापर करून

प्र. 37. टॉबिन कर –

(a) निर्यातीवरील कर आहे.

(b) आयातीवरील कर आहे.

(c) विदेशी विनिमयाच्या देण्याघेण्यावरील कर आहे.

(d) विक्री (sales) कर आहे.

प्र. 38. अर्थसंकल्पीय तुटीत सामील नसते –

(a) राजस्व (Revenue) तूट

(b) भांडवल बजेट (Capital Budget) तूट

(c) व्यवहारातील (Balance of Payment) तूट

(d) सार्वजनिक, कर्जा (Public Debet) वर व्याज-प्रदान

प्र. 39. विचलनाच्या वर्गाची बेरीज (Sum of Squared Deviation) न्यूनतम असते जेव्हा विचलन-

(a) बहुलका (Mode) तून घेतले असेल.

(b) माध्यिका (Median) तून घेतले असेल.

(c) अंकगणित माध्य (Arithmatic mean) तून घेतले असेल

(d) भौमितिकमध्य (Geometric means) तून घेतले असेल.

प्र. 40. समजा, a व्यक्तींचे सरासरी वजन 50 किलो आहे, पहिल्या पाच व्यक्तींचे सरासरी वजन 45 किलो आहे आणि शेवटच्या 5 व्यक्तींचे सरासरी वजन 55 किलो आहे, तर पाचव्या व्यक्तींचे वजन किती असेल ?

(a) 45.0 किलो   (b) 47.5 किलो

(c) 50.5 किलो   (d) 52.5 किलो.

प्र. 41. खालील सांख्यिकीय मापांपैकी (Stastical measures) कोणते एक सर्वांत मोठ्या किंवा सर्वांत छोट्या संख्येने प्रभावित होत नाही?

(a) माध्यिका (Medina)

(b) हरात्मक मध्य (Harmonic Mean)

(c) मानक विचलन (Standard deviatoon)

(d) विचरण गुणांक (Coefficient of variation)

प्र. 42. x आणि y या दोन गोष्टींचे वितरण खाली दिले आहे.

x	1	2	3	4	5
y	3	4	5	6	7

y चे मानक विचलन (Standard deviation) होईल –

(a) x च्या मान विलनाबरोबर   (b) (x चा मानक विचलन) × 2

(c) (x चा मानक विचलन) + 2   (d) (x चा मानक विचलन) – 2

प्र. 43. सहा संख्यांचा 3, 3, 3, 5, 5, 5 मानक विचलन (Standard deviation) –

(a) 1 आहे   (b) 4 आहे   (c) 0 आहे.

(d) मिळवता येत नाही. कारण मापनाचे एकक दिलेले नाही.

प्र. 44. जर एका नमुना आकड्यासाठी (sample data) माध्य < माध्यिका < बहुलक तर वितरण –

(a) उजवीकडे विषम (Skewed to right) आहे.

(b) प्रमाणबद्ध (Symmetric) आहे.

(c) डावीकडे विषम (Skewed to left) आहे.

(d) प्रमाणबद्धही नाही आणि विषमही नाही.

प्र. 45. जर $x = \dfrac{9 - U}{3}$ आणि $y = V - 4$ आणि U व V च्या मध्ये सहसंबंध गुणांक (Correlation Coefficient) 0.93 आहे. तर X आणि Y मधील सहसंबंध गुणांक असेल –

(a) 0.093   (b) -0.093

(c) -0.93   (d) व्युत्पन्न (Derived) केले जाऊ शकत नाही.

प्र. 46. खालीलपैकी कोणते एक अभिकरण (Agency) भारतात राष्ट्रीय उत्पन्नाच्या अभिकलनासाठी (Computation) जबाबादार आहे?

(a) एन.सी.ए.इ.आर   (b) सी.एस.ओ.

(c) एन.एस.एस.   (d) आर.बी.आय.

प्र. 47. भारताच्या एकूण रोजगारात कृषिक्षेत्राचा अंदाजे किती हिस्सा आहे?

(a) 65 टक्के   (b) 50 टक्के   (c) 45 टक्के   (d) 40 टक्के

प्र. 48. नवी योजना अवधीसाठी सुधारित (Revised) वार्षिक स्थूल अंतर्गत उत्पादन वृद्धीदर आहे –

(a) 7.0 टक्के   (b) 6.5 टक्के

(c) 6.0 टक्के   (d) 5.5 टक्के

प्र. 49. भारतात खालीलपैकी कोणते एक अंतिम रूपाने पंचवार्षिक योजनांचे समर्थन (approve) करते?

(a) केंद्रीय मंत्रिमंडळ   (b) योजना आयोग

(c) राष्ट्रीय विकास परिषद   (d) संसदीय योजना समिती

प्र. 50 सूची I व सूची II च्या जोड्या जुळवून खालील विकल्पांतून योग्य उत्तर निवडा.

(A) 73 वे संविधान अधिनियम   1) आधारित संरचनात्मक विकास

(B) नरसिंहम समिती   2) वित्तीय क्षेत्र

(C) पुनर्गुंतवणूक आयोग   3) पंचायती राज

(D) राकेश मोहन समिती   4) सार्वजनिक क्षेत्र उद्योग

विकल्प :	(A)	(B)	(C)	(D)
(a)	3	2	4	1
(b)	2	3	1	4
(c)	3	2	1	4
(d)	2	3	4	1

प्र. 51. भारताच्या पंचवार्षिक योजनांपैकी कोणत्या एकीला तिच्या समापनाच्या तारखेपूर्वींच संपविले गेले?

(a) तिसरी पंचवार्षिक योजना   (b) चौथी पंचवार्षिक योजना

(c) पाचवी पंचवार्षिक योजना   (d) सहावी पंचवार्षिक योजना

प्र. 52. आयोजनाच्या अंतर्गत बाजाराची भूमिका (Rule of Market) या संदर्भात खालीलपैकी कोणते एक विधान बरोबर आहे?

(a) मिश्र अर्थव्यवस्थेत आयोजनाच्या अंतर्गत बाजाराची महत्त्वाची भूमिका असते.

(b) बाजार तंत्र (Market Mechanism) आणि आयोजन बरोबर राहू शकत नाहीत.

(c) योजक संसाधनांचे वाटप (Allocation of resources) निश्चित करतात, पण बाजार, निर्णायक रूपाने किमती निश्चित करतो.

(d) योजक किमती निश्चित करतात पण बाजार साधनांचे वाटप निश्चित करतो.

प्र. 53. भारतात लोकसंख्यावाढीच्या संदर्भात 'महान विभाजनाचे वर्ष' (Year of great devide) आहे –

(a) 1911   (b) 1921   (c) 1947   (d) 1971

प्र. 54. ब्रिटिश शासनकाळात भारतात रेल्वेचा विकास केला गेला होता –

(a) भारतीय अर्थव्यवस्थेच्या विकासासाठी जास्त चांगली आधारित संरचना (infracture) निर्माण करण्यासाठी

(b) ब्रिटिश उद्योगांसाठी भारतातून इंग्लंडला कच्चा माल निर्यात करण्यासाठी.

(c) भारतीयांना जास्त चांगली वाहतूक सुविधा प्रदान करण्यासाठी

(d) भारतात व्यापार आणि वाणिज्य विकसित करण्यासाठी

प्र. 55. भारतात गरिबीबद्दलचा 'निचरा सिद्धान्त' (Drain theory) संबंधित आहे.

(a) एम. विश्वेशरैया   (b) व्ही.के.आर.व्ही. राव

(c) दादाभाई नौरोजी   (d) सुभाषचंद्र बोस

प्र. 56. भारतात संपूर्ण योजनाकाळात सकल (Gross) पीकक्षेत्रात खाद्यात्रांतर्गत क्षेत्रफळाचा तुलनात्मक हिस्सा (Relative Share) –

(a) कमी झाला   (b) वाढला

(c) तेवढाच आहे.   (d) आधी कमी झाला नंतर वाढला.

प्र. 57. खालीलपैकी कोणते एक विधान हरित क्रांतीच्या प्रकारचे सर्वांत जास्त योग्य (appropriate) पद्धतीने वर्णन करते?

(a) हिरव्या भाज्यांचा घनदाट मळा (Intensive cultivation)

(b) सघन कृषी जिल्हा कार्यक्रम (IADP)

(c) जास्त पिके देणाऱ्या जातींचा कार्यक्रम (HYVP)

(d) बीज-खत-पाणी शास्त्र (Seed-fertilize-water Technology)

प्र. 58. NABARD चे मुख्य काम आहे-

(a) जनतेला कर्ज देणे

(b) जनतेकडून जमा स्वीकारणे

(c) ग्रामीण क्षेत्राच्या विकासासाठी व्यापारी बँका आणि क्षेत्रीय ग्रामीण बँकांना कर्ज देणे

(d) सरकारी प्रतिभूतींमध्ये (Govt. securities) सौदा करणे

प्र. 59. खालील विधानांवर विचार करा –

आधारभूत किमतींवर (Support Prices) खाद्यान्नांची उपलब्धता (Procurement)

1) कृषी किमतींत स्थिरता निश्चित

2) शेतकऱ्यासांठी लाभदायक किमती निश्चित करते.

3) खाद्यान्नांचा सार्वजनिक स्टॉक निर्माण करण्यात मदत करते.
   वरील विधानांपैकी कोणती विधाने बरोबर आहेत?

(a) 1 आणि 2   (b) 2 आणि 3

(c) 1 आणि 3   (d) 1, 2 आणि 3

प्र. 60. खालील संस्थांच्या स्थापनेचा भारतातील बरोबर अनुक्रम आहे –
(a) SIDBI, NABARD, IDBI, IFCI
(b) IDBI, NABARD, IFCI, SIDBI
(c) IFCI, IDBI, NABARD, SIDBI
(d) IFCI, SIDBI, IDBI, NABARD

प्र. 61. भारत सरकारचे, विभागीय रूपाने संचलित दोन मुख्य वाणिज्यिक प्रकल्प आहेत. (Commercial undertakings) –

(a) रेल्वे आणि विमानतळ   (b) रेल्वे आणि पोस्ट

(c) विमानतळ आणि बंदर   (d) विमानतळ आणि पोस्ट

प्र. 62. खालीलपैकी कोणता आकडा वित्तीय वर्ष 2000-2001 साठी ठरवल्या गेलेल्या पुनर्गुंतवणूक रकमेला दर्शवितो?

(a) 10,000 कोटी रुपये   (b) 15,000 कोटी रुपये

(c) 20,000 कोटी रुपये   (d) 30,000 कोटी रुपये

प्र. 63. भारतात राज्य विद्युत मंडळाच्या तोट्यात फार मोठ्या भागासाठी जबाबदार आहे –

1) कृषी आणि घरगुती उपभोक्त्यांना विद्युत पुरवठ्यावर मोठी सवलत (Subsidy)

2) मंडळाच्या ताब्यात असलेल्या विद्युत यंत्रांच्या रक्षणाची गैरव्यवस्था आणि चुकीचे प्रबंधन.

3) वीजचोरी व गळती

वरीलपैकी कोणती विधाने बरोबर आहेत?

(a) 1 आणि 2   (b) 2 आणि 3   (c) 1 आणि 3   (d) 1, 2 आणि 3

प्र. 64. खाली उल्लेख केलेल्या बेरोजगारीच्या चार प्रकारांपैकी भारतीय अर्थव्यवस्थेसाठी सर्वांत घातक कोणती आहे?

(a) चक्रीय (Cyclical) बेरोजगारी

(b) संघर्षजन्य (Frictional) बेरोजगारी

(c) ग्रामीण क्षेत्रातील प्रच्छन्न (Disguised) बेरोजगारी

(d) शिक्षित वर्गातील शहरी (Urban) बेरोजगारी

प्र. 65. खालीलपैकी कोणता श्रम कायदा भारतात कृषी कामगारांच्या हिताचे रक्षण करण्याचा प्रयत्न करतो?

(a) कर्मचारी राज्य विमा अधिनियम 1948

(b) न्यूनतम मजुरी अधिनियम 1948

(c) कर्मचारी भविष्य निधी अधिनियम 1952

(d) कामगार क्षतिपूर्ती (Workmens' compensation) अधिनियम 1923

प्र. 66. खालीलपैकी कोणत्या एका गोष्टीचे 1999-2000 मध्ये होणाऱ्या निर्यातीत सर्वाधिक योगदान (मूल्याच्या रूपात) होते?

(a) कृषी व त्यासंबंधित माल   (b) अयस्क आणि खनिज

(c) पुनर्निर्मित वस्तू   (d) खनिज तेल व वंगण

प्र. 67. खालीलपैकी कोणती एक वर्तमानात भारताच्या आयातीत महत्त्वाची गोष्ट नाही?

(a) खाद्यान्न   (b) खाद्य तेल   (c) उर्वरक (खते)   (d) न्यूज प्रिंट

प्र. 68. खालीलपैकी कोणते एक क्षेत्र व्यापारात भारताचा सर्वांत मोठा भागीदार आहे?

(a) पश्चिम आशिया   (b) युरोपियन संघ

(c) पूर्व युरोपियन देश   (d) उत्तर अमेरिका

प्र. 69. खालील विधानांवर विचार करा.

भारत आपल्या उपभोक्ता वस्तूंच्या निर्यातीला मूल्यवर्धित स्वरूपात (value - added forms) वाढवण्याचा प्रयत्न करतो आहे, कारण या गोष्टींमुळे उत्पन्न आणि

1) श्रमाच्या खर्चात पुष्कळ फरक आहे.

2) कच्च्या मालाच्या खर्चात पुष्कळ फरक आहे.

3) आयातीत घटकांच्या (Imported componets) खर्चात पुष्कळ फरक आहे.

वरीलपैकी कोणती विधाने बरोबर आहेत?

(a) फक्त 1   (b) फक्त 2   (c) 1 आणि 2   (d) 2 आणि 3

प्र. 70. खालील विधानांवर विचार करा.

1) WTO निर्यातकांनी सुरुवातीला आपल्या देशात ग्राहकांकडून घेतलेली किंमत आणि आयातक देशात प्रभारित केली जाणारी किंमत यांतील फरकाला संपवण्यासाठी आयात शुल्काच्या उद्ग्रहणाला (Levying of import duty) संमती दिली.

2) WTO आयातींवर शुल्क लावण्याची परवानगी यासाठी देतो कारण काही निर्यातक आपल्या सरकारकडून मिळालेल्या निर्यात अनुदान (Export Subsidy) चा गैरफायदा घेऊ शकतात.

त्या आयात शुल्कांना क्रमशः म्हटले जाते –

(a) प्रतिकारी शुल्क (Countervailing duty), प्रतिपादन शुल्क (Anti-dumping duty)

(b) प्रतिपादन शुल्क, सुरक्षा प्रावधानांच्या (Safeguard Provision) आधीन शुल्क

(c) प्रतिकारी शुल्क, सुरक्षा प्रावधानांच्या आधीन शुल्क

(d) अतिपादन शुल्क, प्रतिकारी शुल्क

प्र. 71. ठोककिंमत सूचकांकाच्या (WPI) नवीन श्रृंखलेचे आधारवर्ष आहे –

(a) 1981-82   (b) 1990-91   (c) 1993-94   (d) 1997-98

प्र. 72. भारतीय रिझर्व्ह बँकेने किंमत स्थिरता कायम ठेवण्यासाठी खालील पत (Credit) नियंत्रणाच्या उपायांपैकी कोणत्या एकावर मागील दहा वर्षांच्या काळात सर्वांत जास्त विश्वास ठेवला होता?

(a) बँकदर (Bank rate)

(b) खुल्या बाजारातील व्यवहार (Open market operations)

(c) नगदी रिझर्व्ह गरजा (Cash reserve requirements)

(d) वैधानिक तरलता गरजा (Statutory liquidity requirements)

प्र. 73. खाली दिलेल्या बँकांच्या राष्ट्रीयीकरणाचा बरोबर अनुक्रम काय आहे?

(a) भारतीय स्टेट बँक, भारतीय रिझर्व्ह बँक, 14 वाणिज्य बँका, 6 वाणिज्य बँका

(b) भारतीय रिझर्व्ह बँक, 14 वाणिज्य बँका, भारतीय स्टेट बँक, 6 वाणिज्य बँका

(c) भारतीय रिझर्व्ह बँक, भारतीय स्टेट बँक, 14 वाणिज्य बँका, 6 वाणिज्य बँका

(d) 14 वाणिज्य बँका, 6 वाणिज्य बँका, भारतीय रिझर्व्ह बँक, भारतीय स्टेट बँका

प्र. 74. एक वित्त-विधेय (Finance bill). ते विधेयक आहे.

(a) जे भारताच्या संचित निधीतून (Consolidated fund of India) खर्चाला प्राधिकृत (Authorise) करते.

(b) जे भारताच्या आकस्मिक निधीतून (Contingency fund of India) खर्चाला प्राधिकृत (Authorise) करते.

(c) जे आगामी वित्तीय वर्षासाठी संघ सरकारच्या वित्तीय प्रस्तावांना प्रभावी बनवण्यासाठी दर वर्षी प्रस्तुत केले जाते.

(d) जे मागील वित्तीय वर्षात संघ सरकारद्वारा स्वीकृत वित्तीय प्रस्तावांना (Financial proposals) संपुष्ट करण्यासाठी दर वर्षी प्रस्तुत केले जाते.

प्र. 75. उत्तरउदारीकरण अवधी (Post - Liberalisation Period) मध्ये भारताचा सकल (Gross) कर राजस्वात प्रत्यक्ष करांचा हिस्सा –

(a) वाढला आहे (b) कमी झाला आहे.

(c) आधी वाढला नंतर कमी झाला. (d) आहे तेवढाच राहिला आहे.

प्र. 76. खालीलपैकी कोणता एक कर राज्य सरकारच्या राजस्वाचा अनन्य स्रोत (Exclusive source) आहे?

(a) उत्पादन शुल्क (Excise duty) (b) सीमा शुल्क (Customs duty)

(c) भू-राजस्व (Land revenue) (d) संपत्ती कर (Wealth tax)

प्र. 77. खालीलपैकी कोणता एक संघीय कर-राजस्व (Union tax Revenue) चा स्रोत नाही?

(a) संपत्ती कर (Property tax) (b) भू-राजस्व (Land revenue)

(c) निगम कर (Corporate tax) (d) सीमा शुल्क (Customs duty)

प्र. 78. नव्या चलनवाढ श्रृंखलेचे आधारभूत वर्ष आहे –
(a) 1993-94 (b) 1996-97
(c) 2004-05 (d) 2008-09

प्र. 79. सध्या कर्मचारी भविष्य निर्वाह (PF) चा व्याजदर किती आहे?
(a) 5% (b) 7.5% (c) 8% (d) 9.5%

प्र. 80. फोर्ब्सच्या प्रभावशाली महिलांच्या यादीत खालीलपैकी कोणत्या भारतीय महिलेचा समावेश नाही?
(a) इंद्रा नुयी (b) आरती कश्यप
(c) शिखा शर्मा (d) चंदा कोचर

प्र. 81. अकराव्या वित्त आयोगाच्या प्रतिवेदनानुसार खालीलपैकी कोणते एक राज्य उच्च उत्पन्न असलेले राज्य नाही?
(a) पश्चिम बंगाल (b) गोवा
(c) हरियाणा (d) गुजराथ

प्र. 82. 2008-2009 च्या बजेटमध्ये भांडवली खर्चाचे एकूण खर्चाशी प्रमाण किती टक्के आहे?
(a) 11 टक्के (b) 12.4 टक्के (c) 18 टक्के (d) 14 टक्के

सूचना : पुढील सात प्रश्नांमध्ये दोन वक्तव्ये आहेत. एकाला विधान 'A' व दुसऱ्याला कारण 'R' म्हटले आहे. दोन्ही वक्तव्यांचे काळजीपूर्वक परीक्षण करून निर्णय घ्यायचा आहे की विधान 'A' आणि कारण 'R' वेगवेगळे बरोबर आहेत का? आणि जर असतील तर कारण विधानाचे बरोबर स्पष्टीकरण आहे का? या प्रश्नांचे उत्तर खाली दिलेल्या विकल्पांच्या आधारे निवडा.

विकल्प : (a) A आणि R दोन्ही बरोबर आहेत आणि R हे A चे बरोबर स्पष्टीकरण आहे.
(b) A आणि R दोन्ही बरोबर आहेत पण R हे A चे बरोबर स्पष्टीकरण नाही.
(c) A बरोबर पण R चूक आहे.
(d) A चूक आहे पण R बरोबर आहे.

प्र. 83. विधान (A) : राष्ट्रीय उत्पन्न अंदाजात (estimation) स्थानांतरित उत्पन्न (Transfar earnings) सामील केले जात नाही.
कारण (R) : स्थंनांतरित उत्पन्न (Transfer earnings) घटक सेवेसाठी (factor service) प्रदान नाही.

प्र. 84. विधान (A) : अव्यापाराच्या तुलनेत मुक्त व्यापाराने एखाद्या देशाला उत्पादनांच्या उपभोगाचे लाभ मिळतात.

कारण (R) : व्यापारातून मिळणाऱ्या लाभाचा परिणाम (Magnitude of gain) अव्यापाराने (Notrade) झालेल्या मूल्य परिवर्तनाच्या परिणामाहून (Magnitude of price change) स्वतंत्र असतो.

प्र. 85. समजा, पाकिस्तान भारताबरोबर आपल्या शेजारी देशाशी FTA (मुक्त व्यापार क्षेत्र) निर्माण करतो आणि या FTA च्या निर्मितीपूर्वी, पाकिस्तान विशेष प्रकारचे जडजवाहीर दक्षिण आफ्रिकेतून आयात करत होता. पण आता त्यांना भारतातून आयात करायचे आहे याला 'व्यापार-विपथन' (Trade Diversion) म्हणतात.

कारण (R) : आता पाकिस्तानात भारताकडून खूप जास्त FDI (विदेशी प्रत्यक्ष गुंतवणूक) होते, जी पूर्वी होत नव्हती, याला व्यापार सृजन (Trade creation) म्हणतात.

प्र. 86. विधान (A) : एखाद्या देशाचा व्यापारतोल नेहमी शून्याच्या बरोबर असतो.

कारण (R) : जर देशाच्या व्यापारतोलाचा (BOP) लेखा घाटा आहे, तर त्याचे वित्तीयन, निश्चितपणे राखीव निधीत (Reserve fund) बदलून, दीर्घावधी भांडवल संचलन (Long term Capital movements) किंवा दीर्घावधी कर्ज ग्रहणा (Long term borrowing) द्वारा केले गेले पाहिजे.

प्र. 87. विधान (A) : विकसनशील देशांत सार्वजनिक खर्चाच्या वित्तव्यवस्थेसाठी करारोपणापेक्षा सरकारी कर्जग्रहणा (Government borrowings) ला जास्त प्राधान्य (Preference) दिले जाते.

कारण (R) : करारोपणासाठी सध्याच्या उपभोगात कपात आवश्य होईल.

प्र. 88. विधान (A) : भारतात सन 1999 मध्ये वास्तविक व्याजदरांमध्ये वाढ झाली होती.

कारण (R) : त्या कालावधीत मुद्रास्फितीच्या दरात कमी आली होती.

प्र. 89. विधान (A) : भारतात सार्वजनिक क्षेत्रांच्या बँकांच्या लाभ दायकतेत नंतर क्षरण (Erosion) झाले आहे.

कारण (R) : बँकांमध्ये गैरकार्यरत मालमत्ता (Non-performing assets) निर्माण झाली आहे.

प्र. 90. जेव्हा मागणीची किंमत-लवचिकता एकक असेल तेव्हा सीमान्त उत्पन्न होईल –

(a) शून्यापेक्षा कमी
(b) शून्याच्या बरोबर
(c) एकाच्या बरोबर
(d) एकापेक्षा जास्त

प्र. 91. एखाद्या वस्तूच्या मागणीवक्राच्या खालचे एकूण क्षेत्र मोजते –

    (a) सीमान्त उपयोगिता   (b) एकूण उपयोगिता

    (c) उपभोक्त्याची बचत   (d) उत्पादकाची बचत

प्र. 92. जर किंमत उपभोगवक्र (PCC) क्षितिज समांतर असेल, तर X (ज्याची किंमत पडते आहे) साठी मागणीची किंमत - लवचिकता होईल.

    (a) शून्य   (b) एक

    (c) एकापेक्षा जास्त   (d) एकापेक्षा कमी

प्र. 93. जेव्हा दोन मागणीवक्र एकमेकांना छेदतात (Intersect) तेव्हा प्रतिच्छेदन बिंदू (Point of intersection) वर

    (a) ते एकसारखे लवचिक (Equally elastic) असतील

    (b) तुलनेत उभा वक्र (Steeper curve) अधिक लवचिक असेल

    (c) तुलनेत सपाट वक्र (Flatter curve) अधिक लवचिक असेल

    (d) त्यांच्या लवचिकतेची तुलना केली जाऊ शकत नाही.

प्र. 94. उत्पादन फलन $Y = LK$

    (a) द्वितीय प्रमाणाचा समघात (Homogeneous of degree two) आहे.

    (b) प्रथम प्रमाणाचा समघात आहे.

    (c) शून्य प्रमाणाचा समघात आहे.

    (d) असमघात (Non-homogeneous) आहे.

प्र. 95. समजा, उत्पादन (y) भांडवल (K) चे फलन आहे. तेव्हा उत्पादनाची भांडवल लवचिकता (Capital Elasticity) दिली जाते –

    (a) $\dfrac{MP_K}{AP_K}$ ने   (b) $\dfrac{AP_K}{MP_K}$ ने

    (c) $\dfrac{Y}{K}$ ने   (d) वरीलपैकी कशानेही नाही.

प्र. 96. एका विशुद्ध स्पर्धा बाजारात (Competitive Market) एका फर्मचे उत्पादन फलन $Y = L^\alpha K^{1-\alpha}$ (Y = उत्पादन, L = श्रम आणि K = भांडवल) आहे, खालीलपैकी कोणते एक उत्पादनात श्रमाचा अंश मोजेल?

    (a) α (b) $L(\alpha)$ (c) L^α (d) α/L

प्र. 97. पुरवठावक्राची किंमत लवचिकपणा फक्त एकाबरोबर होईल जेव्हा -

    (a) ती धनात्मक अंतखंड (intercept) च्या बरोबर एक सरळ रेषा असेल.

(b) ती ऋणात्मक अंतखंडाबरोबर एक सरळ रेषा असेल.

(c) ती मूळ (Origin) बिंदूतून जाणारी एक सरळ रेषा असेल.

(d) ती क्षितिज समांतर (Horizontal) असेल.

प्र. 98. समजा, दोन घटक पूर्णतः स्थानापत्र (Perfect substitutes) आहेत तेव्हा सम उत्पादन व Isoquant.

(a) एक सरळ रेषा असेल

(b) एक परवलय (Parabola) असेल

(c) एक समकोनीय अतिपरवलय (Rectangular hyperbola) असेल.

(d) एक 'L' आकाराचा वक्र असेल.

प्र. 99. पूर्ण प्रतिस्पर्धेच्या अंतर्गत जेव्हा आगम (Input) किंमती स्थिर असतील व बहिर्गत बचती आणि 'वाया जाण्याचे प्रमाण' (Diseconomies) नसेल तेव्हा उद्योग पुरवठावक्र

(a) सरासरी खर्चवक्रांच्या ऊर्ध्वाधर (Vertically) बेरजेतून व्युत्पन्न होतो.

(b) सरासरी खर्चवक्रांच्या क्षितिज समांतर (Horizontally) बेरजेतून व्युत्पन्न होतो.

(c) सीमान्त खर्चवक्रांच्या ऊर्ध्वाधर बेरजेतून व्युत्पन्न होतो.

(d) सीमान्त खर्च वक्रांच्या क्षितिज समांतर बेरजेतून व्युत्पन्न होतो.

प्र. 100. एकाधिकार संतुलनाने सुरुवात करून कुठल्याही नीतिगत हस्तक्षेपा (Policy intervention) शिवाय पण बाजार कार्यकुशलता (Market efficiency) सुधारली जाऊ शकते –

(a) प्रति-एक उत्पादन कर लावून

(b) प्रति-एक विक्री कर लावून

(c) लाभ-कर (Profit tax) लावून

(d) वर्तमान संतुलन किमतीच्या खाली किमतीची उच्चतम सीमा (Celling) लावून

प्र. 101. एका घटत्या खर्चाच्या उद्योगात (Decreasing Cost industruy) 'सीमान्त-खर्च किंमत निर्धारण' सिद्धान्ताच्या वापराने होईल –

(a) आधिक्य (Surplus)

(b) अनुदानाची (Subsidies) आवश्यकता असलेले नुकसान

(c) आधिक्यही नाही, नुकसानही नाही.

(d) उत्पादनात (Output) घसरण

प्र. 102. एकाधिकारात्मक प्रतिस्पर्धेत (Mopolistic Competition) एखादी फर्म दीर्घकालीन संतुलनात आहे –

(a) दीर्घकालीन सरासरी खर्चवक्राच्या न्यूनतम बिंदूवर

(b) दीर्घकालीन सरासरी खर्चवक्राच्या पडणाऱ्या भागात

(c) दीर्घकालीन सरासरी खर्चवक्राच्या वर जाणाऱ्या भागात

(d) जेव्हा किंमत सीमान्त खर्चाबरोबर असते.

प्र. 103. खाली पडणारा मागणीवक्र आणि वर चढणारा पुरवठा वक्र असलेल्या विशुद्ध स्पर्धा बाजारात उत्पादनाच्या प्रति एककावर एक विशिष्ट उत्पादन कर (Specific excise tax) लावला जातो तेव्हा -

(a) किंमत कराच्या प्रमाणाबरोबर वाढत जाते.

(b) किंमतीत कराच्या प्रमाणापेक्षा कमी वाढ होते.

(c) किंमतीत कराच्या प्रमाणापेक्षा जास्त वाढ होते.

(d) किंमत आहे तशीच राहते.

प्र. 104. उत्पादनाच्या घटकाने (Factor of Production) मिळवलेला खंड बरोबर असतो.

(a) हा घटक (factor) पुढील सर्वांत चांगल्या उपयोगातून जे मिळवू शकतो, त्याच्या

(b) हा घटक (Factor) वर्तमान उपयोगात जे मिळवितो आणि जे तो आपल्या पुढील सर्वांत चांगल्या उपयोगातून मिळवू शकेल त्यांच्या बेरजेच्या

(c) त्याच्या वर्तमान (Current earnings) मिळकतीच्या

(d) हा घटक (factor) वर्तमानात जे मिळवितो आहे आणि जे तो घटक आपल्या पुढील सर्वांत चांगल्या उपयोगातून मिळवू शकेल त्यातील फरकाच्या

प्र. 105. स्थिर फलाच्या (Constant retuns to scale) अंतर्गत बेरीज प्रमेय (Adding up Theorem) तेव्हा लागू होते जेव्हा उत्पादनाच्या घटकांचे प्रदान केले जाते त्यांच्या -

(a) सीमान्त उत्पादकतेनुसार   (b) सरासरी उत्पादकतेनुसार

(c) एकूण उत्पादकतेनुसार

(d) सीमान्त उत्पादकतेच्या-सरासरी उत्पादकतेबरोबरच्या अनुपातानुसार

प्र. 106. एखाद्या देशातील उत्पन्न असमानतेला (Income inequalities) मोजले जाऊ शकते -

(a) लॉरेंज वक्राद्वारा (Lorenz curve)

(b) गिनी गुणांकाद्वारा (Gini coefficient)

(c) विभिन्न आकार वर्गाने मिळालेले उत्पन्न

(d) वरील सर्वांनी

प्र. 107. बाजार विफलता (Market failure) निर्माण होऊ शकत नाही.

(a) वाढत्या फलाच्या स्थितीत

(b) सार्वजनिक वस्तूंच्या स्थितीत

(c) उपभोग बाह्यतेच्या (Consumption externalities) स्थितीत

(d) उत्पन्न असमानतेच्या स्थितीत

प्र. 108. एखादी दिलेली आर्थिक स्थिती पॅरेटो-इष्टतम (Pareto optimal) आहे जर नीतीतील परिवर्तन (Policy change) -

(a) प्रत्येकाला अजून चांगले (Better off) बनवू शकेल.

(b) काहींना अजून चांगले तर काहींना अजून वाईट बनवू (worse off) शकेल.

(c) काहींना अजून चांगले तर बाकी सर्वांना अजून वाईट बनवू शकेल.

(d) काहींना वाईट बनविल्याशिवाय बाकीच्यांना अजून चांगले बनवता येत नाही.

प्र. 109. खालीलपैकी कोणते एक खासगी निगम क्षेत्रात (Private corporate sector) झालेली बचत दर्शविते?

(a) कंपनीचा एकूण लाभ

(b) अवितरित (Undistributed) लाभ

(c) खर्चापिक्षा जास्त उत्पन्न (Excess of Income)

(d) शेअरधारकांना दिला गेलेला लाभांश (Dividends)

प्र. 110. एका अर्थव्यवस्थेचे निव्वळ राष्ट्रीय उत्पन्न (NNI) 20,000 मिलियन डॉलर आहे, अप्रत्यक्ष कर 2,000 मिलियन डॉलर आहे, अनुदान (Subsidies) 1,000 मिलियन डॉलर आहे आणि त्यांची लोकसंख्या 150 मिलियन आहे, तर घटकखर्चावर (Factor cost) राष्ट्रीय उत्पन्न किती होईल?

(a) 21,000 मिलियन डॉलर   (b) 19,000 मिलियन डॉलर

(c) 23,000 मिलियन डॉलर   (d) 22,000 मिलियन डॉलर

प्र. 111. उत्पादन फलन $Q = K^{\alpha}L^{1-\alpha}$ मुळे सकल उत्पादन निर्धारित होते, तेथे $\alpha = 0.40$K भांडवल आहे आणि L श्रम आहे, समजा, K आणि L क्रमश: 10% आणि 20% दराने वाढत आहेत, त्या वेळी सकल उत्पादनाचा वृद्धीदर

बरोबर होईल –

(a) 12% च्या   (b) 15% च्या   (c) 16% च्या   (d) 18% च्या

प्र. 112. दिले गेले आहे –

C = 50 + 0.5Y, I = 80, G = 100 तर

उत्पन्नाचा संतुलन स्तर आहे –

(a) 460   (b) 560   (c) 230   (d) 360

प्र. 113. दिलेल्या एकूण गुंतवणूक खर्चावरील बचत प्रवृत्तीतील (Propensity to save) वाढ

(a) उत्पन्नात वृद्धी आणेल   (b) व्याजदरात वाढ आणेल

(c) बचतीत कमी आणेल   (d) उत्पन्नात कमी आणेल

प्र. 114. जर गुंतवणूक गुणांक (Investment multiplier) 4 आहे तर प्रासंगिक उपभोग फलन (Relevant consumption function) असेल –

(a) C = 28 + 0.75y   (b) C = 28 + 0.78y

(c) C = 28 + 0.70y   (d) C = 28 + 0.40y

प्र. 115. खालील विधानांवर विचार करा.

1) बाँडच्या किमती आणि व्याजाचे दर सरळ (Directly) परिवर्तित होतात.

2) पुरवठा आपली मागणी स्वत: निर्माण करतो हा कोवालाराचा नियम म्हणून ओळखला जातो.

3) जो दर भांडवल मालमत्तेतील गुंतवणुकीत (investment in a capital asset) अपेक्षित असणाऱ्या सवलतीच्या नगदी प्रवाहाला (Discounted cash flow) याच्या पुरवठा किमतीच्या बरोबर आणतो, गुंतवणुकीची सीमान्त कार्यक्षमता (Marginal efficiency of investment) असते.

4) प्रायोज्य उत्पन्न (Disposable income) व्यक्तिगत उत्पन्नावर कराबरोबर प्रतिलोमत: (Inversely) परिवर्तित होते.

वरीलपैकी कोणती विधाने बरोबर आहेत?

(a) 3 आणि 4   (b) 1 आणि 3   (c) 2 आणि 4   (d) 1, 2 आणि 3

प्र. 116. खालीलपैकी कोणते प्रतिनिध्यात्मक उपयोग फलनाबरोबर (Cross-sectional consumption function) संयुक्तिक (Consistant) आहे?

(a) APC = MPC   (b) MPC = 0

(c) APC > MPC   (d) APC = 0

प्र. 117. मुद्रेची अपेक्षी मागणी (Speculative demand) अवलंबून असते –
(a) व्याज दरावर
(b) उत्पन्नावर
(c) लाभावर
(d) उत्पादनावर (Output)

प्र. 118. एक उद्योजक भांडवल मालमत्ता (Capital assets) मिळविण्याची योजना तयार करतो ज्यात पहिल्या वर्षाच्या शेवटी 660 रुपये लाभ होण्याची अपेक्षा आहे आणि दुसऱ्या वर्षाच्या शेवटी 1,452 रु. लाभाची अपेक्षा आहे. त्यानंतर ती निरुपयोगी (useless) होईल. सवलत दर (Discount rate) 0.10 आहे, तर तिची संतुलन पुरवठा किंमत काय असेल?
(a) 2, 112
(b) 1,200
(c) 1,800
(d) 2,000

प्र. 119. खालील विधानांवर विचार करा.
1) जेव्हा किंमती खर्चातील कुठल्याही परिवर्तनाशिवाय पडतात, तेव्हा भांडवलाची सीमान्त दक्षता (MEC) पडते.
2) जेव्हा किंमती खर्चातील कुठल्याही परिवर्तनाशिवाय पडतात, तेव्हा भांडवलाची सीमान्त दक्षता वाढते.
3) भांडवलाची सीमान्त दक्षता (MEC) वाढलेल्या गुंतवणुकीबरोबर (Investment) भांडवली वस्तूंच्या अधिक उत्पादनामुळे पडते.
4) भांडवलाची सीमान्त दक्षता (MEC) वाढलेल्या गुंतवणुकीबरोबर भांडवली वस्तूंच्या अधिक उत्पादनामुळे वाढते.
वरीलपैकी कोणती विधाने बरोबर आहेत?
(a) 1 आणि 2   (b) 1 आणि 3 (c) 1 आणि 4 (d) 2 आणि 3

प्र. 120. खालील विधानांवर विचार करा.
सनातनवादी (classical) अर्थशास्त्रज्ञांना खात्री होती की अर्थव्यवस्थेत बेकारी नेहमीच राहील. कारण –
1) श्रमाची बचत करणारी तांत्रिक प्रगती (Technical Progress)
2) वस्तूंच्या मागणीतील कमतरता (Deficiency in demand)
3) अर्थव्यवस्थेच्या स्वंतत्र प्रक्रियेत सरकारी हस्तक्षेप (Govt intervention)
वरीलपैकी कोणती विधाने बरोबर आहेत?
(a) 1, 2 आणि 3
(b) 1 आणि 2
(c) 2 आणि 3
(d) फक्त 3

उत्तरे

1. a	2. a	3. c	4. a	5. d	6. a	7. c	8. d
9. c	10. c	11. b	12. d	13. b	14. c	15. c	16. a
17. a	18. a	19. c	20. a	21. d	22. a	23. d	24. d
25. d	26. b	27. b	28. b	29. d	30. d	31. d	32. d
33. d	34. d	35. d	36. c	37. c	38. d	39. c	40. c
41. a	42. a	43. a	44. c	45. d	46. b	47. a	48. b
49. c	50. a	51. c	52. c	53. b	54. b	55. b	56. a
57. c	58. c	59. d	60. c	61. a	62. a	63. d	64. d
65. b	66. c	67. a	68. b	69. c	70. a	71. c	72. a
73. c	74. c	75. a	76. c	77. a	78. c	79. d	80. b
81. a	82. c	83. a	84. b	85. c	86. d	87. a	88. a
89. a	90. b	91. b	92. b	93. c	94. b	95. a	96. a
97. c	98. a	99. d	100. a	101. a	102. b	103. b	104. d
105. a	106. d	107. c	108. d	109. b	110. b	111. b	112. a
113. d	114. a	115. a	116. a	117. a	118. c	119. c	120. d

∎∎∎

प्रश्नसंच - ५

प्र. 1. अर्धविकसित देशांमध्ये बचत शक्यतेच्या स्त्रोताच्या रूपाने बेकारीचा उपयोग सुचविला आहे –

(a) आर. नक्सें

(b) पी. बारान

(c) आर. हेरॉड

(d) डब्ल्यू. डब्ल्यू. रोस्तोव

प्र. 2. खालीलपैकी कोणती एक जोडी बरोबर नाही?

(a) विकसनशील देशांसाठी रोलिंग योजना : कॉल्डोर

(b) आर्थिक नियत्ववाद : मार्क्स

(c) संतुलित संवृद्धी सिद्धान्त : नक्सें

(d) श्रमाच्या असीमित पुरवठ्याबरोबर विकास : लिविस

प्र. 3. सूची I (लेखक) व सूची II (अवधारणा) च्या जोड्या लावून खालील विकल्पांतून बरोबर उत्तर निवडा.

	सूची I		सूची II	
(A)	डोमर		(1)	सुवर्णयुग
(B)	रोजेस्टीन-रॉडन		(2)	मोठा धक्का (Big push)
(C)	रोस्टोव		(3)	संवृद्धीच्या अवस्था
(D)	जॉन रॉबिन्सन		(4)	संवृद्धीचे अपेक्षित दर

विकल्प :	A	B	C	D
(a)	4	2	3	1
(b)	2	4	3	1
(c)	2	4	1	3
(d)	4	2	1	3

प्र. 4. सूची I (लेखक) व सूची II (सिद्धान्त) च्या जोड्या जुळवून खाली दिलेल्या विकल्पांतून बरोबर उत्तर निवडा.

सूची I सूची II

(A) सोलो   (1) तटस्थ, प्रौद्योगिक परिवर्तन, ज्यामध्ये उत्पादनात परिवर्तन असूनसुद्धा भांडवल-श्रम अनुपात स्थिर रहातो.

(B) हिक्स   (2) तटस्थ, प्रौद्योगिक परिवर्तन, ज्यामध्ये श्रम-उत्पादन अनुपात स्थिर राहता ज्याचे घटक समानुपात भांडवलाच्या बचतीच्या बाजूने अभिनत होतात.

(C) हेरॉड   (3) तटस्थ, प्रोद्योगिक परिवर्तन, ज्यामध्ये भांडवल-उत्पादन अनुपात स्थिर रहातो ज्याचे घटक समानुपात श्रमाच्या बचतीच्या बाजूने अभिनव होतात.

विकल्प :	A	B	C
(a)	2	1	3
(b)	1	2	3
(c)	3	2	1
(d)	3	1	2

प्र. 5. विकास आयोजनाच्या संदर्भात द्विकालावधी सिद्धान्त दर्शवितो –

(a) स्फिती कालावधी आणि गुंतवणूक कालावधी

(b) बचत कालावधी आणि अवस्फिती कालावधी

(c) विदेशी मुद्रा कालावधी

(d) बचत बाह्यता आणि विदेशी मुद्रा बाह्यता

प्र. 6. जनांकिकीय स्थलांतर दाखविते –

(a) गावातून शहरी क्षेत्रात होणारा लोकसंख्येचा प्रवास

(b) लोकसंख्येतील स्त्री / पुरुष अनुपातातील परिवर्तन

(c) उच्च जन्म आणि मृत्युदरावर आधारित लोकसंख्येकडून निम्न जन्म व मृत्युदरावर आधारित लोकसंख्येकडे होणारा प्रवास

(d) उच्च जन्म आणि निम्न मृत्यू या दरांकहून निम्न जन्म आणि निम्न मृत्यू या दरांकडे होत जाणारा बदल

प्र. 7. खालीलपैकी कोणत्या एकाला हेरॉड-डोमर मॉडेलची मान्यता नाही?

(a) स्थिर भांडवल-उत्पादन अनुपात

(b) परिवर्तनशील सीमान्त आणि सरासरी बचत प्रवृत्ती

(c) संवृत अर्थव्यवस्था

(d) भांडवल हा उत्पादनाचा एकमेव घटक आहे.

प्र. 8. खालील सरासरींमधील एकाचे अभिकलन संचयी वारंवारता वक्राने होते -

(a) भूमितीय मध्य   (b) हरात्मक मध्य

(c) बहुलक   (d) माध्यिका

प्र. 9. जर एखादी गोष्ट x च्या 10 मापांच्या एका समुदायात न्यूनतम माप 5 ला बदलून 4 केले जाईल तर -

(a) x चे माध्यिका आणि बहुलक दोन्ही कमी होतील.

(b) माध्यिका घटेल पण बहुलक अपरिवर्तित राहील.

(c) माध्यिका अपरिवर्तित राहील पण बहुलक कमी होईल.

(d) माध्यिका व बहुलक दोन्ही बदलणार नाहीत.

प्र. 10. जर एखादी गोष्ट x चा मानक विचलन s आहे आणि जर $y = a + bx$ असेल, व a आणि b अचर असतील, तर मानक विचलन y होईल –

(a) $a + bs$ (b) bs (c) $\sqrt{b}\,s$ (d) $b^2 s$

प्र. 11. खालील संख्यामापांमधील कोणते एक संपूर्ण प्राप्तांकावर आधारित आहे?

(a) चतुर्थ विचलन   (b) हरात्मक मध्य

(c) परिसर   (d) बहुलक

प्र. 12. जर सर्व वस्तूंच्या किमती समान अनुपातात बदलतात आणि लेस्पेयर्स (Laspeyer's) चा किंमत सूचकांक 150 असेल तर पास्क (Paasche's) चा किंमत सूचकांक असेल –

(a) 300   (b) 150   (c) 175   (d) 100

प्र. 13. खालील मापांवर विचार करा.

1) सहसंबंध गुणांक   2) सहप्रसरण

3) विचरण गुणांक   4) सूचकांक

यातील कोणकोणते एकक मुक्त आहे?

(a) 1 आणि 2   (b) 2 आणि 3   (c) 2 आणि 4   (d) 1, 3 आणि 4

प्र. 14. जर दोन गोष्टींमधील सहसंबंध गुणांक 4 आहे तर –

(a) $0 \leq r \leq 1$ (b) $-1 \leq r \leq 0$

(c) $-1 \leq r \leq 1$ (d) $1 \leq r \leq 2$

प्र. 15. खालीलपैकी कोणती एक गोष्ट भारताच्या व्यवहारतोलाच्या (Balance of payments) चालू खात्यात सामील नाही?

(a) अल्पकालीन वाणिज्यिक उधार (b) गैरमौद्रिक सुवर्ण संचलन

(c) गुंतवणूक उत्पन्न   (b) अंतर्गत देणी

प्र. 16. खालीलपैकी कोणती एक गोष्ट भारताच्या व्यवहारतोलाच्या (Balance of payments) चालू खात्यात 'अदृश्य प्राप्ती'त सामील नाही?

(a) विदेश प्रवास   (b) परिवहन

(c) विमा   (d) विदेशी बँकांकडून कर्ज

प्र. 17. सूची I व सूची II च्या जोड्या जुळवून खालील विकल्पांचा वापर करून बरोबर उत्तर निवडा.

सूची I   सूची II

(a) बाल मजुरी   (1) DWCRA

(b) स्वयंसेवी समूह   (2) SIDBI

(c) लघुउद्योग   (3) EXIM Bank

(d) व्यापार वित्त   (4) UNICEF

प्र. 18. खालीलपैकी कोणते एक राज्य भारतात सर्वांत जास्त कोळसा उत्पादनासाठी ओळखले जाते?

(a) मध्य प्रदेश   (b) महाराष्ट्र   (c) बिहार   (d) ओरिसा

प्र. 19. 1990 पासून भारतात पारिवारिक क्षेत्रातील बचत –

(a) खासगी निगमित (Corporate) क्षेत्राच्या बचतीपेक्षा अधिक परंतु सार्वजनिक क्षेत्राच्या बचतीपेक्षा कमी आहे.

(b) खासगी निगमित (Corporate) क्षेत्राच्या बचतीपेक्षा कमी परंतु सार्वजनिक क्षेत्राच्या बचतीपेक्षा जास्त आहे.

(c) खासगी निगमित (Corporate) क्षेत्राच्या बचतीपेक्षा आणि सार्वजनिक क्षेत्राच्या बचतीपेक्षा जास्त आहे.

(d) खासगी निगमित (Corporate) क्षेत्राच्या बचतीपेक्षा आणि सार्वजनिक क्षेत्राच्या बचतीपेक्षा कमी आहे.

प्र. 20. भारताच्या सध्याच्या परिस्थितीत प्राथमिक क्षेत्रात निर्माण होणारे उत्पन्न –

(a) तृतीय क्षेत्रात निर्माण होणाऱ्या उत्पन्नापेक्षा जास्त पण द्वितीय क्षेत्रातील उत्पन्नापेक्षा कमी आहे.

(b) तृतीय क्षेत्रात निर्माण होणाऱ्या उत्पन्नापेक्षा आणि द्वितीय क्षेत्रात निर्माण होणाऱ्या उत्पन्नापेक्षाही कमी आहे.

(c) द्वितीय क्षेत्रात निर्माण होणाऱ्या उत्पन्नापेक्षा आणि तृतीय क्षेत्रात निर्माण होणाऱ्या उत्पन्नापेक्षाही कमी आहे.

(d) द्वितीय क्षेत्रात निर्माण होणाऱ्या उत्पन्नापेक्षा जास्त पण तृतीय क्षेत्रात निर्माण होणाऱ्या उत्पन्नापेक्षा कमी आहे.

प्र. 21. खालीलपैकी कोणत्या राज्यात सन 2006-07 मध्ये चालू किंमतीवर न्यूनतम प्रतिव्यक्ती उत्पन्न होते?

(a) उत्तर प्रदेश   (b) ओरिसा   (c) आंध्र प्रदेश   (d) आसाम

प्र. 22. 'संवृद्धीचा हिंदू दर' -

(a) हिंदू लोकसंख्येच्या संवृद्धीदराला दर्शवितो.

(b) राजकृष्णाने भारतीय अर्थव्यवस्थेच्या जवळपास 3.5 टक्के दरवर्षीच्या संवृद्धीच्या रूपाला निरूपित करण्यासाठी वापरलेली संज्ञा आहे.

(c) अमर्त्य सेनने, भारतीय अर्थव्यवस्थेच्या जवळपास प्रतिवर्ष 3.5 टक्के संवृद्धीला निरूपित करण्यासाठी वापरलेली संज्ञा आहे.

(d) बी. के. आर. व्ही. राव यांनी भारतीय अर्थव्यवस्थेच्या संवृद्धीच्या जवळपास 4 टक्क्याच्या स्वरूपाला निश्चित करण्यासाठी वापरलेली संज्ञा आहे.

प्र. 23. भारताच्या कृषिक्षेत्रातील प्रच्छन्न बेकारी –

(a) शेती पावसावर अवलंबून असल्यामुळे आहे.

(b) जमीनदारी नष्ट झाल्यामुळे आहे.

(c) जमिनीवरील लोकसंख्येच्या भारामुळे आहे.

(d) कृषिक्षेत्रात मजुरांची एकता संघटना नसल्यामुळे आहे.

प्र. 24. 2001 च्या जनगणनेनुसार, मुख्य श्रमिकांना त्या लोकांच्या रूपात परिभाषित केले गेले जे गणनेच्या तारखेच्या आधी 1 वर्षाच्या काळात कुठल्या उत्पादन कामात कमीत कमी -

(a) 183 दिवस कार्यरत होते   (b) 283 दिवस कार्यरत होते

(c) 300 दिवस कार्यरत होते   (d) 365 दिवस कार्यरत होते

प्र. 25. भारतातील बेकारीचा दर बेरोजगार लोकांच्या संख्येच्या एकूण –

(a) जनसंख्येच्या अनुपाताच्या रूपात परिभाषित केला जातो

(b) बालकांशिवाय जनसंख्येच्या अनुपाताच्या रूपात परिभाषित केला जातो.

(c) श्रमशक्तीच्या अनुपाताच्या रूपात परिभाषित केला जातो.

(d) वृद्धांव्यतिरिक्त जनसंख्येच्या अनुपाताच्या रूपात परिभाषित केला जातो.

प्र. 26. दारिद्र्यरेषेखाली जगणाऱ्या लोकांची भारतातील लोकसंख्या –

(a) तुलनात्मक आणि निरपेक्ष रूपाने वाढते आहे.

(b) तुलनात्मक रूपाने कमी होते आहे पण निरपेक्ष रूपाने वाढते आहे.

(c) तुलनात्मक आणि निरपेक्ष दोन्ही रूपाने कमी होत आहे.

(d) गेल्या काही वर्षांच्या काळात काहीच फरक पडला नाही.

प्र. 27. 2001 च्या जनगणनेनुसार, भारतात स्त्री-पुरुष अनुपात (Sex ratio) (स्त्रियांची संख्या प्रति 1000 पुरुष) किती आहे?

(a) 825   (b) 870   (c) 902   (d) 933

प्र. 28. खालीलपैकी कोणत्या एका राज्यात 2001 मध्ये स्त्री साक्षरता दर भारतात सर्वात कमी होता?

(a) मध्य प्रदेश   (b) तमिळनाडू   (c) केरळ   (d) कर्नाटक

प्र. 29. जर भारतीय अर्थव्यवस्थेतील राष्ट्रीय उत्पन्नात 7 टक्के वार्षिक संवृद्धीच्या दराचे लक्ष्य निर्धारित केले आणि समजा, वाढते भांडवल-उत्पादन अनुपात 3.5:1 आहे; तर राष्ट्रीय उत्पन्नाच्या गुंतवणुकीचा प्रतिशत अपेक्षित दर काय असेल?

(a) 20.0   (b) 24.5   (c) 10.5   (d) 3.5

प्र. 30. खालीलपैकी कोणता एक भारतीय कृषित संक्रियात्मक शेताच्या आकाराकडे निर्देश करतो?

(a) मालकीची जमीन

(b) मालकीची जमीन + पट्ट्यावर घेतलेली जमीन

(b) मालकीची जमीन + पट्ट्यावर घेतलेली जमीन - पट्ट्यावर दिलेली जमीन

(d) मालकीची जमीन - पट्ट्यावर दिलेली जमीन

प्र. 31. खालीलपैकी कोणते एक भारतात भूमी सुधार कार्यक्रमाचा भाग नाही?

(a) शेतांची अधिकतम सीमा   (b) शेतांची चकबंदी

(c) कृषी-शेत कर   (d) जमीनदारी उन्मूलन

प्र. 32. भारतात खालीलपैकी कोणाती एक सहकारी संघटना नाही?

(a) प्राथमिक भूमी विकास बँक   (b) केंद्रीय भूमी विकास बँक

(c) क्षेत्रीय ग्रामीण बँक   (d) राज्य सहकारी बँक

प्र. 33. भारतीय कृषिक्षेत्रात विपणनयोग्य अधिशेष वार्षिक –

(a) कृषिजन्य उत्पादन + कृषिजन्य वस्तूंचा स्टॉक दर्शवितो

(b) कृषिजन्य उत्पादन - कृषिक्षेत्राच्या अंतर्गत कृषिजन्य वस्तूंचा वार्षिक उपभोग

(c) कृषिक्षेत्राच्या अंतर्गत कृषिजन्य वस्तूंचा उपभोग + कृषिजन्य वस्तूंचा स्टॉक

(d) कृषिजन्य उत्पादन + कृषिक्षेत्राच्या अंतर्गत कृषिजन्य वस्तूंचा आर्थिक उपभोग

प्र. 34. भारतीय कृषी बाजारांच्या अंत:पाशनचा अर्थ आहे –

(a) कृषिजन्य वस्तूंचे किरकोळ आणि घाऊक बाजारातील एकीकरण

(b) क्षेत्रीय ग्रामीण बाजारांचे संयोजन

(c) अनेक बाजारांत एक व्यक्ती जोडीची संक्रिया

(d) वेगवेगळ्या कृषी बाजारातील विक्रेत्यांची संघटना

प्र. 35. भारतात खालीलपैकी कोणते एक औद्योगिक एककांच्या सभ्यतेचे कारण नाही?

(a) लुप्तप्राय प्रौद्योगिकी   (b) श्रम समस्या

(c) त्रुटिपूर्ण दुरावस्था   (d) भांडवल खात्याच्या परिवर्तनीयतेचा अभाव

प्र. 36. सार्वजनिक क्षेत्रातील उद्योजकांचा गुंतवणूक कार्यक्रम चालू असताना 1998-99 च्या संघ बजेटमध्ये गुंतवणुकीची घोषणा –

(a) MTNL साठी केली गेली होती   (b) IOC साठी केली गेली होती

(c) BHEL साठी केली गेली होती   (d) NALCO साठी केली गेली होती.

प्र. 37. केंद्रीय सरकारचे बहुसंख्य उद्योग –

(a) सार्वजनिक निगम आहेत   (b) सार्वजनिक मर्यादित कंपन्या आहेत.

(c) खासगी मर्यादित कंपन्या आहेत (d) विभागीय संघटना आहे.

प्र. 38. खालीलपैकी कोणते एक ब्रिटिश प्रशासनाद्वारा 1900 पर्यंत स्वीकारल्या गेलेल्या नीतीला योग्य रीतीने प्रतिबिंबित करते?

(a) रेल्वे विकासापेक्षा सिंचन विकासाला जास्त प्रोत्साहित केले गेले.

(b) सिंचन विकासापेक्षा रेल्वे विकासाला जास्त प्रोत्साहित केले गेले.

(c) रेल्वे आणि सिंचन दोन्हींची उपेक्षा केली गेली.

(d) सिंचन आणि रेल्वे दोन्हींना समान रूपाने प्रोत्साहित केले गेले.

प्र. 39. भारतात वस्तू बाजाराच्या भूमंडळीकरणाच्या प्रसाराचा एका सुलभ मापदंड आहे –

(a) एकूण उत्पादनात आयातीचा भाग

(b) एकूण उत्पादनात निर्यातीचा भाग

(c) एकूण उत्पादनात आयात व निर्यातीचा भाग

(d) एकूण निर्यात

प्र. 40. आयातीच्या खालील वस्तूंपैकी कोणती एक 1997-98 मध्ये भारतात विदेशी मुद्रेच्या अधिकतम वापराचे कारण राहिली?

(a) गैर-विद्युत मशिनरी   (b) उर्वरक (खते)

(c) पेट्रोल व वंगण   (d) खाद्यतेल

प्र. 41. खालील मुद्द्यावर विचार करा.

1) रिसर्जेंट इंडिया बाँड विक्री   2) उरुग्वे चक्रांतर्गत GATT तडजोड

3) OGL प्रणाली लागू होणे   4) राज्य व्यापार निगमची स्थापना

यांचा योग्य कालानुक्रम आहे.

(a) 1, 2, 3, 4   (b) 4, 3, 2, 1   (c) 4, 3, 1, 2   (d) 2, 1, 3, 4

प्र. 42. भारताच्या निम्नलिखित निर्यातीवर विचार करा.

1) चामडे व पुनर्निर्माण   2) शिवलेले तयार कपडे

3) रत्ने व दागिने   4) सुती धागे, कपडा, तयार कपडे इत्यादी

सन 1997-98 मध्ये यांचे ह्रासमान (घट) मूल्य बरोबर अनुक्रमात होते –

(a) 1, 2, 3, 4   (b) 2, 3, 4, 1   (c) 1, 2, 3, 4   (d) 3, 2, 4, 1

प्र. 43. खालील देशांवर विचार करा –

1) यू. के.   2) संयुक्त राज्य अमेरिका

3) रशिया   4) जर्मनी

सन 1997-98 मध्ये या देशांचा मुख्य भारतीय निर्यातीचा मूल्याच्या ह्रासमानात (घट) बरोबर अनुक्रम होता –

(a) 2, 1, 3, 4,   (b) 2, 1, 4, 3   (c) 1, 2, 3, 4   (d) 1, 2, 4, 3

प्र. 44. ऑगस्ट 1999 च्या शेवटच्या दिवसात भारतीय रुपयाच्या विनिमय दरावर, अधोमुखी दबावाचे खालीलपैकी मुख्य कारण होते –

(a) पूर्व आशियाई वित्तीय संकट

(b) अंतर्गत आर्थिक नीतीतील अनिश्चितता

(c) केंद्राची युती सरकारबरोबरची अनिश्चितता

(d) व्यवहारतोलाच्या चालू खात्यात वाढणारे नुकसान

प्र. 45. भारतात गुणात्मक पत (credit) नियंत्रणाचे एक साधन –

(a) खुल्या बाजारातील व्यवहार आहे.

(b) पत रेशनिंग आहे

(c) आरक्षण अनुपातीतील परिवर्तन आहे

(d) बँकेची दर नीती आहे.

प्र. 46. खालीलपैकी कोणते एक भारतात वाणिज्य बँकानी प्राथमिकता प्राप्त क्षेत्राला दिलेल्या उधारदानाचे द्योतक आहे?

(a) भारी उद्योगांना उधारदान

(b) कृषी, लघुउद्योग आणि जनसंख्येच्या दुर्बल वर्गाला दिलेले उधारदान

(c) विदेशी कंपन्यांना दिलेले उधारदान

(d) पूर आणि दुष्काळ यांसारख्या संकट स्थितीत राज्य सरकारांना दिलेले उधारदान

प्र. 47. जर भारतीय रिझर्व्ह बँक बाजारात प्रतिभूती (securities) विकेल तर त्याचा परिणाम होईल –

(a) बँकदरात लगेच परिवर्तन

(b) व्याजाच्या बाजारदरात घसरण

(c) बँकांच्या ग्राहकांना मिळणाऱ्या कर्जात वाढ

(d) बँक जमेत कमी

प्र. 48. खालील विधानांवर विचार करा.

भारतीय रिझर्व्ह बँक –

1) बँकर्सच्या बँकेच्या रूपात काम करते.

2) भांडवल निगमाच्या नियंत्रकाच्या रूपात काम करते.

3) वेगवेगळ्या मूल्यांच्या चलन निगमित करते.

4) आजारी औद्योगिक एककांसाठी अंतिम ऋणदात्याच्या रूपात काम करते.

वरीलपैकी कोणते विधान बरोबर आहे?

(a) 1, 2, 3 आणि 4   (b) 1, 2 आणि 3

(c) 2 आणि 4   (d) 1 आणि 3

प्र. 49. सूची I व सूची II च्या जोड्या लावून खालील विकल्पांतून बरोबर उत्तर निवडा.

सूची I	सूची II
A) राजस्व तूट	1) एकूण खर्च - राजस्व प्राप्ती
B) बजेट तूट	2) भारतीय रिझर्व्ह बँकेद्वारा धारित ट्रेझरी बिलांमध्ये निव्वळ वाढ आणि सरकारच्या बाजार कर्ज ग्रहणात त्याचे योगदान

C) मुद्रिकृत तूट   3) एकूण खर्च - एकूण प्राप्ती
D) राजकोषीय तूट   4) राजस्व खर्च - राजस्व प्राप्ती

विकल्प :	A	B	C	D
(a)	4	3	1	2
(b)	3	4	1	2
(c)	3	4	2	1
(d)	4	3	2	1

प्र. 50. खालीलपैकी कोणते एक 2008-09 च्या बजेट अंदाजात वैयक्तिक आयकराच्या (गैर - निगमित कर निर्धारितींसाठी) सवलतीची सीमा आहे?

(a) 90,000 रु.   (b) 1,10,000 रु.

(c) 1,50,000 रु.   (d) 2,00,000 रु.

प्र. 51. खालीलपैकी काय एका राज्य कराधानाच्या अधिकारक्षेत्रात येत नाही?

(a) भू-राजस्व   (b) कृषिजन्य उत्पन्नावर कर

(c) भूमी व भवनांवरील कर   (d) वैयक्तिक आयकर

प्र. 52. खालीलपैकी कोणते एक भारतात राज्य सरकारच्या राजस्वाचा अत्यंत महत्त्वाचा स्रोत आहे?

(a) भू-राजस्व   (b) राज्य उत्पाद शुल्क

(c) विक्री कर   (d) स्टँप आणि पंजीकरण शुल्क

प्र. 53. खालीलपैकी 2008-09 च्या बजेटच्या अंदाजात कंपनी करात कोणताही बदल न करता तो किती ठेवला आहे?

(a) 20%   (b) 25%   (c) 35%   (d) 30%

प्र. 54. दहाव्या वित्त आयोगाद्वारा उत्पन्न कराने निव्वळ महसुलात राज्यांचा संस्तुत प्रतिशत भाग –

(a) 66.7 आहे   (b) 75.5 आहे

(c) 81.7 आहे   (d) 77.5 आहे.

सूचना : पुढील 8 (आठ) प्रश्नांमध्ये दोन वक्तव्ये आहेत. एकाला 'विधान A' व दुसऱ्याला 'कारण R' म्हटले आहे. दोन्ही वक्तव्यांचे काळजीपूर्वक परीक्षण करून खाली दिलेल्या विकल्पांचा वापर करून बरोबर उत्तर निवडा.

विकल्प : (a) A आणि R दोन्ही बरोबर आहेत आणि R हे A चे बरोबर स्पष्टीकरण आहे.

(b) A आणि R दोन्ही बरोबर आहेत पण R हे A चे बरोबर स्पष्टीकरण नाही.

(c) A बरोबर पण R चूक

(d) A चूक पण R बरोबर

प्र. 55. विधान (A) : प्राथमिक वित्तीय बाजार नवीन वित्तीय दाव्यांचा व्यापार करतो.

कारण (R) : तो बचत जमवतो आणि व्यावसायिक एककांना नव्या भांडवलाचा पुरवठा करतो.

प्र. 56. विधान (A) : आरोही उत्पन्न करांवर अधिक अवलंबून राहायला हवे.

कारण (R) : हे समतोलाच्या सिद्धान्ताला अनुकूल आहे.

प्र. 57. विधान (A) : निगम इक्विटीचे बाजार मूल्य राष्ट्रीय उत्पन्नात सामील नसते.

कारण (R) : इक्विटीचे हे मूल्यांकन समाजाच्या संपदेचा एक हिस्सा आहे.

प्र. 58. विधान (A) : व्यापाराच्या नवसनातनवादी मॉडेलच्या मानक मान्यतांच्या अंतर्गत जोपर्यंत दोन्ही देशांनी एका वस्तूच्या उत्पादनात पूर्ण विशेषीकरण केले आहे, तोपर्यंत आंतरराष्ट्रीय व्यापार घटक-किंमत समकरणाकडे घेऊन जाईल.

कारण (R) : मुक्त व्यापार, दोन्ही देशांत विपुल घटकाच्या किमतीत वाढ आणि दुर्लभ घटकाच्या किमतीत कमी आणतो.

प्र. 59. विधान (A) : व्यवहारतोलात असामान्य स्थितीच्या समस्येकरिता मुद्रावादी दृष्टिकोनाचा निहितार्थ आहे की असामान्य अवस्था एक अस्थायी घटना आहे.

कारण (R) : दीर्घकाळात व्यवहारतोलात असामान्य अवस्थेत आपोआपच सुधारणा होते.

प्र. 60. विधान (A) : जर एखाद्या देशात दुसऱ्या देशांपेक्षा वास्तविक व्याजदर अधिक गतीने वाढत आहे, तर तो आशा करू शकतो की त्याच्या चलनाच्या आंतरराष्ट्रीय मूल्यात घट होईल.

कारण (R) : जर अंतर्गत वास्तविक व्याजदर अन्य देशांच्या तुलनेत अधिक तेजीने वाढतो तर विदेशी चलनाचा पुरवठा वाढेल.

प्र. 61. विधान (A) : विनिमय दराच्या घटीने किंमत स्तर वाढतो.

कारण (R) : असे समजले जाते की, केंद्रीय बँक कुठली स्थिरतेची नीती अमलात आणत नाही.

प्र. 62. विधान (A) : अल्प विकसित देशांमध्ये, एकूण रोजगारात शेतीच्या रोजगाराचा भाग एकूण उत्पन्नात कृषिजन्य उत्पन्नाच्या भागापेक्षा जास्त असतो.

कारण (R) : अल्प विकसित देशांमध्ये कृषीची विशेषता निम्न उत्पादकता असते.

प्र. 63. खालीलपैकी कोणती एक जोडी बरोबर नाही?

(a) उद्घाटित अधिमान (पसंती) सिद्धान्त – सॅम्युएलसन

(b) अनधिमान वक्र विश्लेषण – हिक्स

(c) गणनावाचक उपयोगिता – जोन्स् रॉबिन्सन

(d) आगत-निर्गत (Input-Output) विश्लेषण – लियोंतीफ

प्र. 64. खालीलपैकी कोणते एक विधान बरोबर नाही?

(a) एका अनधिमान वक्रावर वेगवेगळे बिंदू दोन वस्तूंच्या वेगवेगळ्या संयोजनाला प्रदर्शित करतात.

(b) उपभोग संभाव्यता रेषेवर वेगवेगळे बिंदू दोन वस्तूंच्या वेगळ्या संयोजनाला प्रदर्शित करतात.

(c) अनधिमान वक्रावर समस्त बिंदू समाधानाचे समान स्तर प्रदर्शित करतात.

(d) उपभोग संभाव्यता रेषेवर समस्त बिंदू समाधानाचा समान स्तर प्रदर्शित करतात.

प्र. 65. जर उपभोक्त्याचे उपयोगिता फलन $U = x_1 x_2$ आहे आणि त्याची उत्पन्न-व्यय बाध्यता $M = P_1 x_1 + P_2 x_2$ आहे; तर संतुलनावर X_1 साठी मागणी फलन होईल –

(a) $+\dfrac{M}{2P_1}$ (b) ñ $\dfrac{M}{2P_1^2}$ (c) $+\dfrac{M}{2P_1^2}$ (d) ñ $\dfrac{M}{2P_1}$

प्र. 66. जर मागणीवक्र आयताकर अतिपरवलय (Rectangular Hyperbola) आहे, तर मागणीची संख्यात्मक लवचिकता होईल –

(a) 0.25 (b) 0.75 (c) 1.00 (d) 0.50

प्र. 67. खालील आकड्यांवर विचार करा –

प्रति किलोग्रॅम किंमत (रुपयात)	गव्हाची मागणी (क्रि.ग्रा.)
12	5
10	7

जेव्हा गव्हाची किंमत 10 रु. प्रतिकिलो आहे आणि त्याच्या मागणीचा लवचिकपणा एककाबरोबर आहे तर गव्हाची किलोग्रॅममध्ये मागणी होईल -

(a) 5 (b) 6 (c) 10 (d) 12

प्र. 68. श्रमाच्या संदर्भात उत्पादनाची लवचिकता एककाबरोबर होईल जेव्हा श्रमाचे सरासरी उत्पादन –

(a) मजुरी दराबरोबर असेल

(b) भांडवलाच्या सरासरी उत्पादनाबरोबर असेल.

(c) त्याच्या सीमान्त उत्पादनाबरोबर असेल.

(d) त्याच्या सीमान्त उत्पादनापेक्षा जास्त असेल.

प्र. 69. जर सम उत्पादन मात्रावक्र सरळ रेषेत काढले असतील तर त्याचा अर्थ
आहे –

(a) तांत्रिक प्रतिस्थापनाचा सीमान्त दर (MRTS) 1 च्या बरोबर आहे.

(b) MRTS घटक किमतींच्या अनुपातात बरोबर आहे.

(c) आदानाचे सीमान्त उत्पादन क्रमशः घटक किमतींच्या बरोबर आहे.

(d) MRTS स्थिर आहे पण 1 बरोबर मुळीच नाही.

प्र. 70. खालील विधानांवर विचार करा.

सरासरी उत्पादन आणि सीमान्त उत्पादन यांच्या मध्य समानतेच्या बिंदूवर
सरासरी उत्पादन –

1) अधिकतम असते 2) न्यूनतम असते

3) स्थिर असते 4) वाढणारे असते.

वरीलपैकी कोणते विधान बरोबर आहे?

(a) 1 आणि 4 (b) 2 आणि 4 (c) 1 आणि 3 (d) 2 आणि 3

प्र. 71. दोन आगतांचे (input) x_1 आणि x_2 चे दिलेले उत्पादन फलन आणि त्यांच्या
किंमती r_1 आणि r_2 बरोबर आगतांचा अनुकूलतम संयोग होईल ज्यात -

(a) x_1 आणि x_2 चे सीमान्त उत्पादन बरोबर आहे.

(b) MRTS $x_1 x_2$ / MRTS $x_2 x_1 = r_1/r_2$

(c) MPx$_1$ / MPx$_2$ = r_1 / r_2

(d) MPx$_2$ / MPx$_1$ = r_1 / r_2

प्र. 72. खालील समूह गोष्टींवर विचार करा.

(a) कारखान्यांच्या इमारती (b) सयंत्र आणि मशिनरी

(c) कच्च्या मालाचे भांडार (d) मजुरी बिल

यांपैकी कशाला कार्यशील भांडवल म्हणतात?

(a) 1 आणि 2 (b) 3 आणि 4

(c) 1, 2 आणि 3 (d) 2, 3 आणि 4

प्र. 73. खालीलपैकी कोणते विधान बरोबर आहे?

(a) एक नियोक्ता परिवर्तनशील घटकाच्या एककांना तोपर्यंत खर्च करत राहील
जोपर्यंत सीमान्त उत्पन्न उत्पादन (MRP) मौद्रिक मजुरीबरोबर होत नाही.

(b) एक नियोक्ता परिवर्तनशील घटकाच्या आगतांना त्या बिंदूपर्यंत खर्च
करत राहील जेथून घटते फल क्रियाशील व्हायला सुरुवात होते.

(c) एक नियोक्ता परिवर्तनशील घटकाच्या आगतीला तोपर्यंत खर्च करत
राहील जोपर्यंत त्याचे सीमान्त उत्पन्न उत्पादन (MRP) शून्य होत नाही.

(d) परिवर्तनशील घटक तोपर्यंत नियोजित केले जातात जोपर्यंत त्यांचे MRPS एकमेकांच्या बरोबर येत नाहीत.

प्र. 74. खालील विधानांवर विचार करा –

एका फर्मच्या संतुलनासाठी –

1) MR = MC

2) MC वक्र, MR वक्राला संतुलन बिंदूवर शक्यतो खालून छेदतो.

3) TR = MC

वरीलपैकी कोणती विधाने बरोबर आहेत?

(a) 1 आणि 2   (b) 1 आणि 3   (c) 2 आणि 3   (d) 1, 2 आणि 3

प्र. 75. पूर्ण स्पर्धेत फर्मचा अल्पकालीन पुरवठावक्र तसाच असतो जसा –

(a) सरासरी परिवर्तनशील खर्चवक्र

(b) सीमान्त खर्चवक्र

(c) सरासरी परिवर्तनशील खर्चवक्राच्या वर सीमान्त खर्चवक्र

(d) सरासरी एकूण खर्चवक्र

प्र. 76. जेव्हा सीमान्त खर्च सरासरी खर्चपिक्षा कमी असतो, तेव्हा सरासरी खर्च-

(a) पडतो   (b) वाढतो   (c) न्यूनतम असतो   (d) शून्य असतो.

प्र. 77. जर दोन आगतांच्या संदर्भात समोत्पाद वक्र L आकाराचा आहे; तर आगत-

(a) एकमेकांचे पूर्ण प्रतिस्थापक आहेत

(b) एकमेकांचे पूर्ण पूरक आहेत

(c) एकमेकांपासून स्वतंत्र आहेत

(d) अनुमान करता येणार नाही.

प्र. 78. जर एखाद्या फर्मचे मागणी फलन आणि खर्च फलन दिलेले आहे, $Q = 20 - P$ आणि $C = Q^2 + 8Q + 2$, तर उत्पादनाचा लाभ अधिकतम करणाचा (एकांकात) स्तर होईल –

(a) 10   (b) 8   (c) 3   (4) 0

प्र. 79. लाभ अधिकतम करणारी फर्म अल्पकाळात आपले उत्पादन बंद करेल तर किंमत –

(a) सरासरी खर्चपिक्षा कमी असेल

(b) सीमान्त खर्चच्या खाली असेल.

(c) सरासरी परिवर्तनशील खर्चपिक्षा कमी असेल

(d) सरासरी खर्चच्या बरोबर असेल.

प्र. 80. एकाधिकारी लाभावर करारोपणाचा भार –

(a) सर्व भार उत्पादकावर पडेल

(b) सर्व भार उपभोक्त्यावर पडेल

(c) उत्पादक आणि उपभोक्ता दोघांबरोबर विभाजित होईल

(d) उत्पादकापेक्षा उपभोक्त्यावर जास्त पडेल.

प्र. 81. एखाद्या व्यक्तीचा श्रम-पुरवठावक्र मागच्या बाजूला झुकेल जेव्हा –

(a) सुट्टीच्या मागणीवर उच्च मजुरीचा उत्पन्न प्रभाव प्रतिस्थापन प्रभावापेक्षा जास्त असेल

(b) उच्च मजुरीचा प्रतिस्थापन प्रभाव उत्पन्न प्रभावापेक्षा जास्त असेल

(c) उच्च मजुरीचे उत्पन्न आणि प्रतिस्थापन प्रभाव एकमेकांना सुदृढ करतात.

(d) सुट्टी एक गिफेन (Giffen) वस्तू आहे.

प्र. 82. उत्पादनाच्या कुठल्याही दोन घटकांमध्ये, जसे की K आणि L मध्ये पॅरेटो इष्टतम वाटपासाठी अनिवार्य अट आहे की समानता असावी –

(a) प्रत्येक वापरात / फर्ममध्ये दोन्ही घटक K आणि L च्या सीमान्त उत्पादकतेमध्ये

(b) प्रत्येक वापरात / फर्ममध्ये दोन्ही घटकांच्या MRTS च्या मध्ये

(c) त्यांच्या बाजार किमतींचा अनुपात आणि MRTS च्या मध्ये

(d) दोन्ही घटकांच्या बाजार किंमतीमध्ये

प्र. 83. सूची I व सूची II च्या जोड्या जुळवून खाली दिलेल्या विकल्पांतून बरोबर उत्तर निवडा –

(A) संवर्धित मूल्य   (1) स्थिर किमती

(B) मौद्रिक उत्पन्न   (2) आगत-निर्गत आव्यूह

(C) वास्तविक उत्पन्न   (3) पेन्शन

(D) हस्तांतरण प्राप्ती   (4) चालू किंमती

विकल्प :	A	B	C	D
(a)	4	2	3	1
(b)	2	4	1	3
(c)	4	2	1	3
(d)	2	4	3	1

प्र. 84. संवर्धित मूल्यांचा संबंध त्या मूल्याशी आहे जो –

(a) बाजार किमतींवर उत्पादनाचा असतो

(b) वस्तूचा आणि सेवेचा अवक्षय कमी करून असतो

(c) वस्तू आणि सेवा यांमध्ये मध्यवर्ती वस्तू आणि सेवेचा खर्च कमी करून असतो

(d) घटक खर्चावर उत्पादनाचा असतो.

प्र. 85. खालीलपैकी कोणते एक विधान बरोबर आहे?

(a) सकल राष्ट्रीय उत्पादनात (GNP) अवक्षय सामील आहे

(b) संवर्धित मूल्यात हस्तांतरण प्रदान सामील आहे.

(c) वैयक्तिक उत्पन्नात अवितरित लाभ सामील आहे

(d) प्रायोज्य उत्पन्नात वैयक्तिक कर सामील आहे

प्र. 86. 1983-84 मध्ये बाजार किमतींवर GNP 1,92,866 कोटी रुपये होते आणि घटक खर्चावर GNP 1,71,201 कोटी रुपये होते. वर्षभरात सरकारने 5,107 कोटी रुपये अनुदाना (Subsidies) च्या रूपात दिले. या वर्षीसाठी कोट्यवधी रुपयांवर अप्रत्यक्ष कराच्या रकमेचा अंदाज असेल –

(a) 31,879 रु.   (b) 26,772 रु. (c) 21,665 रु.   (d) 16,588 रु.

प्र. 87. GNP, NNP पेक्षा –

(a) एकूण करांच्या रकमेच्या बरोबर जास्त असतो.

(b) सरकारी खर्चाच्या बरोबर जास्त असतो.

(c) हस्तांतरण प्रदानाच्या (Transfer payments) बरोबर जास्त असतो.

(d) स्थूल गुंतवणूक आणि निव्वळ गुंतवणुकीमधील फरकाबरोबर जास्त असतो.

प्र. 88. जर उत्पन्नाच्या (Y) सर्व स्तरांवर MPC = APC आहे; तर त्याच्या समकक्ष उपभोगाचे फलन होईल –

(a) $C = a + bY$ (b) $C = bY$ (c) $C = bY^2$ (d) $C = a + bY^2$

प्र. 89. गुंतवणुकीचा त्वरण सिद्धान्त गुंतवणुकीच्या वर्तमान दराला –

(a) व्याजाच्या दीर्घकालीन दराशी संबंध्द करतो

(b) व्याजाच्या अल्पकालीन दराशी संबंध्द करतो

(c) उत्पादनाच्या वर्तमान स्तराशी संबंध्द करतो.

(d) उत्पादनाच्या स्तरातील परिवर्तनाशी संबंध्द करतो.

प्र. 90. जर उपभोग फलन वरच्या बाजूला आणि समांतर विवर्तित होत असेल तर गुंतवणूक गुणक -

(a) वाढेल   (b) कमी होईल (c) स्थिर राहील (d) दुप्पट होईल.

प्र. 91. सूची I व सूची II च्या जोड्या जुळवून खालील विकल्पांतून बरोबर उत्तर निवडा.

	सूची I	सूची II
A)	जे.एम. केन्स	1) स्थायी उत्पन्न प्रतिमान
B)	जे. ड्यूजेनबेरी	2) जीवनचक्र प्रतिमान
C)	एम. फ्रिडमन	3) सापेक्षिक उत्पन्न प्रतिमान
D)	एफ. मोदिगालियानी	4) निरपेक्ष उत्पन्न प्रतिमान

विकल्प :	A	B	C	D
(a)	4	3	2	1
(b)	3	4	1	2
(c)	3	4	2	1
(d)	4	3	1	2

प्र. 92. जर MPS वाढेल तर उत्पादनाचा संतुलन स्तर -

(a) वाढेल   (b) कमी होईल

(c) एकापेक्षा अधिक   (d) शून्य

प्र. 93. मुद्राबाजाराच्या पुनस्थापनेबरोबर संतुलित उत्पन्न खर्च गुणक होईल–

(a) एक   (b) एकापेक्षा कमी

(c) एकापेक्षा जास्त   (d) शून्य

प्र. 94. सनातनवादी सिद्धान्तानुसार मुद्रा पुरवठ्यात 10 टक्के वाढीमुळे –

(a) मौद्रिक मजुरी दरात 10 टक्के वाढ होईल पण वास्तविक मजुरीवर काही परिणाम होणार नाही.

(b) वास्तविक मजुरी दर 10 टक्क्याने वाढतील

(c) वास्तविक मजुरी दर 10 टक्क्याने कमी होतील

(d) मौद्रिक मजुरी दर आणि वास्तविक मजुरी दर दोन्ही 10 टक्क्याने वाढतील.

प्र. 95. समीकरण $0.5\,Y + 50i - 240 - 0$ (जेथे Y राष्ट्रीय उत्पन्न दर्शवितो आणि i वास्तविक व्याज दर)

(a) उपभोग फलनाचे समीकरण आहे.

(b) गुंतवणूक फलनाचे समीकरण आहे.

(c) IS फलनाचे समीकरण आहे.

(d) LM फलनाचे समीकरण आहे.

प्र. 96. मुद्रा पुरवठ्यातील वाढीचा परिणाम होतो –

(a) LM वक्राच्या उतारात परिवर्तन   (b) LM वक्राच्या उजवीकडे विवर्तन

(c) LM वक्रात काहीही बदल नाही.   (d) LM वक्राच्या डावीकडे विवर्तन

प्र. 97. केन्सच्या मते खालीलपैकी कोणते एक अनैच्छिक बेकारीचे मूलभूत कारण आहे?

(a) वस्तू आणि सेवा यांच्या मागणीत सामान्य कमी

(b) देशाच्या अन्य रोजगार उपलब्ध असलेल्या भागात जाण्याची श्रमिकांची अनिच्छा

(c) जरुरी असलेली कुशलता नसल्यामुळे व्यवसाय परिवर्तन करण्यातील असमर्थता

(d) दुसऱ्या व्यवसायात किंवा क्षेत्रात उपलब्ध रोजगारांच्या संधींबद्दल श्रमिकांचे अज्ञान

प्र. 98. मुद्रेची अपेक्षा मागणी वाढेल, जर -

(a) प्रतिभूतींच्या किंमतींतील वृद्धी प्रत्याशित असेल

(b) वस्तूंच्या किंमतीतील कमी प्रत्याशित असेल

(c) व्याजदराचे स्थिर होणे प्रत्याशित असेल

(d) व्याजदरातील वृद्धी प्रत्याशित असेल.

प्र. 99. खालील तरल मालमत्तेवर विचार करा -

(a) बँकांजवळील मागणी जमा   (b) बँकांजवळील अतिरिक्त जमा

(b) बँकांजवळील बचत जमा   (d) चलन

यामध्ये घटत्या रोखतेचा क्रम आहे –

(a) 1, 4, 3, 2   (b) 2, 3, 4, 1   (c) 2, 3, 1, 4   (d) 4, 1, 3, 2

प्र. 100. फिशरच्या V आणि K विनिमयाच्या समीकरणात मध्य संबंध आहे.

(a) $V = \dfrac{1}{K}$ (b) $V = \dfrac{1}{1+K}$ (c) $V = 1 + K$ (d) $V = 1 ñ K$

प्र. 101. 'तरलता जाळ्याच्या' स्थितीत तरलता अधिमान (पसंती) वक्र -

(a) पूर्ण अलवचिक असतो   (b) पूर्ण लवचिक असतो.

(c) क्षितिज संमातर आसावर कापतो   (d) उदग्र आसावर कापतो.

प्र. 102. बँकदराचा संबंध त्या दराशी आहे, जो -

(a) वाणिज्य बँका बचत जमेवर देतात

(b) वाणिज्य बँका चालू खात्यातील जमेवर देतात

(c) वाणिज्य बँका अल्पकालीन कर्जावर प्रभार घेतात.

(d) केंद्रीय बँक विनिमयाच्या प्रथम श्रेणी बिलांवर पुनर्बट्ट्याच्या रूपात प्रभार घेते.

प्र. 103. एका तुलनापत्राच्या खालील गोष्टींवर विचार करा -
1) मागणी जमा   2) दुसऱ्या बँकांकडून उधार
3) दुसऱ्या बँकांजवळ जमा नगदी   4) विनिमय पत्रांचे पृष्ठांकन
एका वाणिज्य बँकेच्या तुलनापत्रात यातील कोणकोणते दायित्व खंडात प्रदर्शित केले जातात?

(a) 1, 2 आणि 3   (b) 1, 2 आणि 4

(c) 1 आणि 3   (d) 2 आणि 4

प्र. 104. अन्य सर्व घटक समान असताना, बँकेची तरलता आणि लाभदायकता यांमधील संबंध अशा प्रकारच्या असतो की या दोन्हींमध्ये

(a) धनात्मक रेषीय संबंध असेल   (b) धनात्मक अरेषीय संबंध असेल

(c) काहीही संबंध नसेल   (d) प्रतिलोम संबंध असेल

प्र. 105. विक्रेत्यांवर विक्री कराचा भार पडेल, जेव्हा –

(a) वस्तूची मागणी पूर्ण लवचिक असेल

(b) वस्तूची मागणी पूर्ण अलवचिक असेल

(c) मागणीवक्र आयाताकार अतिपरवलय असेल

(d) वस्तूची मागणी साधारण लवचिक असेल.

प्र. 106. सूची I (कर) व सूची II (संग्रहक) च्या जोड्या लावून खाली दिलेल्या विकल्पातून बरोबर उत्तर निवडा.

सूची I   सूची II

A) निगम कर   1) राज्य सरकार

B) विक्री कर   2) नगर निगम

C) भवन कर   3) भारत सरकार

D) संपत्ती कर

विकल्प :	A	B	C	D
(a)	3	1	2	3
(b)	2	1	1	3
(c)	2	3	3	2
(d)	3	2	2	1

प्र. 107. खालील विधानांवर विचार करा –
अवमूल्यनाचा परिणाम होतो –

1) आयातीच्या अंतर्गत किमतीत वाढ

2) निर्यातीच्या अंतर्गत किमतीत वाढ

3) निर्यातीच्या आणि आयातीच्या अंतर्गत (घरगुती) किमतींत वाढ

4) निर्यातीच्या विदेशी किमतींत कमी

वरीलपैकी कोणते विधान बरोबर आहे?

(a) 1, 2 आणि 3 (b) 1 आणि 2

(c) 2, 3 आणि 4 (d) 1 आणि 4

प्र. 108. एक अनुकूलतम प्रशुल्क –

(a) व्यापारातील अटींमध्ये सुधारणा करते

(b) व्यापारातील अटी स्थिर ठेवते

(c) व्यापारातील अटी कमी करते

(d) देशाचा कल्याण स्तर कमी करते.

प्र. 109. हेक्सचर–ओहलिनच्या व्यापाराचा सिद्धान्त वैध होण्यासाठी दोन्ही देशांचा सापेक्ष घटक निधी असायला हवा -

(a) एकमेकांच्या जवळ (b) शक्य तितक्या दूर-दूर

(c) समरूप (d) कुठल्याही संबंधांशिवाय

प्र. 110. खालीलपैकी कोणते एक विधान बरोबर नाही?

(a) दोन देशांमध्ये व्यापार होऊ शकतो जेव्हा त्यांचा पुरवठा आणि मागणी यांची स्थिती समरूप असेल.

(b) दोन देशांमध्ये व्यापार होऊ शकतो जर अटींची स्थिती वेगळी असेल आणि मागणीची स्थिती समान असेल.

(c) दोन देशांमध्ये व्यापार होऊ शकेल जर अटींची स्थिती समरूप असेल आणि मागणीची स्थिती असमान असेल.

(d) दोन देशांमध्ये व्यापार होऊ शकेल जर पुरवठा आणि मागणी यांची स्थिती स्वतंत्र असेल.

प्र. 111. जर निर्यातीसाठी मागणीची किंमत - लवचिकता शून्य असेल तर स्थानिक मुद्रेत निर्यात -

(a) अवमूल्यनानंतर तशीच होईल (b) अवमूल्यनानंतर कमी होईल

(c) अवमूल्यनानंतर भरपूर वाढेल (d) अवमूल्यनानंतर आंशिक रूपाने वाढेल

प्र. 112. सीमा शुल्क संघ नेहमी करतो -

(a) फक्त व्यापार अपसार

(b) फक्त व्यापार निर्मिती

(c) व्यापार अपसार आणि व्यापार निर्मिती दोन्ही

(d) व्यापार अपसार आणि व्यापार निर्मिती दोन्ही नाही.

प्र. 113. श्रम अधिक्य अर्थव्यवस्थेत एका आयात प्रशुल्क उत्पन्नाचे वितरण करतो -

(a) जमीन मालकांच्या बाजूने

(b) श्रमिकांच्या बाजूने

(c) भांडवल आणि कुशल लोक (Skilled Worker) यांच्या बाजूने

(b) सरकारच्या बाजूने

प्र. 114. खालील मान्यतांवर विचार करा -

1) पूर्ण स्पर्धा   2) देशांमधील साधनांची पूर्ण गतिशीलता

3) प्रमाणानुसार स्थिर प्रतिफल

वरीलपैकी कोणत्या मान्यता रिकार्डोच्या तुलनात्मक लागत सिद्धान्ताशी संबंधित आहेत?

(a) 1, 2 आणि 3   (b) 1 आणि 2

(c) 1 आणि 3   (d) 2 आणि 3

प्र. 115. खालील आलेखावर विचार करा जो H आणि F या दोन देशांचा OH आणि OF पुरवठावक्र दर्शवितो -

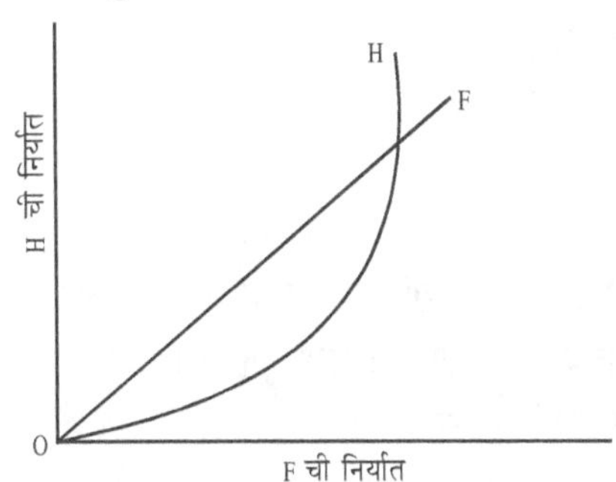

आलेख सूचित करतो की -

(a) H एक मोठा देश आहे

(b) F एक मोठा देश आहे.

(c) H आणि F दोन्ही मोठे देश आहेत

(d) H आणि F दोन्ही छोटे देश आहेत.

प्र. 116. खालीलपैकी कोणती एक जोडी बरोबर नाही?

(a) WTO - व्यापारावर सामान्यत: परिणामात्मक नियंत्रणाच्या उपयोगाला मनाई करते.

(b) IMF - व्यवहारतोलातील असामान्य अवस्था दूर करण्यासाठी वित्तव्यवस्था करते.

(c) SAARC - दक्षिण आशियाई देशांना व्यापारासाठी प्रोत्साहित करते.

(d) ASEAN - सर्व अशियाई देशांचे आर्थिक संगठन

प्र. 117. हेक्सचर - ओहलिन प्रमेय सिद्ध करण्यासाठी गैर घटक सघनता प्रतिलोभाची मान्यता -

(a) आवश्यक आहे

(b) पुरेशी आहे

(c) आवश्यक आणि पुरेशी आहे

(d) आवश्यक व पुरेशी दोन्ही नाही.

प्र. 118. खालील विधानांवर विचार करा -

भारतात विदेशी पोर्टफोलिओ गुंतवणुकीचा अर्थ आहे –

1) एखाद्या विदेशी फर्मने साहाय्यक व्यवसाय सुरू करण्यासाठी केलेली गुंतवणूक

2) एखाद्या विदेशी फर्मने कुठल्या विद्यमान फर्मला अधिकृत करण्यासाठी केलेली गुंतवणूक

3) शेअर्समध्ये विदेशी गुंतवणूक

4) बाँडस्मध्ये विदेशी गुंतवणूक

वरीलपैकी कोणती विधाने बरोबर आहेत?

(a) 1, 2 आणि 3   (b) 2, 3 आणि 4

(c) 2 आणि 3   (d) 3 आणि 4

प्र. 119. IMF च्या सदस्यांद्वारा स्वत: उधार घेण्याचा अधिकार ठरलेला असतो –

(a) त्याच्या व्यवहारतोलाच्या असामान्य अवस्थेच्या गंभीरतेद्वारा

(b) निधीतील अभिदत्त नियतांशाद्वारा

(c) सुरक्षित चलनामध्ये त्याच्या असलेल्या आकाराद्वारा

(d) सुवर्णमानातील त्याच्या मुद्रेच्या मूल्याद्वारा

प्र. 120. खालील विधानांवर विचार करा - व्यापार संबंधित गुंतवणूक उपायांच्या (TRIM) नुसार-

1) विदेशी भांडवल कंपन्यावर लागलेले सर्व निर्बंध निघतील.

2) गुंतवणुकीच्या कुठल्याही क्षेत्रावर कुठलाही निर्बंध लागणार नाही.

3) कच्च्या पदार्थांच्या आयातीला स्वतंत्रपणे येण्याची परवानगी असेल.

4) उत्पादनाचा एक भाग निर्यात करणे अनिवार्य असेल

वरीलपैकी कोणती विधाने बरोबर आहेत?

(a) 1, 3 आणि 4   (b) 1, 2 आणि 3

(c) 1, 2 आणि 4   (d) 2, 3 आणि 4

उत्तरे

1. a	2. a	3. a	4. a	5. a	6. c	7. b	8. d
9. d	10. b	11. b	12. b	13. d	14. c	15. a	16. d
17. c	18. c	19. c	20. d	21. a	22. b	23. c	24. a
25. c	26. b	27. d	28. a	29. b	30. c	31. c	32. c
33. b	34. a	35. a	36. b	37. b	38. b	39. c	40. c
41. b	42. d	43. b	44. a	45. b	46. b	47. d	48. d
49. d	50. d	51. d	52. c	53. d	54. d	55. a	56. a
57. a	58. c	59. a	60. c	61. c	62. a	63. c	64. d
65. a	66. c	67. b	68. c	69. d	70. c	71. c	72. b
73. a	74. a	75. c	76. a	77. b	78. c	79. c	80. a
81. a	82. c	83. b	84. c	85. a	86. b	87. d	88. b
89. d	90. c	91. d	92. b	93. a	94. c	95. d	96. b
97. a	98. a	99. d	100. a	101. b	102. d	103. b	104. d
105. a	106. a	107. d	108. a	109. b	110. a	111. a	112. c
113. c	114. c	115. a	116. d	117. d	118. b	119. b	120. b

■ ■ ■

प्रश्नसंच - ६

प्र. 1. उत्त्रवाही द्रव्याचा (मुद्रेचा) अर्थ आहे –

(a) एका देशातून दुसऱ्या देशात व्याजाच्या उच्च दराची किंवा व्याज दराची काळजी न करता भांडवलाच्या सुरक्षितकतेसाठी केलेले अल्पकालीन भांडवल संचलन

(b) एका देशातून दुसऱ्या देशात भांडवल व्याजाच्या उच्च दराच्या हेतूने केलेले दीर्घकालीन भांडवल संचलन

(c) एका देशातून दुसऱ्या देशात केलेले मध्यकालीन भांडवल संचलन

(d) मुद्रा, ज्याची विदेशी विनिमय बाजारात खूप जास्त मागणी आहे.

प्र. 2. मुद्रेच्या मागणीचा पोर्टफोलिओ सिद्धान्त हे मानतो की, व्यक्ती –

(a) जोखमेची पर्वा करत नाही.   (b) जोखमेच्या प्रति तटस्थ असते.

(c) जोखमीवर प्रेम करते   (d) जोखमीसाठी अनिच्छुक असते.

प्र. 3. जर व्याजाचा दर वाढेल तर बाँडधारक

(a) बाँडस्वर भांडवली लाभ प्राप्त करतील

(b) बाँडस्वर भांडवली नुकसान सहन करतील

(c) विकायचे असूनही ग्राहक शोधू शकणार नाहीत.

(d) भांडवली लाभही मिळवणार नाहीत व भांडवली नुकसान पण सहन करणार नाहीत.

प्र. 4. खालील परिच्छेदावर विचार करा –

''किंमत अशी गोष्ट नाही की जे मूल्य आहे. समजा एखाद्या दिवशी सर्व गोष्टी, जसा कोळसा, पोळी, डाक तिकीट, एका दिवसाचे श्रम, घराचे भाडे वगैरे दुप्पट होतील आणि तेव्हा किमती निश्चितच वाढतील, पण एक गोष्ट सोडून, बाकी गोष्टींच्या किमती वाढणार नाहीत.''

लेखकाला असे म्हणायचे आहे की, जर सर्व गोष्टींच्या किमती दुप्पट होतील तर-

(a) सर्व गोष्टींचे मूल्य स्थिर राहील.

(b) विकल्या गेलेल्या वस्तूंच्या किमती दुप्पट होतील.

(c) खरेदी केलेल्या वस्तूंच्या किमती अर्ध्या होतील.

(d) फक्त मुद्रेची किंमत अर्धी होईल.

प्र. 5. जर मुद्रेची मागणी पूर्ण-व्याज लवचिक असेल तर प्रसारण मौद्रिक नीतीची कुशलता होते –

(a) अधिकतम   (b) सामान्य   (c) अतिशय कमी   (d) शून्य

प्र. 6. मुद्रास्फितीवर नियंत्रण आणण्यासाठी केंद्रीय बँकेने –

(a) खुल्या बाजारात सरकारी प्रतिभूती विकाव्यात

(b) बँकदर कमी करावा

(c) खुल्या बाजारात सरकारी प्रतिभूती खरेदी कराव्यात

(d) बँकांचा रोख राखीव-अनुपात कमी करावा.

प्र. 7. खालीलपैकी कोणते एक बरोबर आणि संभाव्य अनुक्रमात आहे? (M मुद्रा पुरवठा आहे, i व्याजाचा मौद्रिक दर आणि I गुंतवणूक आहे.)

(a) M खाली आहे, i खाली आहे, I खाली आहे, GNP खाली आहे.

(b) M खाली आहे, i खाली आहे, I वर आहे, GNP वर आहे.

(c) M खाली आहे, i वर आहे, I खाली आहे, GNP खाली आहे.

(d) M वर आहे, i वर आहे, I वर आहे, GNP वर आहे.

प्र. 8. जर मुद्रेचा वार्षिक उत्पन्न संचालन वेग 3 असेल तर अर्थव्यवस्थेत एकूण मुद्रा स्टॉक होईल –

(a) मौद्रिक GNP चा तीनपट

(b) वास्तविक GNP च्या $\dfrac{1}{3}$

(c) मौद्रिक GNP च्या $\dfrac{1}{3}$

(d) वास्तविक GNP बरोबर P च्या अनुपाताच्या $\dfrac{1}{3}$

प्र. 9. खालील विधानांवर विचार करा –

अर्थव्यवस्थेच्या मुद्रा-पुरवठ्यात वाढ होईल जर केंद्रीय बँक –

1) केंद्रीय सरकारला कर्ज देईल
2) व्यवसायी बँकांसाठी कर्ज जमा करेल
3) राज्य सरकारांसाठी कर्ज जमा करेल.

या विधानांपैकी

(a) फक्त 2 बरोबर आहे.   (b) 1 आणि 3 बरोबर आहेत.

(c) 1 आणि 2 बरोबर आहेत.   (d) 1, 2 आणि 3 बरोबर आहेत.

प्र. 10. खालीलपैकी कोणते विधान 'खुल्या बाजारातील व्यवहारांचे'' चे उदाहरण प्रस्तुत करते?

(a) भारतीय रिझर्व्ह बँकेद्वारा सोनारांना सोन्याची विक्री

(b) 'ज्यूट कॉर्पोरेशन ऑफ इंडिया'द्वारा आपल्या मालातून ज्यूट मिल्सना ज्यूटची विक्री

(c) भारतीय रिझर्व बँकेद्वारा सरकारी प्रतिभूतींची आपल्याकडून, व्यावसायिक बँका व अन्य वित्तीय संस्थांना विक्री

(d) भारतीय रिझर्व्ह बँकेद्वारा विनिमय बँकांना, त्यांच्या आग्रहावरून डॉलर्सची विक्री

प्र. 11. 'गुणात्मक पत नियंत्रणा'चा मुख्य उद्देश आहे –

(a) व्यवसायी बँकांना निवडकतेच्या आधारावरच कर्ज दिले जावे.

(b) कर्ज घेणाऱ्यांना निवडकतेच्या आधारावर कर्ज रक्कम वितरित केली जावी.

(c) व्यवसायी बँकांनी दिलेल्या कर्ज रकमेचे नियमन व्हावे.

(d) व्यवसायी बँकांद्वारा पत (Credit) निर्मितीचे नियमन

प्र. 12. लोक वित्त (Public Finance) मध्ये ''अधिकतम समाज कल्याण'' प्राप्तीची स्थिती तेव्हा होते जेव्हा –

(a) करांची सीमान्त अनुपयोगिता सार्वजनिक खर्चाच्या सीमान्त उपयोगितेपेक्षा जास्त असेल.

(b) करांची सीमान्त अनुपयोगिता सार्वजनिक खर्चाच्या सीमान्त उपयोगितेपेक्षा कमी असेल.

(c) करांची सीमान्त अनुपयोगिता सार्वजनिक खर्चाच्या सीमान्त उपयोगितेच्या बरोबर असेल.

(d) कर आणि सार्वजनिक खर्च यांचा स्तर न्यूनतम असेल.

प्र. 13. खालीलपैकी कोणत्या जोड्या प्रत्यक्ष कराचे उदाहरण आहेत?

1) उत्पन्न कर आणि संपत्ती कर

2) विक्री कर आणि उत्पादन शुल्क

3) भांडवली अभिलाभ कर आणि निगम कर

4) आयात शुल्क आणि चुंगी कर.

खालील विकल्पांच्या आधारे बरोबर उत्तर निवडा.

विकल्प :

(a) 1 आणि 3   (b) 1 आणि 2 (c) 2 आणि 4   (d) 2 आणि 3

प्र. 14. खालील विधानांवर विचार करा –

योजनेतर राजस्व खर्चात सामील आहे –

1) व्याज दिल्यानंतर केलेला खर्च

2) भांडवल संपत्तीच्या देखरेखीवर केलेला खर्च

3) पूर नियंत्रणावर केलेला खर्च

वरील विधानांमध्ये बरोबर आहेत –

(a) 2 आणि 3   (b) 1 आणि 2 (c) 1 आणि 3   (d) 1, 2 आणि 3

प्र. 15. खालील विधानांवर विचार करा –

करभाराचे खरेदीदार व विक्रेत्यावर विभाजन –

1) मागणीच्या व पुरवठ्याच्या लवचिकपणाने ठरते

2) झालेल्या खर्चाच्या स्थितीवर ठरते

3) बाजाराच्या संरचनेने ठरते.

या विधानांमध्ये

(a) 1 आणि 2 बरोबर आहेत.   (b) 2 आणि 3 बरोबर आहेत.

(c) 1 आणि 3 बरोबर आहेत.   (d) 1, 2 आणि 3 बरोबर आहे.

प्र. 16. भांडवली लाभाचा अर्थ आहे-

(a) त्या उत्पादनाच्या विक्रीत वृद्धी ज्याच्यासाठी भांडवल गुंतवणूक केली गेली आहे.

(b) अधिष्ठित मालमत्तेवर सकल लाभार्जन

(c) भांडवल मालमत्तेवर सकल लाभार्जन

(d) भांडवलाची सीमान्त उत्पादकता

प्र. 17. खालील विधानांवर विचार करा –
एखादे सरकार आपली अर्थसंकल्पीय तूट पूर्ण करू शकते –
1) देशाच्या केंद्रीय बँकेकडून आपली उर्वरित रक्कम परत घेऊन
2) केंद्रीय बँक किंवा व्यावसायिक बँक यांकडून कर्ज घेऊन
3) नवीन नोटा छापून
या विधानांमध्ये बरोबर आहेत –
(a) 1 आणि 2   (b) आणि 3
(c) 2 आणि 3   (d) 1, 2 आणि 3

प्र. 18. जर एखाद्या व्यक्तीचे वेतन तिच्या कामाच्या दिवसांच्या संख्येत दिले जाईल
तर दैनिक स्थिती संकल्पनेद्वारा बेकारीचा दर मिळवला जाऊ शकतो –
(a) 1 मधून वितरणाचा मध्य वजा करून
(b) 7 मधून मध्य वजा करून
(c) 7 मधून मध्य वजा करून व 100 ने गुणून
(d) 1 मधून मध्यचा सप्तांश वजा करून व आलेल्या रकमेला 100 ने गुणून

प्र. 19. समजा, एका शाळेतील मुख्याध्यापकांना त्यांच्याकडे शिकणाऱ्या विद्यार्थी,
(ज्यांची संख्या 749 आहे.) मुलांची सरासरी उंची मोजायची आहे. त्यांना हे
माहिती आहे की एखादे शिक्षक सर्व मुलांची उंची मोजतील तर त्याला खूप
वेळ लागेल. म्हणून त्यांना अशी युक्ती शोधायची होती की, ज्यामुळे फक्त
एका विद्यार्थ्याची उंची मोजली तरी सर्व मुलांची उंची कळू शकेल. अशा
वेळी ते खालीलपैकी कोणता / कोणते उपाय वापरतील?
(a) मध्य आणि बहुलक   (b) मध्य आणि मध्यिका
(c) बहुलक   (d) मध्य

प्र. 20. जर एखाद्या गोष्टीच्या मापांना दिलेल्या संख्येना गुणले तर खालीलपैकी
कशावर त्याचा परिणाम होणार नाही?
(a) मध्य   (b) मध्यिका   (c) परिसर   (d) विस्तरणाचा गुणांक

प्र. 21. प्रकीर्णन मोजले जात नाही –
(a) मध्यच्या संबंधात   (b) मध्यिकेच्या संबंधात
(c) बहुलकाच्या संबंधात   (d) भूमितीय मध्याच्या संबंधात

प्र. 22. ज्या मूल्य सूचकांकात आधार वर्षाच्या परिमाणाचा भारिता रूपात उपयोग
होतो, त्याला म्हणतात –
(a) पास्क (Paasche's) सूचकांक
(b) लॅस्पेयर्स (Laspeyere's) सूचकांक

(c) फिशर्स (Fisher's) चा आदर्श सूचकांक

(d) ठोक किंमत सूचकांक

23. खालील विकीर्ण आलेखावर विचार करा.

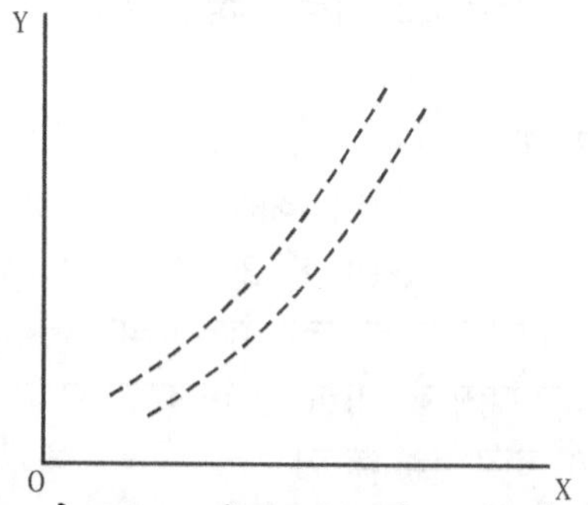

या आलेखातून सर्वोत्तम निष्कर्ष हा निघतो की –

(a) X आणि Y सहसंबंधित वाटतात.

(b) X आणि Y नि:संदेह सहसंबंधित आहेत.

(c) Y चा हेतू X आहे   (d) X चा हेतू Y आहे.

प्र. 24. सांख्यिकी तज्ज्ञ यूलने इंग्लंडच्या आणि वेल्सच्या एंग्लिकन चर्चमध्ये 1886-1911 च्या दरम्यान झालेल्या विवाहांच्या आणि त्याच काळातील मानकीकृत मृत्युदराच्या अनुपातात 0.95 चा उन्नत सहसंबंध नोंद केला होता. यूलने त्याला निरर्थक सहसंबंध म्हटले होते. कारण –

(a) या दोन्ही घटना महत्त्वपूर्ण नव्हत्या

(b) या दोन्ही घटनांचा सैद्धांतिक संबंध नव्हता

(c) मृत्युदराचे अनावश्यकरित्या प्रमाणिकरण केले गेले होते.

(d) निरीक्षणात अन्य चर्चेसचा समावेश नव्हता.

प्र. 25. भारतात वनसंपदेच्या क्षेत्राचे प्रमाण आहे जवळपास –

(a) 20 टक्के   (b) 10 टक्के   (c) 30 टक्के   (d) 35 टक्के

प्र. 26. 'राष्ट्रीय महिला कोषा'ची स्थापना कधी झाली?

(a) 1988-89   (b) 1992-93   (c) 1995-96   (d) 1998-99

प्र. 27. भारतात संरक्षण क्षेत्रात किती टक्के परकीय गुंतवणुकीला मान्यता आहे?

(a) 26   (b) 31   (c) 34   (d) 39

प्र. 28. NSS च्या योजना आयोगाच्या निरीक्षणानुसार भारतात 2001 मध्ये Head-Count Ratio किती होता?

(a) 31   (b) 26.10   (c) 42   (d) 48

प्र. 29. योजना आयोगाच्या निरीक्षणानुसार २०१० मध्ये जन्माच्या वेळेस महिला आयुष्याची सम्भाविता (Life Expectancy) होती.

(a) 52.4   (b) 55.4   (c) 65.40   (d) 68.4

प्र. 30. सांकेतिक नियोजनाचा सिद्धान्त सर्वप्रथम स्वीकारला गेला होता –

(a) पाचव्या पंचवार्षिक योजनेत   (b) सहाव्या पंचवार्षिक योजनेत

(c) सातव्या पंचवार्षिक योजनेत   (d) आठव्या पंचवार्षिक योजनेत

प्र. 31. भारतात द्वितीय आणि तृतीय पंचवार्षिक योजनेत योजना रणनीतीचा आधार कोणता एक संवृद्धी निदर्शक होता?

(a) हेरॉड-होमर (ग्रोथ मॉडेल) संवृद्धी निदर्शक

(b) महालनोबिस द्विक्षेत्रक निदर्शक

(c) एलन मान आणि अशोक रुद्र यांचे 30 - क्षेत्रक एकरूपता निदर्शक

(d) कॉल्डोरचा संवृद्धी निदर्शक

प्र. 32. गेल्या 20 वर्षांत केंद्रीय सार्वजनिक खर्चातील असाधारण वृद्धीसाठी खालीलपैकी कोणते एक कारण मुख्य होते ?

(a) मुद्रास्फितीच्या दरात वाढ

(b) केंद्र सरकारच्या कर्मचाऱ्यांची वेतनवाढ

(c) केंद्र सरकारने घेतलेल्या कर्जाच्या व्याजाचे मिळणे

(d) सुरक्षा खर्चात वाढ.

प्र. 33. भारतात प्रथम पंचवार्षिक योजनेत खाद्य उत्पादन लक्ष्य पूर्ण होण्यासाठी खालीलपैकी कोणते प्रमुख कारण होते?

(a) खतांच्या उपयोगात अत्यधिक वाढ

(b) चांगला पाऊस

(c) सिंचन साधनांची निर्मिती

(d) सामुदायिक विकास योजना

प्र. 34. खालील विधानांवर विचार करा –

बाजार तंत्रावर निर्भरता उदारीकरणाच्या नीतीचा मुख्य आधार आहे. तरी-सुद्धा आर्थिक नियोजनाच्या रणनीतीला सोडता येत नाही. कारण -

1) बाजार तंत्र कमी वेळात मागणी व पुरवठा यांमध्ये संतुलन स्थापित करुन शकत नाही, पण आर्थिक नियोजनाद्वारे हे शक्य आहे.

2) अनेक सामाजिक- आर्थिक क्षेत्रांमध्ये बाजार नाही.

3) अनेक सामाजिक-आर्थिक क्षेत्रांतील बाजार परिणामशून्य आहेत.

या विधानांमध्ये -

(a) 1 आणि 2 बरोबर आहेत.   (b) 2 आणि 3 बरोबर आहेत.

(c) 1 आणि 3 बरोबर आहेत   (d) 1, 2 आणि 3 बरोबर आहेत.

प्र. 35. भारतात कृषी लागवडीखालील क्षेत्र आहे –

(a) 39%   (b) 43%   (c) 49%   (d) 56%

प्र. 36. नियोजन काळात भारतीय कृषी उत्पादनाची प्रवृत्ती दर्शविते की, वृद्धीचा दर-

(a) जास्तीत जास्त लोकसंख्या वृद्धीदराबरोबर होता.

(b) लोकसंख्या वृद्धीदरापेक्षा पुष्कळ कमी होता.

(c) लोकसंख्या वृद्धीदरापेक्षा खूप जास्त होता.

(d) लोकसंख्या वृद्धीच्या तुलनेत स्थिर होता.

प्र. 37. सातव्या दशकाच्या मध्य काळात, भारतीय कृषीमध्ये प्रस्फोट होण्यासाठी खालीलपैकी कोणत्या एक कारणाची सर्वाधिक निर्णायक भूमिका होती ?

(a) रासायनिक खतांचा उपयोग

(b) अधिक पिके देणाऱ्या प्रकारांचा (जातींचा) वापर

(c) सिंचन सुविधेतील विस्तार

(d) कृषी यंत्रीकरण

प्र. 38. भारतात खालीलपैकी कोणते एक भूमी सुधारणेसंबंधी काम आतापर्यंत जवळपास पूर्णपणे कार्यान्वित केले आहे?

(a) कास्तकारी सुधार   (b) शेताची उच्चतम सीमा निर्धारण

(c) मध्यस्थांचे समापन   (d) चकबंदी

प्र. 39. खालीलपैकी कोणती एक जोडी बरोबर जोडलेली आहे?

(a) क्षेत्रीय ग्रामीण बँक   -   व्यावसायिक बँकांद्वारे प्रायोजित

(b) अग्रणी बँक   -   रिझर्व्ह बँकेद्वारा प्रायोजित

(c) नाबार्ड   -   जागतिक बँकेद्वारा प्रायोजित

(d) शीर्ष सहकारी बँक   -   आशियाई विकास बँकेद्वारा प्रायोजित

प्र. 40. खालीलपैकी कोणता एक उपाय कृषी वस्तूसंबंधी स्थिरीकरण नीती अंतर्गत येतो?

(a) सिंचन सुविधेत वाढ

(b) अधिक उपज देणाऱ्या जातींचा स्वीकार

(c) सार्वजनिक वितरण व्यवस्था मजबूत बनवणे

(d) समुचित समर्थन मूल्य

प्र. 41. असे म्हटले जाते की, भारतात सामुदायिक विकास कार्यक्रम खालील कारणांमुळे आपले ध्येय प्राप्त करण्यात अयशस्वी ठरला.

1) कृषी विस्ताराचे प्रयत्न अपुरे होते.

2) राज्य सरकारांनी केंद्र सरकारला सहयोग दिला नाही.

3) कार्यक्रम जनित लाभाचे वितरण तुलनेत विशेष सुविधा असलेल्या वर्गाच्या बाजूने होते.

4) यामुळे भांडवलवादी कृषीच्या वाढीला प्रोत्साहन मिळाले.

खालील विकल्पांचा उपयोग करून बरोबर उत्तर निवडा.

विकल्प : (a) 1, 2, 3 आणि 4   (b) 1 आणि 2

(c) 1, 3, आणि 4   (d) 2, 3 आणि 4

प्र. 42. 1991 च्या नवीन उद्योगनीतीचा मुख्य उद्देश होता,

(a) एम.आर.टी.पी. ॲक्टमधील अडचणींचे निराकरण करणे

(b) सार्वजनिक उद्योगांचे विखंडन करणे

(c) भारतीय औद्योगिक अर्थव्यवस्थेला अनावश्यक नोकरशाहीतून मुक्त करणे.

(d) प्रत्यक्ष विदेशी गुंतवणुकीसंबंधी अडचणी सोडविणे.

प्र. 43. भारतात खालील अधिनियमांच्या अधिनियमनाचा बरोबर अनुक्रम काय आहे?

1) एम.आर.टी.पी.ॲक्ट

2) उद्योग (विकास आणि विनिमय) अधिनियम

3) फेरा

4) अल्पतम वेतन अधिनियम

खालील विकल्पांतून बरोबर उत्तर निवडा.

विकल्प : (a) 2, 3, 4, 1   (b) 2, 3, 1, 4

(c) 4, 2, 1, 3   (d) 4, 2, 3, 1

प्र. 44. 1991 मध्ये औद्योगिक अनुज्ञाप्ती प्रणाली सर्व उद्योगांत संपवली होती –

(a) लघुउद्योग सोडून

(b) सुरक्षा आणि सामरिक महत्त्वाच्या उद्योगांना सोडून

(c) बहुराष्ट्रीय निगमांना सोडून

(d) निर्यातोन्मुख उद्योग सोडून

प्र. 45. राज्य वित्त निगम –

(a) लघु उद्योगांना कार्यशील भांडवल पुरवते

(b) मोठ्या उद्योगांना दीर्घकालीन वित्त देते

(c) उद्योगांना सर्व प्रकारचे वित्त पुरवते.

(d) लघु उद्योगांना वित्त प्रदान करण्यासाठी राज्य सरकारांच्या अभिकर्त्यांची भूमिका निभावते.

प्र. 46. भारतात अनाधारित संरचना क्षेत्रात सार्वजनिक उद्योगांची किंमत ठरवण्याच्या नीतीमध्ये खालीलपैकी कोणत्या एका मानकाचे (Standard) पालन केले गेले पाहिजे?

(a) न फायदा न तोटा या सिद्धान्ताचे

(b) आयात-समता किंमत

(c) किंमत निर्धारण नीतीत लाभप्रदतेचा आधार

(d) संतुलन स्तर सिद्धान्त

प्र. 47. भारतातील सर्वात मोठे मिरची उत्पादक राज्य आहे –

(a) आंध्र प्रदेश   (b) कर्नाटक   (c) मध्यप्रदेश   (d) महाराष्ट्र

प्र. 48. भारताच्या विदेशी मुद्रा राखीव निधीत खालीलपैकी कोणता एक समूह सामील आहे?

(a) विदेशी मुद्रा संपत्ती, विशेष आहरण (Withdrawal) अधिकार (एस.डी. आर) आणि विदेशातून कर्ज

(b) विदेशी मुद्रा संपत्ती, भारतीय रिझर्व बँकेजवळ असलेले सोने आणि विशेष आहरण अधिकार (एस.डी.आर)

(c) विदेशी मुद्रा संपत्ती, जागतिक बँकेजवळ कर्ज आणि विशेष आहरण अधिकार (एस.डी.आर.)

(d) विदेशी मुद्रा संपत्ती, भारतीय रिझर्व बँकेवजळ असलेले सोने आणि जागतिक बँकेकडून कर्ज

प्र. 49. महाराष्ट्रात नवे जमीन महसूल वर्ष सुरू होते –

(a) 1 एप्रिलला   (b) 1 जानेवारीला

(c) 1 मेला   (d) 1 ऑगस्टला

प्र. 50. नरसिंहम कमेटी I चा संबंध होता –

(a) बँकिंग क्षेत्रातील सुधारणांशी

(b) भांडवल बाजारासंबंधी सुधारणांशी

(c) गैर-बँकिंग संस्थासंबंधी सुधारणांशी

(d) विमा क्षेत्रासंबंधी सुधारणांशी

प्र. 51. भारतीय मौद्रिक नीतीत काही मान्यतांवर आधारित असलेल्या मुख्य उद्देश किमतींचे स्थैर्य हा आहे. खालीलपैकी कोणती एक मान्यता बरोबर नाही?

(a) किमतींमधील परिवर्तनशीलता निर्णय घेण्यात अनिश्चित निर्माण करते.

(b) किमती वाढल्याने सट्टा गुंतवणूक जास्त आकर्षक होते.

(c) वाढत्या किमती बचतवृद्धीला प्रोत्साहन देण्यासाठी आणि संसाधनांचे

योग्य विनिधान करण्यासाठी अनुकूल वातावरण निर्माण करतात.

(d) किमतींच्या वृद्धीचा दुष्परिणाम त्या लोकांवर जास्त पडतो, ज्यांना मुद्रास्फितीपासून संरक्षण मिळत नाही.

प्र. 52. भारतात किमतींच्या वाढीचा दुष्परिणाम रोखण्यासाठी 1990 पासून सरकारने खालीलपैकी कोणत्या एका उपायाला उच्चतम प्राथमिकता दिली आहे?

(a) सार्वजनिक वितरण प्रणालीचे पुनर्गठन करणे.

(b) स्थूल राष्ट्रीय उत्पादनात, वित्तीय तुटीचा प्रतिशत कमी करून राजकोषीय असंतुलन बरोबर करणे.

(c) आयातीमध्ये वाढ करणे.

(d) रुपयाचे अवमूल्यन करणे.

प्र. 53. भारतात अनेक प्रकारच्या बँक संस्था आहेत, जशा की -

1) एस.बी.आय.   2) आर.बी.आय.

3) आर.आर.बी.   4) नाबार्ड

यांचा स्थापनेचा योग्य कालानुक्रम आहे -

(a) 1, 2, 3, 4   (b) 3, 4, 2, 1

(c) 2, 1, 3, 4   (d) 4, 3, 2,1

प्र. 54. 'लीड बँक योजने'चा मुख्य उद्देश आहे –

(a) मोठ्या बँकांनी प्रत्येक जिल्ह्यात आपले कार्यक्रम सुरू करण्याचा प्रयत्न करावा.

(b) वेगवेगळ्या राष्ट्रीयीकृत बँकांमध्ये अटीतटीची स्पर्धा असावी.

(c) एकेका बँकेने सघन विकासासाठी वेगवेगळ्या जिल्ह्यांत कार्यरत व्हावे.

(d) सर्व बँकांनी आपल्याजवळ विपुल प्रमाणात धन राशी जमवण्याचा कसून प्रयत्न करावा.

प्र. 55. भारतात राज्यांना संघीय वित्त साहाय्यता दिली जाते –

(a) राज्यांच्या कर निर्मितीच्या प्रयत्नांच्या आधारावर

(b) राज्यांच्या राजस्व वसुलीच्या आधारावर

(c) लोकसंख्या, कर निर्मितीचे प्रयत्न आणि राज्याच्या विशिष्ट समस्यांचा आधारावर

(d) राज्यांच्या मागणीच्या आधारावर

प्र. 56. खालीलपैकी कोणता एक कर अनन्यरूपाने भारताच्या राज्य सरकारांसाठीच आहे?

(a) उत्पन्न कर   (b) कृषी उत्पन्न कर

(c) एक्साईज ड्यूटी   (d) संपत्ती कर.

प्र. 57. केंद्रीय सरकारच्या खालील राजस्व साधनांपैकी कोणते एक साधन अप्रत्यक्ष कराच्या श्रेणीत येते?

(a) निगम कर   (b) सीमा शुल्क

(c) संपत्ती कर   (d) व्याज प्राप्ती

प्र. 58. मनोरंजन करातून सवलत मिळाली असती जर एकूण प्राप्ती लावली जाईल –

1) पोस्ट बचतीत   2) नवीन औद्योगिक प्रकल्पांच्या शेअर्समध्ये

3) पुण्यार्थ कामात   4) ऋण शोधन कार्यात

खालील विकल्पांचा वापर करून बरोबर उत्तर निवडा.

विकल्प : (a) 1 आणि 2   (b) 1 आणि 3

(c) 2 आणि 3   (d) 3 आणि 4

प्र. 59. मागील दशकात केंद्रीय बजेटच्या राजस्व खर्चाच्या अंतर्गत सर्वाधिक खर्च असणारी कोणती गोष्ट होती?

(a) सुरक्षा   (b) व्याज देणे

(c) अर्थसाहाय्य (Subsidies)   (d) समाज सेवा

प्र. 60. केंद्रीय सरकारच्या तूट वित्तीयनाचा खालीलपैकी कोणता एक परिणाम सामान्य माणसावर सर्वाधिक दुष्परिणाम करतो ?

(a) अनिवार्य बचत   (b) बँकांद्वारे पत निर्मिती

(c) किमतींमध्ये स्फितीकारी वृद्धी   (d) सामाजिक गुंतवणुकीच्या स्वरूपात बदल

प्र. 61. 1950-51 पासून केंद्रीय सरकारच्या सार्वजनिक कर्जात तीव्र वाढ झाली आहे आहे –

(a) अनियंत्रित मुद्रास्फितीमुळे

(b) केंद्रीय सरकारने लावलेल्या राजस्वात राज्य सरकारांच्या वाढणाऱ्या भागीदारीमुळे

(c) सार्वजनिक खर्चाच्या वित्तीयनाच्या वाढत्या भारामुळे

(d) सतत वाढणाऱ्या लोकसंख्येमुळे

प्र. 62. मागील काही वर्षांत, केंद्रीय सरकारच्या वित्तीय तुटीच्या खालील कारणांपैकी कोणते एक कारण असे आहे की जे आर्थिक सिद्धान्ताच्या आधारावर तर परिहार्य होते, पण राजनैतिक कारणांमुळे कठीण होते?

(a) सुरक्षा खर्चात वाढ

(b) कृषीवरील उत्पादनात वाढ

(c) केंद्रीय सरकारी कर्मचाऱ्यांच्या वेतनात वाढ

(d) व्याज देयकात वाढ

सूचना : पुढील सहा प्रश्नांमध्ये दोन वक्तव्ये आहेत. एकाला 'विधान A' व दुसऱ्याला 'कारण R' म्हटले आहे. दोन्ही वक्तव्यांचे काळजीपूर्वक परीक्षण करून निर्णय घ्यायचा आहे की विधान A व कारण R दोन्ही वेगवेगळे आहेत का आणि जर आहे तर कारण R विधान A चे बरोबर उत्तर आहे का. या प्रश्नांची उत्तरे खाली दिलेल्या विकल्पांच्या आधारे निवडा व आपल्या उत्तर पत्रिकेत त्याप्रमाणे अंकित (✓) करा.

विकल्प : (a) A आणि R दोन्ही बरोबर आहेत व R हे A चे बरोबर स्पष्टीकरण आहे.

(b) A आणि R दोन्ही बरोबर आहेत पण R हे A चे बरोबर स्पष्टीकरण नाही.

(c) A बरोबर आहे पण R चूक आहे.

(d) A चूक आहे पण R बरोबर आहे.

प्र. 63. विधान (A) : कुठलेही व्यवसायप्रतिष्ठान प्रतिस्पर्धी बाजारात किंमत प्राप्त करते.

कारण (R) : किंमतीचे निर्धारण उद्योगाच्या एकूण मागणी वक्राला पुरवठा वक्राच्या प्रतिच्छेदनाद्वारे होते.

प्र. 64. विधान (A) : अवमूल्यनाच्या सफलतेसाठी मार्शल - लर्नर ची अट पूर्ण व्हायला पाहिजे.

कारण (R) : अवमूल्यनाच्या फलस्वरूप निर्यात महाग व आयात स्वस्त होते.

प्र. 65. विधान (A) : अवमूल्यनाद्वारा व्यवहारतोलाचे असंतुलन दूर केले जाऊ शकते.

कारण (R) : अवमूल्यनामुळे आयातीत वस्तूंच्या किंमती वाढतात आणि अवमूल्यन करणाऱ्या देशांकडून निर्यात केलेल्या वस्तूंच्या विदेशी किंमतीत घट होते.

प्र. 66. विधान (A) : मुक्त आंतरराष्ट्रीय व्यापारात उपलब्ध वस्तूंच्या आधारावर उत्पादनाच्या दुर्लभ घटकांची वास्तविक मजुरी कमी होणे साहजिक आहे.

कारण (R) : जर उपलब्ध वस्तूंच्या आधारावर वास्तविक वेतन कमी होते तर उपभोक्त्याच्या रूपात मजुरांच्या वास्तविक उत्पन्नावर दुष्परिणाम नक्की पडेल. त्यांची व्यक्तिगत आवड आणि खर्चाची पद्धत कशीही असली तरी.

प्र. 67. (A) : भारतात विकास आयोजनाच्या काळात विकासासंबंधी क्षेत्रीय असमानता सतत कमी होते आहे.

कारण (R) : भारतीय शेतकीचे नवीन तंत्रज्ञान आकार निरपेक्ष आहे परंतु संसाधन निरपेक्ष नाही.

प्र. 68. विधान (A) : भारतीय कृषीत उत्पादन आणि अर्थसाहाय्य हे बाजार अंतर्ग्रथित आहे.

कारण (R) : भारतीय कृषी अर्थव्यवस्था अत्यंत बाजार-प्रधान आहे.

प्र. 69. खालील विधानांपैकी कोणते एक 'पूर्ण लवचिक मागणी' चे बरोबर वर्णन करते आहे?

(a) मागणीतील परिवर्तन, किमतीतील परिवर्तनाच्या अनुपातात आहे.

(b) मागणीतील परिवर्तन, किमतीतील समानुपातिक परिवर्तनापेक्षा कमी आहे.

(c) वस्तूची कोणतीही मात्रा नियत किमतीत खरेदी केली जाऊ शकते.

(d) किमतीतील परिवर्तनामुळे मागणीत काहीही परिवर्तन होत नाही.

प्र. 70. एखादा दिलेला अनधिमान माप आलेख दर्शवितो –

(a) समाधानाचा एक दिलेला स्तर

(b) आवडी आणि पसंती यांचे एक निर्दिष्ट स्वरूप

(c) समाधानाचा सरासरी स्तर   (d) वरील सर्व

प्र. 71. समजा, एखाद्या वस्तूचा मागणीवक्र अधोमुखी प्रवण सरळ रेषा आहे तर मागणीचा किंमत लवचिकता –

(a) समजू शकत नाही.

(b) किंमत घटण्याबरोबरच कमी पण होते.

(c) किंमत घटण्याबरोबरच वाढत पण जाते.

(d) प्रत्येक किंमत एक सारखीच राहते.

प्र. 72. उत्पादनाच्या घटकाचा वैकल्पिक खर्च असतो –

(a) जो काही आपल्या वर्तमान उपयोगात मिळवला जातो.

(b) दीर्घकाळात जे तो मिळवतो.

(c) तो, जो काही सर्वोत्तम वैकल्पिक वापरात मिळवू शकतो.

(d) वरीलपैकी कुठलेच नाही.

प्र. 73. एखाद्या घटकाचे घटते सीमान्त फल मुख्यत: या कारणासाठी असते की –

(a) कुठल्या अन्य घटकांचे परिमाण तुलनेत निश्चित होतात.

(b) त्या घटकाचा परिमाण निश्चित होतो.

(c) सर्व घटकांचे परिमाण निश्चित होतात.

(d) उत्पादनावर सरकारी नियंत्रण असते.

प्र. 74. जर एखादा विक्रेता एखाद्या विशेष पूर्ण स्पर्धा बाजारात आपली विक्री दुप्पट करू इच्छित असेल तर तो -

(a) आपल्या मालाची गुणवत्ता सुधारेल

(b) आपल्या मालाची किंमत कमी करून अर्धी करेल

(c) तो फक्त विक्रीसाठी दुप्पट प्रमाण ठेवेल

(d) आपल्या मालाच्या श्रेष्ठतेची जाहिरात करेल.

प्र. 75. पूर्ण स्पर्धा बाजारात फर्मचे सरासरी आणि सीमान्त उत्पन्नवक्र संपाती असतात कारण -

(a) फर्म किंमतग्राही असते.

(b) स्थिर अनुमापी प्रतिफल असते.

(c) काही घटकांचे स्थिर प्रतिफल असते.

(d) ते लाभ अधिकतम करण्याची अट असते.

प्र. 76. व्यांकुचित मागणीवक्राचा निहितार्थ असातत्याच्या रूपात प्रतिबिंबित होतो.

(a) एकूण खर्च वक्रात   (b) सीमान्त खर्च वक्रात

(c) एकूण उत्पन्न वक्रात   (d) सीमान्त उत्पन्न वक्रात

प्र. 77. खालीलपैकी कोणता एक वक्र U आकाराचा नसतो?

(a) AVC वक्र   (b) AFC वक्र   (c) AC वक्र   (d) MC वक्र

प्र. 78. जेव्हा दोन फर्मस् द्विअधिकाराच्या स्टॅकेलबर्ग मॉडेलमध्ये एकमेकांच्या स्पर्धेत असतात, तेव्हा अंतिम संतुलनाचा परिणाम होतो –

(a) संयुक्त लाभ अधिक वाढणे   (b) दोन्हींसाठी समान लाभ

(c) कुर्नो समाधान   (d) पूर्ण स्पर्धा समाधान

प्र. 79. परिसीमा किंमत दर्शविते -

(a) ती किंमत जी नवीन फर्मस्‌चा प्रवेश रोखते.

(b) ती अधिकतम किंमत जी वसूल करण्याची फर्मला अनुमती असते.

(c) ती किंमत जी फर्मचा लाभ जास्तीत जास्त करून देते

(d) ती किंमत जिच्यावर फर्म खर्चावर अधिशेष मिळवू लागते.

प्र. 80. अधिकतम लाभ मिळवण्यासाठी सीमान्त उत्पन्नाला जरूर सीमान्त खर्चाबरोबर आणले पाहिजे -

(a) एकाधिकाराच्या अंतर्गत, परंतु अन्य प्रकारच्या बाजारांमध्ये नाही.

(b) पूर्ण स्पर्धेच्या अंतर्गत, परंतु अन्य प्रकाराच्या बाजारांमध्ये नाही.

(c) पूर्ण स्पर्धा आणि एकाधिकार दोन्हींच्या अंतर्गत परंतु अन्य प्रकारच्या बाजारांमध्ये नाही.

(d) कुठल्याही प्रकारच्या बाजारात

प्र. 81. 'आभासी खंड' या संकल्पनेचा अर्थ आहे –

(a) भूमीचे खंड (Rent)

(b) उत्पादनाच्या एखाद्या घटकाचे प्रतिफल ज्याचा पुरवठा अल्पकाळात निश्चितच होणार आहे.

(c) भूमीचे अर्धे खंड

(d) उत्पादनाच्या एखाद्या घटकाचे प्रतिफल ज्याचा पुरवठा नक्की नसतो.

प्र. 82. खालीलपैकी कोणते एक रिकार्डोच्या खंड सिद्धान्तात सीमान्त भूमीची संकल्पना दर्शविते?

(a) ती निकृष्ट प्रतीची जमीन आहे.

(b) ती खंडरहित जमीन आहे कारण ती उत्पादन खर्चावर काही बाकी शिल्लक ठेवत नाही.

(c) ही ती जमीन आहे जिचा अधिशेष अन्य जमिनींचे भाडे निर्धारित करते.

(d) ही ती जमीन आहे जिचे भाडे कृषीच्या सीमान्तातील परिवर्तनाबरोबर परिवर्तित होते.

प्र. 83. फ्रँक नाइटच्या मते लाभ आहे-

(a) उत्पादन खर्चाचा एक भाग

(b) अनिश्चितता सहन करण्याचे बक्षिस

(c) (एकूण उत्पन्न - एकूण खर्च) च्या बरोबर

(d) वरीलपैकी कुठलेही नाही.

प्र. 84. उद्योग वृत्तीची पुरवठा किंमत सूचित करते -

(a) आर्थिक खंड (जमिनीचे)   (b) सामान्य लाभ

(c) योग्यता अधिशेष   (d) प्रबंधकांचे वेतन

प्र. 85. वितरणासंबंधी रिकार्डोच्या सिद्धान्तात, कृषिक्षेत्रावर घटते प्रतिफल लागू होण्यामुळे जसजसे उत्पादन वाढेल –

(a) खंड $\left(\dfrac{R}{Q}\right)$ स्थिर राहील, मजुरीचा भाग $\left(\dfrac{W}{Q}\right)$ वाढेल आणि लाभाचा भाग $\dfrac{P}{Q}$ पण वाढेल

(b) $\dfrac{R}{Q}$ वाढेल, $\dfrac{W}{Q}$, पण वाढेल आणि $\dfrac{P}{Q}$ कमी होईल.

(c) $\dfrac{R}{Q}$ कमी होईल, $\dfrac{W}{Q}$ कमी होईल आणि $\dfrac{P}{Q}$ वाढेल

(d) $\dfrac{R}{Q}$ वाढेल, $\dfrac{W}{Q}$ कमी होईल आणि $\dfrac{P}{Q}$ कमी होईल.

प्र. 86. दोन वस्तूंचे दोन व्यक्तींमध्ये वाटप त्या वेळी पॅरेटो इष्टतम म्हटले जाते जेव्हा–

(a) वितरणातील काही बदल दोन्ही व्यक्तींना पहिल्यापेक्षा जास्त आनंदी बनवतात.

(b) कुठलाही बदल जो एका व्यक्तीला आनंदी बनवतो तोच दुसऱ्या व्यक्तीची स्थिती वाईट करतो.

(c) आर्थिक संघटनेतील बदल काही लोकांचे हित वाढवतो तर काहींचे कमी करतो आणि जो फायद्यात असतो तो घाट्यात राहणाऱ्याची नुकसान भरपाई करून देतो.

(d) सीमान्त सामाजिक उत्पादन सर्व उद्योगांमध्ये समान असते आणि संपदेच्या उत्पादनाला अधिकतम कर दिला जातो.

प्र. 87. GNP कालावधी, हा कालावधी आहे –

(a) GNP आणि NNP मधील   (b) GNP आणि ऱ्हासमूल्यामधील

(c) GNP आणि GDP मधील   (d) संभाव्य आणि वास्तविक GNP मधील

प्र. 88. एका अर्थव्यवस्थेत जेथे लोक नेहमी कुठल्या अतिरिक्त उत्पन्नाच्या अध्र्याचा उपभोग घेतात आणि दुसऱ्या अध्र्याची बचत करतात, तेथे 20,000 रुपयांचा एखादा अतिरिक्त सरकारी खर्च निर्माण करू शकतो –

(a) 10,000 रु. चे अतिरिक्त उत्पन्न   (b) 40,000 रु. चे अतिरिक्त उत्पन्न

(c) शून्य अतिरिक्त उत्पन्न   (d) 20,000 रु. चे अतिरिक्त उत्पन्न

प्र. 89. जर रेषीय उपभोग फलनाचे अधोमुखी समांतर स्थानांतरण होईल, तर गुंतवणूक गुणक-

(a) कमी होईल   (b) सीमान्त रूपाने वाढेल

(c) पूर्ववत राहील   (d) दुप्पट होईल

प्र. 90. जर उपभोग फलन मूळ बिंदूतून जात असेल तर APC = MPC साठी ते आहे –

(a) कुठल्याही अंतर्रोधाशिवाय रेषीय होईल.

(b) कुठल्याही अंतर्रोधाशिवाय अरेषीय होईल.

(c) उत्पन्न आसावर नकारात्मक अंतर्रोधाबरोबर रेषीय होईल.

(d) उपभोग आसावर सकारात्मक अंतर्रोधाबरोबर रेषीय होईल.

प्र. 91. खालीलवर विचार करा –

(a) गुंतवणूक मागणी   (b) समस्त मागणी

(c) व्याजाचा दर   (d) मुद्रा पुरवठा

केन्सने मुद्रा पुरवठ्यातील परिवर्तनाचा परिणाम ज्या बरोबर क्रमाने पाहिला होता तो आहे –

(a) 1, 2, 3, 4   (b) 2, 1, 3, 4   (c) 4, 3, 2, 1   (d) 4, 3, 1, 2

प्र. 92. जर व्याजाचा दर शून्यापेक्षा जास्त असेल तर त्याचा अर्थ आहे की -

(a) वर्तमान वस्तू व भावी वस्तूंचे मूल्य नेहमी समान असते.

(b) वर्तमान वस्तूंचे मूल्य भावी वस्तूंच्या मूल्यापेक्षा कमी असते.

(b) वर्तमान उपभोगाचे मूल्य भावी उपभोगापेक्षा जास्त असते.

(c) वर्तमान उपभोगाचे मूल्य भावी उपभोगापेक्षा कमी असते.

प्र. 93. जर उपभोग फलन असेल –

C = 205 + 0.9Y तर गुणक काय असेल?

(a) 0.09   (b) 10.0   (c) 0.9   (d) 9.00

प्र. 94. फिलिप्स वक्र ती अनुसूची आहे जी संबंध दाखविते –

(a) समस्त पुरवठा आणि मागणी यांमधील

(b) एकूण बचत आणि गुंतवणूक यांमधील

(c) बेकारीचा दर आणि मुद्रा स्फिती यांच्या दरामधील

(d) ऋणार्थ निधींची मागणी आणि पुरवठा यांमधील

प्र. 95. समजा, की एखाद्या अर्थव्यवस्थेत मुद्रापुरवठा स्थिर आहे आणि मुद्रेची मागणी उत्पन्न आणि व्याज दर यांचे फलन आहे. तेव्हा जर उत्पन्नाचा स्तर वाढला तर –

(a) मुद्रेच्या मागणीच्या परिमाणात कमी आणि व्याजाच्या दरात वृद्धी होईल.

(b) मुद्रेच्या मागणीच्या परिमाणात वृद्धी व व्याजाच्या दरात वृद्धी होईल.

(c) मुद्रेच्या मागणीच्या परिमाणात आणि व्याजाच्या दरात कमी होईल.

(d) मुद्रेच्या मागणीच्या परिमाणात वृद्धी आणि व्याजाच्या दरात कमी होईल.

प्र 96. जर एखाद्या उत्पादन फलनासाठी ($Q = 1.45L^{0.45}K^{0.55}$) श्रमाची उत्पादन लवचिकता असेल.

(a) 1.45   (b) 0.45   (c) 0.45 + 0.55   (d) 0.55

प्र. 97. खालीलपैकी कोणते एक कल्याणाच्या मापदंडाच्या रूपात प्रतिव्यक्ती GNP चे सर्वांत महत्त्वाचे परिसीमन आहे?

(a) प्रति व्यक्ती GNP मधील वाढ नेहमीच लोकांचा वास्तविक जीवन-यापन स्तर वाढवू शकत नाही.

(b) हा मापदंड लोकसंख्या वृद्धीकडे लक्ष देत नाही.

(c) हा मापदंड रोजगाराच्या बाजूकडे लक्ष देत नाही

(d) हा मापदंड सरकारी खर्चाकडे लक्ष देत नाही.

प्र. 98. खालीलपैकी कोणती एक देशांची जोडी G-7 चा भाग आहे?

(a) भारत आणि पाकिस्तान

(b) रशिया आणि चीन

(c) युनायटेड स्टेट्स ऑफ अमेरिका आणि युनायटेड किंगडम

(d) ऑस्ट्रेलिया आणि हंगेरी

प्र. 99. सोलोने प्रतिपादित केलेल्या नवसनातनवादी संवृद्धी मॉडेलमध्ये खालीलपैकी कशाकशाला मानले गेले होते?

1) परिवर्ती बचत दर

2) स्थिर लोकसंख्या संवृद्धी दर

3) परिवर्ती भांडवल-उत्पादन अनुपात

खालील विकल्पांतून बरोबर उत्तर निवडा.

विकल्प : (a) फक्त 1   (b) 1 आणि 2 (c) फक्त 3   (d) 2 आणि 3

प्र. 100. शुम्पीटरने विकसित केलेला संवृद्धीचा सिद्धान्त महत्त्व देतो –

(a) संतुलित संवृद्धीच्या आवश्यकतेला

(b) आधारिक संरचनेच्या विकासाला

(c) प्रबंधकांच्या भूमिकेला

(d) नवप्रवर्तनांच्या भूमिकेला

प्र. 101. उच्च बचतीची अर्थव्यवस्था असतानाही एखादा विकसनशील देश झपाट्याने मुख्यत: यासाठी संवृद्धी करू शकत नाही, कारण तेथे आहे -

(a) कमकुवत प्रशासन तंत्र   (b) निरक्षरता

(c) उच्च जनसंख्या घनत्व   (d) उच्च भांडवल-उत्पादन अनुपात

प्र. 102. हिक्सच्या तटस्थ तांत्रिकी परिवर्तनाचा निहितार्थ आहे, की -

(a) एकक समोत्पादनात समांतर ऊर्ध्वमुखी स्थानांतरण होते.

(b) एकक समोत्पादनात समांतर अधोमुखी स्थानांतरण होते.

(c) एककाचे समोत्पादन परिवर्तनाची वक्रता बदलते.

(d) वरीलपैकी कुठलाच नाही.

प्र. 103. भांडवल सघनीकरणाचा अर्थ आहे –

(a) भांडवलाच्या तुलनेत श्रमाचा मोठ्या प्रमाणावर वापर

(b) मजुरांच्या वाढलेल्या संख्येमुळे समान प्रकारच्या भांडवलाचा अपेक्षाकृत जास्त वापर

(c) आधीच्या विद्यमान उत्पादनात प्रतिमजूर भांडवलात वाढ.

(d) मानवी भांडवलाचा जास्त वापर.

प्र. 104. अर्थशास्त्रज्ञ आणि त्यांनी प्रतिपादित केलेल्या सिद्धान्ताच्या खालील जोड्यांपैकी कोणती एक बरोबर आहे?

(a) ए.डब्ल्यू.लेविस : बिग पुश (प्रबळ चालना) सिद्धान्त

(b) ए.ओ. हर्शमन : असंतुलित संवृद्धीची रणनीती

(c) रोजेंस्टाइन-रॉडन : आर्थिक संवृद्धीच्या पायऱ्या

(d) डब्ल्यू.डब्ल्यू. रोस्टोव्ह : श्रमाच्या असीमित पुरवठ्याबरोबर विकासाचा सिद्धान्त

प्र. 105. जर कृषित सीमान्त उत्पादिता शून्य असेल तर आर्थर लेविसने उद्योगासाठी मानलेला श्रम पुरवठावक्र होईल –

(a) ऊर्ध्वमुखी आरोही   (b) पूर्णपणे अलवचिक

(c) पश्चगामी बंकनयुक्त   (d) पूर्णपणे लवचिक

प्र. 106. खालील विधानांवर विचार करा –

हेरॉड-डॉमर संवृद्धी मॉडेलमध्ये क्षुर-धार समस्येचा अर्थ आहे.

1) लोकसंख्या संवृद्धी दर.   2) उत्पादन

3) बचत दर   4) भांडवल-उत्पादन अनुपात

या विधानांमधील –

(a) फक्त 4 बरोबर आहे.

(b) 1 आणि 2 बरोबर आहेत.

(c) 1, 2 आणि 3 बरोबर आहेत.

(d) 1, 3 आणि 4 बरोबर आहेत.

प्र. 107. प्रदर्शन परिणामाचा (Demonstration Effect) अर्थ आहे –

(a) जाहिरातीचा परिणाम

(b) उपभोगाच्या अनुकरणाचा परिणाम

(c) मनोरंजनाचा परिणाम

(d) कशाच्या वापराचा परिणाम

प्र. 108. आलेखाच्या खाली दिलेल्या विधानांतील कोणते एक बरोबर नाही?

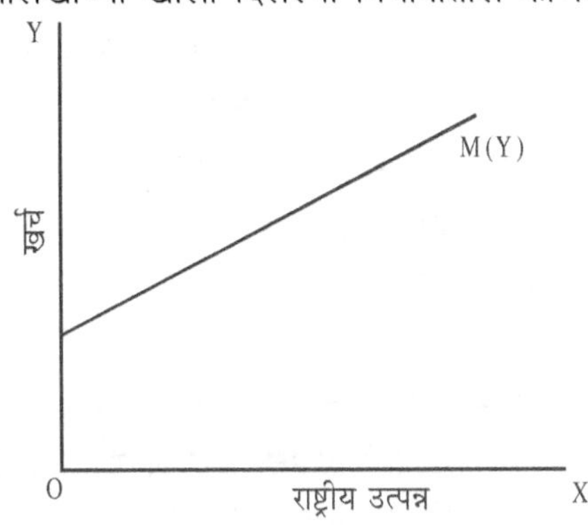

(a) M (Y) राष्ट्रीय उत्पन्नाच्या फलनाच्या रूपात आयात दर्शविते.

(b) M (Y) मूळ बिंदू O मधून जात नाही कारण शून्य राष्ट्रीय उत्पन्नावर पण राखीव निधीतून विदेशातून काही वस्तू आयात करता येतात.

(c) सीमान्त आयात प्रवृत्ती M (Y) चा उतार आहे.

(d) M (Y) एक सरळ रेषा आहे जी दर्शविते की, व्यय राष्ट्रीय उत्पन्नात वृद्धीचा अनुपात वाढवतो.

प्र. 109. अशा जगात जेथे फक्त दोन वस्तू X आणि Y आहेत, घटकांचा पूर्ण रोजगार आहे तर X वस्तूच्या किमतीतील वाढीचा परिणाम होतो –

(a) X च्या उत्पादनात सघन रूपाने युक्त घटकाच्या वास्तविक पुरस्कारात वाढ.

(b) Y च्या उत्पादनात कमी सघन रूपाने युक्त घटकाच्या वास्तविक पुरस्कारात कमी

(c) X उत्पादनात कमी सघन रूपाने युक्त घटकाच्या वास्तविक पुरस्कारात वाढ.

(d) Y च्या उत्पादनात अधिक सघन रूपाने युक्त घटकाच्या वास्तविक पुरस्कारात वाढ.

प्र. 110. खालीलपैकी WTO चे काम कोणते आहे?

1) व्यापार तडजोडींसाठी मंच उपलब्ध करून देणे.

2) WTO करार लागू करणे.

3) सदस्यांमधील भांडणे मिटविणे.

4) भूमंडलीय आर्थिक नीतीच्या निर्मितीत IMF आणि IBRD बरोबर समन्वय साधणे.

खालील विकल्पांतून बरोबर उत्तर निवडा.

विकल्प : (a) 1, 2, आणि 3   (b) 1, 2, 3 आणि 4

(c) 1 आणि 3   (d) 2 आणि 4

प्र. 111. लघुउद्योग स्पष्टीकरणाच्या बाजूचे समर्थन बहुधा केले जाते –

(a) किंमत विभेदनाच्या संदर्भात

(b) उत्पादन विविधीकरणाच्या संदर्भात

(c) संरक्षणाच्या संदर्भात

(d) संसाधन संग्रहणाच्या संदर्भात

प्र. 112. खालील परिस्थितीतील कुठल्या तरी एकात त्या दोन देशांमधील व्यापाराची शक्यता होईल ज्याचे घटक निधी समरूप असतील –

(a) जेव्हा दोन्ही देशांतील उपभोक्त्यांची आवड व अधिमान यांत फरक असतो.

(b) जेव्हा दोन्ही देशांतील वस्तूंच्या किमतीत फरक असतो.

(c) जेव्हा दोन्ही देशांमधील वेगवेगळ्या वस्तूंच्या उत्पादन खर्चात फरक असतो.

(d) जेव्हा दोन्ही देशांतील समान वस्तूंचे उत्पादन फलन समरूप असते

प्र. 113. प्रशुल्काचा संप्राप्तीवर काही परिणाम होत नाही जर लावलेले शुल्क असेल –

(a) 50%   (b) 100%   (c) अनिषेधात्मक   (d) निषेधात्मक

प्र. 114. खालील विधानांपैकी कोणते एक दिलेल्या आलेखाच्या संबंधात बरोबर नाही?

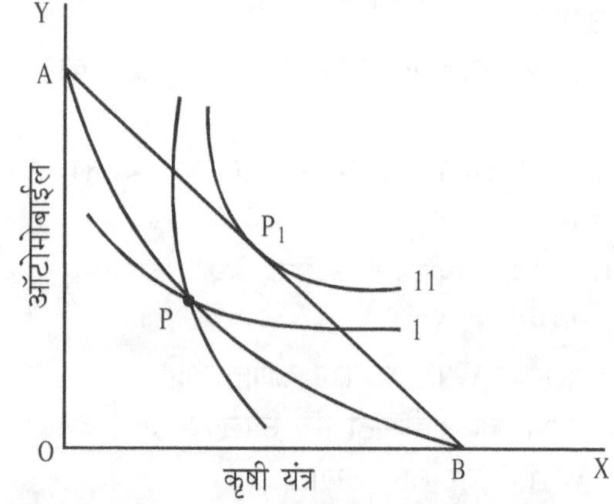

(a) समरूप घटक निधी आणि वाढते प्रतिफल युक्त समरूप आवडी.

(b) समरूप घटक, निधी, समरूपता आवडी आणि घटता प्रतिफलयुक्त व्यापार

(c) व्यापार सुरू झाल्यानंतर आणि दोन्ही उत्पादकांच्या काटकसरीच्या शक्यते-
प्रति सचेत झाल्यानंतर एका देशात उत्पादन, उत्पादन शक्यतावक्राच्या
सीमेपर्यंत A किंवा B वर स्थलांतरित होईल.

(d) दोन्ही देशांमधील व्यापार प्रत्येक देशाला उच्चतर अधिमान वक्राच्या P
बिंदूवर पोचवण्यात समर्थ बनवेल.

प्र. 115. खालील विधानांवर विचार करा.

जर पुरवठावक्र एक सरळ रेषा असेल तर -

1) उच्च प्रशुल्क दर व्यापार स्थिती सुधरवू शकतील.

2) निम्न प्रशुल्क दर व्यापार स्थिती सुधरवू शकतील.

3) प्रशुल्काची अनुपस्थिती व्यापार स्थिती सुधरवू शकेल.

या विधानांमध्ये –

(a) फक्त 1 बरोबर आहे.   (b) फक्त 2 बरोबर आहे.

(c) फक्त 3 बरोबर आहे.   (d) 2 आणि 3 बरोबर आहेत.

प्र. 116. अवपुंजनाचा उद्देश असतो कुठल्या एका बाहेरच्या देशात –

(a) उच्च किमतींच्या वस्तूंचा पूर आणायचा

(b) कमी किमतींच्या वस्तूंचा पूर आणायचा

(c) समान किमतींच्या वस्तूंचा पूर आणायचा

(d) वाढत्या-घटत्या किमतींच्या वस्तूंचा पूर आणायचा.

प्र. 117. खालीलपैकी कोणती एक प्रत्यक्ष विदेशी गुंतवणुकीची (FDI) मुख्य विशेषता
आहे ?

(a) ती ऋण सृजनकारी भांडवल प्रवाह आहे.

(b) ती स्टॉक बाजारात पोर्टफोलिओ गुंतवणुकीची आहे.

(c) या गुंतवणुकीत ऋण सेवा सामील आहे.

(d) ती विदेशी संस्थानिक गुंतवणूकदारांनी सरकारी प्रतिभूतीत केलेली गुंतवणूक
आहे.

प्र. 118. लेवीस यांच्या अमर्यादित श्रम पुरवठ्याच्या सिद्धान्ताचे बरोबर वैशिष्ट्य कोणते ?

(a) श्रमिकांचे निर्वाह श्रेत्रातून भांडवली क्षेत्रात स्थानांतरण

(b) श्रमिकांचे ग्रामीण भागातून शहराकडे स्थानांतरण

(c) अप्रगत अर्थव्यवस्थामध्ये भांडवली क्षेत्राची अनुपस्थिती

(d) श्रमाचा पुरवठा लवचिक असणे

प्र. 119. मुद्रेचे अधिमूल्यन तेव्हा समर्थनार्थ नसते जेव्हा-

(a) एखाद्या देशाला विदेशातून मोठी खरेदी करण्याची एकाएकी गरज पडेल.

(b) एखाद्या देशाला आपल्या कर्जाच्या प्रदानासाठी विदेशी मुद्रेची मोठी रक्कम मिळवण्याची अचानक गरज पडते.

(c) देशातील किमती अन्य देशांच्या किमतीपेक्षा जास्त उच्च होतात.

(d) एखाद्या देशाला आपली निर्यात वाढवायची असते व आयात कमी करायची असते.

प्र. 120. खालीलपैकी कोणते एक मुद्रेच्या भांडवल लेखा परिवर्तनीयतेला दर्शविते?

(a) वस्तू व सेवा यांमध्ये व्यापारामुळे विदेशी मुद्रेत देणे-घेणे याची स्वतंत्रता

(b) सेवेमध्ये व्यापारामुळे विदेशी मुद्रेत देणे-घेणे यांची स्वतंत्रता

(c) वित्तीय संपत्तीत बाहेरील देशांबरोबर बेरोकटोक देण्याघेण्याची स्वतंत्रता

(d) एखाद्या देशाच्या नागरिकाकडून दुसऱ्या देशात प्रेषणावर प्रतिबंध नसणे.

उत्तरे

1. a	2. c	3. b	4. d	5. a	6. a	7. c	8. c
9. d	10. c	11. b	12. c	13. a	14. b	15. d	16. c
17. d	18. d	19. c	20. d	21. d	22. b	23. b	24. b
25. a	26. b	27. a	28. b	29. c	30. d	31. b	32. c
33. c	34. b	35. b	36. a	37. b	38. c	39. a	40. d
41. a	42. c	43. c	44. b	45. c	46. c	47. a	48. b
49. d	50. a	51. d	52. b	53. c	54. c	55. c	56. b
57. b	58. d	59. b	60. c	61. c	62. d	63. a	64. c
65. a	66. a	67. c	68. c	69. c	70. b	71. b	72. c
73. a	74. c	75. a	76. d	77. b	78. c	79. c	80. d
81. b	82. b	83. b	84. c	85. c	86. b	87. c	88. b
89. a	90. a	91. d	92. c	93. b	94. c	95. b	96. b
97. a	98. c	99. d	100. d	101. d	102. a	103. c	104. b
105. d	106. d	107. b	108. d	109. d	110. b	111. c	112. a
113. d	114. b	115. a	116. b	117. a	118. a	119. d	120. c

∎∎∎

प्र. 1. स्थिर उपयोगिता पथाला म्हणतात –
    (a) विस्तार पथ   (b) उपयोगिता फलन
    (c) अनधिमान वक्र   (d) मागणी फलन

प्र. 2. जेव्हा साधनांना त्यांच्या सीमान्त उत्पादनानुसार भुगतान केले जाते तेव्हा सर्व उत्पादन संपून जाते जर उत्पादन फलन समरूप श्रेणी (n) चे असेल, तेथे -
    (a) n = 2   (b) n > 2   (c) n < 1   (d) n = 1

प्र. 3. सूची I व सूची II च्या जोड्या जुळवून खालील विकल्पांच्या आधारे बरोबर उत्तर निवडा.

सूची I	सूची II
A) मागणीतील विस्तार	1) त्याच मागणीवक्रावर डावीकडून उजवीकडे गती
B) मागणीतील संकोच	2) त्याच मागणीवक्रावर उजवीकडून डावीकडे गती
C) मागणीतील वृद्धी	3) मागणीवक्राचे उजवीकडे स्थलांतर
D) मागणीतील घट	4) मागणीवक्राचे डावीकडे स्थलांतर

विकल्प :	A	B	C	D
(a)	1	2	3	4
(b)	1	2	4	3
(c)	3	4	1	2
(d)	3	4	2	1

प्र. 4. उत्पादन फलन - $Y = AL^{\beta}K^{\alpha}$; $\alpha\,\beta > O$ वर विचार करा. (सर्व संकेतांचा अर्थ सामान्य आहे)

सूची I व सूची II च्या जोड्या जुळवून खाली दिलेल्या विकल्पांतून बरोबर उत्तर निवडा

सूची I	सूची II
A) L च्या संबंधात उत्पादनाची लवचिकता	1) $\alpha + \beta > 1$
B) प्रमाणाचे घटते प्रतिफल	2) α
C) K संबंधी उत्पादनाची लवचिकता	3) β
D) प्रमाणाचे वाढते प्रतिफल	4) $\alpha + \beta < 1$

विकल्प :	A	B	C	D
(a)	2	3	1	4
(b)	2	3	4	1
(c)	3	4	1	2
(d)	3	4	2	1

प्र. 5. एक स्पर्धक शेतकरी ज्याच्याजवळ पारिवारिक फार्म आहे आणि उपकरणे आहेत. त्याच्याजवळ स्वत:साठी आणि परिवाराच्या सदस्यांसाठी रोजगाराचे वैकल्पिक अन्य साधन नाही. तो पारिवारिक श्रमाला त्या सीमेपर्यंत नेतो जेथे श्रमाच्या सीमान्त भौतिक उत्पादकतेचा स्तर होतो -

(a) अधिकतम (b) शून्य

(c) श्रमाच्या सरासरी उत्पादकतेबरोबर (d) ऋणात्मक मूल्य

प्र. 6. खालीलपैकी कोणते लक्षण फर्मच्या संतुलन बिंदूला दर्शविते?

(a) सम उत्पादन मात्रावक्र आणि सम खर्च रेषा एकमेकांना स्पर्श करतात.

(b) $MRTS_{LK}$ आणि P_K / P_K मध्ये समानता असेल

(c) $MP_K / P_K P_L$ आणि MP_L / P_L मध्ये समानता असेल

(d) वरील सर्व

प्र. 7. द्वयाधिकाराच्या नेतृत्व मॉडेलमध्ये जर एक वस्तू नेतृत्व करते आणि दुसरी तिची अनुगामी होते तर संतुलन होईल -

(a) नेतृत्व करणाऱ्या प्रतिक्रियावक्राच्या कुठल्याही बिंदूवर

(b) अनुगामीच्या प्रतिक्रियावक्राच्या कुठल्याही बिंदूवर

(c) दोन्ही प्रतिक्रियावक्रांच्या छेदणाऱ्या बिंदूवर

(d) कुठेच नाही.

प्र. 8. एका पूर्ण स्पर्धेतील फर्मचा लाभ - नुकसान बिंदू घटित होतो -

(a) सरासरी परिवर्तनशील खर्चवक्राच्या न्यूनतम बिंदूवर

(b) सरासरी खर्चवक्राच्या न्यूनतम बिंदूवर

(c) सीमान्त खर्चवक्राच्या न्यूनतम बिंदूवर

(d) सरासरी स्थिर खर्चवक्राच्या न्यूनतम बिंदूवर

प्र. 9. जेव्हा श्रमाचा पुरवठावक्र मागच्या बाजूला वळतो -

(a) उत्पन्न एक व्यर्थ वस्तू होते

(b) काम एक व्यर्थ गोष्ट होते.

(c) आराम एक व्यर्थ गोष्ट होते.

(d) उच्च मजुरी स्तरावर लोक आळशी होतात.

प्र. 10. रोखता पसंती दर्शविते –

    (a) ती सीमा जेथपर्यंत गुंतवणूकदार आपल्या मालमत्तेला मुद्रेत ठेवणे पसंत करतो.

    (b) भारतीय रिझर्व बँकेची अन्य वित्तीय संस्थांमधील शेअरधारिता

    (c) समुदायाची सुवर्णाची पसंती

    (d) समुदायाची भांडवली वस्तूंसाठी प्रभावशाली मागणी

प्र. 11. सूची I व सूची II च्या जोड्या जुळवून खालील विकल्पांतून बरोबर उत्तर निवडा.

सूची I	सूची II
A) समय अधिमान	1) रॉबिन्सन
B) विमा अयोग्य भविष्याची अनिश्चितता	2) फिशर
C) घटकांचे शोषण	3) मार्शल
D) आभासी खंड (Quasi rent)	4) नाइट

विकल्प :	A	B	C	D
(a)	2	4	3	1
(b)	2	4	1	3
(c)	1	2	3	4
(d)	1	2	4	3

प्र. 12. खालील परिस्थितीत कोणत्या एकात एकाधिकाराचे अंतर्गत मूल्य विभेदीकरण शक्य नाही?

    (a) जेव्हा उपभोक्त्यांचे काही खास अधिमान आणि पूर्वग्रह असतात.

    (b) जेव्हा एकाधिकारी उत्पादासाठी पूर्णत: लवचिक मागणीवक्र असतो.

    (c) जेव्हा एकाधिकारी तीच सेवा वेगवेगळ्या सेवा उपयोगांसाठी अर्पण करतो.

    (d) जेव्हा उपभोक्ते अंतर किंवा प्रशुल्क बंधनांमुळे दूर दूर वेगळे केले जाऊ शकतात.

प्र. 13. खालील विधानांवर विचार करा.

    I - S आणि L - M वक्रांचा प्रतिच्छेदन सारखा असतो.

    1) वास्तविक क्षेत्रातील संतुलनाने

    2) मौद्रिक क्षेत्रातील संतुलनाने

    3) आवश्यक रूपाने तरलता जाळ्याने

    4) वॉलरसच्या सामान्य संतुलनाने

या विधानांमध्ये –

(a) 1 आणि 3 बरोबर आहेत.　　(b) 2 आणि 3 बरोबर आहेत

(c) 2, 3 आणि 4 बरोबर आहेत　(d) 1, 2, 3 आणि 4 बरोबर आहेत

प्र. 14. खालील विधानांवर विचार करा.

'बाजार असफलते' चा उदय होऊ शकतो.

1) एकाधिकारात्मक स्पर्धेच्या परिणामाने

2) पूर्ण स्पर्धेच्या परिणामाने

3) प्रमाणाच्या बचतीच्या परिणामाने

या विधानांमध्ये -

(a) 1 आणि 2 बरोबर आहेत　　(b) 2 आणि 3 बरोबर आहेत

(c) 1 आणि 3 बरोबर आहेत　　(d) 1, 2 आणि 3 बरोबर आहेत.

प्र. 15. ''एखाद्या समाजासाठी हे नक्कीच वाईट नाही, जर अनेक अनुकूल स्थितींचे अतिक्रमण होण्याऐवजी थोड्याच अनुकूल स्थितीचे अतिक्रमण होत असेल तर.'' या विचाराचा संबंध आहे -

(a) तार्किक उपभोक्त्याशी　　(b) तार्किक उत्पादकाशी

(c) द्वितीय श्रेष्ठतेच्या सिद्धान्ताशी　(d) सामाजिक वस्तूशी

प्र. 16. समजा, एक उर्वरक (खत) उत्पादक एका कालव्याच्या वरच्या भागात राहतो आणि एक मत्स्यपालक कालव्याच्या खालच्या बाजूच्या भागात (जमिनीवर) राहतो. उर्वरक उत्पादक पंपाने दूषित पाणी ज्यात हानिकारक रसायन मिसळले आहे, कालव्यात सोडतो ज्यामुळे मत्स्यपालकाचे मत्स्य उत्पादन कमी होते. अशा स्थितीत उर्वरक उत्पादक उत्पादनाचे इष्टतमकरण उर्वरक उत्पादनाच्या त्या स्तरापर्यंत नेतो, जो

(a) सामाजिक दृष्टिकोनातून इष्टतम उर्वरक उत्पादन स्तरापेक्षा जास्त आहे.

(b) सामाजिक दृष्टिकोनातून इष्टतम उर्वरक उत्पादन स्तराच्या बरोबर आहे.

(c) सामाजिक दृष्टिकोनातून इष्टतम उर्वरक उत्पादन स्तरापेक्षा कमी आहे.

(d) सामाजिक दृष्टिकोनातून इष्टतम उर्वरक उत्पादनाशी तुलनीय नाही.

प्र. 17. तीन व्यक्ती (A, B आणि C) च्या एका समाजात खालीलपैकी कोणते एक सामाजिक कल्याणात पॅरेटोसुधारणा दर्शविते?

(a) A चे कल्याण वाढते, B चे कल्याण वाढते, C चे कमी होते.

(b) A चे कल्याण वाढते, B चे कमी होते, C चे आहे तसेच राहते.

(c) A चे कल्याण वाढते, B चे आहे तसेच राहते, C चे कमी होते.

(d) A चे कल्याण वाढते, B आणि C चे आहे तसेच राहते.

प्र. 18. सूची I व सूची II च्या जोड्या जुळवून खाली दिलेल्या विकल्पांतून बरोबर उत्तर निवडा.

सूची I

A) $C = q + 0.1y$

B) $0.25y - 20i - 193 = 0$

C) $0.06 + 29i - 500 = 0$

D) $I = 50 - 10i$

सूची II

1) IS संबंध

2) उपभोग संबंध

3) गुंतवणूक संबंध

4) LM संबंध

विकल्प	A	B	C	D
(a)	4	3	2	1
(b)	4	3	1	2
(c)	2	4	3	1
(d)	2	4	1	3

प्र. 19. एका बंद अर्थव्यवस्थेसाठी, ज्यात विदेशी व्यापार नाही, खालीलपैकी कोणते योग्य आहे?

(a) GDP = GNP

(b) GDP > GNP

(c) GDP < GNP

(d) GDP ≥ GNP

प्र. 20. खालीलपैकी कोणते एक विधान NNP (शुद्ध राष्ट्रीय उत्पादन) आणि NMP (शुद्ध भौतिक उत्पादन) मधील फरकाची व्याख्या करते?

1) NNP त सेवा सामील आहेत

2) NNP त सेवा सामील नाहीत

3) NMP त सेवा सामील आहेत

4) NMP त सेवा सामील नाहीत

खालील विकल्पांतून योग्य उत्तर निवडा.

विकल्प : (a) 1 आणि 4   (b) 2 आणि 4   (c) 1 आणि 3   (d) 2 आणि 3

प्र. 21. अपेक्षित गुंतवणुकीतून अपेक्षित बचतीच्या अधिक्याचा अर्थ आहे –

(a) उत्पन्नात घट होईल

(b) उत्पन्नात वाढ होईल

(d) उत्पन्न आहे तसेच राहील

(d) मूल्यात वाढ होईल

प्र. 22. खालील उपभोग फलनातील कोणते एक उत्पन्न गुणक $R = 4$ शी मिळते-जुळते आहे?

(a) $C = 24 + 0.5y$

(b) $C = 240 + 0.25y$

(c) $C = 24 + 0.55y$

(d) $C = 240 + 0.75y$

प्र. 23. खालील विधानांवर विचार करा.

1) IS वक्राच्या डावीकडील बिंदू वस्तूच्या पुरवठ्याचा अतिरेक दर्शवितो.

2) LM वक्राच्या उजवीकडील बिंदू मुद्रेच्या मागणीचा अतिरेक दर्शवितो.

3) IS वक्राच्या उजवीकडील बिंदू मुद्रेच्या पुरवठ्याचा अतिरेक दर्शवितो.

4) IS वक्राच्या उजवीकडील बिंदू वस्तूच्या पुरवठ्याचा अतिरेक दर्शवितो.

    (a) 2 आणि 4 बरोबर आहेत   (b) 1 आणि 3 बरोबर आहेत

    (c) 2 आणि 3 बरोबर आहेत   (d) 1, 2 आणि 3 बरोबर आहेत.

प्र. 24. समजा, MPC वक्र पडतो. IS वक्र डावीकडे सरकतो. तेव्हा अन्य गोष्टी समान असताना काय होते?

    (a) संतुलनाचा स्तर खाली जातो   (b) संतुलनाचा स्तर वर जातो

    (c) संतुलनात काही बदल होत नाही   (d) फक्त व्याजाचा दर कमी होतो.

प्र. 25. सूची I व सूची II च्या जोड्या जुळवून खालील विकल्पांतून बरोबर उत्तर निवडा.

सूची I	सूची II
A) जीवन चक्रप्राकल्पना	1) केन्स
B) स्थायी उत्पन्न प्राकल्पना	2) ड्यूजेनबरी
C) निरपेक्ष उत्पन्न प्राकल्पना	3) फ्रीडमन
D) सापेक्ष उत्पन्न प्राकल्पना	4) एंडो-ब्रुमबर्ज मोडिग्लियानी

विकल्प :	A	B	C	D
(a)	4	3	1	2
(b)	4	3	2	1
(c)	3	2	1	4
(d)	3	2	4	1

प्र. 26. रोजगार गुणकाचे लेखक आहेत –

    (a) लॉर्ड बेवरिज   (c) जे. एम. केन्स

    (c) आर. एफ. काहन   (d) जे. आर. हिक्स

प्र. 27. एका द्विक्षेत्रीय अर्थव्यवस्थेत बचतीचे आणि गुंतवणुकीचे फलन खालील प्रकारे आहे –

$$S = -10 + 0.2Y, \quad I = -3 + 0.1Y$$

उत्पन्नाचा संतुलन स्तर काय होईल?

    (a) 70   (b) 80   (c) 90   (d) 100

प्र. 28. IS-LM मॉडेलचे प्रतिपादक आहेत –

    (a) जे. आर. हिक्स   (b) एफ. मोडिग्लियानी

    (c) पी. ए. सॅम्युएलसन   (d) जे. एम. केन्स

प्र. 29. खालीलपैकी कोणते एक M_3 ने निरूपित होते?

    (a) M_1 + पोस्ट बचत बँक जमा

(b) जनतेजवळील चलन + बँकेजवळील मागणी जमा

(c) M_1 + बँकांजवळ सावधी जमा

(d) M_2 - पोस्ट बचत बँक जमा

प्र. 30. सट्टेबाजीसाठी मुद्रेची मागणी असते –

    (a) व्याज निर्धारक   (b) व्याज निर्धारित

    (c) उत्पन्न निर्धारक   (d) उत्पन्न निर्धारित

प्र. 31. सूची I (मौद्रिक मापदंड) आणि सूची II (लक्षणे) च्या जोड्या जुळवून खाली दिलेल्या विकल्पांचा उपयोग करून बरोबर उत्तर निवडा.

सूची I	सूची II
A) सुवर्ण मुद्रामान	1) ही सर्व सुवर्णमान असणाऱ्या देशांमध्ये संतुलित विनिमय दर कायम ठेवण्याची पद्धत आहे.
B) सुवर्ण धातूमान	2) सुवर्ण नाणेमानावर असणाऱ्या दुसऱ्या देशांच्या चलनात वळण्यासाठी चलनाचे एकक आहे.
C) सुवर्ण विनिमयमान	3) मुद्रेचे मानक एकक आहे जे एक निश्चित वजन आणि शुद्धता असलेले सोन्याचे नाणे आहे.
D) आंतरराष्ट्रीय सुवर्णमान	4) चलनी नोटांसाठी राखीव कोषाच्या रूपात सोन्याच्या लगडी ठेवल्या जातात.

विकल्प :	A	B	C	D
(a)	3	4	2	1
(b)	3	4	1	2
(c)	2	3	4	1
(d)	2	3	1	4

प्र. 32. खालील विधानांवर विचार करा –

अनपेक्षित मुद्रास्फीतीचा संभाव्य फायदा होऊ शकतो –

1) कर्जदारांना

2) जीवन विमा पॉलिसी धारकांना

3) त्या व्यक्ती ज्यांच्या कंपन्यांमध्ये सावधी जमा आहे.

4) त्या व्यक्ती ज्यांची बँकांजवळ सावधी जमा आहे.
   या विधानांमध्ये

    (a) फक्त 1 बरोबर आहे   (b) 1 आणि 2 बरोबर आहेत.

    (c) 1, 2 आणि 3 बरोबर आहेत   (d) 2, 3 आणि 4 बरोबर आहेत.

प्र. 33. प्रबंधित चलनाला म्हणतात –

(a) चलन, ज्याचा विनिमय दर सहजपणे प्रबंधित होऊ शकेल

(b) चलन, ज्याच्या आंतरिक मूल्याला चलनाचा पुरवठा वाढवून किंवा कमी करून प्रबंधित केली जाऊ शकेल.

(c) चलन, जे प्रबंधित केले जाणार आहे, जर प्रचलित विनिमय दर प्रभावित करण्यासाठी देशाचे सरकार कुठल्या न् कुठल्या प्रकारे हस्तक्षेप करत असेल तर.

(d) अवस्फितीच्या स्थितीत चलनाचा नियतांश जो केंद्रीय बँकेद्वारा प्रबंधित केला जाणार असतो.

प्र. 34. खालील विधानांवर विचार करा.

भारतात मुद्रेचा पुरवठा वाढवला जाऊ शकतो, जर –

1) भारतीय रिझर्व बँक संचलनासाठी अधिक कागदी मुद्रा काढून देईल तर.

2) व्यावसायिक बँका आपल्या पत (Credit) प्रक्रियेत वाढ करतील तर.

3) केंद्र सरकार राज्य सरकारांना जास्त अनुदान देईल तर

4) भारत सरकार भारतीय रिझर्व बँकेकडून अधिक उधार घेईल तर.

(a) 1, 2 आणि 3 बरोबर आहेत (b) 2, 3 आणि 4 बरोबर आहेत.

(c) 1, 3 आणि 4 बरोबर आहेत (d) 1, 2 आणि 4 बरोबर आहेत.

प्र. 35. मुद्रेच्या उत्पन्नाची गती अवलंबून असते. -

(a) जनतेने केलेल्या मौद्रिक उत्पन्नाच्या खर्चाच्या वारंवारतेवर

(b) मुद्रेचे अर्जन व खर्चाच्या वारंवारतेवर

(c) ती गती, ज्यात मुद्रेचा स्टॉक उत्पन्न कमावणाऱ्यांकडून अंतिम उत्पादनाच्या उत्पादकाकडे गतिशील असते

(d) अंतिम उत्पादन खरेदी करण्यासाठी जनतेच्या नगदी अधिमानावर

प्र. 36. सूची I (बँक / बँकिंगचे प्रकार) आणि सूची II (काम / लक्षण) च्या जोड्या जुळवून खालील विकल्पांतून बरोबर उत्तर निवडा.

सूची I	सूची II
A) गुंतवणूक बँक	1) एका धारक कंपनीच्या नियंत्रणाखाली आणल्या गेलेल्या दोन किंवा दोनपेक्षा जास्त एकाकी निगमित बँक
B) समूह बँकिंग	2) दीर्घावधी आधारावर पत (credit) देतात.
C) साखळी बँक	3) छोट्या छोट्या बँका आपल्या राखीव नगदीतील काही जमेमार्फत आपसांत मिळून मोठ्या बँकांमध्ये सामील होतात.

D) अभिकर्ता बँकिंग 4) जमेच्या चांगल्या गतिशीलतेसाठी आपसांत एकत्र झालेल्या बँकेच्या शाखा

5) धारक कंपनी व्यतिरिक्त कुठल्या अन्य पद्धतीने उभयनिष्ठ नियंत्रणात आणलेल्या बँका

विकल्प :	A	B	C	D
(a)	1	3	4	5
(b)	2	5	4	1
(c)	2	1	3	5
(d)	2	1	5	3

प्र. 37. खालीलपैकी कोणती एक पद्धत केंद्रीय बँकेद्वारा गुणात्मक पत नियंत्रणाच्या साधनाच्या रूपात वापरली जाऊ शकते?

(a) बँक दर नीती
(b) खुल्या बाजारातील व्यवहार
(c) मार्जिनच्या गरजेत बदल
(d) राखीव अनुपातात परिवर्तन

प्र. 38. खालील विधानांवर विचार करा.

विकसनशील देशात राजकोषीय नीतीचे दोन मुख्य उद्देश आहेत.

1) तीव्रगतीने आर्थिक वृद्धी
2) मूल्य स्थैर्य
3) पूर्ण रोजगार
4) न्यायोचित वितरण

या विधानांमध्ये –

(a) 1 आणि 2 बरोबर आहेत
(b) 2 आणि 3 बरोबर आहेत.
(c) 2 आणि 4 बरोबर आहेत
(d) 1 आणि 4 बरोबर आहेत.

प्र. 39. कराचा सर्व भार विक्रेता सहन करेल, जर –

(a) वस्तूची मागणी अलवचिक असेल आणि पुरवठा पूर्णत: लवचिक असेल.
(b) वस्तूच्या मागणीची लवचिकता तीच असेल जी वस्तूच्या पुरवठ्याची असेल.
(c) वस्तूची मागणी पूर्णत: लवचिक असेल आणि पुरवठा अलवचिक असेल.
(d) वस्तूच्या मागणीची लवचिकता वस्तूच्या पुरवठ्याच्या लवचिकतेपेक्षा कमी असेल.

प्र. 40. खालीलपैकी कोणती एक जोडी बरोबर जोडलेली आहे?

(a) राजकोषीय तूट - जी. डी. पी.
(b) प्राथमिक तूट - मुद्रेचा पुरवठा
(c) मुद्रिकृत तूट - व्याज प्रदान
(d) बजेट तूट - राजस्व लेखावर राजस्व खर्च व प्राप्ती

प्र. 41. खालील विधानांचा बरोबर अनुक्रम काय आहे?

1) मराकश घोषणा

2) स्मिथसोनियन तडजोड

3) केन्स प्लॅन

खालील विकल्पांतून बरोबर उत्तर निवडा

(a) 1, 2, 3   (b) 2, 3, 1   (c) 3, 2, 1   (d) 3, 1, 2

प्र. 42. सिंगर - प्रेबिश सिद्धान्तानुसार -

(a) अल्प विकसित देश प्राथमिक वस्तूंच्या निर्यातीमुळे व्यापार स्थितीत दीर्घकालीन ऱ्हासामुळे आपल्या कल्याणात नुकसान सहन करत आहेत.

(b) अल्प विकसित देश व्यापारात नेहमीच नफा मिळवतात जेव्हा ते विकसित देशांशी व्यापार करतात.

(c) अल्प विकसित देशांच्या कल्याणात नेहमीच तोटा होतो पण विदेशी विनिमयातून ते नफा कमावतात.

(d) अल्प विकसित देशांच्या विकासासाठी व्यापारावर अवलंबून असणे नुकसानकारक नाही.

प्र. 43. भांडवलाची किंमत आणि श्रमाच्या किमतीला अनुक्रमे P_K आणि P_L ने आणि देशांना A आणि B ने संबोधित केले गेले आहे.

$$\text{जर } \left(\frac{P_K}{P_L}\right)_A > \left(\frac{P_K}{P_L}\right)_B \text{ असेल तर } -$$

(a) देश B तुलनात्मकरीत्या श्रमबहुल आहे

(b) देश A तुलनात्मकरीत्या श्रमबहुल आहे.

(c) देश A तुलनात्मकरीत्या भांडवल बहुल आहे

(d) तुलनात्मक साधन बहुलता निर्धारित करता येणार नाही.

प्र. 44. मुद्रा अवमूल्यनामुळे एखाद्या देशाच्या व्यापार स्थितीत सुधारणा होईल (जेव्हा SX = निर्यात पुरवठ्याची लवचिकता, SM = आयात पुरवठ्याची लवचिकता, DX = निर्यात मागणीची लवचिकता DM = आयात मागणीचा लवचिकता) जर -

(a) SX SM > DX DM   (b) DX DM > SX SM

(c) DX DM = SX SM   (d) $\dfrac{SX\ SM}{DX\ DM} < 1$

प्र. 45. खालील विधानांवर विचार करा.

प्रशुल्क आणि नियतांशांच्या परिणामामधील ती बरोबरी जी आयातीच्या समान प्रमाणाला सीमित करते, या मान्यतेवर आधारित आहे –

1) विदेशात प्रतिस्पर्धात्मक स्थिती विद्यमान आहे.

2) नियतांश धारकांमध्ये पूर्ण स्पर्धा आहे.

3) अंतर्गत आयात-प्रतियोगी उद्योगात स्वतंत्र स्पर्धा आहे.

या विधानांमध्ये

(a) फक्त 1 बरोबर आहे   (b) 1 आणि 2 बरोबर आहेत

(c) 1, 2 आणि 3 बरोबर आहेत   (d) 2 आणि 3 बरोबर आहेत.

प्र. 46. खालील विधानांवर विचार करा.

विदेशी अप्रत्यक्ष गुंतवणुकीत सामील आहे –

1) सार्वभौम निक्षेप पावत्या आणि विदेशी चलन परिवर्तनीय बाँड

2) विदेशी संस्थागत गुंतवणूक

3) अप्रवासी बाह्य जमा

4) घरगुती ऊर्जा परियोजनेत बहुराष्ट्रीय कंपनीची गुंतवणूक

या विधानांमध्ये

(a) 1 आणि 2 बरोबर आहेत   (b) 1 आणि 3 बरोबर आहेत.

(c) 1, 2 आणि 4 बरोबर आहेत   (d) 2, 3 आणि 4 बरोबर आहेत

प्र. 47. खालील आलेखात दर्शविले आहे की, $\propto$ देशाचे तीन पुरवठा वक्र $\propto_0$, $\propto_1$, $\propto_2$, β देशाच्या देय वक्राला a, b, c बिंदूवर छेदतात, जो आंतरराष्ट्रीय व्यापार स्थितीच्या समतुल्य आहे –

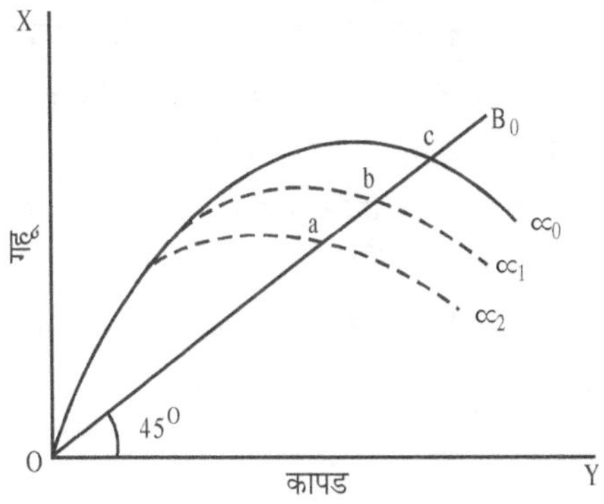

वरील आलेखातून हा निष्कर्ष सहज काढला जाऊ शकतो की –

(a) $\propto$ देश सर्व बिंदू a, b, c वर व्यापाराचे सर्व लाभ मिळवतो.

(b) ∝ देश व्यापाराचे सर्व लाभ फक्त C बिंदूवरच मिळवतो.

(c) दोन्ही देश ∝ आणि ∝ व्यापारातील लाभ आपसांत वाटून घेतात.

(d) दोन्ही देश ∝ आणि β व्यापारात लाभ मिळवतात पण ∝ देश β देशापेक्षा जास्त फायदा कमावतो.

प्र. 48. खालीलपैकी कोणती एक जोडी बरोबर जोडलेली नाही?

(a) विशिष्ट शुल्क : प्रमाणावर आधारित शुल्क

(b) आत्मनिर्भरता : व्यापाराची अनुपस्थिती

(c) नियतांश : गैर प्रशुल्क विकृती

(d) अनुकूलतम प्रशुल्क : विनिमय नियंत्रण

प्र. 50. खालीलपैकी कोणती एक जोडी बरोबर आहे?

विनिमय दर परिवर्तन	**नाव पद्धत**
a) एका देशाच्या चलनाचे अन्य चलनाच्या रूपात मूल्य कमी करणे	पुनर्मूल्यन
b) एका देशाच्या चलनाचे अन्य चलनाच्या रूपात मूल्य घटणे	मूल्य घट
c) एका देशाच्या चलनाची अन्य चलनाच्या रूपात मूल्य वृद्धी होणे	अवमूल्यन
d) एका देशाच्या विदेशी विनिमय रिझर्व – मध्ये वाढ होणे	मंदी

प्र. 51. संतुलनाच्या बिंदूवर विनिमय दर तो आहे जो टिकवून ठेवतो –

(a) आयात आणि निर्यात संतुलन

(b) देशाच्या विदेशी विनिमय रिझर्वमध्ये कुठल्याही शुद्ध परिवर्तनाशिवाय एका पूर्ण अवधीमध्ये, शोधन व्यवहारतोलामध्ये संतुलन

(c) घरगुती अवस्फितीच्या नीतीबरोबर व्यवहारतोलामध्ये संतुलन

(d) काम पूर्ण करण्यासाठी मौद्रिक अधिकाऱ्यांजवळ समाधानकारक विदेशी विनिमय रिझर्व

प्र. 52. खालीलपैकी कोणत्या गोष्टी व्यवहारतोलाच्या (BOP) चालू खात्यात सामील केल्या जाऊ शकतात?

1) वस्तू निर्यात

2) गृह-देशात विदेशी पर्यटकांचा खर्च

3) गृह-देशात विदेशी अल्पावधी गुंतवणूक

4) बँकिंग विमा आणि परिवहन सेवा

5) विदेशात भांडवल गुंतवणुकीतून मिळणारे उत्पन्न

खालील विकल्पांतून बरोबर उत्तर निवडा.

विकल्प   (a) फक्त 1   (b) 1, 2, 3 आणि 4

(c) 1, 2, 4 आणि 5   (d) 1, 3 आणि 4

प्र. 53. हवामान तज्ज्ञ प्रत्येक तासाचे तापमान प्राप्तांकाच्या सरासरीने घेण्याऐवजी तापमानाच्या अधिकतम आणि न्यूनतम प्राप्तांकाच्या सरासरीने घेतात, हे मानून की तापमानातील विचलन –

(a) पूर्ण दिवस आद्योपांत सममित आहे

(b) पूर्ण दिवस सर्व वेळी एकसमान आहे

(c) अविच्छिन्न आहे

(d) अननुमेय आहे.

प्र. 54. एका गोष्टीची दोन समान मूल्ये असतात असे मानले तर खालीलपैकी कोणते एक विधान सत्य आहे?

(a) भूमितीय मध्य आणि हरात्मक मध्य यांचा समांतर मध्य वितरणाच्या समांतर मध्याबरोबर असतो.

(b) समांतर मध्य आणि हरात्मक मध्य यांचा भूमितीय मध्य वितरणाच्या भूमितीय माध्याबरोबर असतो.

(c) समांतर मध्य आणि भूमितीय मध्याचा हरात्मक मध्य वितरणाच्या हरात्मक मध्याबरोबर असतो.

(d) सर्व मध्य एकमेकांच्या बरोबर असतात.

प्र. 55. दिलेले आहे –

l : पूर्ण समाजात साक्षरता दर lf : महिलांचा साक्षरता दर

lm : पुरुषांचा साक्षरता दर

s : महिला आणि एकूण लोकसंख्या यांतील अनुपात

खालीलपैकी कोणते समीकरण बरोबर आहे?

(a) $l = l_{fs} + lm\,(1 - s)$ (b) $l = 1_{fs} + lm\,(1 + s)$

(c) $l = l_f\left(\dfrac{S}{1+S}\right) + lm\,(1 + s)$ (d) वरीलपैकी कुठलेही नाही

प्र. 56. एल. व्ही. चार्लियरने (i) ऑस्लो शहरात ब्लॉक समष्टी आणि (ii) मागील 40 वर्षांत शहरात जन्मलेल्या शिशूंच्या संख्येच्यासंबंधी आकडेवारी गोळा केली. त्यांना (i) आणि (ii) मध्ये सहसंबंध गुणांक 0.86 मिळाला. यावरून असा निष्कर्ष काढला जाऊ शकतो की-

(a) सहसंबंध फार जास्त नाही.

(b) सहसंबंध खूप जास्त आहे.

(c) हा सहसंबंध नॉर्वेमध्ये मानव लोकसंख्या आणि ब्लॉक समष्टी दरामधील रहस्यमय संबंधाकडे निर्देश करतो.

(d) हा सहसंबंध मिथ्या आहे.

प्र. 57. उत्पन्नाच्या उच्च विषमतेच्या अवस्थेत उत्पन्नाचे वितरण होते –

(a) एक सममित वितरण   (b) U आकाराचे वितरण

(a) एक उलट्या J आकाराचे वितरण

(d) वरीलपैकी कुठलेच नाही

प्र. 58. खालील विधानांवर विचार करा.

1) आयात-चित्र एक क्षेत्र-चित्र आहे.

2) वर्ग वारंवारतेचे आयात-चित्राने आंतर-गणन केले जाऊ शकते

या विधानांमधील

(a) फक्त 1 बरोबर आहे   (b) फक्त 2 बरोबर आहे.

(c) 1 आणि 2 बरोबर आहेत   (d) 1 आणि 2 दोन्ही बरोबर नाहीत.

प्र. 59. जर 1970 आणि 1990 साठी मूल्य आकडे आणि 1990 साठी मात्रा आकडे दिलेले आहेत, तर कोणत्या प्रकारचे सूचकांक (1990 ला आधार वर्ष मानून) तयार केले जाऊ शकतात?

(a) मार्शल - एजवर्थ सूचकांक   (b) फिशर - सूचकांक

(c) पाशे सूचकांक   (d) लेस्पीयरे सूचकांक

प्र. 60. खालील अर्थशास्त्रज्ञ ''शोषण / पराश्रयिता सिद्धान्ताशी'' जोडले गेलेले आहेत –

1) पॉल बरान   2) ए. जी. फ्रँक

3) एस. असीन   4) जी. पामा

खालीलपैकी कोणता एक त्यांचा बरोबर कालानुक्रम आहे?

(a) 1, 2, 3, 4   (b) 2, 1, 3, 4   (c) 2, 1, 4, 3   (d) 1, 2, 4, 3

प्र. 61. खालीलपैकी कोणती एक जोडी बरोबर जोडलेली नाही?

लेखक	पुस्तक
(a) सायमन कुजनेटस्	एशियन ड्रामा
(b) जे. रॉबिन्सन	एस्सेज इन द थिअरी ऑफ इकनॉमिक ग्रोथ
(c) कार्ल मार्क्स	दास कॅपिटल
(d) आर्थर डब्ल्यू. लेविस	थिअरी ऑफ इकनॉमिक ग्रोथ

प्र. 62. आर्थिक विकासाचा व्यापारवादी सिद्धान्त मुख्यत: संबंधित आहे –
(a) सुवर्ण आयातीमुळे संचालनात झालेल्या मुद्रेच्या प्रमाणातील वाढीशी
(b) लोकसंख्येत झालेल्या वाढीशी
(c) कुशल उद्योगाच्या कामासाठी परिस्थिती अनुकूल बनवताना राज्योच्या वाढत्या हस्तक्षेपाशी
(d) व्यापारतोलातील आधिक्यामधील वृद्धीमुळे

प्र. 63. जर भांडवल-उत्पादन अनुपात 3:1 आणि लोकसंख्या वृद्धीदर प्रतिवर्ष 2.5 प्रतिशत धरून, गुंतवणुकीत 10.5 प्रतिशत वृद्धी झाल्यास प्रतिव्यक्ती उत्पन्नात वाढ होईल –
(a) शून्य टक्क्यांपर्यंत   (b) 1.0 टक्क्यांपर्यंत
(c) 3.0 टक्क्यांपर्यंत   (d) 7.0 टक्क्यांपर्यंत

प्र. 64. हेरॉडचा प्राकृतिक वृद्धीदर आहे –
(a) तो दर, जो लोकसंख्येतील वाढ आणि तांत्रिक सुधारणा यांमुळे होतो.
(b) तो वृद्धीदर, जो नफा कमावणाऱ्यांना समाधान देतो की त्यांनी काम बरोबर केले आहे.
(c) वास्तविक वृद्धीदर   (d) भांडवल संचयदरात वाढ

प्र. 65. ''आर्थिक विकास श्रमाच्या असीमित पुरवठ्याबरोबर'' विकासाचे एक मॉडेल आहे, ज्याचे प्रतिपादन केले होते –
(a) ए. ओ. हर्षमनने   (b) डब्ल्यू. डब्ल्यू रोस्टोव्हने
(c) डब्ल्यू. ए. लेविसने   (d) हॉलिस चेनरीने

प्र. 66. लायबेन्सटीन आपल्या निर्णायक किमान प्रयत्नाच्या प्रमेयात लोकसंख्येला एक असा घटक मानतात, जो आहे –
(a) उत्पन्न - सृजक   (b) उत्पन्न - प्रतिसारक
(c) गुंतवणूक - प्रेरक   (d) बाजार - विस्तारी

प्र. 67. कुजनेट्सच्या मते खालीलपैकी कोणते एक लक्षण आधुनिक आर्थिक विकासाचे सर्वांत महत्त्वाचे लक्षण आहे?
(a) सामाजिक आणि वैचारिक रूपांतर
(b) संरचनात्मक रूपांतर
(c) उत्पादनाच्या साधनांची उच्च उत्पादकता
(d) प्रति व्यक्ती उत्पादनाचा उच्च वृद्धीदर

प्र. 68. अंकटाड (UNCTAD) हे लघुरुप आहे –
(a) युनायटेड नेशन्स कमिटी ऑफ टेक्निकल असिस्टंस् फॉर डेव्हलपमेंटचा

(b) युनायटेड नेशन्स सेंटर फॉर ट्रेड अँड डेव्हलपमेंटचा

(c) युनायडेड नेशन्स कॉन्फरन्स ऑन ट्रेड अँड डेव्हलपमेंटचा

(d) युनायडेड नेशन्स कमिशन ऑन ट्रान्सफर ऑफ एड फॉर डेव्हलपमेंटचा

प्र. 69. फिशर - क्लर्क प्रमेयानुसार विकासाच्या सातत्यासाठी एका क्षेत्रातून दुसऱ्या क्षेत्रात संसाधनांच्या स्थानांतरणाचा खालीलपैकी कोणता अनुक्रम बरोबर आहे?

(a) कृषी → सेवा → पुनर्निर्माण   (b) कृषी → पुनर्निर्माण → सेवा

(c) पुनर्निर्माण → सेवा → कृषी   (d) पुनर्निर्माण → कृषी → सेवा

प्र. 70. खालील विधानांवर विचार करा.

संयुक्त राज्य अमेरिकेत वाढीच्या आकलनात 'अवशिष्ट वृद्धी' चे श्रेय डेनिसनने दिले आहे –

1) प्रौद्योगिक सुधारणेला

2) भांडवलाच्या वाढीला

3) श्रमाच्या वाढीला

4) श्रम आणि भांडवल दोन्हींच्या वाढीला

या विधानांमध्ये

(a) फक्त 1 बरोबर आहे.   (b) 1 आणि 2 बरोबर आहेत

(c) 1, 2 आणि 3 बरोबर आहेत (d) 1, 2, 3 आणि 4 बरोबर आहेत.

प्र. 71. खालीलपैकी एक किंवा जास्त अर्थशास्त्रज्ञ हे स्पष्टीकरण देतात की आंतरराष्ट्रीय व्यापार विकसनशील देशांच्या औद्योगिकीकरणासाठी घातक आहे –

1) गुन्नार मिर्डल   2) रॉल प्रेबिश

3) हॅबरलर   4) डेविड रिकार्डो

खालील विकल्पांतून बरोबर उत्तर निवडा.

विकल्प : (a) 2 आणि 3   (b) 3 आणि 4

(c) 1 आणि 4   (d) 1 आणि 2

प्र. 72. भारत सरकारची द्वितीय पंचवार्षिक योजना आधारित होती –

(a) लियोटिंफ आगत-निर्गत (Input-output) मॉडेलवर

(b) हेरॉड-डोमर मॉडेलवर

(c) महालनोबिस द्विक्षेत्रीय मॉडेलवर

(d) महालनोबिस चार क्षेत्रीय मॉडेलवर

प्र. 73. डंकेल प्रस्तावातील किती करारांची WTO अंमलबजावणी करते?

(a) 28   (b) 24

(c) 19   (d) 13

प्र. 74. भारतात राष्ट्रीय उत्पन्नाच्या गणनेसाठी खर्च संगणना पद्धत कोणत्या क्षेत्रात वापरली जात होती?

(a) कृषी क्षेत्र   (b) खनन क्षेत्र   (c) निर्माण क्षेत्र   (d) परिवहन क्षेत्र

प्र. 75. भारतात 2001 च्या जनगणनेनुसार खालीलपैकी कोणते एक शहरी लोकसंख्येच्या प्रतिशत होते?

(a) 20.13   (b) 22.8   (c) 29.72   (d) 30.31

प्र. 76. भारतात सध्या एकूण भूक्षेत्राच्या किती प्रतिशत जमीन जंगलाने व्यापलेले क्षेत्र आहे?

(a) 11 ते 15 प्रतिशत परिसरात   (b) 16 ते 20 प्रतिशत परिसरात

(c) 21 ते 25 प्रतिशत परिसरात   (d) 26 ते 30 प्रतिशत परिसरात

प्र. 77. सर्वात कमी लिंग गुणोत्तर कोणत्या राज्याचा आहे?

(a) बिहार   (b) पंजाब

(c) उत्तर प्रदेश   (d) हरियाणा

प्र. 78. अमर्त्य सेन यांना अर्थशास्त्रातील नोबेल पुरस्कार कोणत्या वर्षी मिळाला?

(a) 2000   (b) 2001   (c) 1999   (d) 1998

प्र. 79. भारताच्या योजना आयोगाचे अध्यक्ष कोण असतात?

(a) राष्ट्रपती   (b) अर्थमंत्री   (c) पंतप्रधान   (d) मानव संसाधन मंत्री

प्र. 80. भारतात खालीलपैकी कृषीसंबंधी योजनेच्या यशाच्या कोणत्या महत्त्वपूर्ण गोष्टी आहेत?

1) जमिनदारीसारख्या शोषण करणाऱ्या पट्टेदाऱ्यांचे शांततामय पद्धतीने उन्मूलन

2) कृषीवर आश्रित लोकसंख्येत कमी

3) खाद्यान्न उत्पादनात वाढ

4) छोट्या आणि सीमान्त या शेतांच्या संख्येत कमी

खालील विकल्पांचा वापर करून योग्य उत्तर निवडा.

विकल्प : (a) 1 आणि 2   (b) 1 आणि 3   (c) 2 आणि 3   (d) 3 आणि 4

प्र. 81. खालीलपैकी कोणते एक आठव्या पंचवार्षिक योजनेतील वृद्धी भांडवल उत्पादन अनुपात (ICOR) दर्शविते?

(a) 3:1   (b) 4:1   (c) 5:1   (d) 6:1

प्र. 82. भारताचा ऊर्जेचा सर्वात महत्त्वाचा स्रोत आहे –

(a) काष्ठ इंधन आणि काष्ठ कोळसा   (b) गॅस

(c) पेट्रोलियम   (d) विद्युत

प्र. 83. ग्रामीण विकासाच्या खालील कार्यक्रमांवर विचार करा.

1) कामाच्या बदल्यात धान्य कार्यक्रम 2) सामुदायिक विकास कार्यक्रम

3) ट्रायसेम (TRYSEM)   4) आय. आर. डी. पी.

सरकारने हे कार्यक्रम सुरू केले त्याचा योग्य कालानुक्रम आहे –

(a) 1, 2, 3, 4   (b) 2, 1, 4, 3

(c) 1, 2, 4, 3   (d) 2, 1, 3, 4

प्र. 84. खालीलपैकी कोणता एक भारतीय रिझर्व बँकेने स्वीकारलेला मात्रात्मक पत (Credit) नियंत्रणाचा उपाय नाही?

(a) बँकदर   (b) विधिक नगद रिझर्व गरज

(c) वैधानिक तरलता अनुपात   (d) नैतिक प्रत्यायन

प्र. 85. खालील विधानांवर विचार करा.

भारतीय आयकर

1) प्रगामी असतो.   2) समानुपातिक असतो

3) प्रत्यक्ष असतो.   4) उत्पन्न लवचिक असतो

या विधानांमध्ये

(a) 1, 2 आणि 4 बरोबर आहेत   (b) 1, 2 आणि 3 बरोबर आहेत

(c) 1, 3 आणि 4 बरोबर आहेत   (d) 2, 3 आणि 4 बरोबर आहेत.

प्र. 86. केंद्र सरकारच्या राजस्वाचा मुख्य स्रोत आहे-

(a) आयकर   (b) निगम कर

(c) सीमा शुल्क   (d) उत्पादन शुल्क

प्र. 87. भारतात कृषी-कराधान कठीण होण्याचे कारण आहे –

(a) शेतांची विखुरलेली प्रकृती

(b) उत्पादनात ऋतू अनिश्चितता

(c) 'जगात कुठेही कृषीवर कर नाही' ही समजूत

(d) कर संग्रहणात वाढणारा वरखर्च आणि राजनैतिक इच्छाशक्तीत कमी

प्र. 88. व्ही. डी. आय. एस. (ऐच्छिक उत्पन्न घोषणा योजना) च्या अंतर्गत, जी भारतात सुरू केली गेली, व्यक्तिगत करदात्यांकडून कराचे प्रदान अपेक्षित होते -

(a) 25 प्रतिशतच्या दरावर   (b) 30 प्रतिशतच्या दरावर

(c) 35 प्रतिशतच्या दरावर   (d) 40 प्रतिशतच्या दरावर

प्र. 89. केंद्र सरकारच्या खालीलपैकी कोणत्या एका खर्च-खात्यात राजस्व खर्चाची सर्वात मोठी रक्कम जाते?

(a) सुरक्षा   (b) व्याज प्रदान

(c) सबसिडी   (d) राज्ये व संघराज्य या क्षेत्रांना अनुदान

प्र. 90. दहाव्या वित्त आयोगाने राज्यांच्या संसाधन आधाराला विकसित करण्यासाठी एक एकल विभाज्य पुलाची संस्तुति, करप्राप्ती राज्यांना हस्तांतरित करण्यासाठी केली आहे. खालीलपैकी कोणता एक याच याप्रकारे संस्तुत केला गेलेला बरोबर अंश आहे?

(a) 27 प्रतिशत   (b) 30 प्रतिशत (c) 29 प्रतिशत   (d) 33 प्रतिशत

प्र. 99. सूची I व सूची II च्या जोड्या जुळवून दिलेल्या विकल्पांतून बरोबर उत्तर निवडा.

सूची I	सूची II
A) व्ही. के. आर. व्ही. राव	1) निर्धनता आकलन
B) सुखमय चक्रवर्ती	2) राष्ट्रीय उत्पन्न आकलन
C) राजा चेलैय्या	3) विकास आयोजना
D) दांडेकर आणि रथ	4) राजकोषीय नीति

विकल्प :	A	B	C	D
(a)	3	4	2	1
(b)	4	3	2	1
(c)	2	3	1	4
(d)	2	3	4	1

प्र. 92. खालीलपैकी कोणते एक भारतात कृषी-संपत्ती आणि उत्पन्नाचे करारोपण यांच्याशी विशेष रीतीने संबंधित आहे?

(a) जॉन मथाई समिती, 1953   (b) काल्डर रिपोर्ट, 1955

(c) वांचू समिती, 1971   (d) राज समिती, 1972

प्र. 93. भारतात मागील दोन दशकांत वाढणाऱ्या कर्जासाठी खालीलपैकी कोणते एक कारण नाही?

(a) विकास योजनांच्या वित्तीयनासाठी आंतरिक क्षेत्रांना पुरेशा प्रमाणात संसाधने निर्माण करण्यात असफलता

(b) निरनिराळ्या विकास योजना राबवण्यासाठी प्रौद्योगिकी मदतीच्या रूपात विदेशी मदतीची आवश्यकता

(c) पुरेशा प्रमाणात निर्यात वाढवण्यात अपयश

(d) विदेशी कर्जाच्या लागतीत कमी

प्र. 94. भारतात बाह्य क्षेत्राची नीती अशा प्रकारे तयार केली गेली पाहिजे की सकल अंतर्गत उत्पादनाच्या अनुपाताच्या रूपात चालू प्राप्ती (CR) ची प्रवृती निश्चित

केली जाऊ शकेल –

(a) 15 प्रतिशतच्या वर्तमान स्तरापेक्षा वाढणारी

(b) 18 प्रतिशतच्या वर्तमान स्तरापेक्षा वाढणारी

(c) 20 प्रतिशतच्या वर्तमान स्तरापेक्षा वाढणारी

(d) 25 प्रतिशतच्या वर्तमान स्तरापेक्षा वाढणारी

प्र. 95. खालीलपैकी कोणत्या प्रकारच्या राजस्वाची वाटणी केंद्र सरकार राज्य सरकारबरोबर करत नाही?

(a) केंद्रीय विक्री कर   (b) आयकर

(c) उत्पादन शुल्क   (d) सीमा शुल्क

प्र. 96. खालीलपैकी कोणता स्रोत सरकारच्या राजस्वाचा स्रोत मानला जात नाही?

(a) कर   (b) सार्वजनिक उद्योजकांचे आधिक्य

(c) अंतर्गत प्रदान   (d) आंतरिक कर्ज व जमा यांचे संग्रहण

प्र. 97. सूची I व सूची II च्या जोड्या जुळवून खाली दिलेल्या विकल्पांतून बरोबर उत्तर निवडा.

सूची I	सूची II
A) भारतीय स्टेट बँक	1) 1950
B) हरित क्रांती	2) 1955
C) बँकांचे राष्ट्रीयीकरण	3) 1966
D) विदेशी मुद्रा विनियमन अधिनियम (फेरा)	4) 1969
	5) 1973

विकल्प :	A	B	C	D
(a)	1	2	4	3
(b)	1	2	3	4
(c)	2	3	4	5
(d)	2	3	5	4

प्र. 98. भारतात खालील संस्थांच्या स्थापनेचा बरोबर कालानुक्रम काय आहे?

1) राष्ट्रीय कृषी आणि ग्रामीण विकास बँक, 1982

2) भारतीय औद्योगिक विकास बँक, 1964

3) भारतीय लघु उद्योग विकास बँक, 1990

4) भारतीय औद्योगिक वित्त निगम, 1948

खालील विकल्पांच्या मदतीने बरोबर उत्तर निवडा.

विकल्प : (a) 1, 3, 2, 4   (b) 1, 2, 4, 3 (c) 3, 1, 2, 4 (d) 4, 2, 1, 3

प्र. 99. भारतीय संदर्भात चक्रवर्ती समिती (1985) द्वारा संस्तुत स्वीकार्य मूल्यवृद्धी किती आहे?

(a) 4 टक्के   (b) 6 टक्के   (c) 2 टक्के   (d) 3 टक्के

प्र. 100. भारतीय रिझर्व बँकेने गठित केलेल्या भांडवली लेखा परिवर्तनीयता समितीचे (1997) अध्यक्ष होते -

(a) एस. एस. तारापुर   (b) सी. रंगराजन

(c) व्ही. रामकृष्णन   (d) एन. के. सेनगुप्त

प्र. 101. खालील विधानांवर विचार करा -

नवीन आर्थिक नीती ग्रामीण क्षेत्रात अधिक उचित आहे –

1) कृषी सबसिडीच्या संदर्भात

2) जैव प्रौद्यागिक नवप्रवर्तनाच्या संदर्भात

3) व्यापार उदारीकरणाच्या संदर्भात

4) शेतकी आगत वृद्धीच्या संदर्भात

या विधानांमध्ये –

(a) 1 आणि 4 बरोबर आहेत   (b) 1 आणि 2 बरोबर आहेत

(c) 1, 2 आणि 3 बरोबर आहेत   (d) 2, 3 आणि 4 बरोबर आहेत

सूचना : पुढील 19 (एकोणीस) प्रश्नांमध्ये दोन वक्तव्ये आहेत. एकाला 'विधान A' व दुसऱ्याला 'कारण R' म्हटले आहे. दोन्ही वक्तव्यांचे काळजीपूर्वक परीक्षण करून निर्णय घ्यायचा आहे की विधान A आणि कारण R वेगवेगळे बरोबर आहेत का? जर असतील तर कारण R विधान A चे बरोबर स्पष्टीकरण आहे का? या प्रश्नांची उत्तरे खाली दिलेल्या विकल्पांतून निवडून बरोबर उत्तर आपल्या पत्रिकेत अंकित करा.

विकल्प : (a) A आणि R दोन्ही बरोबर आहेत आणि R हे A चे बरोबर स्पष्टीकरण आहे.

(b) A आणि R दोन्ही बरोबर आहेत पण R हे A चे बरोबर स्पष्टिकरण नाही.

(c) A बरोबर पण R चूक आहे.

(d) A चूक पण R बरोबर आहे.

प्र. 102. विधान (A) : सीमान्त उत्पन्न MR वक्राचा खाली पडण्याचा दर AR (सरासरी उत्पन्न) वक्राच्या खाली पडण्याच्या दराच्या दुप्पट पेक्षाही जास्त आहे.

कारण (R) : MR आणि AR वक्र, रेषीय आहेत आणि त्यांचा उतार ऋणात्मक आहे.

प्र. 103. विधान (A) : एखाद्या फर्मचे मूल्य निर्धारण 'खर्चपरिवर्धित किंमत' पद्धतीने
होते.

कारण (R) : फर्मला मागणी आणि सीमान्त खर्चाची माहिती नाही.

प्र. 104. विधान (A) : एका एकाधिकाऱ्याजवळ आपल्या उत्पादनाच्या मूल्यात हेर-
फेर करण्याची पुरेशी ताकद असते.

कारण (R) : एकाधिकाऱ्याच्या एकाधिकार शक्तीचे माप सीमान्त खर्चाच्या
मूल्याच्या आधिक्यामुळे असते.

प्र. 105. विधान (A) : $Y = C + I$ (जर Y = राष्ट्रीय उत्पन्न, C = उपभोग, I =
गुंतवणूक)

कारण (R) : C आणि I राष्ट्रीय उत्पन्नाचे महत्त्वाचे निर्धारक आहेत.

प्र. 106. विधान (A) : एखादा गुंतवणूकदार भांडवल मालमत्तेत गुंतवेल.

कारण (R) : भांडवलाची सीमान्त कुशलता (MEC) $\geqslant$ बाजार व्याजदर.

प्र. 107. विधान (A) : लोकांमधील देणे-घेणे संतुलनाची इच्छा उत्पन्नातील वृद्धीबरोबर
वाढत जाते.

कारण (R) : लोक वाढत्या अनुपातात आपले उत्पन्न उपभोगावर खर्च करतात.

प्र. 108. विधान (A) : भारतीय रिझर्व्ह बँक मुद्राबाजारात प्रतिभूती खरेदी करून मुद्रेच्या
पुरवठ्यात वाढ करतात.

कारण (R) : मुद्रेच्या पुरवठ्यातील वाढीमुळे गुंतवणूक आणि रोजगारात
विस्तार होऊ शकतो.

प्र. 109. विधान (A) : सार्वजनिक वित्त आदर्शक विज्ञान आहे.

कारण (R) : राजकोषीय व्यवहारांच्या उद्देशात साधनांचे योग्य वाटप, उत्पन्नाचे
वितरण, पूर्ण रोजगार आणि स्थैर्याबरोबर वृद्धी निहीत आहे.

प्र. 110. विधान (A) : रिकार्डोचा तुलनात्मक खर्चाचा सिद्धान्त मूल्याच्या श्रम सिद्धान्तावर
आधारित आहे.

कारण (R) : मूल्याचा श्रम सिद्धान्त देशांतर्गत व्यापारासाठी बरोबर आहे
पण जेव्हा तो आंतरराष्ट्रीय व्यापारात लागू केला जातो, तेव्हा
तो तुटतो.

प्र. 111. विधान (A) : अवमूल्यन साधारणत: विनिमय दरात परिवर्तन करते.

कारण (R) : पुनर्मूल्यन, अवमूल्यनाच्या उलटे आहे.

प्र. 112. विधान (A) : सीमा शुल्क मुख्यत्वे वस्तू मूल्यांवर परिणाम करते.

कारण (R) : प्रमाणात्मक प्रतिबंध अशा प्रकारे तयार केले गेले आहेत की ते
आयातीत किंवा निर्यातीत वस्तूंचे परिणाम निर्धारित करतात.

प्र. 113. विधान (A) : उन्नत देशांद्वारे औद्योगिक रूपात प्रभावी संरक्षण उपागम व्यवहारात आणले जाते.

कारण (R) : औद्योगिक देश भांडवली वस्तूंवर तुलनेत कमी दरावर प्रशुल्क लावतात.

प्र. 114. विधान (A) : आर्थिक वृद्धीच्या प्रक्रियेत प्रौद्योगिक परिवर्तन एक महत्त्वाचा घटक मानला जातो.

कारण (R) : प्रौद्योगिकीतील परिवर्तन श्रम, भांडवल आणि उत्पादनाचे अन्य घटक यांच्या उत्पादकतेत वाढ करतात.

प्र. 115. विधान (A) : भारतात प्रतिव्यक्ती उत्पन्नातील वाढ संथ आहे.

कारण (R) : भारताने लोकसंख्येत तीव्र वाढीच्या दराचा अनुभव घेतला आहे.

प्र. 116. विधान (A) : भारतात जमिनीची उत्पादकता कमी आहे.

कारण (R) : छोट्या शेतकऱ्यांना अधिक उत्पादन करण्यासाठी प्रेरित केले जात नाही.

प्र. 117. विधान (A) : भारतात अनेक वर्षांपासून व्यावसायिक साचा आहे तसाच आहे.

कारण (R) : गुंतवणुकीचे स्वरूप मुख्यत: भांडवलप्रधान उद्योगांवर निर्देशित आहे.

प्र. 118. विधान (A) : भारतीय रिझर्व्ह बँक चयनात्मक कर्ज नियंत्रण पद्धतींचा वापर देशात स्फितीकारी शक्तींची वाढ थांबवण्यासाठी करते.

कारण (R) : चयनात्मक कर्ज नियंत्रण पद्धती प्रत्यक्षपणे वस्तू व सेवा यांची मागणी कमी करून मुद्रा प्रसार थांबवतात.

प्र. 119. विधान (A) : केंद्र सरकारचा राजकोषीय तोटा 1990-91 च्या सकल देशांतर्गत उत्पादनाच्या 8.3 प्रतिशतवरून कमी होऊन 1995-96 मध्ये 5.5 झाला.

विधान (R) : राजकोषीय तुटीत या प्रकारची कमी ही मुख्यत: राजस्व खर्चातील कमीमुळे आली आहे.

प्र. 120. विधान (A) : भारतातील सार्वजनिक वितरण प्रणालीचा समाजातील दुबळ्या घटकांशी जवळचा संबंध आहे.

कारण (R) : भारतात सार्वजनिक वितरण प्रणाली मुख्यत्वेकरून लोकसंख्येतील दुर्बल वर्गाच्या मागणीमुळे टिकून आहे.

1. c	2. d	3. a	4. d	5. b	6. d	7. a	8. c
9. b	10. a	11. b	12. a	13. b	14. a	15. d	16. a
17. d	18. c	19. a	20. a	21. a	22. d	23. a	24. b
25. a	26. c	27. a	28. a	29. c	30. b	31. c	32. a
33. d	34. a	35. c	36. c	37. c	38. c	39. c	40. d
41. d	42. a	43. b	44. b	45. d	46. b	47. d	48. b
49. c	50. b	51. b	52. b	53. c	54. d	55. a	56. d
57. c	58. c	59. d	60. d	61. a	62. d	63. b	64. a
65. c	66. b	67. b	68. c	69. b	70. b	71. d	72. d
73. a	74. b	75. c	76. c	77. d	78. d	79. c	80. b
81. b	82. d	83. b	84. d	85. c	86. a	87. d	88. b
89. b	90. c	91. d	92. d	93. d	94. c	95. d	96. c
97. c	98. d	99. a	100. a	101. c	102. d	103. c	104. c
105. a	106. a	107. b	108. d	109. a	110. c	111. b	112. b
113. b	114. a	115. a	116. a	117. b	118. c	119. a	120. a

■ ■ ■

प्रश्नसंच - ८

प्र. 1. भारतात पुनर्क्रय विकल्प (रेपो) उपलब्ध आहे फक्त -

(a) ट्रेझरी बिलांमध्ये (b) सरकारी प्रतिभूतींमध्ये

(c) व्यापारी पत्रांमध्ये (d) खाते प्रदान चेक्समध्ये

प्र. 2. खालील विधानांवर विचार करा.

उदारीकरण आणि भूमंडलीकरणाच्या संदर्भात

1) नियोजनाचे काही काम नाही.

2) नियोजनाची निश्चित सांकेतिक भूमिका आहे.

3) गरिबांना सुरक्षा चक्र उपलब्ध करून देण्यात नियोजनाची भूमिका आहे.

खालील विकल्पांतून बरोबर उत्तर निवडा.

विकल्प : (a) फक्त 1 बरोबर आहे

(b) 1 आणि 2 बरोबर आहेत

(c) 1 आणि 3 बरोबर आहेत (d) 2 आणि 3 बरोबर आहेत

प्र. 3. दहाव्या पंचवार्षिक योजनेत (2002-2007) वार्षिक संवृद्धी दराचे लक्ष्य होते –

(a) 8.00%   (b) 7.50%   (c) 7.00%   (d) 6.50%

प्र. 4. सध्या CRR चे किमान व कमाल प्रमाण आहे –

(a) 3% व 15%   (b) 4% व 13%

(c) 4.5% व 12%   (d) 5% व 16%

प्र. 5. अकराव्या वित्त आयोगाने ज्या प्रोत्साहन निधीची तरतूद केली आहे, ती राज्यांमध्ये कोणत्या वर्षाच्या जनगणनेच्या आधारावर वितरित केली जाईल?

(a) 1971   (b) 1981   (c) 1991   (d) 2001

प्र. 6. भारतीय रिझर्व बँकेने एवढ्या काही वर्षांत व्याजाचा दर बराच खाली ठेवला आहे आणि वित्ताची मागणी पूर्ण करण्यासाठी बँकाचा कोष मुक्त केला आहे. खालीलपैकी कोणता वक्र या स्थितीला हिक्स-हॉक्सन च्या LM वक्राने अगदी बरोबर दर्शवितो?

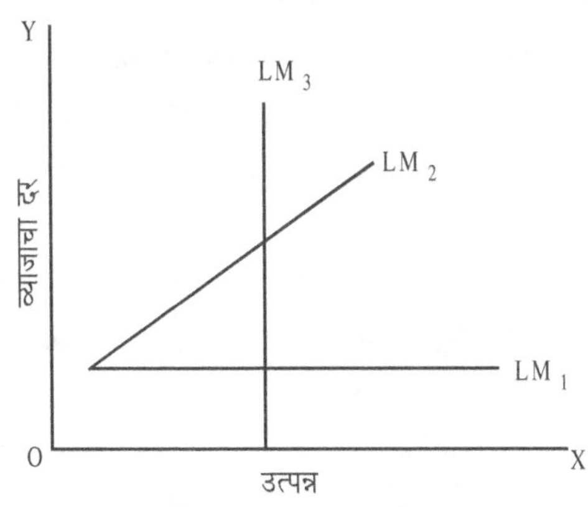

(a) LM₁   (b) LM₂

(c) LM₃   (d) यातील कुठलेच नाही.

प्र. 7. भारतात योजना आयोग राज्ये व राष्ट्र यातील गरिबीचा अंदाज लावण्यासाठी कोणाच्या सूत्राचा उपयोग करतात?

(a) दांडेकर आणि रथ   (b) बी. एस. मिन्हास

(c) डी. टी. लाकडवाला   (d) पी. के. बर्धन

प्र. 8. SLR चे किमान व कमाल प्रमाण किती आहे?

(a) 15% व 25%   (b) 16% व 19%

(c) 25% व 40%   (d) 29% व 40%

प्र. 9. जर खालील क्षेत्रांना दहाव्या पंचवार्षिक योजनेत वाटप केलेल्या खर्चाच्या

घटत्या क्रमात लावले जाईल तर त्यांचा बरोबर क्रम काय राहील?

1) ग्रामीण विकास 2) सामाजिक सेवा 3) परिवहन 4) ऊर्जा

खालील विकल्पांतून बरोबर क्रम निवडा.

विकल्प :	A	B	C	D
(a)	1	4	2	3
(b)	4	2	3	1
(c)	4	3	1	2
(d)	2	4	3	1

प्र. 10. डिसेंबर 2002 पर्यंत सरकारने स्वीकारलेल्या आणि अधिसूचित केलेल्या कृषी निर्यात क्षेत्रांची संख्या आहे.

(a) 31   (b) 41   (c) 51   (d) 75

प्र. 11. भारताची पहिली पंचवार्षिक योजना कोणत्या प्रतिमानावर आधारित होती?

(a) महालनोबिस   (b) हॅरॉड-डोमर (c) गुर्नार मिर्डल (d) रोझेन्स्टीन रोडान

प्र. 12. भारतात सहकाराचा प्रयत्न 1904 मध्ये सुरू केला गेला होता –

(a) कृषी विपणनात   (b) उपभोक्ता सहकार्यात

(c) सहकारी शेतीत   (d) कृषी पत (Credit) मध्ये

प्र. 13. कामगार राज्य विमा अधिनियमांतर्गत लाभ मिळवण्यासाठी मासिक मजुरीची उच्चतम सीमा सध्या आहे –

(a) 5,000 रु.   (b) 6,500 रु.   (c) 9,000 रु.   (d) 10,000 रु.

प्र. 14. भारतीय कृषी नीती - 2000 अनुसार पुढील दोन दशकांसाठी कृषिक्षेत्रात दर वर्षाला अनुमानित वृद्धीचे लक्ष्य ठेवले आहे –

(a) 4%   (b) 5%   (c) 3%   (d) 3.5%

प्र. 15. भारतात सध्याच्या काही वर्षात खालीलपैकी कोणत्या गोष्टीने सर्वांत जास्त विदेशी विनिमय मिळवून दिला आहे?

(a) रत्न व दागिने   (b) चामड्याच्या वस्तू

(c) शिवलेले तयार कपडे   (d) मशिनरी

प्र. 16. केंब्रिज अर्थशास्त्रज्ञांच्या रोख-शिल्लक समीकरणांमध्ये खालीलपैकी कोणाचे समीकरण नाही?

(a) रॉबर्ट्सन   (b) पीगू

(c) ऑडम स्मिथ   (d) मार्शल

प्र. 17. जोन्स् रॉबिन्सनने विकास प्रक्रियेतील काळाचे किती प्रकार केले आहेत?

(a) 5   (b) 6   (c) 8   (d) 9

प्र. 18. निर्यात मूलक एकक (EOU) फर्मस् त्या असतात, ज्यांच्याकडून अपेक्षा केली जाते की त्या-

(a) फक्त निर्यात संस्करण क्षेत्रातच क्रियाशील राहतील.

(b) आपल्या उत्पादनाचा फार मोठा हिस्सा निर्यात करतील.

(c) आयातीची प्रतिस्थापना करतील.

(d) ISO - 9000 च्या कसोटीत सफल होतील.

प्र. 19. 'गोकुळ ग्राम योजना' कोणत्या राज्य सरकारने चालवली होती?

(a) उत्तर प्रदेश   (b) महाराष्ट्र   (c) गुजरात   (d) पंजाब

प्र. 20. संगम योजनेचा उद्देश आहे-

(a) गंगा नदी स्वच्छ करणे.

(b) अलाहाबाद पर्यटन केंद्र म्हणून विकसित करणे.

(c) अपंगांच्या कल्याणात वाढ

(d) बाल श्रमिकांच्या स्थितीत सुधारणा

प्र. 21. जयप्रकाश नारायण रोजगार योजना व लघु उद्योजक क्रेडिट कार्ड योजना यांचा आरंभ कोणत्या केंद्रीय बजेट वर्षात झाला?

(a) 1998-99   (b) 1999-2000

(c) 2001-2002   (d) 2002-2003

प्र. 22. भारताचा व्यापारतोल मुख्यत्वे कशाच्या आयातीमुळे अनुकूल नाही?

(a) खाद्यतेल   (b) सोने   (c) यंत्रसामग्री   (d) खनिजतेल

प्र. 23. सध्या भारतात कृषीतील उत्पन्नावर आयकर कोण गोळा करते?

(a) केंद्र सरकार   (b) राज्य सरकार

(c) प्रत्यक्ष कराची केंद्रीय परिषद   (d) पंचायत

प्र. 24. खालीलपैकी कोणत्या पिकाच्या उत्पादनात उत्तर प्रदेश भारताचा सर्वांत मोठा उत्पादक नाही?

(a) बटाटा   (b) धान्य   (c) ऊस   (d) तीळ

प्र. 25. खालीलपैकी कोणत्या एका स्थितीचा वापर भारतात बेरोजगारी मोजण्यासाठी केला जात नाही?

(a) दैनिक स्थिती   (b) सामान्य स्थिती

(c) साप्ताहिक स्थिती   (d) वार्षिक स्थिती

प्र. 26. महाराष्ट्रातील कोणत्या जिल्ह्यात ग्रामीण क्षेत्रातील बँकांची संख्या सर्वांत जास्त आहे?

(a) अहमदनगर   (b) ठाणे   (c) कोल्हापूर   (d) पुणे

प्र. 27. 2001 च्या जनगणनेनुसार 1991 ते 2001 च्या कालावधीत भारताच्या लोकसंख्येत किती टक्के वाढ झाली होती?

(a) 21.43   (b) 21.34

(c) 22.34   (d) यातील कुठलेच नाही.

प्र. 28. वर्तमानात भारतात कार्यरत असलेल्या विदेशी बँकांची संख्या आहे.

(a) 27   (b) 30   (c) 33   (d) 41

प्र. 29. ऑइल पूल खाते बंद केले आहे-

(a) 01-4-2002 पासून   (b) 31-3-2002 पासून

(c) 31-3-2003 पासून   (d) 01-4-2003 पासून

प्र. 30. एम.आर.टी.पी. ऑक्ट 1969 प्रस्थापित केला गेला आहे –

(a) कंपनी (संशोधन) ऑक्ट, 2002 द्वारा

(b) कंपनी (द्वितीय संशोधन) ऑक्ट, 2002 द्वारा

(c) कॉपिटीशन ऑक्ट, 2002 द्वारा

(d) वरीलपैकी कुठलाच नाही.

प्र. 31. पुरवठा फलन $q = 20p$ साठी पुरवठ्याची लवचीकता

(a) शून्य असते.   (b) एक आहे.

(c) एकापेक्षा जास्त आहे.   (d) एकापेक्षा कमी आहे.

प्र. 32. जर एखाद्या विक्रेत्याचा मागणी वक्र $P = 16 - \dfrac{1}{2q}$ असेल तर त्याला मिळणारे सीमान्त आगम असेल –

(a) 16   (b) 8   (c) 4   (d) $\dfrac{1}{2}$

प्र. 33. जर एक उपभोक्ता ज्याचे उत्पन्न व किंमत दिलेली आहे; तीन वस्तू - x, y आणि z चा उपभोग घेतो, त्याची संतुष्टी अधिकतम होईल जेव्हा –

(a) $\dfrac{MU_X}{MU_Y} = \dfrac{MU_Y}{MU_Z} = \dfrac{MU_Z}{MU_X}$ (b) $\dfrac{MU_X}{MU_Y} = \dfrac{P_X}{P_Y} = \dfrac{MU_X}{P_Z}$

(c) $\dfrac{MU_X}{P_X} = \dfrac{MU_Y}{P_Y} = \dfrac{MU_Z}{P_Z}$

(d) $\dfrac{MU_X}{P_Y} = \dfrac{MU_Y}{P_Z} = \dfrac{MU_Z}{P_X}$

(येथे P मूल्य आणि MU सीमान्त उपयोगिता आहे)

प्र. 34. स्लूत्सचे प्रमेय सांगते –

(a) वस्तूंच्या अधिक किंवा कमी मागणीचा लवचिकपणा असलेल्या समूहात.

(b) वस्तूंच्या अनिवार्यता आणि विलासितेमध्ये वियोजन

(c) महाग आणि स्वस्त वस्तूंमधील वियोजन

(d) मूल्य परिणामाचे प्रतिस्थापन आणि उत्पन्न परिणामातील वियोजन

प्र. 35. घटत्या उत्पन्नाचा नियम तार्किक आवश्यकतेचा विषय आहे, पण उत्पन्न वृद्धी नियम अनुभवजन्य धारणेचा विषय आहे –

(a) जॉर्ज स्टिग्लरचा   (b) सॅम्युएलसनचा

(c) जोन्स् रॉबिन्सचा   (d) अल्फ्रेड मार्शलचा

प्र. 36. मागणीची बिंदू मूल्य लवचिकता खालीलपैकी कोणत्या फॉर्म्युल्याने मोजली जाऊ शकते? (प्रतीक / संकेताक्षरे यांचा अर्थ सामान्य आहे.)

(a) $\dfrac{Q_1 - Q_0}{P_1 - P_0} \times \dfrac{P_1 + P_0}{Q_1 + Q_0}$ (b) $\dfrac{\Delta Q}{\Delta P} \dfrac{P}{Q}$

(c) $\dfrac{dQ}{dP} \dfrac{P}{Q}$ (d) $\dfrac{\Delta P / P}{\Delta Q / Q}$

प्र. 37. खालीलपैकी कोणते एक एकाधिकार स्पर्धेचे लक्षण नाही ?

(a) तुलनेत उत्पादकांची कमी संख्या

(b) मूल्य नीती अनम्य होणे (अलवचिक)

(c) वस्तू-विभेद

(d) MR = MC वर मूल्यस्थिरता

प्र. 38. एक सम उत्पादन मात्रावक्र एक सरळ रेषा असेल, जर आगत –

(a) पूर्ण स्थानापन्न (वैकल्पिक) असेल.

(b) चांगली स्थानापन्न असेल.

(c) खराब स्थानापन्न असेल

(d) एका स्थिर अनुपातात उपयोग होत असेल.

प्र. 39. खालीलपैकी कोणते पुस्तक अमर्त्य सेन यांचे नाही?

(a) एशियन ड्रामा   (b) सामूहिक निवड व सामाजिक कल्याण

(c) भूक आणि सार्वजनिक कार्य   (d) कल्याण आणि प्रबंध

प्र. 40. न्यूनतम खर्च संयोगाच्या फर्मला म्हणितात-

(a) अनुकूलतम फर्म   (b) स्थिर फर्म

(c) प्रतिनिधी फर्म   (d) सीमान्त फर्म

प्र. 41. सामान्य लाभ एक भाग आहे –
(a) सान्निहित खर्चाचा
(b) स्पष्ट खर्चाचा
(c) वास्तविक खर्चाचा
(d) वैकल्पिक खर्चाचा

प्र. 42. सूची I व सूची II च्या जोड्या जुळवून खालील विकल्पांतून बरोबर उत्तर निवडा.

सूची I
(A) निरपेक्ष लाभाचा नियम
(B) घटक अनुपात आणि व्यापार
(C) प्रस्ताव वक्र
(D) वैकल्पिक खर्च

सूची II
1) लियोन्तीफ
2) मार्शल
3) ॲडम स्मिथ
4) हेबरलर

विकल्प :	A	B	C	D
(a)	1	3	2	4
(b)	3	1	2	4
(c)	1	3	4	2
(d)	3	1	4	2

प्र. 43. अर्थव्यवस्था उत्पन्नाच्या आणि व्याजाच्या त्या दरावर स्थिर होईल ज्याच्यावर समग्र मागणी पुरवठा बरोबर होईल आणि तरलतेची मागणी आणि मुद्रेचा पुरवठा पण बरोबर होईल. या विचाराचे प्रतिपादक आहेत –
(a) जे.एम.केन्स
(b) जे.आर.हिक्स आणि ए.एच. हॅन्सन
(c) प्रा. लांगे
(d) एम. फ्रीडमन

प्र. 44. केन्सचा रोजगार सिद्धान्त-
(a) एक स्थैतिक सिद्धान्त आहे.
(b) हेरॉडच्या अर्थाने प्रावैगिक सिद्धान्त आहे.
(c) प्रावैगिक सिद्धान्त ज्यामध्ये काल विश्लेषण केले गेले आहे.
(d) तुलनात्मक स्थैतिक सिद्धान्त आहे.

प्र. 45. एका काल्पनिक अर्थव्यवस्थेसाठी शुद्ध राष्ट्रीय उत्पादनाचे माप 10,000 कोटी रुपये, अप्रत्यक्ष कर 1500 कोटी रुपये आणि अनुदानाचे माप 800 कोटी रुपये आहे तर राष्ट्रीय उत्पन्नाचे प्रमाण होईल –
(a) 12,300 कोटी रुपये
(b) 10,800 कोटी रुपये
(c) 7,700 कोटी रुपये
(d) 9,300 कोटी रुपये

प्र. 46. विधान (A) : वास्तविक राष्ट्रीय उत्पन्नात सतत वाढ आर्थिक संवृद्धीचे द्योतक आहे.

कारण (R) : राष्ट्रीय उत्पन्नातील वाढ प्रतिव्यक्ति उत्पन्नातील वाढ नक्कीच दर्शवत नाही.

खालील विकल्पांतून बरोबर उत्तर निवडा.

विकल्प : (a) A आणि R दोन्ही बरोबर आहेत आणि R हे A चे बरोबर स्पष्टीकरण आहे.

(b) A आणि R दोन्ही बरोबर आहेत पण, R हे A चे बरोबर स्पष्टीकरण नाही.

(c) A बरोबर पण R चूक आहे.

(d) A चूक पण R बरोबर आहे.

प्र. 47. हरित सकल राष्ट्रीय उत्पन्न आहे –

(a) कृषी आणि जंगल यांच्या उत्पन्नातील हिस्सा

(b) विदेशी व्यापारातून मिळालेल्या उत्पन्नातील हिस्सा

(c) तो हिस्सा ज्यात काळा पैसा नाही.

(d) ज्यात पर्यावरण क्षरणाचा लेखा पण केला गेला आहे.

प्र. 48. खालील आलेखात श्रमाचा एकूण उत्पादन वक्र OA दिला आहे. या संदर्भात खालीलपैकी कोणते विधान बरोबर आहे?

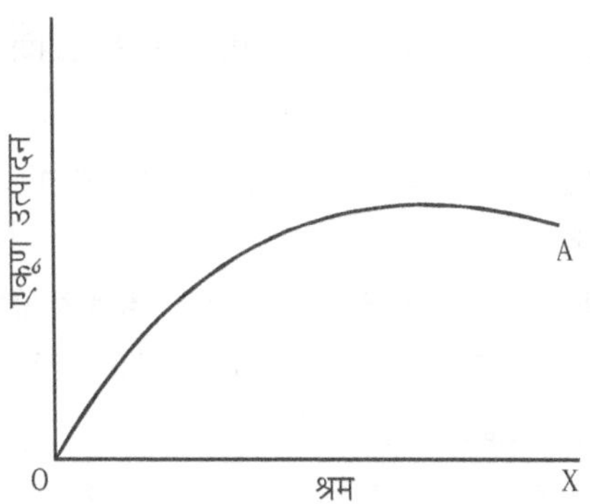

(a) श्रमाचे सीमांत उत्पादन नेहमी वाढते.　(b) आधी वाढते मग पडते.

(c) नेहमी पडते.　(d) आधी पडते मग वाढते.

प्र. 49. खालीलपैकी कोणती एक शुद्ध सार्वजनिक वस्तू आहे?

(a) सामरिक सामर्थ्य　(b) पेनिसिलीन

(c) चिकित्सकीय शिक्षण　(d) सहायिकी

प्र. 50. "पुरवठा आपली मागणी स्वतः निर्माण करतो" हे विधान आहे –

(a) केन्सचे　(b) जे. बी. से चे

(c) डेविड रिकार्डोचे　(d) जे. एस. मिलचे

प्र. 51. बेरोजगारीची समस्या सोडविण्यासाठी प्रतिष्ठित अर्थशास्त्रज्ञांनी सुचवलेला खालीलपैकी कोणता उपाय सर्वांत महत्त्वपूर्ण आहे?

(a) लोकसंख्येत घट

(b) मौद्रिक मजुरीत सामान्य कपात

(c) वास्तविक मजुरीत सामान्य कपात

(d) सार्वजनिक खर्चात वृद्धी

प्र. 52. जर उपभोग फलन 45% रेषेबरोबर एकाकार होईल तर सीमान्त उपभोग प्रवृत्ती-

(a) शून्य होईल   (b) एक होईल

(c) एकापेक्षा जास्त होईल.   (d) एकापेक्षा कमी होईल.

प्र. 53. केन्सच्या मते खालीलपैकी कोणते एक विधान बरोबर आहे?

(a) MEC आणि RI दोन्ही स्वतंत्र गोष्टी आहेत.

(b) MEC आणि RI दोन्ही आधारित गोष्टी आहेत.

(c) MEC स्वतंत्र आणि RI आधारित गोष्ट आहे.

(d) MEC आधारित आणि RI स्वतंत्र गोष्ट आहे.

(येथे MEC चा अर्थ भांडवलाची सीमान्त दक्षता आणि RI चा अर्थ व्याजाचा दर आहे.)

प्र. 54. केन्सियन अर्थशास्त्रात एकूण विनियोग खर्च दिलेला असेल तर, बचतीच्या प्रवृत्तीतील वाढ –

(a) बचतीचे प्रमाण कमी करेल   (b) उत्पन्नात कमी आणेल

(c) व्याजदरात वाढ आणेल   (d) उत्पन्नात वाढ आणेल.

प्र. 55. अंतर्मुद्रा काय आहे?

(a) सरकारने चलनात आणलेली मुद्रा

(b) सुवर्ण आणि सरकारी प्रतिभूती

(c) वाणिज्य बँकांद्वारे निजी क्षेत्रासाठी पत (Credit) निर्मिती

(d) सरकारी ऋण

प्र. 56. जर मुद्रेची वार्षिक उत्पन्न चलन गती 3 असेल तर अर्थव्यवस्थेत एकूण मौद्रिक भांडार होईल –

(a) सकल राष्ट्रीय उत्पादनाच्या 3 पट

(b) वास्तविक सकल राष्ट्रीय उत्पादनाच्या $\frac{1}{3}$ पट

(c) मौद्रिक सकल राष्ट्रीय उत्पादनाच्या $\frac{1}{3}$ पट

(d) मूल्य आणि सकल राष्ट्रीय उत्पादनाच्या अनुपाताच्या $\frac{1}{3}$ पट.

प्र. 57. खालीलपैकी कोणता एक पत नियंत्रणाचा (credit control) उपाय नाही?

(a) बँकदर   (b) पत-जमा अनुपात

(c) नकद शेष अनुपात   (d) वैधानिक तरलता अनुपात

प्र. 58. राखीव मुद्रेत सामील असते -

(a) फक्त बँकांमधील सावधी जमा

(b) जनतेजवळ चलन मुद्रा आणि बँकांजवळ नकदी

(c) फक्त बँकांजवळ नकदी

(d) बँकांजवळ नकदी आणि पोस्ट बचत-बँक जमा

प्र. 59. मुद्रेची कोणती व्याख्या भारतीय रिझर्व बँकेच्या सुखमय चक्रवर्ती कमिटीनुसार विस्तृत मुद्रा (एम 3) आहे?

(a) चलन + नाणी + बँकेचे निक्षेप

(b) चलन + बँकेचे निक्षेप + गैर बँकिंग वित्तीय संस्थांचे निक्षेप

(c) चलन + बँकेची मागणी निक्षेप + बँकांचे सावधी निक्षेप

(d) चलन + बँकाची सावधी निक्षेप + पोस्ट ऑफिसचे सावधी निक्षेप

प्र. 60. भारतात सध्या सर्वांत मोठी राष्ट्रीयीकृत वाणिज्य बँक आहे –

(a) भारतीय रिझर्व बँक   (b) स्टेट बँक ऑफ इंडिया

(c) सेंट्रल बँक ऑफ इंडिया   (d) बँक ऑफ इंडिया.

प्र. 61. ''मुद्रेचा परिमाण सिद्धान्त हा मागणीचा सिद्धान्त आहे. तो उत्पन्न आणि / किंवा मूल्यातील चढ-उताराचा सिद्धान्त नाही.'' हा विचार आहे –

(a) डी. एच. रॉबर्टसनचा   (b) आय. फिशरचा

(c) जे. एम. केन्सचा   (d) एम. फ्रीडमनचा

प्र. 62. संरचनात्मक स्फिती उत्पन्न होते –

(a) मुद्रेच्या पुरवठ्याच्या वाढीमुळे

(b) बाजारातील अपूर्णतेमुळे

(c) उत्पादनाच्या पूरक साधनांच्या कमतरतेमुळे

(d) व्ययातील वाढीमुळे

विकल्प : खालील विकल्पांतून आपले उत्तर निवडा.

(a) 1 आणि 2   (b) 3 आणि 4   (c) 2 आणि 3   (d) 1 आणि 4

प्र. 63. खालीलपैकी काय प्रती पैसा (Near Money) आहे?

(a) नाव / जमा कार्ड   (b) बँक अधिविकर्ष

(c) व्यापार कर्ज   (d) बँकांजवळील सावधी जमा

प्र. 64. सूची I व सूची II च्या जोड्या जुळवून खाली दिलेल्या विकल्पांतून बरोबर उत्तर निवडा.

सूची I	सूची II
(A) मुद्रा स्फितीचे अतिरेकी मागणी मॉडेल	1) ड्यूजेनबरी
(B) लाभ आणि संवृद्धीचे मॉडेल	2) बेंट हेनसन
(C) विनियोगाचा मुद्रा प्रवाह सिद्धान्त	3) पॅसीनेटी
(D) अंतर्मुद्रा आणि बाह्य मुद्रा	4) गुर्ली व शॉ

विकल्प :	A	B	C	D
(a)	2	3	1	4
(b)	2	1	3	4
(c)	1	2	3	4
(d)	4	3	2	1

प्र. 65. खालीलपैकी काय वाणिज्य बँकेची देयता नाही?

(a) सावधी जमा   (b) प्रतिभूती धारण

(c) केंद्रीय बँकेतून घेतलेले कर्ज   (d) दुसऱ्या बँकांची जमा

प्र. 66. 'UTI' बँकेचे नविन नाव आहे –

(a) यस बँक   (b) फेडरल बँक

(c) सिटी युनिअन बँक   (d) ॲक्सिस बँक

प्र. 67. खालीलपैकी कोणता एक क्रियात्मक वित्ताचा उद्देश आहे?

(a) आर्थिक स्थिरतेबरोबर पूर्ण रोजगार   (b) निर्यातीला प्रोत्साहन

(c) गरिबीचे निर्मूलन   (d) उत्पन्नाचे पुनर्वितरण

प्र. 68. राजकोषीय नीती सर्वाधिक प्रभावशाली असते, जेव्हा -

(a) IS अनुसूचीचा उतार शून्य आणि LM अनुसूचीचा उतार शून्यापेक्षा जास्त असतो.

(b) IS अनुसूचीचा उतार शून्य आणि LM अनुसूचीचा उतार अनंत असतो.

(c) दोन्ही IS आणि LM अनुसूचींचा उतार शून्यापेक्षा जास्त आणि अनंतापेक्षा कमी असतो.

(d) IS अनुसूचीचा उतार शून्यापेक्षा जास्त (गणितीय माप) आणि अनंतापेक्षा कमी आणि LM अनुसूचीचा उतार शून्याबरोबर असतो.

प्र. 69. अधिकतम सामाजिक लाभ तेव्हा मिळतो जेव्हा-

(a) उत्पादन खर्च, उत्पादन लाभाबरोबर असते.

(b) कर महसुलीची सीमान्त निरुपयोगिता सार्वजनिक खर्चाच्या सीमान्त उपयोगितेबरोबर असेल तेव्हा

(c) मौद्रिक खर्च सामाजिक खर्चापेक्षा जास्त असेल तेव्हा

(d) वरीलपैकी कुठलेच नाही.

प्र. 70. कर देय क्षमता एक फलन आहे –

(a) उत्पन्न वितरणाचे (b) राष्ट्रीय उत्पन्नाच्या आकाराचे

(c) लोकसंख्येच्या आकाराचे (d) वरील सर्व

प्र. 71. खालीलपैकी कोणत्या एकाला अग्रगामी कर केले जाऊ शकत नाही?

(a) उत्पन्न कर (b) संपत्ती कर (c) कंपनी कर (d) उत्पादन कर.

प्र. 72. विक्री कराचा कराघात होईल –

(a) पूर्णपणे ग्राहकावर

(b) पूर्णतया विक्रेत्यावर

(c) ग्राहक-विक्रेता दोघांवर समान रूपाने

(d) क्रेता आणि विक्रेता यांमधील मागणीच्या लवचिकपणाच्या आणि पुरवठ्याच्या लवचिकपणाच्या अनुपाताच्या आधारावर विभागला जाईल

प्र. 73. खालीलपैकी कोणी खर्चावर कर लावण्याची सूचना केली?

(a) काल्डोर (b) मॅसग्रेव (c) डाल्टन (d) लर्नर

प्रा 74. खालील गोष्टींवर विचार करा.

1) संपत्ती निर्मितीवर खर्च 2) व्याज देणे

3) शिक्षण आणि स्वास्थ्य यांवर गुंतवणूक 4) कर्ज एकत्र करण्यावरील खर्च वरीलपैकी कशाला सरकारच्या बजेटमध्ये भांडवल खर्चांतर्गत सामील केले जाते? खालील विकल्पांच्या मदतीने बरोबर उत्तर निवडा.

विकल्प : (a) 1, 2 आणि 4 (b) 2, 3 आणि 4

(c) फक्त 1 आणि 3 (d) फक्त 2 आणि 4

प्र. 75. भारत सरकारची अर्थसंकल्पीय तूट बरोबर असते –

(a) राजस्व प्राप्ती कमी करून एकूण योजनागत आणि गैरयोजनागत खर्चाच्या

(b) भांडवल प्राप्ती कमी करून एकूण भांडवली खर्चाच्या

(c) राजस्व प्राप्ती आणि भांडवल प्राप्ती कमी करून एकूण राजस्व आणि भांडवली खर्चाच्या

(d) बाजार उधार कमी करून एकूण खर्चाच्या

प्र. 76. जो वक्र कराचा दर आणि एकूण कर यांच्या उत्पन्नाच्या संबंधाला दर्शवितो,
त्याला म्हणतात-

(a) लॉफर वक्र   (b) फिलिप्स वक्र (c) लॉरेंज वक्र (d) ओजाइव वक्र

प्र. 77. बजेट तुटीत सामील नसते

(a) राजस्व तूट   (b) भांडवल बजेट तूट

(c) व्यवहारतोलातील तूट   (d) सार्वजनिक कर्जावर व्याज प्रदान

प्र. 78. खालीलपैकी कोणत्या अर्थशास्त्रज्ञाने डाल्टनच्या अधिकतम सामाजिक लाभ
सिद्धान्ताला परिवर्धित केले?

(a) डी. मार्को   (b) आर. ए. मसग्रेव

(c) फिलिप ए. टेलर   (d) आर. एन. भार्गव

प्र. 79. विधान (A) : विशेष आहरण अधिकार (SDR) कुठल्या तरी देशाच्या IMF
च्या खात्यात फक्त एक पुस्तकी नोंदणी आहे.

कारण (R) : विशेष आहरण अधिकाराला कागदी सोने म्हणतात.

खालील विकल्पांतून बरोबर उत्तर निवडा.

विकल्प : (a) A आणि R दोन्ही बरोबर आहेत आणि R हे A चे बरोबर स्पष्टीकरण आहे.

(b) A आणि R दोन्ही बरोबर आहेत पण R हे A चे बरोबर स्पष्टीकरण नाही.

(c) A बरोबर पण R चूक

(d) A चूक पण R बरोबर

प्र. 80. एखाद्या देशाचा प्रदान व्यवहारतोल (BOP) तोटा पूर्ण करण्यासाठी खालीलपैकी
कोणती एक संघटना साधारणतः वित्तीय सहाय्यता प्रदान करते?

(a) जागतिक बँक   (b) आंतरराष्ट्रीय मुद्रा कोष

(c) आंतरराष्ट्रीय वित्त निगम   (d) कुठलीच नाही.

प्र. 81. जागतिक व्यापार संघटनेच्या एका सुविधेनुसार 'मोस्ट फेवर्ड नेशन' ची
सुविधा प्रदान केली जाईल –

(a) फक्त विकसनशील देशांना

(b) ज्या देशांचे जागतिक व्यापारात योगदान उच्च आहे, त्यांना

(c) सर्व सदस्य देशांना

(d) फक्त कमी उत्पन्न असलेल्या देशांना

प्र. 82. "आंतरराष्ट्रीय व्यापार आंतरक्षेत्रीय व्यापाराची एक विशिष्ट स्थिती आहे.'' हे
विधान संबंधित आहे –

(a) हेबरलरशी   (b) बरटिल ओहलिनशी

(c) एजवर्थशी   (d) पॅरेटोशी

प्र 83. जर I देशात A आणि B वस्तूंच्या श्रमाचा खर्च अनुक्रमे a_1 आणि b_1 आहे. आणि II देशात श्रम खर्च a_2 आणि b_2 आहे. तर खालीलपैकी कोणते सूत्र तुलनात्मक खर्च फरक बरोबर सांगते?

(a) $\dfrac{a_1}{a_2} < I < \dfrac{b_1}{b_2}$ 　　　　(b) $\dfrac{a_1}{a_2} < \dfrac{b_1}{b_2} < I$

(c) $\dfrac{a_1}{a_2} = \dfrac{b_1}{b_2} = I$ 　　　　(d) $\dfrac{a_1}{a_2} = \dfrac{b_1}{b_2} = 0$

प्र. 84. खालील आंतरराष्ट्रीय संघटनांवर विचार करा –

1) गॅट 　　　　　　　2) आय. एम. एफ.

3) डब्ल्यू. टी. ओ. 　　　　4) आय. एफ. सी.

या आंतरराष्ट्रीय संघटना स्थापन होण्याचा बरोबर कालानुक्रम काय आहे?

(a)	1	2	3	4
(b)	2	3	4	1
(c)	2	4	1	3
(d)	4	3	2	1

प्र. 85. खालीलपैकी कोणते एक आंतरराष्ट्रीय व्यापाराशी संबंधित नाही?

(a) निळ्या पेटीचा उपाय 　　　　(b) प्रति व्यापार

(c) छाया किमती 　　　　　　(d) हस्तांतर किंमत

प्र. 86. विधान (A) : आयात प्रशुल्क सामान्यतः आयातीत वस्तूच्या किंमतीत वाढ करते.

कारण (R) : ही किंमत वृद्धी व्यापारात संलग्न देशांमध्ये पुरवठ्याच्या लवचिकतेवर आणि मागणीच्या लवचिकतेवर अवलंबून असते.

खालील विकल्पांतून बरोबर उत्तर निवडा.

विकल्प : (a) A आणि R दोन्ही बरोबर आहेत आणि R हे A चे बरोबर स्पष्टीकरण आहे.

(b) A आणि R दोन्ही बरोबर आहेत पण R हे A चे बरोबर स्पष्टीकरण नाही.

(c) A बरोबर पण R चूक 　　　　(d) A चूक पण R बरोबर

प्र. 87. ज्या प्रकारे स्वतंत्र व्यापार उपलब्ध साधनांच्या किंमती वाढवतो आणि दुर्लभ साधनांच्या किंमती कमी करतो. त्याचप्रमाणे संरक्षण -

(a) दुर्लभ साधनांच्या किंमती वाढवते आणि सहज उपलब्ध साधनांच्या किंमती कमी करते.

(b) दुर्लभ साधनांच्या किंमती कमी पण करते आणि उपलब्ध साधनांच्या किंमती वाढवते.

(c) उपलब्ध साधनांच्या बरोबरच दुर्लभ साधनांच्या किंमती पण कमी करते.

(d) दुर्लभ आणि उपलब्ध साधनांच्या किंमतींवर काही परिणाम होत नाही.

प्र. 88. व्यापाराच्या उत्पन्नातील अट दर्शविते-

(a) आयात आणि निर्यात यांच्या किंमत सूचकांकाचा अनुपात

(b) एकूण आयात उत्पादिता आणि एकूण निर्यात उत्पादितेच्या सूचकांकाचा अनुपात

(c) एकूण निर्यात प्रमाण आणि एकूण आयात प्रमाणाच्या सूचकांकाचा अनुपात

(d) एकूण निर्यातीचा सूचकांक आणि आयातीच्या किंमत सूचकांकाचा अनुपात

प्र. 89 युरोपियन संघाच्या ज्या सदस्यांनी 'एक मुद्रा यूरो' च्या बाहेर राहण्याचे ठरविले आहे, ते आहेत.

I. नेदरलँड   II. ब्रिटन   III. डेन्मार्क   IV. स्वीडन

विकल्प : (a) I, II, III आणि IV   (b) फक्त II, III आणि IV

(c) फक्त III आणि IV   (d) फक्त IV

प्र. 90. खालीलपैकी कोण जागतिक बँकेशी संबंधित आहे?

I. आंतरराष्ट्रीय वित्त निगम II. आंतरराष्ट्रीय विकास संघटना III. आंतरराष्ट्रीय मुद्रा कोष IV. जागतिक व्यापार संघटना

विकल्प : (a) फक्त I आणि II   (b) फक्त II आणि III

(c) फक्त III आणि IV   (d) फक्त I आणि III

प्र. 91. खाली दिलेल्या आलेखात a आणि b मजुरी दर आहे, गर्भित (प्रच्छन्न) बेरोजगारांची संख्या आहे-

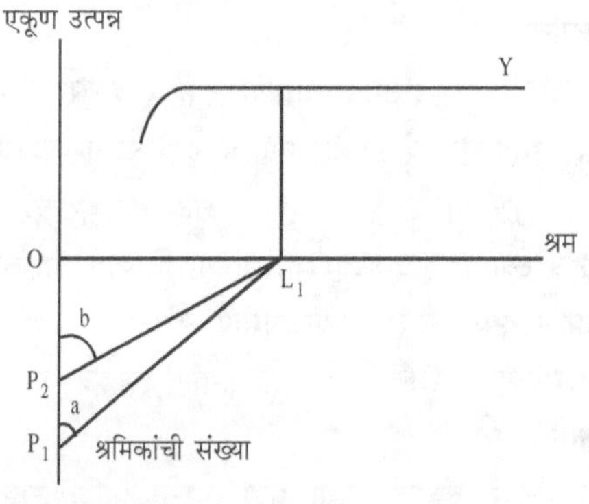

(a) OL_1/OP_1 (b) OL_1/OP_2 (c) P_1P_2 (d) OL_1

प्र. 92. खालीलपैकी कोणती बाब मानव विकास सूचकांकाची नाही?

    (a) शिक्षण   (b) स्वास्थ्य

    (c) समायोजित उत्पन्न   (d) दारिद्रयरेषेखालील लोक

प्र. 93. मजुरी आणि नफा यांतील उलट संबंध सर्वप्रथम कोणी दर्शविला?

    (a) ॲडम स्मिथ   (b) रिकार्डो   (c) कार्ल मार्क्स   (d) जे. एस. मिल

प्र. 94. आर्थिक वृद्धीबरोबरच राष्ट्रीय उत्पन्नातील सेवेच्या क्षेत्राचे योगदान सामान्यतः-

    (a) कमी होते   (b) वाढते   (c) स्थिर राहते   (d) अस्थिर होते.

प्र. 95. 'क्रांतिक न्यूनतम प्रयत्न' थिसीस कोणी प्रतिपादित केला आहे?

    (a) हार्वे लीबिस्टीन   (b) पी. एन. साजेस्टीन रोडान

    (c) जेम्स मिल   (d) बर्टिल ओहलिन

प्र. 96. खालीलपैकी काय भारत सरकारच्या गैर-योजनेच्या अंतर्गत येतात?

    I) सबसिडी   II) व्याज प्रदान

    III) प्रतिरक्षा खर्च   IV) अवस्थापनेच्या विकासावर खर्च

    खालील विकल्पांतून बरोबर उत्तर निवडा.

विकल्प : (a) I, II, III   (b) I आणि II (c) II आणि IV (d) II आणि III

प्र. 97. जनांकिकीय संक्रमण सिद्धान्तात लोकसंख्येचा आदर्श वृद्धीदर मिळवला जातो.

    (a) प्रथम पायरीत   (b) द्वितीय पायरीत

    (c) तृतीय पायरीत   (d) द्वितीय आणि तृतीय या पायरीच्या मध्ये

प्र. 98. खालीलपैकी कोणत्या अर्थशास्त्रज्ञांच्या संवृद्धी मॉडेलमध्ये मौद्रिक तत्त्व जरुरी असतेच-

    (a) हेरॉड   (b) सोलो   (c) जोन्स् रॉबिन्सन   (d) जे. इ. मीड

प्र. 99. अल्प विकसित देशांमध्ये उत्पन्न स्तरातील वृद्धीच्या बरोबर बचत अनुपातात वाढ होत नाही. नर्क्सच्या मते याचे कारण आहे की -

    (a) खर्चाचा परिणाम   (b) उत्पन्नाचा परिणाम

    (c) प्रतिस्थापन परिणाम   (d) प्रदर्शन परिणाम

प्र. 100. खालीलपैकी कोणते हेरॉड-डोमर मॉडेलची मान्यता नाही?

    (a) अपेक्षित बचत आणि विनियोग समान आहेत.

    (b) बचत राष्ट्रीय उत्पन्नाचा स्थिर अनुपात आहे.

    (c) भांडवल-उत्पादन अनुपात स्थिर आहे.

    (d) श्रम व भांडवल प्रतिस्थापन शक्य आहे.

प्र. 101. उत्पादनाच्या साधनाचे योग्य दुर्लभता मूल्य असते.
(a) बाजाराने निर्धारित केलेले मूल्य
(b) सरकारी मूल्य
(c) साधनाचे पारिश्रमिक (प्राप्त मूल्य)
(d) छाया मूल्य

प्र. 102 सामाजिक द्वैतवाद प्रतिपादित केला-
(a) जे. एच. बोकेने
(b) जी. मिर्डलने
(c) जे. के. गेलब्रेथने
(d) जे. मिरेल्सने

प्र. 103. संवृद्धीची प्रक्रिया सामान्यत: असंतुलनाची (असाम्य) प्रक्रिया असते. खालीलपैकी कोणते मॉडेल याला दुजोरा देत नाही?
(a) हेरॉड-डोमर मॉडेल
(b) शुम्पीटर मॉडेल
(c) नव प्रतिष्ठित मॉडेल
(d) यातील कोणतेही नाही.

प्र. 104. जेव्हा अर्थव्यवस्थेत विकासाचा वास्तविक दर आणि इच्छित दर बरोबर असतात, परंतु विकासाचा प्राकृतिक दर त्यांच्यापेक्षा जास्त असतो, तेव्हा-
(a) स्फिती होते
(b) अप्रयुक्त उत्पादन क्षमता होते.
(c) श्रम बेरोजगारी होते.
(d) अवस्फिती होते.

प्र. 105. 'प्रबल प्रयत्ना' च्या सिद्धान्ताचे औचित्य खालीलपैकी कोणत्या तत्त्वावर आधारित आहे?
(a) आंतरिक काटकसर
(b) बाह्य काटकसर
(c) लोकसंख्येचा आकार
(d) यातील कुठलेच नाही.

प्र. 106. गिनी गुणांक माप आहे-
(a) उत्पन्न वितरणाच्या असमानतेचे
(b) एखाद्या संयंत्राच्या (Plant) भांडवली तीव्रतेचे
(c) कृषी उत्पादन आणि औद्योगिक उत्पादन यांच्या अनुपाताचे
(d) द्वितीय क्षेत्रातील रोजगार आणि तृतीय क्षेत्रातील रोजगार यांच्यातील अनुपाताचे.

प्र. 107. संवृद्धीच्या सहज अवस्थेला प्रतिपादित केले-
(a) हेरॉडने
(b) डोमरने
(c) रॉबर्ट सोलोने
(d) सॅम्युएलसनने

प्र. 108. 'गरिबीचे दुष्टचक्र' कशात संबंध दर्शविते?
(a) उत्पन्न आणि लोकसंख्या
(b) विनियोग आणि तांत्रिक ज्ञान
(c) उत्पादकता आणि लोकसंख्या
(d) बचत आणि भांडवल

प्र. 109. खालीलपैकी कोणत्या संवृद्धी मॉडेलमध्ये लोकसंख्यावृद्धी फलन सामील केले जाते –
(1) सनातनवादी मॉडेल
(3) हेरॉड-डोमर मॉडेल

(2) नव-सनातनवादी मॉडेल   (4) शुम्पीटर मॉडेल

खालील विकल्पांतून बरोबर उत्तर निवडा.

विकल्प : (a) 1 आणि 3   (b) 1, 2 आणि 3

(c) 1 आणि 4   (d) 2 आणि 4

प्र. 110. खालीलपैकी कोणी 'छद्म बेरोजगारी'ला मानवी श्रम तासांमध्ये परिभाषित केले आहे?

(a) ए. के. सेन   (b) आर. नर्क्से

(c) टी. डब्ल्यू. शुल्ज   (d) जॉर्जेन्सन

प्र. 111. खालीलपैकी कोण संतुलित विकास सिद्धान्ताचा समर्थक नाही?

(a) पॉल स्ट्रीटन   (b) पी. एन. रोजेस्टीन रोडॉन

(c) लीबिन्स्टीन   (d) जॉर्जेन्सन

प्र. 112. गळतीचा सिद्धान्त निर्देश करतो-

(a) गरिबीकडे सतर्कतेने पाहूताना सकल राष्ट्रीय उत्पादनाच्या उच्च दराकडे

(b) उच्च वर्गाच्या उत्पन्नात न्यायपूर्ण पुनर्वितरणाद्वारे झालेल्या कमीकडे

(c) सकल राष्ट्रीय उत्पादनाच्या संवृद्धीच्या जागी पोषकता, स्वास्थ्य, शिक्षण इत्यादींच्या प्रत्यक्ष उपलब्धतेकडे.

(d) पिकांसाठी चांगल्या प्रकारे पाणी एकत्र करण्याकडे

प्र. 113. खालीलपैकी कोणत्या विकास सिद्धान्तात लोकसंख्या वृद्धीदर महत्त्वाची भूमिका निभावतो?

1) गरिबीचे दुष्टचक्र   2) असंतुलित संवृद्धी

3) क्रांतिक न्यूनतम प्रयत्न   4) निम्न उत्पन्न संतुलन पाश.

विकल्प : (a) 2, 3 आणि 4   (b) 3 आणि 4

(c) 2 आणि 3   (d) यातील सर्वच

प्र. 114. खालीलपैकी कोणता एक उत्पन्नाच्या असमानतेला मोजत नाही?

(a) लॉरेंझ वक्र   (b) दरडोई उत्पन्न

(c) गिनी गुणांक   (d) भिन्न उत्पन्न वर्गात लोकसंख्येचा प्रतिशत

प्र. 115. 'निम्न संतुलन जाळ्या'ची संकल्पना कोणी प्रस्तुत केली?

(a) हेरॉड   (b) डोमर

(c) नेल्सन   (d) कुजनेट्स

प्र. 116. सोलोच्या दीर्घकालीन विकास मॉडेलमध्ये कोणती मान्यता चुकीची आहे?

(a) बचत-अनुपात स्थिर आहे.   (b) उत्पादन फलन समरूप आहे.

(c) मूल्य आणि मजुरी स्थिर आहे.   (d) श्रमिकांना पूर्ण रोजगार

प्र. 117. आर्थिक संवृद्धीच्या सिद्धान्तात 'सुरीची धार' (Knife Edge) हा शब्दप्रयोग खालीलपैकी कोणी केला?

(a) रोस्टोव्ह (b) हेरॉड (c) सोलो (d) काल्डोर

प्र. 118. ''भांडवल हा आवश्यक घटक आहे पण विकासासाठी एकमेव निर्धारित घटक नाही.'' हे विधान कोणाचे आहे?

(a) रोस्टोव्ह (b) रिचर्डसन (c) सॅम्युएलसन (d) आर. नर्क्स

प्र. 119. खालीलपैकी काय आर्थिक विकासाच्या प्रतिष्ठित सिद्धान्ताचा हिस्सा नाही?

(a) स्थिर स्थिती

(b) सरकारी हस्तक्षेप

(c) मजुरीतील वाढ श्रम पुरवठ्यात वाढ करेल

(d) भांडवल संचयन.

प्र. 120. चालू किंमतींवर प्रतिव्यक्ती उत्पन्नाचा वृद्धीदर स्थिर किंमतींवर प्रतिव्यक्ती उत्पन्नाच्या वृद्धीदरापेक्षा जास्त होण्याचे कारण आहे –

(a) संवृद्धीदर मंद होणे (b) लोकसंख्या वृद्धीदर

(c) मुद्रा स्फिती (d) यातील कुठलेच नाही.

उत्तरे

1. b	2. d	3. a	4. a	5. a	6. a	7. c	8. c
9. b	10. b	11. b	12. d	13. b	14. a	15. a	16. c
17. c	18. b	19. c	20. c	21. d	22. d	23. b	24. b
25. d	26. d	27. b	28. b	29. a	30. c	31. b	32. a
33. c	34. d	35. c	36. b	37. b	38. a	39. a	40. a
41. a	42. b	43. b	44. b	45. d	46. b	47. d	48. b
49. d	50. b	51. b	52. b	53. a	54. b	55. c	56. a
57. b	58. b	59. c	60. b	61. d	62. c	63. a	64. a
65. b	66. d	67. a	68. c	69. b	70. d	71. d	72. d
73. a	74. c	75. c	76. a	77. d	78. b	79. a	80. b
81. c	82. b	83. b	84. c	85. c	86. d	87. a	88. d
89. b	90. a	91. c	92. d	93. a	94. b	95. a	96. a
97. c	98. c	99. d	100. d	101. d	102. a	103. c	104. a
105. b	106. a	107. c	108. c	109. b	110. a	111. a	112. a
113. b	114. b	115. c	116. c	117. b	118. d	119. b	120. c

∎∎∎

प्रश्नसंच - ९

प्र. 1. जागतिक व्यापार संघटना केव्हा स्थापन झाली?

    (a) 1992 मध्ये   (b) 1995 मध्ये

    (c) 1997 मध्ये   (d) 2000 मध्ये

प्र. 2 अनुकूलतम शुल्क ते आहे जे-

    (a) शुल्काने मिळणारे लाभ अधिकतम करेल.

    (b) शुल्काने होणारे नुकसान न्यूनतम करेल.

    (c) शुल्काने होणारे लाभ आणि नुकसान बरोबर ठेवेल.

    (d) वरील कुठलेच नाही.

प्र. 3. आर्थिक विकासाच्या संदर्भात द्वैत अर्थव्यवस्थेवर विचार केला –

    1) बी. हिगिन्सने   2) जे. एच. बोकने

    3) डब्ल्यू. ए. लिविसने   4) आर. एफ. हेरॉडने

    आपले उत्तर खालील विकल्पांतून निवडा –

विकल्प : (a) फक्त 1आणि 2   (b) फक्त 1 आणि 4

         (c) फक्त 2 आणि 3   (d) फक्त 1, 2 आणि 3

प्र. 4. 11 व्या वित्त आयोगाने अधिकतम प्रतिव्यक्ती उत्पन्नातील फरक कसोटीत कोणत्या राज्याच्या प्रतिव्यक्ती उत्पन्नाला घेतले आहे?

    (a) पंजाब,गोवा आणि महाराष्ट्र यांच्या प्रतिव्यक्ती उत्पन्नाच्या सरासरीला.

    (b) पंजाब आणि महाराष्ट्र यांच्या प्रतिव्यक्ती उत्पन्नाच्या सरासरीला

    (c) पंजाबच्या प्रतिव्यक्ती उत्पन्नाला

    (d) महाराष्ट्राच्या प्रतिव्यक्ती उत्पन्नाला

प्र. 5. हेरॉड मॉडेलमध्ये गुंतवणूक मागणी खालीलपैकी कशाचे फलन आहे?

    (a) राष्ट्रीय उत्पन्न

    (b) मूल्य-स्तरातील परिवर्तनाचा दर.

    (c) राष्ट्रीय उत्पन्नातील परिवर्तनाचा दर

    (d) व्याजदर.

प्र. 6. खालीलपैकी कोणत्या अर्थशास्त्रज्ञाने लोकसंख्येच्या प्रवृत्तीला आर्थिक विकासाची प्रक्रिया सुरू करण्यातील अडथळा मानले आहे ?

    (a) पी. एन. रॉजेस्टीन रॉडन   (b) डब्ल्यू. डब्ल्यू. रोस्टोव्ह

    (c) आर. नर्क्स   (d) एच. लिबिन्स्टीन

प्र. 7. आर्थिक विकासाच्या प्रक्रियेच्या सुरुवातीच्या काळात अनेक अविभाज्य अडचणी असतात. हा विचार प्रतिपादित केला-

(a) आर. नक्र्सने   (b) एच. डब्ल्यू. सिंगरने

(c) पी.एन.रॉजेन्स्टीन रॉडनने   (d) डब्ल्यू. डब्ल्यू. रोस्टोव्हने.

प्र. 8. विकास प्रक्रियेला 'असंतुलनांची एक श्रृंखला' च्या रूपात व्यक्त केले –

(a) पी.एन. रॉजेन्स्टीन रॉडनने   (b) आर. ई. बाल्डविनने

(c) एच. लिबिन्स्टीनने   (d) ए.ओ. हर्षमनने

प्र. 9. लोकसंख्यावाढीच्या दराचा परिणाम होतो –

(a) संवृद्धीच्या प्राकृतिक दरावर   (b) संवृद्धीच्या वास्तविक दरावर

(c) संवृद्धीच्या इच्छित दरावर   (d) वरील सर्व संवृद्धीदरावर

प्र. 10 भांडवलवादाच्या अंतर्गत विकास प्रक्रियेला सर्जनात्मक विध्वंस म्हटले आहे-

(a) कार्ल मार्क्सने   (b) ए. एच. हॅन्सनने

(c) आर. लक्जमबर्गने   (d) जे. शुम्पीटरने

प्र. 11. नक्र्सच्या मते विकसनशील देशांना कशामुळे आपल्या व्यवहारतोलातील (BOP) गहिऱ्या आणि प्रतिकूल परिणामाचा सामना करावा लागेल?

(a) प्रतिवाही परिणाम   (b) प्रदर्शन परिणाम

(c) गुणक परिणाम   (d) विस्तार परिणाम

प्र. 12. खालीलपैकी कोणत्या अर्थशास्त्रज्ञाने विकसनशील अर्थव्यवस्थेला मूलत: अस्थिर अर्थव्यवस्था म्हटले आहे?

(a) आर. एफ. हेरॉड   (b) डी. रिकार्डो

(c) आर. एम. सोलो   (d) टी.स्वाय

प्र. 13. विकसनशील अर्थव्यवस्थेमध्ये प्रभावी मागणीच्या अपुरेपणामुळे गुंतवणूक सीमित राहते. या विचारावर टीका खालीलपैकी कोणत्या अर्थशास्त्रज्ञाने केली?

(a) ई.डी. डोमर   (b) आर. एफ. हॅरॉड   (c) आर. नक्र्स   (d) जे. वायनर

प्र. 14. विकसनशील अर्थव्यवस्थेत अतिरिक्त श्रमाचा अर्थ असा आहे की, प्रत्येक श्रमिक सामान्य कामाच्या तासांपेक्षा कमी तास काम करतो. हा विचार प्रस्तुत केला-

(a) जे. रॉबिन्सनने   (b) एम. डॉबने

(c) आर. नक्र्सने   (d) ए.के. सेनने

प्र. 15. हेरॉडच्या संवृद्धी मॉडेलमध्ये Ga संवृद्धीचा वास्तविक दर, Gw संवृद्धीचा वांच्छित दर आणि Gn संवृद्धीचा प्राकृतिक दर दर्शवितो. संवृद्धीदर स्थिर

राहील जेव्हा-

(a) Ga = Gn   (b) Gw = Gn

(c) Ga = Gw   (d) Gw > Gn

प्र. 16. खालीलपैकी कोणत्या अर्थशास्त्रज्ञाने 'चक्रीय कारकतेच्या सिद्धान्त' (Circular Causation) ला विकसित केले?

(a) जी. मीर्डल   (b) आर. नर्क्स

(c) जे. रॉबिन्सन   (d) जे. आर. हिक्स

प्र. 17. 1 एप्रिल 2002 पासून राष्ट्रीय अल्पबचत योजनेच्या वसुलीचा किती भाग भारतात राजकोषीय तुटीच्या गणनेत घेतला जाईल?

(a) 0%   (b) 100%   (c) 80%   (d) 20%

प्र. 18. गेल्या काही वर्षांच्या अर्थव्यवस्थेतील तरलतेच्या उपलब्धतेला नियमित करण्यासाठी भारतीय रिझर्व बँकेने सर्वांत जास्त उपयोग केला –

(a) चयनात्मक पत (Credit) नियंत्रणाचा

(b) नगदी कोष अनुपाताचा

(c) प्रतिभूती कोष अनुपाताचा   (d) रेपोचा

प्र. 19. विसाव्या शतकाच्या अंतिम दशकात भारताच्या लोकसंख्येत वाढ होती –

(a) 21.4 प्रतिशत   (b) 23.2 प्रतिशत

(c) 25.0 प्रतिशत   (d) 27.0 प्रतिशत

प्र. 20. 2001 च्या जनगणनेनुसार भारताचे सर्वांत जास्त निरक्षरता दर असणारे राज्य आहे –

(a) उत्तर प्रदेश   (b) बिहार   (c) ओरिसा   (d) मध्य प्रदेश

प्र. 21. खालीलपैकी कोणते, भारतात राष्ट्रीय उत्पन्नातील परिवर्तनासाठी वर्तमानात आधार वर्ष आहे –

(a) 1951-52   (b) 1961-62   (c) 1981-82   (d) 1993-94

प्र. 22. मागील शतकाच्या अंतिम दशकात विश्व निर्यातीत भारताच्या निर्यातीत थोडी सुधारणा झाली होती पण भारताच्या सकल राष्ट्रीय उत्पादनात (GNP) निर्यातीचे प्रतिशत वाढून झाले होते –

(a) 7.0%   (b) 7.5%   (c) 8.5%   (d) 9.0%

प्र. 23. सध्याच्या काळात भारताच्या राष्ट्रीय उत्पन्नात खालीलपैकी कोणाचे योगदान सर्वाधिक आहे?

(a) कृषी   (b) उद्योग   (c) अवस्थापना   (d) सेवा

प्र. 24. राष्ट्रीय कृषी विमा योजना भारत सरकारने सुरू केली होती –

(a) 1990 मध्ये   (b) 1995 मध्ये   (c) 1997 मध्ये   (d) 1999 मध्ये

प्र. 25. सरकारच्या लोकसंख्या 2000 नीतीचा मध्यमकालीन उद्देश एकूण प्रजनन दराला प्रतिस्थापना दरापर्यंत आणण्याचा आहे –
(a) सन 2005 पर्यंत
(b) सन 2010 पर्यंत
(c) सन 2015 पर्यंत
(d) सन 2020 पर्यंत

प्र. 26. भारतात खालीलपैकी काय अवस्थापनेत सामील केले जात नाही?
(a) शक्ती
(b) वाहतूक
(c) शिक्षण
(d) विमा

प्र. 27. वर्तमानात किती राष्ट्रे युरोपियन संघांची सदस्य आहेत?
(a) 27
(b) 25
(c) 12
(d) 15

प्र. 28. भारत सरकारच्या पुनर्गुंतवणूक नीतीत, सार्वजनिक क्षेत्राच्या अशा योजना सामील आहेत –
(a) ज्या सतत घाट्यात चालल्या आहेत.
(b) ज्या खाजगी परियोजनांशी स्पर्धा करू शकत नाहीत.
(c) ज्या नफा मिळवत आहेत.
(d) ज्या वरील सर्व श्रेणींमध्ये येतात.

प्र. 29. भारत सरकारने गेल्या काही वर्षांत व्याज दर कमी करण्याची नीती स्वीकारली. त्याच्या परिणामस्वरूप –
1) बचत-उत्पन्न अनुपात कमी झाला.
2) बचतीचा वित्तीय रूपात प्रवाह कमी झाला.
3) भविष्यात सार्वजनिक कर्जाचा भार कमी होईल.
4) खाजगी क्षेत्रात गुंतवणुकीला प्रोत्साहन मिळाले आहे.
आपले उत्तर खालील विकल्पांतून निवडा.
विकल्प : (a) सर्व चार
(b) 1 आणि 2
(c) 3 आणि 4
(d) 1, 2 आणि 3

प्र. 30. भारतात कर समाधान योजना केव्हा स्वीकारली गेली?
(a) 1995-96 मध्ये
(b) 1996-97 मध्ये
(c) 1997-98 मध्ये
(d) 1998-99 मध्ये

प्र. 31. खालील आकड्यांवरून सकल राष्ट्रीय उत्पादन (GNP) किती होईल?

उपभोग्य वस्तू आणि सेवा मूल्य	20,000 कोटी रु.
भांडवली वस्तू आणि सेवा मूल्य	10,000 कोटी रु.
निर्यातीचे मूल्य	4,000 कोटी रु.
आयातीचे मूल्य	2,600 कोटी रु.
एकूण घसारा खर्च	1,600 कोटी रु.

खालीलपैकी कोणते विधाने बरोबर आहे?

(a) 31,400 कोटी रु. (b) 38,600 कोटी रु.

(c) 29,800 कोटी रु. (d) 29,200 कोटी रु.

प्र. 32. नफा अर्थव्यस्थेतील प्रावैगिक परिवर्तनामुळे होतो. या विचाराचे प्रतिपादक आहेत –

(a) एफ. एच. नाइट (b) जे. ए. शुम्पीटर

(c) जी. एफ. एस. शैकिल (d) जे. बी. क्लार्क

प्र. 33. जेव्हा मागणीच्या मूल्याचा लवचिकपणा एककापेक्षा कमी असतो तेव्हा सीमान्त उत्पन्न असते-

(a) धनात्मक (b) ऋणात्मक (c) अनिर्धार्य (d) अनंत

प्र. 34. जर श्रमाच्या भांडवलाचा प्रति प्रतिस्थापन दर $MRTS_{LK}$ चे माप 2 असेल तर श्रम आणि भांडवल यांच्या सीमान्त उत्पादकतेचा अनुपात होईल-

(a) $\dfrac{1}{2}$ (b) 1 (c) 4 (d) 2

प्र. 35. एक एकाधिकारी अल्पकाळात उत्पादन बंद करेल जर त्याची विक्री किंमत कमी असेल-

(a) त्याच्या सरासरी खर्चापेक्षा

(b) त्याच्या सीमान्त खर्चापेक्षा

(c) त्याच्या सरासरी परिवर्तनशील खर्चापेक्षा

(d) त्याच्या सरासरी स्थिर खर्चापेक्षा

प्र. 36. जर मागणीवक्र अतिपरवलय असेल, तर वक्र प्रत्येक बिंदू डावीकडून उजवीकडे दर्शवेल –

(a) घटता एकूण खर्च (b) वाढणारा एकूण खर्च

(c) स्थिर एकूण खर्च (d) वाढणारा एकूण महसूल

प्र. 37. व्याजाचा दर निर्धारित करता येत नाही –

(a) प्रतिष्ठित सिद्धान्तांनुसार (b) ऋण योग्य निधी सिद्धान्तांनुसार

(c) रोखता पसंती सिद्धान्तांनुसार

(d) वरील सर्व सिद्धान्तांनुसार

प्र. 38. बाजाराचे संतुलन स्थिर असते जेव्हा मागणी वक्राचा –

(a) उतार पुरवठावक्राच्या उतारापेक्षा कमी असतो.

(b) उतार पुरवठावक्राच्या उताराबरोबर असतो.

(c) उतार पुरवठावक्राच्या उतारापेक्षा जास्त असतो.

(d) वक्र सरळ उभी रेषा असतो.

प्र. 39. मूल्यभेदासाठी खालीलपैकी कोणती अट आवश्यक नाही?

(a) विक्रेत्याजवळ थोड्या तरी प्रमाणात एकाधिकार शक्ती असायला पाहिजे.

(b) विक्रेत्यात बाजाराला विभाजित करण्याची क्षमता असायला पाहिजे.

(c) क्रेत्यांनी (Buyer) वस्तू पुन्हा विकण्याची शक्यता असायला नको.

(d) वस्तू टिकाऊ असायला पाहिजे.

प्र. 40. एकाधिकारी निश्चित करू शकतो-

(a) फक्त मूल्य, उत्पादनाचे परिमाण नाही.

(b) मूल्य आणि उत्पादनांचे परिमाण दोन्ही

(c) मूल्य किंवा उत्पादन यांच्या परिमाणांपैकी एक

(d) मूल्य आणि उत्पादन यांचे परिमाण दोन्ही नाही.

प्र. 41. खालील आलेखात उपभोक्त्याची एकूण बचत मोजली जाईल –

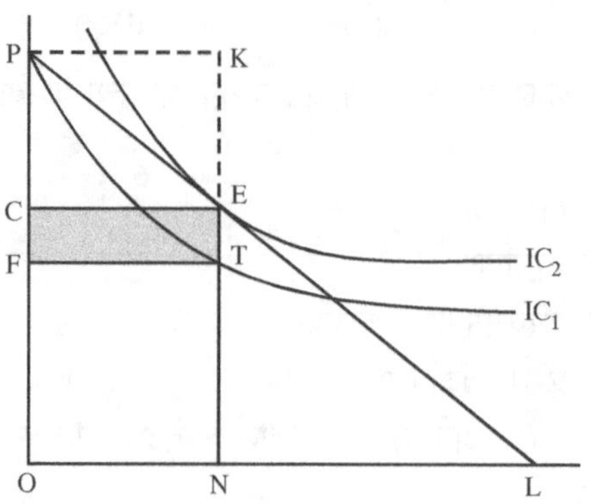

(a) CF   (b) PC   (c) CFTE   (d) PKE

प्र. 42. कॉब-डग्लस उत्पादन-फलनाबद्दल खालीलपैकी कोणते विधान बरोबर आहे?

1) हे दीर्घकालीन उत्पादन-फलन आहे.

2) हे अल्पकालीन उत्पादन-फलन आहे.

3) हे उत्पादनातील वृद्धिमान प्रतिफल नियम मानते.

4) यात घटकांच्या प्रति उत्पादन-लवचिकता स्थिर आहे.

आपले बरोबर उत्तर विकल्पांतून निवडा.

(a) 1आणि 3   (b) 1 आणि 4

(c) 2 आणि 3   (d) 3 आणि 4

प्र. 43. मिजरी इंडेक्स दर्शवितो-

(a) स्फितीचा दर आणि बेरोजगारीच्या दर यांची बेरीज.

(b) स्फितीचा दर आणि बेरोजगारीच्या दर यांच्या गुणनफलकाला

(c) दारिद्रयरेषेखाली जगणाऱ्या गरिबांच्या आणि त्याहीपेक्षा आणखी गरीब लोकांच्यामधील अनुपाताला

(d) (b) आणि (c)

प्र. 44. खालीलपैकी कोणत्या पारूपमध्ये प्रत्येक विक्रेता आपल्या प्रतिस्पर्ध्यांचे उत्पादन स्थिर मानतो?

(a) कूर्नो   (b) एजवर्थ

(c) बटरिन्ड   (d) मूल्य-नेतृत्व

प्र. 45. प्रतिस्थापन परिणाम नेहमी असतो –

(a) ऋणात्मक   (b) धनात्मक

(c) धनात्मक व ऋणात्मक दोन्ही   (d) उत्पन्न परिणामाबरोबर

प्र. 46. ऊर्ध्वाकार पुरवठा वक्र विशेषता आहे –

(a) अल्पकालीन बाजाराची   (b) दीर्घकालीन बाजाराची

(c) अतिदीर्घकालीन बाजाराची   (d) अति-अल्पकालीन बाजाराची

प्र. 47. खालील फलन वस्तूसाठी कोणते संतुलन दर्शवितात. जेव्हा S पुरवठा, D मागणी, P किंमत आणि t समयाचे द्योतक असते-

(a) $St = f(Pt)$ (b) $Dt = f(Pt)$ (c) $St = Dt$

(a) आंशिक संतुलन   (b) स्थैतिक संतुलन

(c) आंशिक आणि स्थौनिक संतुलन   (d) प्रावैगिक संतुलन

प्र. 48. ''खराब पैसा चांगल्या पैशाला चलनातून बाहेर काढतो'' हा नियम मांडला –

(a) हिक्सने   (b) बेनहॅमने

(c) ग्रेशमने   (d) वूडफर्डने

प्र. 49. द्विपक्षीय एकाधिकारात-

(a) एक क्रेता आणि मोठ्या संख्येत विक्रेते असतात.

(b) एक विक्रेता आणि मोठ्या संख्येत क्रेते असतात.

(c) एक क्रेता आणि एक विक्रेता असतो.

(d) क्रेता आणि विक्रेता दोन्ही मोठ्या संख्येत असतात.

प्र. 50. जेव्हा उत्पादनाची दोन साधने पूर्णत: पूरक असतात. तेव्हा समोत्पादक वक्राचा आधार असतो-

(a) मुळाकडे झुकणारा   (b) मुळाकडे उन्नतदार

(c) समकोणीय   (d) वरीलपैकी कुठलाच नाही.

प्र. 51. एकाधिकाराच्या स्थितीत खालीलपैकी कोणते समीकरण योग्य राहील?

$$\text{(a) } MR = AR\left(1 - \frac{1}{e}\right) \qquad \text{(b) } MR = AR\left(1 + \frac{1}{e}\right)$$

$$\text{(c) } AR = MR\left(1 - \frac{1}{e}\right) \qquad \text{(d) } AR = MR\left(1 + \frac{1}{e}\right)$$

येथे MR सीमान्त महसूल, AR सरासरी महसूल आणि e मागणीची लवचिकता आहे.

प्र. 52. एकाधिकार कोटीचे लर्नरने दिलेले सूचक आहे-

$$\text{(a) } \frac{P - MC}{P} \qquad \text{(b) } \frac{P - MC}{MP} \qquad \text{(c) } \frac{P - AC}{AC} \qquad \text{(d) } \frac{P - MR}{P}$$

येथे P किंमत, MC सीमान्त लागत आणि AC सरासरी लागत आहे.

प्र. 53. एजवर्थ बॉक्स मानचित्रात दोन उपभोक्त्यांचे संतुलन दर्शविणाऱ्या वक्राला म्हणतात-

(a) उत्पन्न-उपभोग वक्र   (b) रिज रेषा

(c) प्रसार पथ   (d) संविदावक्र

प्र. 54. चहाची किंमत 40 रु. प्रति पौंडवरून 50 रु. प्रति पौंड वाढल्यामुळे कॉफीची मागणी 600 वरून वाढून 720 पाउंड होते. मागणीची आडवी लवचिकता आहे –

$$\text{(a) } \frac{1}{2} \qquad \text{(b) } \frac{2}{3} \qquad \text{(c) } \frac{3}{4} \qquad \text{(d) } \frac{4}{5}$$

प्र 55. भांडवल स्थिर करून जर आपण श्रमाचे प्रमाण वाढवले. तर श्रमाचे सरासरी उत्पादन अधिकतम होईल-

(a) दुसऱ्या पायरीच्या मध्यात   (b) पहिल्या पायरीच्या शेवटी

(c) दुसऱ्या पायरीच्या शेवटी   (d) तिसऱ्या पायरीच्या शेवटी

प्र. 56. खालीलपैकी कोणत्या अर्थशास्त्रज्ञाने नफ्याचा नवप्रवर्तन सिद्धान्त प्रतिपादित केला होता?

(a) कार्ल मार्क्स   (b) एफ.एच.नाइट   (c) जे. शुम्पीटर   (d) ए. मार्शल

प्र. 57. विकुंचित मागणी वक्राच्या अनुभवाधारित प्रामाणिकतेचे परीक्षण करून त्याला संदिग्ध म्हटले आहे –

(a) डी. एस. वॉटसनने   (b) हॉल आणि हिचने

(c) जे. जे. स्टिग्लरने   (d) एफ. मॅकलपने

प्र. 58. कॉब-डग्लस उत्पाद-फलन, $Q = AK^{\alpha}L^{\beta}$ मध्ये α आणि β मोजतात-

    (a) प्रतिस्थापनेची लवचिकता   (b) साधनांचे योगदान

    (c) आगतीची उत्पादन-लवचिकता (d) तांत्रिक स्थिती

प्र. 59. वस्तू-रूपांतरण वक्र मिळवला जाऊ शकतो –

    (a) उपभोगाशी संबंधित संविदावक्राने   (b) उपयोगिता शक्यतावक्राने

    (c) सामाजिक कल्याण फलनाने   (d) उत्पादन संविदावक्राने

प्र. 60. गिफेन वस्तूंच्या संबंधात-

    (a) मूल्य परिणाम आणि उत्पन्न परिणाम धनात्मक वर प्रतिस्थापन परिणाम ऋणात्मक

    (b) मूल्य परिणाम, उत्पन्न परिणाम आणि प्रतिस्थापन परिणाम सर्व ऋणात्मक

    (c) मूल्य परिणाम, उत्पन्न परिणाम आणि प्रतिस्थापन परिणाम सर्व धनात्मक

    (d) मूल्य परिणाम ऋणात्मक पण उत्पन्न परिणाम आणि प्रतिस्थापन परिणाम धनात्मक

प्र. 61. बाजारमूल्यावर राष्ट्रीय उत्पन्न बरोबर असते-

    (a) मजुरी, व्याज, खंड (भू-भाडे) आणि नुकसान यांची अर्जित रक्कम

    (b) घटक खर्चावर राष्ट्रीय उत्पन्न आणि परोक्ष कर यांची बेरीज

    (c) सर्व घटकांद्वारा अर्जित उत्पन्नाची बेरीज धन (+) प्रत्यक्ष कर ऋण (-) अनुदान

    (d) उत्पादित वस्तू आणि सेवा यांचे एकत्र प्रमाण

प्र. 62. खालीलपैकी कोणत्या अर्थशास्त्रज्ञाने आर्थिक स्थितीच्या स्तर निर्धारणाने प्रभावी मागणीचा सर्वांत आधी उल्लेख केला?

    (a) डी. रिकार्डो   (b) टी. आर. माल्थस

    (c) ए. मार्शल   (d) जे. एम. केन्स

प्र. 63. क्लासिकल रोजगार सिद्धान्तात श्रमबाजाराची पूर्ण निकासी कशाने होते?

    (a) व्याज दराच्या लवचिकपणामुळे

    (b) मजूरी दरातील लवचिकपणामुळे

    (c) वस्तू बाजारात लवचिकपणामुळे

    (d) वस्तू बाजारात क्लासिकल परिमाणाच्या पूर्ण स्पर्धेच्या मान्यतेमुळे

प्र. 64. जर रेषीय उपभोग फलनाचा अधोमुखी समानांतर स्थानांतरण होईल तर गुंतवणूक गुणक –

    (a) कमी होईल   (b) वाढेल

    (c) दुप्पट होईल   (d) अपरिवर्तित राहील

प्र. 65. रोजगारात सुरुवातीच्या प्रत्यक्ष वाढीच्या परिणामामुळे एकूण रोजगारात अनेक पट वाढ होते. हा संबंध प्रतिपादित केला आहे –

(a) जे. एम. केन्सने   (b) आर. एफ. कानने

(c) ए. सी. पीगूने   (d) जे. रॉबिन्सनने

प्र. 66. केन्सच्या व्याज-सिद्धान्तात जर अन्य गोष्टी समान असतील आणि मुद्रेच्या विनिमय व्यवहारासाठी मागणी वाढली तर व्याज दर –

(a) कमी होईल   (b) वाढेल

(c) अपरिवर्तित राहील   (d) कोणत्याही दिशेत बदलू शकतो.

प्र. 67. खालीलपैकी कोणत्या अर्थशास्त्रज्ञाने उपभोग फलनाच्या संदर्भात स्थायी उत्पन्न संकल्पनेचा वापर केला?

(a) एम. फ्रीडमन   (b) जे. एम. केन्स

(c) जे. एस. ड्यूजेनबेरी   (d) एन. काल्डोर

प्र. 68. हिक्स-हॅन्सनच्या विश्लेषणात मुद्रेच्या पुरवठ्यातील वाढ –

(a) IS वक्र उजवीकडे सरकवते.   (b) IS वक्र डावीकडे सरकवते.

(c) LM वक्र उजवीकडे सरकवते.   (d) LM वक्र डावीकडे सरकवते.

प्र. 69. त्वरणाच्या संदर्भात खालील विधानांचा विचार करा आणि खालील विकल्पांमधून बरोबर उत्तर निवडा.

1) तो मागणीच्या वृद्धीदरावर अवलंबून असतो.

2) अर्थव्यवस्थेत निरुपयोगी क्षमता नसताना कार्यशील होतो.

3) भांडवल-क्षय वाढल्यावर याचा मान वाढतो.

4) तो मागणीच्या स्तरावर अवलंबून असतो.

विकल्प : (a) 1 आणि 2 बरोबर आहेत.   (b) 2 व 3 बरोबर आहेत.

(c) 3 आणि 4 बरोबर आहेत.   (d) 2, 3 आणि 4 बरोबर आहेत.

प्र. 70. हिक्स-हॅन्सनने प्रतिपादित केलेल्या IS - LM मॉडेलनुसार बरोबर संतुलन होते –

(a) उत्पन्नाचा स्तर आणि व्याजाच्या दरात

(b) उत्पन्नाचा स्तर आणि उपभोगात

(c) स्फीती आणि बेरोजगारीत

(d) मुद्रेची मागणी आणि पुरवठ्यात

प्र. 71. ओकुन नियमानुसार –

(a) बेकारी आणि वास्तविक सकल राष्ट्रीय उत्पादन (GNP) यांत धनात्मक संबंध असतो.

(b) बेकारी आणि वास्तविक सकल राष्ट्रीय उत्पादन यांत ऋणात्मक संबंध असतो.

(c) मुद्रेचा पुरवठा व मूल्य स्तर यांत धनात्मक संबंध असतो.

(d) मुद्रेचा पुरवठा आणि व्याजाचा दर यांत ऋणात्मक संबंध असतो.

प्र. 72. जेव्हा सकल गुंतवणूक शून्य होते तेव्हा खालीलपैकी काय राष्ट्रीय उत्पन्न शून्य होण्याला थांबवते?

(a) उपभोग   (b) गुणक   (c) त्वरक   (d) वरीलपैकी काहीही नाही.

प्र. 73. पूर्ण रोजगाराच्या स्थितीच्या आधी, जेव्हा मूल्य स्तरात कमी येते, समग्र मागणी वाढते, ज्यामुळे रोजगारात आणि उत्पन्नात वाढ होते. मूल्य स्तर आणि समग्र मागणी यातील या संबंधाला म्हणतात-

(a) वास्तविक शेष परिणाम   (b) उत्पन्न परिणाम

(c) मूल्य परिणाम   (d) रोजगार परिणाम

प्र. 74. खालील आलेखातील कोणता वक्र केन्सच्या बचत फलनाला अगदी बरोबर दर्शवितो?

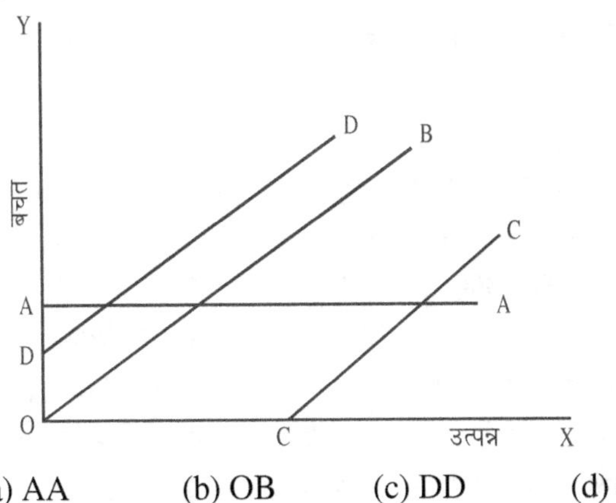

(a) AA   (b) OB   (c) DD   (d) CC

प्र. 75. एखाद्या अर्थव्यवस्थेत जर भांडवल उत्पादन अनुपात 4:2 असेल तर राष्ट्रीय उत्पन्नात 5.2 टक्के वाढ होण्यासाठी बचत-उत्पन्न अनुपात किती असायला हवा?

(a) 9.4%   (b) 20.0%   (c) 21.3%   (d) 21.8%

प्र. 76. अर्थव्यवस्थेत उपलब्ध असलेल्या संपत्तीच्या वेगवेगळ्या श्रेणींमध्ये मानवी संपत्ती श्रेणीला सामील करण्याचे श्रेय दिले जाते –

(a) ए. सी. पीगूला   (b) जे. एम. केन्सला

(c) एम. फ्रीडमनला   (d) जोन्स् रॉबिन्सला

प्र. 77. विधान (A) : केन्सच्या मते मंदी असताना खासगी गुंतवणुकीला प्रोत्साहन मिळत नाही.

कारण (R) : मंदीमध्ये भांडवलाची सीमान्त उत्पादकता जास्त असते.

खालील विकल्पांतून बरोबर उत्तर निवडा.

(a) A आणि R दोन्ही बरोबर आहेत आणि R हे A चे बरोबर स्पष्टीकरण आहे.

(b) A आणि R दोन्ही बरोबर आहेत, पण R हे A चे बरोबर स्पष्टीकरण नाही.

(c) A बरोबर पण R चूक

(d) A चूक पण R बरोबर

प्र. 78. खालीलपैकी कोणत्या स्थितीत मुद्रेच्या पुरवठ्यातील वाढ स्थिर उत्पन्नावर परिणाम करत नाही?

(a) KM चा उतार तीव्र आहे आणि IS पेक्षा चपटा आहे.

(b) LM लांबट आणि IS चा उतार तीव्र आहे.

(c) LM उतार तीव्र आणि IS लांबट आहे.

(d) LM सापेक्षतेने IS सारखाच चपटा आहे.

प्र. 79. 1999-2000 च्या कालावधीत प्रत्यक्ष कर-सकल अंतर्गत उत्पादन अनुपात होता,

(a) 16%   (b) 9.8%   (c) 1.9%   (d) 3%

प्र. 80. एक एकाधिकारी आपल्या वस्तूचे मूल्य त्या क्षेत्रात निर्धारित करेल जेथे त्याच्या वस्तूची मागणी लवचिकता -

(a) 1 पेक्षा कमी आहे.   (b) 1 पेक्षा जास्त आहे.

(c) शून्य आहे.   (d) पुरवठ्याच्या लवचिकपणाबरोबर आहे.

प्र. 81. केन्सच्या मते बचत आणि गुंतवणूक व्याख्येनुसार नेहमी बरोबर असतात. पण जेव्हा ते बरोबर नसतात तेव्हा असंतुलन निर्माण होते. या दोन्ही विधानांमध्ये समतोल कशा प्रकारे साधला जाईल?

1) अपेक्षित किंवा नियोजित बचत, अपेक्षित किंवा नियोजित गुंतवणुकीबरोबर असते.

2) प्राप्त बचत प्राप्त गुंतवणुकीबरोबर असते.

3) बचत आणि गुंतवणूक कोष्टक एकरूप असते.

4) बचत आणि गुंतवणूक हे उत्पन्नाच्या स्थिर स्तरावर बरोबर असतात.

आपले उत्तर खालील विकल्पांतून निवडा.

(a) 1 आणि 3   (b) 2 आणि 4

(c) 3 आणि 4   (d) 1 आणि 4

प्र. 82. 'मॅन अँड इकनॉमिक्स' चे लेखक आहेत-

(a) ए. के. सेन   (b) ए. सी. पीगू (c) रॉबर्ट मुंडेल (d) जे. के. मेहता

प्र. 83. सामान्य समतोल आणि आंशिक समतोल यांचा प्रत्यय संबंधित आहेत क्रमशः –

(a) रिकार्डो आणि वॉलरसशी   (b) वॉलरस आणि मार्शलशी

(c) एरो आणि डेवरयूशी   (d) केन्स आणि हॅन्सनशी

प्र. 84. पूरक वस्तूंच्या स्थितीत तटस्थता (समवृत्ती) वक्र असतो -

(a) उजवीकडे पडणारा   (b) x अक्षाला समांतर रेषा

(c) मूळ बिंदूकडे नतोदर रेषा   (d) डावीकडून उजवीकडे वर जाणारी रेषा

प्र. 85. खालीलपैकी कोणती मुद्रा आहे?

(a) बँक ओव्हरड्राफ्ट   (b) व्यापारी कर्ज

(c) राष्ट्रीय बचतपत्र   (d) वरीलपैकी कुठलीही नाही.

प्र. 86. केन्सने विशेष विचार केला -

(a) मागणी प्रेरित स्फितीवर   (b) खर्च-जन्य स्फितीवर

(c) संरचनात्मक मुद्रा स्फितीवर   (d) स्फिती अवसादवर

प्र. 87. महाराष्ट्राची सरासरी प्रतिहेक्टर धान्य उत्पादकता किती आहे?

(a) 1,050 kg.   (b) 844 kg.

(c) 700 kg.   (d) 950 kg.

प्र. 88. बँकांच्या नकद कोष अनुपातातील कमीचा परिणाम होतो –

(a) बँकांच्या उत्पन्नात वाढ

(b) बँकांद्वारे प्रतिभूतींच्या मागणीत वाढ

(c) बँकांच्या (क्रेडिट) पत प्रसारासाठी अधिक धनाची उपलब्धी

(d) वरील सर्व

प्र. 89. मुद्रा-गुणक अनुपात आहे –

(a) मुद्रेचे एकूण परिमाण आणि मौद्रिक राष्ट्रीय उत्पन्नामध्ये

(b) प्राथमिक मुद्रेचे परिमाण आणि साहाय्यक मुद्रेच्या परिमाणामध्ये

(c) प्राथमिक मुद्रेचे परिमाण आणि मुद्रेच्या एकूण परिमाणामध्ये

(d) मुद्रेचे एकूण प्रमाण आणि गुंतवणुकीच्या प्रमाणामध्ये

प्र. 90. सट्ट्यासाठी मुद्रेची मागणी बाँडच्या अपेक्षित मूल्यावर अवलंबून असते. हा विचार दिला –

(a) जे. एम. केन्सने   (b) के. विकसेलने

(c) डी. एच. रॉबर्टसनने   (d) एम. फ्रीडमनने

प्र. 91. रोखता पसंतीवक्र उजवीकडे पडणारा असतो. कारण -

(a) जसा व्याजदर वाढतो, तसा मुद्रेच्या संचयाचा वैकल्पिक खर्च कमी होतो.

(b) जसा व्याजदर वाढतो, तसा मुद्रेच्या संचयाचा वैकल्पिक खर्च वाढतो.

(c) जसा व्याजदर कमी होतो, तसा मुद्रेच्या संचयाचा वैकल्पिक खर्च अप्रभावित राहतो.

(d) जेव्हा व्याज दर कमी होतो, तेव्हा केंद्रीय बँक मुद्रेचा पुरवठा कमी करते.

प्र. 92. केंद्रीय बँकेद्वारा बँकांच्या वैधानिक तरलता अनुपातात कमीचा परिणाम काय होईल?

(a) सरकार पहिल्यापेक्षा बँकांकडून अधिक कर्ज घेऊ शकेल.

(b) सरकार पहिल्यापेक्षा बँकांना जास्त कर्ज-रोखे विकू शकेल.

(c) निजी क्षेत्र बँकांकडून पहिल्यापेक्षा कमी कर्ज मिळवू शकेल.

(d) बँका पहिल्यापेक्षा सरकारी प्रतिभूती कमी खरेदी करतील.

प्र. 93. खालीलपैकी कोणता परिमाणात्मक पत (Credit) नियंत्रणाचा उपाय आहे?

(a) विशिष्ट प्रतिभूतींवर मार्जिन अनुपाताचे निर्धारण

(b) उपभोक्ता पत नियमन

(c) नैतिक दबाव   (d) बँकदर

प्र. 94. मुद्रा पुरवठ्यातील परिवर्तनाने व्याजदर प्रभावित होत नाही. खालीलपैकी कोणत्या सिद्धान्तातून हा विचार निर्माण झाला?

1) प्रतिष्ठित सिद्धान्त   2) ऋणयोग्य निधी सिद्धान्त
3) तरलता अधिमान सिद्धान्त   4) समय अधिमान सिद्धान्त
आपले उत्तर खालील विकल्पांतून निवडा.

(a) 1 आणि 2   (b) 2 आणि 3
(c) 3 आणि 4   (d) 1 आणि 4

प्र. 95. मौद्रिक अनिश्चितता –

1) तेव्हा महत्त्वाची आहे जेव्हा स्फिती संथ होते पण धावत्या स्फितीत ही संपून जाते.

2) स्फितीची गती वाढवते.

3) स्फितीची गती कमी करते.

4) स्फितीच्या गतीवर तिचा परिणाम होत नाही.
वरीलपैकी कोणती विधाने बरोबर आहेत?

विकल्प : (a) 1 आणि 2   (b) 1 आणि 3
(c) 1 आणि 4   (d) केवळ 4

प्र. 96. चलन नीतीला निर्धारित नियमानुसार अवलंबले पाहिजे, न की विवेकानुसार. हे विचार आहेत.

(a) जे. एम. केन्सचे   (b) एच. जॉन्सनचे

(c) एम. फ्रीडमनचे   (d) डॉन पॉटिन्किनचे

प्र. 97. खालीलपैकी काय व्यापारी बँकांची मालमत्ता नाही?

(a) सावधी जमा   (b) व्यापारी पत

(c) खर्च केलेले बिल   (d) बँकांजवळील कोषागार बिल

प्र. 98. ''मुद्रा, जी मानव जातीसाठी अनेक वरदानांचा स्रोत आहे, जर नियंत्रित केली गेली नाही तर संकटे आणि अनिश्चिततेचा स्रोत होते. हे विधान कोणत्या अर्थशास्त्रज्ञाचे आहे?

(a) डी. एच. रॉबर्टसन   (b) ए. मार्शल

(c) जे. एम. केन्स   (d) जे. टॉबिन

प्र. 99. मुद्रेच्या परिमाण सिद्धान्ताला मुद्रेचा मागणी सिद्धान्त समजला पाहिजे. हा विचार दिला –

(a) डी. एच. रॉबर्टसनने   (b) जे. एम. केन्स

(c) ए. सी. पीगूने   (d) एम. फ्रिडमनने

प्र. 100. मुद्रेच्या सट्टा मागणीत वाढ होईल, जर –

(a) लोकांच्या मते व्याजाचा वर्तमान दर सामान्य व्याज दरापेक्षा कमी असेल.

(b) लोकांच्या मते व्याजाचा वर्तमान दर सामान्य व्याज दरापेक्षा जास्त असेल.

(c) मौद्रिक उत्पन्नात वाढ झाली असेल.

(d) अर्थव्यवस्था उत्कर्षावस्थेत असेल आणि व्यापाऱ्यांच्या अपेक्षा आशादायी असतील.

प्र. 101. स्फिती अन्यायकारक आहे आणि अवस्फिती गैरसोईची. दोन्हींमध्ये अवस्फिती जास्त वाईट आहे. हे विधान आहे –

(a) जे. एम. केन्सचे   (b) जी. क्राऊथरचे

(c) ए. मार्शलचे   (d) ए. एच. हॅन्सनचे

प्र. 102. मुद्रेचा परिमाण सिद्धान्त सर्वांत आधी कोणी प्रतिपादित केला?

(a) डी. रिकार्डो   (b) डैवानजत्ती

(c) डी. ह्यूम   (d) जे. मिल

प्र. 103. मुद्रा एक संपत्ती आहे. तिची मागणी दुसऱ्या मालमत्तेच्या मागणीबरोबर जोडलेली असते. हा विचार दिला –

(a) ए. मार्शलने   (b) जे. टॉबिनने

(c) एम. फ्रीडमनने   (d) एच. जॉन्सनने

प्र. 104. भारतीय अर्थव्यवस्थेत रिझर्व मुद्रा वाढेल जर -

(a) शुद्ध गैर-मौद्रिक देयता वाढेल

(b) रिझर्व बँकेजवळील शुद्ध विदेशी मुद्रा साठा कमी होईल

(c) रिझर्व बँकेजवळील शुद्ध विदेशी मुद्रा साठा वाढेल.

(d) रिझर्व बँकेद्वारा वाणिज्य क्षेत्राला उपलब्ध असलेली शुद्ध पत (credit) कमी होईल.

प्र. 105. रिझर्व बँकेच्या मते खालीलपैकी विस्तृत मुद्रा कोणती आहे?

(a) चलन + बँकांजवळील जमा

(b) चलन + बँकांजवळील जमा + पोस्ट ऑफिसातील मागणी जमा

(c) चलन + बँकांजवळील जमा + बँकांजवळील सावधी जमा

(d) चलन + बँकांजवळील एकूण जमा + पोस्ट ऑफिसातील एकूण जमा.

प्र. 106. बँकदराचा अर्थ आहे -

(a) बँकांनी जर्माकत्यांना दिलेला व्याजाचा दर

(b) कर्जदारांकडून बँकांनी घेतलेला व्याजाचा दर

(c) आंतरबँकिंग कर्जावरील व्याजाचा दर

(d) केंद्रीय बँकेने अन्य बँकांना दिलेल्या कर्जावरील व्याजाचा दर

प्र. 107. शून्यावर आधारित अर्थसंकल्पाची संकल्पना दिली -

(a) आर. ए. मसग्रेवने   (b) जे. एम. केन्सने

(c) पीटर. ए. पायरने   (d) ए. एच. हॅन्सनने

प्र. 108. अर्थसंकल्पीय तुटीतील कोणती संकल्पना भारतीय संदर्भात अर्थहीन झाली आहे?

(a) राजकोषीय तूट   (b) अर्थसंकल्पीय तूट

(c) प्राथमिक तूट   (d) राजस्व तूट

प्र. 109. कर-गुणक सामान्यत: –

(a) सरकारी खर्च गुणकापेक्षा जास्त असतो

(b) सरकारी खर्च गुणकाच्या बरोबर असतो.

(c) सरकारी खर्च गुणकापेक्षा कमी असतो.

(d) विनियोग गुणकाच्या बरोबर असतो.

प्र. 110. करापाताच्या संबंधी खालील कोणते विधान बरोबर आहे?

(a) आयातीवर लागलेला संपूर्ण करापात आयात देशातील उपभोक्त्यावर असतो.

(b) निर्यात कराचा संपूर्ण करापात उत्पादकावर असतो.

(c) आयात आणि निर्यात या करांवरचा करापात उत्पादक आणि आयात देशाचे प्रयोजक यांच्यात समान रूपाने वाटला जातो.

(d) आयात आणि निर्यात या करांवरच्या करापाताची उत्पादन आणि प्रायोजक यांच्यातील विभागणी त्यांच्या मागणीच्या लवचिकपणाच्या अनुपाताच्या विपरीत अनुपातात होते.

प्र. 111. एखाद्या वर्षातील एकूण सार्वजनिक राजस्व आणि एकूण सार्वजनिक खर्चातील फरकाला म्हणतात –

(a) प्राथमिक तूट   (b) राजस्व तूट

(c) अर्थसंकल्पीय तूट   (d) राजकोषीय तूट.

प्र. 112. 1 एप्रिल 2002 पासून अल्प बचत स्कीमच्या वसुलीतून किती भाग राज्यांना जाईल?

(a) 20%   (b) 100%   (c) 60%   (d) 0%

प्र. 113. खालीलपैकी कशाचा संपूर्ण भाग एकाधिकाऱ्यावर राहील?

(a) एकरकमी कर   (b) विशिष्ट कर

(c) एकाधिकार मूल्य नियंत्रण   (d) वरीलपैकी कशाचाच नाही

प्र. 114. जर पुरवठा पूर्णपणे ताठर असेल आणि मागणीची लवचिकता जास्त असेल तर अल्पकाळात एखाद्या विशिष्ट विक्री कराचा करापात होईल.

(a) पूर्णपणे उपभोक्त्यावर   (b) पूर्णपणे विक्रेत्यांवर

(c) विक्रेते आणि उपभोक्ते दोघांवर अर्धा अर्धा

(d) विक्रेत्यांपेक्षा उपभोक्त्यांवर जास्त

प्र. 115. सामाजिक वस्तूंचे प्रावधान समस्या निर्माण करते कारण –

(a) अशा वस्तूंची उपभोगात गैर-प्रतियोगी होण्याची प्रवृत्ती असते.

(b) व्यक्तिगत उपभोक्ता अधिमानाच्या (priority) संदर्भात व्यक्त होत नाही.

(c) बाजारी प्रक्रिया अशा वस्तूंच्या प्रावधानासाठी (provision) योग्य नसते.

(d) वरील सर्व

प्र. 116. खालीलपैकी काय वित्तीय नीतीचा उद्देश नाही?

(a) आर्थिक विकास   (b) आर्थिक स्थैर्य

(c) रोजगार स्तर अधिकतम करणे   (d) वित्तीय संस्थांचे नियमन

प्र. 117. युरोपियन संघातील 15 पैकी 12 देशांनी युरोला क्षेत्राची मुद्रा म्हणून स्वीकारले आहे. खालीलपैकी कोणत्या देशांनी युरोला स्वीकारले नाही?

(a) जर्मनी   (b) फ्रान्स   (c) ऑस्ट्रिया   (d) युनायटेड किंगडम

प्र. 118. जर P मूल्याचा स्तर X निर्यातीचा M आयातीचा आणि Q परिमाणाचे द्योतक आहे; तर उत्पन्न व्यापार अट असेल –

(a) $\dfrac{Px}{Pm} \cdot Qx$

(b) $\dfrac{Px}{Pm} \cdot \dfrac{Qx}{Qm}$

(c) $\dfrac{Px}{Qm} \cdot Qx$

(d) $\dfrac{Pm}{Qx} \cdot Qx$

प्र. 119. ओहलिन-हेक्सचरच्या मते दोन देशांमध्ये व्यापार होण्याचे कारण आहे.
(a) मागणीच्या स्थितीतील भिन्नता (b) तंत्रज्ञानातील भिन्नता
(c) साधन संपदेतील भिन्नता (d) आवडींमधील भिन्नता

प्र. 120. आंतरराष्ट्रीय व्यापाराच्या सिद्धांतात वैकल्पिक खर्चाचा वापर केला
(a) जे हेबरलरने (b) डी. रिकार्डोने
(c) बी. ओहलिनने (d) जे. ई. मीडने

उत्तरे

1. b	2. a	3. d	4. a	5. a	6. d	7. c	8. d
9. d	10. d	11. b	12. a	13. c	14. d	15. c	16. a
17. b	18. b	19. a	20. b	21. d	22. c	23. d	24. d
25. b	26. c	27. a	28. a	29. c	30. d	31. a	32. d
33. b	34. d	35. c	36. c	37. d	38. a	39. d	40. c
41. c	42. b	43. a	44. a	45. a	46. d	47. c	48. c
49. c	50. c	51. a	52. a	53. d	54. d	55. b	56. c
57. c	58. c	59. d	60. a	61. b	62. b	63. b	64. b
65. b	66. b	67. a	68. d	69. c	70. a	71. b	72. a
73. a	74. d	75. d	76. c	77. c	78. b	79. d	80. b
81. d	82. c	83. b	84. a	85. d	86. a	87. b	88. c
89. c	90. a	91. a	92. b	93. d	94. b	95. c	96. a
97. a	98. a	99. d	100. a	101. a	102. b	103. c	104. c
105. c	106. d	107. c	108. b	109. c	110. d	111. c	112. d
113. a	114. b	115. d	116. d	117. d	118. a	119. c	120. a

■■■

प्रश्नसंच – १०

प्र. 1. कोणत्या प्रकारच्या बाजार प्रणालीत सामूहिक सौदेबाजी मजुरीवर परिणाम करण्यात सफल होणार नाही?

(a) पूर्ण स्पर्धा   (b) अपूर्ण स्पर्धा

(c) एकाधिकार   (d) एक-क्रेताधिकार

प्र. 2. सूची I व सूची II च्या जोड्या जुळवून खालील विकल्पांतून बरोबर उत्तर निवडा.

सूची I	सूची II
(A) प्रस्ताववक्र	1) बाजाराचे विभागीकरण
(B) लॉफरवक्र	2) मूल्यांमध्ये स्थिरतेची प्रवृत्ती
(C) लॉरेंझवक्र	3) असमानता
(D) विकुंचित मागणीवक्र	4) पारस्परिक मागणी
	5) लोक राजस्व

विकल्प	A	B	C	D
(a)	4	5	3	2
(b)	1	2	3	4
(c)	3	4	5	2
(d)	1	4	3	2

प्र. 3. सम उत्पादन मात्रावक्राचा उतार मोजतो –

(a) आगत (Input) किमतींचा अनुपात

(b) प्रमाणाचे प्रतिफल

(c) घटणारे सीमान्त प्रतिफल

(d) सीमान्त उत्पादनांचा अनुपात

प्र. 4. घटत्या फलाचा अर्थ आहे–

(a) परिवर्तनशील साधनांच्या सरासरी उत्पादनात घट

(b) स्थिर साधनांच्या सीमान्त उत्पादनात घट

(c) एकूण उत्पादनात घट

(d) स्थिर साधनांच्या सरासरी उत्पादनात घट

प्र. 5. एंजलच्या नियमानुसार खाद्य पदार्थांच्या मागणीची लवचिकता

(a) एकापेक्षा कमी असते.   (b) एकाबरोबर असते.

(c) एकापेक्षा जास्त असते.   (d) अनंत असते.

प्र. 6. मागणीची आडवी लवचिकता असते.

    (a) नेहमी धनात्मक

    (b) नेहमी ऋणात्मक

    (c) स्थानापन्न वस्तूंसाठी ऋणात्मक

    (d) संयुक्त मागणी असलेल्या वस्तूंमध्ये ऋणात्मक

प्र. 7. 'परस्पर निर्भरता' चा अर्थ आहे, की प्रत्येक फर्म –

    (a) अशा वस्तूंचे उत्पादन करते ज्या प्रतिस्पध्यर्यांच्या वस्तूंशी मिळत्या जुळत्या असतात. पण समरूप नसतात.

    (b) अशा वस्तूंचे उत्पादन करते ज्या प्रतिस्पध्यर्यांच्या वस्तूंशी समरूप असतात.

    (c) आपली मूल्यनीती ठरवताना आपल्या प्रतिस्पध्यर्यांच्या प्रतिक्रियेकडे लक्ष देईल.

    (d) आपल्या उत्पादनासाठी पूर्ण लवचिक मागणीचा सामना करेल.

प्र. 8. कॉब–डग्लस उत्पादन फलनात तांत्रिक परिवर्तन मानले जाते की ते–

    (a) कधीच तटस्थ नसते.

    (b) हिक्स आणि हेरॉडच्या मते तटस्थ असते.

    (c) हिक्सच्या मते तटस्थ पण हेरॉडच्या मते नाही.

    (d) हेरॉडच्या मते तटस्थ असते पण हिक्सच्या मते नाही.

प्र. 9. आधुनिक अर्थशास्त्राच्या पुस्तकांमध्ये ज्या प्रकारे मागणी वक्राचा वापर होतो, त्याला लोकप्रिय केले–

    (a) कूर्नोंने   (b) मार्शलने

    (c) वालरसने   (d) मेंगरने

प्र. 10. तटस्थतावक्र (समवृत्ती वक्र) त्या वेळी असामान्य स्वरूपाचा होईल जेव्हा निवडीची समस्या होईल–

    (a) ज्या वस्तू स्थानापन्न आहेत त्यांच्यामध्ये

    (b) उपभोग आणि बचतीत

    (c) प्रतिभूतीतून मिळणाऱ्या उत्पन्न आणि जोखमीत

    (d) उपभोग वस्तू आणि मालमत्तेत

प्र. 11. खालीलपैकी कोणता सिद्धांत म्हणतो की, "व्याज विशुद्ध रूपात एक मौद्रिक गोष्ट आहे–"

    (a) ऋणयोग्य निधी सिद्धान्त   (b) रोखता पसंती सिद्धान्त

    (c) बचतगुंतवणूक सिद्धान्त   (d) त्याग सिद्धान्त

प्र. 12. 'खंड (rent) एखाद्या साधनाच्या स्थांनातरित उत्पन्नातून अतिरिक्त मिळणारे असते. हा विचार आहे–

(a) डी. रिकार्डोंचा   (b) ए. मार्शलचा

(c) जे. एस. मिलचा   (d) जे. रॉबिन्सनचा

प्र. 13. 'प्रतिस्थापना लवचिकतेची' ही संकल्पना प्रस्तुत केली–

(a) मार्शलने   (b) केन्सने   (c) शुल्जने   (d) हिक्सने

प्र. 14. अनुभवाधारित विश्लेषणातून हे स्पष्ट होते की दीर्घकालीन सरासरी खर्च वक्राचा आकार असतो –

(a) U सारखा   (b) L सारखा

(c) उलट्या J सारखा   (d) J आकाराचा

प्र. 15. खाली दिलेल्या आलेखावरून उत्पादनाच्या बचतीचा अंदाज लावा आणि खालील विकल्पांतून बरोबर उत्तर निवडा.

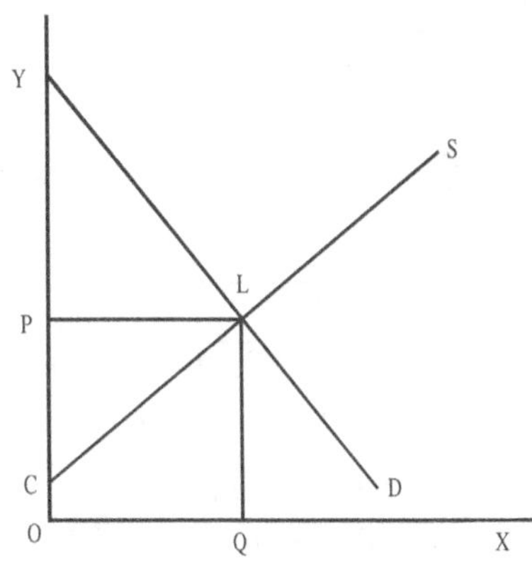

विकल्प : (a) YPL   (b) OCLQ   (c) PCL   (d) OYLQ

प्र. 16. केन्सच्या मते 'भांडवलाची सीमान्त कार्यक्षमता' कशाच्या बरोबर असते?

(a) गुंतवणुकीवर वर्तमान प्रतिफल दर

(b) गुंतवणुकीतून अपेक्षित उत्पन्न

(c) वर्तमान व्याज दर

(d) प्राकृतिक व्याजदर

प्र. 17. उपभोगावरील 'प्रदर्शन परिणामाचे' प्रेषक आहेत–

(a) जे. एस. ड्यूसेनबरी   (b) जे. एम. केन्स

(c) जे. आर. हिक्स   (d) जे. एम. क्लर्क

प्र. 18. 'उपभोक्ता अतिरेकाची' ही संकल्पना दिली होती–

(a) रिकार्डोने   (b) एजवर्थने   (c) पॅरेटोने   (d) मार्शलने

प्र. 19. सीमान्त उत्पन्नवक्रात अंतर पडण्याचे खालीलपैकी कोणते एक कारण आहे?

(a) मागणीवक्रावर मागणीच्या लवचिकतेचा मान अद्वितीय नसतो.

(b) मागणीवक्रावर मागणीच्या लवचिकतेचा मान अद्वितीय असतो.

(c) उत्पादकांची संख्या कमी होते.

(d) वस्तुभेद होतो.

प्र. 20. भारतात पंचायतराज प्रणाली खालीलपैकी कोणत्या समितीच्या शिफारशीवर पुन्हा सुरू केली गेली?

(a) अशोक मेहता समिती   (b) बलवंत राय मेहता समिती

(c) जी. डी. गोरेवाला समिती   (d) के. एन. राज समिती

प्र. 21. खालीलपैकी कोणता सार्वजनिक उपक्रम सर्वांत जास्त नफा मिळवतो आहे?

(a) भारत हेवी इलेक्ट्रिकल्स लिमिटेड (BHEL)

(b) भारतीय तेल निगम (IOC)

(c) भारतीय इस्पात प्राधिकरण (SAIL)

(d) भारतीय गॅस प्राधिकरण (GAIL)

प्र. 22. जेव्हा दोन वस्तूंमधील किमतीची आडवी लवचिकता शून्य असेल तेव्हा त्या वस्तूंना म्हणतात–

(a) स्वतंत्र वस्तू   (b) चैनीच्या वस्तू

(c) स्थानापन्न वस्तू   (d) पूरक वस्तू

प्र. 23. खालीलपैकी कोणते एक रेषीय मागणी फलन असेल?

(a) $p.q = 100$ (b) $q = 50.p^{-1}$

(c) $q = 5p - 2p^2$ (d) $q = 4p$

प्र. 24. एकाधिकाराच्या स्पर्धेची विशेषता जिच्यामुळे एका फर्मचा लाभ दीर्घकाळात शून्य होतो, ती आहे–

(a) वस्तुभेद   (b) मूल्य नेतृत्व

(c) बाजार शक्ती   (d) स्वतंत्र प्रवेश

प्र. 25. स्वातंत्र्यानंतर साखर उद्योगाच्या विकासाची ही विशेषता आहे की त्याची महत्त्वपूर्ण प्रगती झाली आहे.

(a) खासगी क्षेत्रात   (b) सार्वजनिक क्षेत्रात

(c) सहकारी क्षेत्रात   (d) जॉइंट क्षेत्रात

प्र. 26. खालीलपैकी कोणत्या एकाचे प्रमाण सर्वांत जास्त असेल?

(a) सकल भांडवल निर्मिती

(b) सकल अंतर्गत भांडवल निर्मिती

(c) कृषि सकल भांडवल निर्मिती

(d) संघटित औद्योगिक क्षेत्रात सकल भांडवल निर्मिती.

प्र. 27. ''निम्नस्तरीय संतुलन जाळे'' ही संकल्पना कोणी प्रस्तुत केली?

(a) नेल्सनने   (b) कुजनेट्‌सने (c) ड्यूजनबेरीने (d) जॉन्सनने.

प्र. 28. कपटपूर्ण अल्पाधिकारात (Collusive Oligopoly)

(a) अनेक तडजोडी केल्या जातात.

(b) काहीच तडजोड केली जात नाही.

(c) प्रत्येक विक्रेता किंमत नेतृत्व करतो.

(d) प्रत्येक फर्म प्रबल फर्म असते.

प्र. 29. योग–प्रमेय संतुष्ट होते.

(a) सर्व उत्पादन फलनांनी

(b) फक्त समांग उत्पादन फलनाने

(c) फक्त रेषीय उत्पादन फलनाने

(d) फक्त रेषीय आणि समांग उत्पादन फलनांनी

प्र. 30. भारतात सर्वांत जास्त गव्हाचे उत्पादन करणारे राज्य कोणते आहे?

(a) हरियाणा   (b) पंजाब   (c) बिहार   (d) उत्तर प्रदेश

प्र. 31. भारतात वर्तमानात गरिबीचे प्रमाण कशाच्या आधारे काढतात?

(a) दरडोई उत्पन्नावरून   (b) न्यूनतम मजुरीवरून

(c) खाण्यातील कॅलरींवरून   (d) कौटुंबिक उत्पन्नावरून

प्र. 32. स्थिर खर्च तो असतो –

(a) ज्यात घटत्या उत्पादकतेचा नियम लागू होतो

(b) जो सीमान्त खर्चाच्या आकलनात सामील केला जातो

(c) जो उत्पादनात परिवर्तन दराशी संबंधित नसतो

(d) जो प्रतिस्पर्धी फर्ममध्ये सन्निहित असतो.

प्र. 33. आंतरराष्ट्रीय नाणेनिधीमध्ये सर्वाधिक 'SDR' कोणत्या देशाचे आहेत?

(a) चीन   (b) अमेरिका   (c) इंग्लड   (d) जर्मनी

प्र. 34. भारताच्या लोहमार्गाच्या एकूण लांबीच्या प्रमाणात महाराष्ट्राच्या लोहमार्गाच्या लांबीची टक्केवारी किती आहे?

(a) 13%   (b) 10.25%   (c) 9.31%   (d) 8.41%

प्र. 35. 'कृषी मूल्य आयोग' जो आता 'कृषी खर्च आणि मूल्य आयोग' नावाने ओळखला जातो, त्याची स्थापना कधी झाली होती?

(a) 1981 मध्ये   (b) 1956 मध्ये

(c) 1965 मध्ये   (d) 1971 मध्ये

प्र. 36. 'करांचा दर कमी केल्याने राजस्वात उल्लेखनीय वाढ होईल.' हे मत कोणाचे आहे?

(a) आर. ए. मसग्रेवचे   (b) ए. लाफरचे

(c) एच. सायमनचे   (d) आर. लुकासचे

प्र. 37. GNP आणि GDP मध्ये फरक आहे –

    (a) सकल विदेशी विनियोगाचा   (b) शुद्ध विदेशी विनियोगाचा

    (c) शुद्ध निर्यातीचा

    (d) विदेशातून शुद्ध साधन उत्पादनाचा

प्र. 38. समवृत्ती वक्र एकमेकांना छेदत नाहीत कारण –

    (a) प्रत्येक वक्र दुसऱ्याला समांतर असतो

    (b) प्रत्येक वक्र संतुष्टीच्या भिन्न स्तराचा द्योतक असतो.

    (c) प्रत्येक वक्र वेगवेगळ्या व्यक्तींशी संबंधित असतो

    (d) ही एक मान्यता आहे.

प्र. 39. एकाधिकाऱ्याच्या शक्तीचे प्रमाण कशाकशामधील फरकाने मोजले जाते?

    (a) सरासरी महसूल आणि सरासरी खर्च

    (b) सरासरी महसूल आणि सीमान्त खर्च

    (c) सरासरी खर्च आणि सीमान्त खर्च

    (d) सरासरी खर्च आणि सरासरी महसूल

प्र. 40. खालीलपैकी कोणी 'मागणीवक्राचा संकोच' हा विचार विकसित केला?

    (a) कूर्नोंने   (b) एजवर्थने

    (c) स्वीजीने   (d) चेंबरलीनने

प्र. 41. आंतरराष्ट्रीय नाणेनिधीनुसार 2010 मध्ये भारताचा आर्थिक वृद्धीदर होता –

    (a) 8%   (b) 9.7%   (c) 10.8%   (d) 11%

प्र. 42. अकरावी पंचवार्षिक योजना केव्हा सुरू झाली?

    (a) 1 एप्रिल 2008 ला   (b) 1 एप्रिल 2005 ला

    (c) 1 एप्रिल 2007 ला   (d) 1 एप्रिल 2006 ला

प्र. 43. सामान्य मूल्याचा अर्थ आहे.

    (a) अल्पकालीन संतुलन मूल्य

    (b) दीर्घकालीन संतुलन मूल्य

    (c) एका आठवड्याचे सरासरी मूल्य

    (d) अल्प आणि दीर्घकालीन मूल्यांची भूमितीय सरासरी

प्र. 44. रोखतेचा सापळा दर्शवितो की –

    (a) व्याजदर आणखी घसरेल

    (b) व्याजदर आणखी घसरणार नाही

(c) व्याजदरात वाढ व्हायला पाहिजे आणि कर्जरोख्याच्या किमतीत कमी

(d) व्याजदरात घसरण व्हायला पाहिजे आणि कर्जरोख्यांचा किमतीत वाढ

प्र. 45. मानव विकास सूचकांक (HDI) मध्ये खालीलपैकी कोणत्या गोष्टी सामील केल्या जातात?

1) दरडोई उत्पन्न

2) साक्षरता दर

3) जन्माच्यावेळी जगण्याची शक्यता

4) शिशु मृत्युदर

आपले उत्तर खालील विकल्पांतून निवडा.

(a) वरील सर्व   (b) 1, 2, 3   (c) 2, 3, 4   (d) 1, 3, 4

प्र. 46. खालीलपैकी कोणता एक सरकारचा ठेवा (asset) आहे?

(a) राष्ट्रीय बचतपत्रांची जमा

(b) सार्वजनिक भविष्य निधी

(c) जनतेजवळील केंद्र सरकारच्या प्रतिभूतींमध्ये शुद्ध वाढ

(d) पुनर्गुंतवणुकीतून मिळणारी प्राप्ती

प्र. 47. आंतरराष्ट्रीय मुद्राकोषाची स्थापना हा परिणाम होता,

(a) प्रशुल्क आणि व्यापारासंबंधी कराराचा

(b) स्मिथसोनियन कराराचा

(c) युरोपियन कराराचा

(d) ब्रेटन वुड्स कराराचा

प्र. 48. हेरॉड प्रतिमानात जर $GA > GW$ असेल तर अर्थव्यवस्थेत

(a) उत्कर्षाची स्थिती येईल

(b) स्थिर संवृद्धीची स्थिती येईल

(c) खिळखिळी होईल

(d) अस्थिरता राहील

प्र. 49. 'आंतरराष्ट्रीय व्यापार विकासाचे इंजीन आहे.' हा विचार सर्वप्रथम दिला –

(a) ए. मार्शलने

(b) आर. नर्क्सने

(c) जे. वायनरने

(d) जी. हेबरलरने

प्र. 50. सूची I मध्ये अर्थशास्त्रज्ञांची नावे दिली आहेत व सूची II मध्ये त्यांनी प्रतिपादित केलेले विषय दिले आहेत. त्यांच्या योग्य जोड्या जुळवून खालील विकल्पांतून बरोबर उत्तर निवडा.

सूची I	सूची II
A) ए. मार्शल	1) एकाधिकारी स्पर्धा
B) एम्. फ्रीडमन	2) तटस्थता वक्र विश्लेषण पद्धत
C) इ. एच. चेंबरलीन	3) मानवी भांडवल
D) व्ही. पॅरेटो	4) आभासी खंड (rent)

विकल्प :	A	B	C	D
(a)	4	1	2	3
(b)	4	3	1	2
(c)	1	2	3	4
(d)	2	1	4	3

प्र. 51. छुपी बेकारीच्या (Disguised unemployment) संकल्पनेला संदिग्ध म्हटले आहे

(a) टी. डब्ल्यू. शुल्जने   (b) ए. डब्ल्यू लेविसने

(c) जोन्स् रॉबिन्सनने   (d) रेनिस आणि फेने

प्र. 52. एका आदर्श मागणी कोष्टकात मागितलेल्या प्रमाणातील बदल –

(a) मूल्याबरोबर प्रत्यक्ष रूपाने होतो

(b) मूल्याच्या अनुपातात होतो

(c) मूल्याच्या अनुपाताच्या विरुद्ध होतो

(d) मूल्यावर आधारित नसतो

प्र. 53. ओहलिन आणि हेक्सचरच्या मते, वस्तूंच्या सापेक्ष किमतींतील फरकाचे सर्वांत महत्त्वाचे कारण आणि देशांमध्ये व्यापार होण्याचे कारण आहे –

(a) साधन संपत्तीतील फरक   (b) तंत्रज्ञानातील फरक

(c) आवडींमधील फरक   (d) मागणीच्या स्थितीतील फरक

प्र. 54. 'बॅकवॉश परिणामा' च्या संकल्पनेचे श्रेय दिले जाते –

(a) जी. मिर्डलला   (b) आर. नक्सेला

(c) ए. लेविसला   (d) बी. हिगिन्सला

प्र. 55. सीमान्त उत्पादकता सिद्धान्तानुसार एखाद्या उत्पादन घटकाचे मूल्य जवळपास असेल त्याच्या –

(a) सरासरी निव्वळ उत्पन्न उत्पादकतेच्या (ANRP)

(b) सीमान्त भौतिक उत्पादकतेच्या (MPP)

(c) सीमान्त उत्पन्न उत्पादकतेच्या (AGRP)

(d) सरासरी सकल उत्पन्न उत्पादकतेच्या (AGRP)

प्र. 56. नफ्याचा कोणता सिद्धान्त एफ. एच. नाइटच्या नावाशी संबंधित आहे?

(a) नफ्याचा प्रावैगिक सिद्धान्त   (b) नफ्याचा जोखीम सिद्धान्त

(c) नफ्याचा अनिश्चिततेचा सिद्धान्त   (d) नफ्याचा मजुरी सिद्धान्त

प्र. 57. गुणकाचा संबंध –

(a) सीमान्त बचत प्रवृत्तीशी उलटा संबंध आहे

(b) सीमान्त बचत प्रवृत्तीशी सरळ संबंध आहे

(c) सीमान्त उपभोग प्रवृत्तीशी अप्रत्यक्ष संबंध आहे

(d) सीमान्त गुंतवणूक प्रवृत्तीशी सरळ संबंध आहे

प्र. 58. रिकार्डोच्या मते दोन देशांमध्ये व्यापार होतो, कारण –

(a) वस्तू दुर्लभ असतात   (b) खर्चामधील निरपेक्ष फरक

(c) खर्चामधील तुलनात्मक फरक   (d) खर्चामधील समान फरक

प्र. 59. एखाद्या देशाचे प्रदान व्यवहारतोल (BOP) एक लेखा–जोखा आहे जो दर्शवितो,

(a) एखाद्या निश्चित कालावधीतील देशातील सर्व वस्तूंची आयात आणि निर्यात

(b) एखाद्या निश्चित कालावधीतील सर्व वस्तू आणि सेवांची आयात–निर्यात

(c) एका निश्चित कालावधीतील अन्य देशांबरोबर केलेले समस्त आर्थिक देणी–घेणी

(d) देशाची सर्व देणी–घेणी

प्र. 60. जागतिक व्यापार संघटनेचा उदय झाला होता –

(a) 1 डिसेंबर 1990 ला   (b) 1 जानेवारी 1991 ला

(c) 1 जानेवारी 1995 ला   (d) 31 डिसेंबर 1994 ला

प्र. 61. बाजाराच्या आकाराचा महत्त्वाचा निर्णायक आहे –

(a) मुद्रा प्रसार   (b) विनियोगासाठी प्रेरणा

(c) उत्पादकता   (d) बचत

प्र. 62. रिकार्डोने भाकीत केले होते की, अर्थव्यवस्था स्थिर स्थितीत पोहोचेल, कारण–

(a) अर्थव्यवस्थेत शेतीयोग्य जमीन उरणार नाही

(b) अर्थव्यवस्थेत सोने उरणार नाही

(c) नवप्रवर्तन संपून जाईल

(d) व्यापार करण्याची प्रेरणाच नसेल

प्र. 63. भारताच्या खाद्यान्न उत्पादनात खालीलपैकी कशाचा वाटा सर्वांत जास्त आहे?

(a) धान्याचा   (b) गव्हाचा

(c) जाड धान्याचा   (d) डाळींचा

प्र. 64. 'असंतुलित विकास' ही समजूत या मान्यतेवर आधारित आहे की,

(a) विस्तार वेगवेगळ्या दिशांनी एकदम होतो

(b) भांडवल आणि कुशल श्रमाचा पुरवठा दुर्लभ आहे

(c) श्रम आणि भांडवलाचा पुरवठा असीमित आहे

(d) विकसनशील देशांमध्ये विकास दर उच्चतम सीमेवर आहे

प्र. 65. 'दि एफ्ल्यूएंट सोसायटी' या पुस्तकाचे लेखक कोण आहेत?

(a) गुन्नर मिर्डल   (b) जे. के. गेलब्रेथ

(c) अमर्त्य सेन   (d) जॉन हिक्स

प्र. 66. केंद्रीय बजेटच्या घाट्यात वेगवेगळ्या मापांमध्ये वर्तमानात सर्वांत जास्त घाटा कोणता आहे?

(a) मौद्रिक घाटा   (b) राजस्व घाटा

(c) राजकोषीय घाटा   (d) प्राथमिक घाटा

प्र. 67. भारतात बृहत क्षेत्रात सर्वांत जुना उद्योग आहे –

(a) सुती कापड   (b) भारी रसायन

(c) लोखंड व इस्पात   (d) कागद

प्र. 68. उपभोग फलन दीर्घ आणि अल्पकाळात दोन्हींत असते.

(a) रेषीय   (b) अरेषीय आणि खाली पडणारे

(c) खाली उतार असलेले रेषीय   (d) U आकाराचे

प्र. 69. मूल्यभेद तेव्हा लाभदायक असतो जेव्हा दोन्ही बाजारांतील मागणीची मूल्य लवचिकता

(a) एकसारखी असेल   (b) वेगवेगळी असेल

(c) नेहमी एककाबरोबर असेल   (d) अनंत असेल

प्र. 70. पूर्ण आणि अपूर्ण स्पर्धेत फरक दर्शवितो

(a) A R वक्र   (b) MC वक्र   (c) AC वक्र   (d) TC वक्र

प्र. 71. गिफिन वस्तूंच्या संदर्भात –

(a) शून्य उत्पन्न परिणामापेक्षा धनात्मक प्रतिस्थापन परिणाम जास्त असतो.

(b) शून्य उत्पन्न परिणाम आणि शून्य प्रतिस्थापन परिणाम बरोबर असतात.

(c) ऋणात्मक उत्पन्न परिणाम धनात्मक प्रतिस्थापन परिणामापेक्षा जास्त असतो.

(d) ऋणात्मक उत्पन्न परिणाम समान धनात्मक स्थानापन्न परिणामाबरोबर असतो.

प्र. 72. गेल्या काही वर्षांत भारतात प्रत्यक्ष कर सुधारणांच्या मागे कोणती एक मूलभूत गोष्ट दिसत नाही?

(a) कमी दरांची निवड करणे

(b) कर आधार विस्तृत करणे

(c) आहे त्यापेक्षा चांगले कर प्रशासन नेमणे

(d) कर प्रगतिशील असावा.

प्र. 73. खालीलपैकी कोणती एक गोष्ट उत्पादन शक्यता वक्रासाठी बरोबर नाही?
   (a) साधन उपलब्धता परिवर्तनशील असणे
   (b) साधन उपलब्धता दिलेली असणे
   (c) साधनांचे प्रतिस्थापन शक्य असणे
   (d) समोत्पादन वक्र सामान्य प्रकारचे असणे

प्र. 74. भारतात योजना आयोगाची निर्मिती कोणत्या साली झाली?
   (a) 1949 मध्ये   (b) 1950 मध्ये (c) 1951 मध्ये (d) 1952 मध्ये

प्र. 75. पॅरेटोच्या कल्याणाला अधिकतम करण्यासाठी खालीलपैकी कोणते एक विधान योग्य आहे?
   (a) यामुळे अनेक अनुकूल बिंदू मिळतात
   (b) यामुळे फक्त एकच बिंदू मिळतो
   (c) हे मूल्यगत निर्णयावर आधारित आहे
   (d) हे उपयोगितेच्या मापनीय विचारांवर आधारित आहे

प्र. 76. व्यापारचक्र सिद्धान्तात गुंतवणूक फलन $I_t = \propto (C_{t-1} - C_{t-2})$ चा वापर खालीलपैकी कोणी केला?
   (a) पी. सॅम्युएलसनने   (b) जे. हिक्सने
   (c) एफ. कहनने   (d) जे क्लर्कने

प्र. 77. नर्क्सच्या मते विकसनशील देशांना आपल्या शोधन शेषावर, कोणत्या कारणाने, खोल आणि प्रतिकूल परिणामाचा सामना करावा लागेल?
   (a) प्रतिवाही परिणामाचा   (b) प्रदर्शन परिणामाचा
   (c) प्रसरण परिणामाचा   (d) गुणक परिणामाचा

प्र. 78. रिकार्डोचा तुलनात्मक खर्च सिद्धान्त आधारित आहे –
   (a) निरपेक्ष लाभावर   (b) वस्तूंच्या मौद्रिक मूल्यावर
   (c) मूल्याचा श्रम सिद्धान्तावर   (d) वैकल्पिक खर्चावर

प्र. 79. केंद्रीय बजेटमध्ये राजकोषीय घाट्याचा अर्थ आहे –
   (a) बजेटीय घाट्यांची बेरीज आणि अंतर्गत व बाह्य कर्जामध्ये शुद्ध वृद्धी
   (b) चालू प्राप्ती आणि चालू खर्चातील फरक
   (c) मौद्रिक तोटा आणि बजेटरी तोट्याची बेरीज
   (d) केंद्रीय सरकारने रिझर्व्ह बँकेकडून घेतलेल्या कर्जामध्ये शुद्ध वृद्धी

प्र. 80. एक विशुद्ध प्रतिस्पर्धी फर्म अल्पकाळात नुकसान सोसूनही तिला उत्पादन करण्याची इच्छा असेल जर –
   (a) नुकसान परिवर्तनशील खर्चापेक्षा जास्त नसेल
   (b) नुकसान त्याच्या सीमान्त खर्चापेक्षा जास्त नसेल

(c) नुकसान त्याच्या स्थिर खर्चापिक्षा जास्त नसेल

(d) मूल्य नेहमी सरासरी स्थिर खर्चापिक्षा जास्त असेल.

प्र. 81. एखाद्या फर्मचा आणि उद्योगाचा सरासरी उत्पन्न वक्र एकच असतो –

(a) एकाधिकारात (b) पूर्ण स्पर्धेत

(c) अल्पाधिकारात (d) द्वयाधिकारात

प्र. 82. जेव्हा समांग उत्पादन फलन एक प्रमाणाचे असते, तेव्हा ते दर्शविते –

(a) प्रमाणाचे स्थिर प्रतिफल (b) प्रमाणाचे घटते प्रतिफल

(c) प्रमाणाचे वाढते प्रतिफल (d) प्रमाणाच्या प्रतिफलाचे सर्व नियम

प्र. 83. उत्पादनाच्या सुरुवातीला वाढत्या फलाचा नियम कार्यशील का होतो?

(a) स्थिर साधनाच्या अविभाज्यतेमुळे

(b) श्रम विशिष्टीकरणाच्या सतत वाढीमुळे

(c) तंत्रज्ञानाच्या परिवर्तनामुळे

(d) (a) व (b) दोन्ही कारणांमुळे

प्र. 84. 'युरो' या चलनाचा वापर करणाऱ्या देशांची संख्या आहे –

(a) 19 (b) 17 (c) 15 (d) 13

प्र. 85. भारताच्या राष्ट्रीय उत्पन्न गणनेचा अंदाज सर्वांत प्रथम लावला होता.

(a) बाळ गंगाधर टिळक यांनी (b) दादाभाई नौरोजींनी

(c) जे. सी. कुमारप्पांनी (d) आर. सी. दत्त यांनी

प्र. 86. खालीलपैकी कोणती गोष्ट देशाच्या व्यवहारतोलात सामील केली जात नाही?

(a) पर्यटकांनी केलेला खर्च

(b) अन्य देशांना दिलेले किंवा मिळालेले व्याज

(c) जहाज सेवा

(d) आयात आणि निर्यात शुल्क

प्र. 87. 'योग प्रमेय सिद्धान्त' कोणी विकसित केला?

(a) एफ. वान. वीजरने (b) पी.एच. विक्स्टीडने

(c) बॉम बावर्कने (d) कार्ल मेंगरने

प्र. 88. आंतरराष्ट्रीय व्यापार सिद्धान्तात वैकल्पिक खर्चाचा वापर कोणी केला होता?

(a) रिकार्डोने (b) हेबरलरने

(c) ओहलिनने (d) मीडने

प्र. 89. 'सामाजिक द्वैत' सिद्धान्ताचे प्रतिपादक आहेत.

(a) जे. एच. बोके (b) जी. मिर्डल

(c) जे. के. गॅलब्रेथ (d) जे. मिरेलीज

प्र. 90. केन्सच्या सिद्धान्तात, प्रभावी मागणी तेथे असेल जेथे –
(a) सकल मागणी फलन अधिकतम मान प्राप्त करेल.
(b) सकल मागणी फलन आणि सकल पुरवठा फलनामधील ऊर्ध्व फरक अधिकतम असेल.
(c) फक्त पूर्ण रोजगार असेल.
(d) सकल मागणी किंमत आणि सकल पुरवठा किंमत समान असतात.

प्र. 91. नवव्या पंचवार्षिक योजनेत सर्वोच्च प्राथमिकता दिली गेली –
(a) कृषिक्षेत्राला   (b) औद्योगिक क्षेत्राला
(c) ऊर्जा क्षेत्राला   (d) सामाजिक सेवा क्षेत्राला

प्र. 92. 'संतुलित विकासाची नीती कमी उत्पन्न असलेल्या देशांच्या विकासाच्या संदर्भात वास्तविक क्षमतेच्या अभावी उपयोगी ठरत नाही, हा विचार आहे–
(a) एच. डब्ल्यू. सिंगरचा   (b) ए. ओ. हर्षमनचा
(c) पी. स्ट्रीटिनचा   (d) जे. वायनरचा

प्र. 93. संवृद्धी मॉडेलमध्ये मुद्रेचा उपयोग सर्वप्रथम केला–
(a) आर. एफ. हेरॉडने   (b) इ. डी. डोमरने
(c) जे. रॉबिन्सनने   (d) जे. टॉबिनने

प्र. 94. भारतीय अर्थव्यवस्थेत सध्याच्या काळात ज्या क्षेत्राची विकास गती सर्वाधिक आहे, ते आहे.
(a) कृषी   (b) पुनर्निर्माण   (c) सेवा   (d) सार्वजनिक क्षेत्र

प्र. 95. रिकार्डोंच्या मते खंड (rent) असतो–
(a) आधिक्य, खर्च नाही.   (b) खर्च, आधिक्य नाही.
(c) आधिक्य आणि खर्च दोन्ही   (d) आधिक्य आणि खर्च दोन्ही नाही.

प्र. 96. खालीलपैकी कोणता कर अप्रत्यक्ष कर नाही?
(a) सिमा शुल्क   (b) उत्पादन शुल्क
(c) सेवा कर   (d) भांडवली लाभ कर

प्र. 97. भारतात 'वित्त आयोगाची' निर्मिती कोण करते?
(a) राष्ट्रपती   (b) पंतप्रधान
(c) वित्त मंत्री   (d) RBI चा गव्हर्नर

प्र. 98. भारतातील सर्वात मोठी देशांतर्गत विमानसेवा देणारी कंपनी कोणती?
(a) जेट एअरवेज   (b) किंगफिशर
(c) इंडियन   (d) स्पाइसजेट

प्र. 99. जर राजकोषीय घाट्यातून व्याज भुगतान काढून टाकले जाईल तर शेष बरोबर असेल–

(a) प्राथमिक तोट्याच्या   (b) राजस्व तोट्याच्या

(c) मौद्रिकृत तोट्याच्या   (d) बजेट तोट्याच्या

प्र. 100. केंद्रीय सरकारची कर उत्पन्नाची साधने खाली दिली आहेत. त्यांना एकूण उत्पन्नात अंशदानाच्या आधारे अवरोही क्रमात ठेवून, खालील विकल्पांतून बरोबर उत्तर निवडा.

(1) उत्पादन शुल्क   (2) लाभांशावर कर

(3) तट कर   (4) निगम कर.

विकल्प : (a) 1, 2, 3, 4   (b) 1, 3, 4, 2

(c) 1, 3, 2, 4   (d) 1, 4, 3, 2

प्र. 101. भारतातील एकूण करदात्यांमध्ये महिलांचे प्रमाण किती टक्के आहे.

(a) 31   (b) 24   (c) 20   (d) 16

प्र. 102. 'भारतीय स्टेट बँके'चा प्रादुर्भाव खालीलपैकी कोणत्या कमिटीच्या शिफारशीमुळे झाला होता?

(a) ग्रामीण बँकिंग तपास कमिटी   (b) सराफ कमिटी

(c) गोरेवाला कमिटी   (d) बँकिंग तपास कमिटी

प्र. 103. भारतात केंद्र सरकारच्या बजेटमध्ये राजस्व खर्चाची सर्वांत मोठी रक्कम खर्च होते–

(a) सुरक्षेवर   (b) अनुदानावर

(c) व्याजावर   (d) पेन्शनवरील खर्चावर

प्र. 104. खालीलपैकी कोणत्या राज्याचे दरडोई उत्पन्न सर्वाधिक आहे?

(a) महाराष्ट्राचे   (b) पंजाबचे

(c) हरियाणाचे   (d) दिल्लीचे

प्र. 105. मागील दशकात भारत सरकारच्या सकल कर महसुलात अप्रत्यक्ष करांच्या योगदानात–

(a) स्थिरता होती   (b) पडण्याची प्रवृत्ती होती.

(c) वाढण्याची प्रवृत्ती होती   (d) कुठलीही स्थिर प्रवृत्ती नव्हती.

प्र. 106. भारतात नोटा जारी करण्याची काय प्रणाली आहे?

(a) निश्चित प्रत्ययी प्रणाली

(b) आनुपातिक कोष प्रणाली

(c) न्यूनतम कोष प्रणाली

(d) SDR आणि विदेशी कोषाच्या ठरविक अनुपातात

प्र. 107. 'मौद्रिक भ्रम' तेव्हा महत्त्वाचा असतो, जेव्हा–

(a) स्फीति संथ असते, पण संपते तेव्हा, जेव्हा धावती–स्फीति असते.

(b) स्फीतिची गती वाढणारी असते

(c) स्फीतिची गती पडणारी असते.

(d) स्फीतिची गती स्थिर असते.

प्र. 108. बेकारीचा दर आणि मुद्रास्फीतिच्या दरामधील अल्पकाळातल्या अनुभव सिद्ध संबंधाला औपचारिक रूप दिले होते–

(a) ए. डब्ल्यू, फिलिप्सने   (b) जे. टॉबिनने

(c) पी. ए. सॅम्युएलसनने   (d) ए. एच. हॅन्सनने

प्र. 109. हिक्स – हॅन्सन (IS) वक्र सांगतो,

(a) अर्थव्यवस्थेतील मौद्रिक संतुलन

(b) अर्थव्यवस्थेतील वास्तविक क्षेत्र संतुलन

(c) गुंतवणूक बचतीचे फलन संबंध

(d) गुंतवणुकीची सामान्य कुशलता

प्र. 110. मुद्रा परिमाण सिद्धान्ताच्या केंब्रिज समीकरणात जर एकूण उत्पादन (Y) आणि मुद्रा (M) दोन्ही अपरिवर्तित असतील आणि 'K' मध्ये वृद्धी होईल, तर–

(a) निरपेक्ष मूल्य स्तर पडेल   (b) निरपेक्ष मूल्य स्तर वाढेल

(c) सापेक्ष मूल्य स्तर पडेल   (d) सापेक्ष मूल्य स्तर वाढेल

प्र. 111. रिझर्व्ह बँक ऑफ इंडियाची (RBI) स्थापना झाली होती?

(a) 1930 मध्ये   (b) 1932 मध्ये

(c) 1935 मध्ये   (d) 1936 मध्ये

प्र. 112. खालीलपैकी कोणते एक मुद्रेचे काम नाही?

(a) विनिमयाचे माध्यम   (b) लेख्याचे एकक

(c) अर्थाचे भांडार   (d) अर्थाचे माप

प्र. 113. सूची I व सूची II च्या जोड्या जुळवून खालील विकल्पांतून बरोबर उत्तर निवडा.

सूची I	सूची II
(A) रोजगार गुणक	1) डॉन पॅलिन्किन
(B) तरलता जाळे	2) आर. एफ. कहन
(C) मुद्रेची तटस्थता	3) जे. एम. केन्स
(D) तरलतेची विविधता	4) जेम्स टॉबिन

विकल्प :   A   B   C   D
(a)   2   3   4   1
(b)   2   3   1   4
(c)   3   2   4   1
(d)   3   2   1   4

प्र. 114. खालीलपैकी कोणी बाजार मूल्य निर्धारणात 'समयतत्त्वा'चा उपयोग केला आहे?

(a) जे. आर. व्हिक्सने   (b) ए. मार्शलने

(c) डी. रिकार्डोने   (d) बॉम बावर्कने

प्र. 115. केन्सला अतिशय रुची होती–

(a) मागणी प्रेरित मुद्रा स्फीतित

(b) खर्च–वृद्धी जनित मुद्रास्फीतित

(c) सरचनात्मक मुद्रा स्फीतित

(d) स्फीतिक अवसादामध्ये

प्र. 116. खालीलपैकी कशाला मुद्रेच्या पुरवठ्याचे विस्तृत माप मानले जाते?

(a) M1 ला   (b) M2 ला

(c) M3 ला   (d) M4 ला

प्र. 117. जेव्हा एखादा देश आपल्या मुद्रेचे अवमूल्यन करतो तेव्हा त्याचा परिणाम होतो की–

(a) आयात स्वस्त होते व निर्यात महाग

(b) आयात महाग होते व निर्यात स्वस्त

(c) आयात आणि निर्यात दोन्ही स्वस्त होतात.

(d) आयात आणि निर्यात दोन्ही महाग होतात.

प्र. 118. 'तरलता जाळ्याची' संकल्पना कोणी विकसित केली आहे?

(a) केन्सने   (b) फ्रीडमनने

(c) फिशरने   (d) पीगूने

प्र. 119. कस्टम्स यूनियनद्वारा (तट कर संघ) व्यापार सृजन आणि व्यापार विवर्तन परिणामाशी संबंधित नाव आहे–

(a) ए. मार्शल   (b) जे. वायनर

(c) जी. हेबरलर   (d) जी. मार्टिन

प्र. 120. भारतातली सर्वांत मोठी राष्ट्रीयीकृत व्यापारी बँक आहे.

(a) रिझर्व बँक ऑफ इंडिया   (b) सेंट्रल बँक ऑफ इंडिया

(c) स्टेट बँक ऑफ इंडिया   (d) बँक ऑफ इंडिया

1. a	2. a	3. d	4. a	5. a	6. d	7. c	8. d
9. b	10. c	11. b	12. d	13. d	14. a	15. c	16. b
17. a	18. d	19. a	20. a	21. b	22. a	23. a	24. d
25. c	26. b	27. a	28. a	29. d	30. d	31. c	32. c
33. b	34. c	35. c	36. b	37. d	38. b	39. b	40. c
41. b	42. c	43. b	44. b	45. b	46. d	47. d	48. a
49. a	50. b	51. b	52. c	53. a	54. a	55. c	56. c
57. a	58. c	59. c	60. c	61. b	62. d	63. a	64. b
65. b	66. c	67. a	68. a	69. b	70. a	71. c	72. b
73. d	74. b	75. a	76. a	77. b	78. c	79. a	80. c
81. a	82. a	83. a	84. c	85. b	86. d	87. b	88. b
89. a	90. d	91. c	92. a	93. a	94. c	95. a	96. d
97. a	98. b	99. a	100. b	101. a	102. c	103. c	104. d
105. b	106. c	107. b	108. a	109. c	110. c	111. c	112. b
113. a	114. b	115. a	116. c	117. b	118. a	119. b	120. c

■ ■ ■

प्रश्नसंच – ११

प्र. 1. जेव्हा $\dfrac{MUx}{Px} > \dfrac{MUy}{Py}$ तेव्हा उपभोक्त्याने खर्च केला पाहिजे.

    (a) x चा जास्त आणि y चा कमी

    (b) x चा कमी आणि y चा जास्त

    (c) x चा जास्त आणि y चा पण जास्त

    (d) x चा कमी आणि y चा पण कमी

प्र. 2. एखादी वस्तू चैनीच्या श्रेणीत येते, जर त्याच्या मागणीची उत्पन्न लवचिकता–

    (a) एकापेक्षा कमी असेल.   (b) एकापेक्षा जास्त असेल

    (c) एकाच्या बरोबर असेल   (d) शून्यापेक्षा कमी असेल

प्र. 3. मागणी फलन p.q = 60 दिले आहे. आणि P किंमत व q प्रमाण आहे. किंमत p = 6 वर मागणीची लवचिकता होईल

(a) −1   (b) +1   (c) 0   (d) ∝

प्र. 4. पूरक वस्तूंच्या स्थितीत समवृत्तीवक्र होईल–

(a) उजवीकडे पडणारी रेषा   (b) L आकाराचा

(c) मूळ बिंदूकडे अंतर्गोल   (d) डावीकडून उजवीकडे वर जाणारी रेषा

प्र. 5. उपभोक्त्याच्या संतुलनाची खालीलपैकी कोणती एक अट बरोबर आहे?

(a) $MRS_{x, y} = P_x, P_y$ (b) $MRS_{x, y} = \dfrac{P_x}{P_y}$

(c) $MRS_{x, y} = \dfrac{P_y}{P_x}$ (d) $MRS_{x, y} = \dfrac{I}{P_x . P_y}$

येथे MRS सीमान्त प्रतिस्थापन दर आहे. P_x आणि P_y वस्तू, x आणि Y किंमती आहेत व I उपभोक्त्याचे मौद्रिक उत्पन्न आहे.

प्र. 6. समवृत्तीवक्र विश्लेषणात, एखाद्या वस्तूची किंमत कमी झाल्यामुळे–

(a) फक्त प्रतिस्थापन परिणाम होतो.

(b) फक्त उत्पन्न परिणाम होतो.

(c) उपभोक्ता खाली समवृत्तीवक्रावर जातो.

(d) उत्पन्न एक, प्रतिस्थापन दोन्ही परिणाम होतात.

प्र. 7. गिफिन वस्तूंबद्दल खालीलपैकी काय बरोबर आहे?

(1) अशा वस्तूंवर उपभोक्ता उत्पन्नाचा मोठा भाग खर्च करतात.

(2) अशा वस्तूंची पर्यायी वस्तू जरूर असते.

(3) अशी वस्तू समृद्धीची प्रतीक असते.

(4) अशी वस्तू आवश्यकतेची पूर्तता करते.

खालील विकल्पांतून बरोबर उत्तर निवडा.

(a) 1 आणि 2   (b) 1 आणि 3

(c) 3 आणि 4   (d) 1, 2, आणि 4

प्र. 8. एखाद्या वस्तूसाठी सीमान्त उत्पन्न स्थिरांक आहे, त्याच्याशी संबंधित मागणी फलनावर मागणीची लवचिकता होईल.

(a) एक   (b) अनंत   (c) अनिर्धार्य   (d) शून्य

प्र. 9. उपभोक्ता व्यवहारात प्रतिस्थापन परिणाम वेगळा करताना खालीलपैकी कोणता एक अपरिवर्तित राहतो?

(a) वास्तविक उत्पन्न   (b) सापेक्ष किमती

(c) वस्तूंमधील सीमान्त प्रतिस्थापन दर. (d) मौद्रिक उत्पन्न

प्र. 10. खालीलपैकी कोणी खंड (rent) निर्धारण करण्यासाठी वैकल्पिक खर्चाचा उपयोग केला?

(a) डेव्हिड रिकार्डो   (b) अल्फ्रेड मार्शल

(c) जोन्स् रॉबिन्सन   (d) ए. सी. पीगू

प्र. 11. खाली दिलेल्या आलेखात फर्म उत्पादन करते आहे–

(a) स्थिर प्रतिफल नियमांतर्गत

(b) घटत्या प्रतिफल नियमाच्या अंतर्गत

(c) वृद्धिमान प्रतिफल नियमाच्या अंतर्गत

(d) वरील कुठल्याही नियमाच्या अंतर्गत

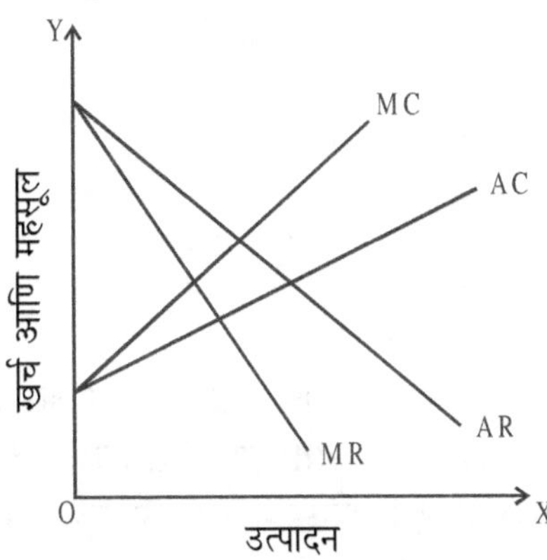

प्र. 12. अल्पकाळात पूर्ण स्पर्धेत जेव्हा फर्मचा लाभ अधिकतम असतो तेव्हा फर्म उत्पादन करते–

(a) वृद्धिमान प्रतिफल नियमाच्या अंतर्गत

(b) स्थिर प्रतिफल नियमाच्या अंतर्गत

(c) घटत्या प्रतिफल नियमाच्या अंतर्गत

(d) वृद्धिमान प्रमाणाच्या अंतर्गत

प्र. 13. एकाधिकाऱ्यासाठी, खालीलपैकी कोणते योग्य आहे?

(a) $MR = AR\left(1 - \dfrac{1}{e}\right)$ (b) $MR = AR\left(1 + \dfrac{1}{e}\right)$

(c) $MR = AR\left(\dfrac{1-e}{e}\right)$ (d) $MR = AR\left(\dfrac{e}{1+e}\right)$

येथे MR सीमान्त महसूल आहे, AR सरासरी महसूल आहे आणि e मागणीची किंमत लवचिकता आहे.

प्र. 14. अल्पकाळात एका पूर्ण प्रतिस्पर्धी फर्मसाठी जेव्हा किमतींत वाढ होते तेव्हा–

(a) लाभात परिवर्तन होत नाही   (b) लाभ कमी होतो

(c) लाभ वाढतो   (d) सरासरी खर्च शेवटी कमी होतो.

प्र. 15. सूची I व सूची II च्या जोड्या जुळवून खालील विकल्पांच्या आधारे बरोबर उत्तर निवडा.

सूची I	सूची II
A) एकाधिकार प्रतिस्पर्धा	1) पी. स्वीजी
B) द्वयाधिकाराचा सिद्धांत	2) डब्ल्यू. एस. जेवेन्स
C) सीमांत उपयोगितेचा सिद्धान्त	3) ई. चेंबरलिन
D) अल्पाधिकार	4) ए. ए. कुर्नो

विकल्प :	A	B	C	D
(a)	4	3	1	2
(b)	3	2	4	1
(c)	3	4	2	1
(d)	2	3	1	4

प्र. 16. पिळदार मागणीरेषेचा वरचा भाग तुलनेत –

(a) अधिक लवचिक असतो   (b) कमी लवचिक असतो

(c) पूर्णपणे ताठर असतो   (d) पूर्ण लवचिक असतो.

प्र. 17. विधान (A) : दीर्घकाळात पूर्ण प्रतिस्पर्धी फर्मपेक्षा एकाधिकारी फर्म नेहमी कमी उत्पादन स्तरावर लाभ अधिकतम करतो.

कारण (R) : एकाधिकाऱ्याचा मागणीवक्र खालच्या बाजूला पडणारा असतो.

विकल्पांतून उत्तर निवडा

विकल्प :

(a) A आणि R दोन्ही बरोबर आहेत आणि R, हे A चे बरोबर स्पष्टीकरण करते.

(b) A आणि R दोन्ही बरोबर आहेत पण R, हे A चे बरोबर स्पष्टीकरण देत नाही.

(c) A बरोबर पण R चूक

(d) A चूक पण R बरोबर

प्र. 18. एक पूर्ण प्रतिस्पर्धा बाजारात फर्मने एखाद्या संसाधनासाठी दिलेली किंमत –

(a) आगतीच्या मागितलेल्या प्रमाणाबरोबर कमी होते

(b) सीमान्त उत्पादनापेक्षा जास्त होते

(c) सीमान्त उत्पादनाएवढीच असते

(d) सीमान्त उत्पादनापेक्षा कमी असते.

प्र. 19. कॉब-डग्लस उत्पादन फलनात साधनांमधील स्थानापन्नतेची लवचिकता

(a) शून्याएवढी असते   (b) एकाएवढी असते

(c) एकापेक्षा जास्त असते   (d) एकापेक्षा कमी असते.

प्र. 20. एजवर्थ – बॉक्स आलेखात, दोन उपभोक्त्यांच्या समवृत्तीवक्रांच्या स्पर्शक बिंदूच्या बिंदुपथाला म्हणातात.

(a) उत्पन्न–उपभोग वक्र   (b) रिज रेषा

(c) संविदावक्र   (d) प्रसार–पथ

प्र. 21. 'सामान्य स्थिरता' आणि 'आंशिक स्थिरता' संबंधित आहेत क्रमश: –

(a) रिकार्डो आणि वॉलरसशी   (b) वॉलरस आणि मार्शलशी

(b) एरो आणि डेवरयूशी   (d) केन्स आणि हॅन्सनशी

प्र. 22. घटत्या सीमान्त उपयोगितेचा नियम –

(a) लवचिकतेचे प्रमाण देतो

(b) व्यक्त करतो की मागणी वक्र खालच्या बाजूला आणि पडणारा का असतो

(c) सांगतो की एखाद्या वस्तूची किंमत वाढली तर तिची सीमान्त उपयोगिता कमी होते

(d) वरीलपैकी काहीच नाही

प्र. 23. प्रमाणाच्या प्रतिफलासाठी खालीलपैकी कोणते एक विधान बरोबर आहे? खालील विकल्पांतून बरोबर उत्तर निवडा.

1) या नियमांची व्याख्या फक्त समांग उत्पादन फलनानेच होते.

2) साधन अनुपात स्थिर राहतो.

3) साधन अनुपात परिवर्तनशील असतो.

4) हे फक्त दीर्घकाळातच शक्य आहे.

विकल्प :

(a) 1, 2 आणि 3   (b) 1, 2 आणि 4

(c) 2, 3 आणि 4   (d) 3 आणि 4

प्र. 24. एखाद्या उपभोक्त्याचा मागणीवक्र मिळविला जाऊ शकतो –

(a) किंमत – उपभोग वक्राने   (b) उत्पन्न–उपभोग वक्राने

(c) एंजल्स वक्राने   (d) लॉरेझ वक्राने

प्र. 25. एकाधिकारी स्पर्धेची ती विशेषता ज्यामुळे फर्मचा लाभ दीर्घकाळात शून्य होतो आहे.

(a) वस्तुभेद   (b) किंमत नेतृत्व

(c) बाजार–शक्ती   (d) फर्मस्चा स्वतंत्र प्रवेश

प्र. 26. खालीलपैकी कोणते एक कारण प्रतिष्ठित समष्टी अर्थशास्त्रासाठी बरोबर नाही?

(a) बाजारात पूर्ण स्पर्धा असते

(b) किमती स्थिर असतात

(c) 'से' चा बाजार नियम क्रियाशील असतो

(d) व्याजाचा दर भांडवल बाजारात संतुलन स्थापन करतो.

प्र. 27. क्रेन्सचा रोजगार व उत्पन्न सिद्धान्त जोडला गेला आहे.

(a) ऐच्छिक बेरोजगारीशी   (b) संरचनात्मक बेरोजगारीशी

(c) अनैच्छिक बेरोजगारीशी   (d) स्वयंरोजगाराशी

प्र. 28. खालीलपैकी कोणते एक विधान रोखता जाळ्याच्या संदर्भात बरोबर नाही?

(a) मुद्रेची मागणी व्याजदरासाठी ताठर असते

(b) मुद्रेची मागणी व्याजदरासाठी अनंत लवचिक असते.

(c) मुद्रेचा पुरवठा व्याजदर कमी करू शकत नाही

(d) लोक आपल्याजवळ अतिरिक्त मुद्रा साह्यासाठी ठेवत नाहीत.

प्र. 29. उपभोक्ता उत्पन्नात झालेला वाढीच्या 20 टक्के बचत करतात. तर गुणकाचे माप होईल

(a) 2   (b) 4   (c) 5   (d) 0.2

प्र. 30. उत्पन्न सिद्धान्त प्रस्तुत करताना केन्सचा दृष्टिकोन

(a) स्थैतिक आहे   (b) तुलनात्मक स्थैतिक आहे

(c) हिक्सच्या मते प्रावैगिक आहे   (d) हेरॉडच्या मते प्रावैगिक आहे

प्र. 31. खालीलपैकी पत / वित्ताची कोणती मागणी सर्वात जास्त–व्याज लवचिकता असलेली आहे?

(a) दीर्घकालीन गुंतवणूक   (b) अल्पकालीन गुंतवणूक

(c) कार्यशील भांडवल   (d) स्टॉक संभरण

प्र. 32. किन्सच्या विश्लेषणात मुद्रेची मागणी अवलंबून असते –

(a) फक्त व्याजदरावर   (b) फक्त उत्पन्नावर

(c) संपत्ती आणि व्याजदर दोन्हींवर   (d) उत्पन्न आणि व्याजदर दोन्हींवर

प्र. 33. IS–LM प्रारूप निर्धारित करते बरोबर स्थिरता –

(a) उत्पन्न आणि व्याजाच्या दरात   (b) उत्पन्न आणि उपभोगात

(c) उत्पन्न आणि किमतीत   (d) स्फीति आणि बेरोजगारीत

प्र. 34. उपभोग आणि खर्चयोग्य उत्पन्नामध्ये एक आनुपातिक संबंध असतो, जर
(a) MPC > APC
(b) MPC = APC
(c) MPC < APC
(d) MPC = 0
येथे MPC सीमान्त उपभोग प्रवृत्ती आणि APC सरासरी उपभोग प्रवृत्ती आहे.

प्र. 35. छुप्या बेकारीची संकल्पना सर्वप्रथम कोणी विकसित केली?
(a) जोन्स् रॉबिन्सनने
(b) डी. डब्ल्यू. शुल्जने
(c) ए. के. सेनने
(d) आर. नर्क्सने

प्र. 36. लॉरेंझ वक्र खालीलपैकी कशाचे प्रमाण मोजतो?
(a) एकाधिकार शक्ती
(b) गरिबी
(c) असमानता
(d) साक्षरता

प्र. 37. खालीलपैकी कोणते एक राष्ट्रीय उत्पन्नात सामील केले जात नाही?
(a) मजुरी आणि वेतन
(b) पेन्शन
(c) अनुदान (सबसिडी)
(d) तयार वस्तू

प्र. 38. खालीलपैकी कोणी त्वरण सिद्धान्ताचे प्रतिपादन केले?
(a) केन्स
(b) हिक्स
(c) हेरॉड
(d) क्लर्क

प्र. 39. रहट प्रभावाचा अर्थ आहे.
(a) उत्पन्न वृद्धीबरोबर सीमान्त उपभोग प्रवृत्ती कमी होते.
(b) उत्पन्न वृद्धीबरोबर सीमान्त उपभोग प्रवृत्ती अपरिवर्तीत राहते
(c) उत्पन्न वृद्धीबरोबर सीमान्त उपभोग प्रवृत्ती वाढते
(d) जेव्हा उत्पन्न कमी होते तेव्हा सीमान्त उपभोग प्रवृत्ती तशीच बदलते जशी उत्पन्न वृद्धी झाल्यावर बदलते

प्र. 40. बाजार मूल्यावर राष्ट्रीय उत्पन्न मिळते.
(a) उत्पादन खर्चावर राष्ट्रीय उत्पन्नात अप्रत्यक्ष कर मिळवून आणि वजा करून
(b) सर्व उत्पादनांच्या साधनांसाठी केलेल्या प्रदानाच्या (payment) बेरजेतून
(c) सर्व वस्तू आणि सेवेच्या मूल्यांना मिळवून आणि अनुदान वजा करून
(d) सर्व वस्तू आणि सेवेच्या मूल्यांचा बेरजेत अप्रत्यक्ष कर जोडून

प्र. 41. मुद्रेच्या पुरवठ्याच्या खालीलपैकी कोणत्या प्रकाराला भारतात विस्तृत मुद्रा म्हणतात.
(a) M1
(b) M2
(c) M3
(c) M4

प्र. 42. उच्च शक्ती मुद्रेच्या प्रमाणावर परिणाम होत नाही.
(a) सरकारच्या बजेटसंबंधी नीतीने
(b) केंद्रीय बँकेजवळील विदेशी विनिमय परिमाणाने

(c) बँकरनी केंद्रीय बँकेकडून घेतलेल्या कर्जाने

(d) बँकांमधील जनतेच्या जमेने

प्र. 43. खालील संपत्तींना रोखतेच्या आधारे अवरोही क्रमात लिहा.

(A) मागणी जमा   (B) निगम प्रतिभूती

(C) चलन मुद्रा   (D) सावधी जमा

खालील विकल्पांतून बरोबर उत्तर निवडा.

विकल्प : (a) A, C, B, D   (b) C, D, A, B

(c) C, A, B, D   (d) D, A, C, B

प्र. 44. खालीलपैकी कोणता एक पत नियंत्रणाचा उपाय नाही?

(a) बँकदर   (b) पत–जमा अनुपात

(c) नगदी कोष अनुपात   (d) वैधानिक रोखता अनुपात

प्र. 45. केन्सच्या व्याज सिद्धान्तानुसार

(a) L_1 आणि L_2 किमतीसाठी लवचिक आहेत आणि L_3 उत्पन्नासाठी

(b) L_1 आणि L_2 व्याजासाठी लवचिक आहेत आणि L_3 किमतीसाठी

(c) L_1 आणि L_2 उत्पन्नासाठी लवचिक आहेत आणि L_3 व्याजासाठी

(d) L_1, L_2 आणि L_3 सर्व व्याजासाठी लवचिक आहे.

येथे L_1 देण्याघेण्यासाठी आहे, L_2 सतर्कता उद्देशासाठी आहे आणि L_3 साह्यासाठी मुद्रेची मागणी आहे.

प्र. 46. उत्पन्न स्फीतिचा संबंध आहे –

(a) समस्त मागणी समस्त पुरवठ्यापेक्षा कमी आहे त्याच्याशी

(b) अर्थव्यवस्थेतील काही क्षेत्रातील किंमत वृद्धीशी

(c) अर्थव्यवस्थेतील मौद्रिक उत्पन्नाच्या वृद्धीशी

(d) अर्थव्यवस्थेतील पूर्ण रोजगारानंतरच्या किंमत वृद्धीशी

प्र. 47. मौद्रिक विभ्रम –

1) जेव्हा स्फीति मंद असते तेव्हा महत्त्वाचा असतो पण धावत्या स्फीतित संपून जातो

2) स्फीतिची गती वाढवतो

3) स्फीतिची गती कमी करतो

4) स्फीतिची गती बदलत नाही

वरीलपैकी कोणते बरोबर आहे ते खालील विकल्पांतून ठरवा.

विकल्प : (a) 1 आणि 2   (b) 1 आणि 3

(c) 1 आणि 4   (d) फक्त 4

प्र. 48. मुद्रा एक मालमत्ता आहे. तिची मागणी दुसऱ्या मालमत्तेच्या मागणीबरोबरच ठरत असते. हा विचार आहे.

(a) टॉबिनचा   (b) हिक्सचा   (c) केन्सचा   (d) फ्रीडमनचा

प्र. 49. खालीलपैकी कोणती एक गोष्ट M3 चा भाग नाही?

(a) चलनातील मुद्रा   (b) बँकांजवळील मागणी जमा

(c) बँकांजवळील सावधी जमा   (d) गैर-बँकिंग वित्तीय संस्थांजवळील जमा

प्र. 50. 'मौद्रिक नीतिचे कार्यान्वयन निर्धारित नियमानुसार व्हायला पाहिजे, विवेकानुसार नाही'' हा विचार दिला.

(a) जे. एम. केन्सने   (b) एम. फ्रीडमनने

(c) एच. जॉन्सनने   (d) डॉन पॅटिन्किनने

प्र. 51. रिझर्व मुद्रेत सामील असते –

(a) फक्त बँकांमधील सावधी जमा

(b) जनतेची चलन मुद्रा आणि बँकांजवळील नगदी

(c) फक्त बँकांजवळील नगदी

(d) बँकांजवळील नगदी आणि डाकघर बचत बँकेतील जमा

प्र. 52. बाजार प्रक्रियेचे वाटप कार्यक्षमता प्रदान करण्यात असफल होते; कारण –

(a) सामाजिक वस्तूंचे असणे   (b) बाह्यता असणे

(c) घटणाऱ्या खर्चाच्या फर्मचे असणे   (d) वरील सर्व

प्र. 53. लॉफर वक्र संबंध दर्शवितो –

(a) कर उत्पन्न आणि कराच्या दरामध्ये

(b) दरडोई उत्पन्न आणि कराच्या दरामध्ये

(c) कर उत्पन्न आणि राष्ट्रीय उत्पन्नामध्ये

(d) बचत आणि कराच्या दरामधील

प्र. 54. भारतामध्ये आतापर्यंत कोणत्या अर्थमंत्र्याने सर्वांत जास्त वेळा अर्थसंकल्प मांडला आहे.

(a) मनमोहन सिंग   (b) जसवंत सिंग

(c) मोरारजी देसाई   (d) पी. चिदंबरम्

प्र. 55. क्रियात्मक वित्ताचा अनुभव सर्वांत आधी प्रस्तुत केला–

(a) ए. पी. लर्नरने   (b) जे. एम. केन्सने

(c) इ. कॅननने   (d) एफ. ए. हाएकने

प्र. 56. ''उत्पन्नापेक्षा खर्च, व्यक्तीच्या कर देय क्षमतांचा अधिक चांगला मापक आहे.'' हा विचार दिला–

(a) कॅल्डोरने   (b) लर्नरने   (c) सॅम्युएलसनने (d) पीगूने

प्र. 57. वॅगनरच्या परिकल्पनेचा संबंध–
(a) सार्वजनिक उत्पन्नाशी आहे.   (b) सार्वजनिक खर्चाशी आहे.
(c) मुद्रेच्या पुरवठ्याशी आहे.   (d) सार्वजनिक कर्जाशी आहे.

प्र. 58. खालीलपैकी कोणी अधिकतम सामाजिक लाभाच्या सिद्धान्ताचे प्रतिपादन केले?
(a) हिक्स   (b) मसग्रेव
(c) डाल्टन   (d) वॅगनर

प्र. 59. खालीलपैकी कोणत्या शहरात नोटा छापण्याचा कारखाना नाही?
(a) भोपाळ   (b) नाशिक
(c) मैसूर   (d) देवास

प्र. 60. राजकोषीय नीतीच्या संबंधात खालीलपैकी कोणते विधान बरोबर नाही?
(a) राजकोषीय नीतीत कर आणि व्यय नीतीला सामील केले जाते.
(b) राजकोषीय नीतीचा संबंध सार्वजनिक ऋण आणि ऋण प्रबंधनाशी असतो.
(c) राजकोषीय नीती अर्थव्यवस्थेत मुद्रेच्या पुरवठ्यावर परिणाम करते.
(d) राजकोषीय नीती विनिमय दर स्थिर ठेवते.

प्र. 61. खालीलपैकी कोणत्या एका कराला प्रगतिशील कर म्हणता / बनवता येत नाही?
(a) उत्पन्न कर   (b) संपत्ती कर
(c) निगम कर   (d) उत्पादन कर.

प्र. 62. व्यापार तटस्थता वक्राच्या संकल्पनेचे प्रस्तुतकर्ता आहेत.
(a) जेम्स मीड   (b) अल्फ्रेड मार्शल
(c) बर्टिल ओहलिन   (d) बो सोडस्टर्न

प्र. 63. खालीलपैकी कोणता एक घटक एखाद्या देशाच्या व्यापार अटींवर परिणाम करत नाही?
(a) प्रशुल्क   (b) अवमूल्यन
(c) आर्थिक संवृद्धी   (d) स्थिर विनिमय दर.

प्र. 64. संतापकारी संवृद्धीच्या संकल्पनेचे प्रतिपादक आहेत –
(a) जगदीश भगवती   (b) जेकब वायनर
(c) पॉल सॅम्युएलसन   (d) रॉल प्रेबिश

प्र. 65. स्टॉप्लर–सॅम्युएलसन प्रमेयाचा संबंध आहे, प्रशुल्काच्या प्रभावाचा
(a) उत्पन्न वितरणावर   (b) व्यापार अटींवर
(c) उपभोगावर   (d) किमतीवर

प्र. 66. खालीलपैकी कोणत्या अर्थशास्त्रज्ञाचे मत आहे की, अल्प विकसित देशांना व्यापार अटींमध्ये सतत तोट्याचा अनुभव येतो.
(a) भगवती-क्रयूनर
(b) प्रेबिश-सिंगर
(c) सॅम्युएलसन-स्टॉप्लर
(d) मॅकबिन-स्नोडर

प्र. 67. आंतरराष्ट्रीय व्यापाराच्या आधुनिक सिद्धान्ताचे श्रेय दिले जाते-
(a) बी. ओहलिनला
(b) डी. रिकार्डोला
(c) पी. टी. एल्सवर्थला
(d) जे. वायनरला

प्र. 68. आंतरराष्ट्रीय व्यापाराच्या प्रतिष्ठित सिद्धान्तानुसार दोन देश व्यापार याच्यासाठी करतात की-
(a) परिवहन व्यय महत्त्वाचा आहे
(b) समाजाला उत्तम वस्तू उपभोगासाठी मिळतात
(c) देश प्रशुल्क लावतात.
(d) उत्पादनाची अवस्था वेगळीवेगळी आहे.

प्र. 69. खालीलपैकी कोणत्या सहभागी देशांमध्ये आर्थिक सहयोगाचे सर्वांत निर्बल रूप आहे?
(a) एकत्र बाजार
(b) सीमा संघ
(c) मुक्त व्यापार क्षेत्र
(d) आर्थिक संघ.

प्र. 70. लाफ्ट हे (LAFTA) उदाहरण आहे-
(a) आर्थिक संघाचे
(b) सीमा संघाचे
(c) मुक्त व्यापार क्षेत्राचे
(d) एकत्र बाजाराचे

प्र. 71. खालीलपैकी कोणते एक भूमंडलीकरणाचा उपाय नाही?
(a) आयात शुल्कात कपात
(b) आयात लायसेन्स बंद करणे
(c) सार्वजनिक क्षेत्राच्या इक्विटीची पुनर्गुंतवणूक
(d) विदेशी प्रौद्योगिकीतून मुक्त प्रवाहाची अनुमती

प्र. 72. खालीलपैकी कशाला व्यापाराच्या 'दृश्य घटकां'मध्ये सामील केले जाते?
(a) जहाजराणी सेवेतून उत्पन्न
(b) विमा सेवेसाठी प्रदान (Payment)
(c) विदेशातून खासगी संप्रेषण
(d) वस्तूंच्या निर्यातीतून उत्पन्न

प्र. 73. एखाद्या देशाच्या मुद्रेच्या बाह्य मूल्यात बाजाराने वरच्या बाजूला निर्धारित केलेल्या समायोजनाला म्हणतात-
(a) अवमूल्यन
(b) अधिमूल्यन
(c) विनिमय ऱ्हास
(d) विनिमय प्रसार

प्र. 74. खालीलपैकी कोणती आंतरराष्ट्रीय व्यापाराच्या तुलनात्मक लागत सिद्धान्ताची मान्यता नाही?

(a) श्रम हे उत्पादनाचे एकमेव साधन आहे

(b) श्रमाचे सर्व एक एकरूप आहेत

(c) एखाद्या वस्तूचे मूल्य त्यातील श्रमाच्या प्रमाणाने ठरते.

(d) दोन्ही देशांमध्ये श्रम हा घटक पूर्णत: गतिशील आहे.

प्र. 75. खालीलपैकी कोणती एक आंतरराष्ट्रीय व्यापाराच्या वैकल्पिक खर्च सिद्धान्ताची मान्यता नाही?

(a) फक्त दोन देश आणि दोन वस्तू आहेत

(b) परिवहन व्यय नसतो

(c) दोन्ही देशांमध्ये दोन्ही वस्तूंच्या उत्पादनात स्थिर प्रतिफलाचा नियम क्रियाशील आहे.

(d) दोन्ही देशांमध्ये वस्तू आणि साधन

प्र. 76. विकासाच्या प्रतिष्ठित सिद्धान्तात, खालीलपैकी कोणती एक मान्यता नाही?

(a) वास्तविक मजुरी दर प्रथेनुसार निर्धारित होतो

(a) जनसंख्या वृद्धीदर बाह्य निर्धारित तत्त्व आहे

(c) रोजगार मजुरी कोषावर अवलंबून असतो

(d) श्रम विभाजन बाजाराच्या आकारावर अवलंबून असते.

प्र. 77. खालीलपैकी कोणते एक विधान हेरॉड–डॉमर प्रारूपासाठी बरोबर नाही?

(a) बचत अनुपात स्थिर असतो

(b) भांडवल–उत्पादन अनुपात स्थिर असतो

(c) लोकसंख्या वृद्धीदर स्थिर असतो.

(d) जसजसे उत्पन्न वाढते, सीमान्त उपभोग प्रवृत्ती घटते.

प्र. 78. आर्थिक संवृद्धीच्या सिद्धान्तात 'सुरीची धार' (Knife Edge) या विचाराचा वापर खालीलपैकी कोणत्या प्रारूपात झाला आहे?

(a) रोस्टेव्ह   (b) हेरॉड – डोमर

(c) सोलो   (d) कॅल्डोर

प्र. 79. प्रदर्शन प्रभावाने (Demonstration Effect) प्रभावित होत नाही–

(a) बचत–उत्पन्न अनुपातात कमी

(b) भांडवलप्रधान तंत्रज्ञानाचा निवडणुकीकडे कल

(c) आयात–उत्पन्न अनुपातात वाढ

(d) वरीलपैकी कशानेही नाही.

प्र. 80. 'न्यूनतम क्रांतिक प्रयत्न' सिद्धान्तात उत्पन्न वाढल्यानंतर लोकसंख्या वाढण्याचे कारण आहे –

(a) जास्त मोठ्या परिवाराची अभिलाषा

(b) मृत्युदर कमी होणे

(c) दुसऱ्या देशातून येणारे लोक

(d) सकस आहार

प्र. 81. वांच्छित संवृद्धीदर काय आहे?

(a) एका दिलेल्या कालावधीत उत्पादनाच्या वृद्धीदर.

(b) ज्या दरावर उत्पादकाच्या अपेक्षा पूर्ण होतात तो दर

(c) पूर्ण रोजगाराच्या स्थितीत उत्पदानाचा वृद्धीदर

(d) एका दिलेल्या कालावधीत उत्पादन क्षमतेतील वृद्धीदर

प्र. 82. विकास प्रक्रियेत परियोजनाच्या निवडीत काळ-श्रेणी आधाराचे प्रतिपादन केले?

(a) ए. के. सेनने   (b) ए. इ. कानने

(c) डब्ल्यू. ए. लेविसने   (d) एच. बी. चेनरीने

प्र. 83. एखाद्या देशाचा आर्थिक विकास अंकित केला जातो–

(a) सकल राष्ट्रीय उत्पन्नाच्या वार्षिक वास्तविक वृद्धीद्वारा

(b) दरडोई उत्पन्नातील वार्षिक वास्तविक वृद्धीद्वारा

(c) आयात आणि निर्यातीतील वाढीने

(d) उत्पादनातील वास्तविक वृद्धीबरोबर अर्थव्यवस्थेतील संरचनात्मक परिवर्तनाद्वारा

प्र. 84. सूची I व सूची II च्या जोड्या जुळवून खालील विकल्पांतून बरोबर उत्तर निवडा–

सूची I	सूची II
(A) अमर्त्य सेन	1) विकासाच्या पायऱ्या
(B) हर्शमन	2) असंतुलित विकास
(C) रोस्टोव्ह	3) चक्रीय संचयी प्रक्रिया
(D) जी. मिर्डाल	4) तांत्रिक निवड

विकल्प :	A	B	C	D
(a)	1	2	3	4
(b)	4	1	3	2
(c)	4	2	1	3
(d)	3	2	4	1

प्र. 85. विधान (A) : लायबेन्सटीनच्या मते लोकसंख्येतील वाढ विकासाची गती मंद होण्याचे कारण आहे.

कारण (R) : जसजसे उत्पन्न वाढते, तसतसे लोक जास्त मोठ्या कुटुंबाचा भार सहन करू शकतात.

खालील विकल्पांतून बरोबर उत्तर निवडा.

विकल्प (a) A व R दोन्ही बरोबर आहेत आणि R, हे A चे बरोबर स्पष्टीकरण आहे.

(b) A आणि R दोन्ही बरोबर आहेत पण R, हे A चे बरोबर उत्तर नाही.

(c) A बरोबर पण R चूक   (d) A चूक पण R बरोबर

प्र. 86. विधान (A) : विकासाचा 'प्रबल प्रयत्न' सिद्धान्त मोठ्या प्रमाणात विकासाच्या प्रयत्नांची मागणी करतो.

कारण (R) : सर्व विकसनशील देश क्षेत्रफळ आणि लोकसंख्या बृहद् असतात.

खालील विकल्पांतून योग्य उत्तर निवडा.

विकल्प : (a) A आणि R दोन्ही बरोबर आहेत आणि R, हे A चे बरोबर स्पष्टीकरण देते.

(b) A आणि R दोन्ही बरोबर आहेत पण R, हे A चे बरोबर स्पष्टीकरण देत नाही.

(c) A बरोबर आहे पण R चूक

(d) A चूक आहे पण R बरोबर

प्र. 87. विकसनशील देशांत विकासाच्या युक्तीच्या रूपात आर्थिक क्षेत्रांच्या पुरोगामी आणि प्रतिगामी संबंधांच्या भूमिकेला खालीलपैकी कोणत्या अर्थशास्त्रज्ञाने जास्त महत्त्व दिले आहे?

(a) ए. ओ. हर्षमन   (b) डब्ल्यू. ए. लेविस

(c) रॅगनर नर्क्स   (d) पॉल स्ट्रीटन

प्र. 88. हेरॉडच्या आर्थिक संवृद्धीच्या प्रारूपात जर वास्तविक विकास दर वांच्छित विकास दरापेक्षा $(Ga > Gw)$ जास्त असेल तर परिणाम

(a) नियंत्रित असंतुलन   (b) अनियंत्रित असंतुलन

(c) संतुलन पथ

(d) असंतुलन, जे संतुलनाकडे आणता येईल.

प्र. 89. शुम्पीटरने स्वत: प्रतिपादित केलेल्या विकासाच्या सिद्धान्तात जोर दिला आहे.

(a) संतुलित विकासाच्या आवश्यकतेवर

(b) प्रबल प्रयत्नांच्या आवश्यकतेवर

(c) नवप्रवर्तनाच्या भूमिकेवर

(d) निर्यात प्रोत्साहनावर

प्र. 90. हेरॉड प्रारूपात उत्पन्न संवृद्धीचा वांच्छित दर GW निरुपित केला गेला आहे–

(a) $GW = S \times Vr$

(b) $GW = \dfrac{S}{Vr}$

(c) $GW = \dfrac{Vr}{S}$

(d) $GW = \dfrac{I}{S} \times Vr$

येथे S सीमान्त बचत प्रवृत्ती आणि Vr वांच्छित उत्पादन अनुपात आहे.

प्र. 91. खालीलपैकी कोणते एक आर्थिक विकासात अडथळा नाही?

(a) बाजारातल्या कमतरता

(b) उपभोग प्रदर्शन प्रभाव

(c) अनुकूल व्यापाराच्या अटी

(d) दारिद्र्याचे दुष्टचक्र

प्र. 92. विधान (A) : रॅगनर नर्क्सने अल्पविकसित देशांच्या आर्थिक विकासासाठी संतुलित विकास उपागमांचा उपाय सांगितला.

कारण (R) : विकसनशील देशांमध्ये राज्यांच्या निर्देशनाखाली निरनिराळ्या आर्थिक क्षेत्राच्या विकासासाठी बृहद विकास कार्यक्रम आर्थिक विकासाची प्रक्रिया सुरू करण्यासाठी संघटित केला जाऊ शकतो.

खालील विकाल्पांतून बरोबर उत्तर निवडा.

विकल्प (a) A आणि R दोन्ही बरोबर आहेत आणि R, हे A चे बरोबर उत्तर आहे.

(b) A आणि R दोन्ही बरोबर आहेत पण R, हे A चे बरोबर स्पष्टीकरण नाही.

(c) A बरोबर आहे पण R चूक

(d) A चूक आहे पण R बरोबर

प्र. 93. खालील शब्दसमूहांवर विचार करा–

1) लोकसंख्येत वाढ

2) शिक्षण, स्वास्थ्य आणि आवासमध्ये सुधारणा

3) आर्थिक उत्पादक क्षेत्रांसाठी श्रमिकांचे वसन

4) सामाजिक संरचनेत सुधारणा

वरीलपैकी मानवी भांडवल विकासात सामील आहे–

(a) 2, 3 आणि 4

(b) 1, 2 आणि 4

(c) फक्त 1 आणि 4

(d) फक्त 2 आणि 3

प्र. 94. खालीलपैकी कोणते एक उत्पन्नाची असमानता मोजत नाही?

(a) लॉरेंझ वक्र

(b) दरडोई उत्पन्न

(c) गिनी गुणांक

(d) निरनिराळ्या उत्पन्न वर्गातील लोकसंख्येचा प्रतिशत

प्र. 95. 27 नोव्हेंबर 2010 रोजी भारतातील विसावी अणुभट्टी कोठे सुरू झाली?

(a) रावतभाटा   (b) नरोरा   (c) कैगा   (d) कल्पकम

प्र. 96. भारतामध्ये सहकारी तत्त्वावर वीज-वितरण करणारी एकमेव संस्था महाराष्ट्रातील कोणत्या जिल्ह्यात आहे?

(a) पुणे   (b) नागपूर   (c) अहमदनगर   (d) ठाणे

प्र. 97. वर्तमान स्थितीत भारताच्या एकूण निर्यातीत कृषी उत्पादनाच्या निर्यातीचा हिस्सा आहे–

(a) 0.5 टक्के   (b) 6–10 टक्के

(c) 11 ते 15 टक्के   (d) 16–20 टक्के

प्र. 98. गंगा कल्याण योजनेचा उद्देश आहे –

(a) जल प्रदूषण थांबवणे

(b) गरिबी रेषेखालील महिलांना मदत करणे

(c) गरीब शेतकऱ्यांना सिंचनाच्या सुविधा पुरविणे

(d) उत्तर प्रदेशात शिशू मृत्युदर कमी करणे.

प्र. 99. 2001 च्या जनगणनेनुसार महाराष्ट्राचा शहरी लोकसंख्या दर होता–

(a) 35%   (b) 44.50%   (c) 55%   (d) 65%

प्र. 100. खालील करांपैकी कोणता एक कर केंद्र सरकार राज्य सरकारांबरोबर वाटून घेते?

(a) आयकरावरील अधिभार   (b) सीमा शुल्क

(c) उत्पादन शुल्क   (d) सेवेवरील कर

प्र. 101. महाराष्ट्रात 2001 च्या जनगणनेनुसार स्त्रीपुरुष अनुपात (Sex Ratio) होता–

(a) 950   (b) 900   (c) 922   (d) 875

प्र. 102. भारतात कोणते क्षेत्र बचतीत सर्वाधिक योगदान देते?

(a) घरगुती क्षेत्र   (b) निगम क्षेत्र

(c) सार्वजनिक क्षेत्र   (d) सहकारी क्षेत्र

प्र. 103. निर्यातोन्मुखी उद्योग (EOU) योजना भारतात लागू केली गेली–

(a) 1961 मध्ये   (b) 1971 मध्ये

(c) 1981 मध्ये   (d) 1991 मध्ये

प्र. 104. भारतात राष्ट्रीय उत्पन्नाबद्दल माहिती देते–

(a) योजना आयोग   (b) केंद्रीय सांख्यिकीय संघटन

(c) भारतीय रिझर्व्ह बँक   (d) भारतातील सांख्यिकीय संस्था

प्र. 105. भारतीय अर्थव्यवस्थेत वर्तमानात ज्या क्षेत्राची विकास गती सर्वाधिक आहे ते आहे–

(a) कृषी | (b) पुनर्निर्माण
(c) सेवा | (d) जंगल, मत्स्यपालन आणि खनिज

प्र. 106. भारताच्या राष्ट्रीय उत्पन्नात (GDP) प्राथमिक क्षेत्राचा वाटा आहे –
(a) 12% | (b) 14%
(c) 16% | (d) 18%

प्र. 107. भारतात चालू खात्यात रुपयाला पूर्ण परिवर्तनीय केले गेले होते सन–
(a) 1993 मध्ये | (b) 1994 मध्ये
(c) 1995 मध्ये | (d) 1996 मध्ये

प्र. 108. भारतात, वर्तमान विदेशी विनिमय दर प्रणालीला म्हणतात,
(a) स्थिर विनिमय दर प्रणाली
(b) तरती विनिमय दर प्रणाली
(c) अग्रिम विनिमय दर प्रणाली
(d) प्रबंधित तरती विनिमय दर प्रणाली

प्र. 109. भारतात सरकारने अवस्थापनेत केलेली वर्तमान गुंतवणूक, राष्ट्रीय उत्पन्नाच्या
(a) 2% आहे | (b) 3% आहे | (c) 5% आहे | (d) 7%

प्र. 110. सन 1999–2000 मध्ये खालीलपैकी कोणत्या कराने सर्वांत जास्त उत्पन्न मिळवून दिले?
(a) आयकर | (b) संघ उत्पादन कर
(c) निगम कर | (d) केंद्रीय विक्री कर

प्र. 111. 'कर–विवाद निरसन' योजना केव्हा चालू झाली?
(a) 1995–96 | (b) 1996–97
(c) 1997–98 | (d) 1998–99

प्र. 112. खालीलपैकी कोणते एक अवस्थापनेत सामील केले जात नाही?
(a) ऊर्जा | (b) वाहतूक | (c) विमा | (d) शिक्षण

प्र. 113. भारतात ''द्वैत किंमत धोरणा''ची सुरूवात कोणत्या वस्तूच्या किंमतीपासून झाली?
(a) खनिजतेल | (b) कापूस | (c) चहा | (d) साखर

प्र. 114. भारतात विदेशी विनिमय कोष न्यूनतम होता सन
(a) 1989–90 मध्ये | (b) 1995–96 मध्ये
(c) 1996–97 मध्ये | (d) 1997–98 मध्ये

प्र. 115. भारत सरकारने राष्ट्रीय कृषी विमा योजना कार्यान्वित केली होती–
(a) 1990 मध्ये | (b) 1995 मध्ये
(c) 1997 मध्ये | (d) 1999 मध्ये

प्र. 116. नवीन मानव विकास सूचकांकानुसार जगात भारताचे स्थान आहे.

    (a) 112   (b) 122   (c) 19   (d) 142

प्र. 117. वर्तमान स्थितीत भारताचे विश्व निर्यातीतील योगदान आहे.

    (a) 1 टक्क्यापेक्षा कमी   (b) 1 ते 2 टक्के

    (c) 3 ते 4 टक्के   (d) 5 ते 7 टक्के

प्र. 118. 2009–10 मध्ये भारताचा सर्वांत मोठा निर्यात भागीदार होता.

    (a) युरोपियन संघ   (b) उत्तर अमेरिका

    (c) पूर्व युरोप   (d) आफ्रिका

प्र. 119. उत्पादनाचा घटत्या फलाचा नियम प्रामुख्याने प्रत्ययास येतो –

    (a) औद्योगिक क्षेत्रात   (b) वाहतुक क्षेत्रात

    (c) कृषी क्षेत्रात   (d) a, b, c मध्ये

प्र. 120. आठव्या पंचवार्षिक योजनेत केंद्र आणि राज्यांचा संयुक्त योजना खर्च खालील-
पैकी कोणत्या क्षेत्रात सर्वाधिक होता?

    (a) कृषी आणि ग्रामीण विकास   (b) उद्योग

    (c) ऊर्जा   (d) संचार आणि परिवहन

उत्तरे

1. a	2. b	3. a	4. b	5. b	6. d	7. d	8. b
9. a	10. c	11. b	12. c	13. a	14. c	15. c	16. a
17. a	18. c	19. b	20. c	21. b	22. b	23. b	24. a
25. d	26. b	27. a	28. a	29. c	30. d	31. b	32. d
33. a	34. b	35. d	36. c	37. b	38. d	39. d	40. a
41. c	42. a	43. c	44. b	45. c	46. c	47. a	48. d
49. d	50. b	51. b	52. d	53. a	54. c	55. a	56. b
57. b	58. c	59. a	60. d	61. d	62. a	63. d	64. a
65. b	66. b	67. a	68. d	69. b	70. c	71. a	72. d
73. d	74. d	75. c	76. a	77. d	78. b	79. d	80. b
81. b	82. a	83. d	84. c	85. b	86. c	87. a	88. d
89. c	90. b	91. c	92. a	93. a	94. b	95. c	96. c
97. d	98. c	99. b	100. c	101. c	102. a	103. c	104. b
105. c	106. d	107. b	108. d	109. d	110. b	111. d	112. c
113. d	114. a	115. d	116. c	117. a	118. a	119. a	120. c

∎∎∎

प्रश्नसंच – १२

प्र. 1. व्यापाराचा वैकल्पिक खर्चाचा सिद्धान्त

(a) व्यापाराच्या तुलनात्मक खर्चाच्या सिद्धान्ताच्या बाजूने आहे

(b) व्यापाराच्या तुलनात्मक खर्चाच्या सिद्धान्ताच्या विरुद्ध आहे.

(c) हेक्श्चर-ओहलिन सिद्धान्ताच्या बाजूने आहे.

(d) वरीलपैकी कशाशीही संबंधित नाही

प्र. 2. निर्यातीच्या काही प्रमाणाच्या ऐवजी आयात केले जाणारे अधिकतम प्रमाण दर्शविणाऱ्या वक्राला म्हणतात–

(a) पुरवठावक्र   (b) मागणीवक्र

(c) उपभोगवक्र   (d) प्रस्ताववक्र

प्र. 3. ओहलिनच्या तुलनात्मक घटक आधिक्याच्या किंमत कसोटीनुसार A देशात भांडवल भरपूर आहे; पण भांडवल आणि श्रमाच्या किंमतींचा अनुपात–

(a) B देशाच्या तुलनेत A मध्ये जास्त आहे

(b) B देशाच्या तुलनेत A मध्ये कमी आहे.

(c) B आणि A देश दोन्ही समान आहेत.

(d) B आणि A देशांत एकापेक्षा जास्त आहेत.

प्र. 4. शोधन शेषाच्या संतुलनात किंमत समायोजन क्रांतिक रूप अवलंबून असते.

(a) पुरवठा फलनाच्या लवचिकतेवर

(b) मागणी फलनाच्या लवचिकतेवर

(c) मागणी व पुरवठा फलनांच्या लवचिकतेवर

(d) वरीलपैकी कशावरच नाही

प्र. 5. हेबरलरच्या आंतरराष्ट्रीय व्यापार सिद्धान्तात दोन्हींपैकी कुठलाही देश पूर्ण विशिष्टीकरण करणार नाही, जर उत्पादन असेल–

(a) वाढत्या प्रतिफलाच्या नियमाच्या अंतर्गत

(b) स्थिर प्रतिफलाच्या नियमाच्या अंतर्गत

(c) घटत्या प्रतिफलाच्या नियमाच्या अंतर्गत

(d) वरील सर्वांच्या अंतर्गत

प्र. 6. सहभागी देशांमध्ये आर्थिक सहयोगाचे खालीलपैकी कोणते रूप सर्वांत दुर्बल आहे?

(a) स्वतंत्र व्यापार क्षेत्र   (b) आर्थिक संघ

(c) सीमा संघ   (d) एकत्र बाजार

प्र. 7. खालील विधानाचे काळजीपूर्वक परीक्षण करून दिलेल्या विकल्पांतून बरोबर उत्तर निवडा.

विधान (A) : आयात प्रशुल्क लावल्यावर आयातीत वस्तूंच्या किमतींत वाढ होण्याची शक्यता असते.

कारण (R) : ते व्यापार करणाऱ्या देशांमधील वस्तूंची मागणी आणि पुरवठ्याच्या लवचिकतेवर अवलंबून असते.

विकल्प : (a) (A) व (R) दोन्ही बरोबर आहेत (R) कारण (A) चे विकल्प बरोबर स्पष्टीकरण आहे (b) A व R दोन्ही बरोबर पण R, हे A चे बरोबर स्पष्टीकरण नाही (c) A बरोबर पण R चूक (d) A चूक पण R बरोबर

प्र. 8. खालीलपैकी कोणते एक विधान बरोबर नाही?

(a) आंतरराष्ट्रीय मुद्राकोषाने भारतात निरक्षरता नष्ट करण्यासाठी मदत केली आहे.

(b) आंतरराष्ट्रीय मुद्राकोषाने भारतात समष्टी आर्थिक असंतुलन नष्ट करण्यासाठी मदत केली आहे.

(c) आंतरराष्ट्रीय मुद्राकोषाने विनिमय समस्येचे निराकरण करण्यात मदत केली आहे.

(d) आंतरराष्ट्रीय मुद्राकोषाने भारताची अधिक विशेष आहरण अधिभार विभाजित करण्याची विनंती मानली आहे.

प्र. 9. क्रयशक्ती समता सिद्धान्ताचे प्रतिपादन केले

(a) डी. रिकार्डोने   (b) ए. मार्शलने

(c) जी. कॅसलने   (d) जे. वायनरने

प्र. 10. खालीलपैकी कोणी म्हटले आहे की, आंतरराष्ट्रीय व्यापार, निरपेक्ष लाभाच्या संकल्पनेवर आधारित आहे.

(a) ॲडम स्मिथ   (b) डेव्हिड रिकार्डो

(c) बर्टिल ओहलिन   (d) जे. एस. मिल

प्र. 11. असीमित श्रम पुरवठ्याबरोबर आर्थिक विकासाचा सिद्धान्त कोणी प्रतिपादित केला?

(a) रोझेन्स्टीन रोडॉन   (b) डब्ल्यू ए. लेविस

(c) डब्ल्यू. डब्ल्यू. रोस्टोव्ह   (d) आर. एम. सोलो

प्र. 12. भूमी, उत्पन्न किंवा धनाच्या वितरणातील असमानता मोजली किंवा दर्शविली जाऊ शकते–

(a) ओजाइव वक्राने   (b) लॉरेंझ वक्राने

(c) लाफर वक्राने   (d) ओकुन वक्राने

प्र. 13. संतुलित विकासाचा प्रत्यय संबंधित आहे–
   (a) सिंगरशी   (b) हर्षमनशी   (c) नर्क्सशी   (d) शुम्पीटरशी

प्र. 14. खालीलपैकी कोणी विचार केला होता की भांडवलवाद भविष्यात निष्क्रिय होईल?
   (a) जे. एस. मिल   (b) शुम्पीटर
   (c) केन्स   (d) ॲडम स्मिथ

प्र. 15. नर्क्सच्या मते विकसनशील देशांना कशामुळे आपल्या शोधन शेषावर गहन आणि प्रतिकूल प्रभावाचा सामना करावा लागेल?
   (a) प्रतिवाही प्रभाव   (b) प्रदर्शन प्रभाव
   (c) प्रसरण प्रभाव   (d) गुणक प्रभाव

प्र. 16. "कमी उत्पन्न असलेल्या देशांमध्ये अल्परोजगार श्रम विकासाच्या प्रक्रियेत मदतगार होऊ शकतो." हा विचार प्रस्तुत केला–
   (a) डब्ल्यू. ए. लेविसने   (b) जोन्स् रॉबिन्सनने
   (c) ए. के. सेनने   (d) आर. एम. सोलोने

प्र. 17. एखादी अर्थव्यवस्था, जिचा विकास दर लोकसंख्या वृद्धी दराएवढाच असतो, विकास करते–
   (a) प्राकृतिक दराने   (b) वांच्छित दराने
   (c) स्थिरता दराने   (d) असंतुलन दराने

प्र. 18. हेरॉड मॉडेलसाठी खालीलपैकी कोणते एक विधान बरोबर नाही?
   (a) लोकसंख्यादर बाह्य निर्धारित आहे
   (b) बचत अनुपात बाह्य निर्धारित आहे.
   (c) तंत्रज्ञानाची निवड भांडवलाच्या उपलब्धतेवर अवलंबून असते
   (d) गुंतवणूक, उत्पन्नाच्या वर्तमानातील वृद्धीवर अवलंबून असते.

प्र. 19. भारतात अल्प बचत संघटनेने एकत्र केलेल्या संसाधनांचा सर्वांत जास्त हिस्सा कोणाला मिळतो?
   (a) राज्य सरकारांना
   (b) संघ सरकारला
   (c) ग्रामपंचायत सोडून अन्य स्थानिक संस्थांना
   (d) ग्रामपंचायतींना

प्र. 20. विकास मॉडेलमध्ये मुद्रेचा उपयोग सर्वप्रथम केला
   (a) आर. एफ. हेरॉडने   (b) ई. डी. डोमरने
   (c) जे. रॉबिन्सनने   (d) जे. टॉबिनने

प्र. 21. हेरॉड मॉडेलच्या परिकल्पनेच्या (गृहीत धरलेल्या) परिघात खाली दिलेल्या आलेखातून कोणता एक वक्र फलनाला योग्य प्रकारे दर्शवितो?

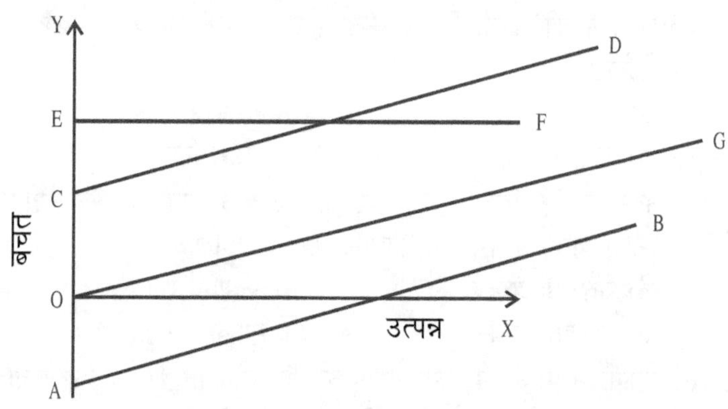

    (a) EF   (b) CD   (c) AB   (d) OG

प्र. 22. मानव विकास सूचकांकात खालीलपैकी कोणत्या गोष्टी सामील आहेत?

    (a) दरडोई उत्पन्न   (b) साक्षरता दर

    (c) जन्माच्या वेळेस जगण्याची शक्यता

    (d) शिशू मृत्यु दर.

    आपले उत्तर खालील समूहातून निवडा.

    (a) 1, 2, 3, 4   (b) 1, 2, 3   (c) 1, 3, 4   (d) 2, 3, 4

प्र. 23. सीमा संघ व्यापार आणि सृजन आणि व्यापार विवर्जन प्रभावाशी नाव जोडले गेले आहे.

    (a) एच. मॅकोवरचे   (b) जी. मार्टिनचे

    (c) ए. मार्शलचे   (d) जे. वायनरचे

प्र. 24. आधुनिक आर्थिक विकासाची मुख्य विशेषता आहे.

    (a) दरडोई उत्पादनात भरपूर वाढ

    (b) प्रतिएक श्रमाच्या उत्पादकतेत वाढ

    (c) आधुनिक प्रौद्योगिकीचा वाढता वापर

    (d) वरील सर्व

प्र. 25. शुम्पीटरच्या मते आर्थिक विकास एक

    (a) स्थैतिक अवस्थेत कधी कधी होणारे परिवर्तन आहे

    (b) दीर्घकाळात होणारे क्रमिक परिवर्तन आहे.

    (c) उत्पन्नाच्या स्तरातील वृद्धीची स्थिती आहे

    (d) बचतीच्या दरात सामान्य वृद्धीचा परिणाम आहे

प्र. 26. रोजेन्स्टीन रोडॉनच्या मते अर्थव्यवस्थेच्या विकासाची सर्वांत उत्तम पद्धत आहे.

(a) अर्थव्यवस्था मुद्दाम असंतुलित करणे

(b) व्यापक सामाजिक विकास

(c) गुंतवणुकीचा एक बृहद आणि संतुलित कार्यक्रम

(d) वरीलपैकी कुठलीही नाही

प्र. 27. खालीलपैकी काही करांचा भार विवर्तित केला जाऊ शकत नाही.

(a) उत्पन्नावरील कर   (b) व्यापारी लाभावर कर

(c) आयात–निर्यात शुल्क   (d) उत्पादन शुल्क

खालील विकल्पांतून बरोबर उत्तर निवडा.

विकल्प : (a) 1 आणि 2   (b) 3 आणि 4

         (c) 1, 3 आणि 4   (d) 2 आणि 3

प्र. 28. खालीलपैकी कोणती जवळची मुद्रा नाही?

(a) बचत जमा   (b) बचत व उधार हिस्सा भांडवल

(c) ट्रेझरी बिल   (d) मागणी जमा

प्र. 29. तरलता जाळ्याची स्थिती कोणी विकसित केली?

(a) केन्स   (b) फ्रीडमन   (c) फिशर   (d) पीगू

प्र. 30. 'आवश्यक न्यूनतम प्रयत्न' सिद्धान्त कोणी विकसित केला?

(a) आर्यर लेविसने   (b) लायबेन्स्टीनने

(c) रोस्टोव्हने   (d) ए. के. सेनने

प्र. 31. उत्पन्न व्यापार अटी परिभाषित होतात.

(a) $\dfrac{PxQx}{P_M Q_M}$ (b) $\dfrac{PxQx}{Q_M}$

(c) $\dfrac{PxQx}{P_M}$ (d) $\dfrac{P_M Q_M}{PxQx}$

प्र. 32. अनुकूलतम शुल्क ते आहे, जे–

(a) शुल्काने लाभ अधिकतम करते

(b) शुल्काने हानी न्यूनतम करते

(c) शुल्काने लाभ आणि हानी बरोबर करते

(d) वरीलपैकी कुठलेच नाही

प्र. 33. खाली दिलेल्या आलेखात किंमत परिवर्तनामुळे झालेला प्रतिस्थापन प्रभाव दर्शविला आहे. X वस्तूची किंमत कमी झाल्यामुळे उत्पन्नात क्षतिपूरक परिवर्तनाचे प्रमाण होईल–

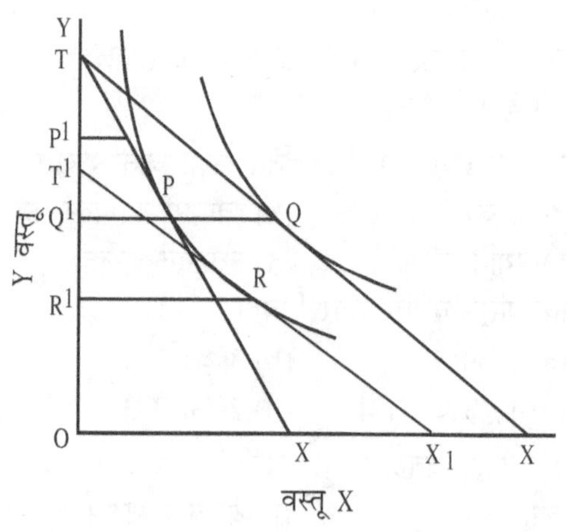

(a) TP^1　　(b) TQ^1　　(c) P^{1}Q^1　　(d) TT^1

प्र. 34. जर उच्च उत्पन्न स्तराकडे जाताना कराचा उत्पन्नाशी अनुपात वाढला तर तो कर–

(a) प्रतिगामी आहे　　　　(b) प्रगतिशील आहे

(c) आनुपातिक आहे　　　　(d) वरीलपैकी कुठलाच नाही

प्र. 35. खालीलपैकी कोणते एक विकास प्रारूप भारतवर्षात प्रथम पंचवार्षिक योजनेत वापरले गेले होते?

(a) हेरॉड–डोमर प्रारूप　　　　(b) हेरॉड प्रारूप

(c) महालनोबिस प्रारूप　　　　(d) सोलो प्रारूप

प्र. 36. आठव्या पंचवार्षिक योजनेत सार्वजनिक खर्चाचे प्रतिशत अधिकतम होते–

(a) शेतीवर　　　　　　(b) ग्रामीण विकासावर

(c) ऊर्जेवर　　　　　　(d) परिवहनावर

प्र. 37. खालीलपैकी कोणाचे सकल अंतर्गत बचतीत सर्वात जास्त योगदान आहे?

(a) घरगुती वित्तीय मालमत्ता　　　(b) घरगुती भौतिक मालमत्ता

(c) खासगी कंपनी क्षेत्र　　　　(d) सरकारी क्षेत्र

प्र. 38. अन्नपूर्णा योजनेची सुरुवात केली गेली–

(a) 1999–2000 च्या संघ सरकारच्या बजेटमध्ये

(b) 1998–1999 च्या संघ सरकारच्या बजेटमध्ये

(c) 1993–1994 च्या संघ सरकारच्या बजेटमध्ये

(d) 1977–1978 च्या संघ सरकारच्या बजेटमध्ये

प्र. 39. सन 1997–98 च्या कालावधीत राजकोषीय महसुलातील घसरणीसाठी खालील-
पैकी कोणते कारण जबाबदार नव्हते?

(a) अनुमानित पुनर्गुंतवणुकीची रक्कम न मिळणे

(b) उत्पादन शुल्काच्या संग्रहणात कमतरता

(c) सीमा शुल्काच्या संग्रहणात कमी

(d) स्वैच्छिक उत्पन्न प्रकटीकरण योजनेने संग्रहणात कमी

प्र. 40. भारतात राज्य सरकारांच्या सकल राजकोषीय घाट्याच्या (जी.एफ.डी.) वित्त
पोषणाचा सर्वांत महत्त्वाचा स्रोत आहे,

(a) वित्तीय संस्थांकडून कर्ज

(b) भविष्य निधी आणि आरक्षित निधीतून कर्ज

(c) केंद्र सरकारकडून कर्ज

(d) बाजारातून उधार

प्र. 41. भारताचे विदेशी विनिमय भांडार न्यूनतम होते,

(a) मार्च 1993 मध्ये   (b) मार्च 1995 मध्ये

(c) मार्च 1997 मध्ये   (d) मार्च 1998 मध्ये

प्र. 42. सार्वजनिक प्रतिष्ठानांसाठी पुनर्गुंतवणूक आयोगाची स्थापना केली गेली,

(a) ऑगस्ट 1994 मध्ये   (b) ऑगस्ट 1995 मध्ये

(c) ऑगस्ट 1996 मध्ये   (d) आगस्ट 1997 मध्ये

प्र. 43. 1991 नंतर भारतात कर सुधारणेमागे मुख्य उद्देश होता,

(a) कराचे दर नरम ठेवणे

(b) कराचे आधार विस्तृत ठेवणे

(c) चांगले कर प्रशासन निश्चित करणे.

(d) वरील सर्व

प्र. 44. खालीलपैकी भारताच्या कोणत्या राज्यात वाणिज्य बँकांच्या सर्वाधिक शाखा
आहेत?

(a) पश्चिम बंगाल   (b) उत्तर प्रदेश

(c) गुजरात   (d) महाराष्ट्र

प्र. 45. भारतात खालीलपैकी कोणत्या वर्षात स्फीतिचा दर सर्वाधिक होता?

(a) 1994–95   (b) 1995–96

(c) 1996–97   (d) 1997–98

प्र. 46. 12 व्या वित्त आयोगाचे अध्यक्ष होते.

(a) मनमोहनसिंग   (b) यशवंत सिन्हा

(c) सी. रंगराजन   (d) अमर्त्य सेन

प्र. 47. स्वयंस्फूर्ती विकासाचा उद्देश कोणत्या योजनेत वापरला होता?

(a) द्वितीय पंचवार्षिक योजनेत   (b) तृतीय पंचवार्षिक योजनेत

(c) चतुर्थ पंचवार्षिक योजनेत   (d) पाचव्या पंचवार्षिक योजनेत

प्र. 48. जागतिक व्यापारात भारताचे योगदान सध्याच्या काळात जवळपास आहे,

(a) 0.4 टक्के   (b) 0.6 टक्के   (c) 0.8 टक्के   (d) 1.2 टक्के

प्र. 49. भारतात वाणिज्य बँकांची गैरसमस्या सोडवण्यात खालीलपैकी कोणाचे नाव जोडले गेले आहे?

(a) चक्रवर्ती समिती   (b) चेलैय्या समिती

(c) तारापोरवाला समिती   (d) नरसिंहन समिती

प्र. 50. विनिमित सामग्रीचे भारताचे एकूण निर्यातीतील प्रमाण सध्या जवळपास आहे,

(a) 55 प्रतिशत   (b) 60 प्रतिशत

(c) 70 प्रतिशत   (d) 75 प्रतिशत

प्र. 51. सध्याच्या काळात भारतात अतिलघु क्षेत्रासाठी गुंतवणुकीची सीमा किती आहे?

(a) 25 लाख रु.   (b) 20 लाख रु.

(c) 10 लाख रु.   (d) 5 लाख रु.

प्र. 52. भारतात योजना आयोगाच्या अद्ययावत अनुमानानुसार दारिद्रयरेषेखाली जगणाऱ्या लोकसंख्येचे प्रतिशत किती आहे?

(a) 38.9   (b) 36.0   (c) 30.0   (d) 26.0

प्र. 53. एखाद्या उद्योगसंस्थेला अल्पकाळात तिच्या संपूर्ण बदलत्या उत्पादन खर्चावर एकूण प्राप्तीचे जेवढे आधिक्य प्राप्त होते त्याला म्हणतात –

(a) नफा   (b) खंड

(c) आभासी खंड   (d) अतिरिक्त नफा

प्र. 54. भारत सरकार देत असलेल्या एकूण सबसिडीत खाद्य आणि खतांसाठी उपदानाचा भाग आहे.

(a) 60 टक्के   (b) 65 टक्के   (c) 50 टक्के   (d) 75 टक्के

प्र. 55. भारतात सन 1980 पासून मुद्रेच्या पुरवठ्यात अधिक वाढ झाली. कारण–

(a) विदेशातून घेतलेले उधार

(b) विदेशांना दिलेले उधार

(c) भारतीय रिझर्व्ह बँकेने सरकारला दिलेले उधार

(d) बँकांनी खासगी क्षेत्रांना दिलेले उधार

प्र. 56. खालीलपैकी कोणत्या राज्यात 2001–06 च्या कालावधीत लोकसंख्या वृद्धीदर न्यूनतम होता?

(a) तमिळनाडू   (b) केरळ   (c) गुजरात   (d) महाराष्ट्र

प्र. 57. भारतात तदर्थ ट्रेझरी बिल पद्धतीऐवजी अर्थोपाय प्रणाली लागू केली गेली–

(a) 1 एप्रिल 1995 पासून   (b) 1 एप्रिल 1996 पासून

(c) 1 एप्रिल 1997 पासून   (d) 1 एप्रिल 1998 पासून

प्र. 58. सन 1999–2000 च्या संघ बजेटमध्ये सरकारने खालीलपैकी कोणत्या गोष्टीत सर्वाधिक अतिरिक्त संसाधन जमा करण्याचा प्रस्ताव दिला?

(a) प्रत्यक्ष करांवर अधिभार   (b) उत्पादन करांचे युक्तीकरण

(c) तट कराचे युक्तीकरण   (d) अति गती डिझेलवर अधिकर

प्र. 59. भारतात पडीत जमिनीचे क्षेत्र किती टक्के आहे?

(a) 12%   (b) 11%   (c) 8%   (d) 5%

प्र. 60. भारतातील सर्वांत मोठी राष्ट्रीयीकृत बँक आहे–

(a) रिझर्व्ह बँक ऑफ इंडिया   (b) स्टेट बँक ऑफ इंडिया

(c) सेंट्रल बँक ऑफ इंडिया   (d) बँक ऑफ इंडिया

प्र. 61. एकूण उपयोगिता महत्तम असते, जेव्हा सीमान्त उपयोगिता–

(a) महत्तम असते.   (b) शून्य असते.

(c) ऋणात्मक असते   (d) वरीलपैकी कुठलेच नाही.

प्र. 62. जेव्हा मागणीचा वक्र x – अक्षाला समांतर एक सरळ रेषा असतो तेव्हा हे दर्शवितो की, मागणीची लवचिकता–

(a) शून्य आहे.   (b) एकापेक्षा कमी आहे.

(c) अनंत आहे.   (d) एकापेक्षा जास्त आहे.

प्र. 63. जर दोन वस्तूंसाठी मागणीची आडवी लवचिकता धनात्मक असेल तर त्या वस्तू–

(a) स्थानापन्न असतील   (b) पूरक असतील

(c) एकमेकींशी संबंधित नसतील   (d) वरीलपैकी कुठलेही नाही.

प्र. 64. निकृष्ट वस्तूंसाठी मागणीची उत्पन्न लवचिकता–

(a) धनात्मक असते   (b) ऋणात्मक असते

(c) शून्य असते   (d) अनंत असते.

प्र. 65. दोन वस्तूंमध्ये ऱ्हासमान सीमान्त प्रतिस्थापन दर अनधिमान वक्राला करते–

(a) x– अक्षाला समांतर   (b) y– अक्षाला समांतर

(c) मूळ बिंदू प्रति उत्तल   (d) मूळ बिंदू प्रति अवतल

प्र. 66. जेव्हा x वस्तूच्या अंतिम एककाच्या उपभोगाने मिळालेली सीमान्त उपयोगिता y वस्तूंच्या अंतिम एककाच्या उपभोगाने प्राप्त झालेल्या सीमान्त उपयोगितेच्या दुप्पट असेल तेव्हा उपभोक्ता संतुलनाची स्थिती असेल, जर–

(a) x वस्तूची किंमत y वस्तूच्या किमतीच्या दुप्पट असेल

(b) x वस्तूची किंमत y वस्तूच्या किमतीच्या बरोबर असेल.

(c) x वस्तूची किंमत y वस्तूच्या किमतीच्या अर्धी असेल

(d) वरीलपैकी कुठलेही एक शक्य आहे.

प्र. 67. एखाद्या उपभोक्त्याचा मागणीवक्र मिळवला जाऊ शकतो–

(a) उत्पन्न–उपभोग वक्राने   (b) एंजल वक्राने

(c) किंमत–उपभोग वक्राने   (d) यातील कशानेही नाही.

प्र. 68. खालीलपैकी कोणते एक प्रावैगिक मागणी फलन आहे?

(a) $Dt = a + bP_t$ (b) $Dt = a + bP_{t-1}$

(c) $Dt = a + b\triangle P_t$ (d) $D_{t-1} = a + bP_{t-1}$

प्र. 69. जर वस्तूची किंमत 20 रुपये आहे आणि मागणीची लवचिकता 2.5 आहे, तर उत्पादकाचे सीमान्त उत्पन्न होईल–

(a) 8 रु.   (b) 50 रु.   (c) 12 रु.   (d) 18.5 रु.

प्र. 70. किंमत निर्धारणामधील वेळेच्या महत्त्वाला सर्वांत प्रथम कोणी स्वीकारले?

(a) जे. आर. हिक्स   (b) ए. मार्शल

(c) डी. रिकार्डो   (d) ए. स्मिथ्

प्र. 71. एखाद्या 'गिफिन वस्तू'च्या संदर्भात–

(a) शून्य उत्पन्न प्रभावापेक्षा धनात्मक प्रतिस्थापन प्रभाव जास्त असतो.

(b) शून्य उत्पन्न प्रभाव आणि शून्य प्रतिस्थापन प्रभाव बरोबर असतात.

(c) ऋणात्मक उत्पन्न प्रभाव धनात्मक प्रतिस्थापन प्रभावापेक्षा जास्त जड असतो.

(d) ऋणात्मक उत्पन्न प्रभाव, धनात्मक प्रतिस्थापन प्रभावाच्या बरोबर असतो.

प्र. 72. अल्पकाळात, उत्पादन प्रत्येक वृद्धीबरोबर स्थिर लागत–

(a) वाढते   (b) अपरिवर्तित राहाते

(c) कमी होते   (d) सुरुवातीला वाढते मग कमी होते.

प्र. 73. सीमान्त खर्च स्वतंत्र असतो –

(a) एकूण खर्चाहून   (b) स्थिर खर्चाहून

(c) परिवर्तनशील खर्चाहून   (d) सरासरी परिवर्तनशील खर्चाहून

प्र. 74. MC त्या बिंदूवर AC च्या बरोबर असतो, ज्यावर AC

    (a) शून्य असतो.   (b) आपल्या न्यूनतमवर असतो.

    (c) वाढतो   (d) कमी होतो.

प्र. 75. खालीलपैकी कोणता एक वक्र U आकाराचा नसतो?

    (a) AVC वक्र   (b) AFC वक्र

    (c) AC वक्र   (d) MC वक्र

प्र. 76. उत्पादनाच्या एखाद्या साधनाचा वैकल्पिक खर्च असतो.

    (a) जी हे साधन आपल्या वर्तमान वापरातून मिळवत असते.

    (b) जी हे साधन दीर्घकाळात मिळवून देते

    (c) जी हे साधन दुसऱ्या उपयोगातून मिळवून देते.

    (d) जी हे साधन वर्तमान स्थितीत वापरण्यासाठी दिली जाते.

प्र. 77. एकाधिकारी स्पर्धेत उत्पादकांच्या समूहासाठी खालीलपैकी कोणते बरोबर आहे?

    (a) वस्तूचा मागणीवक्र अतिताठर असतो.

    (b) वस्तूच्या मागणीची आडवी लवचिकता खूप कमी असते.

    (c) वस्तूच्या मागणीची किंमत लवचिकता व मागणीची आडवी लवचिकता दोन्हींचे प्रमाण जास्त असते.

    (d) वस्तू समांग असते.

प्र. 78. उत्पादनाच्या सुरुवातीच्या अवस्थेत वाढत्या फलाचा नियम का कार्यशील होतो?

    (a) स्थिर साधनाची अविभाज्यता   (b) श्रमाचे वाढणारे विशिष्टीकरण

    (c) तंत्रज्ञानातील परिवर्तन   (d) वरील (a) आणि (b) दोन्ही

प्र. 79. कॉब-डग्लस उत्पादन फलनासाठी खालीलपैकी कोणते बरोबर आहे?

    (a) हे फक्त प्रमाणाच्या स्थिर प्रतिफलाला दर्शविते

    (b) हे फक्त साधनांच्या प्रति असलेले ऱ्हासमान प्रतिफल दर्शविते.

    (c) हे प्रमाणाचे स्थिर प्रतिफल आणि साधनांच्या प्रति ऱ्हासमान प्रतिफल दोन्ही दर्शविते.

    (d) फक्त वृद्धिमान प्रमाणाचे प्रतिफल दर्शविते.

प्र. 80. पूर्ण स्पर्धा आणि दीर्घकाळात फर्मने मिळवलेल्या अपसामान्य लाभात तिरोहित होण्याचे कारण आहे–

    (a) सरासरी खर्चवक्र वर चढणे.

    (b) उद्योगात प्रवेश केलेल्या नवीन फर्मस्चा प्रभाव.

(c) उत्पादकांना लाभ मिळवण्याची इच्छा नसणे.

(d) सरकारचे सर्व लाभ अभिज्ञप्त करणे.

प्र. 81. अल्पाधिकार अंतर्गत किंमत जडता समजावण्यासाठी 'विकुंचित मागणी वक्र' चा उपयोग कोणी केला?

(a) चेंबरलीन   (b) स्वीजी   (c) स्टिग्लर   (d) हॉल आणि हिच

प्र. 82. आभासी खंडाची (Quasi Rent) संकल्पना मांडली –

(a) पीगूने   (b) मार्शलने   (c) रिकार्डोने   (d) फिशरने

प्र. 83. ''व्याज शुद्ध रुपाने एक मौद्रिक गोष्ट आहे.'' हा विचार–

(a) ऋण–योग्य कोष सिद्धान्ताचा आहे.

(b) तरलता अधिमान सिद्धान्ताचा आहे.

(c) बचत–गुंतवणूक सिद्धान्ताचा आहे.

(d) त्याग सिद्धान्ताचा आहे.

प्र. 84. 'खंड (rent) एखाद्या साधनाच्या स्थानांतरण उत्पन्नातून मिळणाऱ्या अतिरिक्त प्राप्तीला म्हणतात.' हा विचार दिला–

(a) डी. रिकार्डोने   (b) ए. मार्शलने

(c) जे. एस. मिलने   (d) जोन्स् रॉबिन्सनने

प्र. 85. अपूर्ण स्पर्धा बाजार आणि दीर्घकाळातील उत्पादकाचे संतुलन होईल–

(a) वृद्धिमान प्रतिफलाच्या नियमाअंतर्गत

(b) वृद्धिमान खर्च नियमाअंतर्गत

(c) स्थिर प्रतिफलाच्या नियमाअंतर्गत

(d) ऱ्हासमान प्रतिफलाच्या नियमाअंतर्गत

प्र. 86. द्विक्षेत्रीय प्रारूपात उत्पन्नाचा चक्रीय प्रवाह प्रदर्शित करतो–

(a) घरगुती आणि व्यापारी क्षेत्रांमधील

(b) घरगुती आणि व्यापारी क्षेत्रांनी ठेवलेले मुद्रेचे प्रमाण

(c) घरगुती आणि व्यापारी क्षेत्रांनी ठेवलेली धन रक्कम

(d) घरगुती आणि व्यापारी क्षेत्रांनी केलेली बचत

प्र. 87. ''वास्तविक राष्ट्रीय उत्पन्नात' वाढ होते, जेव्हा –

(a) आवश्यक वस्तूंच्या किमती वाढतात.

(b) लोकांची बचत वाढते.

(c) अर्थव्यवस्थेत मुद्रेचा पुरवठा वाढतो.

(d) अर्थव्यवस्थेत एकूण उत्पादन वाढते.

प्र. 88. शुद्ध राष्ट्रीय उत्पादन (NNP) बरोबर असते–
(a) GNP सकल कराच्या
(b) GNP विदेशी मदतीच्या
(c) GNP भांडवल ऱ्हासांच्या
(d) GNP अप्रत्यक्ष कराच्या.

प्र. 89. भारतात राष्ट्रीय उत्पन्नाचा अंदाज खालीलपैकी कोणी सर्वप्रथम लावला?
(a) के. एन. राज
(b) व्ही. के. आर. व्ही. राव
(c) दादाभाई नौरोजी
(d) पी. सी. महालनोबिस

प्र. 90. राष्ट्रीय उत्पन्नासाठी खालीलपैकी कोणते एक समीकरण योग्य आहे?
(a) $(I + G) = (S + T) + (M - X)$
(b) $(I + G) + (S + T) = (M - X)$
(c) $(I + G) + (M - X) = (S + T)$
(d) $(I + G) - (S + T) = (X - M)$

प्र. 91. एका काल्पनिक अर्थव्यवस्थेसाठी शुद्ध राष्ट्रीय उत्पादनाचे माप 10,000 कोटी रु., अप्रत्यक्ष कर 1,5000 कोटी रु. आणि अनुदान 800 कोटी रु. आहे, तर राष्ट्रीय उत्पन्नाचे प्रमाण होईल–
(a) 12,300 कोटी रु.
(b) 100,800 कोटी रु.
(c) 7,700 कोटी रु.
(d) 9,300 कोटी रु.

प्र. 92. मुद्रेच्या विनिमयासाठी मागणीचे प्रामुख्याने फलन होते.
(a) व्याजदराचे
(b) नफ्याचे
(c) आशेचे
(d) उत्पन्नाचे

प्र. 93. केन्सच्या मते, विनियोक्ता बाँडपेक्षा मुद्रा स्वत:जवळ ठेवणे पसंत करतो, पण तो आशा करतो की,
(a) व्याजाचा दर घसरेल
(b) व्याजाचा दर वाढेल
(c) बाँडच्या किमती वाढतील
(d) व्याजाचा दर स्थिर राहील.

प्र. 94. विनियोग गुणक बरोबर असतो–
(a) I/MPC
(b) $I/(I–MPC)$
(c) $\dfrac{1}{MPC - 1}$
(d) $I/(I+MPS)$

प्र. 95. खालीलपैकी कोणते एक गुणकाच्या प्रमाणातील गळतीचे कारण असेल?
(a) विक्री कराच्या दरातील कपात
(b) उत्पन्न कराच्या दरात सामान्य कमी
(c) उपभोग वस्तूंच्या किमतीत कमी
(d) आयातीत वाढ

प्र. 96. IS वक्र खालीलपैकी कोणत्या बेरजेला दर्शवितो?
(a) उच्च व्याजदर आणि कमी उत्पन्न स्तरातील
(b) उच्च व्याजदर आणि उच्च उत्पन्न स्तरातील

(c) उच्च व्याजदर आणि उच्च विनियोग स्तरातील

(d) उच्च व्याजदर आणि कमी बचत स्तरातील.

प्र. 97. खालीलपैकी कोणते एक विधान केन्सच्या उपभोग फलनासाठी बरोबर आहे?

(a) उत्पन्नाबरोबरच उपभोग समान प्रमाणात वाढतो.

(b) उत्पन्नाबरोबरच उपभोग आनुपातिक स्वरूपात वाढत जातो.

(c) उपभोगातील वाढ उत्पन्न वाढीपेक्षा जास्त तीव्र असते.

(d) उपभोगातील वाढ उत्पन्न वाढीपेक्षा कमी तीव्र असते.

प्र 98. केन्सच्या रोजगार सिद्धान्तात पूर्ण रोजगाराचा अर्थ आहे,

(a) श्रमाचा पूर्ण रोजगार

(b) भांडवलाचा पूर्ण रोजगार

(c) नैसर्गिक संसाधनांचा पूर्ण वापर

(d) सर्व संसाधनांचा पूर्ण रोजगार

प्र. 99. खालीलपैकी कोणी मुद्रेला कल्याण मोजण्याचे प्रमाण बनवले?

(a) जे.एस.मिल

(b) ए.मार्शल

(c) एल. रॉबिन्स

(d) ए.सी.पीगू

प्र. 100. भारतीय रिझर्व्ह बँकेने पारिभाषित केलेला मुद्रेचा पुरवठा M1 मध्ये सामील होतो–

(a) जनतेजवळील चलन

(b) जनतेजवळील चलन आणि बँकांजवळील मागणी जमा

(c) जनतेजवळील चलन आणि बँकांजवळील सावधी जमा

(d) जनतेजवळील चलन आणि राष्ट्रीय बचत संघटनेजवळील जमा.

प्र. 101. जर मुद्रा परिमाण सिद्धान्ताच्या फिशरच्या समीकरणात मुद्रेचा पुरवठा दुप्पट केला गेला तर मूल्य स्तर होईल–

(a) अर्धा

(b) दुप्पट

(c) अपरिवर्तित

(d) थोडा जास्त

प्र. 102. मुद्रा परिमाण सिद्धान्त एक–

(a) स्थैतिक सिद्धान्त आहे.

(b) प्रावैगिक सिद्धान्त आहे.

(c) तुलनात्मक स्थैतिक सिद्धान्त आहे.

(d) तथ्याचे विधान आहे.

प्र. 103. 'सामान्यत: लोक उत्पन्नाचा एक ठरविक भाग मुद्रा-शेषच्या रूपात ठेवण्याचे ठरवतात; हे विधान संबंधित आहे–

(a) फिशरच्या समीकरणाशी

(b) केंब्रिज समीकरणाशी

(c) मिल्टन फ्रिडमनशी

(d) लॉर्ड केन्सशी

प्र 104. वास्तविक शेष प्रभावाच्या प्रत्ययाचे विधान दिले–

(a) ए. सी. पीगूने
(b) सी. मायर्सने
(c) ए. मार्शलने
(d) जे. टॉबिनने

प्र. 105. खालीलपैकी कोणत्या गोष्टी व्यवहारतोल खात्यात व्यापाराच्या अदृश्य गोष्टी आहेत?

1) परदेशी लोकांना विमा सेवा विकणे

2) विदेशातून मिळणारा लाभांश

3) परदेशी पर्यटकांकडून मिळणारे उत्पन्न

4) परदेशी लोकांच्या मालमत्तेची विक्री

बरोबर उत्तर खालील विकल्पांतून निवडा.

(a) फक्त 2 आणि 3
(b) 1, 3 आणि 4
(c) वरील सर्व
(d) 1, 2 आणि 3

प्र. 106. उत्पादक मालमत्तेच्या रूपात, मानव संपत्तीचे मुद्रेच्या सिद्धान्तात उपयोग करण्याचे श्रेय दिले जाते–

(a) ए. के. सेनला
(b) जे. एम. केन्सला
(c) एम. फ्रीडमनला
(d) एच.जे. जॉन्सनला

प्र. 107. बेरोजगारीचा दर आणि स्फीतिच्या दरामधील अल्पकाळात आनुभविक संबंधांना औपचारिक रूप दिले–

(a) ए. डब्ल्यू. फिलिप्सने
(b) जेम्स टॉबिनने
(c) पॉल सॅम्युएलसनने
(d) जॉन मेनॉर्ड केन्सने

प्र. 108. खालील विधानांचे परीक्षण करा–

1) श्रम हे उत्पादनाचे एकमेव साधन आहे.

2) मूल्याचा श्रम सिद्धान्त मान्य आहे.

3) देशात श्रम पूर्ण गतिशील आहे.

4) व्यापारात दोन देशांमध्ये श्रम पूर्ण गतिशील आहे.

वरीलपैकी कोणती विधाने प्रतिष्ठित आंतरराष्ट्रीय व्यापार सिद्धान्तासाठी बरोबर आहेत? आपले उत्तर खालील विकल्पांतून निवडा.

विकल्प (a) वरील सर्व
(b) 2, 3 आणि 4
(c) 1, 2 आणि 3
(d) 2 आणि 3

प्र. 109. भारतीय रिझर्व्ह बँक नोट निर्गमनाची खालीलपैकी कोणती प्रणाली वापरते?

(a) निश्चित विश्वासाश्रित प्रणाली

(b) आनुपातिक कोष प्रणाली

(c) न्यूनतम कोष प्रणाली

(d) विशेष आहरण अधिकाराच्या कोट्याच्या अनुपाताची

प्र. 110. खालीलपैकी कोणते एक सरकारची देयता नाही?

(a) इंदिरा विकासपत्र   (b) किसान विकासपत्र

(c) ट्रेझरी बिल   (d) सार्वजनिक उपक्रमात शेअर

प्र. 111. अधिकतम सामाजिक लाभाचा सिद्धान्त सर्वप्रथम सांगितला होता–

(a) हिक्सने   (b) डाल्टनने

(c) टेलरने   (d) मसग्रेवने

प्र. 112. समतेचा नियम सर्वांत जास्त पूर्ण होतो–

(a) विक्रीकराद्वारे   (b) उत्पादन शुल्काद्वारे

(c) आयकराद्वारे   (d) वरील सर्वांनी

प्र. 113. खाली दिलेल्या केंद्र सरकारच्या उत्पन्नाच्या साधनांना त्यांच्या एकूण महसुलातील योगदानाच्या आधारे अवरोही क्रमात लावा.

खालील विकल्पांतून योग्य उत्तर निवडा.

(1) उत्पादन कर   (2) आयकर   (3) तट कर   (4) निगम कर

विकल्प :				
(a)	3	2	1	4
(b)	1	3	4	2
(c)	4	3	2	1
(d)	1	4	3	2

प्र. 114. कर विवर्तन ती प्रक्रिया दर्शविते, ज्यामुळे–

(a) कराचा मौद्रिक भार एका व्यक्तीवरून दुसऱ्या व्यक्तीवर हस्तांतरित होतो.

(b) कराचा वास्तविक भार एका व्यक्तीवरून दुसऱ्या व्यक्तीवर हस्तांतरित होतो.

(c) वरील (a) आणि (b) दोन्ही

(d) वरीलपैकी कुठलेही नाही.

प्र. 115. नियंत्रक व महालेखापरीक्षक यांची नियुक्ती होते –

(a) कलम 148   (b) कलम 153

(c) कलम 189   (d) कलम 191

प्र. 116. 'हीनांसाठी प्रबंधन' या नीतीवर टीका केली जाते. कारण यात –

(a) सरकार हळूहळू दिवाळखोर होत जाते.

(b) पश्चिमेकडील उच्च उपभोग जीवनशैलीला उत्तेजन मिळते.

(c) सर्व उच्च मागणी पूर्ण होते.

(d) मुद्रास्फितीला उत्तेजन मिळते.

प्र. 117. बजेट तोट्याच्या तुलनेत राजकोषीय तोट्याचा आकार नेहमीच–

    (a) मोठा राहील   (b) छोटा राहील

    (c) बरोबर राहील   (d) वरीलपैकी कुठलाही नाही.

प्र. 118. खालीलपैकी काय राजकोषीय नीतीचे साधन आहे?

    (a) करारोपण   (b) सार्वजनिक व्यय

    (c) सार्वजनिक ऋण   (d) वरील सर्व

प्र. 119. खालीलपैकी कोणते विधान स्वतंत्र आंतरराष्ट्रीय व्यापाराच्या संदर्भात बरोबर आहे?

    (a) मुक्त व्यापार संसाधनांच्या अनुकूलतम वापराला प्रेरित करतो.

    (b) मुक्त व्यापार एकाधिकार निर्मितीला थांबवतो.

    (c) मुक्त व्यापार औद्योगिक संरचनेचे विविधीकरण करतो.

    (d) वरील सर्व.

प्र. 120. उत्पन्नातील परिवर्तन आणि निर्यातीतील परिवर्तन यांमधील अनुपाताला म्हणतात–

    (a) विदेशी व्यापार गुणक   (b) भांडवल गुणक

    (c) व्यापाराच्या उत्पन्न आधारित अटी

    (d) अर्थव्यवस्थेतील खुलेपणाचे माप

उत्तरे

1. a	2. d	3. b	4. b	5. c	6. a	7. a	8. a
9. c	10. a	11. b	12. b	13. c	14. b	15. b	16. a
17. c	18. c	19. a	20. d	21. d	22. b	23. d	24. d
25. a	26. c	27. a	28. c	29. a	30. b	31. c	32. a
33. d	34. b	35. a	36. c	37. a	38. a	39. d	40. c
41. a	42. c	43. d	44. b	45. a	46. c	47. b	48. c
49. d	50. d	51. a	52. b	53. c	54. d	55. d	56. b
57. c	58. b	59. c	60. b	61. b	62. c	63. a	64. b
65. c	66. a	67. c	68. b	69. c	70. b	71. c	72. b
73. b	74. b	75. b	76. d	77. c	78. d	79. a	80. b
81. b	82. b	83. b	84. d	85. b	86. a	87. d	88. c
89. c	90. a	91. d	92. d	93. a	94. b	95. d	96. a
97. d	98. b	99. b	100. b	101. b	102. a	103. b	104. a
105. d	106. c	107. a	108. c	109. c	110. c	111. b	112. c
113. b	114. a	115. a	116. d	117. a	118. d	119. d	120. a

■■■

प्रश्नसंच – १३

प्र. 1. हेरॉडचे विकास मॉडेल काही मान्यतांवर आधारित आहे–

1) अर्थव्यवस्था बंद आणि सरकारी हस्तक्षेप नसलेली आहे

2) अर्थव्यवस्थेत प्रौद्योगिक उन्नती झाली तर भांडवलप्रधान किंवा श्रमप्रधान होऊ शकते.

3) उत्पादन स्थिर–उत्पादन सिद्धान्ताच्या अंतर्गत होते.

4) श्रम पुरवठा एका ठराविक दराने वाढत आहे.

खालीलपैकी कोणते बरोबर आहे?

(a) 1, 2 आणि 3   (b) 1, 3 आणि 4

(c) 1, 2 आणि 4   (d) 2, 3 आणि 4

प्र. 2. असंतुलित विकासाच्या रणनीतीचे समर्थन दिले–

(a) रेगनर नर्क्सने   (b) ए. ओ. हर्षमनने

(c) रोजेस्टीन रोडानने   (d) एन. काल्डारने

प्र. 3. आर्थिक विकासाचे सर्वांत योग्य मापक आहे–

(a) वास्तविक राष्ट्रीय उत्पन्नाचा वृद्धीदर

(b) वास्तविक दर डोई उत्पन्नाचा वृद्धीदर

(c) अर्थव्यवस्थेतील अनुकूल संरचनात्मक परिवर्तनांबरोबर वास्तविक दरडोई उत्पन्नाचा वृद्धीदर

(d) वास्तविक उपभोगाचा वृद्धीदर

प्र. 4. हेरॉड मॉडेलमध्ये जेव्हा $G = G_w < G_n$ असते तेव्हा त्याचा अर्थ होतो–

(a) स्फीति होईल.

(b) अस्फीति होईल.

(c) श्रमाच्या पूर्ण रोजगाराची स्थिती होणार नाही.

(d) उद्योगांमध्ये उत्पादन क्षमतेचा संपूर्ण उपयोग होणार नाही.

प्र. 5. प्रच्छन्न बेरोजगारीच्या संकल्पनेच्या प्रामाणिकपणाला संदिग्ध म्हटले आहे–

1) शूल्जने   2) लेविसने   3) जे. रॉबिन्सनने   4) जॉर्गेन्सनने

खालील विकल्पांतून बरोबर उत्तर निवडा.

विकल्प : (a) फक्त 1   (b) 1 आणि 3   (c) 1 आणि 4   (d) 2 आणि 4

प्र. 6. सामाजिक द्वैताचा सिद्धान्त प्रस्तुत केला–

(a) जे. एच. बोकने   (b) जी. मीर्डलने

(c) जे. के. गॅल्ब्रेथने   (d) जे. मिवेलीजने

प्र. 7. "आंतरराष्ट्रीय व्यापार आता विकासाचे इंजीन राहिलेले नाही." हा विचार प्रस्तुत केला–

(a) ए. मार्शलने   (b) आर. नर्क्सने

(c) जे. वायनरने   (d) जी. हेबरलरने

प्र. 8. "व्यापारअटींची प्रवृत्ती विकसनशील देशांच्या हिताच्या विरुद्ध बदलण्याची होती." या विचाराचे प्रतिपादन केले–

(a) सिंगर–प्रेबिशने   (b) जे. वायनरने

(c) ए. मार्शलने   (d) ओहलिन–हेक्सचरने

प्र. 9. 1997–98 च्या उत्तरार्धात भारतीय रिझर्व्ह बँकेच्या व्याजदर नीतीचा सर्वांत मुख्य उद्देश होता,

(a) गुंतवणुकीला प्रेरित करणे   (b) बचतीसाठी प्रेरित करणे

(c) बचतीच्या प्रवाहाला वित्तीय रूपात प्रेरित करणे

(d) प्राथमिकतेच्या कारणांसाठी पत थांबवणे.

प्र. 10. खालीलपैकी काय मानवी विकास सूचकांकाचे तत्त्व नाही?

(a) शिक्षण   (b) जीवन अपेक्षा

(c) समंजित दरडोई उत्पन्न   (d) दारिद्र्यरेषेखालील लोकांची संख्या

प्र. 11. जनसांख्यिकीय संक्रमण सिद्धान्तात निम्न विधान आहे–

1) उच्च जन्मदर आणि निम्न मृत्युदरामुळे लोकसंख्येत तीव्र वाढ

2) उच्च जन्मदर आणि उच्च मृत्युदर यांमुळे स्थिर लोकसंख्या

3) निम्न जन्मदर आणि निम्न मृत्युदर यांमुळे स्थिर लोकसंख्या

वरील वाक्यांमध्ये बरोबर कालानुक्रम लावून दिलेल्या विकल्पांतून बरोबर उत्तर निवडा.

विकल्प : (a) 2, 1 आणि 3   (b) 1, 2 आणि 3

(c) 3, 2 आणि 1   (d) 2, 3 आणि 1

प्र. 12. सूची A मध्ये पुस्तकांची नावे आणि सूची B मध्ये अर्थशास्त्रज्ञांची नावे दिली आहेत. त्यांच्या जोड्या जुळवून खालील विकल्पांतून बरोबर उत्तर निवडा.

सूची A	सूची B
(A) द स्ट्रक्चर ऑफ अमेरिकन इकॉनॉमी	1) जी. मिर्डल
(B) एशियन ड्रामा	2) आर. नर्क्स
(C) प्रॉब्लेम्स ऑफ कॅपिटल फॉर्मेशन इन अंडरडेव्हलप्ड कंट्रीज	3) जे. रॉबिन्सन
(D) अक्युम्युलेशन ऑफ कॅपिटल	4) डब्ल्यू लियाँटीफ

विकल्प :	A	B	C	D
(a)	1	2	3	4
(b)	4	1	2	3
(c)	2	3	4	1
(d)	3	4	1	2

प्र. 13. जर एखादी अर्थव्यवस्था आपल्या उत्पन्नाच्या 20 टक्के गुंतवणूक करते आणि उत्पादन भांडवल अनुपात 1:4 असेल व लोकसंख्या दरवर्षी 2 टक्के दराने वाढत असेल तर अर्थव्यवस्थेचा सामान्य वृद्धी दर काय असेल?

(a) 5.00 टक्के   (b) 4.00 टक्के   (c) 3.00 टक्के   (d) 2.00 टक्के

प्र. 14. खालीलपैकी कोणता एक विकास सिद्धान्त सेच्या बाजार नियमांचे समर्थन करू शकतो?

(a) शुम्पीटरचा सिद्धान्त

(b) लेविसचा असीमित श्रम पुरवठ्याचा सिद्धान्त

(c) ए. ओ. हर्षमनचा सिद्धान्त

(d) रॅगनर नर्क्सचा संतुलित विकासाचा सिद्धान्त

प्र. 15. खालीलपैकी कोणत्या अर्थशास्त्राज्ञाने 'पंगु सुवर्णकाळाचा विचार' दिला?

(a) यंगसन   (b) डोमर   (c) जे. रॉबिन्सन (d) हेरॉड

प्र. 16. भारतात MODVAT ची सुरुवात केली गेली–

(a) 1986 मध्ये   (b) 1990 मध्ये

(c) 1994 मध्ये   (d) 1997 मध्ये.

प्र. 17. भारताच्या एकूण आयातीत गेल्या काही वर्षांत सर्वांत महत्त्वाचा घटक कोणता होता?

(a) रसायन   (b) रासायनिक खते

(c) पेट्रोल व तेल   (d) लोह आणि स्टिल

प्र. 18. जागतिक व्यापार संघटनेची स्थापना झाली–

(a) 1993 मध्ये   (b) 1994 मध्ये

(c) 1995 मध्ये   (d) 1996 मध्ये.

प्र. 19. भारतात गेल्या काही वर्षांत खालीलपैकी कोणत्या वस्तूने सर्वांत जास्त विदेशी विनिमय कमावले?

(a) रत्ने व दागिने   (b) चामड्याच्या वस्तू

(c) शिवलेले तयार कपडे   (d) मशिनरी

प्र. 20. भारतात केंद्रीय सरकारच्या बजेटमध्ये महसूल व्ययातील सर्वांत मोठा खर्च आहे–

(a) सुरक्षा (b) अनुदान
(c) व्याज (d) वरीलपैकी कुठलाच नाही.

प्र. 21. खालीलपैकी कोणत्या वर्षात भारताच्या दरडोई उत्पन्नाच्या वृद्धीचा दर सर्वांत जास्त होता?

(a) 1983–84 (b) 1988–89 (c) 1989–90 (d) 1994–95

प्र. 22. लाभ अधिकतम होईल जेव्हा, एकूण महसूल वक्राचा उतार–
(a) एकूण खर्चवक्राच्या उतारापेक्षा जास्त असेल.
(b) एकूण खर्चवक्राच्या उताराच्या बरोबर असेल.
(c) एकूण खर्चवक्राच्या उतारापेक्षा कमी असेल
(d) वरीलपैकी कुठलाही नाही.

प्र. 23. भारतात लोकसंख्येची घनता सर्वांत जास्त कोणत्या राज्यात आहे?

(a) दिल्ली (b) महाराष्ट्र (c) उत्तर प्रदेश (d) पंजाब

प्र. 24. भारतात गेल्या काही वर्षांत खालीलपैकी कोणत्या क्षेत्रात श्रम उत्पादन अनुपात सर्वांत जास्त होता?

(a) कृषी (b) उद्योग (c) निर्माण (d) सेवा

प्र. 25. भारतात खालीलपैकी कोणत्या पंचवार्षिक योजनेत सकल वास्तविक राष्ट्रीय उत्पादनाचा सरासरी वार्षिक वृद्धीदर सर्वांत जास्त होता?

(a) पाचव्या (b) सहाव्या (c) सातव्या (d) आठव्या

प्र. 26. भारतात सध्याच्या काळात प्रचलित ठोक किंमत निर्देशांकासाठी (WPI) खालीलपैकी कोणते आधार वर्ष धरले होते?

(a) 1980–81 (b) 1981–82 (c) 1982–83 (d) 1990–91

प्र. 27. शुद्ध एकाधिकारात निहीत आहे की त्याच्या उत्पादनाच्या मागणीची आडवी लवचिकता असेल–
(a) एक (b) एकापेक्षा जास्त पण अनंतापेक्षा कमी
(c) शून्य (d) अनंत

प्र. 28. भारतात समन्वित ग्रामीण विकास कार्यक्रम केव्हा सुरू झाला?
(a) 1977–78 मध्ये (b) 1978–79 मध्ये
(c) 1980–81 मध्ये (d) 1984–85 मध्ये

प्र. 29. भारतात श्रमशक्तीचा वर्तमान सरासरी वार्षिक वृद्धी दर किती आहे?
(a) 2.2% (b) 2.3% (c) 2.4% (d) 2.5%

प्र. 30. भारतात खालीलपैकी कोणत्या राज्याचे दरडोई उत्पन्न सर्वांत जास्त आहे?
(a) महाराष्ट्र (b) हरियाणा (c) पंजाब (d) दिल्ली

प्र. 31. स्थिर खर्च तो असतो,

(a) ज्यावर घटत्या फलाचा नियम लागू होतो.

(b) ज्याला सीमान्त खर्च मोजणीत समाविष्ट केले जाते.

(c) जो उत्पादन वृद्धीशी संबंधित नसतो.

(d) जो प्रतिस्पर्धी फर्ममध्ये अंतर्भूत असतो.

प्र. 32. एकाधिकारी फर्मचा मागणीवक्र–

(a) पूर्णपणे लवचिक असतो.

(b) पूर्णपणे ताठर असतो

(c) सीमान्त महसूल वक्राशी संपाती असतो.

(d) शुद्ध प्रतिस्पर्धा असलेल्या फर्मच्या मागणी वक्रापेक्षा कमी लवचिक असतो.

प्र. 33. उत्पादन निःशेषण प्रमेय दर्शविते–

(a) प्रमाणाचे स्थिर प्रतिफल

(b) प्रमाणाचे वृद्धिमान प्रतिफल

(c) प्रमाणाचे ह्रासमान प्रतिफल

(d) प्रतिफलाची उत्पादनाच्या प्रमाणाशी तटस्थता

प्र. 34. फक्त एका विशिष्ट कामासाठी वापरल्या जाणाऱ्या उत्पादन घटकांचा वैकल्पित खर्च–

(a) अनंत असतो.   (b) खूप जास्त असतो.

(c) खूप कमी असतो.   (d) शून्य असतो.

प्र. 35. व्यष्टी आर्थिक सिद्धान्त याचा अभ्यास करतो की, एक स्वतंत्र सह-उद्यमी अर्थव्यवस्था कशा प्रकारे निर्धारित करते–

(a) वस्तूंची किंमत   (b) सेवेची किंमत

(c) आर्थिक संसाधनांची किंमत   (d) वरील सर्व

प्र. 36. जर उत्पादनाची दोन साधने पूर्ण प्रतिस्थानीय असतील तर प्रतिस्थापन लवचिकता होईल–

(a) अनंत   (b) अधिक   (c) एक   (d) शून्य

प्र. 37. 'बर्गसन मापदंड' संबंधित आहे–

(a) कल्याण अर्थशास्त्राशी   (b) श्रम अर्थशास्त्राशी

(c) विकास अर्थशास्त्राशी   (d) आंतरराष्ट्रीय अर्थशास्त्राशी

प्र. 38. कॉब–डग्लसच्या उत्पादन फलनानुसार तांत्रिक प्रगती

(a) तटस्थ नसते

(b) हिक्स आणि हेरॉड दोघांच्याही मते तटस्थ असते.

(c) हिक्सच्या मते तटस्थ असते पण हेरॉडच्या मते नाही.

(d) हेरॉडच्या मते तटस्थ असते पण हिक्सच्या मते नाही.

प्र. 39. उच्च मजुरी दरावर श्रमाचा पुरवठावक्र कधी कधी मागच्या बाजूला वळू शकतो. या संदर्भात खालीलपैकी कोणते विधान बरोबर नाही?

(a) हा विचार काल्पनिक असून वास्तविकतेपासून दूर आहे.

(b) हा फक्त अल्प काळासाठीच सत्य असतो.

(c) याचा अर्थ आहे उच्च मजुरीवर उत्पन्न–प्रभाव ऋणात्मक होतो.

(d) याचा अर्थ आहे की, ऋणात्मक उत्पन्न–प्रभाव प्रतिस्थापन प्रभावापेक्षा जास्त परिणामकारक असतो.

प्र. 40. एफ.एच. नाइटच्या 'अनिश्चितता' या संकल्पनेच्या संबंधी खालीलपैकी कोणते विधान बरोबर नाही?

(a) यात सर्व प्रकारची जोखीम असते.

(b) यात फक्त त्याच जोखमी येतात, ज्यांना सांख्यिकीय अंदाज लावला जाऊ शकत नाही.

(c) यात फक्त त्याच जोखमी येतात, ज्या प्रावैगिक स्थितीतच निर्माण होतात.

(d) ही संकल्पना सामान्य लाभावर लागू होत नाही.

प्र. 41. खालील दिलेल्या आलेखात उद्योगसंस्थेचे अल्पकाळातील संतुलन दर्शविले आहे. त्यामध्ये उत्पादनाचा पुरवठा वक्र आहे –

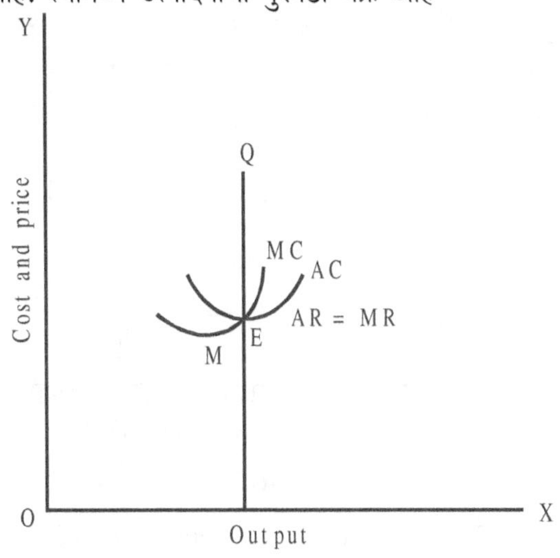

(a) E – AC

(b) ME – MC

(c) E – MC

(d) EQ

प्र. 42. भारतीय रिझर्व्ह बँकेने भारत सरकारला बँकांची साधने हस्तांतरित करण्याच्या उद्देशाने खालीलपैकी कशाचा उपयोग केला?

(a) बँकदरात परिवर्तन

(b) नकद कोष अनुपातात परिवर्तन

(c) वैधानिक तरलता अनुपातात परिवर्तन

(d) निवडक पत नियंत्रण

प्र. 43. जेव्हा सरासरी महसूल वक्रावर मागणीची लवचिकता एक असते तेव्हा सीमान्त महसुलाचे मापक असते–

(a) MR = AR

(b) MR = ∞ (अनंत)

(c) MR > AR

(d) MR = O

प्र. 44. आभासी खंड काय आहे?

(a) हे जमीन मालकाने जमिनीच्या वापरासाठी दिलेले उत्पन्न असते.

(b) हे जमिनीच्या मालकाला मिळणारे उत्पन्न आहे जे जमिनीच्या मर्यादेमुळे मिळते.

(c) हे जमीन मालकाचे उत्पन्न आहे जे अल्पकाळ आणि दीर्घकाळ दोन्हींत समान असते.

(d) हे कुठल्याही साधनाच्या मालकाला अल्प काळात मिळणारे उत्पन्न आहे जे साधनाच्या निश्चित पुरवठ्यामुळे मिळते.

प्र. 45. जर सरासरी महसुलासाठी A लिहिले जाईल, सीमान्त महसुलासाठी M लिहिले जाईल आणि e मागणीची लवचिकता असेल, तर खालीलपैकी कोणते समीकरण बरोबर असेल?

(a) $A = M\left(\dfrac{e-1}{e}\right)$

(b) $M = A\left(\dfrac{e-1}{e}\right)$

(c) $M = A\left(\dfrac{e}{e-1}\right)$

(d) $e = \dfrac{M}{A-M}$

प्र. 46. साधनांची न्यूनतम खर्चाचा संयोग असणाऱ्या फर्मला म्हणतात–

(a) प्रतिनिधी फर्म

(b) अनुकूल फर्म

(c) साम्य फर्म

(d) सीमान्त फर्म

प्र. 47. गिफिन वस्तुंसाठी खालीलपैकी कोणती विधाने बरोबर आहेत?

i) प्रतिस्थापन – प्रभावाचे चिन्ह ऋणात्मक असते.

ii) प्रतिस्थापन – प्रभावाचे चिन्ह धनात्मक असते.

iii) उत्पन्न – प्रभावाचे चिन्ह ऋणात्मक असते.

iv) उत्पन्न – प्रभावाचे चिन्ह धनात्मक असते.

विकल्प : (a) (ii) आणि (iii)   (b) (i) आणि (iii)

(c) (ii) आणि (iv)   (d) (i) आणि (iv)

प्र. 48. परिवर्तनीय साधनांचे सरासरी उत्पादन अधिकतम होते–

(a) जेव्हा एकूण उत्पादन अधिकतम असते.

(b) जेव्हा एकूण उत्पादन वक्रावर नीती–परिवर्तन बिंदू असेल.

(c) जेथे मूळ बिंदूतून जाणारी रेषा एकूण उत्पादन वक्राला स्पर्श करेल

(d) जेथे सीमान्त उत्पादन अधिकतम असेल

प्र. 49. सीमान्त उपयोगितेचा विचार विकसित केला–

(a) स्टॅनले जेवेन्सने   (b) टॉमस माल्थसने

(c) डेव्हिड रिकार्डोने   (d) अल्फ्रेड मार्शलने

प्र. 50. बाजाराच्या स्थिर संतुलनासाठी मागणीवक्राचा उतार–

(a) पुरवठा वक्राच्या उताराबरोबर असला पाहिजे

(b) पुरवठा वक्राच्या उतारापेक्षा कमी असला पाहिजे.

(c) पुरवठा वक्राच्या उतारापेक्षा जास्त असला पाहिजे

(d) किंमतीच्या एका सीमेत जास्त तर दुसऱ्या कुठल्या सीमेत कमी असायला पाहिजे.

प्र. 51. फर्मचा सरासरी स्थिर खर्चाचा वक्र असेल–

(a) परवलय   (b) वृत्ताकार

(c) सरळ रेषा   (d) आयताकार अतिपरवलय

प्र. 52. खालीलपैकी कोणते वक्र सामान्यत: U आकाराचे असतात?

1) सरासरी खर्चवक्र   2) सरासरी परावर्तनीय खर्चवक्र

3) सीमान्त खर्चवक्र   4) सरासरी स्थिर खर्चवक्र

विकल्प : (a) 1 आणि 3   (b) 1, 3 आणि 4

(c) 1, 2 आणि 3   (d) वरील सर्व

प्र. 53. 'बाह्य बचतीच्या' संकल्पनेला आर्थिक विकासाच्या संदर्भात सर्वप्रथम उपयोगात आणले–

(a) रोजेन्स्टीन रोडॉनने   (b) एलन ए. यंगने

(c) एच. डब्ल्यू. सिंगरने   (d) रॅगनर नर्क्सने

प्र. 54. खालील आलेखात उपभोक्त्याचा अतिरेक बरोबर होईल.

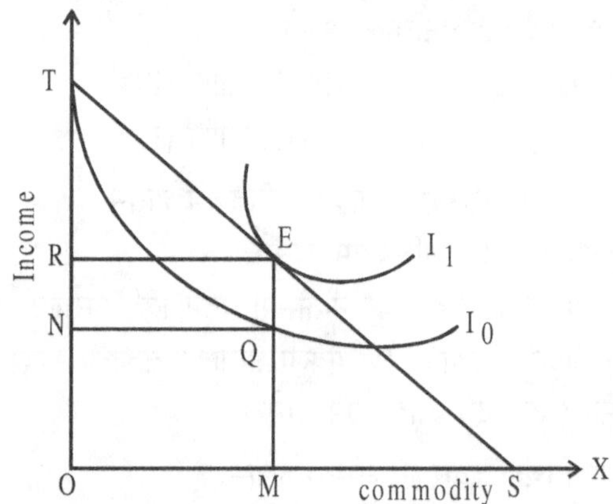

(a) TR च्या
(b) क्षेत्रफळ RNQE च्या
(c) क्षेत्रफळ ONQM च्या
(d) RN च्या

प्र. 55. जेव्हा दोन वस्तूंमधल्या मागणीची आडवी मूल्य लवचिकता शून्य असते तेव्हा त्या वस्तू–
(a) पूरक असतात
(b) स्वतंत्र असतात
(c) प्रतिस्थापन असतात
(d) चैनीच्या वस्तू असतात.

प्र. 56. IS–LM विश्लेषण साच्यात मुद्रेच्या प्रमाणात वृद्धी–
(a) IS वक्राला उजवीकडे सरकेल
(b) IS वक्राला डावीकडे सरकेल
(c) LM वक्राला डावीकडे सरकेल
(d) LM वक्राला उजवीकडे सरकेल

प्र. 57. बाजार मूल्यावर समस्त राष्ट्रीय उत्पादनाच्या गणनेत खालीलपैकी कशाला सामील केले जात नाही?
(a) मजूर आणि वेतन
(b) सेवानिवृत्त व्यक्तींना दिलेली पेन्शन
(c) अप्रत्यक्ष कर
(d) अनुदान (सबसिडी)

प्र. 58. रोजगार गुणकाच्या संकल्पनेचे प्रतिपादन केले,
(a) जे. एम. केन्सने
(b) आर. एफ. कॉनने
(c) आर. एफ. हेरॉडने
(d) ई. डी. डोमरने

प्र. 59. राष्ट्रीय उत्पन्नात शेवटी वृद्धी किती होईल जर–
एकूण भांडवल = 10,000 कोटी रु.

भांडवल ऱ्हासाचा दर = 10 प्रतिशत

सकल गुंतवणूक = 2,000 कोटी रु.

सीमान्त बचत प्रवृत्ती = 0.2

विकल्प : (a) 5,000 कोटी रु.   (b) 10,000 कोटी रु.

(c) 50,000 कोटी रु.   (d) 60,000 कोटी रु.

प्र. 60. हिक्सचा व्यापारचक्राचा सिद्धान्त कशावर आधारित आहे?

(a) बचत आणि विनियोगाच्या आंतरक्रियेवर

(b) गुणक आणि त्वरकाच्या आंतरक्रियेवर

(c) मूल्यांच्या उच्चावचनावर

(d) व्यापारात मिळालेल्या विनियोगावर

प्र. 61. कमी उत्पन्न असलेल्या देशांमध्ये प्रदर्शन प्रभाव आयातीच्या मागणीत वाढ करतो. हा विचार व्यक्त केला–

(a) जे. एस. ड्यूसेनबरीने   (b) रॅगनर नर्क्सने

(c) जेकब वायनरने   (d) आय. जी. पटेलने

प्र. 62. खालीलपैकी कोणी त्वरण सिद्धान्ताचे प्रतिपादन केले?

(a) ए. अफ्तालियनने   (b) जे. एम. क्लर्कने

(c) जे. एम. केन्सने   (d) जे. आर. हिक्सने

प्र. 63. मौद्रिक मजुरी दरात कपात, केन्सियनच्या विचारानुसार श्रमासाठी रोजगाराच्या संधी वाढवत नाही, कारण–

(a) यामुळे श्रमिकांची उत्पादकता कमी होऊ शकते.

(b) यामुळे अन्य साधनांच्या जागी श्रमाचा उपयोग वाढत नाही.

(c) यामुळे प्रभाव मागणी वाढत नाही.

(d) यामुळे श्रम आंदोलन होऊ शकते जे मजुरीतली कपात संपवण्याची मागणी करू शकते.

प्र. 64. उत्पन्न सिद्धान्त प्रस्तुत करण्यात केन्सचा दृष्टिकोन–

(a) स्थैतिक होता   (b) तुलनात्मक स्थैतिक होता

(c) हिक्सच्या मते प्रावैगिक होता   (c) हेरॉडच्या मते प्रावैगिक होता.

प्र. 65. उत्पन्नातील वृद्धीबरोबरच उपभोगाची सीमान्त प्रवृत्ती कमी होते. हा संबंध केन्सच्या सिद्धान्तात महत्त्वाचा असूनही संशोधित होतो–

(a) सापेक्ष उत्पन्न परिकल्पना   (b) स्थायी उत्पन्न परिकल्पना

(c) जीवनचक्र परिकल्पना   (d) वरील तिन्हींशी

प्र. 66. खालील आलेखात उपभोग फलन CC दर्शविले आहे. केन्सीय परिप्रेक्ष्यात संबंधित बचत फलन असेल–

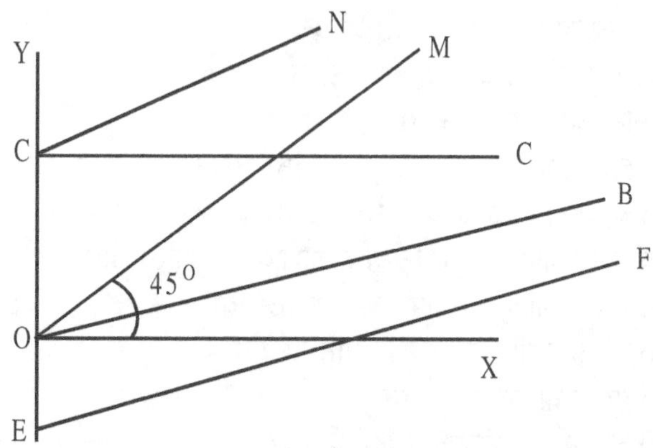

(a) CN ने   (b) OM ने   (c) OB ने   (d) EF ने

प्र. 67. केन्सच्या भांडवलाच्या सीमान्त क्षमतेच्या संकल्पना संबंधात खालीलपैकी कोणते विधान चूक आहे?

(a) ते गुंतवणुकीतून मिळणारे वर्तमान उत्पन्न आहे.

(b) ते गुंतवणुकीतून मिळणारे उत्पन्न आणि त्याची लागत यांतील फरक आहे

(c) ते गुंतवणुकीतून मिळणारे अपेक्षित उत्पन्न आहे.

(d) ते वर्तमान व्याजदराबरोबर असते.

प्र. 68. खालीलपैकी कोणते विधान रेषीय केन्सीय उपभोग फलनासाठी बरोबर नाही?

(a) सीमान्त उपभोग प्रवृत्ती स्थिर असते

(b) सरासरी उपभोग प्रवृत्ती स्थिर असते.

(c) सीमान्त उपभोग प्रवृत्ती सरासरी उपभोग प्रवृत्तीपेक्षा जास्त असते.

(d) सीमान्त उपभोग प्रवृत्ती सरासरी उपभोग प्रवृत्तीपेक्षा कमी असते.

प्र. 69. खालीलपैकी कोणते एक पूर्ण रोजगारासाठी बाधक आहे?

(a) लवचिक मजुरी दर   (b) सेचा बाजार नियम

(c) प्रभावी श्रम संघ   (d) लवचिक व्याज दर

प्र. 70. खालीलपैकी कोणते विधान उत्पन्न गुणकासाठी योग्य नाही?

(a) त्याचे प्रमाण सीमान्त बचत प्रवृत्तीवर अवलंबून असते.

(b) ते फक्त स्वायत्त गुंतवणुकीसाठी क्रियाशील असते, प्रेरित गुंतवणुकीसाठी नाही.

(c) ते उत्पन्नाचा गुंतवणुकीशी संबंध स्थापित करते.

(d) अल्प काळात त्याचे प्रमाण स्थिर असते.

प्र. 71. सनातनवादी स्थूल अर्थशास्त्रात (Classical Macro Economics) जी गोष्ट उत्पन्नाला उपभोग आणि बचतीपासून विभाजित करते ती आहे–

(a) सीमान्त उपभोग प्रवृत्ती   (b) मजुरीचा दर

(c) खंड (rent)   (d) व्याज दर

प्र. 72. ''श्रमाचे असे तास ज्यांची उत्पादकता शून्य आहे''– अशी गर्भित बेरोजगारीची व्याख्या ज्या शास्त्रज्ञाने केली, ते आहेत–

(a) ए. के. सेन   (b) रॅगनर नर्क्स   (c) जे. रॉबिन्सन   (d) एम. डॉब

प्र. 73. जेव्हा समस्त गुंतवणूक शून्य होते तेव्हा खालीलपैकी काय राष्ट्रीय उत्पन्न शून्य होण्यापासून वाचवते?

(a) उपभोग   (b) गुणक   (c) बँक दर   (d) आयात

प्र. 74. जर बाजार मूल्यांवर राष्ट्रीय उत्पन्नात अनुदान मिळवले आणि अप्रत्यक्ष कर कमी केला तर ते बरोबर होईल–

(a) घटक किमतींवर राष्ट्रीय उत्पन्नाच्या

(b) बाजार मूल्यांवर समस्त घरगुती उत्पादनाच्या

(c) बाजार मूल्यांवर शुद्ध राष्ट्रीय उत्पादनाच्या

(d) वरीलपैकी कशाच्याही नाही.

प्र. 75. सनातनवादी आंतरराष्ट्रीय व्यापार सिद्धान्तासाठी खालीलपैकी कोणते एक वाक्य योग्य नाही?

(a) खर्चाला श्रम एककाने मोजले जाते

(b) उत्पादन परिवर्तनशील खर्चातून होते

(c) उत्पादनाची साधने देशात गतिशील आहेत पण इतर देशांमध्ये नाही

(d) परिवहन खर्च शून्य आहे.

प्र. 76. स्टेट बँक ऑफ इंडियाची स्थापना शिफारशीने झाली.

(a) ग्रामीण बँकिंग पडताळणी समिती   (b) श्रॉफ कमिटी

(c) ऑल इंडिया रूरल क्रेडिट सर्व्हें   (d) बँकिंग तपासणी आयोग

प्र. 77. खालील आलेखात एकाधिकाऱ्याच्या संतुलनाची स्थिती दर्शविली आहे, तेव्हा प्रतिएकक सरासरी लाभ होईल.

(a) QE

(b) QP

(c) क्षेत्रफळ RNQP

(d) EP

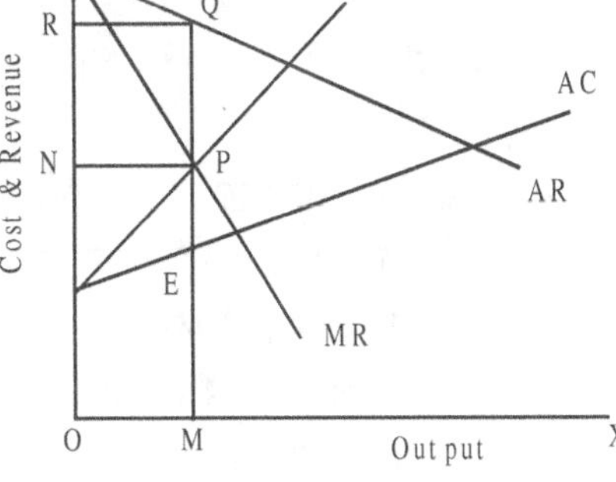

प्र. 78. जेव्हा केंद्रीय बँक खुल्या बाजारात प्रतिभूती विकते तेव्हा त्यामुळे शक्य आहे की–

(a) अर्थव्यवस्थेत रोखता वाढेल आणि व्याजदरही वाढेल

(b) अर्थव्यवस्थेत रोखता वाढेल आणि व्याजदर कमी हाईल

(c) अर्थव्यवस्थेत रोखता कमी होईल आणि व्याजदर वाढेल

(d) अर्थव्यवस्थेत रोखता कमी होईल आणि व्याजदर कमी होईल

प्र. 79. एका वस्तूच्या संदर्भात सरळ बाजार संतुलन मॉडेलचे निरीक्षण करा. ज्यात

1) मागणी किंमत आणि उत्पादनावर अवलंबून असते.

2) पुरवठा किमतीवर अवलंबून असतो

3) मागणी = पुरवठा : बाजार संतुलनासाठी अट आहे.
तेव्हा खालीलपैकी कोणते एक विधान बरोबर आहे?

(a) बाजाराचे संतुलन निर्धारित केले जाऊ शकत नाही

(b) अद्वितीय बाजार संतुलन स्थापित होईल

(c) बाजार संतुलनाच्या एकापेक्षा जास्त स्थिती असतील

(d) बाजारात पुरवठा मुळीच नसेल

प्र. 80. मुद्रेची कोणती परिभाषा भारतीय रिझर्व्ह बँकेनुसार M3 (विस्तृत मुद्रा) सांगते?

(a) चलन + नाणी + बँकेचे निक्षेप

(b) चलन + बँकेचे निक्षेप + गैर बँकिय वित्तीय संस्थांचे निक्षेप

(c) चलन + बँकेचे मागणी निक्षेप + बँकांचे सावधी निक्षेप

(d) चलन + बँकांचे सावधी निक्षेप + पोस्ट ऑफिसचे सावधी निक्षेप

प्र. 81. बँकदराचा अर्थ आहे–

(a) बँकांनी मिळालेल्या जमेवर दिलेल्या व्याजाचा दर

(b) बँकांनी कर्जावर घेतलेल्या व्याजाचा दर

(c) सरकारी प्रतिभूतींवरील व्याजाचा दर

(d) केंद्रीय बँकेद्वारा अन्य बँकांना दिलेल्या कर्जावर घेतल्या जाणाऱ्या व्याजाचा दर.

प्र. 82. मुद्रा एक मालमत्ता आहे. तिची मागणी अवलंबून असते–

(a) त्या उत्पन्नावर जे तिच्या धारकाला मिळते

(b) तिच्या क्रयशक्तीवर

(c) मुद्रा आणि दुसऱ्या मालमत्तेच्या अपेक्षित उत्पन्नावर

(d) अर्थव्यवस्थेतील वित्ताच्या उपलब्धतेवर

प्र. 83. मुद्रेच्या मागणीची व्याजाप्रती अनंत लवचिकता

(a) एक सामान्य अनुभव आहे

(b) एक कधीच न मिळणारा अनुभव आहे.

(c) या गोष्टीचे द्योतक आहे की व्याज दर कमी होण्याची शक्यता आहे.

(d) या गोष्टीचे द्योतक आहे की व्याज दर आणखी खाली आणता येणार नाही.

प्र. 84. खालीलपैकी कोणते विधान चूक आहे?

(a) उच्चशक्ती मुद्रा अर्थव्यवस्थेत एकूण मुद्रा पुरवठ्याचा महत्त्वाचा भाग असते.

(b) उच्चशक्ती मुद्रा अर्थव्यवस्थेत मुद्रा प्रसाराचा आधार देते

(c) उच्चशक्ती मुद्रा नियंत्रित केली जाऊ शकत नाही

(d) उच्चशक्ती मुद्रा नियंत्रित केली जाऊ शकते

प्र. 85. खालीलपैकी काय वाणिज्य बँकेची देयता नाही आहे?

(a) सावधी जमा   (b) प्रतिभूती – धारण

(c) केंद्रीय बँकेकडून घेतलेले कर्ज (d) दुसऱ्या बँकांची जमा

प्र. 86. मुद्रापुरवठ्याबद्दल आधुनिक विचारानुसार खालीलपैकी कोणते विधान बरोबर नाही?

(a) मुद्रापुरवठ्याचा सिद्धान्त भांडवल सिद्धान्ताचा एक भाग आहे

(b) मुद्रा पुरवठा एक बाह्य तत्त्व आहे.

(c) आधार मुद्रा सरकार आणि केंद्रीय बँकेद्वारे निर्गमित होते

(d) साहाय्यक मुद्रेचे प्रमाण केंद्रीय बँकेद्वारे नियमित केले जाऊ शकते

प्र. 87. स्फीतिचे कारण आहे–

(a) उत्पन्नातील वृद्धीची मागणी

(b) वाढणाऱ्या मागणीच्या अनुरूप पुरवठ्यात वाढ न होणे

(c) अर्थव्यवस्थेत संरचनात्मक असंतुलन होणे

(d) वरीलपैकी तिन्ही

प्र. 88. ''मुद्रास्फीति अन्यायपूर्ण आहे आणि मुद्रा संकोच अनुपयुक्त, दोन्हींमध्ये त्यातल्या त्यात मुद्रा संकोच जास्त वाईट आहे'' हे विधान खालीलपैकी कोणत्या एकाचे आहे?

(a) ए मार्शल   (b) डी. एच. रॉबर्टसन

(c) जे. एम. केन्स   (d) लॉर्ड ग्रेशम

प्र. 89. जर उत्पन्न Y आणि M ला स्थिर ठेवताना केंब्रिज समीकरणात K चे प्रमाण वाढवले जाईल तर–

(a) निरपेक्ष किंमत स्तर कमी होईल

(b) निरपेक्ष किंमत स्तर वाढेल

(c) सापेक्ष किंमत स्तर कमी होईल

(d) सापेक्ष किंमत स्तर वाढेल

प्र. 90. केन्सच्या व्याजाच्या सिद्धान्तात, मुद्रेच्या प्रमाणात वाढ–

(a) नेहमी व्याजाचा दर वाढवेल

(b) नेहमी व्याजाचा दर कमी करेल

(c) व्याजाच्या दरावर कधीच परिणाम होणार नाही

(d) कधी व्याजाचा दर कमी करेल तर कधी व्याजाच्या दरावर परिणाम करू शकणार नाही.

प्र. 91. खालीलपैकी कोणत्या कारणाने मागणीप्रेरित स्फीति होत नाही?

(a) मुद्रा पुरवठ्यात वाढ   (b) सरकारी खर्चात वाढ

(c) बजेट तोटा   (d) उच्चतर करारोपण

प्र. 92. ''जनरल थिअरी ऑफ एप्लॉयमेंट इंटरेस्ट अँड मनी'' प्रकाशित झाले

(a) 1923 मध्ये   (b) 1930 मध्ये

(c) 1936 मध्ये   (d) 1945 मध्ये

प्र. 93. जर बँकिंग व्यवस्थेला 1300 कोटी रुपये प्राथमिक जमेच्या रूपात मिळतात तेव्हा तिच्याजवळ 12.5 प्रतिशत नकद कोष अनुपात तयार होतो तर तिच्या जवळ जमा व्युत्पन्नात वाढ होईल.

(a) 9,100 कोटी रु.   (b) 10,400 कोटी रु.

(c) 16,250 कोटी रु.   (d) वरीलपैकी कुठलीच नाही.

प्र. 94. जर फिशरच्या मुद्रा परिणाम सिद्धान्त समीकरणात सर्व गोष्टींचे प्रमाण दुप्पट केले तर किंमत स्तर–

(a) अपरिवर्तित राहील   (b) अर्धा होईल

(c) दुप्पट होईल   (d) चौपट होईल

प्र. 95. केन्सचा मुद्रेच्या मागणीबद्दलचा विचार त्रूटिपूर्ण होण्याचे काय कारण आहे?

(a) त्यांनी मुद्रेची मागणी दोन वेगवेगळ्या भागांत व्यक्त केली

(b) त्यांनी मुद्रेच्या मागणीच्या व्याजाला असीमित म्हटले आहे.

(c) त्यांनी संपत्तीच्या रूपात मुद्रेचा फक्त एकच विकल्प बाँडवरती विचार केला आहे

(d) वरील तिन्ही कारणे

प्र. 96. विक्रीकराचा कर भार–

(a) क्रेता आणि विक्रेत्यांमध्ये समप्रमाणात विभागाला जातो

(b) क्रेता आणि विक्रेत्यांमध्ये वस्तूच्या मागणीच्या लवचिकतेच्या अनुपातात वाटला जातो.

(c) क्रेता आणि विक्रेत्यांमध्ये वस्तूच्या पुरवठ्याची लवचिकता आणि मागणी लवचिकतेच्या अनुपातात वाटला जातो.

(d) फक्त क्रेत्यावर पडतो.

प्र. 97. जर राजकोषीय घाट्यातून व्याज देयता काढून टाकली तर शेष बरोबर होईल–

(a) प्राथमिक तोट्याच्या   (b) राजस्व तोट्याच्या

(c) बजेट तोट्याच्या   (d) मौद्रिकृत तोट्याच्या

प्र. 98. खालीलपैकी काय राजकोषीय नीतीचे साधन नाही?

(a) व्याजदर   (b) करारोपण

(c) सार्वजनिक खर्च   (d) सार्वजनिक ऋण

प्र. 99. सार्वजनिक खर्चाबद्दल फिंडले शिराजने दिलेल्या नियमांमध्ये खालीलपैकी कोणता नियम सामील नाही?

(a) आधिक्याचा सिद्धान्त   (b) लवचिकतेचा सिद्धान्त

(c) काटकसरीचा सिद्धान्त   (d) अनुमोदनाचा सिद्धान्त

प्र. 100. सन २००८-०९ च्या अर्थसंकल्पात ईशान्य प्रदेश विकासासाठी किती तरतूद करण्यात आली आहे?

(a) १४,००० कोटी   (b) १६,५०० कोटी

(c) १८,००० कोटी   (d) २०,००० कोटी

प्र. 101. खालीलपैकी कोणत्या अर्थशास्त्रज्ञाने खर्चावर कर लावण्याचा प्रस्ताव दिला होता?

(a) डाल्टन   (b) मसग्रेव   (c) काल्डर   (d) वॉन फिलिप्स

प्र. 102. खालीलपैकी कोणते एक पूर्ण रोजगाराच्या प्राप्तीसाठी बाधक आहे?

(a) अलवचिक व्याजदर   (b) लवचिक किंमती

(c) लवचिक मजुरी दर   (d) ऐच्छिक बेकारी

प्र. 103. जर रूपांतर वक्र मूळ बिंदूप्रति अंतर्गोल असेल तर त्याचा अर्थ आहे की–

(a) एका वस्तूचा अवसर व्यय दुसऱ्या वस्तूच्या तुलनेत कमी होत आहे.

(b) दोन्ही वस्तूंच्या उत्पादनात वृद्धीमान व्यय नियम लागू होत आहे.

(c) दोन्ही वस्तूंमधील सीमान्त प्रतिस्थापन दर कमी होत आहे.

(d) वरीलपैकी कुठलाच नाही

प्र. 104. लवचिकतेच्या प्रत्यागमानुसार, अवमूल्यनाचा देशाच्या व्यापार शेषावर सकारात्मक प्रभाव तेव्हाच पडेल जेव्हा देशाच्या निर्यातीची मागणी लवचिकता आणि

आयातीची मागणी लवचिकता यांची बेरीज–

(a) शून्य असेल

(b) शून्यापेक्षा जास्त पण एकापेक्षा कमी असेल

(c) एक असेल

(d) एकापेक्षा जास्त असेल

प्र. 105. खालीलपैकी कोणता अर्थशास्त्रज्ञ तट कर संघाच्या सिद्धान्ताशी संबंधित नाही?

(a) जेकब वायनर   (b) जी हॅबरलर

(c) बेला बलासा   (d) पॉल सॅम्युएलसन

प्र. 106. खालीलपैकी कशाशी जेकब वायनरचे नाव संबंधित आहे?

(a) व्यापाराच्या उत्पन्न अटी   (b) व्यापारांच्या एकल साधन अटी

(c) व्यापाराच्या उपयोगिता अटी   (d) व्यापाराच्या शुद्ध देणे–घेणे अटी

प्र. 107. 1990 च्या दशकात भारतात विदेशी विनिमय कोष न्यूनतम होता–

(a) 1990–91 मध्ये   (b) 1991–92 मध्ये

(c) 1992–93 मध्ये   (d) 1995–96 मध्ये

प्र. 108. खालीलपैकी कशाला भारताच्या आठव्या पंचवार्षिक योजनेत सर्वोच्च प्राथमिकता दिली होती?

(a) ग्रामीण विकास   (b) मानवी विकास

(c) औद्योगिक विकास   (d) वाहतूक विकास

प्र. 109. खालीलपैकी कोणते एक सॅम्युएलसनच्या व्यापारचक्र मॉडेल मध्ये गुंतवणूक फलनाचे बरोबर निरूपण करते?

(a) $I_t = \beta C_t$ (b) $I_t = \beta C_{t-1}$

(c) $I_t = \beta \Delta C_{t-1}$ (d) $I_t = \beta \Delta C_t$

प्र. 110. प्रतिकूल व्यवहारतोल व्यवस्थित करण्यासाठी खालीलपैकी कोणता उपाय मौद्रिक नाही?

(a) अवस्फीति   (b) विनिमय नियंत्रण

(c) अवमूल्यन   (d) आयात प्रतिबंध

प्र. 111. ओहलिन आणि हेक्सचरनुसार वस्तूंचे सापेक्ष मूल्य आणि राष्ट्रांमधील व्यापारातील फरकाचे सर्वांत महत्त्वाचे कारण आहे–

(a) साधन संपत्ती   (b) तंत्रज्ञान

(c) आवड   (d) मागणीची स्थिती

प्र. 112. आंतरराष्ट्रीय व्यापाराच्या सिद्धान्तात वैकल्पिक खर्चाचा उपयोग केला–

(a) रिकार्डोने   (b) हेबरलरने   (c) ओहलिनने   (d) मीडने

प्र. 113. जागतिक व्यापार संघटना–
(a) आंतरराष्ट्रीय मुद्राकोषाचे एक अंग आहे
(b) संयुक्त राष्ट्रसंघाचे एक अंग आहे
(c) एक अमेरिकन व्यापार संघटना आहे
(d) गॅट (GATT) सदस्यांनी स्थापित केलेली एक आंतरराष्ट्रीय व्यापार संघटना आहे

प्र. 114. संरक्षणाचा लघुउद्योग तर्क
(a) तुलनात्मक खर्च सिद्धान्तावर आधारित आहे
(b) अशी समजूत आहे की, संरक्षण स्वीकारणारा देश अल्प काळातच तुलनात्मक लाभाच्या स्थितीत येईल
(c) प्रशुल्कांच्या विरोधात दिलेले स्पष्टीकरण आहे.
(d) देशाच्या शोधन शेषातील असंतुलन नष्ट करण्यासाठी आयातीवर प्रतिबंध लावण्यासाठी दिला जातो.

प्र. 115. रिकार्डोने स्वीकारलेल्या खालील मान्यतांपैकी हेबरलरने कोणती मान्यता नाकारली आहे?
(a) दोन देश आणि दोन वस्तू
(b) दोन वस्तूंचा उत्पादन खर्च श्रमाच्या एककात परिकल्पित केला जातो
(c) परिवहन खर्च होत नाही
(d) दोन्ही देशांत वस्तू आणि साधनांच्या बाजारात पूर्ण स्पर्धा आढळून येते

प्र. 116. आंतरराष्ट्रीय मुद्राकोषाच्या स्थापनेचा प्रत्यक्ष परिणाम होता–
(a) व्यापार आणि प्रशुल्कासंबंधी सामान्य कराराचा
(b) स्मिथसोनियन कराराचा
(c) युरोपियन मौद्रिक कराराचा
(d) ब्रिटन कुडस् सम्मेलनाचा

प्र. 117. आंतरराष्ट्रीय व्यापारात एका गतिशील आणि विकसनशील देशाची विशेषता त्याने केलेल्या नवप्रवर्तन दराने ओळखली जाते, ज्यात सामील आहे–
(a) नवीन वस्तू आणि उत्पादन प्रक्रियांची संख्या जी, दरवर्षी देश स्वीकारतो.
(b) देशाची आधुनिक तंत्रज्ञान आयात करण्याची आणि अनुकूलन करण्याची गती
(c) a आणि b दोन्ही
(d) दोन्हींपैकी कुठलेही नाही

प्र. 118. खालीलपैकी कोणत्या गोष्टींना व्यापारातील अदृश्य गोष्टी म्हणतात? विकल्पांतून बरोबर उत्तर निवडा.

(1) बँकिंग सेवा
(2) जहाजराणी सेवा
(3) विमा सेवा
(4) पर्यटनातून मिळणारे उत्पन्न

विकल्प : (a) 1, 2 आणि 3
(b) 2, 3 आणि 4
(c) 1, 2 आणि 4
(d) 1, 2, 3 आणि 4

प्र. 119. आंतरराष्ट्रीय व्यापारात प्रस्ताव वक्राचा संबंध आहे–

(a) लर्नर – मार्शलशी
(b) मार्शल – पॅरोटोशी
(c) एजवर्थ – मार्शलशी
(d) एजवर्थ – पॅरेटोशी

प्र. 120. 1997–98 मध्ये भारताच्या एकूण विदेशी कर्जात अल्पकालीन विदेशी कर्जाचा हिस्सा होता–

(a) 30–31 प्रतिशत
(b) 20–21 प्रतिशत
(c) 7–8 प्रतिशत
(d) 3–4 प्रतिशत

उत्तरे

1. a	2. b	3. c	4. a	5. a	6. a	7. c	8. a
9. a	10. d	11. a	12. b	13. a	14. c	15. c	16. a
17. c	18. c	19. a	20. c	21. b	22. b	23. a	24. d
25. d	26. b	27. c	28. b	29. d	30. d	31. c	32. d
33. a	34. d	35. d	36. a	37. a	38. a	39. b	40. a
41. c	42. c	43. d	44. d	45. b	46. b	47. a	48. c
49. d	50. b	51. d	52. c	53. a	54. d	55. b	56. d
57. b	58. b	59. b	60. b	61. a	62. b	63. c	64. d
65. d	66. d	67. a	68. b	69. b	70. d	71. d	72. a
73. a	74. a	75. b	76. c	77. a	78. c	79. b	80. c
81. d	82. b	83. d	84. c	85. b	86. b	87. d	88. c
89. c	90. d	91. d	92. c	93. a	94. c	95. d	96. c
97. a	98. a	99. b	100. b	101. a	102. a	103. b	104. d
105. b	106. b	107. b	108. b	109. d	110. d	111. a	112. b
113. d	114. d	115. b	116. d	117. c	118. a	119. b	120. c

∎∎∎

$$\boxed{\textbf{प्रश्नसंच – १४}}$$

प्र. 1. राष्ट्रीय उत्पन्नाची दुहेरी मोजणी (Double Counting) होऊ नये म्हणून
    (a) सर्व उद्योगांचे उत्पन्न एकदाच मोजले पाहिजे.
    (b) प्रत्येक घटकाद्वारे मूल्याने केलेली वाढ घेतली पाहिजे.
    (c) राष्ट्रीय उत्पन्नातून भांडवलाचा घसारा कमी (Depreciation) केला पाहिजे.
    (d) करातून मिळणाऱ्या सरकारी उत्पन्नाला राष्ट्रीय उत्पन्नाच्या मोजणीतून कमी केले पाहिजे.

प्र. 2. राष्ट्रीय उत्पन्न बरोबर आहे.
    (a) निव्वळ राष्ट्रीय उत्पादन – अनुदान + कर
    (b) निव्वळ राष्ट्रीय उत्पादन – परोक्ष कर + अनुदान
    (c) निव्वळ राष्ट्रीय उत्पादन – प्रत्यक्ष कर + अनुदान
    (d) सकल राष्ट्रीय उत्पादन – अनुदान + कर

प्र. 3. राष्ट्रीय उत्पन्न मोजताना खालीलपैकी काय सामील केले जाते?
    (a) गृहिणींची सेवा   (b) पेन्शन
    (c) स्मगलरांचे उत्पन्न
    (d) पहारेकऱ्याचे उत्पन्न

प्र. 4. निव्वळ घरगुती उत्पन्न (Net Domestic Product) म्हणजेच NDP बरोबर आहे.
    (a) निव्वळ राष्ट्रीय उत्पन्न (माल) (NNP) विदेशातून मिळणारे निव्वळ घटक उत्पन्न (Net factor income from abroad)
    (b) सकल राष्ट्रीय उत्पन्न + निर्यात – आयात
    (c) सकल राष्ट्रीय उत्पन्न (GNP) – घसारा (Depreciation)
    (d) निव्वळ राष्ट्रीय उत्पन्न (NNP) + सकल विदेशी कर्ज

प्र. 5. खालीलपैकी कोणते विधान बरोबर आहे?
    (a) वैयक्तिक उत्पन्न > खासगी उत्पन्न   (b) वैयक्तिक उत्पन्न < खासगी उत्पन्न
    (c) वैयक्तिक उत्पन्न = खासगी उत्पन्न   (d) सर्व बरोबर आहेत.

प्र. 6. स्थिर किमतीवर राष्ट्रीय उत्पन्न (National Income at Constant Price) बरोबर आहे–

    (a) $\dfrac{\text{चालू किमतीवर राष्ट्रीय उत्पन्न}}{\text{चालू वर्षाचे घरगुती उत्पन्न}} \times 100$ (b) $\dfrac{\text{किंमत सूचकांक}}{100}$

(c) स्थिर किमतीवर राष्ट्रीय उत्पन्न + चालू वर्षाचा घरगुती किंमत सूचकांक

(d) स्थिर किमतीवर राष्ट्रीय उत्पन्न - चालू वर्षाचा घरगुती किंमत सूचकांक

प्र. 7. भारताच्या घरगुती बचतीमध्ये (Domestic savings) अधिकतम योगदान कोणत्या क्षेत्राचे आहे?

(a) घरगुती क्षेत्र (Household Sector)

(b) खासगी कॉर्पोरेट क्षेत्र (Private Corporate Sector)

(c) सरकारी क्षेत्र (Government Sector)

(d) सार्वजनिक कॉर्पोरेट क्षेत्र (Public Corporate Sector)

प्र. 8. सुप्त बेकारीतून भांडवलनिर्मितीची संकल्पना कोणी मांडली?

(a) रॅग्नर नर्क्स   (b) इव्हॅरेट हॅजेन

(c) जॉन मील   (d) कार्ल मार्क्स

प्र. 9. अन्य गोष्टी स्थिर असताना खालीलपैकी कशामुळे राष्ट्रीय कल्याणात (National welfare) घसरण येईल?

(a) राष्ट्रीय उत्पन्नाचा स्थिर संवृद्धी दर

(b) उत्पन्नाच्या वितरणातील विषमतेत (Inequality) कमी

(c) औद्योगिक प्रदूषणात (pollution) वाढ

(d) लोकसंख्या वृद्धीदरात कमी

प्र. 10. भारताच्या राष्ट्रीय उत्पन्नात सेवा क्षेत्राचे (Service Sector) योगदान आहे.

(a) जवळपास अर्धे   (b) जवळपास एक तृतीयांश

(c) जवळपास 40%   (d) जवळपास 10%

प्र. 11. वर्तमान स्थितीत भारतात राष्ट्रीय उत्पन्नाचा अंदाज लावण्यासाठी कोणते आधार वर्ष (Base year) आहे?

(a) 1970–71   (b) 1993–94

(c) 1980–81   (d) 1984–85

प्र. 12. जर उपभोक्त्याचे उत्पन्न वाढले तर–

(a) मागणीवक्र स्थिर (Constant) राहतो

(b) मागणीवक्र डावीकडे सरकतो

(c) मागणीवक्र उजवीकडे सरकतो

(d) मागणीची किंमत लवचिकता वाढते.

प्र. 13. मागणीच्या लवचिकतेचे (Elasticity of Demand) खालीलपैकी कोणते सूत्र बरोबर आहे?

(a) 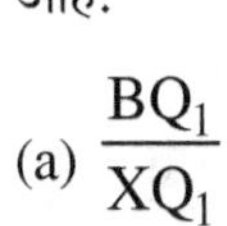

(b) 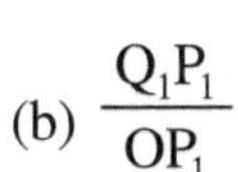

(c) 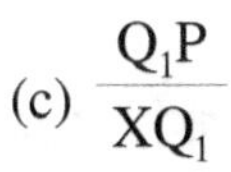

(d) वरीलपैकी कुठलेच नाही

प्र. 14. खालील आलेखात Q_1 बिंदूवर मागणी लवचिकता (Elasticity of Demand) आहे.

(a) $\dfrac{BQ_1}{XQ_1}$

(b) $\dfrac{Q_1P_1}{OP_1}$

(c) $\dfrac{Q_1P}{XQ_1}$

(d) $\dfrac{QQ_1}{X_1X}$

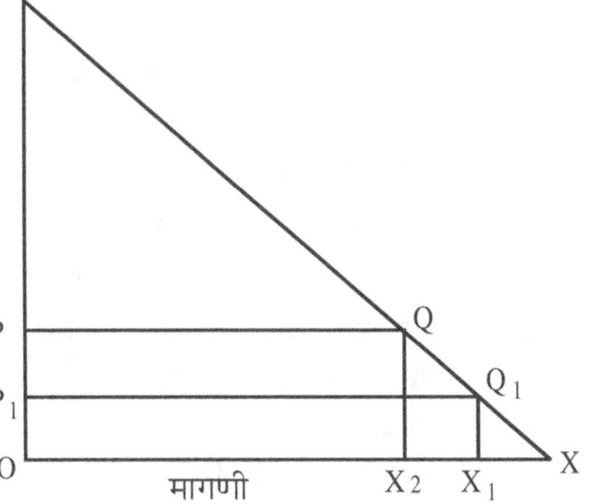

प्र. 15. मध्य प्रदेशात गव्हाच्या मागणीची लवचिकता (Price Elasticity of Demand) जवळपास बरोबर मानली जाऊ शकते–

(a) ∞ च्या   (b) -1 च्या

(c) -0.75 च्या   (d) -2 च्या

प्र. 16. खालीलपैकी कशासाठी मागणी वक्राचा उतार ऋणात्मक (Negative slope) असतो ?

(a) प्रतिस्थापन प्रभाव (Substitution Effect)

(b) उत्पन्न प्रभाव (Income Effect)

(c) प्रतिस्थापन आणि उत्पन्न प्रभाव

(d) उपभोक्त्याच्या पसंतीत (Preference) बदल

प्र. 17. सीमान्त उपयोगिता (Marginal Utility) नेहमी
(a) वाढते (b) घटते
(c) स्थिर असते (d) यातील कुठलेही नाही

प्र. 18. सम–सीमान्त उपयोगिता नियमानुसार (Law of Equi Marginal Utility)

(a) $MU{\times}P_x = MU_y{\times}P_y$

(b) $\dfrac{MU_x}{P_x} = \dfrac{MU_y}{P_y}$

(c) $\dfrac{MU_x}{P_x} > \dfrac{MU_y}{P_y}$

(d) $\dfrac{MU_x}{P_x} < \dfrac{MU_y}{P_y}$

प्र. 19. जेव्हा एकूण उपयोगिता (Total utility) अधिकतम असते तेव्हा
(a) सरासरी उपयोगिता शून्य असते
(b) सीमान्त उपयोगिता शून्य असते
(c) सीमान्त उपयोगिता अधिकांश असते
(d) सरासरी उपयोगिता अधिकतम असते.

प्र. 20. खालीलपैकी कोणती विशेषता उपभोक्ता समवृत्ती वक्रांची (Consumer's Indifference curves) नाही?
(a) उजवीकडे उतार
(b) मूळ बिंदूकडे बहिर्गोल
(c) एकमेकांना छेदत नाहीत
(d) उपयोगितेचे संख्यात्मक माप

प्र. 21. उपभोक्ता समवृत्ती वक्र (Indiffernce curve) मूळ बिंदूकडे बहिर्गोल (convex to origin) असतो, कारण
(a) X वस्तूची किंमत वाढते
(b) X वस्तूची सीमान्त उपयोगिता कमी होते
(c) Y वस्तूचा X वस्तूसाठी सीमान्त प्रतिस्थापन दर (MRS) कमी होतो.
(d) Y वस्तूचा X वस्तूसाठी सीमान्त प्रतिस्थापन दर (MRS) वाढतो.

प्र. 22. खालील आलेखात IC उत्पन्न उपभोग वक्र (Income consumption curve) आहे. या वक्राच्या स्थितीवरून आपण कोणत्या निष्कर्षावर पोहोचतो?

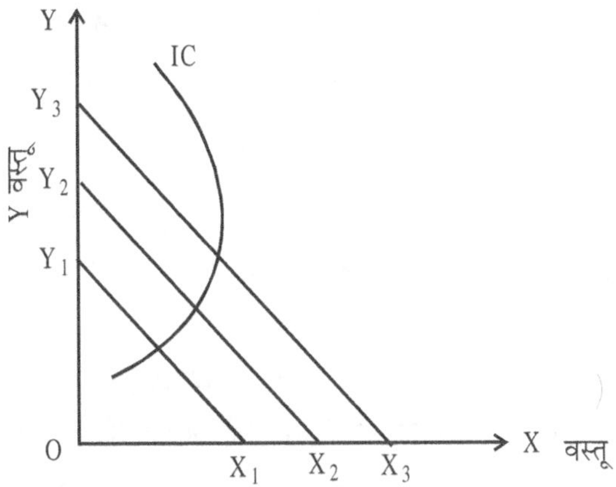

(a) X निकृष्ट वस्तू आहे (b) Y निकृष्ट वस्तू आहे.

(c) Y उत्तम वस्तू (Superior) आहे (d) Y सीमान्त (Normal) वस्तू आहे.

प्र. 23. सीमान्त खर्च (Marginal cost) सरासरी खर्चाच्या (Average cost) बरोबर असतो.

(a) Plant व मशीनच्या खर्चाच्या (b) मजुरीच्या खर्चाच्या

(c) कच्च्या मालाच्या खर्चाच्या (d) कुठल्याच खर्चाच्या नाही

प्र. 24. खालीलपैकी कोणता खर्चवक्र U आकाराचा नसतो?

(a) सरासरी परिवर्तनशील खर्च (AVC) वक्र

(b) सरासरी खर्च (AC) वक्र

(c) सीमांत खर्च (MC) वक्र

(d) सरासरी स्थिर खर्च (AFC) वक्र

प्र. 25. फर्मसाठी अल्प काळात कोणता खर्च स्थिर (Constant) असतो?

(a) प्लांट व मशीनचा खर्च (b) मजुरीचा खर्च

(c) कच्च्या मालाचा खर्च (d) कुठलाच खर्च नाही

प्र. 26. सम उत्पादन (isoproduct) वक्र काढण्यासाठी

(a) X अक्षावर एका वस्तूचे प्रमाण आणि Y अक्षावर दुसऱ्या वस्तूचे प्रमाण घेतात.

(b) X अक्षावर एका उत्पादनाच्या घटकाचे (factor of production) प्रमाण आणि Y अक्षावर दुसऱ्या उत्पादनाच्या घटकाचे प्रमाण घेतात.

(c) X अक्षावर उत्पादनाच्या घटकांचे प्रमाण आणि Y अक्षावर वस्तूच्या उत्पादनाचे प्रमाण घेतात

(d) काही पण घेऊ शकतो

प्र. 27. घटत्या फलाचा नियम (Law of deminishing Returns) प्रभावशाली होताच, परिवर्तनशील उत्पादक घटकाचे (Variable factor of prodution) सरासरी उत्पादन –

(a) कमी होणे सुरू होते

(b) स्थिर (constant) राहते

(c) वाढते आणि अधिकतम झाली की पडते

(d) आधी कमी होते आणि नंतर वाढते.

प्र. 28. सरासरी उत्पादन (Product) वक्र (AP–Curve) आणि सीमान्त उत्पन्न वक्राशी (MP–curve) संबंधित खालीलपैकी कोणती अभिव्यक्ती बरोबर आहे?

(a) सीमान्त उत्पादन वक्र नेहमी सरासरी वक्राच्या खाली असतो

(b) सीमान्त उत्पादन वक्र नेहमी सरासरी वक्राच्या वर असाते

(c) जेव्हा सरासरी उत्पादन वाढते तेव्हा सीमान्त उत्पादन वक्र त्याच्या खाली असतो, जेव्हा सीमान्त उत्पादन अधिकतम होते तेव्हा सीमान्त उत्पादन उत्पादन वक्र सरासरी वक्राला छेदतो मग खाली पडतो.

(d) जेव्हा सरासरी उत्पादन वक्र वर चढतो तेव्हा सीमान्त उत्पादन वक्र त्याच्या वर असतो, जेव्हा सरासरी उत्पादन अधिकतम असते तेव्हा सीमान्त उत्पादन वक्र त्याला वरून छेदतो आणि जेव्हा सरासरी उत्पादन वक्र पडतो तेव्हा सीमान्त उत्पादन वक्र त्याच्या खाली असतो.

प्र. 29. जेव्हा एखाद्या फर्मचे उत्पादन वाढत असते, तेव्हा त्याचा सरासरी स्थिर खर्च (AFC)

(a) सतत कमी होतो   (b) समान होतो

(c) सतत वाढतो   (d) कमी होतो मग पुन्हा वाढतो.

प्र. 30. सरासरी खर्चाचा (Average cost) अर्थ आहे.

(a) सरासरी एककांचा (Average units) खर्च

(b) शेवटच्या एककाचा खर्च

(c) एकूण खर्च + एकूण उत्पादन

(d) एकूण उत्पादन - एकूण खर्च

प्र. 31. वाढत्या फलाचा नियम (Law of increasing returns to scale) लागू झाल्यास उत्पादनाच्या सर्व साधनांना दुप्पट केल्यावर एकूण उत्पादन

(a) दुप्पटीच्या (Double) जास्त होईल   (b) दुप्पट होईल

(c) 50% वाढेल   (d) प्रभावित होत नाही.

प्र. 32. जर श्रमाचे एकक वाढवले तर श्रमाचे सरासरी उत्पादन (Average Product of Labour) स्थिर राहील, तेव्हा श्रमाचे सीमान्त उत्पादन (Marginal product of labour)–

(a) स्थिर राहील (constant)   (b) वाढेल (Increase)

(c) कमी होईल   (d) शून्य होईल

प्र. 33. भूमीचे प्रमाण स्थिर ठेवून श्रमाच्या एककांच्या (Average Productivity of labour) उत्पादनाच्या कोणत्या अवस्थेत (Stage) अधिकतम होईल?

(a) पहिल्या अवस्थेच्या शेवटच्या सीमेवर

(b) पहिल्या अवस्थेच्या सुरुवातीला

(c) दुसऱ्या अवस्थेच्या मध्यात

(d) तिसऱ्या अवस्थेच्या सुरुवातीला

प्र. 34. जेव्हा सीमान्त महसूल (Marginal Revenue) शून्य असतो तेव्हा मागणीची लवचिकता (Elasticity of Demand) होईल–

(a) एकाबरोबर   (b) एकापेक्षा जास्त

(c) एकापेक्षा कमी   (d) शून्य

प्र. 35. यंत्रसंचाचे अनुकूलतम प्रमाण (optimum scale of plant) SAC आहे, ज्यावर

(a) SAC = LAC   (b) SAC < LAC

(c) SAC > LAC   (d) LAC न्यूनतम असते

प्र. 36. खालीलपैकी कोणती अट (condition) पूर्ण स्पर्धेकरता आवश्यक नाही?

(a) विक्रेता आणि क्रेता यांचे बाहुल्य (Large Number)

(b) उत्पादक एककांचा स्वतंत्र प्रवेश व गमन (free entry and exit)

(c) वस्तू एकरूपता (Homogeneous product)

(d) जाहिरातीवर खूप जास्त खर्च

प्र. 37. पूर्ण स्पर्धेत एखाद्या फर्मचा AR वक्र

(a) X अक्षाला समांतर (parellel) असतो

(b) Y अक्षाला समांतर असतो

(c) मूळ बिंदूकडे बहिर्गोल (convex) असतो

(d) मूळ बिंदूकडे अंतर्गोल (concave) असतो.

प्र. 38. फर्मचे पूर्ण स्पर्धेत (perfect competition) खालील आलेखात कोणत्या बिंदूवर संतुलन (Equilibrium) होईल?

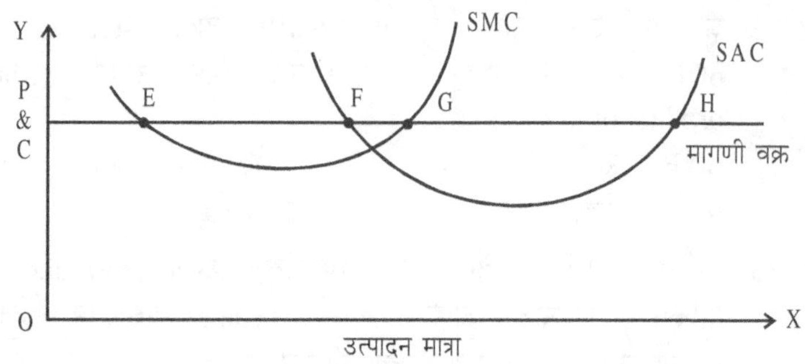

(a) E वर   (b) F वर   (c) G वर   (d) H वर

प्र. 39. दीर्घकाळात (Long–run) पूर्ण स्पर्धेत सर्व उत्पादकांसाठी (All manufactures) कोणते सूत्र योग्य आहे?

(a) SAC > P   (b) SAC < P   (c) SAC = P   (d) SMC < P

प्र. 40. खालीलपैकी कोणती अट अधिकतमीकरणासाठी (Profit maximization) अत्यावश्यक (necessary) आहे?

(a) MC = MR   (b) AC = MR

(c) AC = AR   (d) AC > AR

प्र. 41. खालीलपैकी कोणते समीकरण बरोबर आहे?

(a) $MR = P - \dfrac{P}{E}$ (b) $AB = P - \dfrac{P}{E}$

(c) $AR = MR - \dfrac{MR}{E}$ (d) $AR = \dfrac{I}{E}$

प्र. 42. वस्तू बाजारातील एकाधिकाराचा (Monopoly in commodity market) अर्थ आहे–

(a) फक्त एक विक्रेता

(b) बाजारात प्रवेश करण्यावर बंदी

(c) विकल्प नसलेल्या वस्तूचा एकमेव विक्रेता

(d) वरील सर्व

प्र. 43. खालीलपैकी काय एकाधिकारी स्पर्धेत लागू होत नाही?

(a) अनेक ग्राहक एक विक्रेता   (b) वस्तूंची विभिन्नता

(c) विक्री वाढवण्यासाठी प्रचार   (d) विक्री मागणीवक्र

प्र. 44. प्रथम श्रेणीच्या विभेदात्मक एकाधिकाराचा विचार खालीलपैकी कोणी दिला?

(a) ए. सी. पीगू   (b) श्रीमती जोन्स् रॉबिन्सन

(c) अल्फ्रेड मार्शल   (d) चेंबरलीन

प्र. 45. आर्थिक खंड असते–
   (a) एक आधिक्य (surplus), खर्च नाही
   (b) एक खर्च, आधिक्य नाही
   (c) खर्च आणि आधिक्य दोन्ही
   (d) आधिक्य, खर्च दोन्ही नाही

प्र. 46. खालीलपैकी कशाने आभासी खंडाचा (Quasi rent) उदय होतो?
   (a) भूमी   (b) श्रम   (c) भांडवली सामान
   (d) त्या वस्तू आणि सेवेतून ज्यांचा अल्पकालीन पुरवठा अलवचिक असेल

प्र. 47. अर्थशास्त्रात 'सीमान्त भूमी' चा अर्थ आहे–
   (a) खंड नसलेली जमीन   (b) एकूण खर्चाबरोबर एकूण उत्पन्न
   (c) कुठलेही आधिक्य उपलब्ध नाही (d) वरील सर्व

प्र. 48. 'नाइट' च्या मते
   (a) नफा हे जोखमीचे बक्षीस आहे
   (b) नफा एक अतिरिक्त (Surplus) उत्पन्न आहे.
   (c) नफा अनिश्चिततेचे बक्षीस आहे
   (d) नफा उत्पादन खर्चावरील आधिक्य आहे.

प्र. 49. व्याजाच्या दराचा नव सनातनवादी सिद्धान्त कोणता आहे?
   (a) LM–IS सिद्धान्त   (b) रोखता प्राधान्य सिद्धान्त
   (c) समय प्राधान्य सिद्धान्त   (d) उधार देय निधी सिद्धान्त

प्र. 50. पूर्ण स्पर्धेत मजुरी बरोबर असते–
   (a) श्रमाच्या सीमान्त उत्पादाच्या (MP)
   (b) श्रमाच्या सरासरी उत्पादनच्या (AP)
   (c) श्रमाच्या सरासरी उत्पादनाच्या मूल्याच्या
   (d) न्यूनतम मजुरीच्या

प्र. 51. सामान्य संतुलन मॉडेलमध्ये समस्त बाजारांचे कोणते रूप मानले जाते?
   (a) एकाधिकारात्मक   (b) अल्पाधिकारात्मक
   (c) एकाधिकारात्मक प्रतिस्पर्धा   (d) पूर्ण प्रतिस्पर्धात्मक

प्र. 52. मुद्रेचे खालील कोणते कार्य तिला वर्तमान आणि भविष्यामधील साखळी बनण्यास मदत करते?
   (a) मूल्याचे माप   (b) मूल्याचा संचय
   (c) विनिमयाचे माध्यम   (d) मूल्याचे हस्तांतरण

प्र. 53. मुद्रा–
   (a) एक उत्पादनाचे साधन आहे.

(b) उत्पादनाच्या साधनांना मिळवण्याचे माध्यम आहे.

(c) उत्पादनाची एक एजंट आहे

(d) वरीलपैकी काहीच नाही.

प्र. 54. बहु बँक प्रणालीमध्ये–

(a) फक्त एक बँक पत विस्तार करते

(b) काही बँका निक्षेप विस्तार करतात.

(c) सर्व बँका मिळून निक्षेप विस्तार करतात

(d) वरीलपैकी काहीच नाही

प्र. 55. फिशरच्या सिद्धान्तानुसार मुद्रेचे मूल्य खालीलपैकी कशानुसार निर्धारित होते?

(a) मागणीच्या लवचिकतेनुसार   (b) विनियोजनाच्या स्तरानुसार

(c) मुद्रेच्या प्रमाणानुसार   (d) मुद्रेच्या गतिनुसार

प्र. 56. खालीलपैकी Near Money काय आहे?

(a) नाणी   (b) मागणी जमा

(c) विनिमय बिल   (d) फर्निचर आणि फिटिंग्ज

प्र. 57. जनतेच्या बँकिंग सवयींमध्ये वाढ झाल्यास गुणकाचा आकार–

(a) कमी होतो   (b) वाढतो

(c) स्थिर राहतो   (d) यातील काहीच नाही

प्र. 58. MV = PT आणि 'V' मध्ये M = LPT 'K'

(a) एकच आहे   (b) परस्पर संबंध नाही

(c) एकमेकांवर अवलंबून राहते

(d) एकमेकांचे अन्योन्य (reciprocal) आहेत

प्र. 59. खालील पैकी कोणते काम वाणिज्य बँकांचे नाही?

(a) कर्ज देणे   (b) निक्षेप स्वीकारणे

(c) नोटा जारी करणे   (d) विनिमयपत्रांना वटवणे

प्र. 60. रोखतेच्या सापळ्या (Liquidity trap) चा अर्थ आहे.

(a) पूर्णतः ताठर तरलता अधिमान वक्र

(b) पूर्णतः लवचिक तरलता अधिमान वक्र

(c) एक लवचिक तरलता अधिमान वक्र

(d) एकापेक्षा कमी लवचिक तरलता अधिमानवक्र

प्र. 61. खालीलपैकी कोणते विधान वाणिज्य बँकांच्या बॅलन्सशीटची योग्य व्याख्या आहे?

(a) ते त्यांच्या ठेवींचा (Assets) आणि देण्यांचा (Liabilities) लेखा आहे.

(b) ते त्यांच्या नफा-तोट्याचा लेखा आहे

(c) ते त्यांच्या उद्योगाच्या आकाराचे (Volume) विवरण आहे

(d) ते बँकांच्या विदेशी विनिमयाच्या उद्योगांचे विवरण आहे.

प्र. 62. 'उच्च अधिकार मुद्रा' बरोबर आहे–

(a) चलन, रिझर्व्ह आणि केंद्रीय बँकेच्या अन्य जबाबदाऱ्यांची (liabilities)

(b) चलन आणि मागणी जमा फक्तच्या

(c) वाणिज्य बँकांच्या समस्त जबाबदाऱ्यांच्या

(d) बँकांच्या मागणी आणि अवधी जमा जबाबदाऱ्यांच्या

प्र. 63. सामान्य नकदी कोष अनुपात निर्धारित होतो–

(a) बाजाराच्या शक्तीच्या स्वतंत्र व्यवहाराने

(b) वाणिज्य बँकांद्वारे

(c) मौद्रिक अधिकाऱ्याद्वारे

(d) वरील सर्वांनी मिळून

प्र. 64. बिल, बाँड आणि इक्विटीजच्या तरलतेचा क्रमानुसार तयार केलेला कोणता क्रम बरोबर आहे?

(a) बाँड, बिल, इक्विटीज   (b) इक्विटीज, बाँड, बिल

(c) बाँड, इक्विटीज, बिल   (d) बिल, बाँड, इक्विटीज

प्र. 65. लोक हातात मुद्रा का ठेवतात, त्याचे एक कारण आहे की मुद्रा–

(a) तिच्यात आंतरिक मूल्य आहे

(b) कर्ज प्रदानासाठी (Payment) अत्यंत सोपे साधन आहे.

(c) विनिमयाच्या माध्यमाच्या रूपात निष्क्रिय भूमिका असते.

(d) ही फक्त पूर्ण तरल मालमत्ता आहे.

प्र. 66. व्याजदरातील परिवर्तन खालील उद्देशांनी ठेवल्या जाणाऱ्या मुद्रेच्या प्रमाणावर फार जास्त परिणाम करत नाही–

(a) देण्या–घेण्याचा उद्देश (Transaction Motive)

(b) सावधगिरी उद्देश (Precautionery Motive)

(c) देणे–घेणे आणि सावधगिरी उद्देश

(d) सट्टेबाजीचा उद्देश (Speculative Motive)

प्र. 67. किंमत निर्देशांक खालीलपैकी कशासाठी परिवर्तनाचा उपयोगी मापदंड आहे?

(a) उपभोक्ता खर्च   (b) सरासरी जीवन स्तर

(c) उपभोक्ता वस्तूंसाठी प्रभावशाली मागणी (d) मुद्रेच्या मूल्यातील परिवर्तन

प्र. 68. फिलिप्स वक्र खालीलपैकी कशामधील संबंध दर्शवितो?

(a) मजुरी वृद्धीचा प्रतिशत आणि बेकारीचा प्रतिशत

(b) मजुरी वृद्धीचा प्रतिशत आणि रोजगारीचा प्रतिशत

(c) किंमत परिवर्तन प्रतिशत आणि उत्पन्नातील परिवर्तनाचा प्रतिशत

(d) किंमत परिवर्तन प्रतिशत आणि भूमीतील परिवर्तनाचा प्रतिशत आणि मागणीतील परिवर्तनाचा प्रतिशत

प्र. 69. भारतीय अर्थव्यवस्थेत कोणते क्षेत्र बचत बाहुल्य (Saving Surplus) क्षेत्र आहे?

(a) घरगुती क्षेत्र

(b) खासगी कॉर्पोरेट क्षेत्र

(c) सरकारी क्षेत्र

(d) यातील कुठलेच नाही

प्र. 70. खालीलपैकी कोणते भारतीय भांडवल बाजाराचे अंग नाही?

(a) BSE   (b) NSE   (c) SEBI   (d) RBI

प्र. 71. आकड्यांच्या खालील स्रोतांना घ्या–

(a) राज्यांचे आकडे आणि अर्थशास्त्र ब्युरो

(b) राष्ट्रीय सँपल सर्व्हे (NSS) रिपोर्ट

(c) चलन आणि वित्त रिपोर्ट

(d) भारतीय रिझर्व्ह बँकेचे बुलेटिन

ज्या स्रोतांनी भारतीय बँकिंगवर मुख्य आकडे मिळतात, ते आहेत

(a) 1, 2, 3, 4   (b) 1, 2   (c) 1, 4   (d) 3, 4

प्र. 72. चालू खाते जमेबद्दल काय सत्य नाही?

(a) ती M1 मध्ये सामील केली जाते

(b) ती M3 मध्ये सामील केली जाते

(c) तिच्यावर कितीही चेक्स लिहिले जाऊ शकतात.

(d) तिच्यावर व्याज मिळते

प्र. 73. वैधानिक तरलता गुणोत्तर (SLR) आहे

(a) लिमिटेड कंपन्यांवर न्यूनतम कोष ठेवण्यासाठी दबावाचे तंत्र

(b) भारतीय रिझर्व्ह बँकेची साख नियंत्रणाची पद्धत

(c) रोख-राखिव गुणोत्तराचे दुसरे नाव

(d) वरीलपैकी काहीच नाही

प्र. 74. वाणिज्य बँकांनी दिलेली खालीलपैकी कोणती सेवा शुल्क आधारित सेवा नाही?

(a) मर्चंट बँकिंग

(b) विनियोजन सल्ला

(c) प्रारंभिक सार्वजनिक भांडवल निर्गमनासाठी बँकर

(d) कार्यशील भांडवलासाठी कर्ज

प्र. 75. हेक्सचर आणि ओहलिननुसार दोन व्यापारी देशांमधील वस्तूंच्या किमतींतील तुलनात्मक फरकाचे महत्त्वाचे कारण आहे, खालील फरक–
(a) साधन उपलब्धता
(b) तंत्रज्ञान
(c) आवडी आणि सवयी
(d) हवामानाची स्थिती

प्र. 76. एखाद्या राष्ट्राचा प्रस्ताववक्र, त्या अक्षाकडे झुकतो, जो मोजतो –
(a) निर्यात वस्तू
(b) आयात वस्तू
(c) निर्यात आणि आयात वस्तू
(d) गैरव्यापारी (Non traded) वस्तू

प्र. 77. विकसनशील देशांची तक्रार आहे की–
(a) त्यांच्या व्यापाराच्या अटी नेहमी विरुद्ध असतात.
(b) त्यांचे निर्यात उत्पन्न स्थिर नसते
(c) वर्तमान आंतरराष्ट्रीय सिस्टीम विकसित राष्ट्रांच्या बाजूने आहे
(d) वरील सर्व तक्रारी बरोबर आहेत.

प्र. 78. शुद्ध तरलता शेषमध्ये सामील आहे आधारभूत शेष आणि–
(a) SDR's वाटणी
(b) अल्पकालीन खासगी कालावधी भांडवल शेष
(c) a आणि b दोन्ही
(d) वरीलपैकी कुठलेच नाही.

प्र. 79. आंतरराष्ट्रीय व्यापारात 'Hedging' चा अर्थ आहे.
(a) विदेशी विनिमयाची जबाबदारी घेणे
(b) विदेशी विनिमय सट्टेबाजी
(c) विदेशी विनिमय आर्बिट्रेशन
(d) विदेशी विनिमय जबाबदारीतून वाचवणे.

प्र. 80. विनिमय दर बाजाराच्या सर्व भागांमध्ये समान ठेवला जातो
(a) विनिमय आर्बिट्रेजद्वारा
(b) जबाबदारीतून वाचवण्याने (Hedging)
(c) व्याज आर्बिट्रेजद्वारा
(d) सट्टेबाजीद्वारा

प्र. 81. Autarchy ती स्थिती आहे, ज्यात–
(a) मित्र राष्ट्रांमध्ये व्यापार होतो
(b) राष्ट्रांमध्ये काहीच व्यापार होत नाही
(c) शेजारी राष्ट्रांमध्ये व्यापार होतो
(d) व्यापारातून काही फायदा होत नाही.

प्र. 82. ब्रेटन वुड्स पद्धत तुटण्याचे मुख्य कारण होते–
(a) तरलता समस्या
(b) समायोजन समस्या
(c) अविश्वास समस्या
(d) या सर्व समस्या

प्र. 83. हेरॉड–डोमर मॉडेलमध्ये आर्थिक वृद्धीचा संबंध आहे–

(a) बचतीशी

(b) भांडवल–उत्पादन अनुपाताशी

(c) बचत आणि भांडवल उत्पादन अनुपाताशी

(d) यातील कशाशीही नाही

प्र. 84. दारिद्र्याच्या दुष्टचक्राने खालीलपैकी कशामधील संबंध समजता येतो?

(a) एखाद्या देशाचा उत्पन्नाचा आणि लोकसंख्येचा

(b) विनियोजन आणि तंत्रज्ञानाचा दर

(c) उत्पादकता आणि उत्पन्न उत्पादन

(d) वरील सर्वांमधील

प्र. 85. रॅगनर नर्क्सच्या मते मुख्य घटक जो बाजाराच्या आकारावर परिणाम करतो, तो आहे–

(a) मौद्रिक विस्तार   (b) गुंतवणुकीची प्रेरणा

(c) उत्पादकता   (d) बचत

प्र. 86. भारतीय अर्थव्यवस्थेला मिश्र अर्थव्यवस्था म्हटले जाते. कारण यात आहे–

(a) निवडक सार्वजनिक क्षेत्र

(b) खासगी क्षेत्र

(c) खासगी, सार्वजनिक आणि सहकारी क्षेत्र

(d) सहकारी क्षेत्र

प्र. 87. पाचव्या दशकामध्ये भारताने स्वीकारलेल्या महालनोबिस मॉडेलचे लक्ष्य होते–

(a) दृढरक्षण उद्योगाच्या आधारावर निर्मिती

(b) भांडवलप्रधान भारी उद्योगांची स्थापना

(c) अर्थव्यवस्थेतील मुद्रास्फीति थांबवणे

(d) थोड्याच वेळात बेकारी नष्ट करणे

प्र. 88. भारताच्या तिसऱ्या पंचवार्षिक योजनेची खालीलपैकी कोणती विशेषता होती?

(a) समन्वित (integrated) ग्रामीण विकास प्रकल्प

(b) ग्रामीण कार्य योजना

(c) विशेष ज्यूट विकास प्रॉजेक्ट

(d) विशेष तेलबिया विकास प्रोजेक्ट

प्र. 89. वृद्धीच्या अवस्थेच्या सिद्धान्ताचा कोणाशी संबंध असतो?

(a) सायमन कुननेट्स   (b) कॉलिन क्लर्क

(c) पॉल सॅम्युएलसन   (d) डब्ल्यू. डब्ल्यू. रोस्टोव्ह

प्र. 90. तुटीच्या वित्त व्यवस्थेचा अर्थ आहे-
(a) विदेशी मदतीवर अवलंबन
(b) विदेशातून उधार घेऊन खर्च करणे
(c) विकास निश्चित होण्यासाठी सर्व खर्च न करणे
(d) महसुलापेक्षा जास्त खर्च करणे

प्र. 91. भारतात दुसऱ्या नंबरचे सर्वाधिक लोकसंख्या असलेले राज्य कोणते आहे?
(a) राजस्थान   (b) तमिळनाडू   (c) मध्य प्रदेश   (d) उत्तर प्रदेश

प्र. 92. भारतात सर्वांत जास्त वन्य क्षेत्र कोणत्या राज्यात आहे?
(a) राजस्थान   (b) महाराष्ट्र
(c) मध्यप्रदेश   (d) उत्तर प्रदेश

प्र. 93. भारतात सन 2006−07 च्या कालावधीत रेल्वेचा परिचालन अनुपात किती होता?
(a) 60%   (b) 80%   (c) 78.7%   (d) 65.72%

प्र. 94. कच्च्या मालाचा खर्च आहे –
(a) मूळ खर्च   (b) सीमान्त खर्च
(c) एकूण खर्च   (d) सरासरी खर्च

प्र. 95. भारताचा सर्वाधिक व्यापार कोणत्या देशाबरोबर होतो?
(a) चीन   (b) अमेरिका   (c) रशिया   (d) इंडोनेशिया

प्र. 96. भारतातून चहाची सर्वाधिक आयात करणारा देश कोणता आहे?
(a) इंग्लड   (b) अमेरिका   (c) जर्मनी   (d) ऑस्ट्रेलिया

प्र. 97. भारतात एकूण क्षेत्रफळापैकी ३३% क्षेत्रफळावर सुमारे किती % लोक राहतात?
(a) 40%   (b) 66%   (c) 59%   (d) 35%

प्र. 98. खालीलपैकी कोणत्या राज्यात भूमी सुधारणेने सर्वांत जास्त प्रगती केली आहे?
(a) मध्य प्रदेश   (b) पश्चिम बंगाल
(c) उत्तर प्रदेश   (d) बिहार

प्र. 99. भारतात पहिला वेतन आयोग कधी नेमण्यात आला?
(a) 1948   (b) 1953   (c) 1946   (d) 1961

प्र. 100. इष्टतम (optimum) उत्पादन पातळीस उत्पादन खर्च असतो –
(a) कमीत कमी   (b) जास्तीत जास्त
(c) सरासरी   (d) समतोल

उत्तरे

1. b	2. b	3. d	4. a	5. b	6. b	7. a	8. a
9. b	10. c	11. b	12. c	13. b	14. a	15. c	16. c
17. d	18. b	19. b	20. d	21. c	22. a	23. c	24. d
25. a	26. b	27. a	28. d	29. a	30. c	31. a	32. a
33. a	34. a	35. d	36. d	37. a	38. c	39. c	40. a
41. a	42. d	43. d	44. a	45. a	46. d	47. a	48. c
49. d	50. c	51. d	52. b	53. b	54. c	55. c	56. c
57. b	58. d	59. c	60. b	61. a	62. b	63. c	64. b
65. d	66. c	67. d	68. a	69. a	70. d	71. d	72. d
73. b	74. b	75. a	76. b	77. d	78. c	79. d	80. a
81. b	82. a	83. c	84. c	85. c	86. c	87. c	88. c
89. d	90. d	91. c	92. c	93. c	94. a	95. b	96. a
97. b	98. c	99. c	100. a				

■ ■ ■

प्रश्नसंच – १५

प्र. 1. समष्टि अर्थशास्त्राचा संबंध आहे–

    (a) वस्तू आणि सेवेच्या उत्पादन स्तराशी

    (b) सामान्य किंमत स्तराशी

    (c) वास्तविक उत्पादनाच्या संवृद्धीशी

    (d) वरील सर्वांशी

प्र. 2. खर्चिक मौद्रिक आणि राजकोषीय नीती सरकवते–

    (a) एकूण मागणी उजवीकडे   (b) एकूण मागणीला डावीकडे

    (c) एकूण पुरवठा उजवीकडे   (d) एकूण पुरवठा डावीकडे

प्र. 3. समीकरण $C = 20 + 0.90\ Y$ मध्ये उपभोगाचे पूर्वानुमान आहे

    (a) 90 जेव्हा $y = 100$ (b) 100 जेव्हा $y = 90$

    (c) 100 जेव्हा $y = 100$ (d) 180 जेव्हा $y = 200$

प्र. 4. समीकरण $C = A + BY_d$ मध्ये अवलंबित गोष्टींत परिवर्तन दर्शविणारा गुणांक आहे–

    (a) A   (b) Y_d (c) B   (d) हे सर्व

प्र. 5. खालीलपैकी कोणते विधान बरोबर नाही?

(a) शुद्ध राष्ट्रीय उत्पादन – प्रत्यक्ष कर = राष्ट्रीय उत्पन्न

(b) शुद्ध राष्ट्रीय उत्पादन + भांडवल उपभोग भत्ते = स्थूल राष्ट्रीय उत्पादन

(c) शुद्ध गुंतवणूक + घसारा = समस्त गुंतवणूक

(d) व्यक्तिगत उपभोग योग्य उत्पन्न + प्रत्यक्ष कर = व्यक्तिगत उत्पन्न

प्र. 6. जेव्हा मौद्रिक स्थूल राष्ट्रीय उत्पादन 1,100 रु. आहे आणि वास्तविक स्थूल राष्ट्रीय उत्पादन 1,000 रु. आहे. तर स्थूल राष्ट्रीय उत्पादन अवस्फीतक (Deflator)

(a) 9.09   (b) 90.91   (c) 1.11   (d) 110

प्र. 7. समजा, मौद्रिक सकल राष्ट्रीय उत्पादन एका आधार वर्षात 500 रु. आहे. जर सहाव्या वर्षात सकल राष्ट्रीय उत्पादन अवस्फीतक दुप्पट होईल आणि वास्तविक उत्पादन 40% पर्यंत वाढेल, तर सहाव्या वर्षात मौद्रिक उत्पादन होईल.

(a) 2,000 रु.   (b) 1,400 रु.   (c) 1,000 रु.   (d) 750 रु.

प्र. 8. दोन क्षेत्रीय मॉडेल्समध्ये संतुलन स्थापित होते, जेव्हा

(a) बचत = गुंतवणूक

(b) उपभोग + गुंतवणूक = उत्पादनाचे मूल्य

(c) नियोजित बचत = नियोजित गुंतवणूक

(d) एकूण खर्च = व्यापारी क्षेत्राचे विक्री उत्पन्न

प्र. 9. जेव्हा नियोजित बचत $= -40 + 0.20\ Y_d$ आणि नियोजित गुंतवणूक $= 60$ रु; उत्पन्नाचा संतुलन स्तर होईल

(a) 100 रु   (b) 400 रु.   (c) 500 रु   (d) 1,000 रु.

प्र. 10. जेव्हा सीमान्त उपभोग प्रवृत्ती 0.75 आहे, गुणकाचे माप होईल?

(a) 5   (b) 4   (c) 3   (d) 2

प्र. 11. सीमान्त आयात प्रवृत्तीत वाढ –

(a) गुणकांवर तोच परिणाम करते जो सीमान्त उपभोग प्रवृत्तीमध्ये वृद्धीचा होतो.

(b) गुणकांवर काही परिणाम करत नाही.

(c) गुणकांचे प्रमाण वाढवते

(d) गुणकांचे प्रभाव कमी करते.

प्र. 12. जेव्हा LM समीकरण $Y = 750 + 20i$ आहे, मुद्रेची मागणी आणि मुद्रेचा पुरवठा यात संतुलन तेव्हाच होईल जेव्हा –

(a) i = 10 आणि Y = 750 रु.   (b) i = 10 आणि Y = 800 रु.

(c) i = 10 आणि Y = 950 रु.   (d) i = 10 आणि Y = 900 रु.

प्र. 13. इरविंग फिशरच्या मुद्रा परिमाण सिद्धान्ताचे समीकरण आहे –

(a) $MV = PT$ (b) $MV = KO$ (c) $M = \dfrac{V}{PT}$ (d) $T = \dfrac{P}{MV}$

प्र. 14. खालीलपैकी कोणकोणत्या परिस्थितीत मुद्रेच्या पुरवठ्यातील वृद्धी संतुलन उत्पन्नावर काही परिणाम करत नाही?

(a) LM तीव्रपणे बाकदार आहे आणि IS तुलनात्मक रूपाने चपटा आहे.

(b) LM लंबवत आहे आणि IS चा बाक तीव्र आहे.

(c) LM तीव्र रूपाने बाकदार आहे आणि IS लंबवत

(d) LM सापेक्षतेने IS प्रमाणे चपटा आहे.

प्र. 15. जेव्हा एखाद्या देशाच्या केंद्रीय बँकेत आंतरराष्ट्रीय सुरक्षित मुद्राकोषांच्या संग्रहणात काही बदल होत नाही तेव्हा त्या देशाचे –

(a) व्यापार संतुलन नेहमी शून्य असते

(b) चालू खात्याचे संतुलन नेहमी शून्य असते

(c) भांडवल खात्याचे संतुलन नेहमी शून्य असते

(d) व्यवहारतोल (BOP) नेहमी शून्य असते.

प्र. 16. जेव्हा निर्यात–फलन 100–0.2Y आहे, शुद्ध निर्यात शून्य होईल तर उत्पन्न असेल–

(a) 300 रु.   (b) 400 रु.   (c) 500 रु.   (d) 600 रु.

प्र. 17. LM वक्राचा प्रत्येक बिंदू मुद्राबाजारात दर्शवितो–

(a) असंतुलन   (b) संतुलन

(c) वरील दोन्ही   (d) वरीलपैकी काहीच नाही

प्र. 18. श्रमाच्या मागणीची अनुसूची दिलेली आहे, श्रम एककांच्या मागणीचे प्रमाण–

(a) किंमत स्तर वाढल्यावर कमी होईल

(b) किंमत स्तर वाढल्यावर वाढेल

(c) वाढते आणि किंमत स्तर व मौद्रिक मजुरीत समान अनुपातात वाढ होईल.

(d) कमी होईल आणि किंमत स्तर मौद्रिक मजुरीत समान अनुपातात वाढ होईल.

प्र. 19. जेव्हा श्रमाचे सीमान्त भौतिक उत्पादन 800–2N आहे, वस्तूंची किंमत 2 रु. आहे आणि श्रमाचा खर्च 4 रु. प्रति एकक आहे तेव्हा लागलेल्या श्रमिकांचे

प्रमाण असेल–

(a) 20 एकक   (b) 399 एकक (c) 800 एकक (d) 80 एकक

प्र. 20. एकूण मागणी फलनाचा झुकाव (वक्र) अधिक चपटा होईल, जेव्हा–

(a) गुंतवणूक–खर्च व्याज–दरासाठी जास्त संवेदनाशील असेल

(b) मुद्रेची मागणी व्याज दरासाठी जास्त संवेदनाशील असेल

(c) खर्च–गुणकाचे प्रमाण कमी होईल.

(d) नामांकित रूपाने मुद्रेचा पुरवठा जास्त होईल.

प्र. 21. समजा, पूर्ण रोजगार आहे आणि एकूण पुरवठा लांबट आहे. तर करांमधील कमीने–

(a) किंमत स्तर आणि वास्तविक उत्पादनात वाढ होईल.

(b) किंमत स्तर वाढेल पण वास्तविक उत्पादनावर काही परिणाम होणार नाही.

(c) वास्तविक उत्पादन वाढेल पण किंमत स्तरावर काही परिणाम होणार नाही.

(d) किंमत स्तर किंवा वास्तविक उत्पादनावर काही परिणाम होणार नाही.

प्र. 22. समजा पूर्ण रोजगार आहे आणि वर चढणारे एकूण पुरवठा फलन आहे. तर करातील कमीने वाढ होईल–

(a) किंमत स्तर आणि वास्तविक उत्पादनात

(b) किंमत स्तरात पण वास्तविक उत्पादनावर काही परिणाम होणार नाही

(c) वास्तविक उत्पादनात पण किंमत स्तरावर काही परिणाम होणार नाही

(d) मौद्रिक आणि वास्तविक मजुरीत

प्र. 23. फिलिप वक्र दाखवतो–

(a) वास्तविक आणि मौद्रिक मजुरीतील उलटा संबंध

(b) मुद्रा स्फीतिचा दर आणि बेकारीतील उलटा संबंध

(c) मौद्रिक मजुरी आणि बेकारीच्या दरातील धनात्मक संबंध

(d) मुद्रा स्फीतिचा दर आणि मौद्रिक मजुरीतील धनात्मक संबंध

प्र. 24. एक अर्थव्यवस्था मुद्रा स्फीति असताना संतुलनात आहे, सरकारी खर्चातील सततची वाढ सरकवेल–

(a) गत्यात्मक एकूण मागणीला एका कालावधीसाठी उजवीकडे

(b) गत्यात्मक एकूण मागणीला आणि गत्यात्मक एकूण पुरवठ्याला नेहमीसाठी उजवीकडे

(d) गत्यात्मक एकूण मागणीला उजवीकडे आणि क्रमिक कालावधीनंतर उच्च मुद्रा स्फीतिदरावर नवीन संतुलन स्थापित होते.

प्र. 25. मुद्रेची M_1 परिभाषा बेरीज आहे–

(a) बँकांच्या बाहेर चलन मुद्रा आणि चालू खात्यातील जमा निक्षेप

(b) बँकाच्या बाहेर चलन मुद्रा, चालू खात्यातील जमा निक्षेप आणि प्रवासी चेक

(c) उरलेली चलन मुद्रा आणि चालू खात्यातील निक्षेप (Deposits)

(d) उरलेली चलन मुद्रा, चालू खात्यातील निक्षेप आणि मुद्राबाजारातील जमा खाते.

प्र. 26. केन्सच्या मते, मुद्रेची सट्टा (Speculative) मागणी असते, कारण–

(a) लोकांना स्टॉकबाजारात सट्टा लावायचा असतो

(b) M_1 कोष ठेवण्यात खूप मोठी जोखीम असते

(c) दीर्घकालीन बाँडस्पेक्षा मुद्रा जास्त चांगला मूल्याचा साठा आहे.

(d) मुद्रा नेहमीच दीर्घकालीन बाँडस्पेक्षा निश्चित व उच्च प्रतिफल दर देते.

प्र. 27. उपभोग व उपभोगयोग्य उत्पन्नात आनुपातिक संबंध असतो–

(a) जेव्हा उपभोगयोग्य उत्पन्नाच्या सर्व स्तरांवर सरासरी उपभोग प्रवृत्ती एक-सारखी असेल.

(b) जेव्हा उपभोग फलन मूळ बिंदूपासून सुरू होणारी सरळ रेषा असेल.

(c) जेव्हा सरासरी उपभोग प्रवृत्ती आणि सीमान्त उपभोग प्रवृत्ती उपभोगयोग्य उत्पन्नाच्या सर्व स्तरांवर बरोबर असेल.

(d) वरील सर्व

प्र. 28. केन्सने व्यक्तिगत आणि वस्तुनिष्ठ तत्त्वांना वर्गीकृत केले–

(a) उपभोगाचे महत्त्वाचे निर्धारक   (b) उपभोगाचे महत्त्वहीन निर्धारक

(c) गुंतवणुकीचे निर्धारक   (d) व्यवसायाचे निर्धारक

प्र. 29. जीवनचक्र परिकल्पनेनुसार उपभोग संबंधित आहे–

(a) वर्तमान उत्पन्नाशी

(b) मागील उच्चतम उत्पन्नाशी

(c) अपेक्षित जीवन कालावधीत मिळणाऱ्या उत्पन्नाशी

(d) व्यक्तीच्या जीवन काळातील किंमत-संबंधित अपेक्षांशी.

प्र. 30. गुंतवणुकीचा प्रयोग खर्च आहे–

(a) व्याजाचा वास्तविक दर

(b) व्याजाचा नामांकित दर

(c) व्याजाचा वास्तविक दर आणि मूल्य ऱ्हासाचा दर

(d) व्याजाचा नामांकित दर आणि मूल्य ऱ्हासाचा दर.

प्र. 31. खालीलपैकी काय भारतातील निगम (कॉर्पोरेट) क्षेत्राशी संबंधित नाही?
(a) फ्रिंजबेनिफिट टॅक्स   (b) मिनीमम अल्टरनेट टॅक्स
(c) कंपनी प्रॉफिट टॅक्स   (d) कॅपिटल गेन टॅक्स

प्र. 32. व्यष्टि अर्थशास्त्र अभ्यास आहे की स्वतंत्र, मुक्त उद्यम अर्थव्यवस्था कशी निर्धारित करते–
(a) वस्तूंच्या किमती   (b) सेवेच्या किमती
(c) आर्थिक संसाधनांच्या किमती   (d) वरील सर्व

प्र. 33. कराधानाची कोणती बाजू आदर्शात्मक अर्थशास्त्राशी संबंधित आहे?
(a) कराचे अंतिम शोधन (Payment)
(b) कराचा काम करण्याच्या प्रेरणेवरील परिणाम
(c) कराचे औचित्य
(d) वरील सर्व

प्र. 34. जेव्हा X वस्तूच्या पर्यायी किमतीत कमी येते तेव्हा X ची मागणी –
(a) वाढते   (b) कमी होते.
(c) अपरिवर्तित राहाते   (d) यातील काहीच नाही.

प्र. 35. जर एखाद्या व्यक्तीचे उत्पन्न वाढले (अन्य गोष्टी स्थिर असताना) तर सामान्य वस्तूसाठी त्याची मागणी–
(a) वाढेल   (b) कमी होईल
(c) स्थिर राहील   (d) यातील काहीच नाही.

प्र. 36. जेव्हा किमतीत परिवर्तन झाल्यामुळे एखाद्या वस्तूचे मागितलेले प्रमाण अपरिवर्तित राहिले तर मागणीच्या किमतीच्या सापेक्षतेचा गुणांक होईल –
(a) 1 पेक्षा जास्त   (b) एकाबरोबर
(c) एकापेक्षा कमी   (d) शून्य

प्र. 37. जर मागणीची उत्पन्न सापेक्षता एकापेक्षा जास्त असेल तर वस्तू–
(a) आवश्यक वस्तू असेल   (b) चैनीची वस्तू असेल.
(c) निकृष्ट वस्तू असेल   (d) असंबंधित वस्तू असेल

प्र. 38. X वस्तूसाठी संतृप्ती बिंदूवर, X चा सीमान्त तुष्टिगुण असतो–
(a) धनात्मक   (b) ऋणात्मक
(c) शून्य   (d) यातील कुठलाही नाही.

प्र. 39. गिफेन वस्तूसाठी एंजल वक्र असतो–
(a) ऋणात्मक उतार असणारा   (b) धनात्मक झुकाव असणारा
(c) लांबट   (d) क्षितिज समांतर

प्र. 40. जर श्रमाच्या भांडवलासाठी तांत्रिक पर्यायाचा सीमान्त दर 2 च्या बरोबर

असेल तर $\dfrac{\text{भांडवलाचे सीमान्त उत्पादन}}{\text{श्रमाचे सीमान्त उत्पादन}}$ होईल –

   (a) 2   (b) 1   (c) 1/2   (d) 4

प्र. 41. सार्थक सीमा क्षेत्राच्या आत सम उत्पादन मात्रा वक्र–

   (a) ऋणात्मक उताराचा असतो.   (b) मूळ बिंदूकडे बहिर्गोल असतो.

   (c) छेदू शकत नाही.   (d) वरील सर्व

प्र. 42. तांत्रिक प्रतिस्थापनाची लवचिकता मोजली जाते–

   (a) समउत्पादन मात्रा वक्राच्या उताराने

   (b) समउत्पादन मात्रा वक्राच्या उतारातील परिवर्तनाने

   (c) घटकांच्या आदानांच्या (Input) अनुपाताने

   (d) वरील कशानेही नाही.

प्र. 43. एखादे उत्पादनसाधन खरेदी करण्यासाठी फर्मला जो खर्च करावा लागतो त्याला म्हणतात –

   (a) स्पष्ट खर्च   (b) निहित खर्च

   (c) बुडीत खर्च   (d) स्थिर खर्च

प्र. 44. अल्पकालीन एकूण खर्च दीर्घकालीन एकूण खर्चापेक्षा कधीच कमी नसतो.

   (a) नेहमीच खरे   (b) बरेचदा कमी

   (c) कधी–कधी खरे   (d) कधीच खरे नाही.

प्र. 45. उत्पादन थांबवण्याच्या बिंदूवर–

   (a) किंमत = सरासरी परिवर्तनशील खर्च

   (b) एकूण उत्पन्न = एकूण परिवर्तनशील खर्च

   (c) फर्मचे एकूण नुकसान = एकूण स्थिर खर्च

   (d) वरील सर्व

प्र. 46. जर साधनकिमती आणि साधनाचे प्रमाण एकाच दिशेत परिवर्तित झाले, तर आपण पाहतो–

   (a) स्थिर खर्चाचा उद्योग   (b) वाढत्या खर्चाचा उद्योग

   (c) घटत्या खर्चाचा उद्योग   (d) यांतील काहीच नाही.

प्र. 47. एखाद्या मागणीवक्राच्या बिंदूवर जर किंमत 10 रु. आहे आणि मागणीची सापेक्षता 0.5 आहे तर सीमान्त उत्पन्न होईल–

   (a) 5 रु.   (b) शून्य   (c) (–) एक रु.   (d) (–) 10 रु.

प्र. 48. अल्पकाळात एकाधिकारी–
(a) खर्चाइतकेच कमवतो (b) नुकसान सहन करतो.
(c) नफा मिळवतो (d) वरील सर्व

प्र. 49. आभासी खंड (rent) आहे–
(a) फर्मच्या एकूण नफ्याबरोबर (b) फर्मच्या एकूण नफ्यापेक्षा जास्त
(c) फर्मच्या एकूणा नफ्यापेक्षा कमी
(d) वरीलपैकी कुठलेही नाही.

प्र. 50. जेव्हा सीमान्त उत्पादनाचे मूल्य > सीमांत उत्पन्न उत्पादकता > किंमत, तेव्हा एखाद्या फर्मला मिळते–
(a) एकाधिकारी शोषण
(b) क्रेताधिकारी शोषण
(c) एकाधिकारी आणि क्रेताधिकारी शोषण दोन्ही
(d) कुठल्याच प्रकारचे शोषण नाही

प्र. 51. उत्पादन-शक्यता वक्राचा बांक खालील द्वारे दिला जातो,
(a) x चा y साठी तांत्रिक प्रतिस्थापनेचा सीमान्त दर
(b) x चा y साठी प्रतिस्थापन दर
(c) श्रमाच्या भांडवलासाठी तांत्रिक प्रतिस्थापनेचा सीमान्त दर
(d) वरील सर्व

प्र. 52. पूर्ण स्पर्धा आपल्याला महातुष्टि शक्यता वक्राच्या एखाद्या बिंदूवर घेऊन येते–
(a) नेहमीच (b) कधीच नाही
(c) कधी कधी (d) सांगता येणार नाही.

प्र. 53. एखाद्या वस्तूची किंमत कमी झाल्याने होऊ शकते–
(a) मागणी वक्र सरकणे
(b) मागणीत कमी
(c) उपभोक्त्याच्या वास्तविक उत्पन्नात वाढ
(d) उपभोक्त्याच्या वास्तविक उत्पन्नात कमी.

प्र. 54. गिफीन वस्तूच्या किमतीतील कमीमुळे–
(a) मागणी स्थिर रहाते (b) मागणीतही कमी येते
(c) मागणीत वाढ होते (d) मागणीत असामान्यपणे परिवर्तन येते.

प्र. 55. मागणीची लवचिकता दर्शवते–
(a) मागणीच्या प्रमाणात बदल
(b) मागणीच्या प्रमाणात परिवर्तनाचा दर

(c) किंमतीत बदल

(d) उत्पन्नात बदल

प्र. 56. खालील वस्तूंमध्ये कशाच्या मागणीची किंमत लवचिकता सर्वात कमी आहे?

(a) कार   (b) मीठ   (c) चहा   (d) घर

प्र. 57. पेट्रोल आणि मोटर वाहन यांमध्ये मागणीची तिरपी लवचिकता असते–

(a) ऋणात्मक   (b) शून्य   (c) उच्च   (d) अनंत

प्र. 58. ही धारणा की प्रत्येक गरज अंतिम आणि पूर्ण रूपाने पुरवली जाऊ शकत नाही, एका महत्त्वपूर्ण सिद्धान्ताकडे घेऊन जाते–

(a) प्रतिस्थापनेचा नियम

(b) समवृत्ती वक्र विश्लेषण

(c) घटत्या सीमान्त उपयोगितेचा नियम

(d) उद्घाटित अधिमान सिद्धान्त

प्र. 59. उपभोक्त्याची बचत या नावानेपण ओळखली जाते.

(a) मागणीची सापेक्षता   (b) विभेदात्मक आधिक्य

(c) क्रेत्याचे आधिक्य   (d) तटस्थता आधिक्य

प्र. 60 भांडवल– उत्पादन अनुपाताला प्रतीकात्मक स्वरूपात दर्शविले जाऊ शकते–

(a) $m = \dfrac{K}{O}$ (b) $m = \dfrac{O}{K}$ (c) $m = \dfrac{K}{\Delta O}$ (d) $m = \dfrac{O}{\Delta K}$

प्र. 61. स्थिर खर्च खालील नावानेपण ओळखला जातो.

(a) विशेष खर्च   (b) प्रत्यक्ष खर्च

(c) प्रमुख खर्च   (d) अपरिव्यय खर्च

प्र. 62. जेव्हा मागणीवक्र लवचिक असतो तेव्हा सीमान्त महसूल होईल–

(a) ∞   (b) शून्य   (c) धनात्मक   (d) ऋणात्मक

प्र. 63. किंमत–विभेदाचा परिणाम होईल–

(a) उत्पादनात वाढ   (b) उत्पादनात घट

(c) उत्पादनात काही बदल नाही.   (d) यांतील कुठलाच नाही.

प्र. 64. सर्वात प्रथम 'आभासी खंड' (rent) शब्दाचा उपयोग केला.

(a) प्रा. मार्शलने   (b) ॲडम स्मिथने

(c) जोन्स् रॉबिन्सनने   (d) यांतील कोणीही नाही

प्र. 65. 'मजुरी कोष सिद्धान्त' तयार केला––

(a) मार्शलने   (b) जे. एस. मिलने

(c) वॉकरने   (d) मार्शलने

प्र. 66. दरडोई उत्पन्न राष्ट्रीय उत्पन्नापेक्षा जास्त गतीने वाढेल जर–
(a) किंमतस्तर स्थिर राहील.
(b) उत्पन्नाचे वितरण समान राहील.
(c) लोकसंख्या स्थिर राहील
(d) यांतील कुठलेही नाही.

प्र. 67. पहिला औद्योगिक नीति प्रस्ताव प्रस्तुत केला गेला–
(a) 1947 मध्ये
(b) 1948 मध्ये
(c) 1949 मध्ये
(d) 1950 मध्ये

प्र. 68. भारतीय रिझर्व्ह बँकेची स्थापना झाली–
(a) 1959 मध्ये
(b) 1949 मध्ये
(c) 1935 मध्ये
(d) 1901 मध्ये

प्र. 69. भारताची चौथी पंचवार्षिक योजना कोणत्या कालावधीत होती.
(a) 1966–71
(b) 1967–72
(c) 1969–74
(d) 1970–75

प्र. 70. भारतीय अर्थसंकल्प कोणकोणत्या भागांत विभाजित केला जातो?
(a) राजस्व अर्थसंकल्प
(b) भांडवल अर्थसंकल्प
(c) यांतील कुठलेच नाही.
(d) राजस्व आणि भांडवल अर्थसंकल्प दोन्ही.

प्र. 71. वैकल्पिक खर्चाचा सिद्धान्त दिला–
(a) हेबरलरने
(b) जे. एस. मिलने
(c) ॲडम स्मिथने
(d) मार्शलने

प्र. 72. खालीलपैकी कोणता उपाय गरिबीचे निवारण करू शकत नाही?
(a) लोकसंख्यानियंत्रण
(b) सरकारी अनुदान
(c) उत्पादनात वाढ
(d) न्यायपूर्ण वितरण.

प्र. 73. कर्मचारी भविष्य निधी अधिनियम केव्हा लागू केला गेला?
(a) 1961 मध्ये
(b) 1952 मध्ये
(c) 1950 मध्ये
(d) 1965 मध्ये

प्र. 74. सातव्या योजनेत दारिद्र्यरेषेखाली रहाणाऱ्या लोकसंख्येचा प्रतिशत अनुमानित केला गेला आहे–
(a) 48.8
(b) 36.9
(c) 25.8
(d) 17.6

प्र. 75. आर्थिक असमानता कमी करण्याचा खालीलपैकी कोणता प्रत्यक्ष उपाय आहे?
(a) संपदा कर
(b) संपत्ति कर
(c) भांडवल लाभ कर
(d) भू–धारणावर सीमा.

प्र. 76. सर्वप्रथम भारतात मानव विकास अहवाल कोणत्या राज्याने तयार केले?
(a) उत्तर प्रदेश
(b) महाराष्ट्र
(c) गुजरात
(d) मध्य प्रदेश

प्र. 77. भारतात दूरसंचार नियामक प्राधिकरणाची (TRAI) स्थापना कधी झाली?
(a) 1995   (b) 1997   (c) 1999   (d) 2001

प्र. 78. दहाव्या योजना विकास दराचे (GDP) लक्ष्य प्रस्तावित केले गेले–
(a) 8   (b) 7   (c) 6   (d) 9

प्र. 79. दुर्लभ चलन (Hard Currency) म्हणजे ते चलन जे आहे–
(a) कमी तरल   (b) विकसनशील देशांचे
(c) विकसित देशांचे   (d) कमवण्यासाठी कठीण

प्र. 80. 2009-10 मध्ये महाराष्ट्रात साक्षरतादर होता
(a) 77.27%   (b) 65%   (c) 85%   (d) 84%

प्र. 81. सन् 2010 मध्ये महाराष्ट्रात स्त्री श्रम भागीदारी दर (%) होता–
(a) 31.1   (b) 29.9   (c) 29.4   (d) 33.5

प्र. 82. 'गरिबी हटाओ' कोणत्या पंचवार्षिक योजनेचा मुख्य उद्देश होता?
(a) तिसरी पंचवार्षिक योजना   (b) पाचवी पंचवार्षिक योजना
(c) सहावी पंचवार्षिक योजना   (d) सातवी पंचवार्षिक योजना.

प्र. 83. सहाव्या योजनेच्या कालावधीत कच्च्या तेलाचे उत्पादन वाढले.
(a) दुप्पट   (b) तिप्पट   (c) चौपट   (d) पाचपट

प्र. 84. बेसल (BASEL) मानक कशाबाबत आहे?
(a) औद्योगिक क्षेत्र   (b) बँक
(c) सहकारी क्षेत्र   (d) शिक्षण

प्र. 85. नरसिंहन समितीने प्रस्तावित केले की–
(a) वैधानिक तरलता कोष अनुपात 25% वर आणावा.
(b) वैधानिक तरलता कोष अनुपात परिवर्तन केले जाऊ नये.
(c) वैधानिक तरलता कोष अनुपात 50% ने वाढवावा.
(d) वरीलपैकी काहीच नाही.

प्र. 86. ऐंशीच्या दशकात सेवा क्षेत्राचा सरासरी वार्षिक विकासदर होता, जवळपास–
(a) 5%   (b) 6%   (c) 7%   (d) 8%

प्र. 87. ऐंशीच्या दशकात तीव्रतम वार्षिक वृद्धी दर भारतात खालील क्षेत्रात होता–
(a) सकल घरगुती उत्पाद   (b) कृषी क्षेत्र
(c) पुनर्निर्माण क्षेत्र   (d) सेवा क्षेत्र

प्र. 88. आपल्या देशात मिळणाऱ्या अनेक खनिजांपैकी आपल्याला दुर्लभतेचा सामना
करावा लागत आहे –
(a) गंधकासाठी   (b) कथिल (टिन) साठी
(c) जस्त (झिंक) साठी   (d) मँगेनीजसाठी

प्र. 89. तेराव्या वित्त आयोगाच्या अहवालानुसार केंद्रीय कर महसुलातील किती टक्के हिस्सा राज्यांना मिळणार आहे?

(a) 26%   (b) 39%   (c) 32%   (d) 41%

प्र. 90. भारतात मान्यताप्राप्त शेअर बाजारांची संख्या किती आहे?

(a) 19   (b) 20   (c) 24   (d) 23

प्र. 91. भारतीय रुपयाचे अवमूल्यन झाले –

(a) 1 मे, 1991   (b) 1 जून 1991

(c) 1 जुलै, 1991   (d) 1 ऑगस्ट, 1991.

प्र. 92. प्रादिष्ट मुद्रा ती आहे जी–

(a) विदेशातील बँकाच स्वीकारतील

(b) सरकार तिला मुद्रेच्या रूपात स्वीकारेल

(c) सुवर्णाच्या बदल्यात अस्थायी स्वरूपात स्वीकारली जाईल.

(d) सोने व चांदीच्या साठ्याने समर्थित केली जाईल.

प्र. 93 बँक मालमत्तेचे एकूण मौद्रिक मूल्य बरोबर असते –

(a) कर्ज आणि अग्रिमच्या

(b) कर्ज परतफेड आणि भांडवल खात्याच्या

(c) मागणी जमा आणि बचत व सावधी जमेच्या

(d) कर्ज, प्रतिभूती आणि रोख

प्र. 94. बँकेच्या पोर्टफोलिओचा आकार अवलंबून असतो–

(a) बँकेच्या सुरक्षित निधीच्या स्थितीवर

(b) वर्तमान आर्थिक परिस्थितीवर

(c) त्याच्या एकूण जमा कर्ज परतफेडीच्या रकमेवर

(d) वरील सर्वांवर

प्र. 95. कपातीचे दर अर्थव्यवस्थेवर परिणाम करतात–

(a) एकूण सुरक्षित कोषांच्या प्रमाणावर परिणाम करून

(b) बँकाच्या उधार घेण्याच्या क्रियेवर परिणाम करून

(c) बाजार व्याज दरांवर परिणाम करून

(d) वरील सर्व

प्र. 96. रिकार्डोच्या तुलनात्मक लाभाचा नियम आधारित आहे.

(a) वैकल्पिक खर्च सिद्धान्तावर

(b) मूल्याच्या श्रम सिद्धान्तावर

(c) घटत्या प्रतिफलाच्या नियमावर

(d) वरील सर्वांवर

प्र. 97. व्यापार सिद्धान्तात गत्यात्मक तत्त्वांचा संबंध कशाच्या परिवर्तनाशी आहे?

    (a) साधन उपलब्धतेच्या   (b) तंत्रज्ञानाच्या

    (c) आवडींच्या (प्राधान्य)   (d) वरील सर्वांच्या

प्र. 98. एखाद्या देशाच्या आयात कर लावण्याने उपभोक्त्याच्या बचतीवर परिणाम होतो–

    (a) वृद्धी   (b) कमी

    (c) अपरिवर्तित राहाते   (d) यांतील कुठलाच नाही.

प्र. 99. 3 डॉलर = 1 पौंड ते 2 डॉलर = 1 पौंड च्या परिवर्तनाचा अर्थ आहे–

    (a) डॉलरच्या मूल्यात कमी   (b) डॉलरच्या मूल्यात वाढ

    (c) पौंडाच्या मूल्यात वाढ   (d) वरील कुठलेच नाही.

प्र. 100. व्यापार आणि विनियम नियंत्रणाने अभिप्रेत आहे–

    (a) तटकर

    (b) अभ्यंश

    (c) आंतरराष्ट्रीय भांडवलाच्या आवागमनावर प्रतिबंध

    (d) वरील सर्व

उत्तरे

1. d	2. a	3. c	4. c	5. a	6. d	7. b	8. d
9. c	10. b	11. d	12. c	13. a	14. b	15. c	16. c
17. b	18. d	19. b	20. c	21. d	22. a	23. b	24. d
25. c	26. a	27. d	28. a	29. c	30. d	31. d	32. d
33. d	34. b	35. a	36. d	37. b	38. c	39. a	40. c
41. d	42. d	43. a	44. a	45. a	46. b	47. d	48. d
49. b	50. c	51. c	52. a	53. c	54. b	55. b	56. b
57. a	58. a	59. c	60. a	61. d	62. c	63. d	64. a
65. b	66. d	67. b	68. c	69. c	70. d	71. a	72. d
73. b	74. b	75. d	76. d	77. b	78. a	79. c	80. a
81. d	82. b	83. b	84. b	85. a	86. c	87. d	88. a
89. c	90. d	91. c	92. b	93. c	94. d	95. d	96. b
97. d	98. b	99. b	100. d				

■ ■ ■

प्रश्नसंच – १६

प्र. 1. घटक खर्चावर निव्वळ घरगुती उत्पादन बरोबर आहे.

(a) बाजार किंमतीवर सकल घरगुती उत्पादन–घसारा

(b) बाजार किंमतीवर सकल घरगुती उत्पादन–परोक्ष कर + अनुदान (Subsidy)

(c) बाजार किंमतीवर निव्वळ राष्ट्रीय उत्पादन–विदेशातून मिळालेले शुद्ध उत्पन्न

(d) घटक खर्चावर निव्वळ राष्ट्रीय उत्पादन–निर्यात–आयात

प्र. 2. दुहेरी मोजणीचा अर्थ आहे–

(a) एका उत्पादनाला एकापेक्षा जास्त वेळा मोजणे

(b) एका उत्पादनाला उत्पादन प्रक्रियेच्या भिन्न स्तरांवर मोजणे

(c) उत्पादन आणि प्रदान (Payment) दोन्हींना मोजणे

(d) 'वास्तविक प्रवाह' आणि 'मौद्रिक प्रवाह' दोन्हींना मोजणे

प्र. 3. बाजारकिंमतीवर सकल राष्ट्रीय उत्पादन 5,000 रु. आहे आणि निव्वळ राष्ट्रीय उत्पादन 4,750 रु. आहे. भांडवल झीज (Depreciation) बरोबर आहे–

(a) 500 रु. च्या   (b) 750 रु. च्या

(c) 250 रु. च्या   (d) 1,000 रु. च्या

प्र. 4. कोणते उत्तर बरोबर आहे?

(a) PI = NNP   (b) PI < DPI   (c) PI = n1   (d) PI > DPI

प्र. 5. भारतीय राष्ट्रीय उत्पन्नात 'सेवा क्षेत्राचे' योगदान आहे–

(a) जवळपास 32%   (b) जवळपास 50%

(c) जवळपास 25%   (d) जवळपास 40%

प्र. 6. भारतीय दरडोई शुद्ध उत्पन्न तत्कालीन किंमतीवर 1994–95 मध्ये 8,237 रु. होते. 1980– 81 च्या किंमतींवर ते होईल.

जवळपास –

(a) 7,500 रु.   (b) 2,400 रु.   (c) 4,000 रु.   (d) 5,000 रु.

प्र. 7. 1980–81 च्या किंमतींवर भारताच्या सकल घरगुती उत्पन्नाच्या (GDP) वार्षिक वृद्धीचा दर 1996–97 मध्ये होता–

(a) 7%   (b) 5%   (c) 6.3%   (d) 5.5%

प्र. 8. भारतीय उपभोक्ता स्थायी वस्तूंवर खासगी उपभोग खर्चाचा किती प्रतिशत खर्च करतो?

(a) 2   (b) 7   (c) 10   (d) 5

प्र. 9. आठव्या पंचवार्षिक योजनेच्या कालावधीत आपला वार्षिक घरगुती बचत दर किती होता?

(a) 23.7%   (b) 24.3%   (c) 21%   (d) 25.3%

प्र. 10. आठव्या पंचवार्षिक योजनेच्या कालावधीत वृद्धीशाली भांडवल–उत्पादन गुणोत्तर (ICOR) किती होता?

(a) 4.24   (b) 5.37   (c) 3.68   (d) 6.24

प्र. 11. जर सरासरी भांडवल–उत्पादन गुणोत्तर (ICOR) 4 आहे आणि 2.5% गुंतवणूक दर वर्षी केली जाईल तर राष्ट्रीय उत्पन्नाचा वार्षिक वृद्धीचा दर किती असेल?

(a) 7%   (b) 6.25%   (c) 5.5%   (d) 8.25%

प्र. 12. आठव्या पंचवार्षिक योजनेत आपला अंदाजे सरासरी वार्षिक निर्यात वृद्धी दर किती होता?

(a) 11.5%   (b) 14.5%   (c) 16.25%   (d) 10.5%

प्र. 13. भारतात सकल घरगुती बचतीचे योगदान कोणत्या क्षेत्रात 2/3 पेक्षा जास्त आहे?

(a) सार्वजनिक क्षेत्रात   (b) खासगी कॉर्पोरेट क्षेत्रात

(c) घरगुती क्षेत्रात   (d) सहकारी क्षेत्रात

प्र. 14. सामाजिक लेखांकन पद्धत (Social Auditing) कोणी दिली?

(a) फिशरने   (b) पीगूने   (c) मार्शलने   (d) रिचर्ड स्टॉनने

प्र. 15. 'The Wealth of Nations' या पुस्तकाचे लेखक कोण आहेत?

(a) डेव्हिड रिकार्डो   (b) ए. सी. पीगू

(c) ॲडम स्मिथ   (d) जे. एस. मिल.

प्र. 16. 'एक पूर्वज सोडून प्रत्येकाला माहीत आहे की निम्न वर्गला गरीब ठेवणे आवश्यक आहे, नाही तर ते कधीच मेहनत करणार नाहीत.' हे वाक्य कोणी लिहिले आहे?

(a) आर्थर यंग   (b) कार्ल मार्क्स   (c) माल्थस   (d) सी. एच. विल्सन

प्र. 17. 'हिरा– पाणी' वाद (Diamond water paradox) कशाद्वारे सोडवला जातो?

(a) एकूण उपयोगिता   (b) सीमान्त उपयोगिता

(c) सरासरी उपयोगिता   (d) पुरवठा

प्र. 18 मागणीची वृद्धी व कमी याचा अर्थ आहे–

(a) कमी किमतीत जास्त खरेदी   (b) जास्त किमतीत कमी खरेदी

(c) त्याच किमतीवर जास्त किंवा कमी खरेदी

(d) वरील कुठलाच नाही.

प्र. 19. एखाद्या वस्तूचा मागणी वक्र वस्तूच्या प्रमाणाच्या अक्षाला समांतर असताना त्याच्या मागणीची लवचिकता होईल.

(a) एकक   (b) शून्य   (c) अनंत   (d) दोन

प्र. 20. 'आवश्यकता'चा अर्थ काय आहे?

(a) वस्तू मिळवण्याची इच्छा होणे   (b) साधनांचे असणे

(c) खर्च करण्याची तत्परता   (d) वरील सर्व

प्र. 21. आर्थिक शब्दाचा अर्थ कोणत्या शब्दाशी जास्त जवळचा आहे?

(a) फुकट   (b) स्वल्प   (c) असीमित   (d) अबाधित

प्र. 22. जेव्हा एका उपभोक्त्याचे उत्पन्न वाढते (अन्य गोष्टी स्थिर असताना) तेव्हा एका सामान्य वस्तूसाठी त्याची मागणी –

(a) वाढते   (b) कमी होते

(c) तीच राहाते   (d) वरील कुठलेच नाही.

प्र. 23. उपभोक्त्याची बचत खालील गोष्टींच्या मदतीने मोजली जाते.

(a) एकूण उपयोगिता वक्र   (b) सीमान्त उपयोगिता वक्र

(c) पुरवठा वक्र   (d) वरील कशानेही नाही.

प्र. 24. अपभोक्ता समवृत्ती वक्र मूळ बिंदूकडे बहिर्गोल होतो, कारण

(a) सीमान्त प्रतिस्थापन दर कमी होतो.

(b) प्रतिस्थापित वस्तूची सीमान्त उपयोगिता वाढते.

(c) सीमान्त प्रतिस्थापन दर ऋणात्मक असतो.

(d) सीमान्त प्रतिस्थापन दर धनात्मक असतो.

प्र. 25. समवृत्ती वक्र विवेचनाला कोणत्या अर्थशास्त्रज्ञाने विख्यात केले?

(a) आल्फ्रेड मार्शल   (b) पॉल सॅम्युएलसन

(c) जे. आर. हिक्स   (d) सायमन कुझ्नेट्स

प्र. 26. जर एखाद्या वस्तूची किंमत बदलल्यानंतर त्याची मागणी स्थिर राहाते, तर मागणीचा किंमत लवचिक गुणक आहे –

(a) एकापेक्षा जास्त   (b) एकाएवढा

(c) एकापेक्षा कमी   (d) शून्य

प्र. 27. उपभोक्ता संतुलनात असतो जेव्हा–

(a) $MRS_{xy} = \dfrac{P_x}{P_y}$ (b) $MRS_{xy} = -\dfrac{P_x}{P_y}$

(c) $MRS_{xy} = \dfrac{P_x}{P_y} = 0$ (d) $MRS_{xy} = \dfrac{P_y}{P_x}$

प्र. 28. जर श्रमाच्या प्रमाणात १ एकक वाढवले तर फर्म, भांडवलाचे दोन एकक कमी करूनही तेवढेच उत्पादन करू शकते, तर सीमान्त तांत्रिक प्रतिस्थापन दर (MRTS) होईल–

(a) $\dfrac{1}{2}$ (b) 2   (c) 1   (d) 4

प्र. 29. उत्पादनाच्या स्थिरनियमांतर्गत जर आपण भांडवलाचे प्रमाण स्थिर ठेवून श्रमाच्या प्रमाणात 8% वाढ केली तर उत्पादन–

(a) 8% वाढेल   (b) 8% कमी होईल
(c) 8% पेक्षा जास्त होईल   (d) 8% पेक्षा कमी होईल.

प्र. 30. कोणता वक्र U आकाराचा नसतो?

(a) AVC वक्र   (b) AFC वक्र   (c) AC वक्र   (d) MC वक्र

प्र. 31. ताळेबंद बिंदूवर –

(a) P = AVC   (b) TR = TVC
(c) एकूण नुकसान = एकूण स्थिर खर्च TFC
(d) वरील सर्व

प्र. 32. एका पूर्ण प्रतिस्पर्धी उद्योगासाठी इष्टतम उत्पादन स्तरबिंदू असतो, तेथे–

(a) MR = MC
(b) MR = AC
(c) सीमान्त उत्पन्न (MR) सीमान्त खर्च (MC) पेक्षा जास्त वाढणारे असावे.
(d) सीमान्त उत्पन्न = सीमान्त खर्च आणि सीमांत खर्च वाढणारा असावा.

प्र. 33. एका पूर्ण प्रतिस्पर्धी उद्योगाचा अल्पकालीन पुरवठा वक्र असतो –

(a) ताळेबंद बिंदूच्या वर चढणारा MC वक्र
(b) AC वक्राच्या वरचा MC वक्र
(c) समस्त MC वक्र
(d) MC वक्राचा वर चढणारा भाग

प्र. 34. जेव्हा पूर्ण प्रतिस्पर्धी उद्योग आणि उद्योग दोन्ही दीर्घकालीन संतुलनात असतात–

(a) P = MR = SMC = LMC
(b) P = MR = SAC = LAC
(c) P = MR = LAC चा न्यूनतम बिंदू
(d) वरील सर्व

प्र. 35. जर मागणीवक्राच्या एका बिंदूवर किंमत 10 रु. आणि लवचिकता गुणक e = + 0.5 आहे तर सीमान्त उत्पन्न (MR) होईल.

(a) 5 रु.   (b) शून्य   (c) –1 रु.   (d) –10 रु.

प्र. 36. उत्पादनकर्त्याचे आधिक्य कशाच्या फरकाबरोबर आहे?
   (a) किंमत आणि सरासरी खर्च
   (b) किंमत आणि सीमान्त खर्च
   (c) सीमान्त खर्च आणि सरासरी खर्च
   (d) सीमान्त खर्च आणि सीमान्त उत्पन्न

प्र. 37. उत्पादनाच्या घटकांची मागणी–
   (a) व्युत्पन्न (अप्रत्यक्ष) मागणी आहे
   (b) तिच्या सीमान्त उत्पादकतेवर आधारित आहे
   (c) अन्य देयाच्या प्रमाणावर अवलंबून असते.
   (d) वरील सर्व

प्र. 38. 'उत्पन्न प्रभावा' चे विश्लेषण करताना काय स्थिर मानले जाते?
   (a) उपभोक्त्याचे मौद्रिक उत्पन्न   (b) उपभोक्त्याचे वास्तविक उत्पन्न
   (c) वस्तूंच्या किंमती   (d) उपभोक्त्याचे मौद्रिक व वास्तविक उत्पन्न

प्र. 39. एकाधिकारात्मक स्पर्धेत खालील स्थिती असते–
   (a) सीमांत खर्च < मूल्य   (b) सीमांत खर्च > मूल्य
   (c) सीमांत खर्च = मूल्य   (d) वरील सर्व

प्र. 40. पूर्ण स्पर्धेची ती कोणती मान्यता आहे जी एकाधिकारी स्पर्धेला लागू होत नाही?
   (a) अधिक क्रेता व विक्रेता   (b) एकरूप उत्पादन
   (c) स्वतंत्र प्रवेश व गमन   (d) b आणि c दोन्ही.

प्र. 41. आधुनिक सिद्धान्तानुसार खंड (rent) मिळतो –
   (a) फक्त श्रमावर   (b) फक्त भूमीवर
   (c) फक्त भांडवलावर   (d) सर्व घटकांवर

प्र. 42. उत्पादनघटकाच्या स्थिर पुरवठ्यावर मिळणाऱ्या अल्पकालीन प्रतिफलाला म्हणतात–
   (a) क्षमतेचा खंड   (b) शुद्ध खंड
   (c) अर्ध–खंड   (d) भेदात्मक खंड

प्र. 43. मजुरी कोष सिद्धान्त कोणी दिला?
   (a) जे. एस. मिल   (b) माल्थस
   (c) फिशर   (d) फ्रांसिस वॉकर

प्र. 44. एका श्रमिकाची वास्तविक मजुरी असते–
   (a) त्याची सीमान्त उत्पादकता   (b) मौद्रिक उत्पन्न
   (c) मौद्रिक उत्पन्नाची क्रयशक्ती   (d) वरील सर्व

प्र. 45. 'व्याज हे तरलतेच्या त्यागाचे बक्षीस आहे.' हे विधान कोणाचे आहे?

(a) जे. एफ. केन्स   (b) अल्फ्रेड मार्शल

(c) जी. बी. हेबरलर   (d) ए. सी. पीगू

प्र. 46. एफ. नाइटच्या मते–

(a) नफा जोखीम घेण्याचे बक्षीस आहे.

(b) लाभ आधिक्य आहे.

(c) नफा अनिश्चिततेचे बक्षीस आहे.

(d) नफा किंमत व खर्चातील फरक आहे.

प्र. 47. समष्टि अर्थशास्त्र संबंधित आहे–

(a) वस्तू व सेवेच्या उत्पादनस्तराशी   (b) सामान्य किंमतस्तराशी

(c) उत्पन्नातील वृद्धीशी   (d) वरील सर्वांशी

प्र. 48. बेकारीचा प्राकृतिक दर तो आहे जो–

(a) पूर्ण रोजगारावर प्रचलित असतो.

(b) 2 ते 3 टक्क्यांच्या मध्ये असतो.

(c) मजूरसंघांमुळे असतो–

(d) वरील सर्व.

प्र. 49. सीमान्त भौतिक उत्पादन–मूल्य आणि सीमान्त उत्पन्न–उत्पादन समान असतात जेव्हा–

(a) वस्तूची किंमत स्थिर असते.   (b) उत्पादन अपरिवर्तित रहाते.

(c) वस्तूची किंमत पडते.   (d) वरीलपैकी काहीच नाही.

प्र. 50. केन्सच्या मते व्याजदर निर्धारित होतो–

(a) मुद्रा बाजारात   (b) भांडवल बाजारात

(c) मुद्रा आणि भांडवल बाजारात   (d) सरकारद्वारा

प्र. 51. 'उच्च शक्ति मुद्रेत' असते–

(a) मुद्रा, सुरक्षित कोष आणि केंद्रीय बँकेच्या अन्य जबाबदाच्या

(b) मुद्रा आणि मागणी जमा

(c) वाणिज्य बँकांच्या सर्व जबाबदाच्या

(d) फक्त मागणी जमा

प्र. 52. खर्च प्रेरित मुद्रा–स्फीतीचे कारण आहे–

(a) वस्तूंचा तुटवडा

(b) अधिक मुद्रेचे चलन

(c) मूल्यवान कच्च्या मालाच्या किमती आणि मजुरीतील वाढ

(d) गुंतवणुकीत वाढ

प्र. 53. लोकांची बँकिंग सवय वाढल्यावर जमा-गुणकाचा गुणक –
(a) कमी होतो (b) वाढतो.
(c) स्थिर राहतो (d) यांतील काही नाही.

प्र. 54. इर्विंग फिशरच्या मते मुद्रेची किंमत निर्धारित होते–
(a) मागणीच्या लवचिकतेने (b) सरकारद्वारा
(c) मुद्रेच्या प्रमाणाने (d) मुद्रेच्या चलनगतीने

प्र. 55. ॲडम स्मिथ या पक्षाच्या बाजूने होते–
(a) संरक्षण नीतीच्या (b) स्वतंत्र व्यापाराच्या
(c) स्वावलंबनाच्या नीतीच्या (d) आंतरराष्ट्रीय कल्याणाच्या

प्र. 56. आंतरराष्ट्रीय व्यापाराचा फायदा सम्मिलित राष्ट्रांमध्ये वाटला जातो–
(a) बरोबर (b) निर्यातीनुसार
(c) उलटी मागणी व पुरवठ्यानुसार (d) वरील कुठलेही नाही.

प्र. 57. नव-प्रतिष्ठावादी अर्थशास्त्रज्ञांच्या मते मुद्रा–
(a) उत्पादनासाठी तटस्थ आहे. (b) उत्पादनासाठी हानिकारक आहे.
(c) उत्पादन मोडून-तोडून टाकते. (d) उत्पादनासाठी अनावश्यक आहे.

प्र. 58. मुद्रेसाठी कोणते लक्षण आवश्यक नाही?
(a) हिशोबाचे एकक (b) मूल्याचा साठा
(c) प्रदानासाठी (Payment) सामान्य स्वीकार्य असणे.
(d) आंतरिक मूल्य असणे.

प्र. 59. अवमूल्यन केले जाते–
(a) घरगुती मुद्रेला विदेशी मुद्रेपेक्षा श्रेष्ठ बनवण्यासाठी
(b) निर्यात वाढवण्यासाठी
(c) दबावामुळे
(d) विदेशी कर्जाचा भार कमी करण्यासाठी

प्र. 60. आयातकर लावल्याने देशाच्या नागरिकांची उपभोक्ताबचत–
(a) वाढते (b) कमी होते
(c) स्थिर रहाते (d) यांतील काहीही होऊ शकते.

प्र. 61. रिकार्डोचा तुलनात्मक खर्चसिद्धान्त आधारित आहे–
(a) श्रम खर्चावर (b) अवसर खर्चावर
(c) मौद्रिक खर्चावर (d) यांतील कशावरही नाही.

प्र. 62. हेक्स्चर-ओहलिन मॉडेलनुसार आंतरराष्ट्रीय व्यापाराचा आधार काय आहे?
(a) उत्पादन घटकांची उपलब्धता (b) तंत्रज्ञान
(c) आवडी-निवडी (d) मागणीची स्थिती

प्र. 63. रोखता-कोष अनुपात कोण ठरवते?
(a) बाजार शक्ति
(b) वाणिज्य बँका
(c) केंद्रीय बँक
(d) सर्व मिळून

प्र. 64. व्याजाच्या दराचा कोणता सिद्धान्त नवपरंपरावादी आहे?
(a) तरलता पसंती सिद्धान्त
(b) हेन्सनचा सिद्धान्त
(c) समय पसंती सिद्धान्त
(d) ऋण योग्य निधी सिद्धान्त

प्र. 65. केन्सचे आर्थिक विश्लेषण आहे –
(a) दीर्घकालीन व गतिमान
(b) दीर्घकालीन व स्थिर
(c) अल्पकालीन व गतिमान
(d) अल्पकालीन व स्थिर

प्र. 66. उपभोगाच्या सीमान्तक्षमतेचे मूल्य असते–
(a) एकापेक्षा जास्त पण दोनपेक्षा कमी?
(b) एक
(c) एकापेक्षा कमी पण शून्यापेक्षा जास्त
(d) यांतील कुठलेही नाही

प्र. 67. जर उपभोक्त्याची सीमान्तक्षमता 0.75 आहे, तर विस्तार गुणक होईल–
(a) 5
(b) 4
(c) 3
(d) 2

प्र. 68. एखादी अर्थव्यवस्था संतुलनात असते जेव्हा–
(a) नियोजित उपभोग नियोजित बचतीपेक्षा जास्त असतो.
(b) नियोजित उपभोग नियोजित गुंतवणुकीपेक्षा जास्त असतो.
(c) नियोजित खर्च उत्पादनमूल्याच्या बरोबर असतो.
(d) नियोजित खर्च उत्पादन क्षेत्रात विभागलेला असतो.

प्र. 69. जर एकूण भांडवल– उत्पादन अनुपात 2 आहे तर एकूण उत्पन्न 1,000 रु. ने वाढवण्यासाठी भांडवलात किती वाढ करणे आवश्यक आहे?
(a) 500 रु.
(b) 800 रु.
(c) 2000 रु.
(d) 1,000 रु.

प्र. 70. विनिमयाचे केंब्रिज समीकरण आहे–
(a) MV = Y
(b) MK = Y
(c) MY = K
(d) M = KY

प्र. 71. विनिमय बचत (IS) वक्र दर्शवितो–
(a) उत्पन्न आणि व्याज दरात धनात्मक संबंध
(b) उत्पन्न आणि व्याज दरात ऋणात्मक संबंध
(c) बचत आणि गुंतवणुकीत धनात्मक संबंध
(d) बचत आणि गुंतवणुकीत ऋणात्मक संबंध

प्र. 72. केन्सच्या मते मुद्रेची सट्टा बाजारात मागणी असते, कारण–
(a) लोकांना स्टॉक बाजारात सट्टा लावणे आवडते.
(b) मुद्रा हातात ठेवण्यात खूप मोठी जोखीम असते.
(c) बॉंडमधून मिळणारे उत्पन्न मुद्रेपेक्षा कमी असू शकते.
(d) लोकांना कर्जरोखे खरेदी करण्याची इच्छा नसते

प्र. 73. सरकारी खर्चातील वृद्धीचे कारण असते–
(a) कमी गुंतवणूक
(b) जास्त गुंतवणूक
(c) उपभोगाच्या सीमान्त प्रवृत्तीत वाढ
(d) मुद्रा पुरवठ्यात वाढ

प्र. 74. दिले आहे, Y = राष्ट्रीय उत्पन्न, C = उपभोग खर्च, I = गुंतवणूक खर्च आणि समीकरण –

$$C = 150 + 0.8Y \qquad \dots\dots (1)$$
$$I = 50 \qquad \dots\dots (2)$$

संतुलनात राष्ट्रीय उत्पन्न (Y) किती होईल?
(a) 2,000 रु.   (b) 1,000 रु.   (c) 3,000 रु.   (d) 5,000 रु.

प्र. 75. सरकारी अर्थसंकल्प संतुलित असण्याच्या स्थितीत सरकारी खर्चात 100 कोटी रु. ची वाढ केल्यानंतर राष्ट्रीय उत्पन्नात किती वाढ होईल?
(a) 500 कोटी रु.
(b) 100 कोटी रु.
(c) शून्य
(d) -100 कोटी रु.

प्र. 76. मुद्रा स्फीतीचा अर्थ आहे–
(a) मुद्रेचे बाहुल्य
(b) उच्च किंमती
(c) सामान्य किंमत स्तरात सतत वाढ
(d) वरील पैकी काहीही.

प्र. 77. केन्सचा मुद्रा परिमाण सिद्धान्त आधारित आहे–
(a) उत्पन्नावर
(b) रोजगारावर
(c) विनियोग गुंतवणुकीवर
(d) वरील सर्वांवर

प्र. 78. समजा (I) = 20, विनियोग सीमान्त बचत क्षमता (MPS) = 0.30 आणि सीमान्त गुंतवणूक क्षमता (MPI) = 0.10, उत्पन्नात वृद्धी (AY) होईल–
(a) 25
(b) 50
(c) 100
(d) 200

प्र. 79. आंतरराष्ट्रीय बॅंकिंग संस्थांद्वारे 'भांडवल पर्याप्तते'चा नमुना मानला जातो–
(a) एकूण जमा – देणे च्या 2%
(b) एकूण जमा – देणे च्या 4%
(c) एकूण जमा – देणे च्या 10%
(d) एकूण जमा– देणे च्या 16%

प्र. 80. वैकल्पिक खर्चाचा सिद्धान्त दिला आहे–
(a) हेबरलरने
(b) जे. एस. मिलने
(c) ॲडम स्मिथने
(d) मार्शलने

प्र. 81. द्वितीय महायुद्धानंतर खालीलपैकी कोणती गोष्ट मुख्यत्वाने आंतरराष्ट्रीय तरलतेसाठी जबाबदार आहे?

(a) सुवर्ण   (b) डॉलर

(c) दुसऱ्या परिवर्तनशील मुद्रा   (d) एस. डी. आर.

प्र. 82. खालीलपैकी कोणते भारतीय भांडवल बाजाराचे अंग आहे?

(a) मुंबई स्टॉक एक्सचेंज

(b) राष्ट्रीय स्टॉक एक्सचेंज

(c) भारतीय स्टॉक एक्सचेंज बोर्ड (SEBI)

(d) भारतीय रिझर्व्ह बँक.

प्र. 83. भारतामध्ये एकूण जमिनीपैकी किती टक्के क्षेत्र लागवडीखाली आहे?

(a) 32%   (b) 40%   (c) 46%   (d) 59%

प्र. 84. भारतात डाळीचे उत्पादन प्रति हेक्टर आहे. जवळपास–

(a) 550 किलो   (b) 483 किलो   (c) 609 किलो   (d) 715 किलो.

प्र. 85. भारतात एकूण पीक क्षेत्राचा किती प्रतिशत खाद्य पिकांसाठी आहे?

(a) 80%   (b) 67.2%   (c) 74.3%   (d) 69.8%

प्र. 86. आठव्या पंचवार्षिक योजनेचा बरोबर कालावधी कोणता होता?

(a) 1990–95   (b) 1991–96

(c) 1989–94   (d) 1992–97

प्र. 87. 'गरिबी हटाओ' कोणत्या पंचवार्षिक योजनेचे मुख्य उद्दिष्ट होते?

(a) तिसऱ्या पंचवार्षिक योजनेचे   (b) पाचव्या पंचवार्षिक योजनेचे

(c) सहाव्या पंचवार्षिक योजनेचे   (d) सातव्या पंचवार्षिक योजनेचे

प्र. 88. वित्त आयोग ज्याने 1995–2000 च्या कालावधीसाठी रिपोर्ट दिला, तो होता–

(a) नववा   (b) अकरावा   (c) बारावा   (d) दहावा

प्र. 89. खालीलपैकी कोणत्या पिकाचे उत्पादन भारतात सर्वात जास्त आहे?

(a) तांदूळ   (b) गहू   (c) कापूस   (d) मका

प्र. 90. स्वेच्छा उत्पन्न प्रकट योजनेअंतर्गत पैशाची प्राप्ती झाली जवळपास–

(a) 10,000 कोटी रु.   (b) 5,000 कोटी रु.

(c) 9,795 कोटी रु.   (d) 7,500 कोटी रु.

प्र. 91. खालीलपैकी कोणते पोलाद कारखाना (Plant) भारतात सार्वजनिक क्षेत्रात सर्वात जुने आहे?

(a) व्ही. आय. एस. एल.   (b) बोकारो

(c) भिलाई   (d) दुर्गापूर

प्र. 92. भारतात सर्वांत जास्त ज्वारीचे क्षेत्र कोणत्या राज्यात आहे?

(a) आंध्र प्रदेश   (b) महाराष्ट्र

(c) कर्नाटक   (d) गुजरात

प्र. 93. भारतीय युनिट ट्रस्ट कोणत्या वर्षी स्थापन झाले होते?

(a) 1964   (b) 1971   (c) 1944   (d) 1961

प्र. 94. नवीन औद्योगिक नीती कोणत्या वर्षापासून कार्यान्वित झाली?

(a) 1994   (b) 1993   (c) 1991   (d) 1961

प्र. 95. सधन ग्रामीण विकास कार्यक्रमात कोणात सीमान्त वर्ग सामील नाही आहे?

(a) छोटे आणि सीमांत शेतकरी

(b) ग्रामीण निम्न मध्यम वर्ग

(c) कृषी मजूर

(d) गरिबीच्या रेषेखालील ग्रामीण शिल्पकार

प्र. 96. ''उदारीकरण' शब्दाचा अर्थ आहे.

(a) लायसेन्स रद्द करणे

(b) खासगीकरण

(c) विदेशी व्यापार आणि विदेशी गुंतवणुकीवरील प्रतिबंध काढून टाकणे

(d) वरील सर्व

प्र. 97. 'आवश्यक न्यूनतम प्रयत्न सिद्धान्त' कोणी प्रतिपादित केला?

(a) एच. लायबेन्स्टीन   (b) आर. नर्क्स

(c) बी. हिगिन्स   (d) डब्ल्यू. ए. लेविस

प्र. 98. एखाद्या बाजारअर्थव्यवस्थेसाठी आर्थिक प्रगतीचे पाच टप्पे कोणी सुचवले होते?

(a) रोझेस्टीन रोडॉन   (b) डब्ल्यू. डब्ल्यू. रोस्टोव्ह

(c) गुन्नार मिर्डल   (d) जे. ए. शुम्पीटर

प्र. 99. एखाद्या देशाची आदर्श लोकसंख्या ती असते जी–

(a) दरडोई उत्पन्न अधिकतम करते

(b) लोकसंख्येचा वृद्धीदर स्थिर ठेवेल

(c) उद्योगांमध्ये मजुरांचे प्रमाण वाढवेल

(d) ग्रामीण लोकसंख्येला लाभदायक रोजगार देईल.

उत्तरे

1. d	2. b	3. c	4. d	5. b	6. b	7. a	8. b
9. c	10. c	11. b	12. b	13. c	14. d	15. c	16. a
17. d	18. c	19. c	20. b	21. b	22. a	23. b	24. a
25. c	26. d	27. a	28. a	29. a	30. b	31. a	32. d
33. a	34. a	35. d	36. a	37. d	38. c	39. d	40. b
41. d	42. c	43. a	44. c	45. a	46. c	47. d	48. d
49. a	50. b	51. c	52. c	53. d	54. c	55. b	56. c
57. a	58. d	59. b	60. a	61. a	62. a	63. c	64. d
65. d	66. c	67. b	68. c	69. c	70. d	71. b	72. a
73. b	74. d	75. c	76. c	77. d	78. c	79. b	80. a
81. d	82. d	83. c	84. a	85. b	86. d	87. b	88. d
89. a	90. a	91. c	92. c	93. a	94. c	95. b	96. d
97. a	98. b	99. a					

■ ■ ■

प्रश्नसंच – १७

प्र. 1 भारतामध्ये हेलिकॉप्टर सेवा कोणत्या संस्थेतर्फे प्रदान केली जाते?

    (a) पवनहंस   (b) इंडियन

    (c) भारतीय वायूसेना   (d) एअर इंडिया

प्र. 2. राष्ट्रीय उत्पन्नाची 'सामाजिक संगणना' संबंधित आहे –

    (a) सामाजिक सुविधांवरील सार्वजनिक खर्चाशी

    (b) सामाजिक सेवेतून राजस्वप्राप्ती आणि सार्वजनिक खर्चाशी

    (c) कोण, काय, कुठे, किती व कसे उत्पादन करत आहे. आणि कोण, काय व किती उपभोग घेत आहे.

    (d) राष्ट्रीय उत्पन्नाचा किती भाग सामाजिक रूपाने मागासलेल्या लोकांजवळ जात आहे.

प्र. 3. सकल राष्ट्रीय उत्पादन (GNP) मौद्रिक मूल्य आहे–

    (a) वस्तू व सेवेच्या स्टॉकचे

    (b) अंतिम वस्तू आणि सेवेचे, जे वर्षात उत्पादित झाले आहे.

(c) बाजारात विकण्यासाठी उत्पादित झालेल्या वस्तूंचेच

(d) बाजारात विकण्याच्या आणि स्वत:च्या उपभोगासाठी उत्पादित केलेल्या वस्तूंचे

प्र. 4. जसजसा देशाचा विकास होतो आपण पाहातो की–

(a) राष्ट्रीत उत्पन्नातील प्राथमिक क्षेत्राचे सापेक्षित प्रतिशत योगदान कमी होते.

(b) कृषी क्षेत्राचा राष्ट्रीय उत्पन्नातील निरपेक्ष भाग कमी होतो.

(c) राष्ट्रीय उत्पन्नाचे अधिक चांगले पुनर्वितरण बाजारच आणून देतो.

(d) राष्ट्रीय उत्पन्नातील प्राथमिक क्षेत्राचा निरपेक्ष भाग कमी होतो.

प्र. 5. जर A आणि B शहरांचा उपभोक्ता किंमत सूचकांक क्रमश: 200 व 250 असेल आणि दोन्ही शहरांचे दरडोई उत्पन्न 4000 रु. असेल तर प्रत्यक्षात ते बरोबर होईल –

(a) A शहरात 5000 रु व B शहरात 4000 रु. च्या

(b) A शहरात 3200 रु व B शहरात 4000 रु. च्या

(c) A शहरात 4000 रु. व B शहरात 3000 रु. च्या

(d) फक्त सूचकांकाच्या आधारे काही सांगता येणार नाही.

प्र. 6. बाजारकिंमतींवर राष्ट्रीय उत्पन्न खालील कारणाने वाढते–

(a) करांनी   (b) आयातीमुळे पुरवठा वाढल्याने

(c) अनुदानाने   (d) सरकारी नोकऱ्यांमधील पदे रिक्त ठेवून बचत करण्याने

प्र. 7. राज्य घरगुती उत्पादनाच्या गणनेत–

(a) पेन्शन किंवा शिष्यवृत्तीसारखे हस्तांतरण उत्पन्न सामील असते

(b) प्रत्यक्ष कर सामील असतो पण अप्रत्यक्ष कर नाही.

(c) अप्रत्यक्ष कर सामील असतो पण प्रत्यक्ष कर नाही.

(d) केंद्रीय सांख्यिकीय संघटनेने (CSO) विभागीय क्षेत्राबाहेर (ZONE) मिळवलेले उत्पन्न जोडले जाते.

प्र. 8. भारतात मुद्रापुरवठ्यातील वृद्धीचे मुख्य कारण आहे.

(a) राजस्व तूट   (b) सकल तूट

(c) रिझर्व्ह मुद्रा   (d) मुद्रा–गुणक

प्र. 9. उपभोक्त्याच्या स्थिरतेचा अर्थ आहे की–

(a) उपभोक्ता न्यूनतम त्यागाने अधिकतम समाधान मिळवतो.

(b) उपभोक्ता स्थैतिक आणि असमाधानकारक स्थितीत आहे.

(c) सर्वच्या सर्व उपभोक्ते उच्चतम समवृत्ती वक्रावर आहेत.

(d) क्रेत्याचे स्थैर्य, विक्रेत्यांच्या स्थैर्याशी मिळते-जुळते असते.

प्र. 10. सर्व लोकांच्या मागणीच्या उत्पन्नाची लवचिकता या वस्तूंसाठी सकारात्मक आहे–

(a) निकृष्ट वस्तू (b) गिफीन वस्तू

(c) भांडवली वस्तू (d) सामान्य वस्तू

प्र. 11. किंमत परिवर्तनाचा प्रतिस्पर्धी वस्तूच्या मागणीवर साधारणत:पर्यायतेवर परिणाम होतो–

(a) एका बरोबर (b) शून्य

(c) उलट्या दिशेने (d) सरळ दिशेत

प्र. 12. जर मागणीवक्र उजवीकडे सरकतो तर त्याचा अर्थ आहे–

(a) वस्तूंची किंमत कमी झाली आहे

(b) मागणी फलन वाढले आहे.

(c) पुरवठा फलन वाढले आहे.

(d) उपभोक्त्याचे वास्तविक उत्पन्न कमी झाले आहे.

प्र. 13. मार्शलने उपयोगितामापाचे केलेले विश्लेषण–

(a) उपयोगितेचे निश्चित पद्धतीने मोजमाप करते, जरी ते मोजता येण्यासारखे नसते.

(b) उपयोगितेच्या स्तराचीच सापेक्ष मोजणी करते.

(c) 'रिव्हील्ड प्रिफरन्स वक्राचा' आधार आहे.

(d) समवृत्ती वक्र विश्लेषणाचा आधार आहे.

प्र. 14. समवृत्ती वक्र दर्शवतो की–

(a) एक उपभोक्ता X आणि Y वस्तूंवर किती खर्च करतो.

(b) वरच्या भागांवर जास्त इच्छा असलेल्या वस्तू जमा असतात.

(c) प्रत्येक बिंदूवर दोन वस्तूंची ती बेरीज असते. जिच्याबद्दल उपभोक्ता तटस्थ असतो.

(d) कमी किमतीवर जास्त उपयोग होतो.

प्र. 15. उत्पादनात खर्च कमी होत जातो कारण–

(a) अंतर्गत काटकसर अंतर्गत मुक्त खर्चपिक्षा जास्त होणे

(b) बाह्य काटकसर बाह्य मुक्त-खर्चपिक्षा जास्त होणे.

(c) अंतर्गत काटकसर बाह्य भरपूर खर्चपिक्षा जास्त होणे

(d) बहिर्गत बचती

प्र. 16. राजकोषीय नीती क्रियान्वित होते परिवर्तन करून –

(a) सरकारी खर्च आणि कराधानात

(b) मुद्रेची मागणी आणि पुरवठ्यात

(c) आयात आणि निर्यात प्रमाणात

(d) व्याज दर संरचनेत.

प्र. 17. उत्पादनात पूरक खर्च यासाठी लावला जातो कारण–

(a) मागणीवक्र कमी लवचिक व्हावा म्हणून

(b) प्रति एकक उत्पादनात खर्च कमी व्हावा म्हणून

(c) विक्री पश्चात सेवा देण्यासाठी म्हणून

(d) वृद्धीमान, नियम सुनिश्चित करण्यासाठी म्हणून

प्र. 18. उत्पादनात 'अविभाजनशीलतेने' उत्पादनफलनाचे स्वरूप होते–

(a) वृद्धिनियमाचे   (b) ह्रास नियमाचे

(c) स्थिर नियमाचे   (d) नकारात्मक उत्पादन नियमाचे

प्र. 19. उत्पादनात तंत्रज्ञान पर्यायतेचा सीमांत दर, गुणोत्तर आहे –

(a) सीमान्त उत्पादकांमध्ये   (b) सीमान्त उपयोगितेमध्ये

(c) सीमान्त अनुदान प्राप्तींमध्ये   (d) घटक प्रमाणांमध्ये

प्र. 20. पूर्ण स्पर्धेत अल्पकाळात एक उद्योगसंस्था परिवर्तित करू शकते–

(a) उत्पादनाचे प्रमाण   (b) उत्पादनाचे क्षेत्र

(c) तंत्रज्ञान–संमिश्रणाची संरचना   (d) परिवर्तनशीलता

प्र. 21. जेव्हा विक्रेता अनेक बाजारांमध्ये वस्तू विकतो तेव्हा अनुकूलतेसाठी खालील गोष्टींचा सामना करावा लागतो.

(a) निरनिराळ्या बाजारातून / चे सरासरी उत्पन्न

(b) निरनिराळ्या बाजारातून / चे सीमान्त उत्पन्न

(c) निरनिराळ्या बाजारातून / चे सकल उत्पन्न

(d) निरनिराळ्या बाजारांतील मालाची सीमान्त किंमत

प्र. 22. पूर्ण स्पर्धेत मागणी कमी झाल्यावर किंमत वाढेल जर उत्पादन खालील स्थितीत होत असेल–

(a) वाढत्या फलाचा नियम   (b) स्थिर फलाचा नियम

(c) घटत्या फलाचा नियम   (d) यांपैकी कोणतेही नाही

प्र. 23. मक्तेदार मूल्यभेद करतो कारण–

(a) खराब वस्तू विकू शकेल

(b) कर वाचवू शकेल

(c) आपल्या वस्तूची उपयोगिता वाढलेली आहे / विभिन्न बाजार मागणी आहे

(d) त्याच वस्तूच्या दुसऱ्या एकाधिकाऱ्याला हरवू शकेल.

प्र. 24. जेव्हा मक्तेदाराचा सीमान्त खर्च 6 रु. आहे आणि किंमत 10 रु. आहे. तेव्हा मक्तेदारी शक्तीचे माप होईल–

(a) 0.4   (b) 6.0   (c) 0.6   (d) 4.0

प्र. 25. मक्तेदारीच्या स्पर्धेत आपण आशा करतो–

(a) मागणीच्या निम्न आडव्या लवचिकतेची

(b) मागणीच्या शून्य आडव्या लवचिकतेची

(c) मागणीच्या अनंत आडव्या लवचिकतेची

(d) मागणीच्या आडव्या लवचिकतेबरोबर एकाची (= 1)

प्र. 26. मक्तेदारीचे मुख्य लक्ष्य आहे –

(a) खूप उच्च किंमत घेणे

(b) संपूर्ण उत्पादित माल विकणे

(c) अधिकतम लाभ मिळवणे

(d) हे निश्चित करणे की वाढत्या उत्पादनावर घटता खर्च असावा.

प्र. 27. सामान्य नफ्याचा अर्थ आहे –

(a) तो नफा जो एखाद्या साहसी उद्योजकाला उद्योगात टिकून रहायला प्रेरित करतो.

(b) तो नफा जो कार्यशील भांडवलाच्या 10% पेक्षा कमीही नाही आणि जास्तही नाही.

(c) तो नफा जो सकल भांडवलाच्या 10% पेक्षा ना कमी ना जास्त असतो.

(d) नफा जो सरकारद्वारा निर्धारित असेल.

प्र. 28. जर किंमत, चल खर्चाबरोबर नसेल तर विक्रेता–

(a) वस्तू तोट्यात विकेल, ती नष्ट होणारी वस्तू असली तरीही

(b) जाहिरातींवर जास्त खर्च करेल

(c) सरकारला अनुदान मागेल

(d) स्टॉकच्या पुरवठ्यात बदल करून, किंमत वाढण्याची वाट पाहील.

प्र. 29. पूर्ण दीर्घकाळात स्थिरता असेल जेव्हा–

(a) सरासरी नफा > सरासरी खर्च

(b) सीमांत उत्पन्न = सीमांत खर्च = सरासरी उत्पन्न = सरासरी खर्च

(c) सीमांत उत्पन्न = सीमांत खर्च पण सरासरी खर्च < सरासरी उत्पन्न

(d) सरासरी खर्च = सरासरी उत्पन्न

प्र. 30. अतिरिक्त क्षमता असतानाही स्थैर्य असते –

(a) पूर्ण स्पर्धेत   (b) अटीतटीच्या स्पर्धेत

(c) एकाधिकारात   (d) क्रेता-एकाधिकारात

प्र. 31. खंड (rent)

(a) मूल्य अधिक्या मधून निर्माण होते, धन निर्मितीने नाही

(b) धन–निर्मितीने उत्पन्न होते, मूल्य अर्धमुळे नाही.

(c) भांडवलदाराचा मोबदला आहे जे मेहनतीने मिळवता येत नाही.

(d) कमावलेले उत्पन्न आहे कारण संपत्ती मिळवायला कष्ट लागतात.

प्र. 32. नफा बक्षीस आहे–

(a) अनिश्चितता स्वीकारण्याचे

(b) जोखीम स्वीकारण्याचे

(c) उपभोगाच्या वेळी वरिष्ठतेचा त्याग करण्याचे

(d) विमारहित योग्य जोखीम व अनिश्चितता टाळण्याचे.

प्र. 33. व्याजाचा न्यूनतम दर–

(a) वेतन कमी करतो

(b) वेतन वाढवतो

(c) गुंतवणूक वाढवायला पुरेसा नाही

(d) नेहमीच केंद्रीय बँकेने मुद्रा बाजाराला दिलेल्या आदेशाने होतो.

प्र. 34. खालीलपैकी काय चूक आहे?

(a) खाद्यान्न आयातीमुळे खंड (rent) वाढू शकत नाही.

(b) खंड फक्त चांगल्या जमिनीवरच मिळतो.

(c) खंड एक प्रकारचे एकाधिकार मूल्यपण आहे.

(d) खंड हस्तांतरण उत्पन्नावर मिळणारी अतिरिक्त कमाई आहे.

प्र. 35. जर वस्तूबाजारात एकाधिकार आणि श्रमबाजारात क्रय एकाधिकार असेल तर वेतन–

(a) सीमान्त उत्पादकतेपेक्षा कमी होईल

(b) सीमान्त उत्पादकतेपेक्षा जास्त होईल

(c) सीमान्त उत्पादकतेच्या बरोबर होईल

(d) श्रम संघाने ठरवलेल्या दराबरोबर होईल.

प्र. 36. काय चूक आहे?

(a) वेतन जर जीवननिर्वाहापेक्षा जास्त असेल तर श्रमिकांची बचत वाढते.

(b) सीमान्त उत्पादकतेचा सिद्धान्त मागणी पक्षाचाही सिद्धान्त आहे.

(c) वेतन करार आता त्रिपक्षीयपण होतात.

(d) सामूहिक सौदेबाजी सिद्धान्तात मागणी व पुरवठा हे सर्व पक्षांचे समाधान आहे.

प्र. 37. कोणता घटक शून्य किंमतीचा होऊ शकतो?
    (a) व्याज   (b) तोट्यातल्या संस्थेच्या मॅनेजरचे वेतन
    (c) नफा   (d) मंदीकाळातील वेतन

प्र. 38. बेरोजगारीचा प्राकृतिक दर तो बेरोजगारीचा दर आहे, जो–
    (a) पूर्ण रोजगाराच्या स्तरावर मिळतो
    (b) संरचनात्मक परिवर्तनामुळे होतो
    (c) 6 ते 8 टक्के असतो   (d) वरील सर्व

प्र. 39. जर सर्व निर्गमित मुद्रा वाचवली तर–
    (a) फक्त निरपेक्ष मूल्यात वाढ होईल
    (b) किंमती वाढू शकतात जर मुद्रेच्या चलन वेगात वाढ होईल
    (c) त्याचबरोबर अवधी जमा वाढेल
    (d) त्याचबरोबर मागणी जमा वाढेल

प्र. 40. भारतात मुद्रेचा पुरवठा वाढेल जर–
    (a) भारतीय रिझर्व्ह बँकेजवळ सुवर्णाचा साठा वाढेल
    (b) सरकारजवळ सोने व चांदीचा साठा वाढेल
    (c) भारतीय रिझर्व्ह बँक जनतेकडून उधार घेईल.
    (d) भारतीय रिझर्व्ह बँक सरकारला कर्ज देईल.

प्र. 41. कोणत्या पिकाच्या उत्पादनात भारताचा जगात प्रथम क्रमांक लागतो?
    (a) तांदूळ   (b) चहा   (c) गहू   (d) रबर

प्र. 42. मुद्रेच्या प्रतिष्ठित सिद्धान्तात हे मानले आहे की–
    (a) जेवढी मुद्रा वाढेल, तेवढा विकास होईल.
    (b) जास्त मुद्रेमुळे काही विकास होणार नाही, फक्त चलनवाढ होईल.
    (c) अधिक मुद्रेमुळे वास्तविक व सापेक्ष मूल्य वाढेल.
    (d) मंदीमध्ये मुद्रा चलन वेग कमी झाल्याने मंदी दूर होईल.

प्र. 43. व्यापारी बँकांसाठी वैधानिक तरलता SLR गुणोत्तर असतो.
    (a) नगदीचे प्रतिशत जे नियमानुसार बँक आपल्याजवळ ठेवते
    (b) बँक दर जो संदर्भ दर पण आहे.
    (c) बँकांच्या तरल-देयतेच्या विरुद्ध सरकारी आणि दुसऱ्या सुवर्णासारख्या
       कर्जरोख्यांचे गुणोत्तर
    (d) 'रिझर्व्ह मुद्रा'

प्र. 44. जर बँकांना पत निर्गमन वाढवायचे असेल तर–
    (a) त्यांनी व्याजदर वाढवले पाहिजे.

(b) त्यांनी व्याजदर कमी केला पाहिजे

(c) त्यांनी आपला रोख कोष वाढवला पाहिजे

(d) त्यांनी गुंतवणुकदारांवर कर्ज मागण्यासाठी दबाव आणला पाहिजे.

प्र. 45. मुद्रावादी ते आहेत जे समजतात की,

(a) गरिबीपेक्षा मुद्रास्फीति जास्त गंभीर आहे

(b) मुद्रास्फीतीपेक्षा बेकारी जास्त गंभीर आहे

(c) उधारीचे व्याजदर कमी असायला पाहिजेत

(d) मुद्रेचा पुरवठा उच्च दराने वाढवला पाहजे.

प्र. 46. मुद्रास्फीती – (चलनवाढ)

(a) नेहमी श्रमसंघाच्या दबावामुळे होते.

(b) एक स्थिती नाही तर किंमतवृद्धीची एक प्रवृत्ती आहे.

(c) आपोआपच पूर्ण संपून जाते.

(d) एका नियोजित किंमतवृद्धीला म्हणतात.

प्र. 47. दोन देश आंतरराष्ट्रीय व्यापार तेव्हा करतील जेव्हा–

(a) दोन्ही देशांचा 'घरगुती विनिमय गुणोत्तर' वेगवेगळा असेल

(b) छोट्या देशाचा 'घरगुती विनिमय गुणोत्तर' मोठ्या देशाच्या घरगुती गुणोत्तरापेक्षा जास्त असेल

(c) दोन्ही आंतरराष्ट्रीय लाभ बरोबर वाटून घेतील

(d) दोन्ही देशांचा तटकर दर बरोबर असेल.

प्र. 48. आंतरराष्ट्रीय व्यापारात खालीलपैकी काय चूक आहे?

(a) तो आंतरक्षेत्रिय व्यापाराचे विशिष्ट रूप आहे.

(b) विक्रेता स्वत:ला नको असलेले विकतो, क्रेता स्वत:ला जरुरी असलेले खरेदी करतो.

(c) सर्व देशांना फायदा होतो जरी व्यापारतोल अनुकूल नसेल.

(d) उपभोक्ता आपला फायदा व विक्रेता आपली उपयोगिता वाढवतात.

प्र. 49. आंतरराष्ट्रीय व्यापार तुलनात्मक लाभावर आधारित आहे जो उत्पन्न होतो –

(a) जेव्हा वैकल्पिक खर्च न्यूनतम असेल

(b) जेव्हा निरपेक्ष लाभ खूप जास्त असेल तेव्हाच

(c) जेव्हा सरकार निर्यात उद्योगांना मदत करेल

(d) जेव्हा सरकार अत्यधिक आयातीविरुद्ध संरक्षण देईल.

प्र. 50. हेक्स्चर – ओहलिन सिद्धान्त तुलनात्मक खर्चाचा सिद्धान्त आहे. परंतु तुलनात्मक नफा व्हायला पाहिजे –

(a) मौद्रिक खर्चात

(b) किंमतीमध्ये, जेव्हा ज्या सामान्य स्थिर किमती असतील

(c) निरपेक्ष घटक प्रमाणात   (d) श्रम लागतील.

प्र. 51. हेक्स्चर ओहलिन सिद्धान्तात तुलनात्मक लाभ तेव्हाच मिळेल जेव्हा–

(a) अत्याधुनिक तंत्रज्ञानाचा उपयोग केला जाईल

(b) भरपूर साधनांचा सखोल वापर केला जाईल

(c) निर्यात कर रद्द करून निर्यात स्वस्त केली जाईल

(d) कोटा वाटून आयात महाग केली जाईल.

प्र. 52. जर व्यवहारतोल (BOP) सतत आधिक्यात असेल तर

(a) यामुळे काहीच समस्या निर्माण होणार नाही.

(b) यामुळे त्या देशाच्या मुद्रेच्या विदेशी विनिमयदरात वाढ होईल, ज्यामुळे निर्यात वाढेल

(c) यामुळे देशाला नाइलाजाने बाहेरून गुंतवणूक मिळवावी लागेल.

(d) यामुळे त्या देशाच्या मुद्रेच्या विनिमयदरात वाढ होईल ज्यामुळे निर्यात बंद होऊ शकते.

प्र. 53. व्यवहारतोल (BOP) सुधारण्यात अवमूल्यन मदत करते जर–

(a) देशाच्या बाहेर निर्यातीची मागणी अलवचिक असेल

(b) देश आवश्यक वस्तू निर्यात करत असेल

(c) ज्या वस्तूंची मागणी लवचिक आहे अशा वस्तूंची देशातून निर्यात होते

(d) देश मागासलेल्या तंत्रज्ञानाचा व अप्रचलित पद्धतींचा वापर करत असेल तर

प्र. 54. प्रतिकूल व्यवहारतोल दीर्घकाळात ठीक करण्याचा उपाय आहे –

(a) लोकसंख्या कमी करणे

(b) लोकसंख्यावृद्धी दर कमी करणे

(c) स्वस्त पण चांगल्या प्रतीच्या वस्तूंचे जास्त उत्पादन

(d) विदेशी मुद्रेच्या तुलनेत आपल्या मुद्रेचे अवमूल्यन करणे

प्र. 55. आंतरराष्ट्रीय आर्थिक संबंध दीर्घकाळात चांगल्या प्रकारे सुधारू शकतील जर –

(a) सर्व विदेशी भांडवलांना प्रत्यक्ष गुंतवणुकीसाठी आमंत्रित केले तर

(b) सर्व विदेशी भांडवलांना पोर्टफोलिओ गुंतवणुकीसाठी आमंत्रित केले तर

(c) घरगुती उद्योगांना संरक्षण दिले तर

(d) सरकारी हस्तक्षेपाशिवाय स्वतंत्र आणि बहुराष्ट्रीय करार झाले तर

प्र. 56. आंतरराष्ट्रीय व्यापाराचा साधारण असा परिणाम होतो की –

(a) गरीब देश नेहमीच वाईट प्रभावांनी पिडीत असतात

(b) वाढत्या व्यापाराने आयातीची सीमान्त क्षमता (propensity) कमी होते

(c) पूर्ण रोजगार होऊ शकेल

(d) निर्यात जर आयातीपेक्षा जास्त असेल तर उत्पन्न गुणकरूपाने वाढते.

प्र. 57. 'व्यवहारतोल नेहमी संतुलनात असते' या विधानाचा वास्तविक अर्थ आहे –

(a) फक्त चालू + भांडवल + एकतर्फी हस्तांतरण खाती तयार होत आहेत

(b) ते दीर्घकाळात होते.

(c) ते फक्त तेव्हाच होते जेव्हा दृश्य आयात व निर्यातच केली जाते

(d) जेव्हा शुद्ध ऋण कोष समायोजनात सामील होते

प्र. 58. आर्थिक संवृद्धीचा विचार –

(a) एक आयामी पक्षाचा आहे जो राष्ट्रीय उत्पन्नातील वाढ मोजतो

(b) बहु–आयामी आहे जो आर्थिक नसलेल्या तत्त्वांनापण सामील करून घेतो.

(c) चा संबंध साधन विकासाशी आहे पण विपन्नतेशी नाही

(d) चा संबंध साधनविकासाशी आहे पण मानव विकासाशी नाही.

प्र. 59. आजकाल आपण ''सुस्थिर विकासा'' बद्दल बोलतो, ज्याचा संबंध –

(a) संसाधनांच्या प्रकारानुसार लोकसंख्यानियंत्रण करण्याशी आहे.

(b) जैव प्रकृति–मित्र विकासाशी आहे जो पर्याप्तता आणि सक्षमता दोन्ही मिळवू शकतो.

(c) अशा विकासाशी आहे जो केंद्रीय व राज्यांच्या साधनांमध्ये असेल.

(d) अशा विकासासाठी आहे जो लोकांची कर देण्याची क्षमता लक्षात ठेवेल.

प्र. 60. आर्थिक विकासाचे सर्वोत्तम लक्षण आहे –

(a) वाढत्या बचती   (b) वाढती गुंतवणूक

(c) वाढता भांडवल–उत्पादन अनुपात   (d) उच्च जीवनशैली

प्र. 61. विकसित देशांमध्ये आता आर्थिक वृद्धी मुख्यत: होते –

(a) वाढत्या श्रम उत्पादकतेमुळे   (b) वाढत्या भांडवलनिर्मितीमुळे

(c) नवप्रवर्तन व तंत्रज्ञानामुळे   (d) निर्यातीत सरकारच्या मदतीमुळे

प्र. 62. हेरॉड मॉडेलमध्ये –

(a) जर वास्तविक विकासदर इच्छित विकासदरापेक्षा जास्त असेल तर स्फीति होईल.

(b) जर वास्तविक विकास दर इच्छित विकास दरापेक्षा जास्त असेल तर अस्फीति होईल.

(c) अर्थव्यवस्था तेव्हा स्थिर होते जेव्हा वास्तविक व इच्छित विकासदर बरोबर असतील.

(d) उच्च वृद्धी श्रमावर बचत करण्याचा परिणाम आहे.

प्र. 63. डोमर मॉडेलमध्ये –

(a) गुंतवणूक चलनवाढ आणि अस्फीति दोन्ही ठीक करण्याचा उपाय आहे.

(b) जास्त गुंतवणूक चलनवाढ दूर करण्याचा एकमेव उपाय आहे.

(c) जास्त गुंतवणूक अस्फीति दूर करण्याचा एकमेव उपाय आहे.

(d) अधिक वृद्धी दर तुलनात्मक निम्न संचयी दरापेक्षा चांगला आहे.

प्र. 64. हेरॉड–डोमर मॉडेलमध्ये ''अति उत्पादन'' ती स्थिती आहे जेथे –

(a) सर्व उत्पादक एकत्र मिळून खूप जास्त उत्पादन करतात

(b) सर्व उत्पादक इच्छित उत्पादनापेक्षा कमी उत्पादन करतात

(c) सर्व उत्पादक इच्छित उत्पादनापेक्षा जास्त उत्पादन करतात

(d) अतिरिक्त क्षमतेची निर्मिती झाली आहे.

प्र. 65. डोमर मॉडेलमध्ये –

(a) मागणी व पुरवठा दोन्ही वाढवण्यासाठी गुंतवणूक पाहिजे

(b) भांडवल उत्पादन गुणोत्तर वाढवण्यावर जोर दिला आहे

(c) प्रतिष्ठित अर्थशास्त्राला पूर्णपणे दूर ठेवले आहे

(d) केंद्रीय अर्थशास्त्राला पूर्णपणे दूर ठेवले आहे.

प्र. 66. भारतात राष्ट्रीय उत्पन्नाच्या गणनेसाठी आता आधारवर्ष आहे –

(a) 1990–91   (b) 1991–92   (c) 1993–94   (d) 1994–95

प्र. 67. आधारमुद्रेत अंतर्भूत आहे.

(a) केंद्रीय बँकेजवळील राखीव कोष आणि जनतेजवळील चलन

(b) जनतेजवळील चलन आणि एकूण जमा

(c) बँकांजवळील कोष आणि जनतेजवळील चलन

(d) उधार घेतलेले कोष आणि बिनाउधार घेतलेले कोष

प्र. 68. केन्सच्या मॉडेलमध्ये संतुलन स्थापन होऊ शकते –

(a) फक्त पूर्ण रोजगाराच्या स्तरावर

(b) गंभीर बेकारी असतानाही

(c) व्याजदर कमी होईल तेव्हाच

(d) जेव्हा उपभोगात वाढ होईल तेव्हाच

प्र. 69. आजकाल संयुक्त राज्य विकास कार्यक्रम जो मानव विकास सूचकांक तयार करतो त्यात 2010 मध्ये भारताची 0.519 HDI मानकांसह त्याची जगातील

राष्ट्रांमध्ये स्थिती होती –
(a) 119 वी   (b) 139 वी   (c) 125 वी   (d) 190 वी

प्र. 70. 'स्पेशल सेफगार्ड मेकॅनिझम' ही संज्ञा कोणत्या आंतरराष्ट्रीय संघटनेच्या संदर्भातील आहे?
(a) SAARC   (b) WTO
(c) WWF   (d) EU

प्र. 71. भारतात प्रति हेक्टर कृषी मूल्य उत्पादकतेत सर्वोच्च दोन राज्ये आहेत –
(a) केरळ आणि तमिळनाडू   (b) पंजाब आणि हरियाणा
(c) गुजरात आणि महाराष्ट्र   (d) आंध्र प्रदेश व कर्नाटक

प्र. 72. कृषी नियोजनांबद्दल काय चूक आहे?
(a) भारत सरकार छोट्या सिंचन योजनांना जास्त मदत करेल
(b) भारत सरकार पिकांसाठी रासायनिक कीटकनाशकांचा उपयोग कमी करेल
(c) भारत सरकार गरिबांसाठी सार्वजनिक वितरणप्रणाली मजबूत करेल
(d) भारत सरकार पुढील पाच वर्षांत कृषी व खाद्यपदार्थांवरील अनुदान बंद करेल

प्र. 73. भारतात शेतीच्या एकूण उत्पादनापैकी किती टक्के उत्पादन पशुपालनामुळे होते?
(a) 30%   (b) 40%   (c) 25%   (d) 15%

प्र. 74. दूध उत्पादनात भारताचा जगात कितवा क्रमांक लागतो?
(a) पाचवा   (b) तिसरा   (c) दुसरा   (d) पहिला

प्र. 75. भारतात औद्योगिक मूल्य-निर्मिती कोणत्या राज्यात सर्वाधिक आहे?
(a) तमिळनाडू   (b) पं. बंगाल
(c) महाराष्ट्र   (d) गुजरात

प्र. 76. 1993–94 पासून 1996–97 पर्यंत भारतात उद्योगांमध्ये सर्वाधिक विकास दर होता –
(a) उपभोक्ता – टिकाऊ वस्तू उद्योगांमध्ये
(b) उपभोक्ता – गैर टिकाऊ वस्तू उद्योगांमध्ये
(c) आधारभूत वस्तूंच्या उद्योगांमध्ये
(d) मध्यम-वर्गीय वस्तूंच्या उद्योगांमध्ये

प्र. 77. भारतात जेव्हा जेव्हा औद्योगिक शिथिलता आली होती, खालीलपैकी कोणते कारण नव्हते?

(a) आयातींचा दबाव

(b) गेल्या काही वर्षांत भांडवली उद्योगांनी योग्य प्रकारे प्रगती केली नाही.

(c) खनन व खननावर आधारित उद्योगांमध्ये कमी वाढ झाली.

(d) शेतकीत कच्चा माल कमी आला व शेतकऱ्यांच्या क्रयशक्तीत मंद वाढ झाली.

प्र. 78. पुरवठा-समर्थक ते अर्थशास्त्रज्ञ आहेत जे समष्टि (Macro) आर्थिक समस्या, बेकारीच्या मुद्रा–प्रसाराचे उत्तर शोधतात –

(a) करांमध्ये कपात आणि उद्योगांना विनियंत्रित करण्यात

(b) वस्तूंच्या पुरवठ्यात वाढ करण्याकरता किमतीत वाढ करून

(c) समग्र मागणीचा उच्च स्तर प्राप्त करून

(d) अर्थसंकल्पामध्ये तोट्याचा स्तर वाढवून

प्र. 79. त्या वस्तूची ज्यामुळे जास्त उपभोक्त्याची बचत मिळते, मागणी होईल –

(a) कमी लवचिक

(b) एकक लवचिक

(c) अधिक लवचिक

(d) पूर्णत: लवचिक

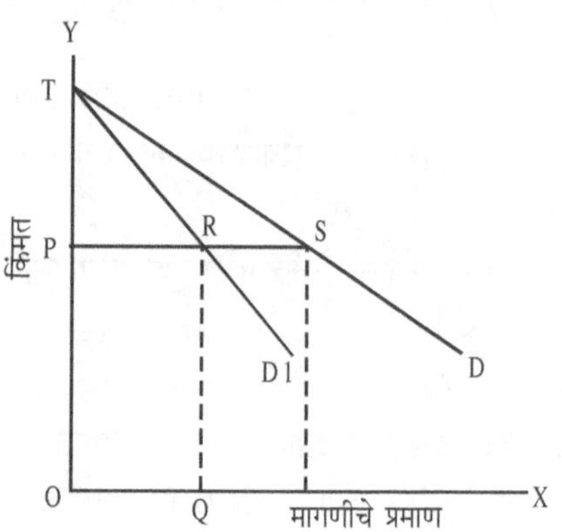

प्र. 80. भारताच्या नवव्या पंचवार्षिक योजनेत खालीलपैकी कोणते सरळ उद्देश व्यक्त करत नाही?

(a) भारत आंतरराष्ट्रीयीकरणा (Globalisation) बरोबरच स्वदेशी भावनापण ठेवेल.

(b) भारत सन 2005 पर्यंत पूर्ण रोजगार प्रदान करेल

(c) भारत मानव विकास निर्देशांक वाढवण्यावर लक्ष देईल

(d) योजना लागू करताना भारतात केंद्र व राज्यांमधील सहकार संघवादाचे पालन करेल.

प्र. 81. एकूण खर्चाचे कोष्टक खालील सूचना वापरून तयार केले जाऊ शकते –

(a) एंजल वक्राद्वारा   (b) किंमत उपभोग वक्राद्वारा

(c) एका विस्तार पायाद्वारा   (d) समान खर्च वक्राद्वारा

प्र. 82. भारतात एकूण ऊर्जेच्या उत्पादनापैकी किती टक्के ऊर्जा दगडी कोळशापासून प्राप्त केली जाते?

(a) 67%   (b) 57%   (c) 48%   (d) 29%

प्र. 83. उत्पादनाच्या द्वितीय पायरीत, ज्यात फक्त एकच गोष्ट परिवर्तनशील असेल –

(a) सीमान्त उत्पादन कमी होते आहे पण ऋणात्मक नाही

(b) सरासरी उत्पादन ऋणात्मक असते

(c) सरासरी उत्पादन वाढत जाणारे असते

(d) सरासरी उत्पादन धनात्मक आहे आणि सीमान्त उत्पादन वाढत आहे.

प्र. 84. भारतात सरकारी कार्यक्रमात कोणत्या एका गोष्टीचा समावेश स्त्री–शक्ती वाढवण्यात उल्लेखित नाही?

(a) गर्भातील भृणाचा (मुलगी) गर्भपात करू घ्यायचा नाही.

(b) मुलींना स्वास्थ्य सुविधा, भोजन व आर्थिक निर्णयात समान अधिकार असायला हवेत.

(c) सर्व मुलींना महाविद्यालयीन स्तरापर्यंत शिक्षण दिले जाते

(d) स्त्रियांना संपत्तीच्या मालकीत समान अधिकार असायला हवा.

प्र. 85. भारतात 25 चा जन्म दर –

(a) सन 1995 मध्ये मिळवला होता

(b) सन 2002–2005 मध्ये मिळवण्याचे लक्ष्य आहे.

(c) नवव्या योजनेच्या प्रथम वर्षात मिळवला होता

(d) सन् 2020 मध्ये मिळवण्याचे लक्ष्य आहे.

प्र. 86. आर्थिक मॉडेलबद्दल खालीलपैकी कोणते विधान बरोबर नाही?

(a) यात परिकल्पनेचा समावेश असतो

(b) ते नेहमी सिद्धान्त असतात

(c) ते अमूर्त असतात

(d) त्यात आलेखही असतात

प्र. 87. जर एखाद्या फर्मचा मागणी–वक्र बाजार मागणी वक्राशी मिळता–जुळता असेल तर –

(a) फर्म किंमत अधिग्राही आहे

(b) फर्म एकाधिकारी आहे.

(c) फर्म कुठल्याही सीमेशिवाय कुठलीही किंमत ठरवू शकते

(d) सीमान्त महसूल सरासरी महसूल एवढा आहे.

प्र. 88. नवव्या पंचवार्षिक योजनेतील रोजगार नीती अवलंबून आहे.

(a) केंद्र सरकार पूर्ण रोजगार निर्माण करेल

(b) राज्य सरकार जास्तीत जास्त रोजगार निर्माण करेल

(c) केंद्र व राज्य सरकार अस्थाई पूर्ण रोजगार निर्माण करतील

(d) जास्तीत जास्त रोजगार सृजन बाजार प्रक्रियेवर सोपवला जाईल.

प्र. 89. 90 च्या दशकात पुरुष व स्त्री रोजगारासाठी कृषीवरचे अवलंबित्व वाढले –

(a) राजस्थानात (b) मध्य प्रदेशात

(c) बिहारमध्ये (d) ओरिसात

प्र. 90. ओकनचा नियम खालील मधील संबंध दर्शवितो.

(a) रोजगार आणि संवृद्धी

(b) कराचा दर आणि करातून मिळणारे उत्पन्न

(c) बेकारी आणि संवृद्धी

(d) मुद्रा प्रसार आणि बेकारी

प्र. 91. कोणत्या कराचे राज्यांमध्ये वाटप होत नाही –

(a) विक्री कर (b) उत्पन्न कर

(c) महापालिका कर (d) केंद्रीय उत्पादन शुल्क

प्र. 92. 1957 मध्ये भारतात खालीलपैकी कोणते नाणे चलनात नव्हते?

(a) 20 पैसे (b) 1 पैसा (c) 2 पैसे (d) 5 पैसे

प्र. 93. ज्या राज्यात बँकांची जमा व उधार रक्कम सर्वात जास्त आहे, ते आहे –

(a) उत्तर प्रदेश (b) महाराष्ट्र (c) तमिळनाडू (d) गुजरात

प्र. 94. भारतात काही बँका 'मर्यादित' (narrow) (आकुंचित) बँकिंगच करू शकतील. याचा अर्थ आहे –

(a) त्या शहरी क्षेत्रात शाखा उघडू शकणार नाहीत

(b) त्या ग्रामीण क्षेत्रात शाखा उघडू शकणार नाही.

(c) त्या फक्त सरकारी कर्जरोख्यांमध्ये गुंतवणूक करू शकतील

(d) त्या विदेशातून जमा झालेल्या रकमा प्राप्त करू शकणार नाहीत.

प्र. 95. भारतात कोणत्या शहराला इलेक्ट्रॉनिक्स उद्योगाची राजधानी मानले जाते?

(a) बंगळूरु (b) दिल्ली (c) मुंबई (d) हैद्राबाद

प्र. 96. M_3 मध्ये भारताच्या पोस्ट ऑफिसातील जमेचा समावेश न करण्याचे कोणते कारण नाही?

(a) पोस्ट ऑफिस जमा, पत-निर्मितीचा आधार होऊ शकत नाही.

(b) पोस्ट ऑफिसेस, निकासी गृह (clearing house) चे सदस्य नसतात.

(c) पोस्ट ऑफिसेस रिझर्व्ह बँकेला दर आठवड्याला आकडे देऊ शकत नाहीत.

(d) पोस्ट ऑफिसात जमा रक्कम जास्त नसते.

प्र. 97. भारतात राजकोषीय तूट वाढण्याबद्दल काय बरोबर नाही?
(a) तो नवीन नोटा छापल्याने वाढतो
(b) तो छोट्या पोस्ट ऑफिसातील छोटी बचत वाढल्याने वाढतो
(c) तो केंद्रीय सरकारने प्रतिभूती विकल्याने वाढतो
(d) तो प्रॉव्हिडंड फंडातील शुद्ध वाढीने वाढतो.

प्र. 98. भारताला एकूण किती कि.मी. चा सागरी किनारा लाभला आहे?
(a) 7517 km (b) 6750 km (c) 6200 km (d) 5950 km

प्र. 99. 1998 मध्ये यू. एस. ए. चे भारतावरील प्रतिबंध संबंधित होते.
(a) भारताला खाद्यान्नाच्या निर्यातीशी
(b) बहुराष्ट्रीय कंपन्यांनी केलेल्या मानवी मदतीशी
(c) सुरक्षा वस्तू आणि सेवेची विक्री समाप्त करण्याशी
(d) भारताने छोटी अस्त्रे-शस्त्रे निर्यात करण्याशी

प्र. 100. महाराष्ट्रामध्ये अत्याधुनिक कार्गो हब प्रकल्प 'मिहान प्रकल्प' कोणत्या शहरानजीक साकारत आहे?
(a) मुंबई (b) पुणे (c) नाशिक (d) नागपूर

उत्तरे

1. a	2. c	3. b	4. a	5. a	6. a	7. c	8. c
9. a	10. d	11. c	12. b	13. a	14. c	15. d	16. a
17. b	18. a	19. a	20. d	21. b	22. a	23. c	24. a
25. c	26. c	27. a	28. d	29. b	30. c	31. a	32. d
33. c	34. c	35. a	36. c	37. c	38. a	39. b	40. d
41. b	42. b	43. c	44. b	45. a	46. b	47. a	48. d
49. a	50. c	51. b	52. d	53. c	54. c	55. d	56. d
57. d	58. a	59. b	60. d	61. c	62. c	63. a	64. c
65. a	66. c	67. c	68. b	69. a	70. b	71. b	72. d
73. a	74. d	75. c	76. a	77. b	78. a	79. c	80. b
81. c	82. a	83. a	84. c	85. b	86. b	87. b	88. d
89. c	90. c	91. c	92. a	93. b	94. c	95. a	96. d
97. a	98. a	99. c	100. d				

■ ■ ■

प्रश्नसंच – १८

प्र. 1. राष्ट्रीय कर्जावर दिल्या गेलेल्या व्याजाला खालील मध्ये जोडले जाते–
    (a) सकल राष्ट्रीय उत्पादन   (b) निव्वळ राष्ट्रीय उत्पादन
    (c) व्यक्तिगत उत्पन्न   (d) राष्ट्रीय उत्पन्न

प्र. 2. जेव्हा सकल गुंतवणूक धनात्मक असते तेव्हा निव्वळ गुंतवणूक–
    (a) ऋणात्मक होईल   (b) शून्य होईल
    (c) धनात्मक होईल   (d) धनात्मक किंवा ऋणात्मक होईल

प्र. 3. GNP च्या मोजणीत खालील जोडायला नको–
    (a) भाड्याने मिळालेले उत्पन्न   (b) व्याजाचे प्रदान (Payment)
    (c) लाभांश   (d) सरकारने केलेले अंतर्गत शोधन

प्र. 4. भारताच्या एकूण आयातीत सर्वाधिक म्हणजे 40 टक्के वाटा कोणत्या देशांचा आहे?
    (a) अमेरिकन   (b) आफ्रिकन   (c) युरोपीय   (d) पूर्व आशियाई

प्र. 5. खालील पैकी कशात अंतिम वस्तू व सेवेला जोडले जात नाही.
    (a) GNP   (b) NNP
    (c) उपभोग्य उत्पन्न   (d) वरील कुठलेच नाही

प्र. 6. व्यक्तिगत उत्पन्न मिळवण्यासाठी राष्ट्रीय उत्पन्नातून खालील वजा केले जात नाही.
    (a) सार्वजनिक कर्जावरील व्याज   (b) सामाजिक सुरक्षा अंशदान
    (c) अवितरित निगमीय उत्पन्न   (d) वरील काहीही नाही

प्र. 7. खालील उपभोक्ता खर्चात समावेश केला जात नाही.
    (a) एका फ्रिजची खरेदी   (b) जेवणावरील साप्ताहिक खर्च
    (c) डॉक्टरची फी   (d) वरील कुठलेही नाही

प्र. 8. खालील गुंतवणूक खर्च मानला जात नाही.
    (a) नव्या घराची खरेदी   (b) उत्पादक बहु–उपयोगी वस्तूवरील खर्च
    (c) व्यापाराच्या माल कोष्टकात वाढ   (d) कंपनीच्या प्लांटचा विस्तार

प्र. 9. अंतर्गत शोधनांना त्या शोधनांसाठी वापरले जाते जे केले जातात.
    (a) वस्तू व सेवेव्यतिरिक्त अन्य विनिमयात
    (b) कर्मचाऱ्यांचे एका कामावरून दुसऱ्या कामात अंतरण होताना
    (c) कर्मचाऱ्यांना नुकसान भरपाईच्या रूपात
    (d) वरील कुठलेही नाही.

प्र. 10. राष्ट्रीय उत्पन्न खालील रकमेने बाजार मूल्यावर शुद्ध राष्ट्रीय उत्पादनापासून वेगळे होते–

(a) संपूर्ण जगापासून चालू अंतरण (b) शुद्ध अप्रत्यक्ष कर

(c) राष्ट्रीय कर्जावर व्याज   (d) ते वेगळे नसते

प्र. 11. मध्यवर्ती उपभोगासाठी मागणी निर्माण होते–

(a) उपभोक्ता परिवारात   (b) फक्त सरकारी कामात

(c) फक्त निगमित कामात   (d) अर्थव्यवस्थेच्या सर्व उत्पादकीय क्षेत्रांमध्ये

प्र. 12. अन्य गोष्टी समान असताना, एखाद्या वस्तूच्या किंमतीत वाढ झाल्यावर–

(a) मागणीत वाढ होते   (b) मागणी कमी होते

(c) मागितलेल्या प्रमाणात वाढ होते   (d) मागितलेल्या प्रमाणात कमी येते.

प्र. 13. एखाद्या वस्तूच्या किंमतीत परिवर्तन झाल्यावर त्याचे मागितलेले प्रमाण अपरिवर्तित राहिले तर, मागणीच्या लवचिकतेचा गुणांक होतो–

(a) एकापेक्षा जास्त   (b) एकापेक्षा कमी

(c) शून्य   (d) अनंत

प्र. 14. एका पूर्ण स्पर्धा फर्मचा मागणी वक्र–

(a) उदग्र असतो   (b) क्षितिजसमांतर असतो

(c) ऋणात्मक उतार असलेला असतो   (d) धनात्मक उतार असलेला असतो

प्र. 15. एका पूर्ण प्रतिस्पर्धात्मक फर्मसाठी उत्पादन बंद करण्याचा बिंदू असेल जेथे–

(a) P = AC   (b) P = AVC
(c) P = MC   (d) P = AFC

प्र. 16. कुठल्याही उत्पादनाच्या घटकाचा सीमांत महसूल उत्पादन (MRP) बरोबर आहे.

(a) MPP × MR   (b) MMP × Price
(c) MPP × AR   (d) ARP × MR

प्र. 17. नफा 'नव प्रवर्तनाचे' प्रतिफल आहे, हे विधान केले आहे –

(a) जे. बी. क्लार्कने   (b) ए. सी. पीगूने

(c) एफ. एच. नाइटने   (d) जे. शुम्पीटरने

प्र. 18. अपवादात्मक मागणी वक्र तो असतो ज्याचा–

(a) उतार वर उजवीकडे असतो   (b) उतार खाली उजवीकडे असतो

(c) उतार वर डावीकडे असतो   (b) X ला समांतर असतो.

प्र. 19. मागणीचा नियम सांगतो–

(a) एखाद्या वस्तूची किंमत अणि त्याच्या मागणीबद्दल

(b) उपभोक्त्याचे उत्पन्न आणि वस्तूच्या मागणीबद्दल

(c) एखाद्या वस्तूची किंमत आणि त्याच्याशी संबंधीत वस्तूच्या किमतीबद्दल

(d) दोन वस्तूंच्या किंमतींच्या मधील संबंधाबद्दल

प्र. 20. यातील कोणत्या वस्तू पर्यायी वस्तू आहेत?

(a) कॉफी आणि दूध

(b) हिरे आणि गाय

(c) पेन आणि शाई

(d) मोहरीचे तेल आणि खोबऱ्याचे तेल

प्र. 21. तिरपी मागणीचा अर्थ एखाद्या वस्तूच्या मागणीतील परिवर्तन खालील कारणाने होते –

(a) दुसऱ्या वस्तूच्या उपयोगितेतील फरक

(b) दुसऱ्या वस्तूच्या किंमतीतील परिवर्तन

(c) दुसऱ्या वस्तूच्या रूपात परिवर्तन

(d) दुसऱ्या वस्तूच्या आकारात बदल

प्र. 22. जर मागणीतल्या प्रमाणात प्रतिशत वृद्धी किंमतीतील प्रतिशत तोटे पेक्षा कमी आहे, तर लवचिक गुणांक होईल–

(a) एकापेक्षा जास्त   (b) एकाबरोबर

(c) एकापेक्षा कमी   (d) शून्य

प्र. 23. MR = MC = AR = AC द्वारा दीर्घकालीन संतुलन प्रकट होते–

(a) प्रतिस्पर्धी फर्मचे   (b) अल्पाधिकारी फर्मचे

(c) एकाधिकारी फर्मचे   (d) यांतील कुठलेही नाही

प्र. 24. एका फर्मचा सरासरी महसूल 20 रु. आहे आणि सरासरी खर्च 16 रु. आहे, फर्मला मिळतो–

(a) सामान्य नफा   (b) शुद्ध नफा

(c) सकल नफा   (d) अधिसीमांत नफा

प्र. 25. जर पुरवठा आहे तसाच स्थिर आहे आणि मागणीत वृद्धी झाली तर मूल्यात

(a) वृद्धी होईल   (b) कमी होईल

(c) आहे तसेच स्थिर राहील   (d) यांतील काहीच होणार नाही

प्र. 26. एकूण लाभ अधिकतम होईल जेव्हा–

(a) TR समान असेल TC च्या

(b) TR आणि TC वक्र समांतर असतील

(c) TR आणि TC वक्र समांतर असतील आणि TC, TR पेक्षा जास्त असेल

(d) TR आणि TC वक्र समांतर असतील आणि TR, TC पेक्षा जास्त असेल

प्र. 27. उपभोक्ता संतुलनात असेल जेव्हा खालील अट पूर्ण होईल–

(a) $\dfrac{MU_X}{MU_Y} > \dfrac{P_X}{P_Y}$ (b) $\dfrac{MU_X}{MU_Y} < \dfrac{P_X}{P_Y}$

(c) $\dfrac{MU_X}{MU_Y} = \dfrac{P_X}{P_Y}$ (d) वरीलपैकी कुठलीच नाही

प्र. 28. एक समवृत्ती वक्र उजवीकडे खाली झुकतो कारण वस्तूचे जास्त प्रमाण आणि दुसरीचे कमी प्रमाण देते–

(a) तेच समाधान   (b) अधिकतम समाधान

(c) तुलनेत जास्त समाधान   (d) कमी होणारा खर्च

प्र. 29. सरबताचा दुसरा ग्लास एका तहानलेल्या मुलाला पहिल्या ग्लासापेक्षा कमी समाधान देईल. हा एक स्पष्ट आणि निश्चित विचार आहे.

(a) मागणीच्या नियमाचा   (b) घटत्या प्रत्ययाच्या नियमाचा

(c) घटत्या उपयोगितेच्या नियमाचा (d) पुरवठ्याच्या नियमाचा

प्र. 30. यातील कोणते मुद्राकार्य नाही?

(a) विनिमयाचे माध्यम   (b) मूल्यसंचयाचे साधन

(c) स्थगित शोधनाचे मापक   (d) धातूचा संग्रह

प्र. 31. मुद्रेची मागणी खालील कारणाने उत्पन्न होते–

(a) देवाण-घेवाणीचा उद्देश   (b) सतर्कता उद्देश

(c) सट्टा उद्देश   (d) वरील सर्व

प्र. 32. सुप्रसिद्ध पुस्तक 'A Treatise on Money' चे लेखक आहेत.

(a) जे. एम. केन्स   (b) अल्फ्रेड मार्शल

(c) जी. सी. क्राउथर   (d) जी. डी. एच. कोल

प्र. 33. $P = \dfrac{KR}{M}$ हे समीकरण मांडणारे होते –

(a) मार्शल   (b) मिल   (c) पीगू   (d) केन्स

प्र. 34. हे वाणिज्य बॅंकांचे काम नाही.

(a) नोटा जारी करणे   (b) पत पत्र जारी करणे

(c) जमा स्वीकारणे   (d) जमेचे हस्तांतरण करणे

प्र. 35. समजा $M = 1,000$ रु; $M^1 = 5,000$ रु; $V = 2$, $V^1 = 2$ आणि $T = 1,000$. तर सामान्य किंमत स्तर होईल.

(a) 8 रु   (b) 10 रु.   (c) 12 रु.   (d) 14 रु.

प्र. 36. रोख-शिल्लक समीकरण $M = KY$ या रूपात कोणी प्रस्तुत केले–
(a) अल्फ्रेड मार्शल
(b) इरविंग फिशर
(c) ए. सी. पीगू
(d) जे. एम. केन्स

प्र. 37. ''मुद्रा प्रसार अन्यायकारक आहे आणि मुद्रा संकोच निरुपयोगी आहे. दोन्हीमध्ये मुद्रा संकोच जास्त वाईट आहे.'' हा विचार आहे.
(a) जे. एम. केन्सचा
(b) जे. आर. हिक्सचा
(c) मार्शलचा
(d) ए. सी. पीगूचा

प्र. 38. मौद्रिक नीती कशाशी संबंधित आहे?
(a) सरकार
(b) मौद्रिक अधिकारी
(c) सावकार
(d) व्यापारी बँका

प्र. 39. एखाद्या देशाच्या चलनाच्या मूल्यात घसरण आली तर घरगुती किंमती –
(a) वाढतात
(b) वाढतात किंवा कमी होतात
(c) कमी होतात
(d) बदलत नाहीत

प्र. 40. मुद्रा स्फीति (चलनवाढ) लाभ करून देते –
(a) कर्जधारकाला
(b) इक्विटीधारकाला
(c) पेन्शन घेणाऱ्यांना
(d) वेतन मिळवणाऱ्यांना

प्र. 41. उत्पादनाचा एकूण खर्च बरोबर आहे –
(a) स्थिर खर्च आणि परिवर्तनशील खर्चाच्या बेरजेच्या
(b) सरासरी खर्च आणि सीमांत खर्चाच्या बेरजेच्या
(c) कच्चा माल आणि श्रम खर्चाच्या बेरेजेच्या
(d) वाहतूक खर्च आणि संस्थेच्या खर्चाच्या बेरजेच्या

प्र. 42. सीमान्त उपयोगिता ज्या समीकरणाने माहिती करून घेता येते, ते आहे–
(a) $MU_n = TU_n - TU_{n-1}$
(b) $MU_n = TU_n + TU_{n+1}$
(c) $MU_n = MU_1 + MU_2 + MU_n$
(d) $MU_n = MU_1 = MU_2 = MU_3 \ldots MU_n$

प्र. 43. M_3 ला परिभाषित केले जाऊ शकते.
(a) M_1 + बँकांजवळील मागणी जमा
(b) M_1 + पोस्ट ऑफिस सेव्हिंग्ज बँक जमा
(c) M_2 + बँकांजवळील समय जमा
(d) M_1 + बँकांजवळील समय जमा

प्र. 44. व्याजाच्या रोखता पसंती सिद्धान्ताचे प्रतिपादन केले–
(a) जे. एम. केन्सने
(b) जे. एस. मिलने
(c) फिशरने
(d) मार्शलने

प्र. 45. मुद्रा परिमाणाच्या आधुनिक सिद्धान्ताचे श्रेय जाते –

(a) जे. आर. हिक्सला   (b) मिल्टन फ्रीडमनला

(c) आर. एस. सेयर्सला   (d) हॅरी जॉन्सनला

प्र. 46. लोकसंख्येच्या दृष्टीने भारताचे जगात कितवे स्थान आहे?

(a) पहिले   (b) दुसरे   (c) तिसरे   (d) चौथे

प्र. 47. देशाच्या लोकसंख्येची वार्षिक वृद्धी ..... च्या एकूण लोकसंख्येच्या जवळपास आहे.

(a) बांगलादेश   (b) ऑस्ट्रेलिया   (c) जपान   (d) फ्रान्स

प्र. 48. कोणत्या राज्यात किंवा केंद्रशासित प्रदेशात साक्षरतादर पूर्ण देशात सर्वात जास्त आहे.

(a) दिल्ली   (b) चंडीगड   (c) कर्नाटक   (d) केरळ

प्र. 49. कोणते वर्ष भारताच्या लोकसंख्येसाठी 'महान विभाजक' वर्ष म्हणून ओळखले जाते.

(a) 1921   (b) 1951   (c) 1991   (d) 1981

प्र. 50. खालील कोणती एक आर्थिक क्रिया आहे?

(a) एका पुण्यार्थ दवाखान्याद्वारे दिल्या जाणाऱ्या उपचारसुविधा

(b) आपल्या मुलाला घरी स्वत: शिकवणे

(c) घरचे काम करणारी गृहिणी

(d) रेडियोवर संगीत ऐकणे

प्र. 51. खालीलपैकी कोणते तत्त्व आर्थिक उत्पादनाच्या विचारधारेच्या अधिक जवळ आहे.

(a) नफ्यासाठी वस्तू आणि सेवेची विक्री

(b) वस्तूंचे उत्पादन

(c) भविष्यातील उपयोगासाठी सेवा आणि वस्तूंच्या स्टॉकमध्ये वाढ

(d) वस्तूंच्या किमतींमध्ये वाढ

प्र. 52. शुद्ध रूपाने जोडलेले मूल्य बरोबर असते –

(a) उत्पादनाच्या साधनांना मिळालेले प्रदान

(b) कर्मचाऱ्यांची नुकसानभरपाई

(c) मजुरी + भाडे + व्याज

(d) उत्पादनाचे मूल्य – घट

प्र. 53. त्या गोष्टीला अंकित करा जी एक घटक शोधन नाही.

(a) सुरक्षा कर्मचाऱ्यांना विनामूल्य गणवेश

(b) संसद्‌सदस्यांना वेतन आणि भत्ते

(c) मालकाच्या ताब्यात असलेल्या घराचे अंदाजे भाडे

(d) मागासलेल्या जातीच्या विद्यार्थ्यांना दिलेली शिष्यवृत्ती

प्र. 54. दहाव्या वित्त आयोगाचे अध्यक्ष होते.

(a) के. सी. पंत (b) सी. रंगराजन

(c) एन. के. पी. साळवे (d) प्रणव मुखर्जी

प्र. 55. ''राष्ट्रांच्या संपत्तीचे स्वरूप आणि कारणांचा शोध'' नावाचे पुस्तक लिहिले होते–

(a) ॲडम स्मिथने (b) जे. एस. मिलने

(c) ए.सी. पीगूने (d) जे. बी. से ने

प्र. 56. रिकार्डोचा तुलनात्मक लाभाचा सिद्धान्त अवलंबून आहे–

(a) वैकल्पिक खर्च सिद्धान्तावर (b) श्रम किंमत सिद्धान्तावर

(b) घटत्या फलाच्या नियमावर (d) वरील सर्वांवर

प्र. 57. मागणीची लवचिकता मोजण्यासाठी खालीलपैकी कोणते सूत्र वापरले जाते–

(a) $\dfrac{\text{मागणीतील प्रतिशत परिवर्तन}}{\text{किंमतीतील आनुपातिक परिवर्तन}}$

(b) $\dfrac{\text{मागणीच्या प्रमाणातील आनुपातिक परिवर्तन}}{\text{किंमतीतील आनुपातिक परिवर्तन}}$

(c) $\dfrac{\text{मागणीतील परिवर्तन}}{\text{किंमतीतील परिवर्तन}}$

(d) $\dfrac{\text{किंमतीतील परिवर्तन}}{\text{मागणीतील परिवर्तन}}$

प्र. 58. भारतात हरित क्रांती सर्वात जास्त यशस्वी झाली–

(a) गव्हाच्या संदर्भात (b) तांदळाच्या संदर्भात

(c) मक्याच्या संदर्भात (d) डाळींच्या संदर्भात

प्र. 59. 1991च्या जनगणनेनुसार भारताच्या लोकसंख्येचे सरासरी घनत्व आहे–

(a) 178 (b) 267 (c) 257 (d) 271

प्र. 60. कोणत्या राज्यात लिंग गुणोत्तर सर्वाधिक अनुकूल आहे?

(a) आंध्र प्रदेश (b) तमिळनाडू (c) केरळ (d) कर्नाटक

प्र. 61. जनांकिकीय संक्रमणाच्या सिद्धान्ताच्या स्थिती असतात–

(a) दोन (b) तीन (c) चार (d) पाच

प्र. 62. आठव्या पंचवार्षिक योजनेचा कालावधी होता–
(a) 1990–95   (b) 1991–96   (c) 1992–97   (d) 1993–98

प्र. 63. भारतात 2001 मध्ये साक्षरतादर होता–
(a) 55%   (b) 64.80%   (c) 50%   (d) 52.20%

प्र. 64. भारतात गरिबी दूर करण्याचा मुख्य प्रोग्राम आहे–
(a) IRDP   (b) TRYSEM
(c) DWCRA   (d) GRY

प्र. 65. MODVAT लागू केले जाण्याचे वर्ष होते–
(a) 1985–86   (b) 1986–87   (c) 1984–85   (d) 1987–88

प्र. 66. महिला साक्षरतादर कोणत्या राज्यात निम्नतम आहे.
(a) बिहार   (b) राजस्थान   (c) उत्तर प्रदेश   (d) मध्य प्रदेश

प्र. 67. रिझर्व्ह बँक ऑफ इंडिया खालीलपैकी कोणत्या पद्धतीच्या आधारावर नोटा निर्गमित करते?
(a) निश्चित विश्वासाश्रित प्रणाली (b) अधिकतम विश्वासाश्रित प्रणाली
(c) आनुपातिक कोष पद्धती   (d) न्यूनतम कोष पद्धती

प्र. 68. महाराष्ट्रात रोजगारामध्ये प्राथमिक उद्योगाचे योगदान किती टक्के आहे?
(a) 49%   (b) 53%   (c) 57.64%   (d) 65.72%

प्र. 69 भारताची प्रथम पंचवार्षिक योजना सुरू झाली–
(a) 26 जानेवारी 1950   (b) 15 ऑगस्ट 1950
(c) 2 ऑक्टोबर 1950   (d) 1 एप्रिल 1951

प्र.70. जर कुठल्या एका वर्षात स्थिर मूल्यांवर राष्ट्रीय उत्पन्नात 7% वाढ होते आणि मूल्यपण 7% वाढते व लोकसंख्यावृद्धी 2% होते तर बरोबर दरडोई उत्पन्न होईल–
(a) स्थिर   (b) 5% वाढेल
(c) 5% कमी झाले   (d) 3.5% वाढेल

प्र. 71. घटकखर्चावर शुद्ध राष्ट्रीय उत्पादन असते–
(a) राष्ट्रीय उत्पन्नाच्या बरोबर
(b) राष्ट्रीय उत्पन्नापेक्षा जास्त
(c) राष्ट्रीय उत्पन्नापेक्षा कमी
(d) नेहमीच सकल राष्ट्रीय उत्पादनापेक्षा जास्त.

प्र. 72. खालील पैकी कोणते बरोबर नाही?
(a) GDP बाजार मूल्यावर = GDP घटक खर्चावर + शुद्ध अप्रत्यक्ष कर
(b) NNP घटक खर्चावर = NNP बाजार मूल्यावर – शुद्ध अप्रत्यक्ष कर

(c) GNP बाजार मूल्यावर = GDP बाजार मूल्यांवर + विदेशातून शुद्ध घटक उत्पन्न

(d) वरीलपैकी कोणतेही नाही.

प्र. 73. राष्ट्रीय उत्पन्न मोजण्याच्या शुद्ध मूल्यपद्धतीला ओळखता येते. .... च्या रुपात सुद्धा–

(a) शुद्ध उत्पादन पद्धत

(b) उत्पादन पद्धत

(c) खर्च उद्योग पद्धत

(d) वरील सर्व

प्र. 74. अंतिम उपभोगासाठी मागणी उत्पन्न होते–

(a) फक्त घरगुती क्षेत्रात

(b) फक्त सरकारी क्षेत्रात

(c) a आणि b दोन्ही

(d) सर्व क्षेत्रांत

प्र. 75. राष्ट्रीय उत्पन्नाचा एक भाग समजली गेलेली, एका परिवाराने सिलिंग पंख्याची केलेली खरेदी, एक भाग आहे––

(a) भांडवलनिर्मितीचा

(b) दीर्घ कालावधी उपयोगाचा

(c) याच्या खरेदीच्या समय उपभोगाचा

(d) मध्यवर्ती उपभोगाचा

प्र. 76. समउत्पादन मात्रावक्र झुकतो.

(a) खाली डावीकडे

(b) खाली उजवीकडे

(c) वर डावीकडे

(d) वर उजवीकडे

प्र. 77. अर्थशास्त्रात खालीलपैकी कशाला उत्पादन मानले जाईल?

(a) जमिनीवर शेती करणे

(b) मित्रांमध्ये गाणे म्हणणे

(c) एका मुलाला रस्त्यावरच्या मोठ्या खड्ड्यात पडण्यापासून वाचवणे

(d) आनंदासाठी एखादे चित्र काढणे.

प्र. 78. खालीलपैकी कोणते विधान बरोबर आहे?

(a) सरासरी उत्पादन आपल्या अधिकतम स्तरावर असते. जेव्हा सीमान्त उत्पादन सरासरी उत्पादनाच्या बरोबर असते

(b) प्रमाणाच्या वाढत्या प्रत्यायांच्या नियम, साधन अनुपातातील परिवर्तनाच्या परिणामाशी संबंधीत असतो.

(c) प्रमाणाची बचत फक्त यामुळे निर्माण होते कारण उत्पादनाच्या साधनांमध्ये अविभाज्यता आहे.

(d) प्रमाणाची अंतर्गत बचत, फक्त निर्यात क्षेत्रालाच मिळू शकते.

प्र. 79. खालील कोणते जमिनीचे लक्षण नाही?

(a) अर्थव्यवस्थेसाठी तिचा पुरवठा सीमित असतो.

(b) ती स्थिर आहे.

(c) तिची उपयोगिता मानवी प्रयत्नांवर अवलंबून असते.

(d) तिला आपल्या पूर्वजांनी बनवले आहे

प्र. 80. खालीलपैकी कोणते विधान बरोबर आहे?

(a) भांडवलाचे संग्रहण पूर्णपणे उत्पन्नावर अवलंबून असते

(b) बचत राज्याद्वारे प्रभावित होऊ शकते

(c) बाह्य बचत आकारावर चालते तर अंतर्गत बचत स्थितीप्रमाणे चालते.

(d) श्रमाचा पुरवठा वक्र एक ऊर्ध्वगामी बांक वक्र असतो.

प्र. 81. कोणता खर्च उत्पादनातील वृद्धीबरोबर सतत वाढत जातो?

(a) सरासरी खर्च   (b) सीमान्त खर्च

(c) स्थायी खर्च   (d) परिवर्तनशील खर्च

प्र. 82. खालीलपैकी कोणता खर्च वक्र कधीच U आकाराचा नसतो?

(a) सरासरी खर्च वक्र   (b) सीमांत खर्च वक्र

(c) सरासरी परिवर्तनिय खर्च वक्र   (d) सरासरी स्थायी खर्च वक्र.

प्र. 83. अल्पकाळात एकूण खर्च स्थायी खर्च आणि परिवर्तनशील खर्चात विभागला जातो. खालीलपैकी कोणता परिवर्तनशील खर्च आहे?

(a) कच्च्या मालाचा खर्च   (b) उपकरणांचा खर्च

(c) मागील कर्जांवरील देय व्याज   (d) घराचे भाडे भरणे

प्र. 84. अल्प काळात जेव्हा एखाद्या फर्मचे उत्पादन वाढते, तेव्हा त्याचा सरासरी स्थिर खर्च–

(a) वाढतो   (b) कमी होतो

(c) स्थिर राहाते   (d) आधी कमी होतो नंतर वाढतो.

प्र. 85. खालीलपैकी कशाला नियोजन वक्र म्हणता येईल?

(a) दीर्घकालीन सरासरी खर्च वक्र

(b) अल्पकालीन सरासरी खर्च वक्र

(c) सरासरी परिवर्तनीय खर्च वक्र

(d) सरासरी एकूण खर्च वक्र

प्र. 86. जर एखादा विकल्प सोडून दिला तर एखाद्या खर्चाला म्हणता येईल–

(a) उत्पादन खर्च   (b) भौतिक खर्च

(c) वास्तविक खर्च   (d) वैकल्पिक खर्च

प्र. 87. खालीलपैकी कोणती पूर्ण स्पर्धेची अनिवार्य अट नाही?

(a) मोठ्या प्रमाणातील क्रेते आणि विक्रेते

(b) समरूप उत्पादन

(c) प्रवेशस्वातंत्र्य   (d) परिवहन खर्चाची अनुपस्थिती

प्र. 88. एका फर्मसाठी आपला लाभ अधिकतम करण्यासाठी प्रथम क्रमांकाची कोणती अट आहे?

(a) AC = MR, (b) MC = MR,   (c) MR = AR, (d) AC = AR

प्र. 89. एखादा एकाधिकारी आपला नफा अधिकतम करू शकतो जेव्हा –

(a) त्याचे उत्पादन अधिकतम असते.

(b) तो वस्तू महाग विकतो

(c) त्याचा सरासरी खर्च न्यूनतम असतो.

(d) त्याचा सीमान्त खर्च सीमान्त महसुलाबरोबर असते

प्र. 90. पिळदार (Kinked) मागणी परिकल्पना अल्पाधिकाऱ्यांच्या संदर्भात समजवण्यासाठी गृहीत धरले जाते–

(a) किंमत आणि उत्पादन निर्धारण (b) किंमत ग्राहक

(c) किंमत नेतृत्व   (d) प्रतिस्पर्ध्यांमधील भांडणे.

प्र. 91. मूल्यविभेदन तेव्हाच फायदेशीर असते जेव्हा मागणीची लवचिकता निरनिराळ्या बाजारांत, (जेथे एकूण बाजार विभाजित केला जातो)

(a) समरूप असते   (b) निरनिराळी असते

(c) कमी असते   (d) शून्य असते.

प्र. 92. सरासरी वक्राला दुसरे कोणते नाव दिले जाते?

(a) लाभ वक्र   (b) मागणी वक्र

(c) सरासरी खर्च वक्र   (d) समवृत्ती वक्र

प्र. 93. बाजार संरचनेच्या कोणत्या प्रारूपांच्या अंतर्गत फर्मचे आपल्या उत्पादक किमतीवर कुठलेही नियंत्रण नसते?

(a) एकाधिकार   (b) एकाधिकारात्मक स्पर्धा

(c) अल्पाधिकार   (d) पूर्ण स्पर्धा

प्र. 94. उपभोक्ता त्या बिंदूवर स्थिर असतो, जेव्हा बजेटरेषा –

(a) एका समवृत्ती वक्राच्या वर असते

(b) समवृत्ती वक्राच्या खाली असते.

(c) उदासीन समवृत्ती स्पर्श रेषा असते

(d) एका समवृत्ती वक्राला छेदते.

प्र. 95. सरळ रेषा वक्राच्या स्थितीत, जेव्हा ती दोन अक्षांवर मिळणाऱ्या मागणीच्या किमत लवचिकता रेषेच्या मध्य बिंदूवर असेल–

(a) 0   (b) 1   (c) 1.5   (d) 2

प्र. 96. एकूण उपयोगिता अधिकतम होते जेव्हा–

(a) सीमान्त उपयोगिता शून्य असते.

(b) सीमान्त उपयोगिता आपल्या अधिकतम बिंदूवर असते.

(c) सीमान्त उपयोगिता सरासरी उपयोगितेच्या बरोबर असते

(d) सरासरी उपयोगिता अधिकतम असते.

प्र. 97. एका बेरोजगार व्यक्तिला परिभाषित केले जाऊ शकेल.

(a) जो काम करत नाही.

(b) ज्याला काम करायचे असते पण मिळत नाही.

(c) जो आपल्या योग्यतेपेक्षा कमी असलेले काम करतो.

(d) ज्याला काम नको असते आणि मिळतपण नाही.

प्र. 98. सरकारला सर्वात जास्त राजस्व कशाद्वारे मिळतो?

(a) आयकर   (b) संघीय उत्पादन शुल्क

(c) निगम कर (महापालिका कर)   (d) अतिरिक्त उत्पादन शुल्क

प्र. 99. खालीलपैकी कोणते रिझर्व्ह बँक ऑफ इंडियाचे काम नाही?

(a) नोटांचे निर्गमन   (b) सरकारचा बँकर

(c) समाशोधन कार्य   (d) जनतेकडून जमा स्वीकारणे

प्र. 100. खालीलपैकी कोणती बँक खासगी क्षेत्रातील नाही?

(a) कॅथोलिक-सिरीयन बँक   (b) रत्नाकर बँक

(c) युको (UCO) बँक   (d) एचडीएफसी बँक

उत्तरे

1. c	2. d	3. d	4. c	5. d	6. a	7. c	8. c
9. c	10. b	11. d	12. d	13. c	14. b	15. b	16. a
17. d	18. a	19. a	20. d	21. b	22. c	23. a	24. d
25. a	26. d	27. c	28. a	29. c	30. d	31. d	32. a
33. a	34. a	35. c	36. a	37. a	38. b	39. a	40. d
41. a	42. a	43. d	44. a	45. b	46. b	47. b	48. d
49. a	50. a	51. c	52. d	53. d	54. a	55. a	56. b
57. b	58. a	59. b	60. c	61. c	62. c	63. b	64. a
65. a	66. b	67. d	68. c	69. d	70. b	71. a	72. d
73. b	74. d	75. b	76. b	77. a	78. c	79. d	80. d
81. d	82. d	83. a	84. b	85. a	86. d	87. d	88. b
89. d	90. b	91. b	92. b	93. d	94. c	95. b	96. a
97. b	98. b	99. d	100. c				

■ ■ ■

प्रश्नसंच – १९

प्र. 1. खालील सूचकांपैकी कोणता समय उत्क्रमण आणि कारक उत्क्रमण परीक्षणांची तुष्टी करतो?

    (a) लेस्पेयर सूचकांक   (b) पाशे सूचकांक

    (c) फिशर सूचकांक   (d) ड्रोबिश बाउले सूचकांक

प्र. 2. सूची I (r मान) व सूची II (निर्वचन) च्या जोड्या जुळवा आणि सूचीच्या खाली दिलेल्या विकल्पांतून योग्य उत्तर निवडा

सूची I (r मान)	सूची II (निर्वचन)
(A) 0.26	(1) उच्च ऋणात्मक संबंध
(B) −0.35	(2) निम्न धनात्मक संबंध
(C) −0.89	(3) उच्च धनात्मक संबंध
(D) 0.98	(4) निम्न ऋणात्मक संबंध
	(5) कुठलाच संबंध नाही.

विकल्प :	(A)	(B)	(C)	(D)
(a)	3	1	5	2
(b)	2	4	1	3
(c)	2	1	5	3
(d)	3	4	1	2

प्र. 3. परास विषयी खालील विधानांवर विचार करा –

    1) हे एक प्रसरणाचे माप आहे.

    2) याची गणती सरळ आहे.

    3) हा चरम मूल्याने प्रभावित होत नाही.

    4) हा सर्व प्रेक्षणांवर (प्राप्तांकांवर) आधारित नाही आहे.

    वरील विधानांपैकी कोणते बरोबर आहे?

    (a) फक्त 1   (b) 2   (c) 2 आणि 3   (d) 1,2 आणि 4

प्र. 4. 100 कुटुंबांचा उपभोग खर्च सरासरी 1500 रु. आहे. आणि उपभोग खर्च प्रसरण 90 रु. आहे. उपभोग खर्चाचा विचलन गुणांक काय आहे ?

    (a) 0.6   (b) 2   (c) 6   (d) 9

प्र. 5. सरासरी विचलन (Deviation) केव्हा न्यूनतम असते?

    (a) जेव्हा विचलन चलित माध्यने घेतले जातात.

    (b) जेव्हा विचलन समांतर मध्यमाने घेतले जाते.

(c) जेव्हा विचलन बहुलकातून घेतले जाते.

(d) जेव्हा विचलन मध्यांकातून घेतले जाते.

प्र. 6.

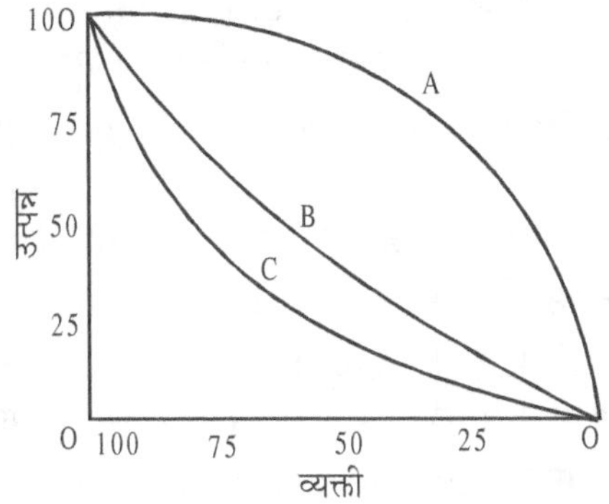

वर दिले गेलेल्या व्यक्तींच्या तीन समूहांच्या (A, B, C) उत्पन्न वितरणाच्या लॉरेंज वक्रात, परिमाणाच्या घटत्या क्रमात वितरणाचा बरोबर अनुक्रम कोणता आहे?

(a) A–B–C   (b) B–C–A   (c) C–A–B   (d) C–B–A

प्र. 7. दिलेल्या विकल्पांचा वापर करून सूची I (प्रसरणाचे माप) व सूची II (लक्षण) च्या जोड्या जुळवा.

सूची I (प्रसरणाचे माप)	सूची II (लक्षण)
(A) परास	(1) परिक्षेपणाचे सापेक्ष माप
(B) प्रसरण	(2) सीमित सूचनांचा उपयोग करतो
(C) विचरण गुणांक	(3) मानक विचलन
(D) अंतर चतुर्थांक परास	(4) परास पेक्षा कमी
	(5) परास पेक्षा जास्त

विकल्प –	(A)	(B)	(C)	(D)
(A)	2	3	1	4
(B)	1	4	5	3
(C)	2	4	1	3
(D)	1	3	5	4

प्र. 8. आर्थर लुईच्या मॉडेलमध्ये मजुरीवर उत्पन्नाचे आधिक्य पुनर्निवेशित होते. त्याने काय होते?

(1) उत्पादनात वाढ (2) श्रम उत्पादकतेत वाढ (3) रोजगारात वाढ

खाली दिलेल्या विकल्पांचा वापर करून योग्य उत्तर निवडा

(a) 1 आणि 2   (b) 1 आणि 3 (c) 2 आणि 3   (d) 1, 2 आणि 3

प्र. 9. भारतामध्ये BPLR (Basic Prime Lending Rate) ठरविण्याची प्रथा केव्हा सुरू झाली?

(a) 2003-04   (b) 1999-2000   (c) 1989-90   (d) 1998-99

प्र. 10. द्वितीय पंचवार्षिक योजनेने सुरू करून नियोजित विकासाच्या सुरुवातीच्या काळात भारताने स्वीकारलेली विकास–रणनीती खालीलपैकी कशावर आधारित होती?

(1) भारी उद्योग (2) निर्यात प्रोत्साहन (3) हलके उद्योग (4)आयात प्रतिस्थापन खालील विकल्पांचा उपयोग करून योग्य उत्तर निवडा.

(a) 1 आणि 2   (b) 3 आणि 4 (c) 1 आणि 4   (d) 2 आणि 3

प्र. 11. एखाद्या अर्थव्यवस्थेसाठी उत्पन्नाची अनुमानित वाढ दर 8% प्रति वर्ष आहे. भांडवल उत्पादन प्रमाण 3:5:1 मानले आहे. घरगुती बचत अर्थव्यवस्थेत उत्पन्नाच्या 25% आहे. अनुमानित वृद्धी दराबरोबर चालू खात्यातील तूट किती आहे?

(a) उत्पन्नाच्या 2%   (b) उत्पन्नाच्या 3%

(c) उत्पन्नाच्या 3.5%   (d) उत्पन्नाच्या 4%

प्र. 12. सरकारला नियमित उत्पन्नातून खर्च भागविण्यासाठी जी रक्कम कमी पडते तिला म्हणतात –

(1) प्राथमिक तूट   (2) भांडवली तूट

(3) राजस्व तूट   (4) महसुली तूट

प्र. 13. गरिबीचे दुष्टचक्र खालील अनुक्रमातून कोणते योग्य दर्शविते–

(a) निम्न उत्पन्न – निम्न गुंतवणूक – निम्न मागणी – भांडवलाचा अभाव

(b) निम्न गुंतवणूक – निम्न उत्पन्न – निम्न मागणी – भांडवलाचा अभाव

(c) निम्न गुंतवणूक – निम्न उत्पन्न – निम्न बचत – भांडवलाचा अभाव

(d) निम्न उत्पन्न – निम्न मागणी – निम्न गुंतवणूक – भांडवलाचा अभाव

प्र. 14. वृद्धीच्या हेरॉड मॉडेलमध्ये (सिद्धांतात) जर $Ga = 10\%$ आणि $Gw = 8\%$ असेल तर त्याचा काय परिणाम होईल?

(a) तेजी   (b) अवस्फीति (c) मंदी   (d) बेरोजगारी

प्र. 15. आर्थिक विकासाचा चक्रीकार्यकारण (Circular Causation) सिद्धान्त कोणी मांडला?

(a) ॲडम स्मिथ   (b) जे. एम. केन्स

(c) जोन्स् रॉबिन्सन   (d) गुन्नार मिर्डल

प्र. 16. जनसंख्याकारांनुसार 2016 पर्यंत भारताला जन सांख्यिकी बोनस मिळण्याची शक्यता आहे. हे कुठल्या घटनेकडे निर्देश करते?

(a) एकूण जनसंख्येत अत्यंत कमी

(b) समसंतुलित स्त्री–पुरुष प्रमाण

(c) जन्म आणि मृत्युदरात कमी

(d) जनसंख्येत, उत्पादक आयु वर्गाच्या संख्येत तीव्र वाढ

प्र. 17. राष्ट्रीय जनसंख्या नीति, 2000 चा दीर्घकालीन उद्देश काय

(a) एकूण जनन दर (TFR) ला प्रतिस्थापनीय दरापर्यंत आणणे.

(b) स्थिर जनसंख्येला त्या स्तरापर्यंत आणणे जो संपोषित आर्थिक विकासाच्या आवश्यकतेनुरूप असेल

(c) गर्भनिरोधाच्या अमूर्त आवश्यकांवर लक्ष देणे.

(d) पुनरुत्पादनाची क्षमता असलेल्या वयाच्या सर्व जनसंख्येला गर्भनिरोधक आणि स्वास्थ्य प्रदान करणाऱ्या सुविधा पुरविणे

प्र. 18. 2001 च्या जनगणनेनुसार, भारतात एकूण कार्यसहभागितादर काय आहे?

(a) 37.64%   (b) 39.3%   (c) 43.1%   (d) 46.9%

प्र. 19. UNDP ने तयार केलेल्या संग्रथित HDI च्या अवगणनेत कोणती गोष्ट सामील नाही आहे?

(a) समायोजित वास्तविक प्रतिव्यक्ति GDP (PPP $ सूचकांक)

(b) एक वंचन सूचकांक

(c) जीवन प्रत्याशा सूचकांक

(d) शिक्षण–उपलब्धी सूचकांक

प्र. 20. खालीलपैकी कोणता विकल्प जनगणना 2001 नुसार भारतातील जनसंख्येच्या व्यवसाय वितरणाचे स्वरूप दर्शवितो?

(a) द्वितीय व तृतीय क्षेत्रांचे वाढते महत्त्व आणि प्राथमिक क्षेत्राची सापेक्षिक स्थिरता

(b) प्राथमिक क्षेत्राचे तीव्रतेने वाढणारे महत्त्व

(c) प्राथमिक क्षेत्राचे तीव्रतेने घटणारे महत्त्व आणि तृतीय क्षेत्राचे वाढते महत्त्व

(d) प्राथमिक, द्वितीय आणि तृतीय तिन्ही क्षेत्रांची सापेक्षिक स्थिरता

प्र. 21. भारतात सामाजिक आणि आर्थिक विषमता इतकी अधिक का आहे?

(a) अर्थव्यवस्थेच्या सर्वसाधारण उत्पादक क्षेत्राची वाईट परिस्थिती.

(b) पुनर्गुंतवणूक क्षेत्रातील क्षेत्रीय (Sector) विषमता

(c) सामाजिक आणि आर्थिक क्षेत्रांतील नीतिगत संरचनेतील त्रुटी.

(d) अर्थव्यवस्थेच्या मूळ क्षेत्रातील अपुरा वित्त–पुरवठा

प्र. 22. खालील विधानांवर विचार करा.

गरिबी नष्ट करण्यासाठी दशम योजनेत भारत सरकारने राबवलेली रणनीती

खालीलशी संबंधित आहे.

(1) बचत वाढवणे आणि स्वंयसहायतासमूहांना विकसित करण्यातून उत्पन्न–उत्पादनावर जोर.

(2) साधनसंपत्तींचे वितरण आणि स्वस्त कर्ज उपलब्ध करून देण्यावर जोर

(3) 'कामासाठी जेवण' द्वारा रोजगार वाढवण्यावर जोर

(4) कृषी क्षेत्रात सार्वजनिक गुंतवणूक वाढवण्यावर जोर. वरीलपैकी कोणते विधान बरोबर आहे.

(a) 1, 2 आणि 4   (b) 2,3, आणि 4

(c) 1 आणि 3   (d) 1, 2, 3, व 4

प्र. 23. ॲडम स्मिथ यांचे अर्थशास्त्रातील स्थान वादातीत आहे. त्यांनी एक ग्रंथ लिहून अर्थशास्त्राला एक निश्चित असा आकार दिला. या ग्रंथाचे नाव होते?

(a) द इकॉनॉमी   (b) क्लासिकल इकॉनॉमिक्स

(c) वेल्थ ऑफ नेशन   (d) वर्ल्ड इकॉनॉमिक्स

प्र. 24. रोख्यांवर मिळणारे उत्पन्न हे कोणत्या प्रदानाचे (payments) उदाहरण आहे?

(a) प्रत्यक्ष प्रदान   (b) हस्तांतरित प्रदान

(c) अप्रत्यक्ष प्रदान   (d) नियोजित प्रदान

प्र. 25. कोष्टक ; भारताचा व्यवहारतोल (रु. कोटींमध्ये)

क्रम	कलम (Item)	1990–91	2000–01
1	आयात	50,086	2,70,663
2	निर्यात	33,153	2,05,287
3	व्यापारतोल	−16,933	−65,376
4	अदृश्य (शुद्ध)	−433	53,945
5	चालू खाते (शुद्ध)	−17,366	−11,431

वरील कोष्टकावरून असा निष्कर्ष काढता येईल की, 1990–91 आणि 2000–01 च्या दरम्यान देशाच्या चालू खात्याच्या तुटीत कमी आली?

(a) नाही, कारण निर्यातीच्या तुलनेत आयातीचे प्रमाण अधिक आहे.

(b) होय, कारण मालाच्या निर्यातीतील वाढ मालाच्या आयातीतील वाढीपेक्षा अधिक आहे.

(c) नाही, कारण मालाच्या आयातीतील वृद्धी मालाच्या निर्यातीच्या वृद्धीपेक्षा अधिक आहे.

(d) होय, कारण निव्वळ अदृश्य उत्पन्नात वृद्धी झाली आहे.

प्र. 26. सन् 2009–10 मध्ये भारताच्या निर्यातीत (US$ मध्ये) खालीलपैकी कोणत्या गोष्टीच्या निर्यातीचा वृद्धीदर जास्त होता?

(a) रत्ने आणि दागिने

(b) शिवलेले तयार कपडे (RMG) व कापड

(c) इंजिनिअरिंगच्या वस्तू

(d) रसायन व त्यासंबंधित उत्पादने

प्र. 27. खालील विधानांवर विचार करा.

भारताच्या व्यवहारतोलाच्या (BOP) चालू खात्यात काय होते?

(1) दृश्य व्यापार शेष (माल)

(2) सेवा : पर्यटन, वाहतूक, प्रकिया–सामग्री (सॉफ्टवेअर)सेवा

(3) पोर्टफोलिओ गुंतवणूक : कर्ज, बँकिंग भांडवल, अप्रवासी भारतीयांनी केलेली जमा

वरील विधानांपैकी कोणते बरोबर आहे?

(a) 1, 2, आणि 3   (b) 1 आणि 2

(c) 2 आणि 3   (d) 1 आणि 3

प्र. 28. सूची I (गुंतवणुकीचा प्रकार) व सूची II (गुंतवणुकीचे रूप) च्या जोड्या जुळवा व दिलेल्या विकल्पांतून योग्य उत्तर निवडा.

सूची I (गुंतवणुकीचा प्रकार)	सूची II (गुंतवणुकीचे रूप)
(A) प्रत्यक्ष विदेशी गुंतवणूक	(1) देशाचे स्टॉक, बाँड व मुद्रांना विदेशी लोकांनी खरेदी करणे
(B) विदेशी पोर्टफोलियो गुंतवणूक	(2) देशाच्या उत्पादन परिसंपत्तीत विदेशी लोकांची गुंतवणूक
(C) वाणिज्य कर्ज	(3) विदेशी वित्तसंस्थांकडून कर्ज घेणे.
(D) विदेशी संस्थागत मदत	(4) एखाद्या विदेशी सरकार / संस्थेकडून वित्तीय सहायतेचे प्रावधान

विकल्प :	A	B	C	D
(a)	4	1	3	2
(b)	2	3	1	4
(c)	2	1	3	4
(d)	4	3	1	2

प्र. 29. सूची I (सुरू करण्याचे वर्ष) व सूची II (योजना) च्या जोड्या जुळवा आणि खाली दिलेल्या विकल्पांतून योग्य उत्तर निवडा.

सूची I (सूची सुरू करण्याचे वर्ष)   – सूची II (योजना)

(A) 1999   (1) संपूर्ण ग्रामीण रोजगार योजना
(B) 1994   (2) जिल्हा ग्रामीण औद्योगिक परियोजना
(C) 2001   (3) स्वर्णजयंती ग्राम स्वरोजगार योजना
(D) 2000   (4) पंतप्रधान ग्राम सडक योजना
                  (5) स्वर्णजयंती शहरी रोजगार योजना

विकल्प	(A)	(B)	(C)	(D)
(a)	3	2	1	4
(b)	4	1	5	2
(c)	3	1	2	4
(d)	4	5	1	2

प्र. 30. खालीलपैकी कोणता एक उत्पन्न आणि धन यामध्ये विषमता निर्माण करण्याचे व टिकवून ठेवण्याचे कारण नाही?

(a) उत्पादनाच्या साधनांचे विषम वितरण   (b) ग्रामीण–शहरी विषमता

(d) अप्रभावी सरकारी नियंत्रण   (d) सरकारच्या मदतीचा आधार

प्र. 31. गुंतवणुकीचा SMP निकष कोणी मांडला?

(a) होलिस चेनेरी   (b) रॉग्रर नर्क्स

(c) रोस्टो   (d) पोलाक व बुकानन

प्र. 32.

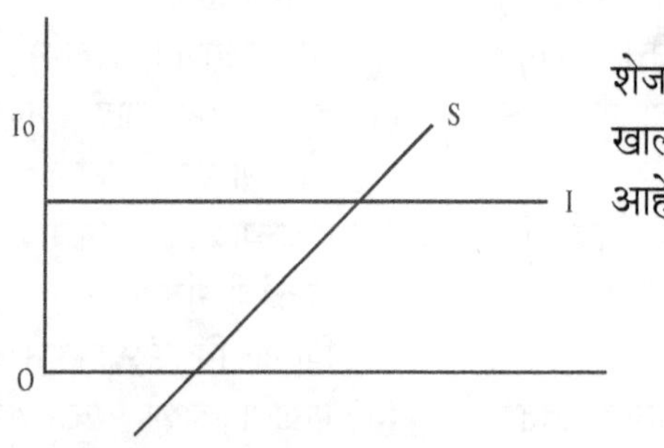

शेजारील आलेखाच्या संदर्भात खालीलपैकी कोणते विधान बरोबर आहे?

(1) गुंतवणूक स्वतंत्र आहे.
(2) बचत उत्पन्नावर निर्भर नसते.
(3) बचत–उत्पन्न संबंध रेषीय आहे.
(4) गुंतवणूक उत्पन्नावर अवलंबून असते.
खालील विकल्पांतून योग्य उत्तर निवडा.

(a) 1 आणि 2   (b) 2 आणि 4

(c) 1 आणि 3   (d) 3 आणि 4

प्र. 33. एक द्विक्षेत्रीय केंजच्या मॉडेलमध्ये ज्यात उपभोग उत्पन्नावर अवलंबून आहे आणि गुंतवणूक स्वतंत्र आहे, बचतप्रवृत्तीत वृद्धीचा परिणाम काय होईल?

(a) उत्पन्नात कमी आणि बचतीत कमी

(b) उत्पन्नात कमी पण बचतीत काही परिवर्तन नाही.

(c) उत्पन्नातील वृद्धीबरोबरच बचतीत वृद्धी

(d) उत्पन्नाच्या वाढीबरोबर बचतीत काही बदल नाही.

प्र. 34. उपभोग व बचत फलन खाली दिले आहेत

$c = 100 + 0.2y \quad S = 100 + 0.8y$

निवेश गुणकाचे प्रमाण काय आहे?

(a) 80   (b) 50   (c) 5   (d) 1.25

प्र. 35. खालील कथनांवर विचार करा.

गुंतवणुकीच्या नव–क्लासिकीय (नवसनातनवादी) सिद्धांतानुसार जेव्हा भांडवलाच्या भाड्याचा खर्च उच्च असतो तेव्हा

(1) वास्तविक व्याज दर कमी असतो.

(2) भांडवलाचा अपक्षय दर खाली असतो.

(3) वास्तविक व्याजाचा दर उच्च असतो.

(4) भांडवलाचा अपक्षय दर उच्च असतो.

वरील कोणते विधान बरोबर आहे?

(a) 1 व 2   (b) 3 व 4   (c) 1 व 4   (d) 2 व 3

प्र. 36. उपभोग फलन खाली दिले आहे.

$C = 20 + 0.54\, y$

बचत फल कोणते आहे?

(a) $S = 20 + 0.46y$ (b) $S = -20 + 0.46y$

(c) $S = -20 - 0.46y$ (d) $S = 20 + 0.54y$

प्र. 37. खालील विधानांवर विचार करा.

जीवनचक्र परिकल्पनेनुसार एक रेषीय फलन मानून जेव्हा अन्य गोष्टी समान असताना जीवन अभिरुचीतील वाढीने –

(1) उपभोगाची सीमान्त प्रवृत्ती वाढेल.

(2) उपभोगाची सीमान्त प्रवृत्ती घटेल

(3) उपभोगाची सीमान्त प्रवृत्ती अपरिवर्तित राहिल

(4) उपभोगाची सरासरी प्रवृत्ती घटेल

वरील विधानांपैकी कोणती बरोबर आहेत?

(a) 1 आणि 4   (b) 2 आणि 4   (c) 3 आणि 4   (d) फक्त 3

प्र. 38. खाली दिलेल्या आलेखात बिंदू P काय दर्शवितो?

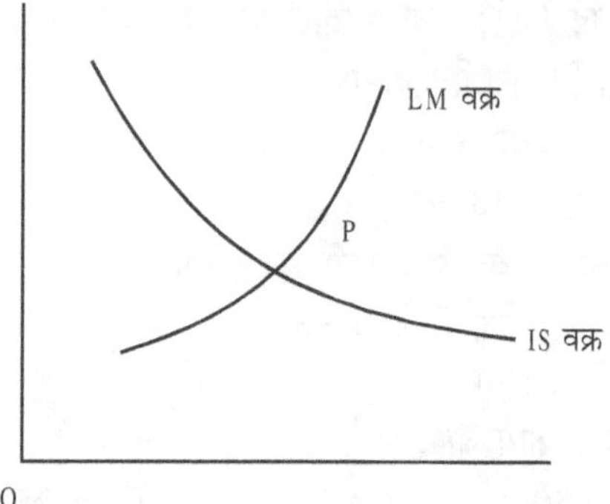

(a) वस्तूबाजारात मागणीचे आधिक्य   (b) वस्तूबाजारात पुरवठ्याचे आधिक्य
(c) मुद्रा बाजारात मागणीचे आधिक्य   (d) उत्पन्न व व्याजाचे संतुलीत दर

प्र. 39. मिल्टन फ्रिडमनच्या मते, मुद्रा-स्टॉक (स्कंध)च्या वृद्धिदरातील वृद्धीने
(a) अवास्तविक व्याज दर घटेल
(b) अवास्तविक व्याज दर वाढेल.
(c) प्रथम अवास्तव व्याज दर घटेल पण शेवटी स्फीतिदर आणि अवास्तविक व्याजदर वाढेल पण उत्पादनाच्या वृद्धिदरात काही फरक पडणार नाही.
(d) आधी अवास्तविक व्याजदर घटेल आणि स्फीती व उत्पादनवृद्धीचे दर वाढतील, पण शेवटी स्फीतिदर आणि व्याजाचा अवास्तविक दर दोन्ही वाढतील.

प्र. 40. तरलता अधिमान (पसंती) फलात अनेक खंड आहेत. तरलता जाळे (रोखतेचा सापळा) असलेल्या खंडात व्याजाची लवचिकता किती असेल?
(a) अनंत   (b) शून्य व 1 च्या मध्ये
(c) एक   (d) शून्य

प्र. 41. खालीलपैकी योग्य तार्किक अनुक्रम काय असेल?
(1) परिवार आणि व्यापाराला जेव्हा कळते की त्याच्याजवळ मुद्राअधिशेष अधिक प्रमाणात आहे.
(2) प्रतिभूतींवर व्याजाचा दर पडतो आणि/किंवा माल व सेवेच्या किमती वाढतात.
(3) प्रतिभूती आणि / किंवा माल आणि सेवेची मागणी वाढते.
(4) विदेशातून आलेल्या रकमेचा शुद्ध महसूल घरगुती मुद्रापुरवठ्याला वाढवतो.

खालील विकल्प वापरून योग्य उत्तर निवडा.

(a) 4–3–1–2   (b) 2–1–3–4   (c) 4–1–3–2   (d) 2–3–1–4

प्र. 42. खालीलपैकी काय मुद्रेच्या सौदा संबंधित मागणीत वृद्धी करत नाही?

(a) परिवाराची भोजनखरेदी

(b) फर्मचे मजुरी देणे

(c) फर्मची कच्चा माल खरेदी

(d) न्यूनतम स्तरावर जगणारे उत्पादक जे आपले सारे उत्पादन उपभोगासाठी वापरतात.

प्र. 43. केंद्रीय बँक, वाणिज्य बँकेचे न्यूनतम वैधानिक रोखता प्रमाण (SLR) केव्हा वाढते?

(1) जेव्हा अर्थव्यवस्थेत अवस्फीतीची परिस्थिती येते

(2) जेव्हा अर्थव्यवस्था स्फीतीचा अनुभव घेते

(3) जेव्हा केंद्रीय बँक कर्ज वाढवण्याचे ध्येय ठेवते.

(4) जेव्हा केंद्रीय बँक कर्ज घटवण्याचे ध्येय ठेवते.

खालील विकल्पांचा वापर करून योग्य उत्तर द्या.

(a) 1 आणि 3   (b) 1 आणि 4 (c) 2 आणि 3   (d) 2 आणि 4

प्र. 44. एखादी केंद्रीय बँक पतनियंत्रणासाठी खालील गोष्टींचा वापर करते.

(1) बँक दर नीती

(2) खुल्या बाजारात खरेदी व्यापार

(3) रोख राखीव

(4) अतिरिक्त आवश्यकता रकमेचे निश्चितीकरण.

वरीलपैकी कोणती पतनियंत्रणाची प्रमाणात्मक कृती मानली जाऊ शकते.

(a) 1 आणि 2   (b) 2 आणि 3 (c) 1, 2 आणि 3   (d) 3 आणि 4

प्र. 45.

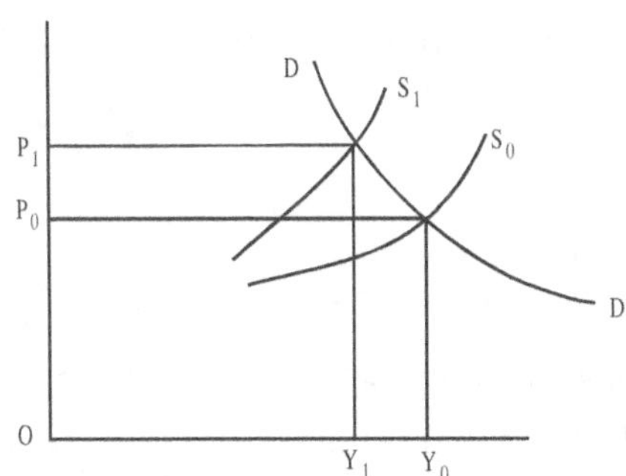

वरील चित्रात Y_0 आणि P_0 प्रारंभिक संतुलनाच्या क्रमश: उत्पन्न आणि किंमत दर्शवितात आणि Y_1 आणि P_1 नवीन संतुलनाच्या क्रमश: उत्पन्न

आणि किंमतीला दर्शवितात. DD मागणीवक्र आहे; So आणि S_1 क्रमश:
प्रारंभिक आणि नवा पुरवठावक्र दर्शवितात. स्फीतीचा कोणता प्रकार दर्शवितो?

(a) मागणी कर्षण स्फीती (b) व्यय प्रेरित स्फिती

(c) धावती स्फीती (d) छुपी स्फिती

प्र. 46. 'हितैषी स्फीती' (benigh inflation) वर काय स्पष्ट होते?

(a) स्फीतीचा एक मध्यम दर (b) एक अप्रत्याशित स्फीती

(c) एक मार्क अप स्फीती (d) एक उत्तरोत्तर वृद्धीवाली स्फीती

प्र. 47. सूची I सूची II बरोबर जुळवा. आणि दिलेल्या विकल्यांतून योग्य उत्तर
निवडा.

सूची I (उत्पन्न निर्धारणाचा प्रकार) सूची II (राजस्वगुणक)

(A) एक समूह ज्यात सरकारी खरेदी होते. (1) $\Delta y = \dfrac{c}{1-c} \Delta T$

(B) एक समूह ज्यात एकरकमी कर लागतो. (2) $y = \dfrac{c}{1-c\,(1-t)}\,(a+1)$

(C) एक समूह ज्यात उत्पन्नकर लागतो. (3) $\Delta y = \dfrac{1}{1-c\,(1-t)}\,\Delta G$

(D) एक समूह ज्यात सरकारी खरेदी होते. (4) $\Delta y = \dfrac{1}{1-c\,(1-t)}\,\Delta G$

आणि उत्पन्न कर लागतो.

(5) $y = \dfrac{1}{1-c}\,\Delta G$

विकल्प:	(A)	(B)	(C)	(D)
(a)	4	1	2	3
(b)	3	2	5	4
(c)	4	2	5	3
(d)	3	1	2	4

प्र. 48. खालीलपैकी कोणाला अखिल भारतीय वित्तीय संस्थान मानले जाऊ शकते?

(1) पाच अखिल भारतीय विकास बँका

(2) दोन विशेष–प्रयोजन वित्तीय संस्था

(3) सहा गुंतवणूक संस्था

(4) ICICI आणि UTI

खालील विकल्पांचा उपयोग करून बरोबर उत्तर द्या.

(a) 1, 2, 3 आणि 4   (b) 1, 2, आणि 3

(c) फक्त 1   (d) 2 आणि 4

प्र. 49. भारतीय क्लियरींग कॉर्पोरेशनच्या (CCIL) एका नवीन उत्पादनाच्या रूपातल्या आनुषंगिक उधार देणं–घेण्याच्या जबाबदारीच्या (CBLO) संदर्भात खालील विधानांवर विचार करा.

(1) CBLO एका रेपोसारखा आहे, ज्याचा अर्थ आहे की, त्याला एका अशा उधारीसारखं समजलं जाईल जो प्रतिभूतींद्वारा आनुषंगिक रूपाने समर्थ आहे.

(2) अंकित मूल्यावर सट्ट्यावर निर्गमित, CBLO सम मूल्यावर सोडवले जातात, ट्रेझरी बिल किंवा शून्य–कूपन बाँडसारखे

(3) याची परिपक्वता 1 ते 5 वर्षांमधली असते.

वरील कोणते विधान बरोबर आहे?

(a) 1, 2 आणि 3   (b) 2 आणि 3

(c) 1 आणि 2   (d) 1 आणि 3

प्र. 50. खालीलपैकी कोणती जोडी चूक आहे?

A	B
(a) सी. आर. आर	60%
(b) एस. एल. आर	25%
(c) रेपो	6.25%
(d) रिव्हर्स रेपो	9%

प्र. 51. केंद्रीय सांख्यिकी संघटना (सी.एस.ओ.) द्वारा पहिले देशव्यापी आर्थिक सर्वेक्षण केव्हा केले गेले?

(a) 1970   (b) 1974   (c) 1977   (d) 1982

प्र. 52. खालील विधानांवर विचार करा.

(1) गैर बँकिंग संस्थांमध्ये गैर बँकिंग वित्तीय कंपन्या (NFBCs), पारस्परिक लाभाच्या वित्तीय कंपन्या आणि पारस्परिक लाभाच्या कंपन्या सामील आहेत.

(2) भारतात गैर बँकिंग वित्तीय संस्थांना कंपनी प्रकरणाच्या विभागाद्वारे विनियमित केले जाते.

(3) NRI जमेवर NBFCs ने प्रस्तावित केलेले (व्याज) दर अनुसूचित वाणिज्य बँकांसाठी निर्धारित दरांपेक्षा अधिक असू शकत नाहीत. यांपैकी

बरोबर विधान/ने आहेत.

(a) 1 आणि 2

(b) फक्त 2

(c) 1 आणि 3

(d) 1, 2 आणि 3

प्र. 53. खालील घटकांवर विचार करा.

(1) इक्विटी भांडवल (2) पुनर्निवेशित उत्पन्न (3) अन्य प्रत्यक्ष भांडवल RBI नुसार विदेशी प्रत्यक्ष गुंतवणुकीत (FDI) वर दिलेले भांडवल प्रवाह कोणत्या घटकात सामील आहेत?

(a) फक्त 1

(b) 1 आणि 2

(c) 1, 2, आणि 3

(d) 2 आणि 3

प्र. 54. सन् 2009–10 मध्ये भारताच्या एकूण निर्यातीतील (डॉलरमध्ये) अधिकतम भाग खालीलपैकी कोणत्या प्रदेशात झाला?

(a) पश्चिमी युरोप

(b) एशिया आणि ओसियाना

(c) लॅटिन अमेरिकन देश

(d) आफ्रिका

प्र. 55. सरकारद्वारा अनुमोदित, केंद्रीय सरकारच्या सेवेत येणाऱ्या नवीन सदस्यांसाठी (सैन्य सेवा सोडून) नवी योगदान असणारी पेन्शन पद्धतीच्या अंतर्गत निधी विनियोजित करण्यासाठी तीन विकल्प उपलब्ध केले जात आहेत. या तीन विकल्पांमध्ये खालील कोणते सामील नाही आहे?

(a) निश्चित उत्पन्न असणाऱ्या प्रयत्नात मुख्यत: आणि इक्विटीत थोडी गुंतवणूक

(b) इक्विटीत अधिक गुंतवणूक

(c) निश्चित उत्पन्न असणाऱ्या आणि इक्विटी प्रयत्नात बरोबरीने गुंतवणूक

(d) केवळ सरकारी बाँड्समध्ये गुंतवणूक

सूचना : पुढील 4 प्रश्नांमध्ये दोन विधाने आहेत. एकाला 'विधान' (A) आणि दुसऱ्याला 'कारण (R)' म्हटले आहे. या दोन्ही विधानांचे नीट परीक्षण करून विकल्पनांतून योग्य उत्तर निवडा.

विकल्प :

(a) A आणि R दोन्ही बरोबर आणि R हे A चे बरोबर स्पष्टीकरण आहे.

(b) A आणि R दोन्ही बरोबर पण R हे A चे स्पष्टीकरण बरोबर नाही.

(c) A बरोबर पण R चूक आहे.

(d) A चूक पण R बरोबर आहे.

प्र. 56. विधान (A) : उत्पन्न वितरणात लाभ कमावणाऱ्यांच्या बाजूने परिवर्तनाने विकास दरात वृद्धी होते.

कारण (R) : मजुरी घेणाऱ्या लोकांच्या तुलनेत लाभ कमावणाऱ्यांची बचतप्रवृत्ती अधिक असते.

प्र. 57. विधान (A) : फिशरचा सूचकांक, लेस्पेयर आणि पाशेच्या सूचकांचा भूमितीय मध्य आहे.

कारण (R) : तो समय उत्क्रमण आणि घटक – उत्क्रमण परीक्षणांना संतुष्ट करतो.

प्र. 58. विधान (A) : मौद्रिक उपागमानुसार घरगुती मुद्रेचा अधिक पुरवठा, व्यवहार तोलाच्या (BOP) तोट्याच्या स्वरुपात प्रतिलक्षित होतो.

कारण (R) : मौद्रिक उपागमानुसार घरगुती मुद्रेचा अधिक पुरवठा आर्थिक अभिकर्त्यांना खर्च करायला प्रवृत्त करतो.

प्र. 59. विधान (A) : शुद्ध स्पर्धेच्या बाजाराच्या स्थितीत एखाद्या फर्मने उत्पादित केलेल्या उत्पादनावर विशिष्ट कराचा भार, अल्पकाळात ग्राहकांवर स्थांनातरित केला जाऊ शकत नाही.

कारण (R) : शुद्ध स्पर्धेच्या बाजारात एखादी फर्म उत्पादकाच्या उद्योगाच्या अनेक फर्म्सपैकी एक आहे आणि किमतीचे निर्धारण उद्योगाद्वारे होते.

प्र. 60. खालीलपैकी कोणती जोडी चुकीची आहे?

(a) रोस्टो - श्रम मुल्य सिद्धान्त

(b) शुम्पिटर - अभिनव प्रक्रिया सिद्धान्त

(c) ड्युसेनबेरी परिणाम - प्रदर्शन परिणाम

(d) लायबेन्स्टाइन - निर्णायिक किमान प्रयत्नांचा सिद्धान्त

प्र. 61. वित्त-आयोगा संदर्भात खालील विधानांवर विचार करा.

(1) श्री. विजय केळकर हे तेराव्या वित्त-आयोगाचे अध्यक्ष आहेत.

(2) वित्त आयोगाची मुदत चार वर्षांची असते.

(3) केंद्रीय करातील राज्यांचा वाटा व राज्यांना द्यायची अनुदाने या दोन बाबी वित्त - आयोगाच्या कक्षेत येतात.

वरीलपैकी बरोबर विधाने आहेत -

(a) 1 व 3   (b) 1, 2 व 3 (c) केवळ 3   (d) केवळ 1 व 2

प्र. 62. खालीलपैकी काय सीमान्त खर्च वक्र (MC) आणि सरासरी खर्च (AC) वक्रामधील बरोबर संबंध दर्शविते?

(a) जेव्हा AC वक्र पडतो, MC वक्र त्याच्यावर असतो.

(b) जेव्हा AC आणि MC वक्र दोन्ही पुढे जातात, AC वक्राच्या तुलनेत NC वक्र हळू हळू पुढे जातो.

(c) जर AC वक्र U आकाराचा आहे, तर संगत MC वक्र AC वक्राला त्याच्या न्यूनतम बिंदूवर छेदतो.

(d) जर AC वक्र चरांमधील स्थिर संबंध दर्शवितो तर संगत MC वक्र AC वक्राला त्याच्या उच्चतम बिंदूवर छेदतो

प्र. 63. सूची I (अवधारणा) सूची दोन (लक्षण) बरोबर जुळवा आणि खाली दिलेल्या विकल्पातून योग्य उत्तर निवडा.

सूची I (अवधारणा)

(A) दीर्घकालीन सरासरी खर्च वक्र

(B) समोत्पादक वक्र

(C) सीमान्त खर्च वक्र

(D) क्षितिज समांतर पुरवठा वक्र

सूची II (लक्षण)

(1) स्थिर खर्चांना सामील करत नाही.

(2) अस्थिर खर्चाशी संबंधित आहे.

(3) वक्रांच्या एका साखळीला आवृत्त करते.

(4) मूळ बिंदूकडे चढणारा

(5) एकूण खर्चाशी संबंधित

विकल्प :	(A)	(B)	(C)	(D)
(a)	3	4	2	2
(b)	2	1	5	3
(c)	3	1	5	2
(d)	2	4	1	3

प्र. 64. खालील विधानांवर विचार करा.

(1) सामान्य वस्तूंच्या संबंधात उत्पन्न-प्रभाव धनात्मक आहे.

(2) श्रेष्ठ वस्तूंसाठी उत्पन्नप्रभाव शून्य आहे.

(3) मामुली वस्तूंसाठी उत्पन्नप्रभाव ऋणात्मक आहे.

(4) गिफिन वस्तूंच्या बाबतीत मागणीवक्र डावीकडून उजवीकडे वर सरकतो.

वरील कोणते विधान बरोबर आहे?

(a) 1 आणि 2   (b) 2 आणि 3

(c) 1, 2 आणि 3   (d) 1, 3 व 4

प्र. 65. दोन वस्तूंमधल्या त्रियक मागणी लवचिकतेकरिता खालीलपैकी कोणते विधान योग्य आहे?

(a) जेव्हा दोन वस्तू पूर्ण स्थानापन्न असतात, मागणीची अन्योन्य लवचिकता शून्य असते.

(b) जेव्हा दोन वस्तू एकमेकांपासून पूर्ण स्वतंत्र असतात, मागणीची अन्योन्य लवचिकता अनंत असते.

(c) जेव्हा दोन वस्तू पूरक असतात, मागणीची अन्योन्य लवचिकता धनात्मक असते.

(d) जेव्हा दोन वस्तू संयुक्तपणे मागितल्या जातात, मागणीची अन्योन्य लवचिकता ऋणात्मक असते.

प्र. 66. एखाद्या पूर्ण प्रतियोगी फर्मच्या संतुलनासाठी पुरेशी व्यवस्था काय असते?

(a) सीमान्त खर्च = सीमान्त खर्च

(b) सीमान्त खर्च वक्र, सीमान्त मागणी वक्राला खालून कापतो.

(c) सीमान्त खर्च वक्र, सीमान्त मागणी वक्राला वरून कापतो.

(d) सीमान्त मागणी = सरासरी खर्च

प्र. 67. खालीलपैकी कशाबरोबर अधिक क्षमतेचा सिद्धान्त संबधित नाही आहे?

(a) पूर्ण स्पर्धा   (b) एकाधिकारिक स्पर्धा

(c) एकाधिकार   (d) अल्पाधिकार

प्र. 68. एखाद्या प्रतियोगी बाजारात एखाद्या फर्मच्या उत्पादनाचा मागणीवक्र कसा असेल?

(a) क्षितीज समांतर सरळ रेषा   (b) अधोमुखी प्रवण

(c) उद्ग्र सरळ रेषा   (d) वरमुखी प्रवण

प्र. 69. वितरणाच्या सीमांत उत्पादकतासिद्धांतात खालीलपैकी काय समजले जाते?

(1) एकरेषीय समांग उत्पादन फलन

(2) प्रत्येक घटकाला त्याच्या बाजारकिमतीनुसार प्रदान केले जाते.

(3) प्रत्येक घटकाला त्याच्या सीमान्त उत्पादकतेनुसार प्रदान केले जाते.

(4) उत्पादनाच्या घटकांची संख्या कितीपण असू शकते.

विकल्पांमधून योग्य उत्तर निवडा.

(a) 1 आणि 2   (b) 2 आणि 3

(c) 1,2, आणि 3   (d) 1, 3 आणि 4

प्र. 70. रिकार्डियन सिद्धांतानुसार खालीलपैकी कोणते बरोबर आहे?

(a) खंड, सीमान्त भूमीवर उत्पादनाच्या खर्चाबरोबर आहे.

(b) खंड, उत्पादनाच्या खर्चावर शुद्ध आधिक्य आहे.

(c) खंड, एका उत्पादनघटकाच्या वैकल्पिक खर्चाबरोबर आहे.

(d) खंड, उत्पादनघटकाच्या बाजार किमतीबरोबर आहे.

प्र. 71. पॅरेटो – अनुकूलतमच्या आधारभूत अवधारणा कोणत्या?

(1) उपभोक्ता उपयोगितेला अधिकतम करतो.

(2) फक्त दोन उत्पादनाची साधने हवीत.

(3) उत्पादनात बाह्य बचत आढळून येते.

(4) उत्पादन–साधन आणि उत्पादनबाजारात पूर्ण स्पर्धा आहे.

खालील विकल्पांतून योग्य उत्तर निवडा.

(a) 1 आणि 2   (b) 2 आणि 3

(c) 3 आणि 4   (d) 1आणि 4

प्र. 72. सूची 1 सूची II शी जोडा व खालील विकल्पांतून योग्य उत्तर निवडा.

सूची I (अर्थशास्त्रज्ञ)	सूची II (अवधारणा / सिद्धान्त)
(A) कॉल्डर हिक्स	(1) सामाजिक कल्याण फलन
(B) बर्गसन सॅम्युएलसन	(2) बेरोजगारीचा प्राकृतिक दर
(C) केनेथ जे. ॲरो	(3) अशक्यता प्रमेय
(D) मिल्टन फ्रेडमन	(4) क्षतिपूर्ती कसोटी
	(5) उत्पादन नि:शेषण प्रमेय

विकल्प :	A	B	C	D
(a)	4	3	5	2
(b)	2	1	3	4
(c)	4	1	3	2
(d)	2	3	5	4

प्र. 73. सूची I व सूची II च्या जोड्या लावा व खालील विकल्पांतून योग्य उत्तर निवडा.

सूची I (वक्र)	सूची II (संतुलन)
(A) LM वक्र	(1) श्रम आणि मुद्रा बाजारात संतुलन
(B) AD वक्र	(2) मुद्रा बाजारात संतुलन
(C) AS वक्र	(3) श्रम बाजारात संतुलन
(D) IS वक्र	(4) वस्तू व मुद्रा बाजारात संतुलन
	(5) वस्तू बाजारात संतुलन

विकल्प :	A	B	C	D
(a)	5	4	3	2
(b)	2	3	1	5
(c)	5	3	1	2
(d)	2	4	3	5

प्र. 74. खालील विधानांवर विचार करा.

जर विक्सेल्चा बाजार व्याज–दर, प्राकृतिक व्याज दरापेक्षा अधिक असेल तर.

(1) संचयी मुद्रास्फीती होईल.

(2) संचयी अवस्फिती होईल.

(3) 'से'चा नियम लागू होणार नाही.

(4) गुंतवणुकीपेक्षा बचत जास्त होईल आणि या दोन्हींमधील फरक निव्वळ मुद्रा जमाखोरीला निर्बंध करतो.

वरीलपैकी कोणते विधान बरोबर आहे?

(a) 1 आणि 3

(b) 2 आणि 4

(c) 2, 3 आणि 4

(d) 1, 3 आणि 4

प्र. 75. खाली दिलेल्या स्थितीत, कशात मंदीच्या परिस्थितीत एक निमसरकारी वित्तनीतीपेक्षा एक सरळ मुद्रानीती अधिक प्रभावी होईल?

(1) मुद्रेची मागणी अत्यधिक व्याज लवचिक आहे.

(2) मुद्रेची मागणी व्याज अलवचिक आहे.

(3) गुंतवणूक मागणी व्याज लवचिक आहे.

(4) गुंतवणूक मागणी व्याज अलवचिक आहे.

विकल्प वापरून बरोबर उत्तर निवडा.

(a) 1 आणि 4

(b) 2 आणि 4

(c) 1 आणि 3

(d) 2 आणि 3

प्र. 76. केंजच्या उत्पन्न निर्धारण सिद्धांतानुसार जेव्हा अन्य गोष्टी एकसारख्या असतात तेव्हा दिल्या गेलेल्या अंत:क्षेपाचा उत्पन्नाच्या मागणीवर केव्हा जास्त परिणाम होईल?

(a) जर GDP पेक्षा एकूण करप्राप्तीचे प्रमाण जास्त आहे.

(b) जर GDP पेक्षा एकूण करप्राप्तीचे प्रमाण कमी आहे.

(c) जर GDP च्या वाढीपेक्षा सापेक्ष करप्राप्ती वाढीचे प्रमाण कमी आहे.

(d) जर GDP च्या वाढीपेक्षा प्राप्ती वाढीचे प्रमाण कमी आहे.

प्र. 77. सूची I सूची II बरोबर जोडाव विकल्पनांतून योग्य उत्तर निवडा

सूची I (अर्थशास्त्रज्ञ)	सूची II अवधारणा / सिद्धान्त
(A) रॉबर्ट बॅरो	(1) वास्तविक व्यापार चक्र
(B) आर्थर ओकुन	(2) विवेक संगत प्रत्याशा
(C) जॉन मुथ	(3) अर्थमितिक नीति मूल्यांकन समीक्षा
(D) रॉबर्ट इ. ल्युकास ज्युनियर	(4) रिकार्डियन तुल्यता
	(5) संभाव्य निर्गत

विकल्प :	A	B	C	D
(a)	4	3	2	5
(b)	2	5	1	3
(c)	4	5	2	3
(d)	2	3	1	5

प्र. 78. कोणत्याही देशाची व्यापार शर्तें (अटी) बरोबर असतात.

(a) $\dfrac{\text{निर्यात वस्तूंची किंमत}}{\text{आयात वस्तूंची किंमत}}$ (b) $\dfrac{\text{आयात वस्तूंची किंमत}}{\text{निर्यात वस्तूंची किंमत}}$

(c) आयात वस्तूंची किंमत × निर्यात वस्तूंची किंमत

(c) निर्यात वस्तूंची किंमत + आयात वस्तूची किंमत

प्र. 79. खालील कथनांवर विचार करा.

(1) निर्यात हरॉड–डोमर निर्यात मॉडेलनुसार एखाद्या देशाच्या दरडोई उत्पन्नाच्या वाढीचा दर त्याच्या बचतीवर अवलंबून असतो.

(2) सोलोव मॉडेलनुसार एखाद्या देशाच्या दरडोई उत्पन्नाच्या वाढीचा दर, दीर्घकाळात त्याच्या बचतीवर अवलंबून नसतो.

वरील कोणते विधान बरोबर आहे?

(a) फक्त 1   (b) फक्त 2

(c) 1 आणि 2 दोन्ही   (d) 1 आणि 2 दोन्ही नाही.

प्र. 80. दोन अर्थव्यवस्था A आणि B मध्ये प्रविधि तंत्र, जनसंख्यत वृद्धीचा दर, भांडवल अवक्षयाचे दर आणि बचत दर सर्व एक आहेत. तांत्रिक प्रगतीचा दरपण दोन्ही अर्थव्यवस्थांत एक सारखाच आहे. तरी पण अर्थव्यवस्था A च्या तुलनेत B मध्ये प्रतिव्यक्ति भांडवलाचा साठा अधिक आहे. दीर्घकाळात सोलोव मॉडेलनुसार खालील कोणते बरोबर आहे.

(a) A पेक्षा B मध्ये प्रतिव्यक्ति उत्पन्नाचा स्तर जास्त राहील.

(b) B पेक्षा A मध्ये प्रतिव्यक्ति उत्पन्नाचा स्तर जास्त राहील.

(c) दोन्ही अर्थव्यवस्थांमध्ये प्रति–व्यक्ति उत्पन्नाचा स्तर समान राहील.

(d) दोन्ही अर्थव्यवस्थांमध्ये प्रतिव्यक्ति उत्पन्नाचा स्तर सापेक्ष स्तरांविषयी काही निष्कर्ष काढणं शक्य नाही.

प्र. 81. खाली दिलेल्या विकल्पात, मार्क्सच्या विकाससिद्धांतात दिलेल्या अवस्थांचा बरोबर क्रम कोणता आहे.

(a) सामंतवाद – भांडवलवाद – समाजवाद – साम्यवाद

(b) सामंतवाद – भांडवलवाद – साम्यवाद – समाजवाद

(c) भांडवलवाद – सामंतवाद – समाजवाद – साम्यवाद

(d) भांडवलवाद – सामंतवाद – साम्यवाद – समाजवाद

प्र. 82. एक अशा उत्पन्न–वितरणाचे गिनी गुणांकांचे मूल्य काय असेल ज्याचे सर्व उत्पन्न बरोबर आहेत?

(a) शून्य   (b) 0.5   (c) 1.0   (d) अनंत

प्र. 83.

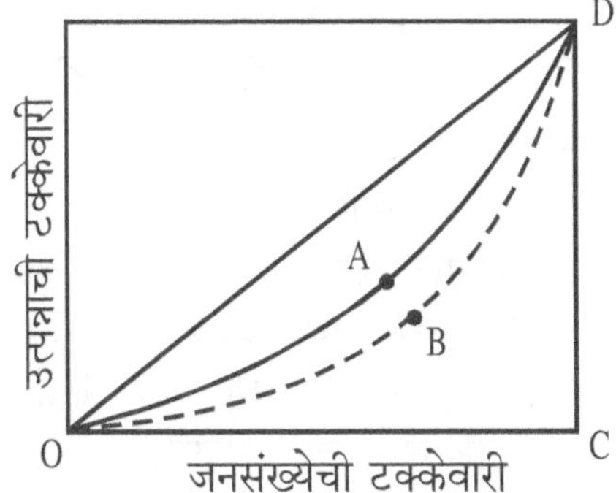

OAP आणि OBD दोन उत्पन्न वितरण आहेत. OBD त्या देशाचे उत्पन्न वितरण आहे ज्याचे प्रतिव्यक्ति उत्पन्न, देशांच्या एका वर्गाच्या मध्यिका प्रतिव्यक्ति उत्पन्न आहे. OAD वितरणासाठी गिनी गुणांकाचे मूल्य काय आहे?

(a) क्षेत्रफळ ODA / क्षेत्रफळ ODC

(b) क्षेत्रफळ ODA / क्षेत्रफळ OADC

(c) क्षेत्रफळ ODA / क्षेत्रफळ ODB

(d) क्षेत्रफळ ODA / क्षेत्रफळ OBDC

प्र. 84. एका अर्थव्यवस्थेचे सकल घरगुती उत्पादन (GDP) 5% प्रति वर्ष वाढते. त्याच कालावधीत अर्थव्यवस्थेत भांडवलाचे मूल्य क्षय 0.1% प्रतिवर्षाने वाढते. ज्यावेळी जनसंख्या 2% प्रतिवर्षाने वाढते, त्या काळात प्रतिव्यक्ति सकल घरगुती उत्पादनात प्रतिवर्ष वृद्धी काय असेल?

(a) 2.4%   (b) 2.5%   (c) 2.9%   (d) 3.0%

प्र. 85. खालीलपैकी कोणत्या तडजोडी विश्व व्यापार संघटनेच्या अंतर्गत नाही आहेत?

(1) बहु–तंतु तडजोड (MFA)

(2) कृषि तडजोड (ADA)

(3) संकटासन्न प्रजातींच्या आंतराष्ट्रीय व्यापारावर तडजोड (CITES)

(4) कपडे व पोशाखांवर तडजोड (ATC). विकल्पांचा वापर करून बरोबर उत्तर निवडा.

(a) 1 आणि 2   (b) 1 आणि 3 (c) 2 आणि 3 (d) 2 आणि 3

प्र. 86. खाली दिलेल्या तंत्रांपैकी कोणता विनिमयदरांच्या ब्रिटन वुडसला सर्वात चांगल्या प्रकारे परिलक्षित करतो?

(a) स्थिर विनिमय दर   (b) बंधित विनिमय दर

(c) समंजनीय स्थिर विनिमय दर   (d) समंजनीय बंधित विनिमय दर

प्र. 87. खालीलपैकी कोणते विधान बरोबर आहे ?

ब्रिटेन वुड्स जाहिरनामा या अर्थात आहे की ते

(a) तोटा झालेल्या देशांवर अवमूल्यनासाठी दबाव देण्याच्या तुलनेत फायदा झालेल्या देशांवर उन्मूल्यनासाठी अधिक दबाव आणतात.

(b) फायदा झालेल्या देशांवर उन्मूल्यनासाठी दबाव देण्यापेक्षा तोटा झालेल्या देशांवर अवमूल्यनासाठी अधिक दबाव आणतात.

(c) तोटा झालेल्या देशांवर उन्मूल्यनासाठी दबाव आणण्याच्या तुलनेत फायदा झालेल्या देशांवर अवमूल्यनासाठी अधिक दबाव आणतात.

(d) फायदा झालेल्या देशांवर अवमूल्यनासाठी दबाव आणण्यापेक्षा तोटा झालेल्या देशांवर उन्मूल्यनासाठी अधिक दवाब आणतात.

प्र. 88. सदस्य देशांमध्ये एकीकरणाचा, वाढत्या प्रमाणाचा बरोबर अनुक्रम कोणता?

(a) मुक्त व्यापार क्षेत्र – आर्थिक संघ – संघटित बाजार – सीमाशुल्क संघ

(b) संघटित बाजार – सीमाशुल्क संघ – मुक्त व्यापार क्षेत्र – आर्थिक संघ

(c) मुक्त व्यापार क्षेत्र – सीमा शुल्क संघ – संघटित बाजार – आर्थिक संघ

(d) संघटित बाजार – आर्थिक संघ – मुक्त व्यापार क्षेत्र – सीमा शुल्क संघ.

प्र. 89. भारतीय संदर्भात खालील घटनांचा योग्य क्रम काय आहे?

(1) नवीन आर्थिक नीती लागू केली जाणे.

(2) बाजार – निर्धारित विनिमय मूल्य लागू केले जाणे.

(3) उदारीकृत विनिमय दर प्रबंधन स्वीकारले जाणे.

(4) आंतराष्ट्रीय मुद्रा कोषाच्या परिच्छेद VIII च्या बंधनांना स्वीकारणे.

खालील विकल्पांचा वापर करून योग्य उत्तर निवडा.

(a) 1–3–2–4   (b) 2–4–1–3

(c) 1–4–2–3   (d) 2–3–1–4

प्र. 90. सूची I सूची II शी जोडा. व विकल्पांच्या आधारे योग्य उत्तर निवडा.

सूची I (उपाय)   सूची II (अर्थ)

(A) अवमूल्यन   (1) विमियाच्या बाजारमूल्यात घसरण

(B) मूल्य घट   (2) घरगुती मुद्रेचे आकुंचन

(C) अवस्फीती   (3) विदेशी विनिमयाच्या वितरणावर नियंत्रण

(D) विनिमय   (4) आयातीत आकुंचन

         (5) देशाच्या मुद्रेचे बाह्य मूल्यात सरकारी कपात

विकल्प :   A   B   C   D

विकल्प :	A	B	C	D
(a)	5	1	2	3
(b)	2	3	4	1
(c)	5	3	2	1
(d)	2	1	4	3

प्र. 91. एका देशाचा प्रस्ताव वक्र (offer curve) त्या अक्षाकडे झुकलेला असतो, ज्यावर दिलेले असते –

(a) आयात वस्तू   (b) नियात वस्तू

(c) निर्यात किंवा आयात वस्तू   (d) गैर-व्यापारी वस्तू

प्र. 92. सन २००८ च्या अर्थसंकल्पातील दोन मोठ्या घोषणा कोणत्या?

(a) शेतीकर्जमुक्ती व आयकरात मोठी सवलत

(b) अर्थसाहाय्यात मोठी कपात व निर्गुंतवणुकीस चालना

(c) कंपनी करात मोठी वाढ व सीमाशुल्कात मोठी घट

(d) उत्पादन शुल्कात वाढ व बीसीसीटी रद्द करण्याची घोषणा

प्र. 93. खालीलपैकी कशासाठी / कोणासाठी अट $Ed + Ed^* = 1$ बरोबर आहे? (लक्ष द्या की, घरगुती वस्तूंची मागणी लवचिकता Ed आणि विदेशी वस्तूंची मागणी लवचिकता Ed^* आहे.

(1) अस्थिर विनिमय दरांच्या अंतर्गत विदेशी मुद्रा बाजारात स्थायित्व

(2) स्थिर विनिमय दरांतर्गत व्यापार शेष (BOT) सुधारण्यासाठी अवमूल्यन

(3) अस्थिर आणि स्थिर दोन्ही विनिमय दरांतर्गत विनिमय दरांच्या परिवर्तनाचे पूर्ण घरगुती स्फीतीत घटित होणे.

खालील विकल्पातून योग्य उत्तर निवडा.

(a) फक्त 1   (b) फक्त 2

(c) 1 आणि 2   (d) 2 आणि 3

प्र. 94. खालील कथनांवर विचार करा.

भारतात एक विदेशी बँक

(1) आपल्या शाखांच्या माध्यमातून काम करू शकते

(2) एका पूर्ण मालकी असलेल्या उद्यमासारखी काम करू शकते.

(3) एका उद्यमासारखी काम करू शकते ज्याची अधिकतम एकूण विदेशी गुंतवणूक एखाद्या खाजगी बँकेत 74% पर्यंत असेल.

(4) एका उद्यमासारखी काम करू शकते ज्याची अधिकतम एकूण विदेशी गुंतवणूक खासगी बँकेत 49% पर्यंत असेल वरीलपैकी कोणते विधान बरोबर आहे?

(a) 1,2, आणि 3   (b) 1, 2 आणि 4

(c) 1 आणि 3   (d) 2 आणि 4

प्र. 95. अभिमत पंथी (classical) लेखक 'पाणी-हिऱ्याच्या' विरोधाभासाला (Water-Diamond paradox) स्पष्ट करू शकले नाहीत, कारण ते फरक स्पष्ट करू शकले नाही –

(a) AU आणि MU मधील   (b) MU आणि TU मधील

(c) AU आणि TU मधील   (d) MU आणि MC मधील

(येथे AU = सरासरी उपयोगिता, MU = सीमान्त उपयोगिता, TU = एकूण उपयोगिता MC = सीमान्त खर्च)

प्र. 96. वित्तीय उत्तरदायित्व आणि बजेट प्रबंधन कायदा, 2003 च्या खालील प्रावधानांमध्ये खालीलपैकी कोणता एक नाही आहे?

(a) केंद्रीय सरकारने असा उपयोगी उपाय करावा ज्यामुळे 31 मार्च 2010 पर्यंत वित्तीय तूट आणि राजस्व तूट संपून जाऊ शकेल.

(b) केंद्रीय सरकार रिझर्व्ह बँकेकडून उधार घेणार नाही फक्त तेव्हाच घेईल जेव्हा त्याला अस्थायी स्वरूपावर रोख प्राप्तीवर रोख खर्चाच्या आधिक्याला पूर्ण करायचे असेल

(c) सन 2006–07 पासून भारतीय रिझर्व्ह बँक केंद्रीय सरकारचे प्राथमिक निर्गम खरेदी करणार नाही.

(d) केंद्रीय सरकारद्वारा आपल्या वित्तीय कामात अधिक पारदर्शकता आणण्यासाठी उपयोगी उपाय योजणे.

प्र. 97. खालील विधानांवर विचार करा.

(1) दहाव्या पंचवार्षिक योजनेत जवळपास 40,000 मेगावॉट अतिरिक्त विद्युत निर्माण केली जाईल.

(2) अकराव्या पंचवार्षिक योजनेत जवळपास 60,000 मेगावॉट अतिरिक्त विद्युत् क्षमतेची निर्मिती केली जाईल ज्यात मुख्य लक्ष नाभिकीय (परमाणू) ऊर्जेवर दिले जाईल.

(3) प्लांट लोड फॅक्टर मध्ये सतत सुधारणा झाली आहे आणि सन 2003–04 मध्ये ती 70% पेक्षा अधिक झाली आहे.

वरीलपैकी कोणते विधान बरोबर आहे?

(a) 1, 2 आणि 3   (b) 1 आणि 3

(c) 1 आणि 2   (d) 2 आणि 3

प्र. 98. मागासलेल्या जिल्ह्यांमध्ये सुधारणा करण्यासाठी योजना आयोगाने निर्धारित केलेल्या कसोट्यांपैकी खालील कोणती नाही ?

(a) प्रति व्यक्ति औद्योगिक उत्पादन

(b) कृषि श्रम आणि एकूण जनसंख्येचे प्रमाण

(c) प्रति 1000 जनसंख्येवर शाळांची संख्या

(d) विजेचा प्रतिव्यक्ति उपभोग

प्र. 99. हरितक्रांति योजनेमुळे खालीलपैकी कशात महत्त्वपूर्ण वाढ झाली आहे?

(1) क्षेत्रीय विषमता   (2) अंशत: वैयक्तिक विषमता

(3) गव्हाची उत्पादकता   (4) डाळींची उत्पादकता

विकल्पांचा वापर करून बरोबर उत्तर निवडा.

(a) फक्त 4   (b) 1, 2, 3, आणि 4

(c) 2, 3 आणि 4   (d) 1, 2 आणि 3

प्र. 100. सूची 1 व सूची दोनच्या जोड्या जुळवा व विकल्पांतून बरोबर उत्तर निवडा.

सूची I (समितीचे नाव)   सूची II (समितीचा उद्देश)

(A) सी. रंगराज समिती   1) बारावा वित्त आयोग

(B) ओंकार गोस्वामी समिती   2) प्रत्यक्ष व अप्रत्यक्षाची सुधारणा

(C) विजय केळकर समिती   3) औद्योगिक आजारपण

(D) वैद्यनाथन समिती   4) सिंचनाच्या पाण्याचा खर्च व मूल्याचे निर्धारण

विकल्प:	A	B	C	D
(A)	1	4	2	3
(B)	2	3	1	4
(C)	1	3	2	4
(D)	2	4	1	3

प्र. 101. सन् 2003–04 मध्ये केंद्रीय सरकारच्या सकल कर राजस्व मध्ये योगदानाच्या दृष्टीने खालील कर महसुलाचा घटता क्रम कोणता?

(1) उत्पन्न कर   (2) सेवा कर

(3) केंद्रीय उत्पादन शुल्क   (4) सीमा शुल्क

खालील विकल्पांचा वापर करून योग्य उत्तर निवडा.

(a) 2–1–4–3   (b) 3–4–1–2

(c) 2–4–1–3   (d) 3–1–4–2

प्र. 102. खालीलपैकी कोणता सूक्ष्म कृषि 'प्रीसिजन ॲग्रि कल्चर' चा उद्देश नाही?

(a) पिकांचे उत्पादन अधिक करणे

(b) पर्यावरणीय नुकसान न्यूनतम करणे

(c) जमिनीच्या भौगोलिक परिवर्तनशीलतेवर विचार करणे

(d) उत्पादकासाठी उत्तम किंमत

प्र. 103. खालीलपैकी कोणते, दहाव्या पंचवार्षिक योजनेचे लक्ष्य आहे?

(1) लाभकर आणि उच्च गुणवत्तेचा रोजगार उपलब्ध करणे

(2) स्थिर किंमतीबरोबर अर्थव्यवस्थेच्या वृद्धिदराला वाढवणे.

खालील विकल्पांतून योग्य उत्तर निवडा.

(a) फक्त 1   (b) फक्त 2

(c) 1 आणि 2   (d) 1 व 2 दोन्ही नाही.

प्र. 104. खालील विधानांवर विचार करा.

दहाव्या पंवार्षिक योजनेचा मुख्य उद्देश काय आहे?

(1) 8% वार्षिक सरासरी वृद्धिदर

(2) मानवकल्याणात वाढ

(3) सन 2007 पर्यंत दारिद्रयाचे प्रमाण 20 टक्क्याने कमी करणे

(4) स्वावलंबनासाठी प्रयत्नांना मजबूत करणे.

वरील कोणते विधान बरोबर नाही आहे?

(a) 1, 2 आणि 3   (b) 2, 3 आणि 4

(c) 1, 3 आणि 4   (d) 1, 2 आणि 4

प्र. 105. किसान क्रेडिट कार्ड (KCC) योजना 1998–99 मध्ये लागू केली होती, ज्यामुळे शेतकऱ्यांना दिलेल्या कर्जाच्या परतफेडीत सुधारणा होऊ शकेल. खालीलपैकी कोण ही योजना चालवत नाही?

(c) NABARD   (b) सहकारी बँक

(c) क्षेत्रीय ग्रामीण बँक   (d) अनुसूचित वाणिज्य बँक

प्र. 106. ठोक किंमत सूचकांकावर (WPI) काम करणारे वर्किंग ग्रुप (कार्य समिती), त्यांनी एक वेगळी सेवा किंमत सूचकांक विकसित करण्याची शिफारस केली आहे. या सूचकांकात कोणती सेवा सुरूवातीला सामील नव्हती

(a) वित्तीय सेवा   (b) प्रशासनिक सेवा

(c) वाहतूकसेवा   (d) जलपूर्ती आणि निर्माणसेवा

प्र. 107. खालीलपैकी कोणते बरोबर आहे?

(a) वित्तीय योजनेपेक्षा भौतिक योजना अधिक महत्त्वपूर्ण आहे.

(b) भौतिक योजनेपेक्षा वित्तीय योजना अधिक महत्त्वपूर्ण आहे.

(c) भौतिक योजना व वित्तीय योजना दोन्ही सारख्याच महत्त्वपूर्ण आहेत.

(d) भौतिक योजना व वित्तीय योजना एकमेकींना पूरक आहेत.

प्र. 108. आपल्या आयातीवर सीमाशुल्क लावणाऱ्या एक छोट्या देशाच्या कल्याणातील घट होण्याचे खालीलपैकी काय कारण आहे.

(a) उत्पादक आधिक्यात कपात   (b) उपभोक्ता आधिक्यात कपात

(c) व्यापार अटींमधील बदल   (d) शुल्क महसुलात कपात

प्र. 109. एका अशा जगाची कल्पना करा ज्यात A आणि B दोन मोठे देश आहेत. A देश B देशातून आलेल्या आयातीवर सीमाशुल्क लावतो. खालीलपैकी कोणते विधान बरोबर आहे?

(1) A देशाच्या कल्याणात नक्कीच घट येत असणार

(2) जगाच्या कल्याणात नक्कीच घट येत असणार

(3) A देशाच्या कल्याणात वाढ होईल जर त्याच्या व्यापारअटींमध्ये सुधारणा होईल.

(4) जगाच्या कल्याणातील वाढ, व्यापाराच्या अटी कशा बदलतात त्यावर अवलंबून राहील.

विकल्पांतून बरोबर उत्तर निवडा

(a) 1 आणि 2   (b) 2 आणि 4

(c) 1 आणि 4   (d) 2 आणि 3

प्र. 110. A देशातील X वस्तूच्या उत्पादनाचा वैकल्पिक खर्च y वस्तूच्या 3 एककाबरोबर आहे. ज्यावेळी देश B मध्ये y वस्तूच्या 5 एककाबरोबर आहे. y च्या एककात प्रदर्शित x च्या किंमतीच्या रूपात परिभाषित, खाली दिलेल्या कोणत्या व्यापारअटींच्या नुसार आंतरराष्ट्रीय व्यापारात दोन्ही देशांना अभिलाभ मिळू शकेल?

(a) $\dfrac{1}{5}$ आणि $\dfrac{1}{3}$ च्या मध्ये

(b) 3 आणि 5 च्या मध्ये

(c) $\dfrac{1}{5}$ पेक्षा कमी किंवा $\dfrac{1}{3}$ पेक्षा जास्त

(d) 3 पेक्षा कमी किंवा 5 पेक्षा जास्त

प्र. 111. एका रिकार्डियन मॉडेलवर विचार करा ज्यात A आणि B दोन देश आहेत आणि x व y दोन वस्तू आहेत. A देशात वस्तू x उत्पादित करण्याचा वैकल्पिक खर्च y वस्तूच्या रूपात 75 / 100 आहे आणि B देशात x वस्तू उत्पादित करण्याची वैकल्पिक खर्च y वस्तूच्या कपात 125/100 आहे. x

आणि y च्या किंमतीच्या अनुपाताच्या रूपात आंतरराष्ट्रीय व्यापार अटी 125/100 द्वारे प्रदर्शित केली गेली आहे. खालीलपैकी कोणते विधान बरोबर आहे?

(a) आंतराष्ट्रीय व्यापाराने काही अभिलाभ होत नाही.

(b) व्यापारात मिळालेला अभिलाभ पूर्णत: देशाला मिळेल.

(c) व्यापारात मिळालेला अभिलाभ पूर्णतया B देशाला मिळेल.

(d) व्यापारात मिळालेल्या अभिलाभात A आणि B दोन्ही देशांची भागीदारी असेल.

प्र. 112. एका अशा मॉडेलवर विचार करा ज्यात दोन देश आहेत. (पोर्तुगाल आणि इंग्लंड) दोन वस्तू आहेत (दारू आणि कापड) व उत्पादनाचे दोन घटक आहेत (जमीन व भांडवल). पोर्तुगाल सापेक्षता भांडवल बाहुल्य आहे आणि कापडाचे उत्पादन करतो परंतु त्याला अपेक्षाकृत अधिक भांडवल सुक्ष्म उत्पादन तांत्रिकतेची आवश्यकता आहे. हेक्स्चर ओहलिन प्रमेयानुसार

(1) पोर्तुगालला दारूच्या उत्पादनात तुलनात्मक लाभ मिळेल.

(2) इंग्लंडला दारूच्या उत्पादनात तुलनात्मक लाभ मिळेल.

(3) पोर्तुगालला कपडा उत्पादनात तुलनात्मक लाभ मिळेल

(4) इंग्लंडला कपडा उत्पादनात तुलनात्मक लाभ मिळेल.

वरीलपैकी कोणते विधान बरोबर आहे?

(a) 1 आणि 2   (b) 3 आणि 4

(c) 2 आणि 3   (d) 1 आणि 4

प्र. 113. A देश B देशाच्या तुलनेत कमी श्रमात केलेल्या x वस्तू आणि जास्त श्रमात Y वस्तू यांचे उत्पादन करतो. मूल्याच्या श्रम सिद्धांत स्वीकारला तर कोणते विधान बरोबर आहे?

(1) A देशाला X वस्तूच्या उत्पादनात निरपेक्ष लाभ मिळतो.

(2) A देशाला X वस्तूच्या उत्पादनात तुलनात्मक लाभ मिळतो.

(3) B देशाला Y वस्तूच्या उत्पादनात निरपेक्ष लाभ मिळतो

(4) B देशाला X वस्तूच्या उत्पादनात तुलनात्मक लाभ मिळतो.

खालील विकल्पांतून बरोबर उत्तर निवडा.

(a) 1 आणि 2   (b) 1 आणि 3

(c) 2 आणि 4   (d) 1, 2 आणि 3

प्र. 114. खालील कोष्टकात दोन वस्तू X आणि Y ची दोन देश A आणि B मधील उत्पादनाची प्रति एकक लागत, संगत एककात दिली गेली आहे.

| | प्रति एकक खर्च | |
देश	वस्तू x	वस्तू y
A	75	90
B	125	100

खालील विधानावर विचार करा.

(1) x आणि y दोन्ही वस्तूंच्या उत्पादनात A देशाला निरपेक्ष लाभ मिळतो.

(2) x आणि y दोन्ही वस्तूंच्या उत्पादनात B देशाला निरपेक्ष लाभ मिळतो.

(3) x वस्तूच्या उत्पादनाने A देशाला तुलनात्मक लाभ मिळतो.

(4) y वस्तूच्या उत्पादनाचे B देशाला तुलनात्मक लाभ मिळतो.

वरील विधानांपैकी कोणते बरोबर आहे?

(a) 1 व 3

(b) 2 व 4

(c) 1, 3 व 4

(d) 2, 3 व 4

प्र. 115. खालीलपैकी कोणते विधान बरोबर आहे?

भांडवलकर नेहमीसाठी एकदाच लावला गेलेला.

(a) संपत्तिकर आहे

(b) भांडवली लाभावरचा कर आहे.

(c) उत्तराधिकार कर आहे.

(d) संपदाशुल्क आहे.

प्र. 116. खालील विधानावर विचार करा.

अप्रत्यक्ष कराचे.

(1) प्रभाव निम्न स्तराचे आहेत.

(2) प्रभाव श्रेष्ठ स्तराचे आहेत.

(3) परिणाम प्रतिगामी आहेत.

(4) परिणाम प्रगतिशील आहे.

वरील कोणते विधान बरोबर आहे?

(a) 1 आणि 4

(b) 2 आणि 4

(c) 2 आणि 3

(d) 1 आणि 3

प्र. 117. लॅफर वक्रामुळे खालीलपैकी कोणामधील संबंध स्पष्ट होतो?

(a) बेरोजगारी दर आणि स्फीतीमधील

(b) x आणि y या दोन वस्तूमधील, त्यांच्यातील विनिमयासंबंधी

(c) कर दर आणि एकूण कर महसुलातील वाढीमधील

(d) रोजगाराचा वृद्धिदर आणि श्रमाच्या पुरवठ्यामधील

प्र. 118. खालील विधानांपैकी कोणते एक बरोबर आहे?

एखाद्या उत्पादनकराचे भार आधिक्य

(a) अधिक आहे जर उत्पादनाच्या मागणीची लवचिकता जास्त असेल

(b) अधिक आहे जर उत्पादनाच्या मागणीची लवचिकता अपेक्षाकृत कमी असेल

(c) अधिक आहे जर उत्पादनाची मागणी पूर्णत: अलवचिक असेल

(d) कमी आहे जर उत्पादनाच्या मागणीची लवचिकता अपेक्षाकृत जास्त असेल.

प्र. 119. कर भार वितरणात ऊर्ध्व समता सर्वात चांगल्या प्रकारे कशी मिळवता येईल?

(a) आनुपातिक कर–संरचना स्वीकारून

(b) वृद्धिमान कर–संरचना स्वीकारून

(c) प्रतिगामी कर–संरचना स्वीकारून

(d) अवक्रमिक कर–संरचना स्वीकारून

प्र. 120. उत्पादनाच्या अचर खर्चाच्या अटींवर आंशिक संतुलन विश्लेषणात Q आणि S क्रमश: Z वस्तूची कर–पूर्व संतुलन प्रमाण आणि किंमत सांगतात. ज्याच्यावर एक उत्पादन कर लावला जातो. त्यामुळे नवीन संतुलन किंमत आणि प्रमाण क्रमश: S आणि K होतात उपभोक्त्यावर वाढलेल्या भाराचे माप काय आहे?

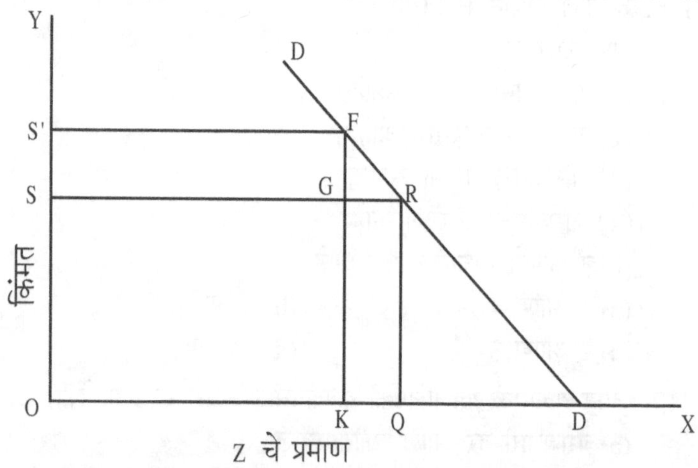

(a) KFD क्षेत्राच्या बरोबर   (b) KFRQ क्षेत्राच्या बरोबर

(c) SS'FG क्षेत्राच्या बरोबर   (d) GFR क्षेत्राच्या बरोबर

उत्तरे

1. c	2. b	3. d	4. a	5. c	6. d	7. a	8. d
9. a	10. a	11. b	12. c	13. d	14. a	15. d	16. d
17. b	18. b	19. b	20. c	21. a	22. c	23. c	24. b
25. d	26. c	27. b	28. c	29. a	30. d	31. a	32. c
33. c	34. d	35. b	36. b	37. b	38. c	39. d	40. a
41. c	42. d	43. d	44. c	45. b	46. a	47. a	48. a
49. c	50. b	51. c	52. c	53. d	54. b	55. d	56. b
57. b	58. a	59. a	60. a	61. a	62. c	63. a	64. d
65. d	66. b	67. a	68. b	69. d	70. b	71. d	72. c
73. b	74. c	75. c	76. d	77. c	78. a	79. c	80. b
81. b	82. a	83. a	84. b	85. c	86. c	87. b	88. a
89. a	90. a	91. b	92. a	93. b	94. a	95. d	96. a
97. a	98. a	99. b	100. c	101. b	102. d	103. a	104. a
105. a	106. b	107. c	108. b	109. a	110. b	111. b	112. c
113. b	114. c	115. b	116. d	117. c	118. c	119. b	120. d

■■■

प्रश्नसंच – २०

प्र. 1. भारतातील सर्वात मोठी नागरी सहकारी बँक कोणती?

    (a) कॉसमॉस बँक   (b) जनसेवा बँक

    (c) लक्ष्मविलास बँक   (d) सारस्वत बँक

प्र. 2. भारतातील राज्य सरकारांच्या राजकोषाच्या एकत्रित तुटीच्या वित्तीय भरपाईचा सर्वात महत्त्वपूर्ण स्रोत हा आहे.

    (a) वित्तीय संस्थाकडून घेतलेले कर्ज

    (b) भविष्य निधी तसेच आरक्षित निधी ह्यांच्यातून घेतलेले कर्ज

    (c) केंद्र सरकारकडून घेतलेले कर्ज

    (d) बाजारातून घेतलेली उधार रक्कम

प्र. 3. 90 च्या दशकात कोणत्या वर्षी परदेशी चलन भंडार (Foreign Exchange Reserves) कमीत कमी होते?

(a) 1990-91   (b) 1991-92
(c) 1992-93   (d) 1999-2000

प्र. 4. सार्वजनिक प्रतिष्ठानांमधील गुंतवणुकीचे धोरण केव्हा सुरू केले गेले?

(a) 1985-86   (b) 1999-2000
(c) 1991-92   (d) 2001-2002

प्र. 5. 1991 नंतर भारतामध्ये केल्या गेलेल्या करसुधारणांच्या मागे प्रमुख उद्देश होता–

(a) कराचा दर कमी ठेवणे.   (b) कराचा आधार विस्तृत ठेवणे.

(c) करासंबंधी उत्तम प्रशासनयंत्रणा निश्चित करणे.

(d) वरील सर्व

प्र. 6. खाली दिलेल्या भारतातल्या कोणत्या राज्यात वाणिज्य बँकेच्या सर्वांत जास्त शाखा आहेत?

(a) बंगाल   (b) महाराष्ट्र   (c) गुजरात   (d) उत्तर प्रदेश

प्र. 7. सत्यम कॉम्प्युटर्सचा ताबा कोणत्या उद्योगसमूहाने घेतला आहे?

(a) महिन्द्रा   (b) टाटा   (c) इन्फोसिस   (d) विप्रो

प्र. 8. 13 व्या वित्त आयोगाचे अध्यक्ष कोणाला बनविले गेले आहे?

(a) मनमोहन सिंह   (b) विजय केळकर

(c) सी. रंगराजन   (d) ए. एम. खुसरो

प्र. 9. स्वयंस्फूर्त विकासाचे उद्देश कोणत्या योजनेत लागू केले गेले?

(a) द्वितीय पंचवार्षिक योजनेत   (b) तृतीय पंचवार्षिक योजनेत

(c) चतुर्थ पंचवार्षिक योजनेत   (d) नववी पंचवार्षिक योजनेत

प्र. 10. जागतिक व्यापारात भारताचे आंशिक योगदान वर्तमानकाळात सुमारे ....

(a) 0.4 शेकडा आहे.   (b) 0.7 शेकडा आहे.

(c) 0.8 शेकडा   (d) 1.2 शेकडा आहे.

प्र. 11. भारतातील वाणिज्य बँकांच्या कार्यरत नसलेल्या साधनसंपत्तीची समस्या सोडवण्याच्या प्रयत्नात खालीलपैकी कोणाचे नाव जोडले गेले आहे?

(a) चक्रवर्ती समिती   (b) चलैया समिती

(c) तारापोरवाला समिती   (d) नरसिंहन समिती

प्र. 12. लघुउद्योगासाठी साधनसामग्रीची मर्यादा किती आहे?

(a) 50 लाख   (b) 1 कोटी   (c) 2.5 कोटी   (d) 5 कोटी

प्र. 13. वर्तमान काळात भारतवर्षामध्ये अतिलघु क्षेत्रासाठी गुंतवणुकीची किती मर्यादा आहे?

(a) 25 लाख रु.   (b) 20 लाख रु.   (c) 10 लाख रु.   (d) 5 लाख रु.

प्र. 14. भारतीय योजना आयोगाद्वारे लकडावाला फॉर्मुल्याच्या (सूत्राच्या) आधारावर 1999-2000 (नवीनतम उपलब्ध आकड्यानुसार) मध्ये दारिद्रारेषेखाली राहणाऱ्या लोकसंख्येचे अचूक शेकडा प्रमाण....

    (a) 37.3 %   (b) 26.10 %   (c) 32.4 %   (d) 18.96 %

प्र. 15. भारतातील सर्वात मोठा रिटेलर समूह आहे.

    (a) रिलायन्स   (b) सूभिक्षा

    (c) फ्युचर   (d) क्रोमा

प्र. 16. कोणत्या वर्षात अन्नधान्याच्या रेकॉर्ड उत्पादनाची नोंद केली गेली?

    (a) 1997-98   (b) 2002-03

    (c) 2000-01   (d) 2003-04

प्र. 17. इसवी सन 1980 मध्ये भारतात चलनाच्या आपूर्तीमध्ये अधिक वाढ होण्याचे हे कारण आहे –

    (a) परदेशातून घेतलेले कर्ज

    (b) परदेशांना दिलेले कर्ज

    (c) भारतीय रिझर्व्ह बँकेकडून सरकारला दिले गेलेले कर्ज

    (d) बँकांकडून खासगी क्षेत्रांना दिले गेलेले कर्ज

प्र. 18. खालील राज्यांमध्ये 1991-2001 च्या दरम्यान कोणत्या राज्यातील लोकसंख्यावाढ सर्वात कमी होती?

    (a) तमिळनाडू   (b) केरळ   (c) गोवा   (d) त्रिपुरा

प्र. 19. भारत देशात तदर्थ ट्रेजरी बिलांच्या पद्धतीच्या ऐवजी आर्थिक उपायपद्धती लागू केली गेली?

    (a) 1 एप्रिल 1995   (b) 1 एप्रिल 1996

    (c) 1 एप्रिल 1997   (d) 1 एप्रिल 1998

प्र. 20. १६ नोव्हेंबर २०१० रोजी चार कंपन्यांना महारत्नचा दर्जा देण्यात आला. खालीलपैकी कोणत्या कंपनीचा यात समावेश नाही?

    (a) स्टील ऑथोरिटी ऑफ इंडिया ली.

    (b) ऑईल ऑण्ड नॅचरल गॅस कॉर्पोरेशन

    (c) इंडियन ऑयल कॉर्पोरेशन

    (d) कोल इंडिया ली.

प्र. 21. भारतात कोणती बँक राष्ट्रीय कृत व्यापारी बँक आहे?

    (a) रिझर्व्ह बँक ऑफ इंडिया   (b) स्टेट बँक ऑफ इंडिया

    (c) सेंट्रल बँक ऑफ इंडिया   (d) वरील सर्व

प्र. 22. एकूण उपयुक्तता त्यावेळी जास्तीत जास्त असते जेव्हा परिसीमेची उपयुक्तता.
   (a) जास्तीत जास्त असते.   (b) 0 असते
   (c) ऋणात्मक असते.   (d) वरीलपैकी काहीच नाही.

प्र. 23. जेव्हा मागणीची वक्ररेषा X अक्षाला समांतर अशा सरळ रेषेच्या स्वरूपात असते तेव्हा असे दिसते की मागणीची लवचिकता.
   (a) शून्य आहे.   (b) एका पेक्षा कमी असते
   (c) अनंत आहे.   (d) एका पेक्षा अधिक आहे.

प्र. 24. जर दोन वस्तूंच्या मागणीची आडवी लवचिकता धनात्मक असेल तर त्या वस्तू –
   (a) स्थानापन्न असतात   (b) पूरक असतात.
   (c) एकमेकांशी संबंधित असतात.   (d) वरीलपैकी काहीही नाही.

प्र. 25. निकृष्ट दर्जाच्या वस्तूंसाठी मागणीच्या मिळकतीची लवचिकता–
   (a) धनात्मक असते.   (b) ऋणात्मक असते.
   (c) शून्य असते   (d) अमर्याद असते.

प्र. 26. दोन वस्तूंच्या मध्यभागी घट होणारा परिसीमाच्या पर्यायतेचा दर अनधिमान वक्र तयार करते.
   (a) X -अक्षास समांतर   (b) Y - अक्षास समांतर
   (c) मूळबिंदूकडे वर जाणारा   (d) मूळबिंदूच्या कडे खाली जाणारा.

प्र. 27. जर X वस्तूच्या अंतिम घटकाच्या उपभोगातून मिळणारी परिसीमेची उपयुक्तता Y वस्तूच्या अंतिम घटकाच्या उपभोगामुळे प्राप्त परिसीमेच्या उपयुक्ततेपेक्षा दुप्पट असेल तेव्हा उपभोक्ता संतुलनाच्या अवस्थेत असेल जेव्हा –
   (a) X वस्तूची किंमत Y वस्तूच्या किंमतीच्या दुप्पट असेल.
   (b) X वस्तूची किंमत Y वस्तूच्या किंमतीइतकीच असेल.
   (c) X वस्तूची किंमत Y वस्तूच्या किंमतीच्या अर्धी असेल.
   (d) वरीलपैकी कोणतीही एक शक्यता आहे.

प्र. 28. एका उपभोक्त्याच्या मागणीचा वक्र यापासून मिळवता येईल.
   (a) मिळकत - उपभोग वक्रावरून   (b) एन्जिल वक्रावरून
   (c) किंमत उपभोगवक्रावरून   (d) यांपैकी कोणत्याही नाही.

प्र. 29. खालीलपैकी कोणते एक मागणीचे फलित आहे?
   (a) $D_t = a + b_{pt}$ (b) $D_t = a + b_{pt-1}$
   (c) $D_t = a + b \triangle P_t$ (d) $D_{t-1} = a + b_{pt-1}$

प्र. 30. जर वस्तूंची किंमत 20 रु. आहे आणि मागणीची लवचिकता 2.5 असेल तर उत्पादकाची अत्युच्च मिळकत ही असेल.

(a) 8 रु. (b) 50 रु. (c) 12 रु. (d) 18.5 रु.

प्र. 31. एका गिफिन (निकृष्ट दर्जाच्या) वस्तूच्या संदर्भात

(a) शून्य मिळकत प्रभावाच्या ऐवजी धनात्मक प्रतिस्थापनाचा अधिक प्रभाव होतो.

(b) शून्य मिळकत प्रभाव तसेच शून्य प्रतिस्थापन प्रभाव सारखाच असतो.

(c) ऋणात्मक मिळकत प्रभाव धनात्मक प्रतिस्थापन प्रभावापेक्षा अधिक असतो.

(d) ऋणात्मक मिळकत प्रभाव समसमान परंतु धनात्मक प्रतिस्थापन प्रभावाच्या इतकाच असतो.

प्र. 32. अल्पकाळात उत्पादनातील प्रत्येक प्रकारच्या वृद्धीबरोबरच स्थिर खर्च –

(a) वाढतो (b) अपरिवर्तित राहतो

(c) कमी होतो. (d) सुरुवातीला वाढतो आणि नंतर कमी होतो.

प्र. 33. सीमान्त खर्च स्वतंत्र असतो...

(a) एकूण खर्चापेक्षा (b) स्थिर खर्चापेक्षा

(c) परिवर्तनशील खर्चापेक्षा (d) सरासरी परिवर्तनशील खर्चापेक्षा

प्र. 34. MC त्या बिंदूवर AC च्या इतकीच असते ज्यावर AC

(a) शून्य असते. (b) ती आपल्या न्यूनतम पातळीवर असते.

(c) वाढते. (d) कमी होते.

प्र. 35. खाली दिलेल्यांपैकी कोणता वक्र V - आकाराचा नसतो.

(a) AVC वक्र (b) AFC वक्र

(c) AC वक्र (d) MC वक्र

प्र. 36. उत्पादनाच्या कोणत्याही साधनाचा वैकल्पिक खर्च असतो.

(a) जो हे साधन आपल्या वर्तमानकाळातील वापरातून मिळवत आहे.

(b) जो हे साधन दीर्घकाळातील वापरातून मिळवत आहे.

(c) जो हे साधन दुसऱ्या कोणत्यातरी उपयोगासाठी मिळवू शकतो.

(d) जो या साधनाचा वर्तमानकाळातील उपयोग चालू ठेवण्यासाठी दिला जातो.

प्र. 37. एकाधिकार स्पर्धेत उत्पादकांच्या समूहासाठी खालील विधानांपैकी कोणते विधान सत्य आहे ?

(a) वस्तूची मागणी लवचिक नसते.

(b) वस्तूच्या मागणीची आडवी लवचिकता फार कमी असते.

(c) वस्तूच्या मागणीच्या किंमतीची लवचिकता व मागणीची आडवी लवचिकता, दोन्हींचे प्रमाण अधिक असते.

(d) वस्तूची मागणी समप्रमाणात असते.

प्र. 38. उत्पादनात सुरुवातीच्या टप्प्यात वाढत्या फलाचा नियम का सक्रिय असतो–

(a) स्थिर साधनसंपत्तीची अविभाज्यता

(b) श्रमाचे वृद्धिगत होणारे विशिष्टीकरण

(c) तांत्रिक परिवर्तन

(d) वरील A आणि B दोन्ही

प्र. 39. कॉब-डग्लस उत्पादन फलनासाठी खालीलपैकी कोणते विधान सत्य आहे?

(a) हा केवळ प्रमाणाचा स्थिर मोबदला दर्शवितो.

(b) हा केवळ साधनांच्या संदर्भात कमी होणारा मोबदला दर्शवितो.

(c) हा प्रमाणाचा स्थिर मोबदला आणि साधनांच्या बाबतीत कमी होणारा मोबदला दोन्हीही दर्शवितो.

(d) केवळ वृद्धिगत प्रमाणाचा मोबदला दर्शवितो.

प्र. 40. अल्पाधिकाराच्या अंतर्गत किंमत जडत्व समजावून सांगण्याकरता पीळ असलेल्या मागणी वक्राचा उपयोग कोणी केला?

(a) चेंबरलीन   (b) स्वीजी   (c) स्टिग्लर   (d) हाल व हिच

प्र. 41. आभासी खंड ही संकल्पना प्रतिपादित केली.

(a) पीगू ने   (b) मार्शल ने   (c) रिकार्डों ने   (d) फिशर ने

प्र. 42. व्याज शुद्ध स्वरूपात एक चलनाचे हस्तांतरण आहे. हा विचार ...

(a) ऋण योग्य निधी सिद्धान्ताचा आहे.

(b) तरलता अधिमान (रोखता पसंती) सिद्धान्ताचा आहे.

(c) बचत गुंतवणूक सिद्धान्ताचा आहे.

(d) त्याग सिद्धान्ताचा आहे.

प्र. 43. कोणत्या तरी साधनाचे स्थानांतरण मिळकतीकडून (Transfer Earning) मिळणाऱ्या अतिरिक्त उत्पन्नाला खंड म्हणतात ही संकल्पना यांनी सांगितली.

(a) रिकार्डों   (b) मार्शल   (c) मिल   (d) रॉबिन्सन

प्र. 44. अपूर्ण स्पर्धा बाजार तसेच दीर्घकाळानंतर उत्पादकांना येणारा समतोल असेल–

(a) वृद्धिमान मोबदल्याच्या नियमानुसार

(b) ऱ्हास होणाऱ्या मोबदल्याच्या नियमानुसार

(c) स्थिर मोबदल्याच्या नियमानुसार

(d) ऱ्हास होणाऱ्या भांडवलनियमाच्या अनुसार

प्र. 45. द्विक्षेत्रीय प्रारूपामध्ये मिळकतीचा चक्रीय प्रवाह दाखवितो –

(a) घरगुती तसेच व्यापारी क्षेत्रांमधील प्रवाह

(b) घरगुती तसेच व्यापारी क्षेत्रांकडून राखून ठेवलेले चलनाचे प्रमाण

(c) घरगुती तसेच व्यापारी क्षेत्रांकडून राखून ठेवलेल्या धनाची रक्कम

(d) घरगुती तसेच व्यापारी क्षेत्रांकडून केली गेलेली बचत.

प्र. 46. वास्तविक राष्ट्रीय उत्पन्नात तेव्हाच वाढ होते जेव्हा...

(a) आवश्यक वस्तूंच्या किंमती वाढतात.

(b) लोकांच्या बचतीत वाढ होते.

(c) अर्थव्यवस्थेमध्ये मुद्रा पुरवठा वाढतो.

(d) अर्थव्यवस्थेत एकूण उत्पादन वाढते.

प्र. 47. शुद्ध राष्ट्रीय उत्पादन (NNP) बरोबर आहे –

(a) GNP - स्थूल कर   (b) GNP - विदेशी सहायता

(c) GNP - भांडवलातील घट   (d) GNP - अप्रत्यक्ष कर

प्र. 48. राष्ट्रीय उत्पन्नासाठी खालीलपैकी कोणते एक समीकरण सत्य आहे?

(a) $(I + G) = (S + T) + (M - x)$

(b) $(I + G) + (S + T) = (M - x)$

(c) $(I + G) + (M - X) = (S + T)$

(d) $(I + G) - (S + T) = (X - M)$

प्र. 49. एका काल्पनिक अर्थव्यवस्थेसाठी निव्वळ राष्ट्रीय उत्पन्नाचे प्रमाण 10,000 कोटी रुपये. अप्रत्यक्ष कर 1500 कोटी रुपये तसेच अनुदान 800 कोटी रुपये आहे. तर राष्ट्रीय उत्पन्नाचे प्रमाण –

(a) 12, 300 कोटी   (b) 10, 800 कोटी

(c) 7,700 कोटी   (d) 9300 कोटी

प्र. 50. चलनाच्या विनियोगासाठी मागणी प्रामुख्याने याचा परिणाम असते –

(a) व्याज दराची   (b) नफ्याची   (c) आशेची   (d) उत्पन्नाची

प्र. 51. विनियोग गुणक बरोबर आहे.

(a) $\dfrac{1}{MPC}$ (b) $\dfrac{1}{(1 - MPC)}$

(c) $\dfrac{1}{1 + MPC}$ (d) यांपैकी कोणताही नाही

प्र. 52. खालीलपैकी कोणता एक गुणकाच्या मानात गळतीचे कारण होईल?

(a) विक्रीकराच्या दरात कमतरता

(b) आयकराच्या दरात साधारण घट

(c) उपभोगाच्या वस्तूंच्या किंमतीत घट

(d) आयातीमध्ये वृद्धी

प्र. 53. IS वक्र खालीलपैकी कोणत्या दोन घटकांचे संयोग होणे दर्शवतो.

(a) उच्च व्याजदर तसेच नीच मिळकत स्तर यांच्यामध्ये.

(b) उच्च व्याजदर तसेच उच्च आय स्तर यांच्यामध्ये.

(c) उच्च व्याजदर तसेच उच्च विनियोग स्तर यांच्यामध्ये.

(d) उच्च व्याजदर तसेच नीच बचत दर यांच्यामध्ये.

प्र. 54. खालीलपैकी कोणते विधान केन्सच्या उपभोग सिद्धान्तासाठी खरे आहे?

(a) उत्पन्न वाढते त्याबरोबरच तितक्याच प्रमाणात उपभोग वाढतो.

(b) उत्पन्नामध्ये वाढ होते त्याचवेळी त्या प्रमाणात उपभोगात वाढ होते.

(c) उपभोगातील वृद्धी उत्पन्नवृद्धीमुळे जास्त तीव्र होते.

(d) उपभोगाची वृद्धी उत्पन्न वृद्धी पेक्षा कमी तीव्रतेने होते.

प्र. 55. केन्सच्या रोजगार सिद्धान्तामध्ये 'पूर्ण रोजगार' याचा अर्थ आहे –

(a) श्रमाचा पूर्ण मोबदला.

(b) भांडवलाचा पूर्ण मोबदला.

(c) नैसर्गिक साधनसंपत्तीचा पूर्ण उपयोग

(d) सर्वच साधनसंपत्तीचा पूर्ण मोबदला.

प्र. 56. खालीलपैकी कोणी चलनाला कल्याणाचे मोजमाप करण्याचे प्रमाण बनवले?

(a) मिल   (b) मार्शल   (c) रॉबिन्स   (d) पीगू

प्र. 57. भारतीय रिझर्व्ह बँकेच्या व्याख्येनुसार चलनाची पूर्ती M_1 मध्ये समाविष्ट असते.

(a) जनतेकडे असलेले चलन

(b) जनतेकडे असलेले चलन तसेच बँकांकडील मागणी जमा रक्कम.

(c) जनतेकडे असलेले चलन तसेच बँकांकडील सावधी जमा रक्कम.

(d) जनतेकडे असलेले चलन तसेच राष्ट्रीय बचत संघटनेकडील जमा रक्कम.

प्र. 58. जर मुद्रा चलन परिणाम सिद्धान्ताच्या फिशरच्या समीकरणात चलनवृद्धी दुप्पट केली गेली तर मूल्य स्तर होईल –

(a) अर्धे   (b) दुप्पट   (c) अपरिवर्तित   (d) थोडे अधिक

प्र. 59. चलन परिणाम सिद्धान्त एक –

(a) स्थिर सिद्धान्त आहे   (b) गतिशील सिद्धान्त आहे.

(c) तुलनात्मक स्थिर सिद्धान्त आहे

(d) वास्तवतेचे विधान आहे.

प्र. 60. सर्वसाधारणपणे व्यक्ती उत्पन्नाचा काही ठराविक भाग कायम Constant Fraction च्या स्वरूपात ठेवू इच्छिते. हे विधान संबंधित आहे –
(a) फिशरच्या समीकरणाशी　　(b) केंब्रिज समीकरणाशी
(c) मिल्टन फ्रीडमनशी　　(d) लॉर्ड केन्सशी

प्र. 61. वास्तव शिल्लक प्रभाव प्रत्ययाचे (Real Balance Effect) विधान केले होते –
(a) पीगू　　(b) मायर्स　　(c) मार्शल　　(d) टॉबिन

प्र. 62. खालीलपैकी कोणत्या बाबी शेष भरणा खात्यामध्ये व्यापाऱ्याच्या अदृश्य बाबी आहेत ?
(1) विदेशी लोकांना विमा सेवांची विक्री
(2) विदेशातून मिळालेला नफा
(3) जहाजरानी सेवांकडून प्राप्त उत्पन्न
(4) परदेशीयांना साधनसंपत्तीची विक्री
योग्य उत्तर खाली दिलेल्या सांकेतिकांमधून निवडा.
(a) फक्त 2 आणि 3　　(b) 1, 3 आणि 4
(c) वरील सर्व　　(d) 1, 2 आणि 3

प्र. 63. उत्पादनशील साधनसंपत्तीच्या स्वरूपात मानवी संपत्तीला चलनाच्या सिद्धान्तामध्ये उपयोग करण्याचे श्रेय दिले जाते –
(a) ए. के. सेन　　(b) केन्स　　(c) फ्रीडमन　　(d) एच. जे. जॉन्सन

प्र. 64. बेकारीचा दर तसेच चलनवाढीचा दर यांच्यामध्ये अल्पावधीकरता आनुभविक संबंधाला औपचारिक स्वरूप दिले –
(a) ए. डब्ल्यू. फिलिप्स　　(b) जेम्स टॉबिन
(c) सॅम्युएलसन　　(d) केन्स

प्र. 65. खालील विधानांवर विचार करा.
(1) श्रम हे उत्पादनाचे एकमेव साधन (घटक) आहे.
(2) मूल्यासंबंधी श्रमसिद्धान्त सर्वमान्य आहे.
(3) देशाच्या अंतर्गत श्रम पूर्णपणे गतिशील आहे.
(4) व्यापारात व्यस्त असलेल्या देशांच्या मध्ये श्रम पूर्ण गतिशील आहे.
वरीलपैकी कोणते विधान प्रतिष्ठित आंतरराष्ट्रीय व्यापारसिद्धान्तासाठी सत्य आहे / आहेत.
आपले उत्तर खाली दिलेल्या संकेतांतून निवडा.
(a) वरील सर्व　　(b) 2, 3 आणि 4
(c) 1, 2 आणि 3　　(d) 2 तसेच 3

प्र. 66. भारतीय रिझर्व्ह बँक नोट निर्गमनासाठी खालील पद्धती वापरते.

(a) निश्चित विश्वासावर आधारित पद्धती

(b) प्रमाणावर आनुपातिक कोष पद्धती

(c) न्यूनतम आरक्षित पद्धती

(d) विशेष आहरण अधिकाराच्या कोटाच्या अनुपातात.

प्र. 67. खालीलपैकी कोणती सरकारची देयता नाही?

(a) इंदिरा विकास पत्र   (b) किसान विकास पत्र

(c) ट्रेजरी बिल   (d) सार्वजनिक उपक्रमांचे शेअर

प्र. 68. सर्वाधिक सामाजिक नफ्याचा सिद्धान्त प्रथम सांगितला –

(a) हिक्स   (b) डाल्टन   (c) टेलर   (d) मस्ग्रेव

प्र. 69. समतेचा नियम सर्वात जास्त पाळला जातो.

(a) विक्रीकराद्वारे   (b) उत्पादनशुल्काद्वारे

(d) आयकराद्वारे   (d) वरील सर्वांकडून

प्र. 70. कर विवर्तन (shifting) अशी प्रक्रिया दर्शविते ज्यामुळे –

(a) कराचा चलनभार एका व्यक्तीकडून दुसऱ्या व्यक्तीकडे हस्तांतरित होतो.

(b) कराचा वास्तविक भार एका व्यक्तीकडून दुसऱ्याकडे हस्तांतरित होतो.

(c) वरील दोन्ही   (d) वरीलपैकी काही नाही.

प्र. 71. सन् 1980-81 पासून भारताच्या शेतीक्षेत्रात सार्वजनिक खर्च –

(a) वाढतो आहे.   (b) घटतो आहे.

(c) स्थिर आहे.   (d) अस्थिर आहे.

प्र. 72. हीन-अर्थ प्रबंधनाची (तोट्याची अर्थव्यवस्था) या धोरणावर यासाठी टीका होते, कारण त्यातून –

(a) सरकार हळूहळू दिवाळखोर होते.

(b) पाश्चात्त्य अति-उपभोग स्तराच्या जीवनपद्धतीला प्रोत्साहन मिळते.

(c) मंदी वाढते.

(d) यामुळे चलनवाढीला प्रोत्साहन मिळते.

प्र. 73. अर्थसंकल्पिय तुटीच्या तुलनेत राजकोषीय तुटीचे मान नेहमीच असे असेल.

(a) अधिक   (b) कमी

(c) समान   (d) वरीलपैकी काही नाही.

प्र. 74. खालीलपैकी कोणती बाब राजकोषीय धोरणाचे साधन आहे?

(a) करारोपण   (b) सार्वजनिक व्यय

(c) सार्वजनिक कर्ज   (d) वरीलपैकी सर्व

प्र. 75. खाली दिलेल्या विधानांमध्ये कोणते स्वतंत्र आंतरराष्ट्रीय व्यापाराच्या संदर्भात सत्य आहे ?

(a) मुक्त व्यापार साधनसंपत्तीच्या सर्वात अनुकूल उपयोगास प्रेरणा देतो.

(b) मुक्त व्यापार एकाधिकाराच्या निर्मितीला थांबवतो.

(c) मुक्त व्यापार औद्योगिक व्यवस्थेचे विविधीकरण करतो.

(d) वरीलपैकी सर्व.

प्र. 76. उत्पन्नातील परिवर्तन आणि निर्यातीमधील परिवर्तन यांच्या परस्पर प्रमाणाला म्हणतात –

(a) विदेशी व्यापार गुणक

(b) भांडवल गुणक

(c) व्यापाराच्या मिळकतीवर आधारित अटी.

(d) अर्थव्यवस्थेमध्ये खुलेपणाचे प्रमाण

प्र. 77. व्यापाराच्या वैकल्पिक खर्चाचा सिद्धान्त.

(a) व्यापाराच्या तुलनात्मक खर्चाच्या सिद्धांताच्या बाजूने आहे.

(b) व्यापाराच्या तुलनात्मक खर्चाच्या सिद्धान्ताच्या विरुद्ध आहे.

(c) खंड उत्पन्न आर्थिक गतिविधी यांची व्याख्या आहे.

(d) वरीलपैकी कशाशीही संबंधित नाही.

प्र. 78. निर्यातीच्या कोणत्याही प्रमाणाच्या बदल्यात आयात केल्या जाणाऱ्या सर्वाधिक प्रमाणास दर्शविणाऱ्या वक्राला म्हणतात.

(a) पुरवठा वक्र   (b) मागणी वक्र

(c) उपभोग वक्र   (d) प्रस्ताव वक्र

प्र. 79. ओहलीनच्या सापेक्ष घटक उपलब्धतेची किंमत या निकषांनुसार A देशामध्ये चलनाची उपलब्धता आहे. तर चलन आणि श्रमाच्या किमतींचे प्रमाण –

(a) देश B च्या तुलनेत A मध्ये अधिक आहे.

(b) देश B च्या तुलनेत A मध्ये कमी आहे.

(c) देश B आणि A समपातळीवर आहेत.

(d) देश B आणि A मध्ये घटकापेक्षा अधिक असेल.

प्र. 80. व्यवहारतोलाच्या (BOP) संतुलनात किंमत समायोजन क्रांतिकारक रूपाने अवलंबून असते –

(a) पुरवठ्याच्या लवचिकतेवर

(b) मागणीच्या लवचिकतेवर

(c) मागणी आणि पुरवठा यांच्या लवचिकतेवर

(d) वरीलपैकी काही नाही.

प्र. 81. हॉबरलरच्या आंतरराष्ट्रीय व्यापार सिद्धान्तामध्ये दोन्हींपैकी कोणताही देश पूर्णतः विशिष्टीकरण करणार नाही जर उत्पादन असेल –

(a) वाढत्या फलाच्या नियमाच्या अंतर्गत.

(b) स्थिर फलाच्या नियमाच्या अंतर्गत.

(c) घटत्या फलाच्या नियमाच्या अंतर्गत.

(d) वरीलपैकी सर्वांच्या अंतर्गत.

प्र. 82. सहभागी देशांच्यामध्ये आर्थिक सहयोगाचे खालीलपैकी कोणते सर्वात दुबळे स्वरूप आहे?

(a) स्वतंत्र व्यापार क्षेत्र   (b) आर्थिक संघ

(c) सीमा संघ   (d) भागीदारी बाजार

प्र. 83. खाली दिलेल्या संकेतांमधून योग्य उत्तर निवडा.

विधान - a) आयात शुल्क आकारल्यामुळे आयात केलेल्या वस्तूंच्या किमतीत वाढ होण्याची शक्यता असते. कारण (R) ही किंमत ह्या किमतीची वाढ व्यापार करणाऱ्या देशांमधील वस्तूंची मागणी तसेच पुरवठा यांच्या लवचिकपणावर अवलंबून असते. सांकेतिक पर्याय.

(a) A तसेच R दोन्हीही बरोबर आहे. आणि R हे A ची योग्य अशी व्याख्या आहे.

(b) A तसेच R दोन्ही बरोबर आहे. परंतु R हे A, ची योग्य व्याख्या करत नाही.

(c) A बरोबर आहे. परंतु R चुकीचे आहे.

(d) A चुकीचे आहे परंतु R बरोबर आहे.

प्र. 84. खालील विधानांमध्ये कोणते चुकीचे आहे ?

(a) आंतरराष्ट्रीय मुद्राकोषाने भारतातील निरक्षरता दूर करण्यासाठी मदत केली आहे.

(b) आंतरराष्ट्रीय मुद्राकोषाने भारतीय समाजातील आर्थिक असंतुलन दूर करण्यासाठी मदत केली आहे.

(c) आंतरराष्ट्रीय मुद्राकोषाने विनिमयसमस्या सोडवण्यासाठी मदत केली आहे.

(d) आंतरराष्ट्रीय मुद्राकोषाने, भारताची अधिक विशेष आहरण अधिकार (SDR) वितरित करण्याची विनंती मानली आहे.

प्र. 85. क्रयशक्ति समता सिद्धान्ताचे प्रतिपादन केले.

(a) रिकार्डो   (b) मार्शल

(c) कॅसल   (d) वाइनर

प्र. 86. खालीलपैकी कोणी असे म्हटले होते की, ''आंतरराष्ट्रीय व्यापार निरपेक्ष नफ्याच्या संकल्पनेवर आधारित आहे?
(a) ॲडम स्मिथ (b) रिकार्डो
(c) बर्टिल ओहलिन (d) मिल

प्र. 87. अमर्यादित श्रम पुरवठ्याच्या साहाय्याने आर्थिक विकासाचा सिद्धान्त कोणी प्रतिपादित केला ?
(a) रोजेस्टिन रोडान (b) लेविस
(c) रोस्टोव्ह (d) सोलो

प्र. 88. भूमी किंवा मिळकत तसेच धन यांच्या वितरणातील असमानतांना मोजता आणि दाखवता येऊ शकते –
(a) ओजाइन वक्राच्या साहाय्याने (b) लॉरेंज वक्राच्या साहाय्याने
(c) लॅफर वक्राच्या साहाय्याने (d) ओकून वक्राच्या साहाय्याने

प्र. 89. संतुलित विकासाचा प्रत्यय संबंधित आहे –
(a) सिंगरशी (b) हर्शमॅनशी (c) नर्क्सशी (d) शुम्पीटरशी

प्र. 90. खालीलपैकी कोणी विचार केला होता की भांडवलशाही भविष्यात एक निष्क्रिय शक्ती बनून राहील ?
(a) मिल (b) शुम्पीटर (c) केन्स (d) ॲडम स्मिथ्

प्र. 91. नर्क्सच्या मतानुसार विकासशील देशांना कोणत्या कारणांनी आपल्या व्यवहार तोलावर प्रतिकूल प्रभावास तोंड द्यावे लागेल.
(a) प्रतिवाही प्रभाव (b) प्रदर्शन प्रभाव
(c) प्रसरण प्रभाव (d) गुणक प्रभाव

प्र. 92. कमी मिळकत असलेल्या देशांमध्ये अल्प रोजगार श्रम विकासाच्या प्रक्रियेत सहायक होऊ शकतो हा विचार मांडला होता –
(a) लेविस (b) रॉबिन्सन (c) अमर्त्य सेन (d) सोलो

प्र. 93. हेरॉड मॉडेलसाठी खालीलपैकी कोणते विधान सत्य नाही ?
(a) लोकसंख्यादर बाह्य निर्धारित आहे.
(b) बचत गुणोत्तर बाह्य निर्धारित आहे.
(c) तंत्रज्ञानाची निवड भांडवलाच्या उपलब्धतेवर आधारित असते.
(d) गुंतवणूक मिळकतीच्या वर्तमानकाळातील वृद्धीवर अवलंबून असते.

प्र. 94. भारतात अल्पबचत संघटनेद्वारे एकत्रित केलेल्या साधनसंपत्तीचा सर्वात अधिक हिस्सा कोणाला मिळतो ?
(a) राज्य सरकारांना
(b) केंद्र सरकारला

(c) ग्रामपंचायत सोडून इतर किंवा अन्य स्थानिक संस्थांना

(d) ग्रामपंचायतींना

प्र. 95. विकास मॉडेलमध्ये चलनाचा उपयोग सर्वप्रथम केला.

(a) हेरॉड   (b) डोमर   (c) रॉबिन्सन   (d) टॉबिन

प्र. 96. मनुष्य विकास निर्देशांकामध्ये (HDI) कोणत्या बाबी समाविष्ट आहेत.

(1) दरडोई उत्पन्न   (2) साक्षरता दर

(3) जन्माच्या वेळी आयुर्मान   (4) शिशु मृत्युदर

सूचना - आपले उत्तर खाली दिलेल्यापैकी समूहातून निवडा.

(a) 1, 2, 3, 4   (b) 1, 2, 3   (c) 1, 3, 4   (d) 2, 3, 4

प्र. 97. हेरॉड मॉडेलच्या संकल्पनांच्या अंतर्गत खाली दिलेल्या आकृतीत कोणता एक वक्र बचत फलन योग्य रीतीने दर्शवितो.

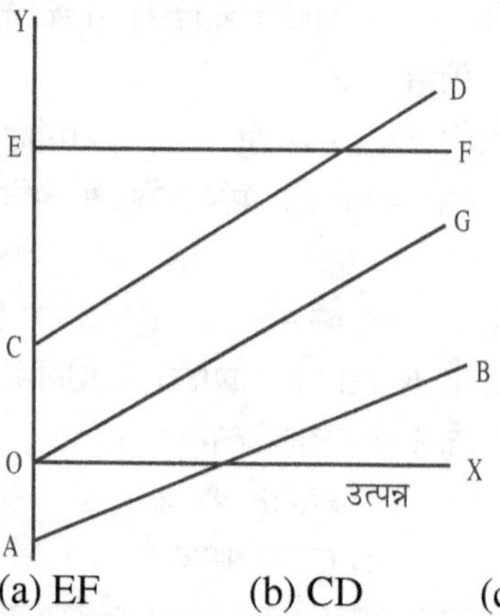

(a) EF   (b) CD   (c) AB   (d) OG

प्र. 98. सीमासंघाच्या (Customs Union) व्यापारनिर्मिती तसेच व्यापारबंदी प्रभावांच्या संदर्भात हे नाव जोडलेले आहे –

(a) एच. मॅकोवर   (b) जी. मार्टिन   (c) ए. मार्शल   (d) जे. वाइनर

प्र. 99. आधुनिक आर्थिक विकासाचे हे प्रमुख वैशिष्ट्य असते –

(a) प्रतिव्यक्ती उत्पादनात यथेष्ट वाढ.

(b) प्रतिघटक श्रमाच्या उत्पादकतेमध्ये वाढ

(c) आधुनिक औद्योगिकीकरणाचा वाढता उपयोग.

(d) वरील सर्व काही.

प्र. 100. शुम्पीटरच्या मते आर्थिक विकास एक ....

(a) स्थिर अवस्थेत होणारे असातत्यपूर्ण परिवर्तन आहे.

(b) दीर्घ काळामध्ये होणारे क्रमिक परिवर्तन आहे.

(c) मिळकतीच्या स्तरांमध्ये होणारी वृद्धीची अवस्था आहे.

(d) बचतीच्या दरात साधारण वृद्धीचा परिणाम आहे.

प्र. 101. रोजेन्स्टीन रोडनच्या मते अर्थव्यवस्थेच्या विकासाची सर्वोत्तम पद्धती आहे –

(a) अर्थव्यवस्थेला जाणीवपूर्वक असंतुलित करणे.

(b) व्यापक सामाजिक विकास

(c) गुंतवणुकीचा एक मोठा तसेच संतुलित कार्यक्रम

(d) वरीलपैकी काही नाही.

प्र. 102. खालीलपैकी काही करांचा भार विवर्तित (shift) केला जाऊ शकत नाही.

(1) आयकर   (2) व्यापारी लाभकर   (3) आयात-निर्यात शुल्क

(4) उत्पादन शुल्क. खाली दिलेल्या सांकेतिकांवरून योग्य उत्तर लिहा.

(a) 1 तसेच 2   (b) 3 आणि 4

(c) 1, 3 आणि 4   (d) 2, 3

प्र. 103. खालीलपैकी कोणते सदृश्य चलन नाही?

(a) बचत जमा रक्कम   (b) बचत आणि उधार भागभांडवल

(c) ट्रेजरी बिल   (d) मागणी जमा रक्कम

प्र. 104. रोखतेच्या सापळ्याच्या स्थितीला कोणी विकसित केले?

(a) केन्स   (b) फ्रीडमन

(c) फिशर   (d) पीगू

प्र. 105. 'आवश्यक न्यूनतम प्रयत्न' ह्या सिद्धान्ताचा विकास कोणी केला?

(a) लेविस   (b) लायबेस्टिन

(c) रोस्टोव्ह   (d) अमर्त्य सेन

प्र. 106. खालीलपैकी कोणते विधान संपूर्ण लवचिक मागणीचे समर्पक वर्णन करते?

(a) मागणीतील परिवर्तन किंमतीमधील परिवर्तनाच्या प्रमाणात आहे.

(b) मागणीतील परिवर्तन किंमतीमधील समप्रमाणाच्या परिवर्तनापेक्षा कमी आहे.

(c) वस्तूचे कोणतेही प्रमाण ठराविक किंमतीत खरेदी करता येते.

(d) किंमतीतल्या परिवर्तनामुळे मागणीमध्ये कोणतेही परिवर्तन नाही.

प्र. 107. कोणताही समवृत्ती वक्र दर्शवितो.

(a) समाधानाचा एक निर्देशित स्तर

(b) आवडीचे आणि पसंतीचे निर्देशित स्वरूप

(c) समाधानाचा सरासरी स्तर

(d) वरील सर्व

प्र. 108. कमी उत्पन्न असलेल्या देशांमध्ये प्रदर्शन प्रभाव (Demonstration Effect) आयातीच्या मागणीची वाढ करतो. हा विचार व्यक्त केला.

(a) ड्यूजेनबेरी   (b) नर्क्स   (c) वाइनर   (d) आय. जी. पटेल

प्र. 109. खालील पैकी कोणी त्वरण सिद्धांताचे प्रतिपादन केले आहेत.

(a) अफ्तालियन   (b) क्लार्क   (c) केन्स   (d) हिक्स

प्र. 110. चलनात्मक मजुरीच्या दरात कपात केन्सियनच्या विचारानुसार श्रमासाठी रोजगाराच्या संधी वाढवत नाहीत. कारण ....

(a) ह्यामुळे कामगारांची उत्पादकता कमी होऊ शकते.

(b) इतर साधनांच्या ठिकाणी श्रमाचा उपयोग वाढत नाही.

(c) ह्यामुळे प्रभावी मागणी वाढत नाही.

(d) ह्यामुळे कामगारांचे आंदोलन होऊ शकते आणि त्यातून कपात थांबवण्याची मागणी केली जाऊ शकते.

प्र. 111. उत्पन्न सिद्धान्त प्रतिपादन करण्यामध्ये केन्सचा दृष्टिकोन ....

(a) स्थिर होता.

(b) तुलनात्मक स्थैतिक होता.

(c) हिक्सच्या अनुसार गतिशील (Dynamic) होता.

(d) हॅरॉडच्यानुसार गतिशील होता.

प्र. 112. उत्पन्नातील वृद्धीच्या बरोबर उपभोगाची सीमान्त प्रवृत्ती कमी होत जाते. हा संबंध केन्सच्या सिद्धान्तात महत्त्वपूर्ण असूनही खालील बाबतीत त्यात परिवर्तन होते.

(a) सापेक्ष आय संकल्पना   (b) स्थिर आय संकल्पना

(c) जीवन चक्र संकल्पना   (d) वरीलपैकी तिन्ही बाबतीत

प्र. 113. खाली दिलेल्या आकृतीमध्ये उपभोग फलन CC दर्शविले आहे. केन्सच्या दृष्टिकोनातून संबंधित बचतीचे फल दर्शविले जाईल.

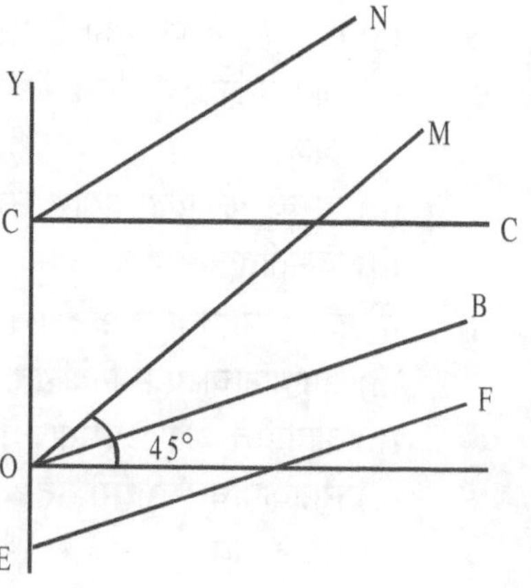

(a) CN वरून

(b) OM वरून

(c) OB वरून

(d) EF वरून

प्र. 114. केन्सच्या भांडवलाची सीमान्त क्षमता या संकल्पनेविषयी खालीलपैकी कोणते विधान चुकीचे आहे.

(a) हे गुंतवणुकीतून मिळणारे सध्याचे उत्पन्न आहे.

(b) ही गुंतवणुकीतून मिळणारी सध्याची मिळकत आणि त्यासाठीचा खर्च यांच्यातील फरक आहे.

(c) हे गुंतवणुकीतून होणारे प्रत्याक्षित उत्पन्न आहे.

प्र. 115. खालीलपैकी कोणते विधान रेषात्मक केन्सीय उपभोग फलनासाठी असत्य आहे.

(a) सीमान्त उपभोग प्रवृत्ती स्थिर असते.

(b) सरासरी उपभोग प्रवृत्ती स्थिर असते.

(c) सीमान्त उपभोगी प्रवृत्ती सरासरी उपभोगप्रवृत्तीपेक्षा अधिक असते.

(d) सीमान्त उपभोगी प्रवृत्ती सरासरी उपभोगप्रवृत्तीपेक्षा कमी असते.

प्र. 116. खालीलपैकी कोणता एक घटक पूर्ण रोजगारासाठी बाधक आहे.

(a) लवचिक मजुरीचा दर   (b) से (Say) चा बाजार नियम

(c) प्रभावी श्रमिक संघ   (d) लवचिक व्याज दर.

प्र. 117. खालीलपैकी कोणते विधान उत्पन्न गुणकासाठी योग्य नाही?

(a) याचे मान सीमान्त बचत प्रवृत्तीवर अवलंबून असते.

(b) हे केवळ स्वायत्त (Autonomous) गुंतवणुकीसाठी सक्रिय असते. प्रेरित (induced) गुंतवणुकीसाठी नाही.

(c) हे गुंतवणुकीच्या उत्पन्नाशी संबंध स्थापन करते.

(d) अल्पकाळात याचे मान (प्रमाण) स्थिर राहते.

प्र. 118. सनातनवादी समष्टी - अर्थशास्त्रात जो चर उत्पन्नाला उपभोग आणि बचत यांच्यामध्ये विभागतो तो आहे.

(a) सीमान्त उपभोग प्रवृत्ती   (b) मजुरीचा दर

(c) खंड   (d) व्याजदर

प्र. 119. कोणी प्रच्छन्न (Disguised) बेकारीची व्याख्या, ''असे श्रमतास की ज्याची उत्पादकता शून्य आहे.'' अशी केली?

(a) ए. के. सेन   (b) नक्र्स

(c) रॉबिन्सन   (d) एम डॉब

प्र. 120. जेव्हा स्थूल गुंतवणूक शून्य होते तेव्हा खालीलपैकी कोणती बाब राष्ट्रीय उत्पादनाला शून्य होण्यापासून रोखते?

(a) उपभोग   (b) गुणक

(c) बँक दर   (d) आयात

1. d	2. c	3. a	4. c	5. d	6. d	7. a	8. b
9. b	10. b	11. d	12. d	13. a	14. b	15. c	16. d
17. d	18. d	19. c	20. d	21. c	22. b	23. c	24. a
25. b	26. c	27. a	28. c	29. c	30. c	31. b	32. b
33. b	34. b	35. b	36. d	37. c	38. d	39. a	40. b
41. b	42. b	43. d	44. b	45. a	46. d	47. c	48. a
49. d	50. d	51. b	52. d	53. a	54. d	55. d	56. b
57. b	58. b	59. a	60. a	61. a	62. d	63. c	64. a
65. c	66. c	67. d	68. b	69. d	70. a	71. a	72. d
73. a	74. d	75. d	76. a	77. a	78. d	79. b	80. b
81. c	82. a	83. a	84. a	85. c	86. a	87. b	88. b
89. c	90. b	91. b	92. a	93. c	94. a	95. d	96. d
97. d	98. d	99. d	100. a	101. b	102. a	103. c	104. a
105. b	106. c	107. b	108. a	109. b	110. c	111. d	112. d
113. d	114. a	115. b	116. b	117. d	118. d	119. a	120. a

∎∎∎

www.ingramcontent.com/pod-product-compliance
Lightning Source LLC
Chambersburg PA
CBHW070708100726
47907CB00001B/89